श्रीकृष्णाच्या पट्टराणीने उलगडलेल्या
तिच्या मनातील भावभावनांचे आत्मनिवेदन

# मी रुक्मिणी

सुवर्णा ढोबळे



मेहता पब्लिशिंग हाऊस

Please contact us at **Mehta Publishing House,** Pune 411030.
✆ +91 020-24476924 / 24460313 / Mob. No. 9545000513
Email : production@mehtapublishinghouse.com
Website : www.mehtapublishinghouse.com

- *या पुस्तकातील लेखकाची मते, घटना, वर्णने ही त्या लेखकाची असून त्याच्याशी प्रकाशक सहमत असतीलच असे नाही.*

**MI RUKMINI** by SUVARNA DHOBALE

**मी रुक्मिणी : सुवर्णा ढोबळे / कादंबरी**



Email : author@mehtapublishinghouse.com

प्रकाशक : सुनील अनिल मेहता, मेहता पब्लिशिंग हाऊस, १९४१, सदाशिव पेठ, माडीवाले कॉलनी, पुणे ४११०३०.

अक्षरजुळणी : पूर्वा काळे, सहजानंद सोसा., कोथरुड, पुणे - ३८.

मुद्रक : पार्कसन्स ग्राफिक्स

मुखपृष्ठ : चंद्रमोहन कुलकर्णी

प्रकाशनकाल : सप्टेंबर, २०११ / पुनमुर्द्रण : ऑक्टोबर, २०१५

किंमत : ₹ ३२०

P Book ISBN 9788184982817
E Book ISBN 9788184988703
E Books available on : amazonkindle Apple Books Google Play Books

---

*माझ्या लेखनप्रक्रियेस सदैव प्रोत्साहन देणारे माझे पती,*

***डॉ. रमेश ढोबळे***

*यांना माझी ही कादंबरी सप्रेम अर्पण*

# मनोगत

आज श्रीरामनवमी! (३ मार्च २००९). माझ्या जीवनप्रवासातील एक अत्यंत आनंदाचा, मंगलमय दिवस! कारण आज, 'मी रुक्मिणी' कादंबरी माझ्या हातून लिहून पूर्ण झाली. मन:शक्तीद्वारे, मनोव्यापारातून कागदावर उतरवली गेली. या कादंबरीचे प्रथम पान मी लिहिले होते; श्रीकृष्णजन्माष्टमीला; सन २००० मध्ये! तात्पर्य, जवळजवळ नऊ वर्षांनी हा माझा लेखनप्रपंच, आज पूर्णत्वास गेला!

त्याआधीची तीन वर्षे मी या रुक्मिणीच्या अधिकाधिक जवळ जाण्यासाठी अनेक संदर्भग्रंथांचा अभ्यास केला. जसजसे ग्रंथ वाचत गेले, तसतशी मी तिच्यात अधिकाधिक गुंतत गेले. अगदी सहजपणे! नकळत! फक्त रोजचे आवश्यक व्यवहार सांभाळून, इतर वेळी, काळवेळाचे भान हरपून रात्रंदिवस झपाटल्यासारखी तिच्या शोधात 'श्रीकृष्णाशी संबंधित' साहित्यसागरात मी आकंठ बुडाले होते.

या कादंबरीची संकल्पना माझ्या मनात रुजण्यासाठी काही निमित्त, काही योगायोग कारणीभूत झाले. त्यांपैकी एक महत्त्वपूर्ण योगायोग म्हणजे पूजनीय पांडुरंगशास्त्री आठवले यांच्या स्वाध्याय परिवाराशी आलेला माझा संपर्क! योगेश्वर श्रीकृष्णांविषयी त्यांनी लिहिलेल्या ग्रंथांमधून, पुस्तकांमधून, कथांमधून, श्रीकृष्णाच्या जीवनातील अनेक अभूतपूर्व घटनांमधून, मानवता, समता, बंधुता, अजोड बुद्धिमत्ता, निर्णयक्षमता, या श्रीकृष्णाच्या असंख्य गुणांचा परिचय झाला आणि तो कोणतीही अंधश्रद्धा, चमत्कार वगैरे दृष्टिकोन मनात न बाळगता! या नवडोळस दृष्टीमुळे श्रीकृष्ण (माझ्या बुद्धीच्या कुवतीनुसार) अधिकाधिक उलगडू लागला, जवळचा भासू लागला. त्याच्याशी अधिकाधिक जवळीक साधण्याच्या हेतूने मी 'श्रीकृष्ण' या लोकोत्तर व्यक्तिमत्त्वाशी संबंधित अनेक पुस्तके एखाद्या विशिष्ट गोष्टीचा ध्यास लागल्याप्रमाणे एका धुंदीत वाचली. त्यामध्ये श्रीकृष्णायन, युगंधर, कौंतेय,

रुक्मिणी स्वयंवर, व्यासपर्व, व्यासविचार अशी पूर्वी वाचलेली पुस्तके तर होतीच; पण त्याशिवाय माझ्या या पुस्तकाच्या शेवटी जोडलेल्या संदर्भसूचीतील ग्रंथही होते. या सर्व साहित्यातील अनेक घटनांचा विविध वैचारिक पैलूंद्वारे आपोआप अभ्यास होत गेला.

या विचारमंथनातून माझ्या हृदयात वैशिष्ट्यपूर्ण स्थान मिळविले, ते 'रुक्मिणी' या व्यक्तिरेखेने. श्रीकृष्णाप्रमाणेच मला तिच्याविषयी एक आगळेवेगळे आकर्षण वाटू लागले. मी तिच्याकडे एका अनामिक ओढीने आकर्षित झाले. तिचे अनुपम सौंदर्य, तिचे बालपणापासूनचे श्रीकृष्णाविषयीचे गाढ प्रेम, प्रखर निष्ठा, अतूट विश्वास, तीव्र बुद्धिमत्ता, योग्य निर्णयशक्ती, कर्तव्यनिष्ठा, व्यवस्थापनकौशल्य, प्रेमधाग्यात लहानथोरांना एकत्र बांधून ठेवण्याची क्षमता, हे तिचे अगणित गुण मनात कोरले गेले. या लोभस व्यक्तिमत्त्वाविषयी आणखी एक गोष्ट लक्षात आली, ती ही, की केवळ अनभिषिक्त द्वारकाधीशाची ज्येष्ठ पत्नी या नात्याने 'रुक्मिणी' द्वारकेची अनभिषिक्त महाराणी नव्हती; तर तिने स्वकर्तृत्वाने ते सिद्ध केले होते.

जेव्हा जेव्हा बलरामदादांसह श्रीकृष्ण दुष्टांच्या संहारणार्थ किंवा अन्य कारणांसाठी द्वारकेबाहेर गेले होते; तेव्हा तेव्हा संपूर्ण द्वारका साम्राज्याची धुरा तिने समर्थपणे पेलली होती. सुरक्षा डोळ्यात तेल घालून जपली होती.

संपर्कात आलेल्या प्रत्येक ज्येष्ठाचा तिने योग्य तो मान राखला होता. वंदनीय ऋषीमुनींची नम्रतेने सेवा केली होती. समवयस्कांशी मैत्रीपूर्ण वर्तन केले होते. लहान मंडळीवर अपार माया केली होती.

प्रसंगानुरूप अनेक आघाड्यांवर, कधीकधी मानसिक संघर्ष सहन करूनही, सदैव श्रीकृष्णांच्या पाठीशी ती समर्थपणे उभी राहिली होती. सदैव द्वारका साम्राज्याच्या कल्याणाचा, हिताचाच विचार तिने केला. नव्हे; अहोरात्र उरात बाळगला. द्वारकाधीश, द्वारका या दोहोंशी संबंधित सर्वांचे सुख हा एकच ध्यास तिने मनी बाळगला.

द्वारकेची भूमी, सतत गर्जना करणारा सागर आणि द्वारकावासी तिचे जीव की प्राण होते. ती या भूमीला, सागराला, प्रजाजनांना सोडून अन्य स्थानी फार काळ राहू शकत नव्हती. तिचे लक्ष तिथे लागत नव्हते.

मी जसजशी मनाने तिच्यामध्ये गुंतत गेले, तसतशी ती माझी जिवाभावाची सखी झाली. नकळत मी त्या काळात, तिच्या विश्वात वेगळे रूप घेऊन शिरले. कारण मला ठाऊक आहे, की या जन्मीची मी अतिसामान्य व्यक्ती आहे. म्हणूनच माझ्या मन:शक्तीने मला त्या काळात, माझे बोट धरून नेले. ही रुक्मिणी माझी सखी झाली किंवा मी तिची सखी झाले असे म्हणू या. मी अलगदपणे, नकळत त्या भूमिकेत शिरले. मग सारेच सुलभ झाले. ही रुक्मिणी सदैव ध्यानीमनी, स्वप्नी माझ्याशी बोलू लागली. हितगूज करू लागली आणि त्यातूनच जन्माला आले हे तिचे तिच्या सखीशी, पर्यायाने वाचकांशी, साधलेले मनोगत! एक मनोज्ञ संवाद – एका रूपगुणाने संपन्न, सामर्थ्यशाली, निर्णयक्षम, तरीही नियतीचे वर्चस्व मान्य केलेल्या स्त्रीच्या जीवनातील अगम्य घटनांचा, सादांचा, पडसादांचाही!

ही कादंबरी लिहिण्याचा मी मनात संकल्प केला. योगायोगाने त्याच वेळी मला जवळजवळ दोन तपांनी अमरावतीला जाण्याचा योग आला. ज्या श्रीअंबेच्या मंदिरात श्रीकृष्णांनी रुक्मिणीचा हात हातात धरला, ज्या श्रीजगदंबेने रुक्मिणीला श्रीकृष्णाची महाराणी होण्याचा मार्ग दाखविला, त्या श्रीजगदंबेच्या दर्शनाचा अपूर्व, अनपेक्षित योग जुळून यावा हा माझ्या कादंबरीसाठी शुभशकुनच आहे, असा माझ्या मनाने निर्वाळा दिला.

या श्रीजगदंबेला, श्री एकवीरा देवीला, त्याच मंदिरातील श्रीगणेशाला मी मनोभावे वंदन केले. आशीर्वाद मागितला. ही प्रार्थना करतानाही माझ्यासमवेत, माझ्या मनात रुक्मिणी होतीच. मी तिच्याविषयीच– ती प्रार्थनेसाठी या स्थानी अशीच उभी राहत असेल का? असा— विचार करत असतानाच एक गोष्ट माझ्या ध्यानात आली, की महाभारतातील रुक्मिणी ही व्यक्तिरेखा पूर्णपणे वास्तववादी

आहे. तिचा जन्म, तिच्या जीवनातील घटना या संपूर्णपणे वास्तवाशी संबंधित आहेत. महाराणी द्रौपदी किंवा राजमाता कुंती यांच्या जीवनातील अनेक प्रसंगांभोवती मंत्र, तंत्र, चमत्काराचे वलय आहे, तसे या व्यक्तिरेखेच्या जीवनप्रवासातील घटनांशी नाही. तिला मन:शक्तीच्या सामर्थ्याने काही घटनांचा प्रत्यय किंवा पूर्वसूचनांची प्रचीती काही प्रसंगी आली होती; पण ते तिच्या मन:शक्तीचे बळ होते. त्याचा अनुभव या काळातसुद्धा अनेक व्यक्तींना येऊ शकतो, हे अनेक उदाहरणांनी सिद्ध झाले आहे. हे एक मानसशास्त्रीय सत्य आहे.

हे मनातील विचार म्हणजेच ही वास्तववादी व्यक्तिरेखा रेखांकित करण्यासाठी या मंदिरात या जगन्मातेकडून मिळालेला एक आशीर्वाद आहे, असे समजून मी तिला मन:पूर्वक त्रिवार वंदन केले आणि समाधानाने कादंबरी लिहिण्याच्या अनिवार ओढीने स्वगृही परतले.

अशा या वास्तववादी, सामर्थ्यशाली, मनस्विनी, अनभिषिक्त महाराणीचे हे प्रत्ययकारी, मनाला स्पर्श करणारे मनोगत तुमच्या मनालाही भावेल, असा मला विश्वास वाटतो.

**– सौ. सुवर्णा ढोबळे**

# ऋणनिर्देश

माझी ही कादंबरी पूर्णत्वास जाताना, या लेखनप्रक्रियेस अनेकांचा प्रत्यक्ष वा अप्रत्यक्ष सहभाग लाभला आहे. त्या सर्वांची मी ऋणी आहे.

सर्वप्रथम ही कादंबरी लिहिण्यासाठी ज्या मान्यवरांच्या बहुमोल ग्रंथांचा मी अभ्यास केला. त्या ग्रंथांमधून मला अनमोल माहिती मिळाली. त्या मान्यवरांची मी शतशः ऋणी आहे.

तसेच ज्या अनेक परिचित व्यक्तींनी आणि आप्तांनी सतत उत्कंठा प्रदर्शित करून मला वेळोवेळी मला प्रोत्साहन दिले. त्यांची मी आभारी आहे.

माझी ही कादंबरी अतिशय देखण्या स्वरूपात वाचकांच्या समोर सादर केल्याबद्दल 'मेहता पब्लिशिंग हाऊस'च्या सदैव ऋणात राहणेच मी पसंत करेन.

राजश्री देशमुख यांच्या विशेष सहकार्याबद्दल मैत्रीपूर्ण उल्लेख केल्याशिवाय मला राहवत नाही. त्यांचीसुद्धा मी आभारी आहे.

# एक

मी रुक्मिणी! आर्यावर्तातील मानवी मनावर युगानुयुगे अधिराज्य गाजविणाऱ्या योगेश्वराची, महाभारताच्या नायकाची, श्रीकृष्णाची मी ज्येष्ठ पत्नी! द्वारकेची अनभिषिक्त महाराणी! श्रीकृष्ण जरी महाभारताचे नायक असले तरी मी नायिका म्हणून ओळखली जात नाही! महाभारताची नायिका द्रौपदी. आदर्श पतिव्रतेचा मानही तिला मिळाला आहे! आदर्श मातेचा मान वंदनीय कुंतीमातेकडे जातो. मला त्याचे दु:ख नाही; कारण या विश्वाला माझा परिचय 'श्रीकृष्ण-पत्नी' या नात्याने आहे आणि तोच माझा सर्वोच्च सन्मान आहे. मला त्याचा अभिमान आहे. कारण ते माझ्या जीवनाचे सर्वेसर्वा आहेत. काया, वाचा, मनोभावे त्यांना मी स्वामी मानले आहे. त्यांच्या-माझ्या जीवनप्रवासाची कहाणी सांगताना त्यांना मी 'स्वामी' या नावानेच संबोधणार आहे.

कालौघात आमच्या या जीवनप्रवासाला 'श्रीकृष्णपर्व' हे नामाभिधान प्राप्त झाले आहे. या महान पर्वाची एक साक्षीदार म्हणून, या माझ्या मनोगताद्वारे त्या कालखंडात घडलेल्या तेजोमय, अभूतपूर्व, अतर्क्य घटनांचे कथन करण्याचा प्रयत्न करणार आहे. आमच्या राणीद्वीपाची प्रतिनिधी म्हणूनही एक भूमिका पार पाडणार आहे. तुमच्याशी संवाद साधणार आहे. त्या त्या प्रसंगी माझ्या मनीचे हितगुज व्यक्त करणार आहे. माझ्या या मनोव्यापाराच्या, विचारचक्राच्या फेऱ्यात तुम्हीही गुंतणार आहात. त्या गतिचक्राबरोबर तुम्हीही फिरणार आहात.

आमचा हा जीवनप्रवास तुमच्यासमोर उलगडून दाखवताना माझ्या मनात वारंवार एक विचार डोकावतोय. खरेच मानवी जीवन किती अतर्क्य आहे नाही का? आमचे जीवन म्हणजे तर अतर्क्य घटनांची एक मालिकाच आहे. स्वामींच्या

जन्मापासूनच या मालिकेचा प्रारंभ होतो म्हणा ना! त्यांचे सारेच अतर्क्य! जन्म कारागृहात, बालपण मानस मातापित्यांकडे गोकुळात! किशोरावस्था मथुरेत! उत्तरायुष्य द्वारकेत! जन्म भरतखंडाच्या उत्तरेला; तर उत्तरायुष्य पश्चिमेला. माझ्या जीवनाची तऱ्हाही तशीच. जन्म विदर्भात; पण विवाहानंतर माझा देश मला पूर्णपणे पारखा झाला आणि सागराने वेढलेले द्वारकाद्वीप माझी सर्वस्वप्रिय भूमी ठरली. माझा विवाह, माझ्या दादाने चेदीच्या राजकुमाराशी– शिशुपालाशी ठरवला होता; पण नकळत्या वयापासून माझे मन मात्र या गवळ्याच्या पोराकडेच ओढ घेत होते, एवढेच नाही; तर या आर्यावर्ताच्या इतिहासातले प्रथम प्रेमपत्र माझ्याकडून लिहिले गेले. प्रत्यक्षपणे राक्षसविवाहाचा पर्याय मीच सुचवला. प्रेमळ माता, पिता, प्रजाजनांच्या मायेच्या पंखाखाली वाढणाऱ्या एका कोवळ्या राजकन्येच्या हातून हे कसे घडले? सारेच अतर्क्य! कहाणीच्या कथनओघात ते माझ्याकडून तुम्हाला कळेलच. असो.

आज मी जीवनाच्या अंतिम टप्प्यावर येऊन पोहोचले आहे. स्वामींनी तर आपला मानसिक वानप्रस्थाश्रम काही तपांपूर्वीच प्रकट केला होता. महाभारतीय भीषण महायुद्धाच्या समाप्तीनंतर काही दिवसांनी सम्राट युधिष्ठिराच्या राज्याभिषेकाहून परतल्यानंतर त्याची सूक्ष्म मानसिक लक्षणे त्यांच्या वृत्तीत मला दिसत होती. त्यांच्यामागे माझे पाऊलही त्या मार्गावर पडणारच होते. त्यांची आज्ञा मी आयुष्यभर शिरसावंद्य मानली आहे. आजही मानते आहे, पुढेही मानणारच आहे.

आम्ही दोघेही परस्परांची मने चांगली ओळखतो. या राणीद्वीपाचा कारभार पुढल्या पिढीकडे सोपविण्याची माझी मनिषा त्यांनी जाणली आहे. तशा सूचनाही देण्यात आल्या आहेत.

मी माझी नैमित्तिक कार्ये करणारच आहे, पण अलिप्तपणाने. स्वामींनी पार्थाला कर्मयोगाची गीता ऐकवली आहे. ते स्वतः तीच जगले आणि मीसुद्धा!

या सुवर्णद्वारकेत पाऊल टाकल्यापासून माझ्या कर्मयोगाला सुरुवात झाली. मी द्वारकाधीशांची, द्वारकेची महाराणी झाले. दोन्ही अनभिषिक्त पदे आम्हा दोघांना लाभली. पदाबरोबरच कर्तव्येही आलीच! ती या क्षणापर्यंत आनंदाने पार पाडत आले. पुढेही अंतापर्यंत पार पाडणारच! यालाच 'कर्मयोग' म्हणायचे, नाही का? कर्मयोग आणि कर्मभोग या दोघांचा संयोग हेच मानवी जीवनाचे मर्म!

मी श्रीकृष्णाची पत्नी झाले. महाराणी झाले. कुणालाही हेवा वाटेल असे परमभाग्य माझ्या जीवनात, माझ्या वाट्याला आले. खरोखरच त्या विधात्याची मी शतशः ऋणी आहे. याचा अर्थ असा कुणी घेऊ नये, की माझे जीवन म्हणजे फक्त प्राजक्त फुलांच्या मखमली, मऊ मऊ पायघड्या आहेत. सुखांबरोबर दुःखेही आलीच! सुखांच्या वाटांबरोबरच काटेरी वाटाही आल्याच! त्या बोचऱ्या वाटांवरून चालावे लागले. मन रक्ताळले गेले! मी ही जीवननौका यशस्वीपणे

पार केली ती स्वामींच्या कृपेनेच. त्यांच्या आश्वासक साथीनेच.

आज माझ्या बालपणापासूनच्या आठवणी मला सतत अस्वस्थ करत आहेत, पुन:पुन्हा उसळून वर येत आहेत. मला आठवतात तेव्हापासून तुम्हाला सांगण्याचा मी प्रयत्न करणार आहे. या क्षणी माझे मन अगदी निर्लेप झाले आहे. माझी कुणाविषयी काहीही तक्रार नाही. कसल्याही आशा नाहीत; अपेक्षा नाहीत. एकदा नियतीचे अस्तित्व मान्य केले की सारे मोह, राग, लोभ, विकल्प गळून पडतात. आयुष्यातल्या सर्व प्रश्नांची उत्तरे सापडतात. आज मी तुमच्यापुढे उभी आहे, ती केवळ 'रुक्मिणी' म्हणून. एक स्त्री म्हणून. आज मी पट्टराणी नाही, महाराणी नाही, राजकन्या नाही; तर तुमच्यातलीच एक बनून मी मोकळेपणाने माझ्या गतजीवनाचा इतिहास सांगते आहे. मन मोकळे करते आहे.

मी विदर्भ देशाच्या भीष्मक राजाची कन्या रुक्मिणी! अमरापुरीजवळचे कौंडिण्यपूर ही आमच्या राज्याची राजधानी.

भोजवंशाचे घराणे आमचे. तात त्यांचेच वंशज. माझ्या मातेचे नाव शुद्धमती. नावाप्रमाणे ती शुद्ध मनाची, सात्त्विक, सोज्ज्वळ, रूपसुंदर स्त्री होती. मला मोठे पाच बंधू. मी सर्वांत धाकटी. आमची नावेही 'रुक्म' या शब्दाने सुरू होणारी. सर्वांत थोरला रुक्मीदादा, त्यानंतर रुक्मरथ! रुक्मबाहू, रुक्मकेश आणि रुक्ममाली. पाच भावांची मी एकच भगिनी. आमचे सर्वांचे गौर वर्ण - तप्त ताम्राप्रमाणे सुंदर होते. म्हणूनच 'रुक्म' हे विशेषण आमच्या नावामागे तातांनी लावले होते. ते स्वत:ही त्याच वर्णाचे होते. त्यांना त्या वर्णाचा फार अभिमान होता. भोजवंशाची देणगी आहे ना ती! एकच कन्या म्हणून मी मातापित्यांची अत्यंत लाडकी होते. भावांची लाडकी भगिनी होते. सख्यांची प्रिय सखी होते. संपूर्ण प्रजेची लाडकी राजकन्या होते. नुसता माझ्या मुखातून शब्द बाहेर निघण्याचा अवकाश, मला हवी असलेली वस्तू माझ्यासमोर उपलब्ध होई. असे असले तरी माझे हट्ट सहज पुरविले जातील, असेच असत. कुणालाही माझ्यापासून त्रास, दु:ख, वेदना व्हाव्यात असे मला कधीच वाटत नसे.

मला तातांच्या मांडीवर बसायला फार आवडे. ते राजदरबारात असोत किंवा आमच्या राजप्रासादात असोत. राज्यसभेत ते राजसिंहासनावर बसलेले असले की मी हळूच डोकावून पाहत असे. ते महत्त्वाच्या कामांत असतील तर मी तेथे जात नसे; पण कुणी कलाकार आलेले असले किंवा दुसऱ्या राज्यातून पाहुणे आलेले असले की मी त्यांच्या मांडीवर जाऊन बसे. माझे बंधूही बहुधा तिथेच असत. हा मान फक्त आम्हा सहा भावंडांनाच होता. आमच्या बंधूंच्या मित्रांना किंवा माझ्या सख्यांना तिथे येण्याचा अधिकार नव्हता.

अनेक देशांचे दूत किंवा अनेक राज्यांतून पर्यटन करणारे प्रवासी, विविध

राज्यांच्या भरभराटीची, वैभवाची, राजांची, राजपुत्रांची, त्यांच्या पराक्रमांची वर्णने करीत. जरासंध, शिशुपाल, कंस, विराट असे अनेक राजे, त्यांचे स्वभाव, त्यांनी केलेली युद्धे, जिंकलेली चल, अचल संपत्ती हे सगळे ऐकायला खूप छान वाटे.

आजकाल ज्याच्या त्याच्या मुखातून एक नाव सतत ऐकू येत असे. ते म्हणजे व्रजवासी नंदराजाच्या धाकट्या मुलाचे, श्रीकृष्णाचे. मथुरेच्या कारागृहातील, त्याला मारण्यासाठी कंसराजाने केलेले प्रयत्न, त्याचा जन्म, गोकुळातील बालवयातील त्याचे सुंदर रूप, अपूर्व, अतर्क्य लीला असे अनेक विषय असत.

त्याने केलेला पुतनामावशीचा वध, कालियामर्दन, गोवर्धन पर्वतासारखी अचाट जनशक्ती एकत्र करण्याची कला, अशी त्याच्या पराक्रमाची, जनसंग्रह करण्याच्या प्रवृत्तीची वर्णने तर असायचीच; पण त्याचबरोबर त्याचे मोहक रूप, नीलवर्ण, त्याचे विशाल नेत्र, कुरळा कुंतलभार, आजानुबाहुत्व, दुसऱ्यांना आकर्षून घेण्याची शक्ती, त्याचे गो-पालन, गोपींच्या काढलेल्या खोड्या ही वर्णनेही त्यात असत. मी स्वत: ती वर्णने ऐकताना भारावून जात असे. हळूच, चोरून, सर्वांवर दृष्टी फिरवत असे. तेव्हा मला जाणवे की माझ्यासारखीच त्यांचीही स्थिती झालेली असे. त्यांच्याही चर्येवर, आश्चर्य, कौतुक, आनंद पसरलेला असे. रुक्मीदादाच्या डोळ्यांत मात्र वेगळेच भाव असत. तो रागावलेला, चिडलेला दिसे. क्रोधाने त्याचा चेहरा लाल होई, डोळे फुलून येत. तो उठून उभा राही, "त्या गवळ्याच्या पोराला लोक एवढं महत्त्व का देतात तेच कळत नाही," असे म्हणून, हातपाय आपटत राजसभेतून उठून निघून जाई. रसभंग झाल्यामुळे साऱ्यांचाच विरस होई. तू ऐकतोस कशाला? असे त्याला म्हणावेसे वाटे; पण त्याला असे म्हणण्याचे कुणाचे धैर्य नव्हते. सारेच त्याला, त्याच्या संतापी स्वभावाला भिऊन असत; अगदी तात आणि मातासुद्धा.

आणि मी? कुणाच्याही मुखातून श्रीकृष्णाचे नुसते नाव जरी माझ्या कानावर पडले, तरी आजूबाजूच्या जगाचा विसर पडून मी ते शब्दन्‌शब्द हृदयात साठवून घेत असे. मी लहान होते तेव्हा त्याचे बालरूप माझ्या नजरेसमोर उभे राही. तो निळा-सावळा, कुरळ्या केशकलापाचा, मस्तकावर मोरपीस धारण करणारा, खट्याळ कान्हा माझ्या डोळ्यांसमोर उभा राही. माझ्याकडे बघून तो गालातल्या गालात असा हसे, की रुसावे की हसावे तेच मला कळत नसे. गोपगोपींच्या तो कसा खोड्या काढत असे ते ऐकले की नकळत मलाही हसू फुटत असे. श्रीकृष्णाच्या कथा ऐकताना सारेच तल्लीन होत, त्यामुळे माझ्याकडे कुणाचेच लक्ष नसे. एवढा स्वत:ला शहाणा समजणारा रुक्मीदादा, पण तोसुद्धा, त्याची इच्छा नसताना, आपोआप त्या जगात विहरत असावा. ते जग होतेच तसे मोहमयी! सांगणाराही तल्लीन होऊन जाई आणि ऐकणारेही! कवी आणि भाट यांच्या वाणीला तर जणू

अमृताचे झरे फुटत. मला तर ती अमृतवाणी कधीच संपू नये, असे वाटे. माझ्या हृदयात श्रीकृष्णाविषयी एक वेगळीच भावना कधी रुजली, ते मलाही कळले नाही.

आचार्य सुदेव आमच्या कुळाचे राजपुरोहित! आमच्या कुळातील रोजचे पूजापाठ, कुलकुलाचार, महापूजा सारे त्यांच्या सल्ल्यानुसारच होई. माझ्या प्रासादकक्षात मी एक छोटे देवघर तयार करवून घेतले होते. त्यात सुदेवकाकांकडून महाविष्णूची एक मूर्ती आणून, अभिषेक करून बसवून घेतली होती. सुदेवांना सारे लोक 'आचार्य' म्हणत. फक्त मी, सुदेवकाका म्हणत असे. ते मला फार जवळचे वाटत. मी त्यांच्याकडून पुराणातल्या गोष्टी ऐकत बसे. ती विष्णूची मूर्ती खूपच छान होती. शंख, चक्र, गदा, पद्म ल्यालेली, निळ्या संगमरवरी पाषाणाची, पितांबर परिधान केलेली, पांढऱ्या शुभ्र पुष्पांची माला गळ्यात घातलेली ती प्रसन्न मूर्ती बघून मला सतत श्रीकृष्णाची आठवण येई. ती मूर्ती, तो घननीळ जणू माझ्याशी बोलतोय, हसतोय असा मला भास होई. जणू तो मला सांगत असे, - 'अगं वेडे मीच तुझा श्रीकृष्ण! तू माझीच होणार आहेस, फक्त माझी!' मीही त्याच्याशी तसाच मानस संवाद साधत असे. खूप खूप बोलत असे. काय बोलत असे ते नाही मला सांगता येणार. कारण ते त्या वेळीसुद्धा, काही प्रहरानंतर कुणी विचारले असते तर सांगता आले नसते. भान हरपलेल्या माणसाला असे काही सांगता येणे शक्य आहे का? मी तर त्या वेळी पूर्णपणे कृष्णमय होत असे. मी मनाशीच गुणगुणत असे, 'माझे तन कृष्ण, माझे मन कृष्ण, माझे जीवन कृष्ण...'

माझे ते देहभान विसरलेले रूप बघून, माझ्या विष्णूभक्तीचे तिथे असलेल्या व्यक्तींना खूप नवल वाटे, आणि कौतुकही. एकदा तर खूपच गंमत झाली. माझ्या सख्या मला खेळायला बोलवायला आल्या, तर मी आपली कृष्णभक्तीतच धुंद झालेली. त्यांनी माझ्या मातेला शुद्धमतीदेवींना बोलावून आणले, तिने तातांना, माझ्या पाचही भावांना बोलावून आणले. एवढी माणसे भोवती जमली; पण मी आपली श्रीकृष्णाशी संवाद करण्यातच सारे जग विसरलेली! मी सर्वांत धाकटी! सर्वांची लाडकी. एक शब्दही न बोलता सारे माझी अवस्था बघत होते.

अखेर माझ्या मातेने मला प्रेमभराने जवळ घेतले. माझ्या डोळ्यात बघत ती म्हणाली, ''बघा हो, माझी लाडकी लेक म्हणजे आदिमायाच वाटतेय. किती तेज आणि गोडवा आलाय मुखावर! जणू साक्षात दुसरी लक्ष्मीच.''

आपल्याभोवती एवढी मंडळी जमलेली बघून मी मनातल्या मनात खूपच लाजले. मी लज्जेने माझ्या हातांनी चेहरा झाकून घेतला. तातांनीही माझ्या पाठीवरून हात फिरवला. माझे पाचही भाऊ आणि सख्या मात्र मला चिडवत होत्या. 'लक्ष्मी लक्ष्मी' म्हणून. कुणाकडेही न बघता मी वाटिकेकडे धाव घेतली.

कालचक्र फिरतच होते. त्याचबरोबर आमची वयेसुद्धा वाढत होती. माझ्या

चारही भावांनी आता तारुण्यात पदार्पण केले होते. मी आणि रुक्ममाली अजून किशोरावस्थेत होतो. माझे मोठे चारही बंधू आता राजबिंडे दिसत होते. व्यायामशाळेत जाऊन व्यायाम करून, आरोग्यवर्धक आहार सेवन करून बलवान तरुण झाले होते. युद्धशास्त्राचे तंत्रशुद्ध शिक्षणही त्यांनी घेतले होते. रुक्मीदादा तर खड्ग चालविण्यात विशेष निपुण होता. वयाबरोबर त्याचा रागही वाढतच होता. माझ्या सख्यांनीही माझ्याबरोबरच तारुण्याच्या सीमारेषेवर पाऊल टाकले होते.

आपोआपच आमच्या खोडकरपणाला, बालवयातल्या मस्तीला, आता आळा बसला होता. आम्ही आतासुद्धा खेळ खेळायचो; पण त्यात आता परिपक्वता आली होती. धावणे, पळणे कमी झाले होते. झाडांवर चढणे, पळापळी करणे बंद झाले होते. त्याऐवजी हातात हात घालून वाटिकेत फिरणे, कधीकधी फेर धरून गाणी म्हणणे, असले खेळ आम्ही खेळत होतो. ऐकलेल्या कथा एकमेकींना सांगत होतो. आपली मते प्रदर्शित करत होतो.

आणि श्रीकृष्णवेड? त्याला कुणी वेड म्हणा की खुळेपणा म्हणा; माझ्या दृष्टीने ते माझे दुसरे जग होते. खरेच मी त्या काळात एकाच वेळी दोन जगात वावरत होते. एक दृश्य जग आणि दुसरे अदृश्य जग. दृश्य जग होते कौंडिण्यपुरात. माता, पिता, बंधू, सख्या, राजपरिवार आणि प्रजाजन यांच्या सहवासात. आणि अदृश्य जग? अदृश्य जग म्हणजे अन्य जनांच्या दृष्टीने अदृश्य. माझ्या दृष्टीने तर तेही दृश्यच! कौंडिण्यपुरातले जग निद्रावस्थेत तरी माझ्या मनातून दूर होत असे. पण श्रीकृष्णमय जग? ते तर रात्रंदिवस माझ्या हृदयात घर करून बसलेले असे. कशी सांगू तुम्हाला? स्वप्नात तर त्या जगात वावरायला मला पूर्णतः मोकळीक असे.

प्रत्येक स्त्रीच्या आयुष्यात अवतरणारे वेडे वय होते माझे. एक कळी फुलतानाचे माझे वय. शरीर आणि मन नुकतेच फुलायला सुरुवात झालेली. तारुण्याच्या खुणा शरीरावर आणि मनावर नुकत्याच उमलायला लागलेल्या. माझ्या मातेच्या– शुद्धमतीच्या– डोळ्यांत मला सतत माझ्याविषयी कौतुक, वात्सल्य उमटलेले दिसायचे. आता मला पूर्वीसारखे राजसभेत जाऊन तातांजवळ बसता येत नव्हते. पाचही राजपुत्रांना राजदरबारात बसण्यासाठी खास आसनव्यवस्था करण्यात आली होती. त्यांच्या वयाच्या क्रमानुसार त्यांच्यासाठी सिंहासन-रचना करण्यात आली होती. तातांजवळचे सर्वप्रथम आसन होते ते रुक्मीदादाचे! ज्येष्ठ युवराजाचा मान होता ना त्याचा! रुक्मीदादाचा वयाबरोबर सतत वृद्धिंगत होणारा संतापी आणि आक्रमक स्वभाव सर्वांनाच क्लेशकारक ठरत होता. तो भावी राजा होता हे सत्यच होते; पण तो आत्ताच स्वतःला हवे ते निर्णय घेत होता, तातांवर लादत होता. त्यांना मान्य करायला भाग पाडत होता. मग ते निर्णय राज्याबद्दल असोत किंवा

आमच्या राजकुलाविषयीचे अंतर्गत असोत. त्याच्यापेक्षा वयाने कनिष्ठ, माझे चार बंधू रुक्मरथ, रुक्मकेश, रुक्मबाहू, रुक्ममाली त्याच्या वाऱ्यालाही उभे राहत नसत. मलासुद्धा त्याची भीतीच वाटत असे. त्याला श्रीकृष्णाचा राग येतो हे मला ठाऊक होते; पण त्याचा हा राग माझ्या भविष्यातील जीवनात एवढे वादळ उठविणार आहे ही कल्पना मात्र नव्हती. माझी स्वप्ने धुळीत मिळविण्याच्या त्याच्या योजनांची माझ्यासारख्या अजाण, अबोध मुलीला कशी कल्पना येणार? वर्षांमागून वर्षे, ऋतूंमागून ऋतू किती वेगाने पळत असतात ते लक्षातसुद्धा येत नाही. किशोरवय मागे पडून यौवनात मी केव्हा प्रवेश केला, ते माझे मलासुद्धा कळले नाही. मी आणि माझ्या सख्या. किती रम्य काळ होता तो! दिवसेंदिवस श्रीकृष्णजगात माझे रंगून जाणे वाढतच होते. शीलवती तर सतत माझ्या या अवस्थेकडे बघून गालातल्या गालात हसत असे. मी तिला म्हणत असे, "तुझंही असंच एक जग असेलच की." ती त्यावर गोड हसून म्हणे, "आम्हाला कुठलं जग? आणि कसली रम्य स्वप्नं? आम्ही काय विदर्भ राजकन्यका, सौंदर्यसंपन्न रुक्मिणीदेवी आहोत, की ज्यांच्या सौंदर्याची आणि बुद्धिमत्तेची कीर्ती सध्या त्रिखंडात दुमदुमत आहे आणि आसेतुहिमाचल राज्यांचे सम्राट, राजपुत्र, ज्यांच्या हातातील स्वयंवरमालेकडे आशेने डोळे लावून बसले आहेत? बिच्चारे! त्यांना काय माहीत, की एका खोडकर व्यक्तीने लहानपणापासूनच आमच्या देवीच्या हृदयावर आपले प्रेमराज्यच वसवले आहे!" ती अशी काहीतरी बडबडायला लागली की इतर सख्याही तिला साथ देत असत. त्या वेळी मला मात्र काय करावे ते कळत नसे. मी कृतककोपाने त्यांच्याकडे बघत हात उगारत असे. त्याही खोट्या खोट्या भीतीने माझ्यापासून थोड्या दूर पळून जाण्याचे नाटक करत.

मनातल्या मनात माझ्या स्वयंवराचे स्वप्न मी खूप वेळा बघितले होते. किती सहस्र वेळा श्रीकृष्णाच्या गळ्यात माळ घातली असेल, गणतीसुद्धा करता येणार नाही. स्वप्नात जगणाऱ्या स्वभावाला, माझ्या या साध्यासुध्या जगाला, नियती जणू हसली असावी. माझ्या शांत जीवनसागरात यापुढे भयंकर वादळ उठणार आहे, याची पूर्वचिन्हे उमटविणारा तो दिवस असावा.

प्रात:काळचा रम्य प्रहर होता. पहाट उलटून गेली होती. भाद्रपद नुकताच सरला होता. अश्विनाचे आगमन झाले होते. पाऊस थांबला होता. थंडीची चाहूल लागली होती. नवरात्र संपले होते. कौंडिण्यपूर दीपावलीच्या तयारीला लागले होते. मी श्रीविष्णूच्या मंगलमूर्तीच्या पूजेत रंगून गेले होते. तो निळासावळा नारायण मला माझा श्रीकृष्णच वाटत होता. जाईच्या उमलत्या कळ्यांची भरगच्च माला मी त्याच्या कंठात घातली होती. धुपाचा सुगंध आसमंतात दरवळत होता. समईतल्या उजळलेल्या ज्योतींनी त्या मूर्तीच्या प्रसन्नतेने माझ्या देवघरात मंगलतेची प्रभा

फाकत होती. मी भान हरपून त्या मूर्तीत स्वत:ला हरवून बसले होते.

तोच रुक्मीदादाचा आवाज कानावर पडला. "भान हरपून कोणाची आराधना करताहेत आमच्या लाडक्या भगिनी? सतत देव-देव खेळायला आता तुम्ही लहान नाही. आता तुमच्या स्वयंवराचे आयोजन करण्याची वेळ आली आहे."

मी एकदम दचकले. श्रीकृष्णभक्तीत मी एवढी दंग झाले होते की तो प्रथम काय बोलतो आहे तेच मला कळत नव्हते. जेव्हा तो काय सांगतो आहे हे माझ्या लक्षात आले तेव्हा भयाने आणि लज्जेने मी मान खाली घातली. तो पुढे काय बोलतो ते कानात प्राण आणून ऐकू लागले.

तो पुढे म्हणाला, "एक गोष्ट लक्षात ठेव रुक्मिणी, तुझ्या स्वयंवरासंदर्भात तात आणि मी जो निर्णय घेऊ तो तुझ्या हितासाठीच असेल. तो तुला ऐकावाच लागेल. तू केवळ या कौंडिण्यपुरातल्या प्रजेचीच नव्हे; तर संपूर्ण विदर्भ देशाची लाडकी राजकन्या आहेस. पाच बंधूंची धाकटी, एकुलती एक लाडकी भगिनी आहेस. मातापित्यांची केवळ लाडकी कन्याच नव्हे; तर जीव की प्राण आहेस. साऱ्यांनी तुला नाजूक फुलाप्रमाणे जपलं आहे. जगात एक आदर्श स्त्री ठरावी म्हणून योग्य संस्कार केले आहेत. तुला दु:खाची हलकीशी झुळूकसुद्धा स्पर्शू नये म्हणून प्रयत्न केले आहेत. सतत तुझ्या सुखाचाच विचार केला आहे, हे तुला मान्य आहे ना?"

मी मान वर करून त्याच्याकडे पाहिले. त्याच्या डोळ्यांत माझ्याविषयी नुसते प्रेमच दिसते की आणखी काही? मी अंदाज घेत होते. तो माझ्याशी कोणता तरी डाव तर खेळत नाही ना असे भाव त्याच्या डोळ्यांत असावेत असा मला भास झाला. मी त्याच क्षणी स्वत:ला सावरले. त्याच्या प्रश्नाला होकारार्थी मान हलविली.

तो पुढे काय बोलणार आहे, कोणता निर्णय घेणार आहे, हे मी उत्सुकतेने, खाली मान घालून ऐकू लागले. तो म्हणाला, "हे बघ रुक्मिणी, आम्ही तुझे 'स्वयंवर' ठरलेल्या तिथीला आयोजित करणार आहोत. ही तिथी कुणी ठरवली ठाऊक आहे? साक्षात सम्राट जरासंध महाराजांनी. मगध राज्याचे हे सम्राट सध्या साऱ्या जगाचे आराध्य दैवत आहेत. करुष देशाचा राजा दंतवक्र, चेदी देशाचा राजा शिशुपाल हे दोघे त्या गवळ्याचे, म्हणजे श्रीकृष्णाचे सख्खे आतेभाऊ असूनसुद्धा, त्यांच्या पक्षाचे आहेत. आपले ततही त्यांच्याच खास मर्जीतले आहेत आणि पर्यायाने मीसुद्धा! तुला ठाऊकच आहे त्यांनी आपल्या राज्याच्या राजधानीत गिरीव्रजात माझा फार मोठा सत्कार केला आहे. त्यांनी आतापर्यंत मथुरेवर सोळा वेळा आक्रमण केले आहे. ते कंसवधाचा म्हणजेच आपल्या बहिणीच्या वैधव्याचा सूड घेतल्याशिवाय स्वस्थ बसणार नाहीत. सौबीर देशाचा राजा शैव्य, काशीराज वत्स, विदेहराज, मद्रराज, त्रिगर्त, दरद असे चारी दिशांचे राजे त्यांचे मांडलिक

आहेत. स्वत: सम्राटांची अशी इच्छा किंवा आज्ञाच आहे म्हण की - तुझा विवाह चेदीराज शिशुपालांशी व्हावा. ती त्यांची इच्छा मी आणि तातांनी आनंदाने मान्य केली आहे. स्वयंवरासाठी अनेक देशोदेशींच्या राजांना आम्ही आमंत्रित करणार आहोत. तुझ्या सौंदर्याची कीर्ती सध्या त्रिखंडात दुमदुमते आहे. आम्हालाही त्याचा सार्थ अभिमान आहे. तुझी सखी तुला प्रत्येक सम्राटाचे रूप, गुण, पराक्रम, वैभव वर्णन करून सांगेलच. तू त्या सर्वांना योग्य मान देऊन ते ऐकून घेण्याचे नाटक करायचे; पण वरमाला मात्र चेदीराज शिशुपालांच्या कंठातच घालायची. त्यांच्या रूप, गुण, पराक्रमाचे वर्णन मी तुला काय सांगणार? त्यांची कीर्ती साऱ्या जगात गाजते आहे. तू तेथे सुखात, वैभवात राहशील हे निश्चित आणि तुझे सुख तेच आमचे सुख. प्रजेचे सुख तेच आपल्या राजकुळाचेच सुख नाही का? सम्राट जरासंधांशी मैत्री दृढ झाली की आपल्या राज्याकडे वक्रदृष्टी करून बघण्याचेसुद्धा कुणाचे धैर्य होणार नाही. तेव्हा लक्षात आले ना? सर्व बाजूंनी विचार करून आम्ही हा निर्णय घेतला आहे.''

मला विचारावेसे वाटत होते, 'माझ्या प्राणप्रिय श्रीकृष्णाला निमंत्रित करणार आहात का?' पण त्याच्यासमोर काहीही बोलण्याचा मला धीर झाला नाही. मी मनोमन विचार केला, 'आपण आचार्य सुदेवांना विचारू या.'

जसा आला तसाच ताड्-ताड् पावले टाकत दादा निघून गेला. त्या आवाजाने मी दचकून विचारचक्रातून जागी झाले.

दादा रागाने निघून गेला आणि माझे मन विचारचक्रात गुरफटून गेले. मी मनाशी विचार करू लागले, 'स्वयंवर' या शब्दाचा अर्थ काय? स्वयं म्हणजे स्वत: आणि वरणे म्हणजे स्वत:च्या पतीची निवड करणे, होय ना? हे स्वयंवर राजकन्या रुक्मिणीचे आहे ना? मग या राजकन्येला स्वत:चा वर निवडण्याचे स्वातंत्र्य नको का? तसे नसेल तर हे स्वयंवराचे नाटक कशाला? रुक्मीदादा असेल वयाने ज्येष्ठ म्हणून काय त्याने माझ्या जीवनाशी संबंधित निर्णय घेताना माझ्या मनाचा कौल जाणून घ्यायचा प्रयत्नसुद्धा करायचा नाही? राजकन्यांना परंपरेने दिलेला हा अधिकार स्वत:कडे घ्यायचा? का? कोणी दिला हा अधिकार त्याला? हा अधिकार फक्त माझा आहे, माझा. ती निवड करण्याचे स्वातंत्र्य फक्त माझे आहे, माझे. कुणाची निवड करायची ते आता माझ्याही हातात राहिलेले नव्हते, कारण मी ती निवड कधीच केली होती. मनातल्या मनात त्या नात्याचे धागे कसे जुळले ते मलाही नाही सांगता येणार! मला निश्चितपणे ठाऊक आहे की हे नाते केवळ या जन्माचे नसून जन्मजन्मांतरीचे होते. या नात्याचे बीज नक्की कधी माझ्या मनात रुजले तेसुद्धा मला आठवत नाही. माझ्या अंत:करणात जेव्हा मला प्रथम स्त्रीत्वाची जाण झाली, पती या शब्दाची जाग आली तेव्हाच त्या घनश्यामाची, श्रीकृष्णाची

मूर्ती माझ्या हृदयात कोरली गेली. माझे हृदय मला सतत सांगत होते, की या नात्याची निर्मिती अनंत काळापासून आहे. ते नातेही अनंत आहे. त्याला अंत नाही. हे नाते तोडण्याची शक्ती, सामर्थ्य या त्रैलोक्यात कुणाकडेही नाही. माझा विवाह होईल तो फक्त श्रीकृष्णाशीच!

खरे तर आतापर्यंतच्या माझ्या आयुष्यात मी त्यांना कुठेही प्रत्यक्षात पाहिलेले नव्हते. तरीही जळी, स्थळी, काष्ठी, पाषाणी मला तेच दिसत होते. त्यांचे ते आश्वासक स्मित सतत मला धीर देत असते. जणू ते मला सांगत 'तू फक्त माझीच आहेस, फक्त माझी! तू विधिवत माझी होणार आहेस. फक्त योग्य वेळ येण्याचाच काय तो अवकाश आहे. त्या वेळेची वाट बघ. प्रिये! धीर सोडू नकोस!'

श्रीकृष्णांना मी मनातून कधीच वरले आहे, हे माझी माता, सुदेवकाका, सखी शीलवती साऱ्यांना ठाऊक होते; पण मला आश्वासक भास होतात हे गुपित मात्र फक्त शीलवतीलाच माहीत होते. शीलवती, माझी प्रिय सखी, ती सोडून इतर सख्या, दासी साऱ्यांनाच वाटत होते की ही एवढी शांत कशी? रुक्मीदादाने माझा विवाह शिशुपालाशीच करायचा निर्धार केला होता. तातांनीसुद्धा असहाय होऊन त्याच्या निर्धाराला मान्यता दिली होती. मी एवढी त्यांची लाडकी; पण त्यांनीसुद्धा माझे मन जाणून घेण्याचा प्रयत्न केला नव्हता किंवा ते करू शकत नव्हते असेच म्हणावे लागेल. कारण राज्यकारभारावरची त्यांची सैल होत असलेली पकड! त्यांचे वाढते वय, त्याचा फायदा घेणारा रुक्मीदादा, त्याचा पराक्रम अणि त्याच्यामागे असलेली जरासंधाची अफाट शक्ती. त्यामुळे तातांसमोर दुसरा पर्यायच नव्हता. या निर्णयामुळे माझी माता शुद्धमती फार दुःखी होती. कारण तिला माझी चिंता होती. श्रीकृष्णाविषयीचे माझे चिरंतन प्रेम, माझ्या हृदयातील स्थान ती जाणून होती. माझ्यावर जर हा निर्णय लादण्यात आला तर मी कोणते पाऊल उचलेन, हेच तिला कळत नव्हते. मातेचेच हृदय ते, अनेक शंकाकुशंका तिच्या मनाला क्लेश देत होत्या. कारण शिशुपालाशीच काय; श्रीकृष्णांशिवाय अन्य कुणाशीही अगदी देवेंद्राशीसुद्धा मी कदापिही विवाह करणार नाही, ह्याविषयी तिच्या मनात तिळमात्र शंका नव्हती. रुक्मीदादा तर माझ्यासमोर श्रीकृष्णांविषयी वाईट बोलण्याची एकही संधी सोडत नसे. तो त्यांच्याविषयी म्हणत असे, 'ते गवळ्याचं पोर, सगळं बालपण गाई-गुरं चारण्यात अन् बासरी वाजवण्यात गेलं! ना त्या घराण्याला पराक्रमी राजघराण्याची परंपरा ना राजपद! बंदिशाळेत जन्म त्याचा! जन्मवेळी माता-पिता बंदिशाळेत म्हणजे काय सुलक्षण आहे? कुलक्षणी कार्टं, त्याला कोण सुबुद्ध राजकन्या वरणार? तूच विचार कर, राजकन्ये, आपलं राजकुल, त्रिखंडात गाजत असलेली त्याची प्रतिष्ठा, माझी ही गुणी, सौंदर्यखाणी, सोन्यासारखी सर्व बंधूंची लाडकी, एकुलती एक भगिनी, रत्न आहे रत्न. मी हे रत्न त्या दरिद्री

गवळ्याच्या हाती पडू देणार नाही. रत्नाला कोंदणही तसंच हवं! त्यासाठी या पृथ्वीतलावर योग्य वर एकच! राजबिंडा, महापराक्रमी, चेदीराज शिशुपाल.' मी त्याला कशी सांगणार होते, की त्याचे शिशुपाल-पुराण ऐकून माझे कान किटतात. त्याच वेळी मला गालातल्या गालात खोडकर स्मित करणारे श्रीकृष्ण दृष्टीसमोर दिसतात. माझे भास सुरू होतात. मी हे जग विसरते. तल्लीन होते. दादाला वाटते - मी शिशुपालाचे वर्णन ऐकता ऐकताच जग विसरते की काय? माझ्या भावविश्वात मला सोडून देऊन तो समाधानाने तिथून निघून जात असते. त्याच्या दण्दण् पायरवाने मला त्या जगातून या जगात आणले जाई.

अशीच एकदा मी डोळे उघडले तेव्हा शीलवती माझ्याकडे टक लावून कौतुकाने बघत असल्याचे जाणवले. मी श्रीकृष्ण-चिंतनात एवढी गुंग झाले होते की ती केव्हा आली ते मला कळलेच नाही. ती माझ्याकडे आश्चर्याने बघत होती. मी तिला विचारले, "अशी एकटक आश्चर्याने काय बघतेस माझ्याकडं? जणू काही तू मला आज प्रथमच बघते आहेस."

ती म्हणाली, "कशी सांगू तुला रुक्मिणी, तू मला नित्य नवी भासतेस. आत्तासुद्धा तू किती सुंदर, तेजस्वी दिसत होतीस रुक्मिणी? तुझं वर्णन करायला माझ्याजवळ शब्द नाहीत. तुझा सतेज, ताम्रवर्णी गौरवर्ण, कुरळ्या केशकलापाच्या महिरपीने शोभणारा भालप्रदेश, दाट, काळा केशसंभार, रेखीव भुवया, चाफेकळी नासिका, नाजूक जिवणी, एकाच वेळी सात्त्विक भावाने आणि बुद्धिमत्तेच्या तेजाने चमकणारे नेत्र..."

"अगं पुरे, पुरे. आज माझ्या रूपाची स्तुती अगदी उतू चालली आहे? प्रयोजन काय? काही अंतस्थ हेतू? मला तर वेगळीच शंका येतेय!" मी तिची थट्टा केली.

"ए, शंका वगैरे नको घेऊस गडे! तुझ्याकडं बघून मला जे दिसलं, भावलं किंवा नेहमीच वाटतं ते मुखावाटे बोलून दाखवलं एवढंच! उगीच नाही, ते चेदीचे सम्राट महाराज शिशुपाल आपल्या हातातल्या वरमालेकडं डोळे लावून बसले आहेत?"

तिचे वाक्य पुरे होण्याच्या आतच मी ओरडले, "त्या व्यक्तीचं नावसुद्धा माझ्यासमोर उच्चारू नकोस! त्यांचं गुणगान करण्याकरता तर तुला दादानं इथं पाठवलं नाही ना? तसं असेल तर तू या प्रासादातून निघून जा कशी! तुझा एक शब्दही मला ऐकून घ्यायचा नाहीये!" माझा क्रोध मला आवरत नव्हता. खरे म्हणजे ती माझी जिवाभावाची सखी! तिच्यावर मी कधीही रागावत नसे!

मी एवढी रागावले; पण ती मात्र गालातल्या गालात हसत होती. हळूच येऊन माझ्या खांद्यावर हात ठेवत माझे वदन तिच्याकडे वळवत नाटकीपणाने म्हणाली, "अहो रुक्मिणीदेवी, किती रागावता आमच्यावर? आम्ही अजाण, क्षमा करा

आम्हाला! तुमच्यासमोर एका विशिष्ट व्यक्तीची सोडून दुसऱ्या कुणाची स्तुती करण्याचे आम्हाला धैर्य होईल का? जागृतीत, स्वप्नी आपण कुणासंगे विहरत असता हे काय आम्हाला ठाऊक नाही? सांगा, आज आपले हृदयसम्राट आपल्याला कोणत्या स्वरूपात दिसले? मुरलीधर मुरली वाजवत होते, की मनमोहन रासक्रीडा खेळत होते? की गोपासंगे रानामध्ये गोपाळकाला करत होते? कोणत्या रूपात आपल्या प्रियतमेला भेटायला आले होते?''

ती थट्टा करत होती. इकडे माझा जीव लज्जेने उडून गेला होता. हृदय धडधडत होते. मी लज्जेने डोळे झाकले.

रुक्मीदादाच्या आज्ञेप्रमाणे स्वयंवराच्या आयोजनाचा निर्णय घेण्यात आला. महामंत्री, मंत्री, सचिव, सेवक, दासदासी साऱ्यांनाच कामाला जुंपले गेले. पूर्व, पश्चिम, उत्तर, दक्षिण, आसेतूहिमाचल देशोदेशीच्या राजांना, निमंत्रणे पाठवली गेली. मला मात्र रात्रंदिवस एकच चिंता जाळत होती. माझ्या हृदयसम्राटाच्या निमंत्रणाचे काय? त्यांना निमंत्रणपत्रिका पाठविली गेली की नाही? सुदेवकाकांना, मातेला विचारले; पण ती दोघेही निश्चितपणे सांगू शकली नाहीत. फक्त रुक्मीदादा काहीतरी कारणे काढून निमंत्रण देण्याचे नाकारत होता. त्याच वेळी क्रथकौशिक काका मात्र तातांना समजाविण्याचा प्रयत्न करत होते की श्रीकृष्णासारख्या दिगंत कीर्ती लाभलेल्या योद्ध्याला न बोलाविणे योग्य होणार नाही. प्रजेचा रोष ओढवून घ्यावा लागेल. कारण प्रजा श्रीकृष्ण दर्शनासाठी उतावीळ झाली आहे. तेच फक्त या रुक्मीला अधिकारवाणीने सांगू शकतील, एवढेच सुदेवकाकांकडून कळले.

सुदेवकाका पुढे म्हणाले, ''चिंता करू नकोस रुक्मिणी, मला निश्चितपणे वाटतंय, की श्रीकृष्णांचे पाय या विदर्भ देशाला लागणार आहेत.''

मी विचारले, ''काका, दादा कोणत्या मुद्द्यावर श्रीकृष्णांना निमंत्रण देण्याचे नाकारतो आहे? त्यासाठी त्याला काकांना किंवा तातांना काही सबळ कारणे तर द्यावी लागतील ना?''

ते म्हणाले, ''हे राजकन्ये, तुला तर माहितीच आहे, की श्रीकृष्णाला न बोलावण्याचा डाव एकट्या रुक्मीदादांचा नाही, तर तो जरासंध, शिशुपालाचासुद्धा आहे. त्यांनी श्रीकृष्णाला निमंत्रण नाकारण्याची दोन कारणे पुढे केलेली आहेत. पहिले कारण म्हणजे श्रीकृष्ण कोणत्याही देशाचा विधिवत राज्याभिषेक झालेला राजा नाही किंवा राज्याचा भावी वारस असलेला युवराजही नाही. दुसरे कारण म्हणजे श्रीकृष्णाचे यादव कुल ययाती राजाच्या काळापासूनच शापित कुल म्हणून ओळखले जाते. अशा शापित कुलाशी संबंध जोडणे आपल्या वंशाला शोभा देणारे नाही.''

सुदेवकाकांनी जे सांगितले त्यामुळे मी चिंतेत पडले. मला मनातल्या मनात

हसू आले. 'जो या त्रिखंडातील कोट्यवधी लोकांचा हृदयसम्राट होता, त्याला या राज्याभिषेक, राजसिंहासन या उपचारांची गरजच काय? पराक्रम, बुद्धी, निःस्पृहता या गुणांचा संगम माझ्या श्रीकृष्णामध्ये झाला होता. म्हणून तर त्याला हे दुष्ट, पाताळयंत्री राजे भीत होते. तो जर स्वयंवराला आला तर त्याच्यापुढे आपण निष्प्रभ ठरू हीच त्यांची खरी समस्या होती. दादांचे हे मुद्दे पोकळ होते हे कसे सिद्ध करता येईल?' असे विचार माझ्या मनात येत होते. माझ्या मनातले भाव माझ्या डोळ्यांत उमटले असावेत.

सुदेवकाका पुढे म्हणाले, "हे राजकन्ये, चिंता करू नकोस, क्रथकौशिक महाराजही तुझं मन ओळखून आहेत आणि श्रीकृष्णाची महती जाणून आहेत. खरं सांगू, तुझ्या तातांनाही महाराज श्रीकृष्ण इथं यायला हवे आहेत. त्यामुळं या दोन्ही समस्यांवर ती दोघं उपाय शोधतील. श्रीकृष्णांना आमंत्रण जाईल आणि ती दोघं म्हणजे राजाधिराज श्रीकृष्ण आणि त्यांचे बंधू उद्धव इथं येतील. अगं राजकन्ये, श्रीकृष्णाचं स्वतःचं जीवन अंधकारात प्रकाश दाखवणारा दीपस्तंभ आहे. मला निःसंशय माहीत आहे की हाच दीपस्तंभ तुझ्या मनातला चिंतेचा अंधकार दूर करून तुझं जीवन आनंद, सुख, माधुर्यानं उजळून टाकणार आहे."

काकांच्या अभिवचनाने मला धीर आला. आचार्यांच्या मुखातून जणू आपली नियतीच बोलते आहे असा भास झाला. मी निश्चिंत मनाने उठले. माझ्या नित्य कर्माला लागले.

जसजसे स्वयंवर जवळ येत होते, तसतसे आमचे कौंडिण्यनगर आनंदाने, उत्साहाने फुलायला लागले. राजपरिवारासोबतच आमचे प्रजाजनही आपली घरे, सभोवतालचा परिसर सजवू लागले. कारण मी माझ्या प्रजाजनांची लाडकी राजकन्या होते. ही आपल्या राजाधिराजांची फुलासारखी जपलेली राजकन्या, कुणाच्या कंठात स्वयंवरमाला घालेल याची त्यांनाही उत्सुकता होती.

गरीब असो की श्रीमंत सर्वच पौरजनांनी आपल्या कुवतीप्रमाणे घरांना, प्रासादांना रंग दिला होता. वृक्षांच्या बुंध्यांनाही रंग दिला होता. प्रत्येकाने अंगण सारवून, सारवून गुळगुळीत केले होते. स्त्रिया आणि मुली रंगावल्यांचा सराव करत होत्या. तीन दिवस आधीच घराघरांवर दीपोत्सव सुरू झाला होता. मंदिरेही दीपमालांनी लखलखली होती. जणू चांदण्यांना घेऊन गगनच धरेवर अवतरले होते.

माझ्या सख्यांचा मुक्कामही आता राजप्रासादातच होता. सतत थट्टा, नटणे, सजणे सुरू होते. एका नेत्रात आसू; तर दुसऱ्यात हसू होते. आपली लाडकी राजकन्या गेली की हा प्रासाद सुना सुना होणार, असे विचार मनात येऊन त्या खिन्न होत; तर दुसऱ्या क्षणी तिचा वर कोण असेल? या उत्सुकतेने त्यांचे मन फुलून येई.

आता तर स्वयंवराला फक्त दोनच दिवसांचा अवधी उरला होता. आमच्या राजकोटाबाहेर देशोदेशींच्या नरेशांची, त्यांच्या वैभवाची साक्ष देणारी शिबिरे पडली होती. त्यामध्ये जरासंध, शिशुपाल, शाल्व यांनी आपले वैभवी, झगमगणारे सुवर्ण, रत्न, मौक्तिक मुक्तपणे कौशल्याने जडवून तात्पुरते उभारणी केलेले प्रासाद होते; तर वत्स, मत्स्य, पांचाल, विदेह, कोसल, अंग, वंग, उत्कल यांचीही नयन दिपविणारी शिबिरे म्हणजे त्यांच्या पराक्रम आणि वैभवाची साक्ष देणारे त्यांचे महालच होते.

शीलवती मला मुद्दामच एका एका राजाच्या शिबिराचे वर्णन करून सांगत होती; पण ती करत असलेल्या वर्णनाकडे माझे थोडेही लक्ष नव्हते. श्रीकृष्णाच्या आगमनाची वार्ता ऐकण्यासाठी माझे प्राण कंठाशी आले होते. मी सुदेवकाकांची आतुरतेने वाट बघत होते. अखेर एकदाचे सुदेवकाका आले. मी माझ्या सख्यांना सांगितले, की थोडा वेळ मला एक धार्मिक विधी करायचा आहे, तोपर्यंत तुम्ही बाहेरच रहा. मुहूर्ताची गाणी सुरू करा. मी तो विधी आटोपून येतेच.

त्या गेल्या, मी सुदेवकाकांजवळ आले. त्यांनी आजूबाजूला कुणी नाही ना यांची पूर्णपणे बारीक पाहणी करून घेतली आणि मला हळू आवाजात म्हणाले, ''काळजी करू नकोस. श्रीकृष्णदेव आले आहेत. मुद्दामच सीमेबाहेर दूर त्यांनी शिबिर उभारले आहे. राजा क्रथकौशिकांनी त्यांना विधिवत राज्याभिषेक करून, आपले राज्य त्यांना अर्पण करून सिंहासनारूढ केले आहे. त्यामुळे ते कोणत्याही देशाचे सम्राट नाहीत असा आक्षेप घेता येणार नाही. त्यांचा पराक्रम तर तू जाणतेसच!''

माझा जीव एकदम शांत झाला. भर दिवसा जणू हृदयात चांदणे फुलले. डोळ्यातून आनंदाश्रू वाहू लागले. माझा श्रीकृष्णांच्या अतुल पराक्रमावर, त्यांच्या अजोड बुद्धिमत्तेवर, त्यांच्या कठोर निग्रही वृत्तीवर गाढ विश्वास होता. मस्तकी रत्नखचित सुवर्ण किरीट धारण केलेले, मेघवर्ण, काळ्याशार विशाल नेत्राचे, मुखकमलावर सतत आश्वासक स्मित विलसत असणारे, मोहमयी श्रीकृष्ण जणू माझ्या निकट वावरत आहेत असा भास मला होत होता. मातेच्या कुशीत शिरून हा आनंद मला उपभोगायचा होता; पण रात्रीपर्यंत मला धीर धरणे क्रमप्राप्तच होते. कारण स्वयंवराच्या अतिथींचे जातीने आतिथ्य करण्याचे कार्य ती डोळ्यांत तेल घालून करत होती. या निमित्ताने आमच्या निकट आप्तांचे स्वयंवरासाठी आगमन झाले होते. कुणाच्याही आतिथ्याच्या व्यवस्थेत उणीव असणे हा तर आमच्या राजकुलाच्या आतिथ्यकीर्तीला कलंकच लागला असता. ते आमच्या कुलाला शोभा न देणारे ठरले असते.

अखेर तो समय आलाच! सारे अतिथी त्यांच्या निद्राकक्षात गेले आणि मातेने

समाधानाने माझ्या कक्षात पाऊल टाकले. दासींना कक्षाच्या बाहेरच उभे राहून द्वार बंद करण्याची आज्ञा केली. मी धावत जाऊन तिला मिठी मारली. आज, आता, मी कुणी राजकन्या नव्हते, भावी सम्राज्ञी नव्हते; तर केवळ माझ्या मातेची लाडकी लेक होते. मला तिच्याशी हितगूज करायचे होते. ती मला अधिकच जवळ घेत म्हणाली, ''अगं अगं रुक्मिणी, तू एवढी आनंदी का आहेस ते मी ओळखलं आहे. माझ्या कानावर वार्ता आलीय बरं का एका विशिष्ट व्यक्तीच्या आगमनाची!'' तिने माझा चेहरा ओंजळीत धरून म्हटले, ''बघू बघू, माझ्या लाडक्या बाळीचे प्रफुल्लित वदन!'' मी लज्जेने तिच्या कुशीत मुख लपविले.

माझ्या पाठीवरून हात फिरवत ती पुढे म्हणाली, ''रुक्मिणी बाळे, कृष्णदेवांचे चरण आपल्या या भूमीला लागले हे मी आपल्या या भूमीचे भाग्य समजते. ते आले आहेत केवळ तुझ्यासाठी. तुझ्या विरहाचा अंत करण्यासाठी. अंती विजय त्यांचाच आहे हे जरी त्रिकालाबाधित सत्य असले, तरी मनाशी एक खूणगाठ बाळग. तुझ्या आणि त्यांच्या स्वयंवराचा, परिणयाचा मार्ग सुलभ नाही. सरल नाही. त्यावर अनेक संकटे, काटे पसरले आहेत. त्यामागे कोण कोण आहेत हे तुला ठाऊक आहेच. तेव्हा अशी एखादी कटू घटना घडली तरी धैर्य हरवू नकोस. धीर सोडू नकोस. कारण एक गोष्ट तर निश्चित आहे, की श्रीकृष्णाच्या मनातही प्रथम पत्नी म्हणून तुझ्याशीच विवाह करायचा आहे. त्यांचे इप्सित ते साध्य करणारच. त्यांना पराक्रमात कुणीही अडवू शकत नाही हे त्रिकालाबाधित सत्य आहे. तेव्हा डोळे उघड, केवळ तुझ्या रम्य जगात विहरू नकोस. वास्तवाचे भान ठेव. आमचे सर्वांचे आशीर्वाद तुझ्या पाठीशी आहेतच!''

खरेच! माता किती सत्य बोलत होती? श्रीकृष्ण कौंडिण्यपुराच्या वेशीवर आले हे ऐकूनच माझा जीव सुपाएवढा झाला होता. आमच्या विवाहाच्या मार्गात येणाऱ्या, श्रीकृष्णांच्या विरुद्ध दंड ठोकून उभे असणाऱ्या, त्या कुटिल त्रिकुटाचा मला विसरच पडला होता. रुक्मीदादाचा कृष्णद्वेष आठवूनच माझ्या हृदयाचे पाणी पाणी झाले. त्याच वेळी मी निश्चय केला. मी पती म्हणून अंगीकारेन, ते फक्त श्रीकृष्णांनाच. या देहात श्वास आहे तोपर्यंत मी काया, वाचा, मनोभावे लढा देईन तो याच ध्येयासाठी. या निश्चयानेच माझ्या अंगात जणू बारा हत्तींचे बळ संचारले. माझ्यात जणू आदिशक्ती संचारली होती. अनामिक चैतन्याने माझी काया थरारून उठली. कोणत्याही संकटाशी युद्ध करायला मी समर्थ होते.

मी मातेला म्हणाले, ''तू चिंता करू नकोस, श्रीकृष्णांचा पराक्रम तू जाणतेसच. ते आपल्या भूमीपर्यंत आले आहेत. तू तर माझ्या पाठीशी आहेसच. आपल्या कुलदेवतेच्या आशीर्वादानेच माझ्या मनीचा हेतू साध्य होईल. माझे मन आता निःशंक झाले आहे. मी आता शांतपणाने कुलदेवतेचं चिंतन करते. तूही आता

विश्रांती घे. दिवसभर अतिथींचं स्वागत, त्यांच्या आतिथ्याकडं स्वत: लक्ष देऊन तू किती श्रमली आहेस, ते तुझ्या म्लान मुखावर दिसतं आहे. नाहीतर असं करतेस का, तू याच कक्षात माझ्याच मंचकावर निद्रिस्त हो. मी तुझे चरण चुरते.'' मी तिला आग्रहानेच माझ्या मंचकावर झोपवले. ती एवढी श्रमली होती, की थोड्याच वेळात तिचे नेत्र मिटले गेले.

मी मृदू गतीने तिचे पाय चुरत होते; पण त्याच वेळी माझ्या मनात मातेविषयी विचार येत होते. कल्पान्तापर्यंत स्त्री ही फक्त स्त्रीच असते. मग ती सामान्य कुलातली असो किंवा राजकुलातली असो. बालपणी पिता, यौवनात आधी बंधू नंतर पती, वृद्धत्वात पुत्र यांच्या आज्ञेतच तिला राहावे लागते. आचार-विचार-विहार सर्वच क्षेत्रांत तिच्यावर सतत बंधनेच! तिला कुठलेच स्वातंत्र्य नाही. माझे मन ती जाणते. तिलाही माझ्या मनाचा कौल मान्य आहे; पण स्वत:च्या पतीला किंवा पुत्राला ते सांगण्याचे धैर्य तिच्याजवळ नाही. कारण तिला स्वातंत्र्यच नाही. एवढी विदर्भ राज्याची महाराणी; पण सत्तेपुढे हतबल आहे. माझ्या मातेच्या विरहाच्या कल्पनेनेच माझ्या नेत्रांत अश्रू आले. ते तिच्या चरणांवर पडले.

मातेला शांतपणे निद्रिस्त झाल्याचे पाहून मी तिच्याशेजारीच अंग टाकले. निद्रादेवीने कधी स्वत:च्या कुशीत घेतले ते समजलेही नाही. गाढ निद्रेतच मी स्वप्नांच्या जगात शिरले. त्याच वेळी त्या जगात नेहमीचे गूढ, मधुर स्मित मुखावर विलसत ठेवून श्रीकृष्ण आले, अगदी जवळ, माझ्या मंचकाजवळ आले आणि मला म्हणाले, ''प्राणप्रिये, हा बघ मी आलो ना. तुझ्या भूमीत तुला भेटण्यासाठी. प्रत्यक्ष! तसे तर आपण क्षणाक्षणाला, जन्मोजन्मी भेटतोच आहोत. पण या जन्मी तुझा हात हातात घेण्यासाठी मी आलो आहे; पण अजून तो योग आला नाही. योग आल्याशिवाय नियती कोणतीही गोष्ट घडू देत नाही; पण तू भिऊ नकोस. धीर सोडू नकोस. तूच माझी पट्टराणी होणार आहेस. तू फक्त माझी आहेस, तूच माझा ध्यास आहेस. माझा प्राण आहेस. आपला विवाह होणारच आहे. तू निश्चिंत रहा. मी तुला वचन देतो. तुझं आगमन मथुरावासीयांच्या नशिबात नाही; तर ते यादवांच्या सुवर्णनगरीत होणार आहे. अशी मोठे डोळे करून, नवलानं, प्रश्नांकित नजरेनं माझ्याकडं बघू नकोस. तुझ्या सर्व प्रश्नांची उत्तरं मी आजच देणार नाही. फक्त एकच सांगतो योग्य घडीची वाट बघ. तीही शांतपणे. निश्चिंत मनाने. आनंदाने. माहेरच्या माणसांचा सहवास उपभोगून घे! फक्त काही दिवस! कितीही प्रयत्न केला तरी कोणाचेही कारस्थान मी सफल होऊ देणार नाही. मग ते कारस्थान करणारे कितीही पराक्रमी असोत. हा यादवकुळातला गवळी - त्यांच्याशी संघर्ष करायला समर्थ आहे. येतो मी.''

ते हसत हसत निघून गेले. मी दचकून जागी झाले. सूर्यदेवाची कोवळी सुवर्ण

किरणे, गवाक्षातून मंचकावर माझ्या कुंतलाशी खेळत होती. 'अगं बाई, एवढी कशी गाढ निद्रा लागली मला? म्हणजे मला पडलेले स्वप्न पहाट-स्वप्न होते तर. पहाटेची स्वप्ने खरी होतात म्हणतात ना? असे झाले तरी काय? श्रीकृष्ण निघून गेले. म्हणजे स्वयंवराचा निर्णय स्थगित केला गेला की काय?' माझे मन शंका-कुशंकांनी भरून गेले. दुसरीकडे त्याच वेळी श्रीकृष्णांनी दिलेले वचन आठवून, मन आनंद, समाधान, शांतीने भरून गेले. मला या मनाची गंमतच वाटते. एकाच वेळी किती भावनांशी ते खेळत असते. कधी दुष्ट; तर कधी सुष्ट कधी उतावीळ तर कधी शांत. खोल डोहासारखे! अंतरंगात कसल्या-कसल्या विचारांची किती खळबळ सुरू असते, या प्रक्रियेचा शोध स्वत:लाच लागू शकत नाही तर दुसऱ्याला कसा लागणार?

जवळ झोपलेली माता कधी उठून गेली तेही कळले नाही? कुणाला विचारावे बरे? स्वयंवराविषयी विचारायचे म्हणून लज्जाही वाटत होती. तोच मनाने निर्णय घेतला शीलवतीलाच विचारावे. ती तिच्या घरून आता आली असेल का? कारण माझ्या सर्वच सख्या रात्री उशिरापर्यंत आमच्या प्रासादातच होत्या. मी एका दासीला हाक मारली. ती तत्परतेने माझ्याजवळ आली. मी तिला आज्ञा केली, "शीलवतीला तिच्या घरून बोलवून आण! मी त्वरित बोलावलंय म्हणून सांग!"

ती नम्रपणाने म्हणाली, "देवी, शीलवतीबाईसाहेब आपलीच वाट बघत वाटिकेत प्रात:कालीच येऊन बसल्या आहेत. आपण कधी निद्रेतून जागृत व्हाल, त्याचीच वाट बघत आहेत."

शीलवती - एवढ्या त्वरेने पहाटेच्या प्रथम प्रहरी आली होती, म्हणजे रात्री नक्कीच काहीतरी अतर्क्य घटना घडली होती, हे माझ्या अंतर्मनाने जाणले. अधीरतेने ती येण्याची मी वाट बघू लागले.

माझा संदेश पोहोचताच शीलवती अधीरतेने आत आली खरी, पण ती नेहमीसारखी हसतमुख नव्हती, चिंताग्रस्त दिसत होती. मी तिला विचारले. "आज एवढ्या त्वरेनं आलीस? काही विशेष घडलंय का?"

ती वरवर हसत म्हणाली, "आजूबाजूचं विशेष, वर्तमान नंतर बघू, पण आज या विदर्भदेशीच्या राजकन्येची दिनचर्या कशी बरं बदलली? रोज रामप्रहरीच जागी होणारी आमची ही सखी आज सूर्यदेवांनी आपल्या किरणांची या पृथ्वीवर मुक्तपणे पखरण केली, तरी कोणत्या गोड स्वप्नात रमली होती? कुणीतरी खास आलं होतं वाटतं?"

तिचे बोलणे मला मनातून खूप खूप हवेहवेसे वाटत होते, पण त्याच क्षणी श्रीकृष्णाचे स्वप्नातले रूप आठवून काही सांगण्यासाठी लज्जेची सीमारेषाही आड आल्याने माझ्या पापण्या नकळत खाली झुकल्या होत्या. माझी ही भावना माझ्या

चेहऱ्यावर उमटली असावी. ती माझ्याजवळ आली. माझा चेहरा स्वतःच्या ओंजळीत घेत म्हणाली, "अहाहा, काय पण आमची प्रिय सखी लज्जेनं आरक्त झालीय? काय गोड दिसते आहे गं! ए सांग ना कोण दिसलं स्वप्नात? काय म्हणाले, ते? कसे दिसत होते?"

मी लज्जेचा पदर कसोशीने बाजूला सारला आणि जमेल तसे माझे स्वप्न सांगायला सुरुवात केली. माझे स्वप्न ऐकता, ऐकता, तिच्या चेहऱ्यावरचे भाव झराझरा बदलत होते. कधी आनंद, कधी आश्चर्य, कधी डोळ्यांत अश्रू? माझे स्वप्न सांगून संपले, तेव्हा आधी तिने मला घट्ट मिठीच मारली. तिच्या नेत्रांतून अश्रूंचा जणू महापूर लोटत होता! नंतर ती माझा पदस्पर्श करण्यासाठी खाली वाकली. मी तिला वरच्यावर उचलत विचारले. "अगं, अगं वेडी की काय तू? मला वंदन कसलं करतेस? सखीला कुणी वाकून नमस्कार करतं का?"

ती माझ्यापासून थोडी दूर उभी राहत मला म्हणाली, "रुक्मिणी, खरं सांग, तू कोण आहेस? या विदर्भ राज्याची राजकन्या म्हणून महाराणीच्या उदरी कुणी जन्म घेतला आहे? आदिमाया की आदिशक्तीनं की साक्षात लक्ष्मीनं? बोल, तू कोण आहेस? आणि श्रीकृष्णही कोण आहेत? साक्षात नारायण? सांग ना सांग, मला तर काही सुचतच नाही."

मी तिच्याजवळ जाऊन तिच्या खांद्यावर हात ठेवत म्हटले. "असं, विचित्र, गूढ तू काय बोलते आहेस? मला तर काही समजतच नाहीये. मी तुझी सखी, या राज्याची राजकन्या, तात आणि मातेची धाकटी कन्या, माझ्या पाच बंधूंची एकुलती एक भगिनी आहे एवढंच मी जाणते. श्रीकृष्ण कोण आहेत, तेही मला माहीत नाही. फक्त ते माझा जीव की प्राण आहेत, माझं जीवन आहेत, एवढंच मी जाणते. पण तू असं काय बोलते आहेस? तेच मला कळत नाही. काय घडलंय ते लवकर सांग. मला जास्त अंत बघायला लावू नकोस."

ती म्हणाली, "रुक्मिणी, आता तुला सांगायला काहीच अडचण नाही. कारण माझ्याआधी प्रत्यक्ष श्रीकृष्णांनी स्वतःच्या मुखानेच तुला ती वार्ता सांगितली आहे. भविष्यात काय घडणार तेही सांगितलं आहे. त्यामुळं माझं कथन हा केवळ एक उपचार आहे. सखे, कसं सांगू तुला, श्रीकृष्णाच्या पराक्रमाला भिऊन या बलाढ्य राजांनी स्वयंवरातून माघार घेतली आहे; पण पुरुषी अहंकाराला पराभव मान्य करणं कधीतरी शक्य आहे का? म्हणून तथाकथित गवळी कुलाचं कारण पुढं करून स्वयंवर स्थगित करण्यात आलं आणि सारे राजे आपलं वैभवी प्रदर्शन गुंडाळून पसार झाले आहेत. एका रात्रीत शिबिर-परिसर सुना-सुना झाला आहे."

"आणि स्वतः श्रीकृष्ण?" मी अधीरतेने विचारले.

"अग थांब थांब, मी क्रमाने सांगतेच आहे ना. जरा धीर धर. त्या थोर राजानं,

योगेश्वरानं सम्राट क्रथकौशिकांचं राजपद त्यांना विधीपूर्वक अर्पण करून स्वत:च्या राज्याकडं प्रस्थान ठेवलं आहे. बघ, मान-अपमान सारं विसरून थोर मनानं प्रथम स्वत:चं कर्तव्य पार पाडलं आहे. खरोखरच रुक्मिणी, तू त्रिखंडात भाग्यशाली आहेस. कारण तूही त्या थोर सम्राटाची राणी होऊन त्रिखंडात महाराणी म्हणून कीर्तिमान होणार आहेस. किती युगांची तुझी तपश्चर्या आहे कुणास ठाऊक!''

ती हे सांगत होती. त्याच वेळी मला आठवत होते ते नुकतेच माझा तात्पुरता निरोप घेऊन गेलेले श्रीकृष्ण! नकळत माझ्या डोळ्यांत अश्रू आले. ते विरहाचे होते की आनंदाचे की दोहोंचे? माझे मलाही कळले नाही. मन मात्र शांत, निवांत आणि प्रसन्न झाले होते. मनाच्या त्या उत्फुल्ल अवस्थेत मातेला भेटण्यासाठी मी तिच्या अंतर्गृहाकडे वळले.

# दोन

काळ कुणासाठी थांबत नाही म्हणतात तेच खरे! स्वयंवर पुढे ढकलले गेले तेही अनिश्चित काळासाठी. दास, दासी, मंत्री, महामंत्री, सामान्यजन... सर्वत्र चर्चेचा पूर आला. सर्वांनाच एक गोष्ट कळून चुकली की श्रीकृष्णाच्या पराक्रमासमोर निर्भयपणे उभे राहण्याचे सामर्थ्य कुणामध्येच नव्हते. सर्वांच्या ओठावर एकाच नावाचा जयजयकार उमटत होता तो म्हणजे 'श्रीकृष्णाचा विजय असो!' अर्थात हे शब्द मनातल्या मनात, ओठातल्या ओठातच उमटले जात, कारण आमच्या रुक्मीदादाचे हेर सर्वत्र पेरलेले आहेत, याची आमच्या पौरवासीयांना जाणीव होती. ओठ कितीही घट्ट दाबले गेले तरी त्यांच्या हृदयात मात्र एकच मूर्ती नाचत होती. माझ्या प्राणप्रिय व्यक्तीची, श्रीकृष्णाची. स्वयंवर-स्थगितीचा निर्णय घेऊन आपण फार मोठी खेळी जिंकल्याचा आनंद झाल्याचे रुक्मीदादा, सम्राट जरासंध आणि चेदीराज शिशुपाल दाखवत असले तरी हे खरे नव्हते; उलट घराघरात लोकांच्या हृदयावर तोच त्यांच्या भाषेतला 'गवळी' विराजमान झाला होता, हे त्यांनी ओळखले होते. त्यामुळे त्यांच्या हृदयात श्रीकृष्णाविषयी द्वेष, राग खदखदत होता. तो ज्वालारस कोणत्या रूपात बाहेर पडेल, या कल्पनेने माझ्या मनात एकीकडे भय उमटत होते; तर दुसरीकडे श्रीकृष्णावर असलेला गाढ विश्वास मन शांतही करत होता.

श्रीकृष्णाचे पारिपत्य हाच एक जीवनहेतू मनात धरून सम्राट जरासंध आणि शिशुपाल, आपापल्या राज्याकडे निघून गेले. हळूहळू कौंडिण्यपूरचे जनजीवन मूळ पदावर आले. पौरवासी आपले दैनंदिन नित्यक्रम यथोचितपणे पार पाडू लागले. मीपण त्यातलीच एक. श्रीकृष्णांची आज्ञा शिरसावंद्य मानून तात, माता, सख्या

साऱ्यांचा सहवास जास्तीतजास्त उपभोगू लागले. माझे मन शांत, चित्तवृत्ती एवढ्या प्रसन्न होत्या की रुक्मीदादा किंवा इतर बंधूंना माझी श्रीकृष्णांच्या भेटीची ओढ लक्षातही आली नव्हती. सुदेवकाकांनी मला वचन दिले होते, की श्रीकृष्णांविषयी अगदी सूक्ष्मात सूक्ष्म वार्तासुद्धा माझ्यापर्यंत पोहोचविली जाईल.

काही दिवस सर्वत्र शांतता नांदत होती. तिकडच्या विशेष काहीच वार्ता नव्हत्या. फक्त दादांच्या गर्जना अधूनमधून कानावर पडायच्या, "बघा, आता फक्त श्रीकृष्णाच्या पराभवाचीच वाट बघा! हे बघ रुक्मिणी, जरासंध महाराज आता पूर्ण तयारीनिशी मथुरेवर स्वारी करून त्या गवळ्याला पाठीशी घालणाऱ्या संपूर्ण मथुरेचाच नाश करणार आहेत. ती वार्ता कानी आली की त्यांच्या विजयाचा आनंदोत्सव आणि तुझे स्वयंवर एकदमच साजरे करून यावश्चंद्रदिवाकरौ लोकांच्या लक्षात राहील, त्यांच्या नेत्रांचे पारणे फिटेल, असा समारंभ साजरा करू. तू मुळीच काळजी करू नकोस."

त्याच्या बोलण्यावर मी कसलीच प्रतिक्रिया दर्शवत नसे. मी खाली मान घालून उभी राही. मनातल्या मनात हसून मी म्हणत असे. 'अरे वेड्या, तुझी ही इच्छा कधीच पूर्ण होणार नाही. तुझे मनोरथ हवेतल्या हवेतच जिरणार आहेत.'

एक दिवस अचानक वार्ता समजली. पश्चिमेकडून महाराज जरासंध, पूर्वेकडून शाल्व, दक्षिणेकडून आमचे तात, गांधार देशाच्या निकटच्या राज्याचा सम्राट कालयवन, एकदम चाल करून जाणार होते. मथुरा नष्ट करायला. श्रीकृष्णांना पराभूत करायला. सुदेवकाका म्हणाले, "तू काळजी करू नकोस रुक्मिणी, भगवान श्रीकृष्ण म्हणजे जणू प्रत्यक्ष श्रीविष्णू नारायणच. दुष्टांचा संहार करण्यासाठीच त्यांचा जन्म झाला आहे. या आक्रमणाच्या निमित्ताने दुष्ट जरासंध, कालयवन हेच नामशेष होतील. जरासंधाने शंभर नरेशांचे बळी देऊन नरमेध यज्ञ करण्याचे ठरविले आहे. त्याचा हा अघोरी यज्ञ श्रीकृष्ण कधीच पूर्णत्वाला नेऊ देणार नाहीत, हे निश्चित."

त्यांचा प्रत्येक शब्द न् शब्द माझ्या हृदयावर कोरला जात होता. प्रत्येक शब्दागणिक जणू श्रीकृष्णच त्यांच्या मुखाने मला आश्वासन देत आहेत, धीर देत आहेत, असे वाटत होते. विलक्षण निश्चिंत वाटत होते.

सुदेवकाका थोडे थांबून मला म्हणाले, "राजकन्ये, मी तुला एक अत्यंत महत्त्वाची वार्ता देणार आहे. श्रीकृष्णदेव आता मथुरा सोडून अनावर्तात कायमचे वास्तव्याला जाणार आहेत. पश्चिम दिशेला सागरातल्या द्वीपावर ते सुवर्णनगरी निर्माण करत आहेत."

त्यांचा तो सुवर्णनगरी हा शब्द ऐकताच मी अंगोपांगी मोहरले. स्थलकालाचे

भानच विसरले. 'तू सुवर्णनगरीची महाराणी होणार आहेस,' हे त्यांचे शब्द कानात घुमू लागले. ती मोहमयी हास्य करणारी, प्रसन्न मूर्ती डोळ्यांसमोर उभी राहिली. 'सुवर्णनगरी, सुवर्णनगरी' मी पुटपुटले असावे.

"होय राजकन्ये, सुवर्णनगरीच," आचार्यांच्या या शब्दाने मी कृष्णजगातून बाहेर आले. "अगं, अब्जावधी स्थापत्यविशारद, कुशल-अकुशल कामगार, त्यासाठी कामाला लागले आहेत. या पृथ्वीतलावर दुसरीकडं कुठंही नाही, अशी सुवर्णनगरी गर्गमुनींच्या मार्गदर्शनाखाली निर्माण होत आहे. ती बघून जगाचे डोळे दिपणार आहेत. शिवाय श्रीकृष्णांनी अतिशय चतुराईनं तो भूभाग निवडला आहे. तिन्ही बाजूंनी सागर आणि एका बाजूनं वालुकामय प्रदेश."

"पण काका, त्यांनी परंपरागत मथुरानगरी सोडून जाण्याचं प्रयोजन काय?"

"त्या कुटील जरासंधानं सतरा वेळा आक्रमण करून मथुरेचं साम्राज्य पार खिळखिळं करून टाकलं आहे. आर्थिक, सामाजिक, कृषी सारी व्यवस्था उद्ध्वस्त झाली आहे. सततच्या लढायांना पौरजन कंटाळले आहेत. त्यांचं मनोधैर्य डळमळीत होत आहे. कारण एकच फक्त श्रीकृष्ण. आपला जावई म्हणजे कंस, श्रीकृष्णाच्या हातून मारला गेल्याने आपल्या मुली विधवा झाल्या आहेत, म्हणूनच श्रीकृष्णवध हेच एकमेव लक्ष्य जरासंधाचे आहे. मथुरेच्या जनांना शांतता लाभावी यासाठी महाराज उग्रसेनांच्या अधिपत्याखाली मथुराजन, ज्यांची इच्छा असेल ते तेथेच राहतील. ज्यांना श्रीकृष्णांबरोबर जायची इच्छा असेल, त्यांना घेऊन श्रीकृष्ण सुवर्णनगरीला प्रस्थान करणार आहेत. नवीन साम्राज्याचे राजे असतील श्रीकृष्णाचे तात वसुदेव."

"पण या नव्या नगरीचे नाव काय असणार आहे?" मी विचारले.

"ते मलाही माहीत नाही. योग्य वेळ आल्यावर कळेलच. होय ना? मी आता जातो, माझी पौरोहित्याची वेळ झाली."

मी त्यांना वाकून नमस्कार केला. त्यांनी दिलेल्या वार्ता कुणाला बरे सांगावी? मातेला की शीलवतीला? नको, सध्या कुणालाच नको. ते सध्या आपले आणि श्रीकृष्णांचेच गुपित राहू दे. या विचारांनीच मला खुदकन् हसू फुटले.

श्रीकृष्णांच्या या नव्या सुवर्णनगरीच्या वार्ता कानोकानी दाही दिशांना पसरू लागल्या. मी स्वत: तर मनाने केव्हाच त्या नगरीत पोहोचले होते. माझ्या श्रीकृष्णजगताचा तो एक अविभाज्य भाग होता. त्या जगात जगायलाही माझ्या मनाने सुरुवात केली होती. मनाचे एक बरे असते हो, त्याला वायुवेगाने हवे तिथे, हवे तेव्हा जाता येते.

दिवस सरत होते. आमच्या विदर्भ देशाची सेनाही, तात आणि दादा श्रीकृष्णाविरुद्ध लढायला पाठविणार होते. जरासंध महाराजांची तशी आज्ञाच होती ना! ती पाळायलाच

हवी. त्यांच्याशी वैर कोण पत्करणार? त्यांचे अचाट सामर्थ्य तात आणि दादा जाणून होते. दादा स्वत: जातीने सेनेच्या सर्व दलांकडे लक्ष देत होता. सेनेला सज्ज राहायला सांगितले होते. श्रीकृष्णांच्या सेनेला चारी बाजूंनी कोंडीत पकडायचे होते ना!

श्रीकृष्णांचा पराजय अटळ आहे, या भ्रमांत दादा गुंग असतानाच एक विपरीत घटना घडली. कालयवनाच्या नाशाची बातमी कानावर आली. श्रीकृष्णांनी या वेळी शक्तीचा नव्हे; तर युक्तीचा उपयोग केला होता. रणांगणातून पळून जाण्याचे नाटक केले होते. त्यांचा पाठलाग करत कालयवन थेट मुचकुंद ऋषींच्या गुहेत पोहोचला होता. तपश्चर्या संपवून गाढ निद्रेत असलेल्या ऋषींना श्रीकृष्ण समजून त्याने लाथ मारली. सामर्थ्यवान ऋषींनी आपले नेत्र रागाने उघडताच त्या तेजस्वी अंगारांनीच त्याला नष्ट केले होते. ती वार्ता ऐकून माझा आनंद गगनात मावेना. मी ओळखले; चतुर श्रीकृष्णांनी एका पाषाणात दोन पक्षी मारले होते. शक्तिमान कालयवनाचा वध झाल्याने सम्राट जरासंध आणि त्याच्या मित्रपक्षाच्या सेनेचे मनोधैर्य खचले होते आणि त्यासाठी मथुरेच्या सैन्याच्या रवताचा एक थेंबही सांडला गेला नव्हता. श्रीकृष्णांनी रणांगणातून पळ काढला अशी निंदेची दाही दिशांना दवंडी पिटविण्याचा उद्योग शत्रुपक्ष करत होते; पण चतुर लोक श्रीकृष्णाची चतुराई ओळखून त्याची प्रशंसाच करत होते. त्याच वेळी जरासंधमहाराजांच्या सेनेचा आधारस्तंभ असलेले हंस आणि डिंभक या दोन सेनापतींचाही श्रीकृष्णांनी युक्तीने काटा काढला होता. त्यामुळे निराश होऊन जरासंधाने आखणी केलेले महायुद्ध टळले होते.

मी सुटकेचा नि:श्वास टाकला. अंती जय यादवांचाच होणार हे मला माहीत होते; पण युद्धात होणारी मनुष्यहानी, वित्तहानी टळली होती. शिवाय कौंडिण्यपूरच्या सेनेलाही श्रीकृष्णाविरुद्ध लढावे लागले नव्हते. त्यांचेही जीव वाचले होते. अखेर ते माझेच पौरजन होते ना?

बऱ्याच कालावधीनंतर माझ्या मनाला तसेच तात आणि मातेच्या जिवालाही थोडा निवांतपणा लाभला होता. रुक्मीदादा अधूनमधून उसळत असला तरी एकूण शांत होता. मगध सम्राटही मथुरेवर स्वाऱ्या करून थकले असावेत, कारण 'नवीन आक्रमणासाठी तयार रहा' अशी त्यांची आज्ञा नव्हती. कौंडिण्यपूरचे नागरिक शांततेमुळे, कला, क्रीडा, मनोरंजनात रस घेत होते. मी, माझ्या सख्या, सजगपणाने पुढल्या आयुष्यासाठी उपयोगी पडतील अशा कलांचा अभ्यास करत होतो. त्याचबरोबर वाटिकांमध्ये मुक्तपणाने विहार, आवडत्या विषयांवर संवाद करत होतो, खूप हसत होतो.

त्याच वेळी माझे दुसरे जग? त्या जगात तर मी फारच आनंदात होते. कारण

तिकडल्या सुवार्ता सतत कानावर पडत होत्या. यादवांच्या नव्या राजधानीचे नाव ठेवले होते द्वारकावती किंवा द्वारका! तिच्या सीमारक्षक तटांना चारी बाजूंनी चार महाद्वारे होती. वसुदेव महाराजांचा राजे म्हणून आणि बलरामदादांचा युवराज म्हणून विधिवत राज्याभिषेक झाला होता. सध्या द्वारकेची आणि यादवांचे अनभिषिक्त हृदयसम्राट श्रीकृष्णांची कीर्ती दिगंत पसरली होती. या सुवर्णनगरीची वर्णने ऐकून लोक थक्क होत होते. तिथले सुवर्णप्रासाद, प्रशस्त व सुंदर मार्ग, सुंदर उद्याने, वृक्ष, झरे, शस्त्रागारे, राजसभा, राणीवसा यांची माझ्या सख्या, सुदेवकाका, माता, तात यांच्या मुखातून जेव्हा मी वर्णने ऐकत असे, तेव्हा मलाच आकाश ठेंगणे होई. मनात सतत आवाज उठे, 'हे सारे तुझेच आहे. ऊठ, त्या विधात्याचे चरणी लीन हो.' मी कल्पनेनेच त्या चैतन्यमय सुवर्णनगरीत रममाण होऊन जाई.

हे शांत, निवांत क्षण फार दिवस आमच्या भाग्यात नव्हते. या विधानाचा प्रत्यय लवकरच आला. एके दिवशी जरासंधाचा एक दूत कौंडिण्यपुरात येऊन थडकला. त्याला पाहूनच हा कोणती वार्ता घेऊन आला आहे, याविषयी सर्वांच्या मनात संशयाची पाल चुकचुकली.

रुक्मीदादाने त्या स्वाराचे यथोचित आदरातिथ्य केले. दोन दिवस त्याला ठेवून घेतले. कारण त्या संदेशाचे उत्तर त्या स्वाराजवळच देण्याची आज्ञा त्यात केली होती.

दादाने उत्सुकतेने रत्नजडित बटव्यातून संदेशपत्र काढले. आधी स्वतःच वाचले. कारण त्यात काही गुप्त संदेश असण्याचीही शक्यता होती. पत्र वाचून होताच दादा आनंदातिशयाने ओरडला, "राजाधिराज, जरासंध महाराजांचा विजय असो." तो म्हणाला, "तात आणि बंधूंनो, ऐका. फार आनंदाची वार्ता, म्हणजे एक प्रकारची आज्ञाच म्हणा ना, जरासंध महाराजांनी या पत्राद्वारे केली आहे. ती म्हणजे आमची प्रिय भगिनी रुक्मिणीच्या स्वयंवराचे आयोजन शक्य तितक्या त्वरेने करावे." तो स्वतःशीच गालातल्या गालात हसला आणि म्हणाला, "शिशुपाल महाराजांना घाई झालेली दिसते आहे. चला त्वरा करा. वेगाने सिद्धता करावयाची आहे."

"ते ठीक आहे. आपण त्यांची आज्ञा पाळू या; पण त्यासाठी राजपुरोहितांना बोलावून योग्य मुहूर्त तर काढावा लागेल ना?" तात शांतपणाने म्हणाले.

"ठीक आहे. पण मग प्रतीक्षा कसली करायची? त्यासाठी विलंब कशाला? त्यांना आताच त्वरेने बोलावून घ्या. आताच! म्हणजे या दूताबरोबरच संपूर्ण कार्यक्रमाची वार्ता सविस्तर पाठवता येईल." राजपुरोहितांना निकडीचे आमंत्रण गेले. तेही तेवढ्याच वेगाने आले कारण रुक्मीची आज्ञा म्हणताच, तिचे पालन वेगाने व्हायलाच पाहिजे, याची त्यांना कल्पना होती.

त्यांनी पंचांग काढले. माझी पत्रिका डोळ्यांखालून घातली. लवकरात लवकर म्हणजे एक, नव्हे द्विमास अवधी तरी जाऊ देणे, भाग होते. तेवढा अवधी आवश्यकच होता; नव्हे; कमीच पडत होता. पण रुक्मीदादासमोर कुणाचेच चालण्यासारखे नव्हते. अखेर ती शुक्ल पंचमी तिथी मान्य करण्यात आली.

त्याच समयी अंत:पुरात मात्र वेगळीच योजना आखण्यात आली. त्यासाठी तात, माता, माझे पाच बंधू आणि मी असे आमच्या कुटुंबातील लोकच उपस्थित होतो. या वेळी स्वयंवराच्या नावाखाली रुक्मिणी आणि शिशुपाल विवाहाचाच मुहूर्त काढायचा आणि विवाह समारंभ करायचा. निमंत्रितांना तशी कल्पना द्यायची. त्यामुळे श्रीकृष्ण आणि दुसऱ्या कुणाचीच भीती बाळगण्याची गरजच उरणार नव्हती. फक्त रुक्मिणी-हरण होऊ नये, याची काळजी घ्यायची. त्यासाठी शस्त्रधारी सैनिक ठिकठिकाणी पेरून कडेकोट बंदोबस्त ठेवायचा.

''रुक्मिणीने स्वत:च शिशुपालाशी विवाहाची इच्छा दर्शवली असल्याने असा विवाह समारंभ आयोजित केला आहे, असे वर्तमान कळवायचे, म्हणजे स्वयंवरात अन्य कोणाच्या सहभागाचा प्रश्नच उरणार नाही. रुक्मिणी, लक्षात येतेय ना मी काय म्हणतो ते? तुला हे मान्य करावेच लागेल.'' दादा म्हणाला. मी साश्रुनयनांनी मातेकडे पाहिले. तिने डोळ्यांनीच होकार दर्शवायला सांगितले. मी काहीच न बोलता मान खाली घातली.

''अरे दादा, ती काय उत्तर देणार? विवाह या विषयावर बोलायला कुलीन घराण्यातील मुलींची लज्जा आडवी येत नाही का? आणि चेदीराज शिशुपालांसारखा नरश्रेष्ठ पती मिळायला थोर भाग्यच हवे. अरे 'मौनं सर्वार्थ साधनम्.' तिने धरलेल्या मौनामुळे तिने दोन्ही गोष्टी साधल्या, आपल्याला होकारही दिला आहे आणि लज्जेची मर्यादाही ओलांडली गेली नाही.'' माझा दुसरा बंधू रुक्मबाहू म्हणाला.

''हे बघ रुक्मिणी, माहेरच्या विरहाने तुझ्या डोळ्यांत आत्ताच अश्रू आले आहेत. त्यामुळे पूज्य तात आणि मातेच्या डोळ्यांतही विरह वेदनेचे व्याकूळ भाव दिसत आहेत; पण तू मुळीच वाईट वाटून घेऊ नकोस. चेदीराज आपल्या मित्रपक्षाचेच आहेत. त्यामुळे रुक्मीदादा आणि आम्ही चार बंधू सतत तुला भेटूच. तात आणि मातेच्या भेटीसाठी तुला माहेरीही घेऊन येऊ. पूस, ते डोळे आणि आनंदाने श्वशुरगृही जाण्याची तयारी कर!'' रुक्ममाली म्हणाला.

''हो, त्या गवळ्याचे, श्रीकृष्णाचे पारिपत्य होत नाही; तोपर्यंत सतत त्याच्यावर आक्रमण करणे हेच जरासंध महाराजांचे सध्याचे ध्येय आहे. त्यांना साहाय्य करण्यासाठी शिशुपाल आणि आपण सतत एकमेकांना भेटणार आहोत. आपलेसुद्धा श्रीकृष्णाशी सध्या वैरच आहे. म्हणूनच तर द्वारकाप्रवेशाच्या वेळी कोणतेही उपहार आपण पाठविले नाहीत. 'सुवर्णनगरी म्हणे'! आमचे जरासंध महाराज अशा छप्पन्न

सुवर्णनगऱ्या उभारतील; पण तो गवळी त्यांच्या जिवाला शांती लाभू देईल तर ना?'' रुक्मकेश म्हणाला.

मला श्रीकृष्णांची निंदा ऐकवेना. मी तिथून उठले. माझ्या कक्षाची वाट चालू लागले. मागे वळून पाहिले, तेव्हा माताही माझ्या पाठोपाठच येत होती. माझ्या पाठोपाठ मातेने माझ्या कक्षात प्रवेश केला. मी आतापर्यंत आवरलेले अश्रू माझ्या नेत्रांतून बाहेर पडू लागले. दुःख आणि क्रोध दोहोंच्या तीव्र आवेगाने माझे हृदय भरून आले. या भावनांचा आवेग बाहेर पडताना कोणते भयंकर रूप धारण करणार होता ते माझे मलाच समजेना! मातेने मला तिच्या कुशीत ओढून घेतले. माझ्या पाठीवरून हात फिरवीत ती मला म्हणाली, ''बाळे, शांत हो, तुझे मन मी समजू शकते. या क्षणी तुला किती क्लेशकारक यातना होत असतील तेही मी जाणते. पण एकच सांगते, धीर सोडू नकोस. प्रत्यक्ष अंबिका, आपली कुलदेवता, तुझ्या पाठीशी आहे. तीच तुला मार्ग दाखवेल. चल, उद्या पहाटेच आपण तिच्या दर्शनाला जाऊन येऊ! आचार्य सुदेवांनाही बरोबर नेऊ. तिच्या दर्शनानं तुझं मनही शांत होईल. मी दर्शनाला जाण्याची सिद्धता त्वरेनं करण्याची आज्ञा देते.''

मातेच्या या बोलण्याने मला खरोखरच धीर आला. माझी अस्वस्थता दूर पळाली. शांती आणि बळ यांचा जणू परिसस्पर्श झाला. अतर्क्य मानवी मनाचे गूढ खरेच कधी कळत नाही. मी श्रीविष्णूंच्या मूर्तीपुढे जाऊन माझ्या जगात शिरण्याचा प्रयत्न केला; पण आज वेगळेच आश्चर्य घडत होते. सारखी अंबिकामाताच माझ्या दृष्टीसमोर येत होती. प्रसन्न, आश्वासक हसत होती. जणू ती मला म्हणत होती, 'मुली, भिऊ नकोस. तुझी मनोकामना निश्चित पूर्ण होणार.' तिच्या शरीराभोवती तेजाची विलक्षण प्रभा फाकली होती. सारा आसमंत उजळून निघाला होता. मनाच्या त्या भारावलेल्या अवस्थेतच मी तिच्या पदकमलावर मस्तक टेकवून वंदन केले. तिने माझ्या मस्तकावर हात ठेवला. मी दचकून जागी झाले. मान वर करून पाहिले. श्रीविष्णूंची मूर्ती माझ्याकडे बघून प्रसन्नपणे हसत होती. मी उठले. दासीकडे बघून आनंदाने हसले. तिने पुढे केलेले गोदुग्ध प्राशन केले आणि निश्चिंत मनाने निद्रादेवीच्या अधीन झाले. 'मनी वसे ते स्वप्नी दिसे' म्हणतात. या न्यायाने रात्रभर मी स्वप्नमय जगात विहार करत होते. त्या जगात सतत मनात कल्पिलेली सुवर्णद्वारका दिसत होती. पहाटे-पहाटे पक्ष्यांची गोड किलबिल ऐकू आली. मन प्रसन्न झाले. ते पक्षी जणू मला म्हणत होते, 'ऊठ, राजकन्ये ऊठ, श्री जगदंबेच्या दर्शनाला जायचे आहे ना? ऊठ.' मी घाईघाईने उठले. मंचकावरून उठण्याआधी भूमातेला मनातल्या मनात वंदन केले.

समुद्रवसने देवी, पर्वत स्तनमंडले ।
विष्णुपत्नी नमस्तुभ्यं, पादस्पर्शं क्षमस्व मे ।।

सप्तनद्यांचे स्मरण केले -

गंगे च यमुने चैव गोदावरी सरस्वती ।
नर्मदे सिंधु कावेरी जलेस्मिन् सन्निधिं कुरू ।।

उठले, तो माता वाट बघतच होती. सुस्नात होऊन सिद्ध झाली होती. जणू आत्ताच स्मरण केलेल्या पवित्र पंचनद्यांपैकीच एका सरितेप्रमाणे ती मला भासली. मी तिलाही पदस्पर्श करून आदराने वंदन केले. तिने माझ्या मस्तकावर हात ठेवून आशीर्वाद दिला, ''बाळे, तुझ्या इच्छेप्रमाणं सर्व मंगलमय घडेल!''

मी घाईघाईने आन्हिके उरकली. श्रीविष्णूंची मनोभावे पूजा केली. राजकन्येची वस्त्रे, अलंकार परिधान केले. सुदेवकाका आलेलेच होते. मी, माता आणि सुदेवकाका निघालो. प्रस्थान करण्यापूर्वी तातांचे आशीर्वाद घेतले. श्री अंबिकामातेचे मंदिर नगराबाहेर थोडे दूर अंतरावर होते. जाण्याचा मार्ग दोन्ही बाजूंनी वृक्षांनी झाकलेला होता. वातावरण शांत होते, मंगलमय होते. आम्ही तिघे नि:शब्द राहून त्या वातावरणाशी एकरूप झालो होतो.

पूर्व दिशा हळूहळू उजळायला लागली होती. लाल, गुलाबी प्रभा फाकायला सुरुवात झाली. हळूहळू रविराजाचे लालबुंद प्रतिबिंब आकाशसागरात उदयाला येऊ लागले. मी मुक्त मनाने निसर्गाचे अप्रतिम सौंदर्य जणू पिऊन घेत होते. त्या तेजोगोलाची मी मन:पूर्वक प्रार्थना केली, ''हे हिरण्यगर्भा, मला तुझ्यासारखेच तेज दे, निर्भयता दे, दुष्ट प्रवृत्तींशी लढण्याची शक्ती दे, तुझ्यासारख्याच तेजोनिधी असलेल्या श्रीकृष्णांचे पत्नीपद दे.''

वेगात असलेला रथ अचानक थांबला आणि माझी समाधी भंगली. श्री अंबिकेचे भव्य मंदिर आले होते. आम्ही येणार असल्याची वार्ता त्यांना देण्यात आली होती. त्यामुळे स्वागताला देवीचे पौरोहित्य करणारे पुरोहित उपस्थित होते. सर्व परिसर स्वच्छ होता. गोमयाचे शिंपण झाले होते. सुरेख रंगावल्या काढल्या होत्या. स्वस्तिक, गोपद्मे, रवी, शशी, नक्षत्रमाला, पद्मे, बिल्वदले, फुले, तुळस, चक्रे, जी जी पवित्र चिन्हे ओळखली जातात; त्यांचे आरेखन केले होते. चंपक, जास्वंद, अनंताची फुले फुलली होती. सुवास आसमंतात दरवळत होता.

आम्ही गाभाऱ्यात प्रवेश केला. मी गाभाऱ्यातल्या त्या कुलदेवतेच्या तेजस्वी नेत्रांकडे पाहिले. तेव्हाच माझे भान हरपले. जणू ती मूर्ती सचेतन होऊन माझ्यापुढे

उभी होती. तिने महाद्वाराकडे बोट केले. मी त्या दिशेने पाहिले. मला एक दूर अनंतात जाणारी तेजस्वी प्रकाशवाट दिसली. ती जिथे संपत होती, तेथे प्रत्यक्ष श्रीकृष्ण वरमाला घेऊन उभे होते. मंद मधुर हसत हसत. इकडे श्री अंबिकाही हसत होती. तिने पुन्हा मूर्तीचे मंगलमय, पवित्र रूप धारण केले. मी भानावर आले. माझी शुद्धमती माता मला हलवून हलवून जागी करत होती. मला विचारत होती, "अगं रुक्मिणी, तुला काय झालंय? कुठे हरवली होतीस? तुझे वदन, नेत्र दिव्य तेजानं झळकत होते. तुझे ते तेज पाहून माझेच डोळे दिपत होते. प्रत्यक्ष लक्ष्मीचा भास होत होता मला तुझ्या रूपामध्ये. मला कधीकधी कळतच नाही, खरंच तू कोण आहेस? प्रत्यक्ष लक्ष्मी की आदिमाया?"

"सध्या तरी मी फक्त तुझी कन्या आहे." मी हसत हसत म्हटले.

नंतर आम्ही दोघींनी कुलदेवतेची मनोभावे यथासांग पूजा केली. पूजा करतानाही मला नजरेसमोर मघाचेच दृश्य दिसत होते. सतत मी मला झालेल्या दिव्य भासाचा, त्या दृश्याचाच विचार करत होते. अर्थ लावण्याचा प्रयत्न करत होते. माझ्या मनात विचार आला, विवाहाच्या आधीसुद्धा आपण असेच इथे येऊ! आणि इथूनच सरळ... सरळ...

माझ्या मस्तकात लखकन् वीज चमकली. इथूनच सरळ द्वारका ... श्रीकृष्णांकडे! माझी काया दिव्य अनामिक लहरींनी मोहरली. पण हे कसे शक्य आहे? का नाही? मला मातेनेच मार्ग दाखवला होता. त्या मार्गानेच जायला हवे. प्रत्यक्ष जगन्मातेनेच दाखवलेला मार्ग. यश निश्चितच होते. आता तिच्यावरच, तिच्या चरणावरच आपण स्वत:ला समर्पित करू. मार्ग दाखवला होता. तो कसा पार करायचा तेही तिच्या कृपेने सुचेल, घडेल. विचार करायला हवा. सुदेवकाकांना विचारायला हवे. त्यांना विश्वासात घ्यायला हवे. मी आदराने मातेच्या चरणांवर मस्तक ठेवले.

मन शांत झाले होते. शांत मनानेच विचार करायला हवा. मी राजप्रासादात पाऊल टाकले. महाद्वाराच्या बाजूलाच भिंतीवर रामायणातले अनेक प्रसंग रेखाटले होते. एका प्रसंगात प्रत्यक्ष हनुमान, श्रीलंकेत वाटिकेत सीतेसमोर रामाने दिलेली खुणेची मुद्रिका घेऊन उभा होता. माझ्याही मस्तकात एक कल्पना सुचली. आपणही श्रीकृष्णांकडे एक दूत पाठवून आपली इच्छा, इथे घडणाऱ्या घटना कळवल्या तर? कशा कळवणार? पत्र लिहून? पत्र? प्रत्यक्ष श्रीकृष्णांना पत्र? काय अशक्य आहे? आपल्या हृदयात जपून ठेवलेला क्षणनक्षण त्यांच्याकडे शब्दमालेत पोहोचवला तर?

कोण नेऊन देईल? अर्थात सुदेवकाका! हे योग्य होईल? का नाही होणार? सुदेवकाकांना विचारावे लागेल. धर्मशास्त्राला धरून होईल का? पौरजनांना, मुनिवरांना मान्य होईल का? प्रत्यक्ष श्रीकृष्णांना ते स्वीकारार्ह वाटेल का? सर्व प्रश्नांची उत्तरे सुदेवकाकाच देतील. मी आचार्य सुदेवांना तातडीने पाचारण केले.

सुदेवकाका त्वरेने आले. त्यांचे माझ्यावरचे प्रेम केवळ राजकन्येचे पुरोहित म्हणूनच नव्हते; तर एखाद्या जवळच्या नातेवाइकाने जिव्हाळ्याने, ममतेने पाल्यवत् प्रेम करावे तसे होते. मला थोडे जरी दुःख झाले तरी त्यांच्या हृदयाला क्लेश होत. ते येताच मी सर्व दासींना कक्षाबाहेर जाण्यास सांगितले. श्रीविष्णूंची षोडशोपचारे पूजा सुरू आहे तोपर्यंत कुणालाही कक्षात प्रवेश देऊ नकोस अशी आज्ञा केली.

मी कुलदेवतेच्या मंदिरात गेल्यापासून घडलेला संपूर्ण वृत्तान्त त्यांना सांगितला. ऐकताना त्यांच्या चेहऱ्यावरचे भाव झरझर पालटत होते. त्यांच्या चेहऱ्यावर आनंद आणि डोळ्यांत अश्रू यांचा संगम झाला होता. माझे कथन पूर्ण होताच ते भारावलेल्या स्वरात म्हणाले, ''हे राजकन्ये! तू मागच्या जन्मीची कोण आहेस? असा मलाही अनेक वेळा प्रश्न पडतो. प्रत्यक्ष श्री अंबिकेने तुला मार्ग दाखवला आहे. तिच्या आज्ञा पाळायला नकोत का? तेव्हा कामाला लाग! काय लिहायचे याचा विचार करू नको. जिने मार्ग दाखवला तीच बुद्धी देईल. त्वरा कर, विलंब करू नकोस. मी उद्याच निघतो. आपल्याजवळ वेळ फार थोडा आहे. कुठंही थोडीसुद्धा वाच्यता करू नकोस. ही गोष्ट तू, मी आणि महाराणी यांच्यामध्येच ठेव. तुझ्या सख्यांनासुद्धा सांगू नकोस.'' मी त्यांना वाकून नमस्कार केला. त्यांनी 'तुझे मनोरथ सिद्धीस जावोत' असा मनापासून आशीर्वाद दिला.

मी भारावल्यासारखी उठले. भूर्जपत्र आणि लेखणी सज्ज ठेवली. दासीला आज्ञा केली की मी कक्षाचे द्वार उघडेपर्यंत माता सोडून कुणालाही कक्षात प्रवेश द्यायचा नाही. मी मनातल्या मनात श्री कुलदेवता, श्रीविष्णू, तात, माता यांना वंदन करून पत्र लिहिण्यास प्रारंभ केला.

*''हे त्रिभुवन सुंदरा! तुमचे गौरवपूर्ण अद्भुत शौर्य, अलौकिक निष्ठापूर्ण जीवन, तुमचे तेजस्वी व्यक्तिमत्त्व मनानेच कल्पून, स्वप्नात बघून मी वेडी झाले आहे. जनाची आणि मनाची लज्जा तुमच्या चरणी समर्पित करून मी हे पत्र लिहीत आहे.*

*हे मृगेंद्रा! तुमचे शील, कुल, वय, तेज, धन, विद्या, रूप, सामर्थ्य, वाणी सारेच अतुलनीय आहे. तुमच्यासाठी मी कुल, शील, सर्वस्वाचा त्याग करायला सिद्ध झाले आहे. माझे तात, माझे बंधू, स्वार्थासाठी माझे बलिदान करायला तयार झाले आहेत. ते मला शिशुपालाला अर्पण करायला निघाले आहेत. मला ज्याच्यासमोर माझे मस्तक नमेल असा पती पाहिजे. माझ्या दृष्टीसमोर ज्यांच्यासमोर मस्तक नमेल अशी या जगात, या पृथ्वीतलावर एकच व्यक्ती आहे. ती म्हणजे तुम्ही! सिंहाचे भक्ष्य कधी कोल्हा नेऊ शकेल का?*

*तुम्ही विवाहसमारंभात प्रवेश केल्यावर तिथे तुमच्याविरुद्ध अनेक व्यूह रचलेले असतील. विघ्ने निर्माण केली जातील. म्हणून तुम्हाला त्या दिवसाची वाट बघण्याचे कारण नाही. विवाहाच्या एक दिवस आधी कौंडिण्यपूरच्या सीमेवर भोजकुलाच्या कुलदेवतेचे, श्रीअंबिकेचे मंदिर आहे. तिथे येऊन श्री अंबेचे वधूने दर्शन घेण्याची आमच्या कुलाची रीत आहे. ज्या वेळी माझ्या सख्यांसहित श्री अंबेचे दर्शन घेण्यासाठी मी तिथे येईन, त्याच वेळी तुम्ही रथ घेऊन तिथे या. मी दर्शन करून बाहेर येताच माझे हरण करा. मी तुम्हाला मनाने आधीच वरले आहे. त्यामुळे अपहरणाचा दोष लागणार नाही. शिवाय पराक्रमी माणसांचा हा 'राक्षसविवाह' शास्त्रमान्य आहेच. हे प्राणनाथा, तुम्ही जर वेळेवर तिथे येऊ शकला नाहीत, तर मी तुमचे नाम घेतच ह्या जन्माचा त्याग करीन. त्यामुळे या जन्मी दैवाने साथ दिली नाही तर पुढच्या जन्मात तरी तुमची पत्नी होण्याची संधी मिळेल. हे पत्र मिळताच तत्काळ निघा. वेळ फार थोडा आहे. मी प्राण कंठाशी आणून तुमची वाट बघत आहे.''*

मी मयूरपिसांची लेखणी बाजूला ठेवली. भूर्जपत्र मखमली बटव्यात नीट बंदिस्त केले आणि मातेला पाचारण केले. तोच माझे पाची बंधू माझ्या कक्षात प्रवेश करते झाले. माझ्या प्रसन्न चेहऱ्याकडे बघताच त्यांना आनंद झाला.

''रुक्मिणीदेवी प्रसन्न दिसताहेत. चेदीराज्ञी झालात की आमची आठवण ठेवा,'' रुक्मीदादा म्हणाला.

''कुलदेवतेजवळ काय प्रार्थना केलीत? ह्या वेळी तरी विवाह समारंभ निर्विघ्नपणे पार पडू दे. मागल्या वेळेसारखं होऊ देऊ नकोस. फार घाई झाली का आमच्या भगिनीला?'' रुक्मकेश गालातल्या गालात हसत म्हणाला.

''तू काही काळजी करू नकोस. यावेळी तसं काही घडणार नाही. यावेळी त्या गवळ्याला विवाहस्थळी प्रवेशच करू दिला जाणार नाही. आम्ही चारी बंधू समर्थ आहोत, तुझ्या मनीचा हेतू पुरवायला!''

''अगं, तुझ्या या विवाहामुळं आपलं हे विदर्भ राज्य खंडातील एक महासत्ता बनणार आहे. प्रत्यक्ष सम्राट जरासंध महाराजांचा वरदहस्त लाभल्यावर आपल्या राज्याला कुणाचीच भीती नाही,'' रुक्ममाली म्हणाला.

मी शांतपणाने त्यांचे बोलणे ऐकून घेत होते. मनातल्या मनात हसतही होते आणि श्रीकृष्ण वेळेवर पोहोचतील ना या शंकेने अस्वस्थही होत होते. माझे मौन म्हणजे माझी लज्जा समजून पाचही हसत हसत निघून गेले. तोच माता आली.

ती माझ्याजवळ येऊन हळूच म्हणाली, ''बाळे, काय झालं? का बोलावलंस?''

मी तिला पूर्ण वृत्तान्त सांगितला आणि 'आशीर्वाद दे' म्हणून चरण वंदन केले. तिने मला उठवत हृदयाशी धरत म्हटले, ''ऊठ रुक्मिणी! माझे आशीर्वाद सतत तुझ्या पाठीशी आहेतच. तुझे मनोरथ पूर्ण होईल. शांतपणानं झोप. मी सुदेवांच्या जाण्याची संपूर्ण व्यवस्था करते. तू काळजी करू नकोस. ते कुठं, कशासाठी जात आहेत, त्या गोष्टीचं खरं कारण पूर्णपणे गुप्त ठेवलं जाईल. तू निश्चिंत अस. मी जाते, त्याच तयारीला लागते.''

मातेने दिलेल्या वचनावर माझा पूर्ण विश्वास होता. ती तिचे शब्द खरे करणारच याची खात्री होती. तिची महाराणीची सत्ता, तिचे क्षात्राणीचे तेज, प्रखर बुद्धिमत्ता ती यावेळी पणाला लावणार यात शंका नव्हती. मी निश्चिंतपणाने निद्रादेवीच्या स्वाधीन होऊन माझ्या दुसऱ्या जगाकडे जाण्यासाठी मंचकावर स्वत:ला झोकून दिले.

दुसऱ्या दिवशी सकाळच्या प्रहरीच तात माझ्या कक्षात आले. मला म्हणाले, ''रुक्मिणी, आचार्य सुदेव तुला सांगून गेले असतीलच, त्यांच्या मातोश्रींच्या प्रकृती अस्वास्थ्यामुळं त्यांना त्यांच्या गावी जावं लागलं. विवाह समारंभापर्यंत ते परत येतीलच. आजपासून तुझी धार्मिक कार्यं करण्यासाठी त्यांचे धाकटे बंधू तुझ्या कक्षात येतील. त्यांना तुझ्या इच्छेप्रमाणं सर्व समजावून सांग.''

मी संमतिदर्शक मान हलविली. तात तिथेच असलेल्या उच्चासनावर बसले. मला म्हणाले, ''ये बाळ, माझ्याजवळ बैस!'' मी त्यांच्याजवळ जाऊन बसले. माझ्या मस्तकावर हात ठेवत ते म्हणाले, ''बाळे रुक्मिणी, तू शिशुपालाशी विवाह करण्यास मनापासून संमती दिलीस ह्या गोष्टीचा मला फार आनंद वाटतो. तेच आपल्या सर्वांच्या हिताचं आहे. तू जर नकार दिला असतास तर आपल्या राज्यावर फार मोठं संकट आलं असतं. जरासंध महाराजांचा रोष पत्करणं कुणाच्याच हिताचं नाही. तू नकार दिला असतास आणि तुझी बाजू मी घेतली असती तर युवराज रुक्मीही माझ्याविरुद्ध गेला असता. गृहकलह हा तर कोणाच्याही राज्यावर येणारं फार मोठं अरिष्टच; पण बाळे, तुझ्या एका निर्णयामुळं हे सर्व टाळलं गेलं. तू सदैव सुखी होशील. माझ्या लाडक्या कन्ये, तुझ्या गृही तू सुखी रहा. सर्वांची मनं सांभाळ. आपल्या संस्कृतीत तर त्यागाला फार महत्त्व आहे. स्त्रियांचं जीवन तर त्यागयज्ञच आहे. त्या अखंड चाललेल्या होमात किती आहुती पडत असतील कोण जाणे!'' त्यांचा आवाज कातर होत होता.

मी त्यांच्या चरणाला वंदून म्हटले, ''तात, मी नियतीचं वर्चस्व मान्य केले आहे. माझ्या नशिबात जे असेल ते घडेल. ती नियती जिथं मला धाडेल तिथं मी माझ्या वाटेला आलेली कर्तव्यं मनापासून, जीव ओतून पार पाडीन. तुम्ही चिंता

करू नका. अखेर आपल्या हातात काहीच नसतं ना तात!''

"खरंय मुली तू म्हणतेस ते. हृदयावर मणामणाचं ओझं ठेवूनच आपल्या कन्येला सासरी पाठवावं लागतं. माता-पित्याचा तिच्यावरचा हक्क संपतो. आताआतापर्यंत राजसभेत माझ्या मांडीवर येऊन बसणारी माझी बाळी कधी मोठी झाली ते कळलंच नाही.'' त्यांच्या डोळ्यांत अश्रू उभे राहिले.

अश्रू पुसून निर्धाराने ते उठले, "माझी आन्हिकं आटोपायची आहेत. निघतो आता.'' माझ्याकडे न पाहता ते निर्धाराने कक्षाबाहेर गेले. मी त्यांच्या पाठमोऱ्या आकृतीकडे बघत राहिले. मनात आले, 'हे माझे पिताश्री, तात या अलीकडच्या काळात किती वृद्ध दिसत आहेत! रुक्मीदादांच्या कारवाया यांना कितपत आवडतात, कोण जाणे! यांना श्रीकृष्णांविषयीही दादासारखा द्वेष वाटत नसावा. कारण ते त्यांच्याविषयी दादासारखे तुच्छतेचे उद्‌गार काढीत नाहीत. त्यांचा पराक्रमही तातांना मान्य असावा. म्हणून तर ते त्यांच्या शौर्याची वर्णने आवडीने ऐकतात; पण रुक्मीदादाच्या क्रोधिष्ट, हेकेखोर स्वभावापुढे त्यांचे काहीच चालत नाही. ते ओळखून आहेत की त्याला जर आपण विरोध केला तर तो जरासंधाच्या मदतीने त्यांना सिंहासनावरून दूर करून ते बळकवायला मागेपुढे पाहणार नाही. माया आणि वृद्धत्व यामुळे ते हतबल झाले आहेत.

मी किती वेळ विचारात गढले होते कुणास ठाऊक? दासीने मला विचारले, "देवी, आपल्या विचारांत व्यत्यय आणला म्हणून क्षमा असावी. आचार्य आले आहेत.''

"अगं बाई, हो का, त्यांना बसावयास सांग!'' मी गडबडीने म्हणाले आणि स्नानादी नित्यकर्मे उरकण्यास गेले.

एकेक दिवस सरत होता. विवाहाचा दिवस जवळ जवळ येत होता. नगरवासीयांनी पुन्हा एकदा त्यांच्या आवडत्या राजकन्येच्या विवाहाची तयारी सुरू केली होती. या वेळी स्वयंवर नसून विवाह समारंभ आहे, ही बातमी त्यांच्या कानापर्यंत गेली होती की नाही कुणास ठाऊक! पण या वेळी माझा विवाह नक्की होणार हे त्यांनी जाणले होते. श्रीकृष्णांची कीर्ती दाही दिशांना पसरली होती. लोक त्यांना, त्यांच्या काही खऱ्या, काही दंतकथांनी पसरलेल्या चमत्कारांवर विश्वास ठेवून देवच मानायला लागले होते. ते येणार की नाहीत, याविषयी त्यांच्याही मनात उत्सुकता जागृत झाली होती; पण रुक्मीदादाचे शिशुपाल– प्रेम आणि श्रीकृष्ण– द्वेष त्यांना माहीत होता. म्हणून उघड उघड पृच्छा करता येत नव्हती.

मी प्राण ओतून द्वारकेतून येणाऱ्या संदेशाची प्रतीक्षा करत होते. मुहूर्ताचा दिवस आता दोन सप्ताहांवर आला होता. माझ्या मनाची स्थिती फक्त माता आणि शीलवतीच जाणत होत्या. बाकी सर्वजण माझ्यावर शक्य होईल तेवढा शिशुपाल-

स्तुतीचा वर्षाव करत होते. त्यांचा पराक्रम, त्यांचे वैभव, त्यांचे प्रासाद, त्यांचे रूप, त्यांचे गुण - यांच्या प्रशंसेचा जणू महापूर लोटला होता. मला ते सगळे ऐकून वीट आला होता; पण ती स्तुती ऐकून कधी लाजण्याचं; तर कधी आनंदात असल्याचे नाटक करावे लागत होते. सुदेवकाकांविषयी कुणाला नुसती शंका जरी आली असती तरी त्यांना त्यांचे प्राण गमवावे लागले असते. त्यांनी माझ्यासाठी स्वत:चा जीव धोक्यात घालून जे काम केले, ते त्यांचे ऋण मी या जन्मात तर काय; सात जन्मांतही फेडू शकणार नाही. मी अशा विचारात गर्क असतानाच मातेने मला निरोप दिला. हळूच तिच्या कक्षात बोलावून कुणालाही ऐकू येणार नाही अशा मृदू आवाजात ती मला म्हणाली, ''बाळे, काळजी करू नकोस, आचार्य सुदेव द्वारकेला पोहोचले आहेत. त्यांचा यथोचित गौरव, मानसन्मान करण्यात आला आहे आणि उद्या पहाटेच त्यांच्यासह श्रीकृष्ण निवडक सेनेसह इकडं यायला निघणार आहेत. त्यांचं बाकी सैन्य चार बाजूंनी येणार आहे.'' माझ्या डोळ्यांतून अश्रूंचे पाट वाहू लागले. त्यात दोन्ही भावना एकमेकांत मिसळल्या होत्या. आनंद होता तो श्रीकृष्णांच्या भेटीचा आणि दु:ख होते ते मातेच्या वियोगाचे. माझा विवाह काही सर्वसंमत नव्हता. त्यामुळे मी पुन्हा माहेरपणाला येऊ शकणार होते की कायमची दुरावणार होते ते आज सांगता येणार नव्हते.

माझ्या भावना ओळखून मला मातेने जवळ घेतले. तिच्या डोळ्यांतूनही अश्रूंच्या धारा बरसू लागल्या. दोघींनाही अश्रू आवरत नव्हते आणि शब्दही फुटत नव्हते. आम्ही दोघी त्या अवस्थेत किती वेळ होतो कुणास ठाऊक! शेवटी तिनेच अश्रू आवरले. माझेही अश्रू पुसले. ती म्हणाली, ''बाळे, स्त्रीच्या जीवनाला महत्त्वाचं वळण देणारा दिवस आता तुझ्या आयुष्यात येणार आहे. विवाहपूर्व आयुष्य आणि विवाहानंतरचं आयुष्य हे प्रत्येक स्त्रीच्या आयुष्यातले जणू दोन वेगवेगळे जन्मच आहेत. पूर्वजन्मात ती सर्वांच्या पंखाखाली असते, तर उत्तर आयुष्यात तिला सर्वांना पंखाखाली घ्यायचं असतं. आपल्यापेक्षा वयानं लहान असणाऱ्यांना तर घ्यायचंच असतं, पण वयानं मोठं असणाऱ्यांनासुद्धा. तिला सर्वांना शीतल-छाया द्यायची असते. त्याचबरोबर स्वत: कर्तव्यतत्पर राहून इतरांना कर्तव्यतत्पर करण्यासाठी, कार्यप्रवण करण्यासाठी प्रसंगी कणखर भूमिकाही घ्यावी लागते. घरातील लहान-थोर मंडळींच्या मनात आपल्याविषयी विश्वास निर्माण करावा लागतो. त्यासाठी तडजोड करावी लागते. स्वत: मनात पुजलेला पती मिळणं ही स्त्रीच्या आयुष्यातील सर्वांत भाग्यकारक घटना होय. विशेषत: राजकन्यांच्या आयुष्यातली. कारण राजकन्यांचे विवाह राजकुलांशी संबंध लक्षात घेऊनच जोडले जातात. कधी त्यांचं बलानं हरण केलं जातं.'' ती माझ्याकडे बघत गूढ हसली.

पुढे म्हणाली, 'माझे हरण करा' असं सांगणारी तू इतिहासातील पहिली स्त्री असशील. श्रीकृष्णांसारखे अलौकिक रूप, गुण, पराक्रमसंपन्न व्यक्ती तुला पती म्हणून लाभणार आहे. मला जावई म्हणून लाभणार आहेत. यापेक्षा थोर भाग्य कोणतं? त्यांच्यावर तू पूर्ण विश्वास ठेवशीलच. पती-पत्नीनं एकमेकांवर पूर्ण विश्वास टाकायला हवा. ते तनानं, मनानं एकरूप व्हायला हवेत. कधीही एकमेकांविषयी संशय घेऊ नये. संशयाचं बीज हे कलहवृक्षाचं बीज आहे हे विसरू नकोस. ते मुळातच रुजायला नको. त्यासाठी आपल्या मनाची विश्वासभूमी सुपीक हवी. तिथे सतत सद्‌विचारांचंच पीक यायला हवं. म्हणजेच त्याला तशीच सकस फळं मिळतील. श्रीकृष्णांची तू अर्धांगिनी होणार आहेस. त्यांच्यामध्ये तू पूर्णपणे एकरूप हो. त्यांचा श्वास हो! त्याचबरोबर त्यांच्या घरातील सान-थोर मंडळींचा आधार हो! रुक्मिणी, ही सारी कर्तव्यं पार पाडतानाच प्रजेची आवडती राणी होशील याविषयी माझ्या मनात संदेह नाही."

ती आणि मी किती वेळ बोलत होतो कुणास ठाऊक? तिने हळूच माझे वदन तिच्या हातात धरून माझ्या डोळ्यांत बघत ती म्हणाली, "मी आता निघते." या मंगल प्रसंगी असे विधान करून ती थोडीशी हसली. नंतर पुढे म्हणाली, "होय, श्रीकृष्णांचं आगमन, तुझी इच्छापूर्ती, यापेक्षा अधिक मंगलमय प्रसंग या कौंडिण्यपुरात दुसरा कोणता असू शकेल? तर या अपूर्व प्रसंगी अनेक मान्यवर, नातेवाईक, सुहृद असे लोक येणार आहेत. त्यांचा योग्य तो मानसन्मान, आहार, विहार, विश्रांती या गोष्टींकडे लक्ष देणं हे माझं कर्तव्य नाही का? आचार्य सुदेवांचा संदेश आल्यापासून माझ्या मनावरचं ओझं उतरलं आहे. बारा हत्तींचं बळ आलं आहे बघ माझ्यात. दु:ख एवढंच आहे की माझ्या जावयाची पूजा माझ्या नशिबात नाही. असो. मी मानसपूजा करीन. पुढे कधीतरी संधी मिळाली की ती उणीव भरून काढीन. तू आता तुझ्या सख्यांशी बोल. तुझ्याबरोबर जास्तीतजास्त समय व्यतीत करण्यासाठी त्या उत्सुक आहेत."

ती कक्षाबाहेर जाताच माझ्या सख्यांचा समूह, कलकलाट करत आत घुसला. त्यांनी मला चारी बाजूंनी घेरले. थट्टेला महापूर आला. त्या अनेक राजांची नावे घेत होत्या. माझ्या तृप्त चेहऱ्याकडे बघून शीलवतीला संशय आला असावा. ती हळूच माझ्या कानात म्हणाली, "मुरलीधरांची मुरली ऐकू येतेय का? नक्की त्यांच्याकडून आश्वासक संदेश मिळालाय, होय ना? ए, मला सांग ना काय झालंय ते?"

मी तिला ताकास तूर लागू दिला नाही. गुप्तता पाळण्याचे मी मातेला वचन दिले होते ना. मी लाजून मान खाली घातली.

मान खाली घातली की एक बरे असते. आपल्या चेहऱ्यावरचे भाव कुणाला दिसत नाहीत. आपल्या मनात काय चालले आहे ते भाव आपल्या डोळ्यांत कुणी वाचू शकत नाही. मी त्यांनी केलेल्या थट्टेला दाद देण्याचे नाटक करत होते; पण

माझे त्यांच्या बोलण्याकडे फारसे लक्ष नव्हते. शीलवती सोडली तर माझ्या या मनातल्या विचारवादळाकडे कुणाचे लक्ष नव्हते. "मी रात्री एकटी येऊ का?" तिने मला हळूच विचारले. "ये." मी होकारार्थी मान हलवली.

मला सुदेवांनी कळवलेली वार्ता तर तिला सांगणे शक्य नव्हते; पण तिच्याशी अन्य गुजगोष्टी करता आल्या असत्या. शक्य होईल तेव्हा मातेला भेटत जा असे सांगता आले असते. लवकरच तिचाही विवाह होणार होता हे निश्चित; पण ती या पंचक्रोशीतच सासरी जाण्याची शक्यता जास्त होती. सामान्य पौरजनांमध्ये आपल्या मुलींचा विवाह पंचक्रोशीतील पाहिलेल्या वरांशी करण्याचीच प्रथा जास्त होती.

आणखी काही दिवस उलटले. विवाहाला मध्ये एकच दिवस बाकी होता. म्हणजे उद्या संध्याकाळीच मला अंबिकेच्या दर्शनासाठी जावे लागणार होते. म्हणजे आज रात्रीपर्यंत तरी श्रीकृष्णांची स्वारी कौंडिण्यपुरात पोहोचावयास हवी होती.

सकाळच्या प्रहरी मी सौधावर विचार करत उभी होते. कशातच मन लागत नव्हते. पहाटेची प्रसन्न हवाही मन खुलवू शकत नव्हती. तोच नवल घडले. मला दूरवर कुणीतरी व्यक्ती लगबगीने राजप्रासादाच्या महाद्वाराकडे येताना दिसली. तिची चाल ओळखीची वाटली. मी निरखून बघू लागले. व्यक्ती नजरेच्या टप्प्यात आली. होय. ते सुदेवकाकाच होते. माझे हृदय धडधडू लागले. कोणती वार्ता आणली असेल यांनी?

माझी उत्सुकता शिगेला पोहोचली होती. ते महाद्वाराच्या निकट येत होते. त्यांच्या चर्येवरचे भाव टिपता आले असते तर? पण ते शक्य नव्हते. कारण मी राजमार्गापासून खूप उंच स्थानावर उभी होते. पहाटेचा प्रकाशही अंधूक होता.

त्यांनी महाद्वारातून आत प्रवेश केला आणि मी धावतच पायऱ्या उतरून माझ्या कक्षात आले. त्यांना माझ्या कक्षात यायला अजून थोडा अवधी लागणार होता हे मी जाणत होते. आधी ते तातांना वार्ता द्यायला जाणार, नंतर मातेला. नंतर रीतीप्रमाणे त्यांना माझ्या कक्षाकडे येता येणार होते.

मी ठरवले. ते कक्षात येतील तोपर्यंत सकाळची आन्हिके उरकून घ्यावीत. आजपासून सख्यांचा मुक्काम राजप्रासादातच होता. त्यांचे आगमन झाले की त्या मला काही म्हणता काही सुचू देणार नव्हत्या. आज माझ्या हातावर मेंदीही रेखाटली जाणार होती. या सर्व सोपस्कारात मी प्रसन्न राहणार होते की अस्वस्थ ते सुदेवकाकांनी आणलेल्या वार्तेवर अवलंबून राहणार होते. सर्व आन्हिके घाईघाईने आटोपून मी त्यांच्या वाटेकडे डोळे लावून बसले. मी श्रीविष्णूंच्या मूर्तीसमोर माझ्या दुसऱ्या जगात जाण्याचाही प्रयत्न केला, पण व्यर्थ! आज मला त्या जगात शिरताच येईना. या जगातल्या घडामोडींचा माझ्या मनाने ध्यास घेतला हेही कारण असेल कदाचित!

परिचित पायरवाने माझी तंद्री भंगली. आचार्य आले होते. मी मूर्तीपुढून उठून धावत जाऊन त्यांच्या चरणाला स्पर्श केला. माझ्या मस्तकावर आपला कर ठेवत ते म्हणाले, "ऊठ राजकन्ये ऊठ, आज माध्यान्ही तिसरे प्रहरी श्रीकृष्ण कौंडिण्यपूरच्या सीमेवर पोहोचतील. त्याआधी ते सम्राट क्रथकौशिकांना भेटतील. तू चिंता करू नकोस. सारं काही निर्विघ्नपणे पार पडेल. अगं आपल्या हातात काय आहे? सारं त्या विष्णूच्या हातात आहे. तोच तर या जगाचा पालनकर्ता आहे, त्राता आहे आणि त्याचा वरदहस्त तुझ्या मस्तकावर आहे."

"काका, तुमचं ऋण कसं फेडू मी? कोणत्या रूपानं तुम्ही माझ्या साहाय्याला धावून आलात? त्या रूपाचं वर्णन कसं करू मी? मला शब्दच सुचत नाहीत." मी पुढे बोलू शकले नाही. खरेच मला कोणत्या शब्दांत कृतज्ञता व्यक्त करावी तेच कळत नव्हते.

"ऊठ बाळे ऊठ! अगं, तू माझ्याशी काका-पुतणीचं नातं जोडलंस. केवढा मोठा मान दिलास! पुतणी म्हणजे दुसरी मुलगीच असते. आता प्रसन्न मनानं श्रीकृष्णांचं मनातल्या मनात स्वागत कर. धैर्याने उद्या अंबिकेच्या दर्शनाला जाऊन मन घट्ट करून श्रीकृष्णांच्या हातात आपला हात दे. थोरांचे आशीर्वाद तुझ्या पाठीशी आहेतच. मी आता माझ्या पौरोहित्याच्या कामाला लागतो. मी इथंच रेंगाळलो, तर अकारण कुणाला शंका येईल."

सुदेवकाका त्यांच्या कामाला निघून गेले. देवीच्या दर्शनाच्या वेळी तेही माझ्याबरोबर राहावेत, अशी इच्छा मी प्रकट करणार होते. त्यांच्या उपस्थितीमुळे मला धीर येणार होता. आता मी निश्चिंत होऊन मध्यान्ह प्रहराची वाट बघू लागले. त्याचबरोबर आता येणाऱ्या सख्यांची. मला आता हातावर मेंदी रेखाटन करून घेण्यात रस वाटणार होता. सारे वातावरण कसे सुगंधित झाल्यासारखे वाटत होते. शरीराचा रोमन्‌रोम चैतन्याने उसळी मारत होता. नाचावेसे वाटत होते, गावेसे वाटत होते. अशी मनात इच्छा होते न होते तोच सख्यांनी माझ्या कक्षात प्रवेश केला. जणू त्यांनी माझ्या मनातले जाणले. एक सखी म्हणाली, "शीलवती, चल आज आपण फेर धरू या, गोफ विणू या, पुन्हा आपली लाडकी सखी आपल्या सान्निध्यात कधी येईल कोण जाणे!"

त्यांनी माझ्याभोवती फेर धरून गाणी म्हणायला सुरुवात केली -

*आमुची सखी गं, जाणार सासरी ।*
*परी ती नच गं, आम्हाला विसरी ॥*
*आमुची सखी गं, जाणार सासरी ।*

तोच शीलवती खट्याळपणाने मध्येच म्हणाली,

*तिचा तो प्राणसखा, वाजवी बासुरी ॥*

त्या त्यांच्या फेर धरण्यात, गाणी ऐकण्यात मी रमून गेले. बासरीचे सूर माझ्या कानात घुमू लागले. ऐकून ऐकून मनात कल्पिलेली रासक्रीडा डोळ्यांसमोर उभी राहिली. त्यांची गाणी सुरूच होती.

*आमची राजकन्या - उद्याची महाराणी ।*
*लाडकी राजकन्या - होणार पट्टराणी ॥*
*इथेही लाडकी - तिथेही लाडकी ।*
*रुक्मिणी आम्हाला - होणार पारखी ॥*
*दूर दूर जाणार - आमची प्रियसखी ।*

या त्यांच्या गाण्याने आमच्या सर्वांच्या डोळ्यांत पाणी उभे राहिले. साऱ्या जणी मुसमुसू लागल्या. वातावरण गंभीर झाले. मध्यान्ह प्रहर संपत आला होता. तोच एक दासी आमच्या एका सखीच्या कानात काहीतरी हळूच सांगत आली. ऐकता ऐकता ती आनंदित झाली. त्यांनी एकमेकींना कानातच ही बातमी सांगितली. सर्व जणी जणू आनंदविभोर झाल्या.

"काय गं? काय झालं यांना एकाएकी असं आनंदानं फुलायला? काही विशेष घडलंय का?'' मी शीलवतीला विचारले.

"अगं, त्या तर नुसत्याच फुलल्या आहेत; पण तुला कळलं की तू तर आनंदानं नाचायलाच लागशील. सांग ही वार्ता ऐकल्यावर काय देशील मला?'' ती मिस्किलपणे म्हणाली.

"अगं लवकर सांग ना, माझे प्राण कंठाशी आले आहेत.'' मी अधीरपणे विचारले.

"अगं, काय सांगू. तुझे प्राणच आपल्या कौंडिण्यपूरच्या सीमेवर आपल्या निवडक लोकांनिशी आले आहेत. रीतीप्रमाणे अनेक मौल्यवान उपहारही बरोबर आणले आहेत. स्वत:चा तळ मात्र आपल्या नगराच्या सीमेवरच ठोकला आहे. सर्वच पौरजनांना त्यांना डोळाभरून बघण्याची इच्छा आहे. सर्व नर-नारी, लहान मुलं तिकडे धावत आहेत.''

"रुक्मिणी, आम्ही जाऊ त्यांचं दर्शन घ्यायला? तुला काय उद्या स्वयंवर मंडपातही त्यांना बघता येईल. पण आम्हाला तिथं उद्या प्रवेश मिळतो की नाही कोण जाणे. कारण फार कडक सुरक्षाव्यवस्था आहे म्हणे तिथं. आम्ही जाऊ?'' सर्व जणींनी एक सुरात विचारले.

"अगदी नि:शंक मनाने जा!" मी म्हणाले. मलाही एकान्त हवाच होता.

"शीलवती, तू थांब थोडा वेळ. तुम्ही सर्व जणी गेलात तर मला फार एकटं वाटेल." मी तिला हातानेच थांबण्याची खूण केली.

"थांब गं बाई शीले तू! तुला प्रियसखी म्हणून स्वयंवर मंडपातही प्रवेश मिळेल. आमचं थोडंच तसं आहे. चला गं, आपण जाऊ या!"

त्या साऱ्या चिवचिवाट करत घाईघाईने निघून गेल्या. मी शीलवतीला मुद्दाम विचारले, "का गं राजनगरीच्या बाहेर मुक्काम करण्यात त्यांचा कोणता हेतू असावा? तुला काय वाटतंय?"

ती खट्याळपणाने म्हणाली, "तुला पळवून नेण्याचा हेतू तर नाही ना? सांभाळ गं बाई! हे मोठे लोक काय गं, आपल्या मनात येईल तसं वागतात. ए खरं सांग, तुझ्या स्वप्नात येऊन तर काही सांगितलं नाही ना? तुला मागं त्यांनी स्वप्नातच वचन दिलं होतं ना? खरं खरं सांग, या प्रिय सखीपासून तरी काही लपवू नकोस."

"काहीतरीच काय? मला पळवून नेणं एवढं सोपं आहे होय? त्यांना निमंत्रण तर गेलंच नसणार; पण आता तरी त्यांना सन्मानानं नगरात आणायला नको का?" मी तिला मुद्दामच विचारले. त्यांचा नगराबाहेर राहण्याचा अंतस्थ हेतू मला ठाऊक होता.

"अगं, तुला काहीच ठाऊक नाही वाटतं. श्रीकृष्ण आल्याचं कळताच आपले पौरजन त्यांच्याकडं धाव घेणार हे जाणून आपल्या थोरल्या महाराजांनी त्यांना स्वत: निमंत्रण पाठवून नगरात येऊन तिथल्या शिबिरात राहावे अशी विनंती केली होती; पण श्रीकृष्णांनी ती नम्रपणानं नाकारून, मी स्वयंवरप्रसंगी स्वत: तिथं येईन असा संदेश धाडला."

मी स्वत:शीच हसले. 'त्यांचे विवाह मंडपात कामच काय? तिथे येण्याचे त्यांना काहीच कारण नाही. सीमेवरून कार्य साध्य करणे त्यांना सुलभ जाणार आहे.' मी मनात म्हणाले. प्रत्यक्षात तिला म्हणाले, "ठीक आहे, तूही आता जाऊ शकतेस. उदयिक मात्र त्वरेनं ये!"

ती गेली आणि माता आत आली. घाईघाईत म्हणाली, "मी फार घाईत आहे. तुझ्याशी जास्त बोलणं मला शक्यही नाही आणि इष्टही नाही. सर्व आपल्या मनाप्रमाणं, योजनेप्रमाणं होत आहे. तेव्हा चिंतामुक्त हो आणि एकाग्र होऊन कुलदेवतेचं स्मरण कर." ती जशी आली होती तशीच, त्वरेने निघून गेली.

तिच्या सांगण्याप्रमाणे मी श्रीविष्णूच्या मूर्तीसमोर जाऊन बसले. डोळ्यासमोर कुलदेवतेची मूर्ती आणून तिचे स्मरण करू लागले. थोड्याच वेळात मी तिच्या जपात तल्लीन झाले. मी आजूबाजूचे सर्व जग विसरले. माझ्यासमोर साक्षात पार्वती

उभी राहिलेली मला दिसली. एका तपस्विनीच्या रूपात, डोईवर केसांचा बुचडा बांधलेली. त्यावर, हातात, गळ्यात फुलांच्या माळा ल्यालेली, शुभ्रवसना, तपोसाधनेने कृश; पण अतिशय तेजस्वी, प्रसन्नवदना गौरी. तिच्या दर्शनाने माझे तर डोळेच दिपले. ती मला म्हणाली, "प्रिय रुक्मिणी, अगं मी पार्वती, जगदंबा हे माझंच रूप नाही का? मीसुद्धा भगवान श्रीशंकराशी विवाह करण्यासाठी तुझ्यासारखाच मनापासून ध्यास घेतला नव्हता का? माझ्याप्रमाणं तुझेही मनोरथ पूर्ण होतील. तथास्तु!" एवढे बोलून ती अंतर्धान पावली.

मला खाडकन् जाग आली. मी डोळे उघडून पाहिले. श्रीविष्णूच्या जागी श्रीकृष्णच माझ्याकडे बघून आश्वासक हसत आहे, असा मला भास झाला.

आता मी निश्चिंत झाले. जगदंबेच्या आशीर्वादाप्रमाणे माझे मनोरथ पूर्ण होणार, याविषयी माझ्या मनात यत्किंचितही शंका उरली नाही.

माझे मन अस्वस्थ झाले, ते दुसऱ्याच कारणामुळे. ही माझी रक्ताची माणसे आणि माझ्यावर मनापासून प्रेम करणारी माझी अन्य माणसे. माझ्या सख्या, माझ्या दासी, माझे प्रजाजन या साऱ्यांना सोडून मला जावे लागणार होते. पुन्हा या नगरीत माझे पाऊल तरी पडणार होते की नाही कुणास ठाऊक? कारण आमच्या या विवाहाने शिशुपालाचा माझ्याशी विवाह करण्याचा डाव उधळला जाणार होता. पर्यायाने तो आणि जरासंध दुखावले जाणार होते. म्हणजेच रुक्मीदादाही त्वेषाने चवताळून उठणार होता. आतापर्यंत त्याचे आणि श्रीकृष्णांचे छुपे वैर होते, ते आता उघड हाडवैर होणार होते. त्याची परिणती कोणत्या भयंकर घटनेत होईल त्याची कल्पनाही करवत नव्हती. नकळत माझ्या डोळ्यातून अश्रूंचा पूर वाहू लागला. मी तो मुक्तपणे वाहू देत होते. कारण आता माझ्या आजूबाजूला कुणी नव्हते. विरह-दुःखाचा निचरा झाला की मन मोकळे होणार होते. विवाहाचा निखळ आनंद माझ्या नशिबात नव्हता हेच खरे! अशा अवस्थेत बसलेली असतानाच दासीने 'आत येऊ का?' म्हणून विचारणा केली. मी डोळे पुसून सावरून बसले. ती आत आली. म्हणाली - "देवी, महाराणींचा आदेश आहे. राजकुलाशी संबंधित वयोवृद्ध, तपोवृद्ध थोर मंडळींचे आगमन झाले आहे. त्यांना वंदन करण्यासाठी आपल्याला पाचारण केले आहे."

"तू पुढे जा, मी आलेच!" मी तिला सांगितले. ती तीन वेळा वंदन करून निघून गेली.

मी त्वरेने उठले. उंची वस्त्रे, अलंकार परिधान केलेले होतेच. पुन्हा एकदा श्रीविष्णूना वंदन केले आणि निमंत्रितांच्या कक्षाकडे गेले.

तिथून आले तेव्हा माझे मन खूप शांत झाले होते. वंदनीय थोरांनी मला आशीर्वाद देऊन, उपदेशाच्या चार गोष्टी सांगितल्या होत्या. त्यांच्या सांगण्याचे

सार मला पटले होते, सारे काही नियतीच्या हातात असते. आपण आपल्याकडून नीतीच्या मार्गाने, सतत चांगले कर्म करावे. सत्याची कास सोडू नये. अकारण कुणाचाही राग, द्वेष न करता प्रसन्न मनाने सेवाकार्य, आपली कर्तव्ये करत राहावीत.

'नियतीवर स्वत:ला सोपवून देऊन' मी शांतपणे मंचकावर विसावले. आज दिवसभर अनेक घटना घडल्या होत्या. शरीर आणि मन दोन्ही थकले होते. त्यामुळे निद्रेच्या अधीन कधी झाले ते कळलेच नाही.

पहाटे-पहाटे जाग आली ती वाद्यांच्या मधुर गजरानेच. रोजच प्रभातसमयी मंगल वाद्ये वाजायची; पण ती मंजूळ आवाजात! आज वाद्ये सुरेलच होती, पण ध्वनी मात्र खूपच मोठा होता. मी डोळे उघडले, तो काय! समोर शीलवती हसतमुखाने उभी.

"काय गं, तू एवढ्या पहाटे आलीस? आणि मंगल वाद्यांचा गजर एवढ्या जोरात?" मी विचारले.

"अहो रुक्मिणीदेवी, कोणत्या मधुर स्वप्नांत दंग झाला होतात? तुमची रोजची उठायची वेळ होऊन गेलीय बरं का! आम्ही सर्व सख्या सुस्नात होऊन केव्हाच राजप्रासादात आलो आहोत. आज हरिद्रालेपन, मंगलस्नान, मुहूर्ताचे विधी व्हायचे आहेत ना? थांबा, मी बाकीच्या सख्यांना बोलावते," असे म्हणत ती प्रासादाबाहेर गेलीसुद्धा!

बाकीच्या सख्याही धावतच आल्या. "अगंबाई, आधी मेंदी कशी रंगलीय ते बघू?" एकीने विचारले.

मी दोन्ही हात पुढे केले. "बाई बाई काय सुरेख रंगलीय गं! काय सुरेख दिसताहेत गं तुझे हात! नजर ठरत नाही," एक चिवचिवली.

"अगं नुसत्या हातावरच नाही काही. मुखकमलाकडे बघ की जरा! त्यावरही गुलाबी रंगाची लाली चढलीय. दृष्ट काढा गं आधी कुणीतरी!" दुसरीने आपले मत नोंदविले.

"रुक्मिणीदेवी, आपलं कौडिण्यपूर कसं सुरेख सजलंय बघितलंस का? घरोघरी अंगणातच काय घरासमोरच्या पदपथावरसुद्धा गोमयाचे सडे घातले आहेत. त्यावर सुंदर सुंदर रंगीत रांगोळ्या घातल्या आहेत. दारांवर तोरणं शोभत आहेत. छतांवर गुढ्या उभारल्या आहेत. चौकाचौकात मंगल वाद्यं वाजत आहेत. मंदिरांमध्ये मंगल पूजा, अभिषेक, प्रार्थना सुरू आहेत. पौरजनांनी नवीन वस्त्रे, अलंकार परिधान केले आहेत. गरीब-श्रीमंत सर्वांच्या उत्साहाला उधाण आलं आहे." माझी एक सखी वर्णन करत होती. मी ते श्रवण करत होते. त्याचे कल्पनाचित्र माझ्या डोळ्यांसमोर उभे राहत होते.

रथात बसून सख्यांसमवेत नगरात एक चक्कर मारावी अशी तीव्र इच्छा झाली. मी तसे बोलून दाखवत होते, तोच माता आत आली. ती म्हणाली, "कोण म्हणतंय नगरात फिरून यायचं म्हणून? रुक्मिणी तू? आता तुझ्या अंगाला हरिद्रालेपन करण्यात येईल. नंतर आम्हा मातापित्यासमवेत मंगल स्नान घातलं जाईल. मंगल कार्यासाठी देवप्रतिष्ठा मांडली जाईल. वधूच्या अंगाला एकदा हरिद्रा लागली की तिनं कुठेही जायचं नसतं," माता कक्षात प्रवेश करता करता म्हणाली.

"अगंबाई, राजमार्गावर काय किंवा पदपथावर, चालणंसुद्धा कठीण झालं आहे. आपलं हे राजनगर देशोदशीच्या राजा-महाराजांनी, त्यांच्या पदाधिकाऱ्यांनी आपल्या विदर्भ राज्याच्या पौरजनांनी नुसतं फुलून गेलं आहे. तू तुझ्या प्रासादाच्या बाहेर पाऊल टाकण्याची नुसती वार्ता जरी कुणाच्या कानी पडली ना, तरी ते तुला बघण्यासाठी सैरावैरा धावू लागतील. एवढ्या गर्दीतून वाट काढता काढताच तर मला इथं यायला एवढा उशीर झाला." माझी सखी वृंदा सांगत होती.

"संध्याकाळी हिला प्रथेप्रमाणे कुलस्वामिनीचा आशीर्वाद घ्यायला तर जावंच लागेल. तेव्हा कुठला तरी आडमार्ग शोधावा लागेल," माता म्हणाली.

'माझ्या नशिबात प्रत्येक गोष्टीसाठी प्रचलित मार्ग सोडून आडमार्गाने जाणंच लिहिलं आहे की काय कोण जाणे.' मी मनात म्हटले.

"महाराणी, आम्ही राजकन्येला हरिद्रा लावण्यास सुरुवात करू का?" शीलवतीने विचारले.

"अगं, आज्ञा कसली मागता? त्वरित प्रारंभ करा. तुमच्या क्रीडाकक्षात त्यासाठी पूर्ण सिद्धता करण्यात आली आहे. जा गं, मंगलवाद्यं त्या कक्षापाशी वाजवायला सांगा," मातेने एका दासीला आज्ञा केली. ती त्या कामासाठी पळतच गेली.

आम्हीही क्रीडाकक्षाकडे वळलो. तिथे मला बसण्यासाठी सुवर्णाचा चौरंग, पाय ठेवण्यासाठी सुवर्ण पाट, एका सुवर्णाच्या वाटीत सुगंधी तेल, सुगंधी उटणं मिश्रित हरिद्राच्या वाट्या ठेवलेल्या होत्या.

चौरंगाभोवती सुरेख रंगावलीची नक्षी काढण्यात आली होती. कक्षामध्ये चारी बाजूंनी, मंद समया तेवत होत्या. हंड्या, झुंबरेही प्रकाशाने झळाळत होती. मला माझ्या सख्यांनी कौतुकाने चौरंगावर नेऊन बसवले. माझा दाट कुरळा केशसंभार मोकळा केला. मला एक मऊ सुती वस्त्र परिधान करण्यास दिले. हलक्या हातांनी त्या माझ्या केसांना सुगंधी तेल आणि शरीराला सुगंधी हरिद्रा लावत होत्या. मला चिडवत होत्या. हसत होत्या; पण माझे मात्र तिकडे लक्षच नव्हते. हे विधींचे उपचार करून घेताना एकीकडे अपार सुख होत होते. कारण श्रीकृष्णांचे वेशीवर आगमन झाले होते. दुसरीकडे मनात अस्वस्थतेचे काहूर माजले होते. या भूमीच्या, माणसांच्या विरहाची भावना मनात कल्लोळ निर्माण करत होती.

हरिद्रालेपन उपचार संपला. आता मंगल स्नान व्हायचे होते. त्यासाठी तात-माता आणि मी तिघांनाही सुवर्णाच्या तीन चौरंगांवर बसविण्यात आले. एका बाजूला तात, दुसऱ्या बाजूला माता आणि मध्यभागी मी. चौरंगाभोवती रंगावल्या रेखाटल्या होत्या. तेवते सुवर्णदीप लावण्यात आले होते. आम्हा तिघांना आधी कुंकमतिलक आणि अक्षदा लावून औक्षण करण्यात आले. त्यानंतर पंचनद्यांच्या पवित्र जलाने भरलेल्या कलशातील जल त्यांनी आमच्या मस्तकावर ओतले. त्यानंतर सुगंधित उष्ण जलाने भरलेल्या अनेक पात्रांतील गंगाजलाने आम्हाला सचैल स्नान घालण्यात आले. त्या वेळी बाहेर मंगल वाद्यांचा नाद सुरू होता आणि आत विद्वान पुरोहित आशीर्वादपर मंत्रघोष करत होते. सारा आसमंत पवित्र, मंगलमय वातावरणाने भारून गेल्यासारखा भासत होता. त्या जलात आम्हा तिघांच्या नयनातील आसूही मिसळून गेले होते.

स्नानानंतर मला भरजरी वस्त्रे नेसविण्यात आली. त्याआधी केशसंभार धूपाने उदवून घेण्यात आला. सुवर्णजरीने बुट्टे काढलेले नीलवर्णी महावस्त्र होते ते. तो नीलवर्ण पाहून मला श्रीकृष्णांची प्रकर्षाने आठवण झाली. मनातल्या मनात आनंदाने खुदकन हसू फुटले. ते नीलवर्णी वस्त्र म्हणजे मला शुभशकुनच वाटला. त्यानंतर सुवर्ण, रत्ने, मौक्तिके जडित अनेक अलंकार माझ्या तनावर चढवले गेले. तो भार सोसणे म्हणजे जणू काही पुढील आयुष्यात अगणित कर्तव्यभार पेलावे लागणार आहेत याची पूर्वसूचनाच होती.

माता आणि तातही असेच मौल्यवान वस्त्रालंकार ल्यायले होते. त्यानंतर विधिवत देवप्रतिष्ठा करण्यात आली. हे सर्व विधी करण्यात सकाळचा प्रहर उलटून गेला होता. माता म्हणाली, "रुक्मिणी, तू आणि तुझ्या सख्या आता भोजन करा आणि विश्रांती घ्या. त्यानंतर कुलदेवतेच्या दर्शनाची तयारी करायची आहे. त्याआधी थोडा वेळ माझ्या कक्षात ये!"

तिच्या आज्ञेप्रमाणे मी थोड्या वेळाने तिच्या कक्षात प्रवेश केला. मी धावत जाऊन तिच्या कुशीत शिरले. आम्ही एकमेकींच्या मिठीत आसवांच्या महापुरात किती वेळ नाहत होतो कुणास ठाऊक! आम्ही एक शब्दही बोलत नव्हतो. शेवटी तिनेच मला स्वत:पासून थोडे दूर केले. माझ्या मस्तकावर हात ठेवत माता म्हणाली, "रुक्मिणी, जीवन म्हणजे सुखदु:खाचा महासागर आहे. त्या लाटांना धैर्याने सामोरी जा! सुखी रहा! माझे आशीर्वाद सतत तुझ्या पाठीशी आहेत. प्रत्यक्ष श्रीअंबिकेनं तुला जीवनमार्ग दाखवला आहे. निश्चिंतपणे जा! तू नक्कीच यशस्वी होशील," ती अश्रुभरल्या नयनांनी त्वरेने तिथून निघून गेली. मीही अश्रू पुसून माझ्या कक्षात आले.

मी मनात निश्चय केला, आता भावनांना आवर घालून कुलदेवतेच्या दर्शनाला

जाईपर्यंत उरलेला समय आपल्या सख्यांमध्ये आनंदाने घालवायचा प्रयत्न करायचा. पुन्हा त्या आपल्याला कधी भेटतील कोण जाणे!

मध्यान्ह प्रहर टळला. पुन्हा मला वस्त्रालंकारांनी सजविण्याची घाई सुरू झाली. पुन्हा एकदा मी सुस्नात झाले. माझ्या केशसंभाराची वेणी घालण्यात आली. माथ्यापासून वेणीच्या टोकापर्यंत रत्नजडित सुवर्णकगळे बसवण्यात आली. लाल रंगाचे गर्भरेशमी सुवर्ण जरीकामयुक्त अतिशय सुंदर वस्त्र नेसवण्यात आले. सुवर्ण रत्नजडित अलंकार पायाच्या बोटांपासून मस्तकापर्यंत चढविण्यात आले. गळ्यात तर किती माला होत्या कोण जाणे! अतिशय तलम, झिरझिरीत अशी ओढणी मस्तकावर पांघरली.

या सर्व श्रृंगारामुळे माझा मोकळेपणा पार हरवून गेला. मौल्यवान अलंकारांनी बंदिस्त झाल्यासारखे वाटत होते. दर्शनाला प्रस्थान ठेवण्याआधी तातांना आणि सर्व बंधूंना वंदन करावेसे वाटत होते. मी कोणाचीही अनुज्ञा न घेता तातांच्या कक्षात आले. त्यांना चरणस्पर्श केला.

त्यांनी मला उचलून उभे केले. प्रेमाने मला आशीर्वाद देत ते म्हणाले, ''बाळे, आधी श्रीअंबिकेचं दर्शन घ्यायचं, आधी तिला वंदन करायचं, नंतर आम्हाला करायचं.'' माझ्या मनात विचार आला, 'नंतर आपली भेट नशिबात आहे की नाही कुणास ठाऊक!'

मी मातेकडे पाहिले. तिच्याही मनात हाच विचार असावा. ती अस्फुट हसली. तात पुढे म्हणाले, ''बाळे, तू वंदन केलं आहेस. माझे आशीर्वाद तुझ्या पाठीशी आहेतच. बाळे! दोन्ही कुलांची कीर्ती वृद्धिंगत होईल, असंच सदैव कृत्य कर! अखंड सौभाग्यवती हो. पुत्रवती हो, सुखी हो!''

''ती सुखी होणारच आहे तात! तिच्या नियोजित वराची निवड कुणी केली आहे? या तिच्या ज्येष्ठ बंधूने! युवराज श्रेष्ठ रुक्मीने! माझी निवड कधी चुकणार आहे का? चल, चल रुक्मिणी त्वरा कर! दर्शनगमनाची पूर्ण सिद्धता झाली आहे. दर्शनाचा मुहूर्त टळायला नको. बाकीचे उपचार नंतरही करण्यात येतील. तिकडं चेदीराजाची शक्तीमति राजधानी सजूनधजून नव्या महाराणीची आतुरतेने प्रतीक्षा करत आहे आणि इकडं आमचे चेदीराज! चल, चल, त्वरा कर,'' त्याच वेळी प्रवेश करून रुक्मीदादा म्हणाला.

मी खरोखरच त्वरेने पाऊल उचलले. कारण मला चेदीराजाचे गुणवर्णन ऐकण्याची इच्छा नव्हती. मी सर्व सख्यांना आलिंगनही देऊ शकत नव्हते. कारण मी आता पुन्हा या प्रासादात येणार नाही हे इतरांना माहीत नव्हते.

मी उरभरल्या अंतःकरणाने, हुरहुर दाटलेल्या हृदयाने, प्रासादाच्या पायऱ्या उतरून खाली आले. प्रासादाच्या शेवटच्या पायरीला, या विदर्भभूमीला अखेरचे वंदन केले.

*समुद्रवसने देवी, पर्वत स्तनमंडले ।*
*विष्णुपत्नी नमस्तुभ्यम्, पादस्पर्शम् क्षमस्वमे ।।*
*जननी जन्मभूमीश्च ।*
*स्वर्गादपी गरियसी ।।*

अशी साश्रू नयनांनी आणि हळव्या अंत:करणाने मनातल्या मनात पुन्हा एकदा भूमातेसमोर नतमस्तक होऊन आशीर्वादासाठी प्रार्थना करत त्वरेने रथाकडे वळले.

माझ्या रथाच्या घेऱ्यात मी, शीलवती आणि माझ्या काही जिवलग सख्या होत्या. मागे आणखी दोन रथ होते. त्यातही काही सख्या, काही मानाची मंडळी अशी आमची मिरवणूक निघाली. आमच्या मार्गावर दोहो बाजूला लोकांनी गर्दी केली होती. माझ्या रथावर फुले उधळून 'राजकन्या रुक्मिणीदेवी जयतु जयतु' असा उत्स्फूर्त जयजयकार होत होता. कौंडिण्यपूरची सीमा जसजशी जवळ येत होती, तसतशी गर्दी विरळ होत होती. आता आमचे रथ वेगाने धावू लागले. त्याबरोबर माझे हृदयही! श्रीअंबिकेच्या मंदिराचा कळस दृष्टिपथात आला. मी मनोभावे देवीचे स्मरण करू लागले. आम्ही मंदिराच्या प्रांगणात प्रवेश केला. पूजेची परिपूर्ण सिद्धता झालेलीच होती.

मी श्रीअंबिकेच्या मूर्तीपुढे उभी राहिले. विधिवत पूजेला आरंभ झाला. गाभाऱ्यात मंत्रोच्चाराचे मंगल स्वर उमटू लागले. मी डोळे मिटून घेतले. श्रीअंबिका माझ्या नयनांपुढे साकार झाली. सुहास्य मुद्रेने ती मला आशीर्वाद देत होती, 'अखंड सौभाग्यवती भव!' त्याच वेळी माझ्या कानात मुरलीचे सूर ऐकू आले. माझ्या शेजारी कुणाच्यातरी अस्तित्वाचा भास झाला. मी खाडकन डोळे उघडले. "देवी, पूजेची सांगता झाली आहे. तीर्थ प्राशन करावे, प्रसाद ग्रहण करावा." राजपुरोहित म्हणत होते. त्यांना श्रद्धापूर्वक वंदन करून मी तीर्थ हातावर घेऊन मुखात घेतले. डोळ्यांना लावले. थोडे मस्तकाला लावले. प्रसादही मस्तकी लावून ग्रहण केला. पुन्हा एकदा अंबिकामातेला वंदन केले. माझ्या तात आणि मातेचेही स्मरण केले. श्रीअंबिकेच्या मूर्तीकडे पाठ न करता समुख माघारी येऊन गाभाऱ्याला प्रदक्षिणा घातली आणि मंदिराच्या महाद्वाराबाहेर आले. सभोवती सख्यांचा घेराव होताच.

मी बाहेर आले आणि पुढे ज्या घटना घडल्या त्या एवढ्या वेगाने घडल्या की मी त्या घटनांचे वर्णन करू शकेन की नाही हीच मला शंका वाटते. कुणीतरी दिव्य शक्ती माझ्या अंगात संचारली होती. तीच माझ्याकडून कृती करून घेत होती.

मी समोर पाहिले. वर्षानुवर्षे हृदयात साठविलेली स्वप्नमूर्ती चार शुभ्र अश्वांच्या रथापुढे साक्षात उभी होती. जणू दुसरे प्रत्यक्ष श्रीविष्णूच! मी नकळत तिकडे आकर्षिली गेले. काय घडते आहे हे कळण्याच्या आत त्या नीलवर्णी हातात हात

देऊन रथात ओढली गेले. एक क्षणच दृष्टीला दृष्टी भिडली. जन्मजन्मांतरीची खूण हृदयाला पटली. आपोआप दृष्टी खाली गेली. भानावर आले तेव्हा लक्षात आले की रथ वेगाने धावतो आहे. देहाला, मनाला जणू हरवलेल्या संवेदनांतून पुन्हा जाग येत होती.

मी खाली बसले. डोळे मिटून घेतले. नकळत एका ग्लानीत शिरले. शरीर आणि मन दोन्ही शांत झाले होते. असे वाटत होते, शांतपणे निद्रेच्या कुशीत शिरावे. थोडा वेळ डोळे मिटून शांत बसले. हळूहळू मन, शरीर, विसावत गेले. जगाचे, जागेचे भान आले. मी डोळे उघडले. समोर अत्यंत तेजस्वी, लख्ख गौरवर्णी सात्त्विक मूर्ती बसली होती. माझ्याकडे बघून हसत होती. मीही हसले, नमस्कार करण्यासाठी उठावे की काय, या विचारात असतानाच कानात शब्द शिरले, शब्द कसले, जणू बासरीचे मधुर स्वरच! ''उद्धवा, तुझ्या वहिनीला विचार - विश्रांती संपली का? आपण कुठं आहोत, आपल्याभोवती कोण आहे? अस्तित्व जाणवतंय का? की अजून कौंडिण्यपुरातच मन अडकलंय? आम्हा पामरांच्या अस्तित्वाची थोडी तरी तमा बाळगावी!''

मी लाजून मान खाली घातली. मनात विचार आला, हे उद्धवभाऊजी आहेत तर! आवाज माझ्या मागच्या बाजूने येत होता. म्हणजे श्रीकृष्ण, माझ्या हृदयाचे स्वामी, आता विधिवत माझ्या जीवनाचे स्वामी, माझ्या पाठीशी उभे होते. साक्षात! केवळ कल्पनेतले नाहीत. या जाणिवेने माझी काया थरारून उठली. शरीरातला कणन्‌कण मोहरला. एकीकडे मला त्यांच्याकडे बघण्याची तीव्र इच्छा होत होती. मन अतीव उत्सुक झाले होते, तर दुसरीकडे लज्जा ते करू देत नव्हती. काय करावे? कसे बसावे? काय बोलावे? ते सुचत नव्हते.

थोड्याच वेळात रथ एका स्थानी थांबला. मी रथाच्या घेऱ्यातच उभी राहिले. ''इथं थोडं खाली उतरायचं आहे वहिनी, इथं बलरामदादा आपल्या सैन्यानिशी आले आहेत. कुणी आपल्याशी लढायला आलं तर त्यांना इथंच अडवायला, म्हणजे आपला मार्ग सुकर होईल.'' मी हसून मान हलवली. मी पाहिले. आधी उद्धवदादा खाली उतरले, नंतर स्वामी, नंतर मी! आम्ही एका भव्य, सुंदर रथाकडे चालत गेलो. तिथे एक बलदंड व्यक्तिमत्त्व उभे होते. स्वामी जवळजवळ धावतच त्यांच्याकडे गेले. ते त्यांचा चरणस्पर्श करणार; तोच त्यांनी त्यांना वरचेवर उचलून घेऊन कडकडून मिठी मारली.

''काय? झाली ना, तुझी मनोकामना पूर्ण? शेवटी द्वारकावासीयांना वाट बघून बघून मिळाली द्वारकाधीशाची पट्टराणी की महाराणी? काय म्हणू?'' ते गालातल्या गालात मिस्किल हसत होते.

मी लाजून चूर झाले. त्यांना वंदन करण्यासाठी खाली वाकले. माझ्या

मस्तकावर हात ठेवत ते म्हणाले, "अगं, त्रिखंडाची राणी तू, तुला काय आशीर्वाद देणार? आमचा हा बंधू सर्वांचा लाडका, तशीच तूही सर्वांची लाडकी होणार. याला खोड्या करायची फार सवय. तुझी खोडी काढली की मला सांग. मी तुझ्या पाठीशी आहे." उद्धवभाऊजींनीही त्यांना वाकून नमस्कार केला. ते पुढे म्हणाले, "तुम्ही दोघंही जास्त वेळ इथं थांबू नका. त्वरा करा. रथ वेगानं पुढं जाऊ द्या. आवश्यक खाद्यपदार्थ, वस्त्रप्रावरणं, विश्रांतीसाठी आवश्यक सामुग्री पुढं विश्रांतिस्थानी मिळेल. तिथे काही आदिवासी स्त्रियाही हिच्यासाठी काम करायला योजल्या आहेत. आणखी दोन प्रहर प्रवास करून नंतर विश्रांती घ्या. काही वेळ विश्रांतीसाठी तरी ते सुरक्षित ठिकाण आहे. चिंता करू नका. मुली, आनंदात रहा. हे माझे दोन्ही लाडके बंधू तुझ्या रक्षणासाठी समर्थ आहेत. मी तुमच्या पाठीशी आहेच. त्वरा करा."

स्वामींनी मानेनेच मला आणि उद्धवभाऊजींना खूण केली. आम्ही रथात बसलो. आमचा गरुडध्वज वेगाने निघाला. आता मीही थोडी सरावले होते. किंचित मोकळेपणा आला होता.

उद्धवभाऊजी मला त्यांच्या यादव कुलाविषयी, त्यांच्या अठरा शाखांविषयी, कुलपुरुष, कुलदेवतांविषयी माहिती देत होते. श्रीकृष्णाचा जन्म, गोकुळ, वृंदावन, मथुरा इथले बालपण, मथुरेत प्रवेश, कंसवध, अनेक प्रसंगांचे वर्णन करत होते. मी ते कान देऊन ऐकत होते.

प्रवास सुरूच होता. ठरलेल्या ठिकाणी पडाव पडत होते. आवश्यक कर्मे, पुरेशी विश्रांती घेऊन पुढील मार्गक्रमण वेगाने सुरू होते. या प्रवासात असतानाच कितीतरी आधीच मनाने स्वामींजवळ, त्यांच्या हृदयात पोहोचलेली मी, मनानेच द्वारकेच्या यादव कुलांच्या इतर सान-थोर मंडळींजवळही आपोआप पोहोचत होते. त्याचे सारे श्रेय उद्धवभाऊजी आणि स्वामींना होते. वसुदेवबाबा, देवकी माता, रोहिणी माता, रेवतीताई, त्यांची मुले सर्वांचा परिचय होत होता. आता अवंतिकानगरी जवळ येत होती. स्वामी म्हणाले, "हे बघ रुक्मिणी, आता अवंतिकानगरी येते आहे. अवंती राजाची राजधानी. आमच्या आत्याची नगरी! या नगरीविषयी प्रेम वाटण्याचं दुसरं कारण म्हणजे इथेच जवळच आमच्या गुरूंचा, सांदीपनींचा अंकपाद आश्रम आहे. इथं आम्ही विद्याभ्यासासाठी राहत होतो. फार सुंदर दिवस होते ते. गुरुमाता इथंच आहेत. गुरुवर्य सध्या द्वारकेत आहेत. इथं आपण एक दिवस विश्रांती घेऊ या. आत्याकडं या वेळी जाण्याचं प्रयोजन नाही. वस्तुत: आपण त्यांचे आशीर्वाद घ्यायला हवेत. माझी तीव्र इच्छाही आहे; पण माझे आत्तेबंधू शिशुपाल आणि जरासंधाच्या पक्षातले आहेत ते आपल्या मार्गात विघ्नं आणतील. त्यामुळे त्यांना आपल्या आगमनाची वार्ता न समजलेलीच बरी! राजकारण

हे असंच असतं. सत्तेच्या मोहापायी भावांमध्येसुद्धा वितुष्ट येतं. तुला आता हळूहळू राजनीती समजेलच!''

''हो, आमच्या कुशल राजनीतीज्ञ दादाच्या सहवासात आल्यावर तूही कुशल राजनीतीज्ञ होणारच!'' उद्धवभाऊजी म्हणाले.

मला मनात खूप खूप आनंद वाटला आणि समाधानही. प्रथमच स्वामी, माझ्याशी एवढ्या सविस्तरपणे बोलले आणि महत्त्वाचे बोलले. कारण मला केवळ शोभेची अर्धांगिनी व्हायचे नव्हते, तर त्यांच्या प्रत्येक कार्यात मनाने आणि शक्य तिथे तनाने सहचारिणी व्हायचे होते. माझ्या मनात विचार आला, इथे एक दिवस विश्रांतीसाठी पडाव टाकलाच आहे तर आदरणीय गुरुमातेच्या दर्शनाला जाऊन त्यांचा आशीर्वाद घ्यावा. आपल्या उत्तर आयुष्यासाठी हे दर्शन नक्कीच शुभदायी ठरेल. मनात तीव्र इच्छा सतत डोकावू लागली; पण प्रकट करण्यास संकोच आडवा येत होता. शेवटी उद्धवभाऊजींकडे हळूच प्रस्ताव मांडला.

ते म्हणाले, ''फारच चांगला आणि शुभ विचार आहे; पण दादाची अनुज्ञा घ्यावी लागेल. मी त्याला सांगतो, पट्टराणीचा पहिलावहिला हट्ट पुरवायला पाहिजे.'' मी लाजून चूर झाले. म्हणाले, ''हट्ट नाही, पण इच्छा आहे. ते जे करतील ते योग्यच असेल. त्यांच्या आज्ञेप्रमाणेच करू. तुम्ही माझ्या मनीची इच्छा त्यांना सांगा! मला संकोच वाटतो.'' मी पाहिले, उद्धवभाऊजी आणि स्वामी एकमेकांकडे बघून हसत होते. माझी वर मान करून त्यांच्याकडे बघण्याची इच्छा होती; पण लज्जा आड येत होती. माझ्या मनात आले, त्यांना वाटत असेल मोठ्या धैर्याने, लज्जा दूर करून आपल्याला पत्र लिहिणारी रुक्मिणी ती हीच का? आज तर संकोचाचे अवगुंठन दूर करायलाच तयार नाही; पण काय करू? माझ्या दुसऱ्या जगात मी श्रीकृष्णांशी किती मनमोकळेपणाने संवाद साधत होते आणि प्रत्यक्षात? मी विचारांमध्ये बुडून गेले. ''उद्धवा, काय कुजबूज सुरू आहे दोघांची? आम्हालापण ऐकू द्या की!''

या मधुर शब्दांनी मला जाग आली. उद्धवभाऊजींनी माझी इच्छा सांगितली.

त्यांनी थोडा विचार केला. ते म्हणाले, ''रुक्मिणी'', या शब्दांसरशी प्रथमच मी मान वर करून त्यांच्याकडे पाहिले. ते काळेभोर नेत्र, ते मोरपीस, ते भव्य कपाळ, ते मुखावरचे हास्य, सारे मनातले साक्षात समोर आले होते. मी वेडावून गेले. माझी नजर हलेना, ते पुन्हा म्हणाले, ''रुक्मिणी.''

या शब्दानिशी मी भानावर आले आणि मान खाली घातली, ''तुझा विचार चांगला आहे. आमच्या गुरुपत्नीचा आशीर्वाद घेण्याची तुझी इच्छा ऐकून मला आनंदच झाला; पण वेळ थोडा आहे. अवंतीनगरीतही दोन दिवसांच्यावर आपल्याला राहता येणार नाही. तुम्ही त्वरेने जाऊन या. मला मात्र तुमच्याबरोबर येता येणार

नाही. द्वारकेत पाऊल टाकेपर्यंत आपला पाठलाग होण्याची शक्यता आहेच. तुम्ही दोघे आचार्यांकडे जाणार ही वार्तासुद्धा गुप्तच ठेवावी लागेल. आपले हेर चारी बाजूंनी पेरलेले आहेतच. तरीसुद्धा सावध असणे अत्यंत आवश्यक आहे.''

माझी इच्छा पूर्ण होणार हे ऐकून मला खूप आनंद झाला. माझ्या मनात आले, 'आता माझं शास्त्रमान्य हरण करण्यात आलं आहे. आता मला परत नेऊन काय साधणार? मी आता जगासमोर श्रीकृष्णाची पत्नी झाले आहे. मला त्यांच्यापासून दूर करण्याचं सामर्थ्य आता जगात कुणाजवळच नाही. अगदी प्रत्यक्ष देवाधिदेव इंद्रदेव आले तरीसुद्धा!'

विचारयात्रा, रथयात्रा सारे वेगाने सुरूच होते. या सर्व घटनांना यात्राच म्हणायला हवे, नाही का? कारण माझ्या जीवनयात्रेचाच तो अत्यंत महत्त्वाचा टप्पा होता. आतापर्यंत मी फक्त राजकन्या, भगिनी, सखी, या भूमिकांमध्ये वावरत होते. या भूमिकांमध्ये काही बंधने माझ्यावर निश्चितच होती. तरीही मुक्तपणे वावरण्याची संधीही होती. शिरावर कामांचे ओझे नव्हते, पण यापुढे?

खरेच, विवाहामुळे स्त्रियांचे आयुष्य पूर्णत: बदलते, नाही का? मग ती स्त्री सामान्य कुलातील असो वा राजकुलातील असो. तन, मन सारेच समर्पित होत असते. पुढली वाटचाल काटेरी असेल की सोनेरी सारेच तिच्या भाग्योदयावर अवलंबून असते. मागची पिढी, वर्तमान पिढी आणि पुढली पिढी तीन पिढ्यांचा सहवास तिचे जीवन सुखावह करतो किंवा दु:खावह!

विचार, विचार आणि विचार. या विचारचक्रात मी पूर्ण जग विसरले. ''वहिनी, आता कसल्या विचारात गर्क आहात? बघा, अवंतीनगरीच्या, महाद्वारांचे, प्रासादांचे कळस दृष्टिपथात येत आहेत!'' उद्धवभाऊजी म्हणाले.

''खरंच की!'' मी मान वर करून पाहू लागले.

दूरवरचा नयनरम्य परिसर दिसत होता. हिरवीगार वनश्री, क्षिप्रेचा खळखळाट, पक्ष्यांचा किलबिलाट, स्वामींचा आणि भाऊजींचा सुखकारक सहवास, मन प्रसन्न झाले. नदीच्या काठावरच शिबिरे उभारण्यात आली. आन्हिके आटोपून प्रसन्न चित्ताने मी आणि भाऊजी आचार्यांच्या आश्रमाकडे निघालो. माझ्या मनात विचार आला, मी आणि स्वामी दोघेही गेलो असतो तर? मी वळून मागे पाहिले. ते आमच्याकडेच बघत होते. एक क्षण नजरानजर झाली. तन, मन मोहरले. माझे नेत्र आपोआप खाली झुकले.

उद्धवभाऊजींनी माझ्या मनातील विचार ओळखले असावेत. ''वहिनी, दादालासुद्धा वंदनीय गुरुमातेकडे येण्याची तीव्र इच्छा असणारच! तुला घेऊन तर निश्चितच; पण आता ते शक्य नाही. मीच तुला या स्थानांची माहिती देतो. मी, थोरले दादा आणि श्रीकृष्ण दादा तिघेही या आश्रमाशी अनेक सुखद स्मृतींनी, अतूट नात्यानं जोडले गेलो आहोत...''

त्यांच्या त्या आठवणी ऐकता ऐकता अंकपाद आश्रम कधी आला तेही कळले नाही. निसर्गाच्या कुशीतले ते रम्य ठिकाण मला फार आवडले. मी स्वतः बालपणापासून कौंडिण्यपूरचा आमचा प्रासाद सोडून कोठेच राहायला गेले नव्हते. आमच्या वाटिकेमध्येच, बालपणात खेळण्याचे, नंतर विहार करण्याचे आम्हाला स्वातंत्र्य होते. इथे या निसर्गसान्निध्यात, स्वामींच्या सहवासात काही दिवस राहता आले तर? पण ते कसे शक्य आहे? मी आधी राजकन्या होते, आता द्वारकाधीशाची महाराणी होणार होते.

उद्धवभाऊजींच्या आणि माझ्या नावांचा जयजयकार ऐकला आणि मी भानावर आले. आश्रमवासीयांनी आमचे भावपूर्ण स्वागत केले. आश्रमाविषयी माहिती दिली. गुरुमाता मात्र भेटू शकल्या नाहीत, कारण त्याही द्वारकेला गेल्या होत्या; पण उत्तराधिकाऱ्यांच्या पत्नीने सौभाग्यलेण्याचा आहेर करून मला भावी विवाहोत्तर सुखाचा आशीर्वाद दिला. राहण्यासाठी आग्रह केला; पण आम्हाला वेळ नव्हता. आम्ही स्वामींच्या आज्ञेप्रमाणे त्वरेने क्षिप्रेकाठी तळावर परतलो.

आता सर्वांनाच द्वारकेचे वेध लागले होते. शक्य तेवढ्या त्वरेने द्वारका गाठायची होती. तळावर पुढे निघण्यासाठी घाई सुरू झाली. आमचा रथ अश्व जोडून सिद्ध झाला. तोच तळाच्या चारी बाजूंनी घोड्यांच्या टापांचा आवाज व विदर्भ युवराज रुक्मीचा जयजयकार ऐकू येऊ लागला. आमचे तळ चारी बाजूंनी, सैनिकांनी केव्हा घेरले गेले, ते कळलेही नाही. या अवचित हल्ल्याने मी पूर्णपणे गोंधळून गेले. मान वळवून पाहिले, तो रुक्मीदादा, आमच्या रथाकडेच येताना दिसला. मला स्वामींनी खूण केली. मी रथात जाऊन बसले. तिथूनच पुढे काय घडते ते बघू लागले.

रुक्मीदादा हातात गदा घेऊन त्वेषाने स्वामींच्या दिशेने येत होता. आधीच शीघ्रकोपी असणारा दादा आता तर क्रोधाने पेटून उठला होता. शिकारीसाठी भुकेल्या झालेल्या उन्मत्त सिंहासारखा तो भासत होता.

मी स्वामींकडे पाहिले. थोड्या वेळापूर्वी त्यांच्या मुद्रेवर दिसणारे कोमल, मधुर भाव लुप्त होऊन ती मुद्रा, एका आगळ्यावेगळ्या पराक्रमी वीराच्या तेजाने तळपू लागली होती. जणू, ते म्हणत होते, 'ये, मी तुझ्याशी झुंज द्यायला समर्थ आहे.' रुक्मीदादा स्वतःच्या हातातील गदा फिरवत, गर्जना करत त्वेषाने स्वामींकडे येतच होता. आमच्या सारथ्याने स्वामींची गदा त्यांच्या हातात दिली. त्यांनी कमरेला शेला घट्ट बांधला. त्यांनीही यादवांच्या कुलदेवतेचा महा जयजयकार केला.

मी मनातल्या मनात दोन्ही कुलदेवतांना प्रार्थना करत होते. माहेरच्या आणि सासरच्या. "हे अंबिके, हे इडादेवी, तुम्ही दोघीही एकाच आदिशक्तीची रूपे आहात. तूच या संकटातून तार! कोणतीही अनिष्ट घटना घडू देऊ नकोस. माझे

सौभाग्य आणि माझे बंधुत्व दोघांचेही रक्षण कर! आदिशक्तीचा जप करत पुढे काय घडते आहे ते श्वास रोखून, मी आणि तिथे उपस्थित असलेला प्रत्येक जण बघत होता.

आता प्रत्येकाच्या कानात फक्त एकच ध्वनी गुंजत होता. गदांचे टणत्कार आणि हृदयात धडधडीचे पडसाद! किती वेळ गेला कुणास ठाऊक? एकेक क्षण युगासारखा भासत होता. कधी थांबणार हे युद्ध? दोघेही घामाघूम झाले होते पण निर्णय लागत नव्हता.

तोच एक अघटित घटना घडली, दादाची गदा वाकली. दादाला माघार घेणे भाग आहे, असा विचार मनात येतो, तोच त्याने लखलखीत पात्याचे खड्ग हातात घेतल्याचे दिसले. तो वार करायला स्वामींकडे धावला. तेवढ्यात चपळाईने दारुकाने रथातून खड्ग स्वामींकडे फेकले, ते त्यांनी वरच्या वर उचलले. स्वामी खड्ग घेण्यासाठी रथापाशी आले तोच दादा तिथे पोहोचलासुद्धा. त्याने जळजळीत नेत्रकटाक्ष माझ्याकडे टाकला. "या पळपुट्यानं, तुला पळवून नेलं आहे पण तुला परत आणल्याशिवाय मी कौंडिण्यपुरात पाऊल टाकणार नाही, अशी प्रतिज्ञा केली आहे. ती वेळ आता आली आहे. तयार हो शिशुपालाशी विवाहाला," असे त्वेषाने म्हणून त्याने स्वामींवर खड्गाचा वार करायला खड्ग वर उचलले. डोळ्याचे पाते लवते न लवते, तोच तो वार स्वामींनी वर उचलला. दादाच्या खड्गाचे दोन तुकडे झाले. त्या अघटित घटनेने दादाची मुद्रा भयभीत झाली. स्वामी त्याच्यावर वार करणार, तोच मी स्वयंप्रेरणेने ते खड्ग वरच्यावर रोखून धरले. माझ्या तोंडून शब्द बाहेर पडले. "स्वामी, माझ्या भावाला जीवदान द्या. आपल्या जीवनातल्या मंगल सोहळ्याला माझ्या माता-पित्यांच्या अश्रूंनी, गालबोट नको लागायला! त्याला जीवदान म्हणजेच लाखो विदर्भवासियांचे लाख मोलांचे आपल्याला आशीर्वाद. आपला विवाह सोहळा ते आनंदाने साजरा करतील. माझ्या रक्ताच्या नात्याचे रक्त शिंपण नकोय स्वामी मला! क्षमा करा त्याला, मी विनंती करते आपल्याला." एवढा वेळ रोखलेले अश्रू वाट फुटून माझ्या नेत्रांतून वाहायला लागले.

स्वामींचा हात खाली आला. त्यांनी खड्गावरचा हात काढला. ते माझ्या हातात आले. ते मी दारुकाकडे दिले. मी पाहिले – दादा मान खाली घालून जात होता. 'आता कौंडिण्यपुरास जाणे नाही,' असे त्याच्या सैन्याला म्हणत होता. त्या पराजित दादाकडे बघवत नव्हते. सतत क्रोधाने, गर्वाने उन्मत्त असणारा दादा आज बळ गेलेल्या हत्तीसारखा जात होता. आता कुठे जाणार कोण जाणे? असे विचार माझ्या मनात येत होते, तोच स्वामी म्हणाले, "तू व्यर्थ चिंता करू नकोस रुक्मिणी. तुझा बंधू आज पराजित झाला असला तरी तो महापराक्रमी योद्धा आहे. तो खराखुरा क्षत्रिय आहे. त्याने केलेली प्रतिज्ञा तो मोडणार नाही; पण लवकरच दुसरी राजनगरी वसवेल. आपली सत्ता प्रस्थापित करेल."

दुसऱ्या व्यक्तीच्या दुर्गुणांबरोबरच, त्याच्यातले सद्‌गुण ओळखण्याची स्वामींची दृष्टी माझ्या लक्षात आली. जणू थोड्या वेळापूर्वी काहीच घडले नव्हते अशा थाटात ते म्हणाले, ''वहिनी आणि भाऊजींची आश्रम-भेट कशी झाली? वंदनीय गुरुमाता भेटल्या की नाहीत? आश्रमवासीयांनी आमची आठवण काढली की नाही? की तुमच्या व्यक्तिमत्त्वाने भारावून आम्हाला विसरूनच गेले?'' मिश्किल हास्य करत त्यांनी विचारले.

मी आश्चर्याने थक्कच झाले. थोड्या वेळापूर्वी प्राणपणाने झुंजणारा हा, महापराक्रमी योद्धा, किती सहजपणाने, जणू आता काही घडलेच नाही अशा थाटात, आपल्याशी, उद्धवभाऊजींशी बोलतो आहे. उत्तर द्यायला माझ्या तोंडून शब्दच फुटत नव्हता. मी भाऊजींना सांगितले, ''तुम्हीच सविस्तर वृत्तान्त द्या ना. एकापाठोपाठ घडलेल्या घटनांमुळं काय बोलावं तेच मला सुचत नाही.''

दोघेही बंधू एकमेकांकडे बघून हसत होते. जणू म्हणत होते, बघ कशी हळूच स्वतःची मुक्तता करून घेतली. भाऊजींनी थोडक्यात आश्रमातल्या घटनांविषयी माहिती सांगितली. स्वामी म्हणाले, ''चला आता आपला शेवटचा टप्पा. दोन दिवसांत त्वरेने आपण द्वारका गाठू. सारे पौरवासी आतुरतेने आपली वाट बघत असतील. तात, माताही आपल्या आगमनाकडं डोळे लावून बसले असतील. आता कुणाशी संघर्ष करण्याचा प्रसंगही ओढवणार नाही. आता आपल्यालाही द्वारकेचे वेध लागले आहेत.''

उद्धवभाऊजी म्हणाले, ''वहिनी, श्रीकृष्णदादांच्या अनेक नावांपैकी एक नाव द्वारकाधीश आहे हे तुला माहिती असेलच. तेव्हा त्या द्वारकाधीशाची तू महाराणी आहेस. दादा विधिवत कुठलाही पदसिद्ध राजा नसला तरी जनमानसातील त्रिखंडाचा राजा आहे. पर्यायानं तूही त्रिखंडाची महाराणी आहेस.''

खरेच, आता मलाही द्वारकेचे वेध लागले. रुक्मीदादा सुखरूप परत गेला होता. आता मातेच्या आज्ञेप्रमाणे माहेर मागे सोडायचे होते. काळाच्या ओघात सारे क्रोध, क्लेश, द्वेष मागे पडून नाती व्यवस्थित प्रस्थापित होतील, याविषयी मला तिळमात्रही शंका नव्हती. आता माझ्या नव्या जीवनाचा विचार करायचा होता. श्रीकृष्णांची पत्नी होण्याची माझी मनीषा पूर्ण झाली होती. या सौभाग्याचा निर्भेळ आनंद मी आता मनापासून लुटू शकणार होते. 'मनासारखा, मनाच्या गाभाऱ्यात ठसलेला पती मिळणे हे स्त्रीचे खरे सौभाग्य! ते लाभायला जन्मोजन्मीचे पुण्य कामी येते.' हे मातेचे उद्‌गार आज तंतोतंत पटले होते. मला माझाच हेवा वाटायला लागला. मी मनातल्या मनात माहेरच्या कुलदेवतेला प्रणाम केला. तिनेच मला शिशुपालाच्या पाशातून सुटण्यासाठी मानसिक शक्ती दिली होती. पत्र लिहिण्याची प्रेरणा दिली होती. तिच्याच कृपेमुळे, तिच्याच मंदिरातून, स्वामींकडे झेपावण्याची

योजना पूर्ण झाली होती. सारे कसे स्वप्नवत घडले होते. मी आनंदाने विभोर झाले. उत्साहाने उद्धवभाऊजींना द्वारकेविषयी प्रश्न विचारू लागले.

दोन तीन दिवस आवश्यक तेवढाच मुक्काम करत, उत्साहाने आम्ही द्वारकेकडे धावत होतो. सर्व अंगात आता उत्साह संचारला होता. मला द्वारकेएवढीच सागराला भेटण्याचीही ओढ लागली होती.

सागर, समुद्र, रत्नाकर, कितीतरी नावांनी ओळखला जाणारा हा जलनिधी. आतापर्यंत नुसता कानांनीच ऐकला होता. मनातच कल्पिला होता. आम्हा विदर्भवासियांना सागरदर्शन तसे दुर्लभच! समुद्रमंथन, अगस्तीचे समुद्रप्राशन या कथा पुराणातच ऐकल्या होत्या; पण आता तर मी समुद्रातच राहायला जाणार होते, कायमची. माझ्या सुवर्णनगरीत. ही किमया माझ्या स्वामींनी केली होती. केवळ आपल्या प्रजेच्या सुरक्षिततेसाठी. माझा स्वामींविषयीचा आदर, प्रेम सारे माझ्या हृदयात उंचबळून वर येत होते. उद्धवभाऊजींचे लक्ष नाही, असे पाहून मी हळूच त्यांच्याकडे पाहिले. किती प्रसन्न दिसत होते. कसल्या तरी विचारात गढून गेले होते. त्यांच्याकडे सतत बघतच राहावे, असे वाटत असूनही मी दृष्टी खाली वळवली.

मी एकदम दचकले. कानांवरून कसला तरी प्रचंड आवाज घोंघावत होता. काही तरी एकांवर एक आपटल्याची मला मनात भीती वाटली. कसला आवाज हा? पुन्हा एखादे नवीन विघ्न तर समोर आडवे येत नाही ना? सम्राट जरासंध आणि शिशुपालांची वेगळी चाल तर नाही ना? माझे भय माझ्या मुद्रेवर प्रकट झाले असावे. उद्धवभाऊजी म्हणाले, "वहिनी, काय झालं? तुमची मुद्रा ही अशी का झाली?"

ते विचारत होते तोच पुन्हा तो रौद्र स्वरांचा आवाज आला. मी विचारले, "हा आवाज कशाचा? काहीतरी प्रचंड आपटल्यासारखा?"

दोघे भाऊ एकमेकांकडे बघून हसले. भाऊजी म्हणाले, "वहिनी, हा तर सागर लाटांचा आवाज! दर्याची गाज म्हणतात त्याला. इथं हा आवाज तर आपल्याला रात्रंदिवस साथ देतो. आपण आपल्या द्वारकेजवळ आल्याची ग्वाही देतोय तो! लवकर लवकर या. आम्ही तुमची वाट बघतोय. स्वागत करतोय. तुमच्या आगमनानं मला खूप खूप आनंद झालाय, असं सागर राजा जणू आपल्याला सुचवतोय. नव्या महाराणीचं पदप्रक्षालन करण्यासाठी मी आतुर झालोय. सज्ज झालोय असं जणू तो सांगतोय."

मी उद्धवभाऊजींकडे बघतच राहिले. किती छान बोलत होते ते! जणू स्वामींच्या मुरलीचे मधुर स्वरच! त्यांच्या बोलण्यामुळे माझ्या मनातील संभ्रम दूर झाला. मनात आले किती वेडी मी! पण वेडी तरी कशी म्हणू? मी आतापर्यंत कधी हा आवाज ऐकलाच नव्हता. तो भयंकर वाटणारा आवाज आता मलाही सुखकारक भासू

लागला, आपला वाटायला लागला, तो नाद आता गूढ साद घालू लागला. कानांत संगीतमय घुमू लागला. मी सरसावून बसले. द्वारकेच्या दर्शनाची उत्कंठेने वाट बघू लागले.

थोड्या वेळाने सागर लाटांच्या गाजेबरोबरच गर्दीचा कोलाहलही ऐकू येऊ लागला. स्वामींच्या, उद्धवभाऊजींच्या, बलरामदादांच्या नावाचा जयघोष ऐकू येऊ लागला. मी मनोमनी आणि अंगोपांगी थरारून उठले. शरीरावर रोमांच उभे राहिले. त्रिखंडात ज्या नगरीची सध्या कीर्ती दुमदुमत होती, ती सुवर्णद्वारका, आता माझी झाली होती. ती जवळ आली होती. दृष्टीच्या टप्प्यात आली होती. मी उत्सुकतेने आजूबाजूला बघत होते. तोच स्वामी म्हणाले, ''रुक्मिणी, ते बघ द्वारकेचे, पूर्वेचे महाद्वार दिसू लागले आहे. 'शुद्धाक्ष' महाद्वार.'' मी रथ-निडांत उभी राहून बघू लागले. डोळे दिपवणारे, लखलखीत, सुवर्ण महाद्वार बघून मी स्तिमित झाले. उद्धवभाऊजी त्या महाद्वाराविषयी मला माहिती देऊ लागले.

''वहिनी, महाद्वाराच्या कमानीवर दुरून दिसणारा हवेत पंख पसरून झेप घेणारा तो गरुड. त्याच्यावर असलेला आपला शुभ्र ध्वज, गरुड-ध्वज हे आपलं राजचिन्ह आहे.'' मी डोळे फाडून बघत होते. सुंदर नक्षीकाम केलेले प्रचंड महाद्वार होते ते. कुशल कारागिरीची, भक्कम मजबुतीची साक्ष देत ते महाद्वार सागरातील बेटावर उभे होते. भाऊजी पुढे म्हणाले, ''त्याच्या बाजूला चंद्राची प्रतिमा आहे. ते आपल्या यादव कुलाचं प्रतीक आहे. आपण सोमवंशी आहोत. सिंहाच्या प्रतिमा या यादव कुलाच्या पराक्रमाची प्रतीके आहेत.'' ते माहिती देत होते. मी कान देऊन ऐकत होते. समोर बघत होते. तोच आम्ही सागर किनाऱ्यापर्यंत केव्हा येऊन पोहोचलो ते कळलेही नाही.

तिथे प्रचंड जनसमुदाय जमला होता. जणू तोही एक जनसागरच! आता मात्र मी सावरून बसले. आता मी केवळ स्वामींची भार्या आणि उद्धवभाऊजींची वहिनी नव्हते; तर यादव कुलाची नववधू होते. पृथ्वीतलावरच्या हृदयसम्राटाची सम्राज्ञी होते. विदर्भराजाची राजकन्याही होते. त्या कुलाची कीर्तीही मला वृद्धिंगत करायची होती.

मी पाहिले, समुद्र किनाऱ्यावर, काही प्रचंड, काही लहान असंख्य नौका उभ्या होत्या. पानाफुलांनी त्या सुंदर सजवल्या होत्या. पौरजनही नटून-थटून आले होते. त्यांच्या मुद्रेवर आनंद, उत्साह, उत्कंठा ओसंडून वाहत होते. उत्स्फूर्तपणे ते यादवकुल, यादवकुलदेवता श्री इडादेवी, महाराज वसुदेव, महाराणी देवकीमाता, रोहिणीमाता, युवराज बलरामदादा, रेवतीदेवी, उद्धवभाऊजी सर्वांच्या नावांचा जयघोष करत होते. अत्युच्च आवाजांत जयजयकार होत होता तो स्वामींच्या नावाचा! माझा ऊर अभिमानाने भरून आला. स्वामी रथाखाली उतरले, पुन्हा

त्यांच्या नावाचा जयजयकार झाला. त्यांनी मला हात दिला. त्यांचा हात धरून मी रथाच्या खाली उतरले. क्षणात माझ्या नावाचा प्रचंड जयजयकार हवेत घुमला, 'महाराणी रुक्मिणीदेवी जयतु, जयतु' माझी काया थरारून उठली. हृदय भरून आले, डोळ्यांत आनंदाश्रू उभे राहिले.

श्रीकृष्णांची राणी होण्याचे माझे स्वप्न पूर्ण झाले होते. त्यामुळे मन तृप्त होते, समाधानी होते. त्या तृप्तीच्या लहरी हृदयात आनंद निर्माण करत होत्या. त्या नादातच मी स्वामींसह सजवलेल्या नौकेत कधी पाऊल टाकले, मऊ आसनावर त्यांच्याशेजारी केव्हा बसले ते कळलेही नाही. भानावर आले तेव्हा पाहिले आमच्या नौकेबरोबरच लहान-मोठ्या असंख्य नौका त्या 'शुद्धाक्ष' महाद्वाराकडे मार्गस्थ झाल्या होत्या. मी वर पाहिले. अथांग निळे आकाश पसरले होते आणि खाली नौकेच्या सभोवार अथांग निळे पाणी! मला खूप गंमत वाटली. माझ्या मनात काव्यपंक्ती उमलल्या.

*माझ्या द्वारका भूमीत*
*निळे नभ निळे पाणी!*
*इथे वृक्ष चैतन्याचे,*
*स्वर्गसुखाच्या त्या खाणी!*

त्या अथांग जलसागराला पाहून मी अवाक झाले. मनात आले तिसरा नीलवर्ण गुणसागर माझ्याशेजारी बसला आहे त्याचे काय? मनात विचार आला, अन् मी खुदकन हसले. मी त्या वरच्या आणि खालच्या सागराकडे डोळे भरून पाहू शकत होते; पण माझ्याशेजारच्या? तीव्र इच्छा असूनही जनलज्जेस्तव त्याच्याकडे दृष्टी टाकता येत नव्हती. कारण असंख्य दृष्टिक्षेप सध्या आम्हा दोघांकडे टाकले जात होते.

विचारांच्या आवर्तात नौका महाद्वारापाशी कधी पोहोचली ते कळलेही नाही. "चला महाराणी, आपल्या स्वागतासाठी कोण कोण आलंय ते बघा!" स्वामी कानात कुजबुजले. महाद्वारात आधी जलाने भरलेला सुवर्णकलश घेऊन पाच सुवासिनी उभ्या होत्या. त्यांच्यामागे सुवर्ण तबक घेऊन राजकुलातील एक अत्यंत सुंदर स्त्री उभी होती. त्या युवराज्ञी रेवतीताई असाव्यात. निरखून पाहिले तेव्हा दिसले. त्यांच्याजवळच बलरामदादा, उद्धवभाऊजीही उभे होते. आमच्या आधी त्वरेने जाऊन स्वागतासाठी हसतमुखाने तेथे उभे राहिले होते. त्यांच्यामागे दोन तपस्वी आणि इतर ज्येष्ठ मंडळी उभी होती. त्यामध्ये महाराज वसुदेव, देवकीमाता, रोहिणीमाता असाव्यात. अन्य सामंतमंडळी, मानाप्रमाणे उभी होती. आता माझा

सर्वांशी परिचय होणार होताच! आता हेच माझं जग, हेच माझे माता-पिता, माझे पौरजन होते आणि मी त्यांची होते. तो विश्वास त्यांच्या मनात निर्माण करणे हे माझे आद्यकर्तव्य होते.

आम्ही महाद्वाराच्या पायऱ्या चढून वर आलो. आधी पाच सुवासिनींनी त्यांच्या कलशातील जलाने आमचे पदप्रक्षालन केले. नंतर रेवतीताईंनी मला आणि स्वामींना औक्षण केले. त्या स्वामींच्या कानात काहीतरी कुजबुजल्या. ते मधुर हसले. त्यानंतर एकवीस सुवासिनींनी औक्षण केले. त्या वेळी महाद्वाराच्या कमानीच्या गवाक्षातूनच पुष्पवृष्टी होत होती. संपूर्ण परिसर मंगलवाद्यांच्या गजराने, मंगलमय झाला होता. स्वामींनी सर्वांशी ओळख करून दिली. आम्ही दोघांनी सर्वांना पदस्पर्श करून वंदन केले. देवकीमातेने माझे मुख वर उचलून म्हटले, ''मुली, तुझ्या आगमनाने या राजद्वीपाची उत्कंठा पूर्ण झाली. श्रीकृष्णांची महाराणी कोण? सर्वांनाच प्रश्न पडला होता. ते उत्तर मिळाले. सुकन्ये, मला आणि रोहिणीला तू केवळ सासू समजू नकोस, तर माता समज. आम्हाला रेवतीच्या आणि तुझ्या रूपाने दोन कन्याच मिळाल्या आहेत.'' मला माझ्या गातेची आठवण झाली. मी नकळत त्यांच्या कुशीत शिरले. त्यांनी माझ्या पाठीवर थोपटले. रेवतीताईंकडे वळून त्या म्हणाल्या, ''युवराज्ञी, हिला विश्रामकक्षात घेऊन जा. विश्राम घ्या. दीर्घ प्रवासानं थकला आहात. विश्राम करा. उदईक विवाहाचा मंगल विधी संपन्न होणार आहे. द्वारका त्यासाठी सज्ज झाली आहे.'' आम्ही तिथं उपस्थित असलेल्या गुरुवर्यांना, आप्तांना मानाप्रमाणे वंदन केले. रेवतीताईंनी मला विश्रामकक्षात नेले. त्या मऊ शय्येवर मनाच्या असीम तृप्तीत मी, निद्रादेवीच्या कुशीत कधी शिरले, ते कळलेही नाही.

प्रभातीचा पहिला प्रहर असावा. जाग आली ती मंगलवाद्यांच्या मधुर सुरांनी. मला जाग आलेली बघताच, माझ्या हालचालीची जाणीव होताच दोन दासी धावतच माझ्या मंचकापाशी आल्या. मी उठून बसले. त्यांनी मला प्रणाम केला. खाली मान तुकवून उभ्या राहिल्या, म्हणाल्या, ''देवी, आज्ञा करावी!''

मला कळेचना, आता पुढे काय करावे? मीच कुणाच्या तरी आज्ञेची वाट बघत होते. इथल्या प्रथा, रूढी काहीच कल्पना नव्हती. आज आमचा विधिवत विवाह थाटात संपन्न होणार होता. आम्ही येण्याआधीच संपूर्ण सज्जता झाली होती. देशोदेशीचे सम्राट, त्यांचे प्रतिनिधी अमूल्य भेटी घेऊन उपस्थित होते.

पौरजनांच्या उत्साहाला तर सीमा नव्हती. गेले तीन दिवस नगर, गुढ्या, तोरणे, रंगावल्या, पणत्यांची आरास यांनी नुसते सजले होते. लहान-थोर मंडळी, नवनवीन वस्त्रे, मनोहारी अलंकारांनी नटली होती. सर्वांच्या आनंदाला उधाण आले

होते. हा विवाह समारंभ आणखी चार दिवस म्हणजे एकूण सप्ताहभर चालणार होता. हे सारे वर्णन रेवतीताईंनी माझ्याजवळ केले होते. मला सारे स्वप्नवत भासत होते. मी भारावल्यासारखी वावरत होते.

मी विचारात गढले असताना रेवतीताई आणि माझ्या नात्यातील काही तरुण स्त्रिया उत्साहाने हसत-बोलत आल्या, "अगं उठलीस का? त्वरेनं आन्हिकं उरक. हरिद्रालेपनापासून सारे विधी करायचे आहेत. आमच्या श्रीकृष्णभाऊजींचे सारे विधी करायचे आहेत. आमच्या श्रीकृष्णभाऊजींची सारीच घाई. बघ बाई रुक्मिणी, सांभाळ हो, इकडून तिकडं वाहणारा नुसता वायू आहेत वायू!" त्या थट्टेने आणखी काहीतरी बोलत होत्या; पण माझे तिकडे लक्ष नव्हते. मला आठवत होता तो माझ्या पूर्वीच्या, आताच्या स्वयंवर आयोजनाच्या आधी झालेला माझा हरिद्रालेपन विधी. माझी माता, माझ्या प्रिय सख्या, माझ्या डोळ्यांत नकळत अश्रू उभे राहिले.

रेवतीताई माझ्याजवळ आल्या. माझे अश्रू पुसून म्हणाल्या, "अगं वेडी की काय तू, थट्टा केली मी तुझी." माझी हनुवटी वर करत म्हणाल्या "ए रुक्मिणी, माझ्याकडे बघ, मी काय सांगते ते ऐक. तू फार भाग्यवान आहेस रुक्मिणी. श्रीकृष्णभाऊजींसारखा पती मिळणं म्हणजे सात जन्माचं पुण्य! अगं, त्रिखंडाची महाराणी झालीस तू. आपल्या घरची थोरली, धाकली, सारीच मंडळी खूप प्रेमळ आहेत. तुला माहेरची आठवणसुद्धा होणार नाही. स्वत: पत्र पाठवून माझ्या भाऊजींना वश करणारी, धैर्यवान राजकन्या तू! एवढ्याशा थट्टेनं भयभीत झालीस! चल, त्वरा कर. आधी थोरल्या माता, तात साऱ्यांना वंदन करू या."

मी त्वरेने उठून रेवतीताईंना वंदन केले. मी त्यांना म्हणाले, "तुमचा गैरसमज होतो आहे. मी तुम्ही केलेल्या थट्टेनं नाही बावरले. मला माझ्या प्रिय सख्यांची, मातेची आठवण झाली."

त्या मला जवळ घेऊन म्हणाल्या, "तुला इथं साऱ्यांचं भरभरून प्रेम मिळेल. थोरल्या माता, धाकल्या माता आपल्याला कन्याच मानतात. वसुदेव बाबाही पित्याप्रमाणं प्रेम देतात. मला तर तुझी, भगिनी, सखी, हवी ते समज. चल आता त्वरा कर! मुहूर्ताच्या वेळेपर्यंत, आधीचे विधी पार पाडायला हवेत."

त्यानंतर माझा ताबा त्या युवतींनी घेतला. मंत्रानं भारावलेल्या व्यक्तीप्रमाणे मी त्या सांगतील ते करत गेले. आता माझ्या अंत:करणात, मनाच्या गाभाऱ्यात फक्त एकच मूर्ती होती. ती म्हणजे माझे स्वामी, प्रत्यक्ष श्रीकृष्ण. माझे माझ्या इच्छेनुसार हरण झाल्यामुळे मी त्यांची जगन्मान्य पत्नी तर झालेच होते. आता विवाह विधीमुळे धर्मशास्त्रानुसार, कुलाचारानुसार, पत्निपदाला विधिवत मान्यता मिळणार होती.

मंगल विधी सुरू होते. सुवासिक जलाने, सुस्नात होऊन बहुमूल्य रेशमी वस्त्रे,

सुवर्ण, रत्न, मौक्तिक अलंकार ल्यालेली मी, दर्पणात बघताना माझी मलाच वेगळी भासत होते. समोर उभी असलेली युवती आता प्रत्यक्ष श्रीकृष्णांची स्वामिनी होती. ते कोणत्याही पदाचे अधिकारी नसून सर्वेसर्वा होते. तेच स्थान मलाही माझ्या कर्तृत्वाने राजकुलात, जनमानसात निर्माण करायचे होते.

सर्व विवाहविधी थाटामाटात संपन्न झाले. आमच्या या विवाहसोहळ्याची वर्णने अनेक वर्षे, प्रजाजनांच्या मुखातून बाहेर पडत होती. देशोदेशीच्या दूतांनी ती त्यांच्या राज्यात वर्णिली होती. देशोदेशीच्या भाटांनी त्यांच्या राजसभेत गायिली होती. लाज्याहोम, सप्तपदी, एकेक विवाह विधी संपन्न होत होता. सप्तपदीच्या प्रत्येक पावलागणिक मी मनाने स्वामींच्या जवळ जात होते. सातव्या पावलाच्या वेळी तर मला वाटले मी माझी उरलेच नाही. मी त्यांच्या हृदयात समर्पित झाले. त्यांचा माझा श्वास एकाच हृदयातून होत आहे. हृदयाची स्पंदने एकच आहेत. हा विधी करताना माझा हात त्यांच्या हातांत होता. आजूबाजूच्या लोकांसमोर दृष्टी वर करून त्यांच्याकडे बघण्याचे धैर्य तर माझ्यात नव्हते. माझ्या भावना स्वामींनी ओळखल्या असाव्यात. त्यांनी माझा हात दाबून मला आश्वासक स्पर्शाने, माझ्या संवेदना त्यांनी ओळखल्या आहेत, अशी जाणीव करून दिली. कल्पनेनेच त्यांच्या नेत्रांतले आश्वासक भाव आणि चेहऱ्यावरचे आश्वासक हसू मी वाचू शकले. पुढल्या जीवनप्रवासात आम्हाला हेच करायचे नव्हते का? पती-पत्नीना सतत एकमेकांची मने समजून घेता आली पाहिजेत. न बोलता, न सांगता वाचता आली पाहिजेत, तरच त्यांचे जीवन सुखी होते, यशस्वी होते. जीवनात एक सूर, एक ताल हवा, तर जीवनाचे संगीत मधुर होते आणि स्वामींचे तर सारेच मधुर होते. विवाह विधीच्या सोपस्काराबरोबरच माझे विचारमंथनही वेगाने सुरू होते. विवाह विधीची सांगता झाली. आता कुलदेवतेच्या दर्शनाला जायचे होते. 'श्री इडादेवी' ही या यादवकुलाची कुलदेवता. माझ्या यादवकुलाची कुलदेवता. 'माझ्या' या शब्दांच्या जाणिवेने माझ्या अंत:करणात चैतन्याच्या ऊर्मी उचंबळल्या. माझ्या हृदयात माझ्या माहेरच्या श्रीअंबिकेचे जे श्रद्धास्थान होते; तीच श्रद्धा, तोच दृढविश्वास या आदिशक्तीच्या रूपाबद्दल मनात निर्माण झाला, रुजला. मला तिच्या दर्शनाची विलक्षण ओढ लागली.

सुरेख सजविलेल्या आमच्या गरुडध्वज रथात आम्ही आसनस्थ झालो. वाजतगाजत या सुवर्णराजनगरीच्या प्रमुख पदपथांवरून आमचा रथ, प्रजाजनांचे उत्स्फूर्त जयजयकार आणि पुष्पवृष्टींच्या आनंदोत्सवात इडामातेच्या मंदिरात कधी येऊन पोहोचला ते कळलेही नाही.

मंदिराच्या विशाल प्रवेशद्वारातून स्वामींच्या मागोमाग भव्य सभागृहात मी प्रवेश केला. अनेक स्तंभ, त्यावरचे कोरीव नक्षीकाम, सर्वत्र सुवर्णाचा लखलखाट–

माझी दृष्टी ठरत नव्हती; पण मला खरी ओढ लागली होती, ती गर्भगृहात जाण्याची, त्या आदिमायेला डोळा भरून बघण्याची. तिच्या चरणांवर मस्तक ठेवून मनोमनी तिचे आशीर्वाद मागण्याची. स्वामींपर्यंत पोहोचण्यासाठी तिनेच मला मार्ग नव्हता का दाखवला? तिच्याच मंदिरापासून या मंदिरापर्यंतची वाट तिनेच नव्हती का रेखून दिली? पत्र लिहिण्यापासून ते स्वामींच्या हातात हात देईपर्यंतचा प्रवास करण्याचे धैर्य तिनेच नाही का मला दिले? माझ्या शुद्धमती मातेच्या रूपाने मानसिक शक्ती तिनेच नाही का मला दिली? मला तर धावत जाऊन तिचे चरण धरावेसे वाटत होते. माझ्या मातेला माझे कुशल वर्तमान सांग. माझ्या दोन्ही कुलांवर अशीच कृपादृष्टी ठेव, असे सांगावेसे वाटत होते; पण धावत जाणे कसे शक्य होते? इथे मी अवखळ राजकन्या नव्हते; तर द्वारकाधीशांची महाराणी होते. त्या पदाला साजेसा भारदस्तपणाचा आव आणणे मला भाग होते. महाराणीचा भारदस्तपणा? मला मनात खुदकन हसू आले. कालपर्यंत कौंडिण्यपुरात, आमच्या वाटिकेत मुक्तपणे विहार करणारी राजकन्या आज 'महाराणी'ची बंधने ल्यायली होती.

माझ्या बदललेल्या भूमिकेच्या विचारांच्या तंद्रीतच मी स्वामींच्या मागोमाग गाभाऱ्यात पाऊल टाकले. समोर साक्षात आदिमाया, अष्टभुजा, इडादेवी उभी होती. एकाच वेळी अपार मायेचे आणि दिव्य चैतन्याचे किरण तिच्या दिव्य नेत्रातून बाहेर पडून माझ्या आणि स्वामींच्या कायेवर वर्षाव करत आहेत असा भास मला झाला. मी अपार भक्तीने डोळे मिटून घेतले. माझ्या हृदयात नकळतच, शब्द उमटू लागले–

*सर्व मंगल मांगल्ये,*
*शिवे सर्वार्थ साधिके ।*
*शरण्ये त्र्यंबके गौरी,*
*नारायणी नमस्तुते ॥*

माझ्या नजरेसमोर त्या मूर्तीत एकाच वेळी दोन रूपे दिसत होती. कधी श्रीइडामाता, तर कधी कौंडिण्यपूरची अंबामाता. जणू सांगत होती, मी आणि ती एकच आहोत. चिंता करू नकोस. मी तुझ्या पाठीशी आहे. मी मनोमन तिला प्रार्थना करत होते. 'माते, माझे मनोरथ पूर्ण करण्यास, माझे सर्वस्व, मला मिळवून देण्यात सर्वत्र तुझ्याच कृपेचा, तुझ्याच आशीर्वादाचा, वरदहस्त साहाय्यभूत ठरत आहे. तोच वरदहस्त माझ्या मस्तकावर राहू दे. ही स्वामींच्या महाराणींची माझी भूमिका यशस्वीपणे पार पडू दे. हे कार्य फार मोठे आहे ही जाणीव मला आहे; पण माते, तुझी कृपादृष्टी माझ्यावर आहे. या निष्ठेने मी चिंतामुक्त आहे. तुझ्याच

प्रेरणेने मी प्रत्येक कर्म करणार आहे. तुझीच इच्छा म्हणून माझे भागधेय स्वीकारणार आहे. माते, यश दे, मला यश दे!' त्याच क्षणी माझ्या कानावर शब्द पडले, "महाराणी, कुलाचाराचे विधी पार पाडता आहात ना?"

मी चमकून डोळे उघडले. स्वामींकडे पाहिले. ते हसत होते. म्हणाले, "आचार्य, विधी सुरू करा." मंत्रोच्चाराच्या गजरात पूजेचे विधी सुरू झाले. महावस्त्र आणि पाच फळांसह देवीची ओटी भरली. तीर्थप्रसाद ग्रहण केला. आचार्यांना वंदन केले.

पूजाविधी पूर्ण झाले. गरुडध्वज रथ थोरांचे आशीर्वाद घेण्यासाठी राजप्रासादाकडे धावू लागला. माझा मनोरथही त्याच वेगाने धावू लागला. द्वारकाधीशाच्या महाराणी पदाच्या कर्तव्याकडे!

# तीन

दोन मास किती त्वरेने सरले ते कळलेही नाही. माझे स्वयंवर निश्चित केलेल्या दिवसापासून आजपर्यंतच्या घटना मी आठवत होते. श्री अंबामातेच्या कृपेने, प्रेरणेने श्रीकृष्णांना लिहिलेले प्रेमपत्र, माझ्या मातेची, सुदेवकाकांची अनमोल साथ, श्रीकृष्णांनी दिलेला प्रतिसाद, स्वामींनी केलेले माझे हरण, रुक्मीदादा आणि स्वामी यांच्यातले गदा आणि खड्गयुद्ध, दादाला दिलेले प्राणदान, आमचे द्वारकेत आगमन, प्रजाजनांनी केलेले अभूतपूर्व स्वागत, दाही दिशांना गाजेल असा अप्रतिम विवाहसोहळा आणि आजचे माझे राणीद्वीपावर प्रस्थान. खरेच, स्वप्नवत, वायुवेगाने घडल्या या घटना.

आज मी माझ्या भूमिकेत थोडी स्थिरावले. आज खरा निवांत वेळ मिळाला. आज प्रभातसमयी मी आणि स्वामींनी या द्वीपावर प्रवेश केला. युवराज्ञी रेवतीताई, आणि काही यादवकुलीन सुवासिनींनी औक्षण करून आमचे स्वागत केले. तिथल्या एका सुंदर प्रासादात आम्ही पाऊल टाकले. आम्हाला तिथे सोडून रेवतीताई त्यांची मुले, त्यांच्या प्रासादात आणि दासदासी बाहेर निघून गेले.

तिथे उरलो फक्त मी आणि स्वामी. त्या भव्य सुंदर प्रासादाच्या प्रवेशद्वारात उभे राहून मिस्किल हास्य करत नाटकी स्वरात ते म्हणाले, "यावे महाराणी, रुक्मिणी प्रासादात आपले स्वागत असो." मी लाजले, तरीही धीर करून म्हणाले, "या प्रासादाला फक्त माझं नाव का बरं? हा आपल्या दोघांचा आहे ना?" ते त्याच थट्टेच्या आवाजात म्हणाले, "हे राणीद्वीप आहे, महाराणी. काही विशिष्ट हेतूनं या द्वीपाची निर्मिती केली गेली आहे. इथं सत्ता फक्त राण्यांची. त्यांच्या दासींची. अनिर्बंध सत्ता. अर्थात, पुरुषांना प्रवेश राण्यांनी अनुमती दिल्यावरच. असत्य वाटत असेल तर विचार रेवतीवहिनींना, दादांना इथं येण्यासाठी त्यांची अनुज्ञा घ्यावी लागते की नाही?"

"अस्सं! मग मी तुम्हाला अनंत काळासाठी प्रवेश अनुज्ञापत्र देऊन टाकते," मी हसत म्हणाले!

मला माझा प्रासाद खूपच आवडला. त्याची रचना अशी होती, की वरच्या सर्व कक्षांमधून, सौंधावरून सागरदर्शन होत असे. शांत सागर, खळाळणारा सागर, चांदण्यात, उन्हात चमचमणारा सागर, कधीकधी रौद्ररूप धारण करून खवळणारा सागर, पुढे पुढे तर मला सागरात आणि माझ्या स्वामीत– नीलवर्णी श्रीकृष्णात खूपच साम्य दिसू लागले. दोघांचाही नीलवर्ण. स्वामीही नेहमी सागराप्रमाणे शांत, तरीही स्वभावात सतत खळाळणारा खोडकरपणा. सतत तेजाने, झळकणारे व्यक्तिमत्त्व; तर कालिया, कालयवन या दुष्टांचा संहार करणारे रौद्ररूप, दोहोंमध्येही दुसऱ्यांना मोहून टाकण्याची अमोघ शक्ती! मी मास न् मास एकटी असले की स्वामींच्या रूपात त्याला कल्पून मनाशी हितगुज करत असे.

प्रारंभीचे ते दिवस. फार सुखाचे दिवस होते ते. नव्या जगाशी, नव्या, जीवनाशी परिचय होत होता. बालपणापासून ज्यांना अंत:करणात सतत, ध्यानी, मनी, स्वप्नी जपले होते, त्यांचा मधुर सहवास होता. घरातील ज्येष्ठ मंडळींच्या सेवेचे भाग्य आणि त्यांच्या नजरेतील कौतुक, मनाला कृतार्थ करत होते. रेवतीताई ही मैत्रिणीसारखी जाऊ होती. त्यांची मुले निशठ आणि उल्मुक, धाकली नणंद सुभद्रा यांचा चिवचिवाट राणीद्वीपाला सतत जागे ठेवत होता. बलरामदादा आणि उद्धवभाऊजी बंधूंसारखे भासत होते. प्रजाजनांच्या नेत्रांत नव्या महाराणींचे कौतुक मावत नव्हते. सध्या रुक्मिणीराणी, म्हणजेच मी, द्वारकावासीयांच्या बोलण्याचा कौतुकाचा विषय आहे हे मला स्वामींकडून, रेवतीवहिनींकडून कळत होते. माझा ताम्रगौर वर्ग, माझा केशकलाप, माझे नेत्र, चाफेकळीसारखे नाक, माझी शालीनता... नवयुवती तर या माझ्या वैशिष्ट्यांची चर्चा करताना थकत नव्हत्या. स्वामी थट्टेने म्हणत, "तू आलीस आणि मी मागे पडलो."

मी त्यांना म्हणाले, "तुमची पत्नी म्हणून माझे हे सारे कौतुक. श्रीकृष्णांची महाराणी हे माझं भाग्य. माझं वेगळं अस्तित्व कुणालाही मान्य होणार नाही, अगदी मलासुद्धा."

असे संवाद सतत आमच्यामध्ये चालत. त्याचा शेवटही ठरलेला असे. माझे संवादकौशल्य ते मान्य करून टाकत; पण खरेच सांगते, मी बोललेला शब्द न् शब्द खराच होता. मला स्वतंत्र अस्तित्व कुठे उरले होते? माझ्या आयुष्याचा कण न् कण माझे स्वामी आणि त्यांच्याशी जोडलेल्या नात्याशी, कर्तव्यात, कर्मात मी वेचत होते. शरीर आणि मन दोन्हीही त्याभोवतीच फिरत होते.

ब्रह्ममुहूर्तावरच द्वीप जागे होत असे. वेदातील उषेच्या ऋचा, मंगल वाद्यांच्या मधुर नादांसमवेत गायिल्या जात. सारे द्वीप प्रसन्न वातावरणात जागे होई. मला

प्रत्येक प्रभात, प्रसन्न मनाने, नित्य नूतन भासे. मन आणि शरीर उत्फुल्ल होत असे. आम्ही दोघेही भूमातेला वंदन करून मंचकावरून उतरून तिला स्पर्श करत असू.

समुद्रवसने देवी,
पर्वत स्तनमंडले ।
विष्णुपत्नी नमस्तुभ्यम्
पादस्पर्शं क्षमस्वमे ॥

मला माझ्या प्रात:आन्हिकांबरोबर, स्वामींच्या नित्यकर्माची तयारी करायची असे! दासदासी सेवेला असतच! पण मी स्वत: तत्परतेने लक्ष पुरवत असे. त्यांचे सुगंधित उटणे लावून, सुगंधित जलाने स्नान होत असे. त्याला खरोखरच 'मंगल स्नान' हेच नाव योग्य असे. त्या नीलवर्ण सुस्नात कायेला अमाप आकाशाची उपमा द्यावी की अथांग सागराची, काही कळतच नसे! कधीकधी मला वाटे, माझी कांतीही अशीच नीलवर्ण असती तर? त्याच वेळी मनात येई, नको, ती फक्त त्यांनाच शोभते. त्यांचे गोरस प्राशन झाल्यानंतर मी माझ्या नित्यकर्मांकडे वळत असे. आम्ही दोघे, बलरामदादा, रेवतीताई, सारे सज्ज झाल्यावर दानवेदीकडे जात असू. तेथे गोरगरीब, अनाथ, कलाकार, विद्वान यांना गरजेप्रमाणे दान करण्यात येत असे. उद्धवदादाही तेथे हजर असत.

त्यानंतर आम्ही आमच्या मुख्य द्वीपावर, सुधर्मा राजसभेत जात असू. काही विशेष सणवार, किंवा समारंभाची सिद्धता करावयाची असेल तर मी आणि रेवतीताई आमच्या मूळ द्वीपावरच राहत असू.

सुधर्मा राजसभेत जाण्याआधी, आम्ही तिथल्या मुख्य राज प्रासादात जाऊन थोरले पिताश्री, देवकीमाता, रोहिणीमाता यांना वंदन करून, श्री इडामातेचे दर्शन घेत असू. राजसभेत अनेक विषयांवर चर्चा होई. निर्णय घेतले जात. महत्त्वाच्या योजना ठरविल्या जात. महामंत्री, मंत्री, सेनापती, साऱ्यांनाच आपली मते प्रकट करण्याचे पूर्ण स्वातंत्र्य होते.

मी राजसभेतल्या या घडामोडी पूर्णपणे लक्ष देऊन ऐकत असे. त्यामुळे द्वारकेच्या राजकारणातल्या आणि राज्यकारभारातल्या अनेक घटनांची, योजनांची माहिती होई. राजसभेत महाराणी, युवराज्ञी यांना स्थान देण्यात, त्यांनाही राज्यकारभाराविषयी माहिती असावी हा तर हेतू नसेल? त्या वेळी आम्ही राजस्त्रिया आपली मते मांडत नसू; पण प्रासादात आल्यावर आमच्या कक्षात मात्र स्वामींबरोबर काही गोष्टींवर चर्चा करता येई. मतेही मांडता येत. आमच्या मतांचा आदरही केला जाई.

कधीकधी स्वामी म्हणत, "रुक्मिणी, राजस्त्रियांना राजकारण, राज्यकारभार,

समजायलाच हवा, कारण युद्धासाठी किंवा दुसऱ्या काही कारणांसाठी राजपुरुषांना अनेक मास स्वत:च्या राज्याबाहेर राहावे लागते. या वेळी इथे कधीकधी अचानक असे पेचप्रसंग उद्भवतात, की राजस्त्रियांनाही तत्काळ निर्णय घ्यावे लागतात. त्यावेळी त्यांची, त्यांच्या बुद्धिमत्तेची, निर्णयशक्तीची परीक्षा असते; पण तू या परीक्षेत निश्चित यशस्वी होशील, याविषयी मला तिळमात्रही शंका नाही. तू मला लिहिलेल्या त्या पत्रातूनच या वैदर्भीय राजकन्येच्या बुद्धिमत्तेची साक्ष मला पटलेली आहे.''

माझ्या मनात येई, खरेच महाराणी होणे सोपे नाही; पण पूर्वीही एवढ्या लहान वयात आपण काही कठीण निर्णय घेतलेच की! त्यामागे श्रीजगदंबेची कृपा मानली. आताही श्री इडादेवीच्या आशीर्वादाने प्रेरणा मिळेलच, या विचारांनी मन शांत होई.

रोजच्या नैमित्तिक कार्यात दिवस कसे सरत होते, ते कळतही नव्हते. दिवसभरात काही निवांत क्षण वाट्याला आले की मी माझ्या कक्षातून सागराकडे बघत असे. मला त्या उन्हात चमचमणाऱ्या जललाटांकडे बघत बसायला फार फार आवडे. कधीकधी स्वामी थट्टेने म्हणतही असत, ''रुक्मिणी, आजकाल मला या सागराचा फार हेवा वाटायला लागला आहे.''

''का?'' मी विचारत असे.

''त्याच्याकडे बघताना तू सारे जग विसरतेस! अगदी मलाही! त्याच्याविषयी करतेस तेवढा विचार माझ्याविषयी केलास तर हा पामर धन्य होईल,'' ते त्यांच्या मिश्कील मुद्रेने म्हणत.

मी लज्जेने चूर होई. 'मी त्या अथांग नीलवर्ण जलनिधीत तुमचीच विविध रूपे बघते.' हे शब्द ओठांवर येत पण बाहेर पडत नसत. मी काहीतरी कारण काढून तिथून निघून जात असे.

कधीकधी मी, रेवतीताई, सुभद्राही सागरकिनाऱ्यावर जात असू. सुभद्रेचे निरागस बोल, तिचे त्या वालुकेत खेळणे मला आणि रेवतीताईंना सुखावून जाई. निशठ आणि उल्मुक ही त्यांची मुले जर बरोबर असली तर त्या तिघांच्या बाललीलांना उधाण येई. त्यांच्याबरोबर आम्ही दोघीही तो बालआनंद लुटत असू.

माझ्या मनात एक तीव्र इच्छा सतत डोकावत असे. ती अशी, की स्वामींबरोबर पौर्णिमेच्या रात्री सागरकिनाऱ्यावर जावे. दोन चंद्ररूपे त्या सागराच्या साक्षीने एकदमच मनात साठवावीत. मला कौंडिण्यपूरला चंद्राच्या प्रतिबिंबात माझ्या या चांद्रवंशीय मनमोहनाचे विलोभनीय दर्शन झाले होते. त्यामुळे मला चंद्र हा जिवलग सखा, बंधू भासत होता. दोन जिवलगांच्या संगतीत एक घटिका तरी घालवायची होती; पण हे कसे साध्य होणार? कधी ते अमोल क्षण माझ्या जीवनात येणार? मी आतुरतेने वाट बघत होते.

ते अनमोल क्षण अनपेक्षितरीत्या माझ्या वाट्याला आले. ते घडले असे; त्या दिवशी माघी पुनव होती. मी आणि स्वामी माझ्या प्रासादाच्या सौधावर उभे होतो. समोरच सागराच्या लाटा उसळत होत्या. भरतीच्या लाटांप्रमाणे माझ्या मनीची इच्छाही उसळ्या मारत होती. सागराच्या गाजेप्रमाणे त्या इच्छेचा तीव्र नाद माझ्या हृदयात झंकार उत्पन्न करत होता. 'माझे वाटणे' एवढे तीव्र होते की समभावनेच्या प्रत्ययाने ते स्वामींच्या हृदयात जाऊन पोहोचले. ते मला म्हणाले, "चल रुक्मिणी, आपण सागरकिनाऱ्यावर जाऊ या."

मी आनंदाने रोमारोमात मोहरले. मला काय बोलावे तेच कळेना. माझा आनंद हृदयात मावेना. माझ्या मुखातून फक्त एकच शब्द उमटला, "खरंच?"

"खरंच जाऊ या! आपला गरुडध्वज घेऊन दूरवर निवांत स्थानी जाऊ." स्वामींच्या खास लाडक्या शुभ्र अश्वांचा आमचा सुवर्ण गरुडध्वज पश्चिमेस ऐंद्र द्वारातून वेगाने दौडत निघाला. चांदण्यात चमकणारा, वेगाने धावणारा गरुडध्वज विलोभनीय भासत होता.

भारावलेल्या मनाच्या अवस्थेतच चमचमणाऱ्या वालुकामय किनाऱ्यावर येऊन पोहोचलो. मला मनाशी खुदकन हसू आले. विचार आला, साराच मनोहर लखलखाट. खाली ही वालुकामय धरा, हा जलसागर. वर हा गगनातला सुधांशु, त्याचे बरसणारे चांदणे. तारकांचा नभातला सागर आणि माझ्यासमोर बसणारे माझे तेज:पुंज स्वामी आणि मी. माझ्या सौंदर्याचं तेज यांच्याशी स्पर्धा करू शकेल का?

"रुक्मिणी, तुझ्यात आणि या चांदण्याच्या सहस्त्रधारांत विलक्षण साम्य आहे." स्वामी माझ्याकडे बघत म्हणाले.

यांनी समोरच्या व्यक्तीच्या मनातले विचार समजण्याची विद्या अवगत केली की काय, अशी शंका येऊन मी विचारले, "कोणतं साम्य?"

"तुझ्या सौंदर्याचं तेज चंद्रकिरणांसारखं शीतल, वागण्यातलं माधुर्य, सुधेसारखंच, अमृताप्रमाणं मधुर!" एकीकडे त्यांचे शब्द, त्यांचा आवाज मुरलीस्वरांसारखा मंजूळ भासत होता, तर दुसरीकडे लज्जेने चूर होऊन ओठातून शब्दही उमटत नव्हते. अखेर विषय बदलावा या हेतूने मी म्हणाले, "स्वामी, नेहमी उच्च आसनावर बसणारे द्वारकाधीश तुम्ही, असं वालुकामय धरेवर खाली बसताना कसं वाटतंय?"

"चुकतेस तू रुक्मिणी. विवाहाआधी एकुलती एक राजकन्या म्हणून, आता साऱ्या यादवांनी एकमुखानं मान्य केलेली द्वारकाधीशाची महाराणी म्हणून तुलाच खाली बसण्याची सवय नसेल. मी तर काय बोलून-चालून गुराखी, जन्मजात गवळ्याचं पोर म्हणून बालपण गेलं माझं, रानावनात गाई-गुरं चारण्यात, यमुनेत मनसोक्त डुंबण्यात. वनात गोपालकाला करायचो आणि तो पळशांच्या पानांच्या

द्रोणात मनसोक्त खायचो ते खाली बसूनच. खेळून दमलो, की खूप भूक लागायची. मग आम्ही गोपाल शिदोऱ्या उघडून अंगतपंगत करत भरपूर उदरपूजा करायचो. आपोआप मनसोक्त निद्रेच्या कुशीत शिरायचो ते या धरतीमातेच्याच. तिच्या मांडीवर मनसोक्त खेळलोय. खरं सांगू रुक्मिणी, बालपणातलं ते सवंगड्यांबरोबर मुक्तपणे क्रीडा करणे, त्या सुखाची सर दुसऱ्या कुठल्याच सुखाला येणार नाही. अहाहा! किती सुखाचे दिवस होते ते! नंदबाबा, यशोदामाता, गोपिका, गोपाल, आमचं गोकुळ, वृंदावन...'' बोलताबोलता ते नि:शब्द झाले. त्या जगात शिरले. ती सागराची गाज, ते पिठूर चांदणं, ते बालपणात हरवलेले स्वामी, एक वेगळीच अनुभूती मनाला स्पर्श करत होती.

त्याच नादात मी त्यांना म्हणाले, ''मी तुमच्या बाललीलांचं वर्णन राजसभेत येणाऱ्या देशोदेशींच्या दूतांकडून, भाटांकडून सतत ऐकत होते. त्या वयात मीसुद्धा कधी स्वप्नांत, तर कधी मनातल्या मनात तुमच्याबरोबर गोपगोपिकांबरोबर मनसोक्त खेळले आहे. तुमचा वेष, गोपालकाला, मोरपीस, दहीदूध चोरीच्या खोड्या, कालियामर्दन, सारं सारं माझ्या मनानं अनुभवलं आहे. त्या बालवयापासूनच माझ्या मनावर तुमचं साम्राज्य आहे.''

''तेव्हा मी तुझ्या मनावर साम्राज्य गाजवलं असेल, पण आता मात्र माझ्या मनावर, तनावर, प्रत्येक क्षणावर तुझंच साम्राज्य आहे. तुझी प्रत्येक आज्ञा मी मानतो, होय ना?'' ते हसत पुढे म्हणाले, ''रुक्मिणी, त्या वेळी मनातल्या मनात तू माझ्याशी, गोपिकांशी मन:पूत खेळली असशील; पण आता तुला खरोखर आमच्याबरोबर खेळायचं आहे. रासक्रीडा करायची आहे. द्वारकेत वर्षाकाठी दोन वेळा रासक्रीडेचा आनंद घेतला जातो, कोजागर्ती पौर्णिमेला आणि माझ्या जन्मदिनी!''

''मला कुठं येतेय रासक्रीडा? मनातल्या मनात खेळणं सोपं आहे हो! आमच्या विदर्भ देशात, कौंडिण्यपूरला असले उत्सव साजरे करण्याची परंपरा नव्हती. त्यातून मी तर राजकन्या, माझ्यावर तर अनेक बंधनं होती. आमच्या राजवाटिकांमध्ये माझ्या सख्यांबरोबर बालपणी केलेल्या बालक्रीडा, जाणत्या वयात केलेला विहार, त्या समयीही दूर अंतरावरून का होईना सुरक्षा रक्षकांची आमच्यावर नजर असायचीच. कारण पृथ्वीवरच्या सम्राटांची राजनीती. आम्ही राजकन्या म्हणजे राजघराण्यांशी सोयरीक जोडण्याचं साधन. तो संबंध जोडायचा कधी सरळ मार्गानं, तर कधी धाक दाखवून, तर कधी कपटानं.'' मला जरासंध आणि शिशुपालाची आठवण झाली.

माझे बोलणे ऐकून स्वामी काही क्षण गंभीर झाले. त्यांची मुद्रा विचारमग्न झाली. काही क्षणातच ते सावरले. पुन्हा तेच मधुर हास्य त्यांच्या मुद्रेवर प्रतिबिंबित झाले. ते हसत म्हणाले, ''तुला तर तुझा हृदयसम्राट मिळाला ना? तर हे

हृदयस्वामिनी, आजच्या यादवांची मनमोहिनी रासक्रीडा तुला स्वस्थ बसू देणारच नाही. तू त्या दिनी बघशीलच, टिपऱ्यांच्या आणि घुंगराच्या नादावर तुझी पावलं आपोआप थिरकतील, टिपऱ्या ताल धरतील. तू स्वत:लाच विसरून जाशील.'' त्यांच्या प्रसन्न मुद्रेकडे बघता बघता, नादमधुर शब्द श्रवण करता करता त्या धुंद रात्री, त्याच वेळी मी स्वत:ला विसरून गेले. तृप्तीने आपोआप नेत्र मिटले गेले.

मनाच्या त्या धुंद अवस्थेतच मी गरुडध्वजात केव्हा बसले, केव्हा आमच्या प्रासादात पाऊल टाकले ते कळलेही नाही. माझ्या आयुष्यातील अविस्मरणीय रात्र होती ती. तो आकर्षक चंद्रमा, ते शीतल मधुर चांदणे, नावाप्रमाणे आकर्षक माझे हृदयस्वामी, माझे श्रीकृष्ण, ती निवांत वेळ असा अमृतयोग आमच्या जीवनातला दुर्लभ योगच म्हणावा लागेल. ते सुगंधित क्षण मी माझ्या हृदयाच्या कुपीत जीवनभर बंदिस्त करून ठेवले. पुन:पुन्हा अनुभवले.

बघता बघता वर्षाऋतू संपत आला होता. या वर्षी वरुणराजाने कृपा केली होती. वेळेवर धरतीला आणि कृषीवलाला तृप्त करणाऱ्या जलधारा बरसल्या होत्या. श्रावणात ऊनपावसाचा खेळ रंगला होता. श्रीकृष्ण जन्माष्टमीला स्वामींच्या जन्मदिवसाच्या प्रहरासारखा मेघगर्जनेसह धुवाधार पाऊस बरसला होता. सारा आसमंत जणू हिरवी वस्त्रे ल्यायला होता. नव्या महाराणींचा, म्हणजेच माझा, हा शुभ पायगुण असे द्वारकावासी मानत होते.

जन्माष्टमीला कोसळलेल्या त्या प्रचंड जलवर्षावामुळे या वर्षी रासक्रीडा रंगू शकली नव्हती. त्यामुळे द्वारकावासी अश्विनी पौर्णिमेची मनापासून वाट बघत होते. लहानथोर, गरीब श्रीमंत साऱ्यांनाच ओढ लागली होती त्या उत्सवाची. यावेळचे आणखी एक वैशिष्ट्य म्हणजे त्यांचे लाडके द्वारकाधीश नव्या महाराणीसह रासक्रीडा करणार होते.

स्वामींनी तर त्या दिवसाचे वर्णन केलेच होते; पण रेवती, सुभद्रा या दोघीही ते वर्णन करण्यात मागे नव्हत्या. आमचा राजपरिवारसुद्धा तेवढ्याच आतुरतेने या दिनाची वाट बघत होता. गेले तीन महिने पावसामुळे सागरकिनारी किंवा वाटिकेत क्वचितच जाणे झाले होते. या काळात आमच्या कक्षातून सागराचे ते रौद्र रूप बघण्याचा मला छंदच जडला होता. एरवी शांत दिसणारा हा रत्नाकर एवढे भयंकर रूप धारण करू शकतो, हे कल्पनेतसुद्धा खरे वाटले नसते. अर्थात त्याचे ते रौद्र रूपही मला क्रोधाने खवळलेल्या, दुष्टांचा संहार करणाऱ्या नृसिंहासारखे भासायचे. जणू मानवाला तो सांगायचा, 'निसर्गावर मात करण्याचा प्रयत्न करू नकोस. आपल्या बुद्धीचा गर्व करू नकोस. तुझ्या शक्तीला अंतिम मर्यादा आहेत, हे लक्षात ठेव. उतू नकोस, मातू नकोस. नम्रपणा सोडू नकोस.' द्वारकेत आल्यापासून हा जलसागर मला सतत एक मार्गदर्शक भासायचा.

अखेर तो आश्विनी पौर्णिमेचा दिन उजाडला. आमच्या प्रासादात तर पहाटेपासूनच गडबड सुरू झाली. त्या दिवशीही मंगल वाद्यांच्या गजरात आमच्या राजकुलातील समस्त स्त्रीपुरुषांनी सुगंधी आरोग्यवर्धक उटणी लावून, तेलाने मर्दन करून स्नान केले. देवाच्या गाभाऱ्यातील मूर्तींनाही मंगल स्नान घालण्यात आले. उंची वस्त्रप्रावरणे चढविण्यात आली. सुगंधी फुलमाळांनी देव्हारा सुशोभित करण्यात आला. रोजची आन्हिके, संध्या, गायत्रीमंत्र जप, अर्घ्यदान झाल्यानंतर आज मोठ्या प्रमाणात दानवेदीवर दान करण्यात आले. तेथे स्वामी, मी, बलरामदादा, रेवतीताई, त्यांची मुले उपस्थित होतो.

तिकडे द्वारकेच्या मुख्य द्वीपातही हे विधी थोरले बाबा, देवकीमाता, रोहिणीमाता यांच्या हस्ते करण्यात आले. उत्साही युवक आज सूर्योदयालाच समुद्रस्नानाला गेले होते. त्यामुळे सागर किनाऱ्यावर खूप गर्दी उसळली होती.

दोन्ही द्वीपांवर, राजमार्गावर आणि आपापल्या घरांसमोर गोमयाचे शिंपण केले होते. सुरेख रंगावल्यांचे गालिचे काढण्यात आले होते. घरांच्या द्वारांना झेंडूच्या फुलांची तोरणे लावण्यात आली होती. राजप्रासादात आणि घराघरातून गोरसापासून बनविलेले मधुर, चविष्ट खाद्यपदार्थ बनविण्यात आले होते. समस्त यादवांना गोरस आणि त्यापासून बनविलेले दही, लोणी, कलाकंद सर्वच पदार्थ फार प्रिय होते. स्वामींची तर गोष्टच वेगळी. बालपणापासून त्यांचे दही, दूध, नवनीतावरचे प्रेम सर्वांनाच ज्ञात होते. 'माखनचोर' म्हणून त्यांची कीर्ती होती.

आज स्वामी फार आनंदात होते. नेहमीच प्रसन्न असणारे स्वामी आज विशेषच आनंदविभोर भासत होते. त्यांना कुणाची उपमा द्यावी ते कळतच नव्हते. त्यांच्या आनंदामुळे माझे मनही मयुराच्या नृत्याप्रमाणे थुईथुई नाचत होते. एकूण काय; तर लहान-थोर साऱ्या द्वारकावासीयांनाच रासक्रीडेची ओढ लागली होती. माझ्या मनात आले, 'नृत्य करणे हीसुद्धा एक नैसर्गिक ऊर्मी असावी. ती प्रत्येकच मानवाच्या नसानसातून खेळत असावी. आजच्या दिनी यादवांना नृत्याच्या आविष्काराची संधी मिळते. त्या आविष्काराचा आनंद लुटण्यासाठी ते आतुर झालेले असतात. अशी संधी भूतलावरील दुसऱ्या पौरवासीयांना मिळाली तर त्यांनाही नैसर्गिक आनंदाची प्रचीती येईल; पण ते कसे शक्य आहे? प्रत्येक प्रदेशाची एक परंपरा असते. मी मनात विचार केला, वैदर्भीय नागरिकांनी अशी रासक्रीडा केली तर?' कल्पनेतसुद्धा तात, माता, माझे बंधू रासक्रीडा करताना मी दृष्टीसमोर उभे करू शकत नव्हते. मला माझ्या या कल्पनाविहाराचे स्वत:शीच हसू आले.

सायंकालपासूनच रासक्रीडा स्थलावर क्रीडेची सज्जता सुरू झाली. रासक्रीडास्थल द्वारकेच्या मुख्य द्वीपावर होते. ते धुम्मस करून सपाट, मऊ करण्यात आले होते. मुख्य देवतेच्या स्थापनेसाठी फुलांनी सजवलेला मंच तयार करण्यात आला होता.

स्थल पटांगणाच्या एका बाजूला भलीमोठी चुल्हाणी तयार करण्यात आली होती. त्यावर प्रचंड कढया ठेवण्यात आल्या होत्या. गोरसाच्या घागरी त्यात रित्या होत होत्या. अनेक बल्लवाचार्य या स्थली जातीने लक्ष देत होते. मी आणि रेवतीताई सर्व विभागांत फिरत होतो. मी नवीन होते; पण त्या अनुभवी होत्या. त्या मला प्रत्येक गोष्ट समजावून सांगत होत्या. मध्येच म्हणत होत्या, ''बघ बाई रुक्मिणी, नीट लक्ष दे, पुढल्या पुनवेपासून तुलाच हे सांभाळायचं आहे.''

''का? मलाच का? आपण दोघी आहोतच ना?'' मी विचारले.

''अगं, मी आहेच की पुढल्या वर्षी; पण मुख्य धुरा वाहणारी तू. अगं, कारण काय विचारतेस? श्रीकृष्णभाऊजी या क्रीडेचे उत्सवमूर्ती असतात. त्यांचं रासनृत्य बघताना सर्व द्वारकावासीयांचं भान हरपतं. अगदी माझंसुद्धा! तू त्यांची महाराणी, आजपासून तूही उत्सवमूर्ती!''

''मी... मी उत्सवमूर्ती? मला तर ते नृत्य कसं करायचं तेसुद्धा माहीत नाही...'' मी म्हणाले.

''अगं तू चिंता नको करूस. श्रीकृष्णभाऊजींच्या सहवासानं वृद्ध, जर्जरसुद्धा सहभागी होताना दिसतात. तू तर त्यांची अर्धांगिनी. तू आज अनुभव घेशीलच,'' रेवतीताई म्हणाल्या.

त्या सांगत होत्या आणि माझ्या मनात उत्सुकता आणि आपल्याला नृत्य करता येईल की नाही ही भीती या दोहोंची संमिश्र भावना झिरपत होती. मी विचारात गुरफटत होते. तोच रेवतीताईंचा आवाज कानात शिरला, ''अगं रुक्मिणी, चल त्वरा कर. प्रासादात जाऊ या. तिकडे स्वामी, भाऊजी वाट बघत असतील. या क्रीडेची वस्त्रं, अलंकार लेवून मुहूर्तसमयी इथं यावं लागेल. सारी प्रजा आपल्या वाटेकडं डोळे लावून बसलेली असते.''

आम्ही वस्त्रे, अलंकार लेऊन, मंजूळ नाद येणारे घुंगरू बसवलेल्या टिपऱ्या घेऊन मुख्य द्वीपात आलो. बाबा, थोरल्या माता, रोहिणीमाता तयारच होत्या. केवळ परंपरा म्हणून त्यांच्या हस्ते प्रारंभ होई. नंतर ते तिघे आणि राज्यातील ज्येष्ठ नागरिक शांतपणे रासक्रीडा अवलोकन करीत. आम्ही आपापल्या रथातून रासस्थलाकडे निघालो. आधी श्री इडामातेला वंदन केले. मी हात जोडून मनोभावे प्रार्थना केली, ''हे कुलदेवते, मला रासक्रीडेसाठी शक्ती दे.''

मी डोळे उघडले, तेव्हा तेथे मी आणि स्वामी दोघेच होतो. तेच खोडकर हसू त्यांच्या नजरेतून, ओठांतून प्रकट होत होते. ''एवढी मनोभावे प्रार्थना कशासाठी?''

''चला, बाहेर आपली वाट बघत असतील.'' असे म्हणत घाईघाईने मी रथात बसले. मला त्यांच्या प्रश्नाला उत्तर द्यावयाचे नव्हते.

रासस्थल असंख्य दिवल्यांनी, शुभ्र दुधाळ चंद्रप्रकाशाने उजळून निघाले होते.

रासस्थलावर सहस्रावधी लहानथोर स्त्रीपुरुष, युवक, युवती रासक्रीडेच्या पारंपरिक हिरव्या, पिवळ्या, लाल वस्त्रांमध्ये शोभून दिसत होते. त्यांच्या वदनावर उत्साह नुसता ओसंडून वाहत होता.

आमचे तिथे पाऊल पडण्याआधीच, रथ दिसताच स्वागतासाठी वाद्यांच्या गजरात जयजयकार सुरू झाला. थोरले श्री. वसुदेवबाबा, थोरल्या दोन्ही माता, बलरामदादा, रेवतीवहिनी यांच्या प्रवेशाबरोबर त्यांच्या त्यांच्या नावांच्या जयजयकाराने रासस्थल दुमदुमत होते. त्यांच्यामागून आमचा प्रवेश झाला. स्वामींच्या आणि माझ्या प्रवेशाबरोबर तर जयजयकाराचे नादझंकार गगनाला भिडले. आमच्यावरच्या त्या अलोट प्रेमाच्या दर्शनाने आम्ही भारावून गेलो.

मुहूर्ताची घटिका येऊन ठेपली. थोरले बाबा, माता व्यासपीठावर श्रीदेवीच्या मंगलमय मूर्तीजवळ आले. त्यांनी विधिवत पूजा केली. आटवलेल्या गोरसाचा नैवेद्य दाखविला. त्यांनी टिपऱ्या हातात घेतल्या. वाद्यांचा आवाजही घुमला. त्यांनी पाच वेळा टिपऱ्यांचा नाद करताच आधीच सज्ज असलेल्या यादव स्त्रीपुरुषांनी, आबालवृद्धांनी, युवकयुवती, स्वामी, बलरामदादा, रेवताताई, उद्धवभाऊजी... राजकुलातील सन्मान्य व्यक्ती, साऱ्यांनीच त्यांना विशिष्ट तालावर नाचत साद दिली.

टिपऱ्या हातात धरून मी त्यांच्याकडे नुसतीच बघत होते. मनात विचार येत होते, आज पौर्णिमा. तिकडे तो जलसागर हर्षोन्मत्त होऊन उसळ्या मारतो आहे; तर इकडे हा जनसागर तसाच उन्मत्त होऊन रासक्रीडा खेळतोय. जणू एकमेकांशी स्पर्धा करताहेत. मी रेवतीताईंकडे पाहिले. नेहमीच युवराज्ञीच्या धीरगंभीर भूमिकेत असणाऱ्या रेवतीताई आता किती मनमोकळेपणाने, कुशलतेने पदन्यास करत होत्या. उद्धवदादांचा निर्मल भाव आजही उठून दिसत होता. दादा आपल्याच तालात धसमुसळेपणाने, मनमोकळे नृत्य करत होते आणि स्वामी?

त्यांच्या रासक्रीडेत रममाण झालेल्या त्या मूर्तीला कुणाची उपमा द्यावी तेच कळत नव्हते. ते भान हरपून नृत्य करत होते. जणू ते या जगात नव्हतेच. त्यांचा कमनीय पीळदार देह, नीलवर्ण कांती, मोहक, कुरळे केस, ते माथ्यावरचे मोरपीस, पिसारा पसरून नृत्य करणाऱ्या मयुराचीच आठवण येत होती. माझ्या मनात आले ते मयूर तर मी कोण? मयुरी की मोरनी? मला खुदकन हसू आले. मी भान विसरून त्यांच्याकडे बघत होते. त्याच वेळी मला कुणीतरी त्या प्रवाहात ढकलले. त्यांच्यासमोर उभे केले. स्वामींनी टिपरीचा ठेका धरला. नाद धरला. मी नकळत साद दिली. पुढचे मला काहीच आठवत नाही. मी वेगळ्याच धुंद जगात शिरले. मला दिसत होते फक्त स्वामी. ते नृत्य करत होते. मी काय करत होते कोण जाणे.

किती समय गेला कळलेच नाही. वाद्यांचा नादमय आवाज थांबला. टिपऱ्यांचे

ठोके, घुंगरांचे पदलालित्य, झंकार सारे एकदम ठप्प झाले. मी भानावर आले. समोर स्वामी माझ्याकडे बघत कौतुकाने हसत होते. मी सभोवताली पाहिले, रेवतीताई, दादा, उद्धवदादा, मंत्रिगणातील मान्यवरांच्या पत्नी सारेच आश्चर्याने माझ्याकडे बघत होते. मी माझ्या हातातील टिपऱ्यांकडे पाहिले. एकदम माझ्या लक्षात आले, की मीसुद्धा रास खेळत होते. कशी खेळत होते मी? ठेक्यावर की चुकीचे? आपण तर ठरवले होते फक्त श्रीदेवीची पूजा, गोरसपान या गोष्टींकडे लक्ष द्यायचे. केव्हा, कशी ओढली गेले मी इथे? केव्हा खेळायला लागले? कशी खेळले कोण जाणे! मी लज्जेने वदन झाकून मान खाली घातली. इथून वेगाने, शक्य तेवढ्या त्वरेने धावत निघून कुठेतरी एकान्तात जावे, असे वाटत होते. तोच छोटी सुभद्रा जवळ येऊन माझ्या वस्त्राशी खेळत म्हणाली, "अगं वहिनी, किती छान रास खेळलीस तू? तू तर म्हणाली होतीस मला येत नाही! थोरांनी असं असत्य बोलू नये, होय ना रे दादा?"

रेवतीताईही म्हणाल्या, "अगं रुक्मिणी, किती छान खेळलीस तू! जणू काही श्रीकृष्णभाऊजींबरोबर वृंदावन-गोकुळात असल्यापासून रास खेळते आहेस." मी त्यांच्या दृष्टीकडे रोखून पाहिले. त्या नजरेत थट्टा नव्हती. त्या मनापासून बोलत होत्या. थोरल्या, धाकल्या मातांनीही माझ्या पाठीवर प्रेमाने हात फिरवला. मी निश्चिंत मनाने गोरस वाटपाच्या व्यवस्थेकडे वळले. कसे घडले अघटित? कुणी करवून घेतले हे आपल्याकडून? स्वामी. दुसरे कोण असणार? माझ्या मनानेच मनाला उत्तर दिले.

त्या पौर्णिमेचा गोरस मला अमृतासारखा भासला. स्वामींसह साऱ्यांच्या दृष्टीतले कौतुक, हर्षाचा वर्षाव, दमल्यामुळे शरीरावर आलेला जडपणा, मनावर आलेली तृप्तीची धुंदी, ते पिठूर चांदणे, मी मान वर करून चंद्राकडे पाहिले. तोही माझ्याकडे बघून कौतुकाने हसत होता. त्या धुंदीतच मी स्वामींसह रथात केव्हा आसनस्थ झाले, ते कळलेही नाही.

मी माझ्या या द्वारकेत, या श्वशुरगृही, चांगलीच रुळले होते. माझ्यावर चारी बाजूंनी प्रेमाचा वर्षाव होत होता. दोन्ही माता, वसुदेवबाबा मातापित्याचे प्रेम देत होते. रेवतीताई थोरल्या भगिनीसारख्या भासत होत्या. सुभद्रा धाकल्या भगिनीची उणीव भरून काढत होती. दादांचे, उद्धवभाऊजींचे बंधुप्रेम मनाला आनंद देत होते. कर्तव्ये, नित्यकर्मे पार पाडण्यात प्रभात केव्हा उगवत होती, दिन केव्हा सरत होता तेही कळत नव्हते. अनभिषिक्त द्वारकाधीशाच्या महाराणीचे पद लाभले होते. ते सार्थ ठरविण्यासाठी अनेक भूमिका मनापासून पार पाडाव्या लागत होत्या. त्या मी आनंदाने, सहज पार पाडत होते. माझ्यातली स्त्रीशक्ती मला साथ देत होती. तिच्या अपार शक्तीची जाणीव करून देत होती. जणू मला म्हणत होती, 'रुक्मिणी, बाळे,

जा, पुढे जा. मला ओळख. या शक्तीचे अपार दान तुझ्या पदरात पडले आहे. त्याला संधी दे.'

या वाटचालीत मला अपूर्व साथ होती ती माझ्या स्वामींची. ते माझे सर्वस्व होते. ते माझे पती तर होतेच, त्याचबरोबर मार्गदर्शकही होते. आधारही होते. माझा त्यांच्यावर दृढ विश्वास होता, अपार श्रद्धाही होती. असा जीवनाधार मिळाला म्हणून मी मला भाग्यवान समजत होते. त्या विश्वविधात्याचे मनापासून आभार मानत होते.

मी तुम्हाला मागे सांगितलेच आहे, इथे माझा प्रिय सखा होता सागर. विवाहापूर्वीच्या कौंडिण्यपूरच्या सख्यांची उणीव भरून काढत होता. तो माझ्या मनाप्रमाणे एकाच वेळी अनेक भूमिका पार पाडत होता. मनातल्या मनात त्याच्याशी हितगूज करणे, हा माझा विरंगुळा होता. माझ्या प्रासादातील सर्वांत उंच कक्षाच्या गवाक्षातून किंवा सौधातून त्याची विविध रूपे बघताना किती घटिका निघून जात तेही कळत नसे.

अशीच एकदा त्या जलसागराकडे बघत होते. जलाच्या लाटांबरोबर मनाच्या लाटाही उचंबळत होत्या. तोच, शरीराला आणि मनाला एका वेगळ्याच जाणिवेचा स्पर्श झाला. खूपच अस्वस्थ वाटू लागले. काय झाले, नक्की काय होतेय तेच कळेना. मी तिथल्या एका सेविकेला हाक मारली. रेवतीताईंना बोलाविण्यास सांगितले. माझ्या मंचकावर विसावले. एवढेच मला स्मरतेय. जड झालेले नेत्र उघडले, तेव्हा माझ्या मंचकाभोवती रेवतीताई, आमच्या राणीद्वीपावरील राजकुलातील काही स्त्रिया, राजवैद्य माझ्याकडे बघत उभे असलेले दिसले. त्यांच्या मुखावर चिंता नव्हती, तर आनंद होता. मला आश्चर्यच वाटले.

मी मंचकावर उठून बसताच राजवैद्य उठले. रेवतीताईंना म्हणाले, "युवराज्ञी, देवींना नीट समजावून सांगा. मी निघतो." ते निघून गेले. इतर राजस्त्रियाही माझे अभिनंदन करून हसत हसत निघून गेल्या. आता मी आणि रेवतीताई दोघीच उरलो. माझ्या मनातले प्रश्नचिन्ह अजून तसेच होते.

रेवतीताई मला जवळ घेत म्हणाल्या, "अगं रुक्मिणी, अशी काय प्रश्नार्थक मुद्रा करून बघते आहेस? तू माता होणार आहेस." त्या काय सुचवत होत्या ते आता माझ्या लक्षात आले. त्याच क्षणी माझ्या शरीरातून लखकन एका अनामिक विजेची लहर सरसरून गेली. दुसऱ्याच क्षणी लज्जेने माझा ताबा घेतला. मी त्यांच्या कुशीत शिरले.

त्यांनी प्रेमाने माझ्या पाठीवर हात फिरवत माता होणे किती सुखाचे, परम भाग्याचे असते ते पटवून दिले. त्यासाठी मी यापुढे नऊ महिने कसे जपून वागायचे, जास्त चढउतार कसे करायचे नाहीत, उष्ण पदार्थ खायचे नाहीत हे समजावून सांगितले. मला त्या वेळी प्रकर्षाने आठवण झाली ती तातांची. एकुलती एक कन्या

म्हणून राजदरबारात तातांच्या मांडीवर बसणारी मी, माझे कौतुक – सारे सारे आठवले. त्याच वेळी आठवण झाली ती माझ्या शुद्धमती मातेची. तिच्या असंख्य आठवणींनी माझ्या डोळ्यांत अश्रू उभे राहिले. माझे डोळे पुसत रेवतीताई म्हणाल्या, "मी जाणलंय रुक्मिणी, तुझ्या नेत्रांत हे अश्रू का आले आहेत ते. माहेरची आठवण झालीय. होय ना? अगं तुझे बाळराजे जन्माला आले ना की बघ त्यांचे मामाश्री कसे धावत येतात ते. रक्ताची रक्ताकडं ओढ असतेच गं. आजच आपण राजद्वीपावर थोरल्या मातांच्या आशीर्वादासाठी जाऊ या! उदंड प्रेम करतात त्या आपल्या स्नुषांवर. आता विश्राम कर. आमचे श्रीकृष्णभाऊजी आणि त्यांचे थोरले बंधू आनंदविभोर होऊन येतीलच," त्या हसत हसत म्हणाल्या. मलाही हसू आले.

त्या त्यांच्या प्रासादात निघून गेल्या. माझ्या डोळ्यांसमोर स्वामी, दादा आणि उद्धवभाऊजी तिघांच्याही प्रसन्न मूर्ती उभ्या राहिल्या. जणू काही शांती, शक्ती, विरक्तीची तीन प्रतीके! मला कौंडिण्यपूरच्या माझ्या नित्य पूजेतील श्रीविष्णूंची मूर्ती आणि स्वामी यांच्यामध्ये नेहमीच विलक्षण साम्य भासे. सत्यच वदायचे झाले तर स्वामी म्हणजे एकाच वेळी शांती, शक्ती, विरक्ती यांचे एकवटलेले प्रसन्न रूपच भासायचे.

त्या दिनाची स्मृती झाली की मला आजही गहिवरून येते. मी मंचकावर विश्रांती घेत होते. खरे सांगायचे तर स्वामींची आतुरतेने वाट बघत होते. एकदम मनात आले. सांजप्रहरी संध्याप्रकाशात चमचमणाऱ्या सागराचे दर्शन घ्यावे. मनातल्या मनात त्यालाही ही मधुर वार्ता सांगावी. वंदन करावे. त्याचे आशीर्वाद मागावे, म्हणून मी उठले. गवाक्षातून सागराकडे दृष्टी वळवणार, तोच राजरथाचा ध्वनी कानावर पडला. माझ्या डोळ्यांवर माझा विश्वासच बसेना. प्रत्यक्ष थोरले बाबा, देवकीमाता, रोहिणीमाता तिघेही आमच्या राणीद्वीपावर आले होते. त्यांच्यापर्यंत ही वार्ता पोहोचली होती तर!

रेवतीताई, उल्मुक, निशठ सारेच माझ्या प्रासादाकडे आले. स्वागतकक्ष उत्साहाने फुलून गेला. आम्ही दोघींनी त्यांना वंदन केले. त्यांनी 'पुत्रवती भव' असा आम्हाला आशीर्वाद दिला. आम्ही सन्मानाने त्यांना आत घेऊन आलो. देवकी मातेने प्रेमाने माझ्या मस्तकावर हात ठेवला. तेव्हा आनंदाने त्यांचा हात थरथरत होता आणि माझी कायाही. माझ्या डोळ्यांत अश्रू उभे राहिले. त्या म्हणाल्या, "कसलीही चिंता करू नकोस. तुझ्या माहेरी तुझ्या तात आणि मातेला ही मंगलवार्ता गुप्तपणे कळविली जाईल. प्रथम तीन महिने या गोष्टीची वाच्यता करू नये. राजवैद्य आणि प्रसूतीतज्ज्ञ सुईणींनी दिलेल्या सूचना पाळा. वेगळी जाणीव झाली तर रेवतीला त्वरेने कळव. तिच्याजवळ मनातल्या गोष्टी मोकळेपणाने बोलत जा." मला भास होत होता, त्यांच्या मुखातून जणू काही शुद्धमती माताच बोलतेय.

स्वामी त्या दिनी रात्री जरा विलंबानेच आले. ते आले तेव्हा मी क्रोधाचे नाटक

करत गवाक्षातून सागराकडे बघत होते. ते जवळ येऊन थट्टेने म्हणाले, ''महाराणी, रागावलात? हेतुपुरस्सर उशिरा आलो. थोर मंडळींसमोर आपल्याला या आनंद वार्तेचा मुक्तपणे आविष्कार करता आला असता का?'' माझा राग एका क्षणात पळाला. मी लज्जेने चूर झाले.

बघता बघता तीन मास सरले. जवळच्या मोजक्या स्त्रियांच्या उपस्थितीत त्रयमासपूर्तीचा सोहळा पार पडला. हळूहळू ही वार्ता द्वारकेत पसरली. प्रजेला खूप आनंद झाला. जवळच्या नातेवाइकांकडून उपहार आले. खूप प्रेमळ संदेश आले. मी सुधर्मा राजसभेत जाई, तेव्हा आपापल्या प्रासादातून, गृहांमधून अनेक भगिनींचे नेत्र माझ्याकडे टक लावून बघत आहेत, याची मला जाणीव होई.

षष्ठमास सरले. माझ्या देहाला आता जडत्व प्राप्त झाले होते. गर्भही उदरात हालचाल करत होता. धक्के मारत होता. अस्वस्थता होती, तरीही अपरंपार सुख होते. आताच माझा बाळराजा मला एवढे भरभरून सुख देतोय, तर प्रत्यक्ष जन्माला आल्यावर तर तो सुखाचा सागरच असेल! कसा असेल तो? माझ्यासारखा, ताम्रवर्णी गोरा की स्वामींसारखा नीलवर्ण? स्वामींसारखाच हवा. आपण पुत्र होईल असेच का गृहीत धरतो? कदाचित कन्याही होईल. ती कुणासारखी होईल? मी तिचे रूप, मनासमोर उभे करण्याचा प्रयत्न करे; पण का कुणास ठाऊक माझा प्रयत्न विफल होई. पुत्राच्या रूपाचे चित्र रेखाटण्याचा प्रयत्न केला, की मात्र श्रीविष्णूंचे विलोभनीय रूपच पुढे उभे राही. या विचारचक्रात किती प्रहर न् प्रहर सरत ते कळतही नसे. कधीकधी कौंडिण्यपुरातही मन धावू लागे. तिथला आमचा राजप्रासाद, माझा कक्ष, माझ्यावर अतीव प्रेम करणाऱ्या माझ्या सख्या, प्रहर न् प्रहर केलेल्या गुजगोष्टी, मी माहेरी जाऊ शकले असते तर? माझ्या सख्यांना त्यांच्या सासरहून बोलावून घेतले असते. प्रत्यक्ष राजकन्येची इच्छा! सासरहून आनंदाने त्यांची पाठवणी झाली असती. गप्पांना ऊत आला असता. पुन्हा लहान झालो असतो. किती आनंदात गेले असते ते दिवस! पुन्हा कौंडिण्यपूर दृष्टीसही पडते की नाही कुणास ठाऊक! मी निराशेचा उसासा टाकत असे.

माझी ही उदास अवस्था फार काळ टिकत नसे. कारण तिकडून लाटांच्या गर्जना ऐकू येत. जणू त्या म्हणत, ''आम्ही आहोत की, चल ये, आपण खेळू या.'' रेवतीताई, त्यांच्या मुलांसह येत. माझे गर्भातले बाळही त्याच्या अस्तित्वाची जाणीव करून देई आणि कौंडिण्यपूर मागे पडे.

सातव्या महिन्यात माझ्या डोहाळजेवणांना सुरुवात झाली. आमच्या यादव कुलांतील स्त्रियांनी परंपरेप्रमाणे चांदण्यातील, नौकाविहारातील अशी अनेक डोहाळजेवणे साजरी केली. मी रोज कुलदेवतेच्या दर्शनाला जाई. आचार्यांकडून वेद-ऋचा, इतिहासातील थोर व्यक्तींच्या जीवनकहाण्या ऐके.

माध्यान्हीच्या विश्रामप्रहरी किंवा रात्री स्वामी आले की ते क्षण असीम सुखाचे वाटत. त्यांच्या सहवासात मनाला विलक्षण तृप्ती येई. माझ्या एक गोष्ट लक्षात आली होती, की केवळ मीच नाही तर जगातील कुणीही व्यक्ती त्यांच्या सहवासात आली की स्वतःचे अस्तित्व विसरून जात असे. कुणालाही मोहवून टाकण्याचे सामर्थ्य त्यांच्या व्यक्तिमत्त्वात होते.

नवमास पूर्ण झाले. राजवैद्य माझ्या प्रकृतीकडे लक्ष ठेवून होते. सुईण तर माझ्या उदराची हस्तस्पर्शाने तपासणी करून गर्भाची स्थिती जाणून घेत होती. एका शुभ प्रहरी तिने रेवतीताईंना बोलावून हळूच काही सूचना दिल्या. प्रासादात वेगाने हालचाली सुरू झाल्या. राजद्वीपावर संदेश गेले. थोरल्या दोन्ही माता माझ्या प्रासादी आल्या. राजकुलाचे आचार्य गर्गमुनी मुहूर्ताची प्रतीक्षा करू लागले.

आणि माझी अवस्था? मला नाही वाटत जगातील कोणत्याच मातेला त्या अवस्थेचे वर्णन करता येईल. असह्य कळा सहन करण्याचे सामर्थ्य ती मातृत्वाची आस देते. त्या वेदनांच्या कल्लोळात एकही अश्रू डोळ्यात येत नाही. माझ्या हृदयात, नेत्रांसमोर तर सतत स्वामींची प्रसन्न मूर्तीच उभी होती.

अखेर तो क्षण आला. वेदनेचा, अत्युच्च जीवघेण्या कळेबरोबरच आनंदाचा क्षणही अवतरला. माझ्या प्रथम पुत्राने माझ्या उदरातून या दृश्य जगात आपला ललाटलेख घेऊन प्रवेश केला. पुत्रजन्माची वार्ता ऐकून द्वारकाद्वीप आनंदात बुडून गेले. त्यांच्या हृदयसम्राटाला पुत्ररत्न प्राप्त झाले होते. रातोरात नगरामध्ये मंगल वाद्यांचा गजर सुरू झाला. घरे-दारे इवल्या इवल्या दीपांनी प्रकाशित झाली. लोक घराबाहेर पडले. कुणी आमच्या प्रासादाभोवती; तर कुणी इडादेवीच्या मंदिरात, तर कुणी समुद्र किनाऱ्यावर समूहासमूहाने जन्माष्टमीची गाणी गायिली, फेर धरले. हे सारे वर्णन रेवतीताईंनी दुसऱ्या दिवशी मला सांगितले. बाळाला जन्म देऊन मी एका वेगळ्याच ग्लानीत शिरले होते. विलक्षण सुखाची ग्लानी. तृप्तीची ग्लानी. स्त्रीजन्मपूर्तीची ग्लानी. मातृत्व समाधानाची ग्लानी. त्या ग्लानीची व्याख्या कशी करावी तेच कळत नव्हते.

मी शुद्धीवर आले तेव्हा सुईण जवळच उभी होती. तिने तलम वस्त्रांत गुंडाळलेले, न्हाऊ-माखू घातलेले ते राजस तान्हुले माझ्या हातात दिले, मी असीम मायेने ते हृदयाशी धरले.

"महाराणी, बघा तरी, कुणासारखे आहेत राजपुत्र?" वेत्रा सुईण म्हणाली.

मी त्याच्याकडे निरखून पाहिले. त्या बाळाकडे बघताना स्वामी जन्माला आले तेव्हा असेच गोजिरवाणे, लोभस दिसत असतील, असे एक क्षण मनाला स्पर्शून गेले. दुसऱ्याच क्षणी मला स्वामींचा बाल-इतिहास आठवला. त्यांचा बंदिशालेतला जन्म, रातोरात गोकुळात केली गेलेली पाठवणी. मला देवकीमातेची आठवण

झाली. कसा सहन केला असेल त्या मातेने स्वामींच्या आधीच्या अपत्यांचा मृत्यू? आणि माझ्या या गोजिऱ्या, साजिऱ्या रुपड्यासारखेच रूप असलेल्या स्वामींचा विरह. वसुदेव बाबांजवळ ते बाळ देताना केवढ्या वेदना झाल्या असतील त्या मातृहृदयाला? मी बाळाकडे पाहिले. त्याने आपले इवले-इवले नेत्र उघडले होते. जणू काही तो आपल्या अस्थिर दृष्टीने ज्या जगात पाऊल टाकले त्या जगाचा, नवलाईने वेध घेत होता.

माझ्या मनात आले, या आनंदाच्या क्षणी आपण स्वामी आणि थोरल्या मातेच्या विरहाच्या आठवणींना का उजाळा देत आहोत? माझे बाळ मात्र माझ्यापासून कुणीच हिरावून घेऊ शकणार नाही. प्रत्यक्ष ईश्वरसुद्धा! मी त्याला घट्ट हृदयाशी धरले.

"महाराणी, सांगा ना कुणासारखा दिसतोय ते!" वेत्रा पुन्हा म्हणाली.

मी मनातल्या मनात लाजले. उघडपणे तिला म्हणाले, "मी कसं सांगू? मला काहीच समजत नाहीये. तूच सांग बघू? तुलाच ओळखता येईल. दीर्घ अनुभवी आहेस ना तू?"

"मी तर प्रथम कटाक्षातच जाणले आहे. हे आहेत हुबेहूब आमचे छोटे द्वारकाधीशच. कदाचित कांकणभर सरसच. महाराणी आपण आता विश्रांती घ्यावी. दुसऱ्या प्रहरी थोरल्या महाराणी, युवराज्ञी रेवतीदेवी आपणास बघायला येणार आहेत."

'आणि द्वारकाधीश?' माझ्या ओठांवर शब्द आले; पण मी ते बाहेर पडू दिले नाहीत. असे विचारणे बरे दिसले नसते. धीर धरावा. आपोआप कळेलच, असे मनाला सांगून मी डोळे मिटले.

नियोजित समयी महाराणी आणि रेवतीताई आल्या. त्यांच्या बोलण्यातून कळले की अपत्यजन्मानंतर दहा दिवस वृद्धीचे दिवस पाळण्याची परंपरा आहे. या काळात यादव कुलातले पुरुष नवबालकाला पाहू शकत नाहीत. पाचवीच्या दिवशी बाळाची जन्मपत्रिका मांडली जाते. भविष्य मांडले जाते. त्यानंतर पाच दिवस शांतिपाठ केले जातात. ग्रहदोष असल्यास त्यांची शांती केली जाते. त्यानंतरच आमच्या वंशातील पुरुषांना बालमुख बघण्याची अनुज्ञा दिली जाते.

याचा अर्थ असा की हे सर्व विधी होईपर्यंत बाळाबरोबरच मलाही स्वामींचे दर्शन होणार नव्हते. दहा दिवसांचा काल मला दहा युगांसारखा भासत होता. माझ्या मनातली उदासी माझ्या डोळ्यांत उमटली की काय कोण जाणे.

रेवतीताई हळूच मला म्हणाल्या, "तू चिंता करू नकोस, रुक्मिणी. तुझ्यासंबंधी आणि बाळासंबंधी सर्व वार्ता दूतांकरवी माझे स्वामी, तुझे स्वामी, आपले भाऊजी साऱ्यांना आस्थेने पुरविल्या जातात. त्यांच्या सर्व प्रश्नांची उत्तरे न कंटाळता दिली

जातात. थोडी कळ काढ. या विरहाची भरपाई बाळराजांचे पिताश्री निश्चितच करतील. सध्या तर तुझी आणि युवराजांची प्रकृती आणि त्यांचे रूप याविषयीच्या प्रश्नांना उत्तरं देता देता माझ्या नाकी नऊ येताहेत.''

आमचे बोलणे ऐकून थोरल्या महाराणी गालातल्या गालात हसत होत्या. त्या एवढेच म्हणाल्या, ''श्रीकृष्णासारखा खोडकर न निघो बाई. नाहीतर यशोदेसारखं तुलाही हा सळो की पळो करून सोडेल.'' दुसऱ्याच क्षणी त्या गंभीर झाल्या. त्यांच्या नेत्रात उदास छटा उमटली. त्यांच्या पूर्वस्मृती जाग्या झाल्या असाव्यात. माझ्या मनात आले, 'खरंच माझ्या अलौकिक स्वामींचं, अलौकिक बालपण न बघण्याचं दुर्दैव कसं सोसलं असेल या मातेनं? नियती, नियती म्हणतात ती हीच!'

वातावरणाला गंभीर वळण लागण्याची चिन्हे दिसत असतानाच रेवतीवहिनी एकदम म्हणाल्या, ''तसा नाही दिसत माझा पुतण्या! एकदम गुणी दिसतोय त्याच्या उद्धवकाकांसारखा.'' त्यांच्या या म्हणण्यावर आम्ही तिघीही हसलो. उद्धव भाऊजींचे सद्‌गुण वादातीत होते. बाळाचे पुन:पुन्हा कौतुक करून त्या दोघी निघून गेल्या.

बघता बघता पाचवीचा दिवस उजाडला. प्रत्येक नवजात शिशूच्या जीवनात हा दिवस अत्यंत महत्त्वाचा मानला जातो. त्या दिवशी नियतीदेवीची पूजा मांडायची असते. त्या दिवशी सटवाई देवी त्या शिशूचे भविष्य त्याच्या जीवन पाटीवर लिहिणार असते. एक प्रकारे अपत्याची नियती भाग्यकारक ठरावी म्हणून त्या विधात्याजवळ करावयाची प्रार्थनाच म्हणा ना! त्याच दिवशी पुरोहितांकडून जन्मपत्रिका तयार केली जाते. बाळाची जन्मपत्रिका आज गर्गमुनी मांडणार होते. नंतर सटवाई देवीचा अंगारा बाळाला लावल्यावर रात्री जिवतीदेवीची आराधना गाणी म्हणून मध्यरात्रीपर्यंत रात्र जागवायची असते.

सर्व पूजाविधी आणि सोपस्कार परंपरेप्रमाणे पार पडले. मध्यरात्रीपर्यंत जिवतीची भजने म्हणणाऱ्या स्त्रियांचा आवाज कानावर पडत होता. आज थोडी दगदग झाली होती. पूजाविधीमुळे मन प्रसन्न होते, पण गात्रे मात्र थकली होती.

चतुर वेत्रा सुईणीने माझी स्थिती ओळखली. ''आपण विश्रांती घ्यावी महाराणी. मी बाळाकडं बघते.'' ती म्हणाली. मी पाहिले, बाळ गाढ निद्रेत होते. मीही निद्रादेवीच्या कुशीत शिरले.

गर्भारपणातली बाळाच्या हालचालींमुळे होणारी अस्वस्थता, नंतर प्रसूतीच्या वेदना, प्रसूतीनंतरही शुद्धमती मातेच्या, तातांच्या, शीलवतीच्या स्मृती, त्यामुळे गाढ निद्रा मी अनुभवलीच नव्हती. आज कितीतरी दिवसांनंतर माझ्यावर तिची कृपा झाली होती.

पहाटे, पहाटे मला दचकून जाग आली. मी उंचावरून खोल दरीत पडल्याचा भास झाला. अंगाला दरदरून घाम फुटला होता. मी भीतीने जणू काही गोठून गेले

होते. बधिर झाले होते. काय झाले असावे? बाळाला तर काही झाले नाही ना? मी हाका मारल्या, "वेत्रा... वेत्रा...," ती कुठेतरी माझ्या कक्षाबाहेर गेली होती. ती धावतच आली.

"काय झालं महाराणी?" तिने विचारले.

"तू कुठं गेली होतीस? बाळाला माझ्याकडे आणून दे!" मी जरा रागावूनच म्हणाले.

"मी बाहेर दासीकक्षात प्रातर्विधीला गेले होते. बाळराजे गाढ झोपले आहेत. झोपेतच हसत आहेत. आता आणते." म्हणत ती घाईघाईने गेली.

"अगं बाळाला कुणी घेतलंय का? लवकर आणा बघू. महाराणींजवळ त्याला न्यायचं आहे," असा तिचा आवाज आला.

मी मनातल्या मनात हसले. माझे बाळ आहेच मुळी गोजिरवाणे, गोड. त्याला घेण्याचा मोह कुणाला आवरताच येणार नाही. माझ्या मनात विचार येत होते. मी स्वत:ही बाळाला घेण्यासाठी आतुर झाले होते.

"अगं, लवकर येणार आहेस का?" मी ओरडले.

त्यानंतर थोडा वेळ फक्त आरडाओरडच ऐकू येत होती. राजपुत्र, बाळराजे हेच शब्द ऐकायला येत होते. नक्कीच काहीतरी अघटित घडले होते. मी मंचकावरून उठले. तोच स्वामी, रेवतीताई, दादा येताना दिसले. कोणी कोणते शब्द उच्चारले, तेही मला आठवत नाही. ते शब्द नव्हते; तर कुणीतरी माझ्या कानात जणू उकळते तेल ओतत होते. बाळाचे अपहरण झाले आहे एवढेच मी ऐकले. पुढले काहीच आठवत नाही.

किती प्रहर लोटले कुणास ठाऊक! मी शुद्धीवर आले तेव्हा माझ्या मंचकाभोवती थोरल्या महाराणी, धाकल्या महाराणी, वसुदेवबाबा, स्वामी, दादा, रेवतीताई, उद्धवभाऊजी, राजवैद्य उभे होते. मी नेत्र उघडताच त्यांना दु:खातही आनंद झाल्याचे दिसत होते. थोरले महाराज आणि महाराणी यांना पाहून मी उठून बसू लागताच, महाराणी माझ्याजवळ येऊन म्हणाल्या, "रुक्मिणी, उठण्याचे कष्ट घेऊ नकोस बाळे. चिंता करू नकोस. आपले महापराक्रमी यादव तुझ्या बाळाला पाताळातूनसुद्धा शोधून आणतील." त्यांचे ते शब्द ऐकून माझ्या हृदयाचा बांध फुटला. मी त्यांच्या कुशीत शिरले आणि स्फुंदू लागले. त्यांनी माझ्या अश्रूंना मुक्तपणे वाहू दिले. त्या मूकपणाने मला थोपटत होत्या. शांत रहा म्हणत होत्या. बाकी कुणीच काही बोलत नव्हते.

थोड्या वेळाने बलरामदादाच गर्जना करत म्हणाले, "रुक्मिणी, तू काळजी करू नकोस. त्याला कुणी कुठं आणि किती दिवस आपल्यापासून दूर ठेवणार तेच मी बघतो. स्वत:च्या हातानं स्वत:चा नाश ओढवून घेण्याचं कृत्य करण्याचं कुणाचं धाडस झालंच कसं तेच मला कळत नाही. कृष्णा, तू आज इथंच बसून

तिची समजूत घाल. मी दाही दिशांना कसा शोध घ्यायचा त्याची योजना आखून, त्वरेनं तशा आज्ञा सोडतो. बाबा, माता, रेवती, उद्धव, तुम्हीही आपल्या प्रासादात जाऊन विश्रांती घ्या. उद्धवा, अल्पविश्रांतीनंतर तूही माझ्याकडं ये!''

एवढे बोलून ताडताड पावले टाकीत दादा निघून गेले. त्यांच्यापाठोपाठ बाकीचेही. सर्वांनीच जाता जाता मला धीर दिला. दादांच्या गर्जनेने मला जरा धीर आला.

आता प्रासादात आम्ही दोघेच उरलो, मी आणि स्वामी. सहा दिवसांनंतर आम्ही आज भेटत होतो, तेही अशा अवस्थेत!

आम्ही दोघेही काही वेळ एकमेकांकडे नुसते बघत होतो. शब्दच सुचत नव्हते. दोघांचेही डोळे भरून आले होते. ओठ थरथरत होते; पण शब्द ओठाबाहेर पडत नव्हते. शेवटी माझाच हुंदका बाहेर पडला. मला हृदयाशी धरत ते म्हणाले, ''रुक्मिणी, माझ्यावर विश्वास ठेव. आपला प्रद्युम्न या पृथ्वीतलावर सुरक्षित आहे. आम्ही त्याचे नाव प्रद्युम्न ठेवायचे ठरवले होते. सूर्यासारखा तेजस्वी.'' मला पुन्हा बाळाचे ते तेजस रूप आठवले. दुःखाचा उमाळा आला.

ते पुढे म्हणाले, ''रुक्मिणी, मी त्याचा पिता असून मी त्याचं मुख अवलोकनही केलं नाही. तू म्हणशील, तुम्हाला जर बाळाच्या सुरक्षिततेची शाश्वती आहे तर तो कोठे आहे ते शोधून काढणं असंभव नाही. ते का करत नाही? पण रुक्मिणी, एक लक्षात ठेव, एकदा मानवजन्म स्वीकारला, की आपण नियतीच्या हातातले बाहुले बनतो. तुझा, माझा, बाळाचा विरह हीच आपली सर्वांची नियती आहे. तिचा स्वीकार आपल्याला करावाच लागेल. योग्य वेळ आली की तो आपल्या जीवनात पुन्हा प्रवेश करणार आहे. अगदी त्याच्या नावाप्रमाणं तेजस्वी, पराक्रमी पुत्राच्या रूपात. तेव्हा आता दुःख आवर. थोडा गोरस प्राशन कर. थोड्या वेळानं काहीतरी खाऊन घे.''

मी मानेनेच 'नाही' म्हणाले. खरेच त्या वेळी मला कसलीही इच्छा नव्हती. ते पुढे म्हणाले, ''रुक्मिणी, एक लक्षात ठेव, मी जसा अनभिषिक्त राजा आहे, तशीच तू अनभिषिक्त महाराणी आहेस. आज पहाटे ही वार्ता सर्वत्र कळल्यापासून बाबा, दोन्ही माता, दादा, उद्धव, वहिनी यांच्यासह अगणित प्रजाजनांनी मुखात जलाचा थेंबसुद्धा घेतला नाही. त्यात आबालवृद्ध आहेत. त्यांना आपल्या पुत्र अपहरणाचे दुःख तर आहेच; त्याचबरोबर तुझी, माझी चिंता आहे. तू शुद्धीवर आली आहेस, थोडा आहार घेतला आहेस, ह्या वार्तेनं त्यांनाही सावरायला थोडं साहाय्य मिळेल. धीर येईल. ते नुसते बसून आहेत. ते नित्यकर्माला लागतील. पुत्रशोधाचा ध्यास घेतील. त्यासाठी तूही आहार प्राशन कर. हे महाराणीचं कर्तव्य समज. हे खूप कठीण आहे, हे मला माहीत आहे; पण आपण राजकुलातले लोक

एकाचेच माता-पिता नसतो तर आपल्या प्रजाजनांचेही असतो. तेव्हा एवढं माझं ऐकशील ना? आपल्या असंख्य पुत्रपौत्री, भगिनी, बंधू, माता-पिता यांच्यासाठी आपले दुःख बाजूला ठेव. विरह कालावधी दीर्घ आहे; पण तो संपणार आहे. बाळ परत येणार आहे. निश्चित. मी तुला शब्द देतो. विश्वास ठेव.''

स्वामी तळमळीने बोलत होते. त्यांच्या हृदयाची तगमग मला समजत होती. माझी महाराणीची भूमिका मला कर्तव्य पार पाडायला खुणावत होती; पण माझे आईचे हृदय. ते एकाच विचाराने तडफडत होते – 'माझा गोजिरवाणा बाळ कुठे असेल? कसा असेल? त्याला भूक लागली असेल का? त्याला कुणी दूध दिले असेल का?' या विचारांनी माझी छाती भरून आली. मला पान्हा फुटला. दूध स्रवू लागले. नेत्रातून अश्रूंच्या आणि खाली दुधाच्या धारा स्रवू लागल्या.

माझी ही केविलवाणी स्थिती पाहून स्वामींनाही आपले दुःख आवरणे कठीण जात होते. एकाएकी ते मला म्हणाले, ''रुक्मिणी, काही क्षणांसाठी डोळे मीट. फक्त काही क्षण.'' त्यांनी माझ्या मस्तकावर हात ठेवला. मी डोळे मिटले तेव्हा काय झाले ते मला आजसुद्धा सांगता येणार नाही; पण माझी ती अवस्था जशी सांगता येईल तसा सांगण्याचा प्रयत्न करते.

त्यांनी माझ्या मस्तकावर हात ठेवताच मी हे जग विसरले. मी दुसऱ्याच विश्वात शिरले. चित्त शांत झाले. एखाद्या स्वप्नासारखे मला ते अद्भुत दृश्य दिसले. आमच्या शुद्धाक्ष द्वारावर मी पंचारती घेऊन स्वागतासाठी उभी होते. उत्सुकतेने, आनंदाने भारावून गेले होते, तोच तो आला. एक अत्यंत सूर्यप्रमाणे तेजस्वी, बलदंड, अतिशय रूपवान, मदनाचा पुतळाच शोभावा असा तरुण येताना दिसत होता. तो जवळ आला. मी त्याला ओळखले. वंदन करण्यासाठी तो माझ्या चरणाशी वाकला, 'माते प्रणाम असो', असे म्हणत माझ्या कुशीत शिरला. मी 'माझा प्रद्युम्न' म्हणत त्याला हृदयाशी धरले.

स्वामी म्हणाले, ''आता नेत्र उघड.'' त्यांनी मस्तकावरचा हात काढला. मी भानावर आले. ते म्हणाले, ''तू काय बघितलंस ते तुझ्या लक्षात आलंच असेल. तुला भविष्यकाल दाखवला. एवढा प्रदीर्घ काल तुला धीर धरावा लागेल; पण तो येणार आहे, एक बलशाली युवक!''

माझा स्वामींवर विश्वास होता. आता माझे चित्त बरेच शांत झाले होते. मी स्वामींनी धरलेला गोरसाचा चषक मुखाकडून दूर केला नाही. स्वामींची आज्ञा प्रमाण मानून गोरस प्राशन केला.

# चार

कुणावर कितीही मोठे संकट आले तरी कालचक्र फिरायचे काही थांबत नाही. ते वेगाने फिरतच असते. प्रद्युम्नाचा शोध शर्थीने सुरू होता. दादांनी शब्द दिल्याप्रमाणे पूर्व, पश्चिम, उत्तर, दक्षिण अशा चारही दिशांना गुप्तचर, सैनिक वायुवेगाने फिरत होते. सामान्य नागरिकांमध्येही वेषांतर करून फिरत होते. राजकुलांमध्येही गुप्तपणे संधान बांधून काही वार्ता हाती लागते का? सुगावा लागतो का? असे तन, मन, धन पणाला लावून, जीव ओतून, योजना आखून, प्रयत्न केले जात होते; पण पदरी निराशाच येत होती. स्वामींवर विश्वास ठेवून मी मन घट्ट केले होते.

वरवर जरी मी अश्रू लपवत असले तरी एकटी असले की माझे तडफडणारे मातृहृदय दुःखाने उचंबळून वर येई. त्या वेळी मी एकटी अश्रूंना मोकळी वाट करून देत असे. मला शक्यतोवर एकटी न ठेवण्याचा प्रयत्न केला जाई. रेवतीवहिनी, थोरल्या माता, सुभद्रा, यादव कुलातील कुणी ना कुणी सतत माझ्या संगतीत असे. दादांची मुलेही, निशठ आणि उल्मुक माझ्या कक्षात येत. उद्धवदादाही सतत येऊन माझ्याशी संवाद साधत. आणि स्वामी?

त्यांनी तर मला त्या वेळी तळहाताच्या फोडाप्रमाणे जपले. शक्य असेल तेवढा वेळ आम्ही दोघांनी एकमेकांच्या संगतीत घालवला. दोघांचे दुःख एकच होते. दोघांची परस्परांवर प्रीती होती, विश्वास होता. ते जवळ असले की मला शीतल वृक्षाच्या छायेत शांतचित्त वाटत असे. मन स्थिर होई. त्यांनी दाखविलेला राजबिंडा पुत्र सतत डोळ्यांसमोर येई. त्या अथांग जलसागराकडे पाहून मनात येई, आपल्या या जीवनसागरातही, भविष्यात किती प्रचंड लाटा थैमान घालणार आहेत कुणास ठाऊक!

या माझ्या विचारचक्रातील आवर्तांचा प्रत्यय मला नजीकच्या भविष्यातच आला. माझ्यावर, स्वामींवर, पर्यायाने आमच्या राजकुलावरच अघटित कटू घटनांच्या नुसत्या लाटाच नाही; तर वादळच येऊन धडकले. माझ्या जीवनाच्या संदर्भात तर ते नुसते वादळ नव्हते तर चक्रीवादळ होते.

हे वादळ उठण्याला कारण काय घडले तर एक वस्तू. वास्तू नव्हे, व्यक्ती नव्हे तर एक मणीरत्न! खरेच वस्तू, वास्तू, व्यक्ती, प्राणी, पक्षी, कुणाकडून कसे, किती, केव्हा सुख मिळेल, दुःख मिळेल ते आपल्या नियतीवरच अवलंबून असते. स्वामींवर विश्वास ठेवून मी आणि द्वारकावासी प्रद्युम्नाचे अपहरण विसरून, त्याच्या आगमनाकडे डोळे लावून बसलो होतो. विरहाचे दुःख बाजूला करण्याचा प्रयत्न करत होतो. कारण दादांच्या प्रद्युम्न-शोध प्रयत्नाला अपयशच आले होते. सारे गुप्तहेर, सैनिक निराशा घेऊनच परत आले होते. त्यामुळे स्वामींच्या शब्दांवर विश्वास ठेवून आशापूर्ण जीवन जगण्याशिवाय पर्याय नव्हता. दुःख कितीही मोठे असो, सामान्यांचे असो की असामान्यांचे असो, शेवटी प्रत्येकाला आपल्या कर्तव्याकडे पाठ तर फिरवता येत नाही ना? नित्यकर्मे करावीच लागतात. आम्हीही आमच्या नित्यकर्माला लागलो होतो.

त्याच वेळी ही विचित्र घटना घडली. या वादळाची कथा सांगण्याआधी त्या दिव्य रत्नाविषयी माहिती सांगते. आमच्या सुधर्मा राजसभेत सत्राजित नावाचे एक ज्येष्ठ, कर्मठ, सूर्यभक्त मंत्री होते. कर्तव्यनिष्ठ, विद्वान अशी त्यांची ख्याती होती. त्यांच्या या गुणांमुळे त्यांनी राजसभेत, राजवर्तुळात आणि सामान्य लोकांमध्येही सन्मान प्राप्त केला होता. त्यांची दिनचर्या म्हणजे एक तपस्या होती. सतत मंत्रघोष, यज्ञयाग, अनुष्ठाने, उपवास, व्रते त्यांच्या प्रासादात सुरू असत. एवढे असूनही दैनंदिन कर्तव्ये, राजसभेतला सहभाग, प्रजाजनांच्या प्रश्नांकडे लक्ष या गोष्टींत कुठेही कसूर होत नसे. त्यासाठी त्यांना कितीही क्लेश झाले तरी त्याची तमा ते बाळगत नसत. त्यांच्या या कर्मनिष्ठेवर प्रसन्न होऊन सूर्यपूजेच्या मंत्राची दीक्षा देणाऱ्या त्यांच्या गुरूंनी, त्यांना एक अतिशय भाग्यशाली अनमोल रत्न दिले होते. त्यामधून निघणाऱ्या किरणांचे तेज, त्याची दिव्य प्रभा तर डोळे दिपवणारी होतीच; शिवाय त्याचे गुणही अलौकिक होते.

प्रत्येक रत्नाच्या अंगी काही गुण असतात, काही लक्षणे असतात. काही शुभ, तर काही अशुभ. कुणाला ते लाभकारी, तर कुणाला विघ्नकारक; पण ह्या रत्नाचा गुण मात्र असा होता, की ते ज्या घरात जाईल तेथे धनलक्ष्मीचा वरदहस्त लाभत असे. 'स्यमंतक मणी' असे त्या रत्नाचे नाव. या रत्नाचा सत्राजितांच्या प्रासादात प्रवेश झाल्यापासून त्यांचे भाग्य खरोखरच फळफळले होते. त्यांच्याकडे येणारे जे धनाचे स्रोत होते ते भरभरून वाहू लागले होते. चहूबाजूंनी त्यांची भरभराट होत होती.

या कारणांमुळे त्यांच्या घरात या रत्नाला जिवापाड, डोळ्यात तेल घालून जपले जाई. सुवर्णाच्या साखळीत गुंफलेले ते रत्न क्वचितच, खास प्रसंगी, स्वत: सत्रजित किंवा त्यांचे बंधू, प्रसेन परिधान करीत.

या रत्नाच्या अलौकिक गुणांची सत्यता स्वत: श्रीकृष्णही जाणून होते. सत्रजितकाकांचा कर्तव्यनिष्ठ स्वभावही ते जाणून होते.

आमच्या मूळ मथुरा राज्याची आर्थिक स्थिती असावी तेवढी चांगली नव्हती. त्यामुळे हे रत्न काही दिवसांसाठी त्या कोषागारात ठेवले तर त्या कोषागाराची चहूबाजूंनी भरभराट होते का ते बघू या, काही दिवसांनी पुन्हा ते रत्न महामंत्री सत्राजितांना परत करू या, असा विचार करून श्रीकृष्णांनी तसा प्रस्ताव सत्रजितांपुढे मांडला.

सत्राजितांनी हा प्रस्ताव नाकारला. त्यांचे ह्या स्यमंतक मण्यावर प्राणापलीकडे प्रेम होते. ते आणि त्यांचा बंधू प्रसेनच फक्त तो परिधान करत. ते स्वामींना म्हणाले, "एवढीच मथुरेची काळजी असेल तर द्वारकेच्या कोषागारातील धन नेऊन दे!" स्वामींनी त्यांच्या स्वभावाप्रमाणे त्यांच्या सूचनेचा 'अवश्य विचार करू', असे म्हणून त्यांच्याविषयी आदरच प्रकट केला. स्वामी ही घटना विसरूनही गेले.

नंतर एक दिवस प्रसेन हे रत्न परिधान करून, लवाजम्यासह वृषकाल अरण्यात वाजत गाजत दीर्घकालासाठी मृगया करण्यासाठी गेला. तशी पराक्रमी पुरुषांची पद्धतच होती. त्या निबिड अरण्यात तो सिंहाच्या विळख्यात सापडला. त्याचा मृतदेह जांबावन राज्यातील आदिवासींना दिसला. त्यांचे त्या रत्नाच्या तेजाने डोळे दिपले. त्यांनी ते रत्न आपल्या राजाला नेऊन दिले.

इकडे सत्राजितांना मुदत उलटून गेल्यावरही बंधू आला नाही म्हणून चिंता वाटली. त्यांनी सैनिक अरण्यात पाठविले. त्यांनी तो मृतदेह उचलून आणला. त्यांचे अंत्यविधीसह दहन केले. स्यमंतक मण्याचाही शोध घेतला; पण ते रत्न सापडले नाही. तेव्हा तो मणी चोरण्यासाठी श्रीकृष्णांनी, म्हणजे स्वामींनीच हे कृत्य केले. मणी त्यांच्याजवळच लपवून ठेवलेला आहे असा भरल्या राजसभेत त्यांनी आरोप केला.

सारी राजसभा या आरोपामुळे स्तब्ध झाली. प्रत्यक्ष द्वारकाधीशांवर असले नीच कृत्य केल्याचा आरोप? प्रजाजनांना जर सत्राजितांचे कृत्य कळले असते तर त्यांनी प्रक्षुब्ध होऊन सत्राजितांवर सूड उगवला असता. मी, रेवतीताई, महाराणी आम्हीही दिङ्मूढ होऊन पुढे काय घडणार ते बघू लागलो. दादांची तर रागाने चुळबूळ सुरू झाली. स्वामी मात्र शांतपणे उठले. त्यांनी सर्वांना शांत केले. ते म्हणाले, "या आपल्या गणराज्यात स्वत:ची बाजू मांडण्याचा प्रत्येकाला हक्क आहे. महामंत्र्यांना जो संशय आला तो त्यांनी बोलून दाखवला. आता त्याचे निराकरण करणे हे माझे

कर्तव्य आहे. एका रत्नासाठी असले कृत्य करण्याची मला गरज नाही. त्यांच्या संशयाचे निराकरण करून त्यांचा आरोप असत्य आहे, हे सिद्ध करणे माझे कर्तव्य आहे आणि एक मासाच्या आत मी ते रत्न परत आणून त्यांच्या स्वाधीन करीन, अशी मी इडादेवीचे स्मरण करून प्रतिज्ञा करतो.'' ''जय इडादेवी.'' त्यांच्या गर्जनेमागोमाग राजसभेतील नागरिकांनीही श्री इडादेवीचा, महाराज, युवराज, स्वामी सर्वांचा जयजयकार केला.

आणि मी? मी तर स्वामींचे प्रसंगावधान, मनोधैर्य, निर्णयक्षमता, थोरांचा आदर सारे बघून प्रेमाने, कौतुकाने भारावूनच गेले. माझा ऊर अभिमानाने भरून आला. आपल्या पदरात नियतीने भाग्याचे भरभरून दान टाकले आहे हे समजून मी मनातल्या मनात तिचे आभार मानले. माझे डोळे आनंदाश्रूंनी भरून आले. मला समोरचे काहीच दिसेनासे झाले.

''उठा महाराणी, राजसभेचे कामकाज संपविण्यात आले आहे,'' स्वामींच्या या शब्दांनी मी भानावर आले. अश्रू पुसले. काही न बोलताच त्यांच्या मागोमाग जाऊ लागले.

दुसऱ्या दिनीच स्यमंतक रत्न शोधमोहिमेसाठी स्वामींनी निवडक सैनिकांसह प्रासादाबाहेर वृषकाल अरण्याकडे प्रस्थान ठेवले. मी पंचारतीने ओवाळून त्यांना निरोप दिला. ते यशस्वी होऊन परत येणार याविषयी थोडासुद्धा संदेह माझ्या मनात नव्हता.

आमच्या विवाहानंतर, एवढ्या दीर्घकालासाठी, ते प्रथमच द्वारकेच्या बाहेर पडले होते. त्यामुळे त्यांचा विरह तर जाणवणारच होता. प्रद्युम्नाची जीवघेणी स्मृतीही डोके वर काढणार होती. 'हे इडादेवी, लवकरात लवकर या रत्नाचा शोध लागू दे.' ही प्रार्थना करणेच फक्त माझ्या हाती होते. या रत्नाबरोबर आणखी कुणाकुणाचे आणि कशाकशाचे आगमन होणार होते हे त्या वेळी मला कुठे ठाऊक होते?

द्वारकेत रोज वार्ता येत होत्या. जिथे प्रसेनाचे शव सापडले होते, त्या जागेचा, आजूबाजूचा कसून शोध घेण्यात आला. तो संपूर्ण परिसर पिंजून काढण्यात आला. त्याच वेळी आजूबाजूच्या प्रजाजनांनाही विचारण्यात आले. तेव्हा एकाच्या तोंडून वार्ता कळली, की महाराज जांबवानांजवळ एका जंगलात राहणाऱ्या आदिवासीने आणून दिलेले एक रत्न आहे. ते दिव्य रत्न ते सध्या छातीवर मोठ्या अभिमानाने मिरवतात. स्वामींनी त्यांची भेट घेऊन त्यांना सर्व हकिकत सांगितली. ते रत्न देण्याची मागणी केली. द्वारकाधीशांचे सामर्थ्य ते जाणून होते. त्यांना होकार द्यावाच लागला.

द्वारकाधीशांचे स्यमंतक मण्यासह द्वारकेत आगमन होत आहे ही वार्ता

वायुवेगाने द्वारका साम्राज्यात पसरली. अवघे द्वारकाद्वीप आनंदसागरात बुडून गेले. स्वामींच्या स्वागताची तयारी कोणत्याही राजाज्ञेशिवाय उत्साहात सुरू झाली. लहानमोठ्या सर्वांच्या तोंडी एकच घोष होता, ''द्वारकाधीशांचा विजय असो.''

ज्या दिनी द्वारकाधीशांचे आगमन होणार होते तो दिन तर द्वारकावासीयांच्या दृष्टीने सोनियाचा दिन होता. त्यांच्या अनभिषिक्त द्वारकाधीशांवरचा चौर्याचा कलंक पुसला जाणार होता.

घरांसमोर गोमयाचे शिंपण केले गेले होते. अंगणात आणि रस्त्यावरसुद्धा शुभचिन्हांनी रेखाटलेल्या रंगावल्या काढण्यात आल्या होत्या. द्वारे तोरणांनी सजली होती. घराघरांवर रेशमी गुढ्या उभारण्यात आल्या होत्या. सुवासिनी रेशमी वस्त्रे नेसून, अलंकार लेवून जलाने भरलेले जलकुंभ माथ्यावर घेऊन मार्गाच्या दोन्ही बाजूंना उभ्या होत्या.

थोरल्या माता, धाकट्या रोहिणीमाता, सुभद्रा, मी, रेवतीताई पंचारतीची सुवर्णतबके घेऊन शुद्धाक्षावर सज्ज झालो. अखेर तो क्षण आला. स्वामींच्या आगमनाचा, त्यांच्या दर्शनाचा. ते द्वारकेत नसतानाचा तो प्रत्येक क्षण मला युगासारखा भासत होता. खरेच आमच्या भेटीला जणू युगानुयुगे लोटली असे वाटत होते. विरह आणि सहवास भास अशा विचित्र अवस्थेत मी वावरत होते. याच काळात माझे सागरकिनारी फिरायला जाणे हा नित्यक्रम झाला होता. बरोबर रेवतीताई, सुभद्रा, दादांची मुले किंवा दुसरे कुणीतरी असायचे. समुद्रगाजेत मला मुरलीस्वरांचा सतत भास होई. या भासमय कालाच्या विचारात बुडालेली असतानाच मंगल वाद्यांचा नाद माझ्या कानात शिरला. मी भानावर आले.

मी समोर दृष्टिक्षेप टाकला. 'अगं बाई, सर्व मंडळी दृष्टिपथात आली होती की.' दादा, स्वामी, उद्धवभाऊजी समोर महाद्वाराजवळ आले. माझ्यासहित पाच सुवासिनींनी त्यांना ओवाळले. बाजूला होणार तोच उद्धवभाऊजी म्हणाले, ''वहिनी, थांबा. आणखी एका व्यक्तीला औक्षण करावयाचे आहे.'' मी प्रश्नार्थक मुद्रेने स्वामींकडे दृष्टी टाकली.

स्वामींच्या नेत्रांत एकाच वेळी गंभीर, मिश्कील भावना तरळल्याचा मला भास झाला. ते मला म्हणाले, ''महाराणी रुक्मिणी, आज तुम्ही खऱ्याखुऱ्या महाराणी झालात. तुमच्यापेक्षा धाकटी राणी आपल्या या राजपरिवारात आज प्रवेश करत आहे.'' क्षणात माझ्या सर्वांगात वीज सळसळली. मी अस्वस्थ झाले; पण क्षणभरच. मी थोरल्या मातेकडे पाहिले. त्यांनी रोहिणीमातेकडे कटाक्ष टाकला. जणू त्यांना म्हणायचे होते, 'अगं, महाराणीला हे स्वीकारावंच लागतं. तिचं ते कर्तव्यच असतं. तिच्या स्वागतासाठी पुढं हो.' मी पुढे आले. तिला म्हणाले, ''ये, पुढं ये, संकोचू नकोस. चला गं, हिलाही आपण औक्षण करू या. माझी धाकटी भगिनी आहे ती.''

ती भयभीत मुद्रेने, संकोचत पुढे आली. कृष्ण वर्णाची, हरिणाक्षी, वनवेषातली, जांबवान वनराजाची ती कन्या, मला वंदन करती झाली. मी तिला जवळ घेतले. मला सख्खी भगिनी नव्हतीच. हिच्या रूपाने तीच आज लाभली, असा विचार मनाला स्पर्शून गेला. त्याच वेळी मला जाणीव झाली, की महाराणी होणे सोपे नाही. विशाल हृदय असावे लागते – सागरासारखे. क्षणभर मला वाटले यापुढे हा विशाल जलसागरच आपला गुरू.

स्वतःच्या उदरात असंख्य रत्ने, शंख, शिंपले, प्राणी, वनस्पतींना आश्रय देणारा, तरीही त्याला बघणाऱ्या प्रत्येकाला स्वतःच्या दर्शनाने सतत सुखाची उधळण करणारा, प्रसन्न, खळाळता. आपणही तसेच व्हायला हवे. सुख-दुःख सारे अंतःकरणात पचवून, सहवासात येणाऱ्या प्रत्येकाला सुख, आनंद, जीवनचैतन्य देणारी प्रसन्न, यशस्वी महाराणी. द्वारकेच्या अनभिषिक्त राजाच्या महाराणीचे पद सार्थ ठरविणारी महाराणी.

यादवांच्या राजकुलात राणी म्हणून वावरताना वेषभूषा कशी करायची, भाषा कशी बोलायची, स्वतःचा दासी परिवार कसा सांभाळायचा, हे धडे मीच तिला दिले. तिने ते त्वरेने आत्मसात केले. एखादा शिल्पकार जसे पाषाणातून किंवा काष्ठापासून सुरेख शिल्प तयार करतो, ते पूर्ण झाल्यावर जसे त्याला आगळेच समाधान मिळते, तसेच मला तिच्यावर नागरी संस्कार करताना मिळत होते. ती यादवांच्या राजकुलात वेगाने सामावून गेली. तिच्या प्रासादाचा कारभार उत्तम सांभाळू लागली. मला तर थोरल्या भगिनीचा मान ती देतच असे, त्याचबरोबर आमच्या राजकुलातल्या प्रत्येक व्यक्तीचा योग्य मान, आदर राखू लागली. मुळातच निरागस, निष्पाप, स्वच्छ कोरी पाटी असलेल्या तिच्या मनावर संस्कार करणे सुलभ गेले.

हा स्यमंतक मणी स्वामींच्या जीवनात जशी अनेक वादळे निर्माण करून गेला, तशीच माझ्या जीवनातही त्याने अनेक वादळवाटा निर्माण केल्या; ज्या माझ्या भावी जीवनाशी निगडित होत्या.

जेव्हा स्वामींनी ते रत्न जांबवानाकडून हस्तगत करून सत्रजितांच्या स्वाधीन केले, तेव्हा आपण श्रीकृष्णांवर चौर्यकर्माचा वृथा आरोप केला म्हणून त्यांचे मन त्यांना स्वस्थ बसू देईना. श्रीकृष्णांसारख्या राजपदाचा मोह नसलेल्या व्यक्तीवर आपण असा आरोप करताना आपली बुद्धी कशी फिरली तेच त्यांना कळेना. श्रीकृष्णांच्या निकट आपल्याला पुन्हा कसे जाता येईल? ह्या विवंचनेत ते होते.

मथुरेच्या यादवांच्या राजकुलातील राजा शतधन्वा त्यांच्या लाडक्या, सुंदर कन्येसाठी सतत विवाहप्रस्ताव आणत होता. त्यांना तो पसंत नव्हता. सत्यभामेच्या सौंदर्याची कीर्ती दूरवर पसरलेली असली तरी ती राजकन्या नव्हती. ती मंत्रीकन्या होती. तिचे स्वयंवर आयोजित करण्याची प्रथा नव्हती.

तिचा स्वामींच्या जीवनात प्रवेश झाला तोही स्यमंतक मण्यामुळेच. ते माझे, तिचे आणि स्वामींचे विधिलिखितच म्हणायचे. स्वामींबरोबर सावलीसारख्या वावरणाऱ्या उद्धवभाऊजींनीच मला या घटनेचा वृत्तान्त सांगितला.

स्वामी जेव्हा स्यमंतक मणी घेऊन सत्राजितांकडे आले, तेव्हा सत्राजित आणि सत्यभामा वार्तालाप करत होते. स्वामींच्या हातात ते रत्न बघून सत्राजितांच्या मनात एकीकडे आनंद आणि दुसरीकडे प्रसेनांच्या स्मृती अशा संमिश्र भावनांचा कल्लोळ माजला. त्या द्वंद्वात त्यांचे सत्यभामेकडे लक्षच नव्हते. कुणा परपुरुषाचे आगमन झाले, की त्या कक्षात स्त्रियांनी उभे राहण्याची प्रथा नव्हती.

पण सत्यभामा ही प्रथाच काय, देहभान विसरून स्वामींकडे टक लावून बघत होती. ती स्थल, काल, रूढी, परंपरा सारेच विसरली होती. दोष तिचा नव्हता; तर तिच्या यौवनाचा होता. तिच्या मुखावर नेहमी असणारे क्षत्राणीचे तेज तर विलसत होतेच; पण स्त्रीसुलभ लज्जेचा रक्तिमाही पसरला होता. तात आपल्याकडे बघत आहेत, ही जाणीवही तिला नव्हती. स्वामी नेहमीप्रमाणे शांत होते. त्यांच्या मुखावर मधुर हास्याची प्रभा पसरली होती. द्वारकाधीशांची भूमिका पार पाडतानासुद्धा थोरांचा आदर करण्याची परंपरा ते कधी विसरले नाहीत. त्यांनी स्वागतासाठी पुढे आलेल्या सत्राजितांना खाली वाकून वंदन केले. स्यमंतक मणी त्यांच्यापुढे धरून ते त्यांना म्हणाले–

"काका, हे तुमचे अनमोल रत्न, मी स्वत: तुमच्याकडे घेऊन आलो आहे. त्यावर सर्वस्वी तुमचा हक्क आहे. घोर तपस्येने तुम्ही तो मिळविला आहे. तो जपून ठेवा. त्याचा उपयोग कसा करायचा ते तुम्हीच ठरवा."

श्रीकृष्णांना वरच्यावर उठवत महामंत्री म्हणाले, "श्रीकृष्णा, मी राजसभेत तुला जे बोललो, तुझ्यावर आरोप केले, त्याबद्दल क्षमा मागतो. ह्या रत्नामुळे माझा बंधू प्रसेन गेला. त्याचे दु:ख आहेच. त्याची स्मृती म्हणून मी या रत्नाचा उपयोग लोककल्याणासाठीच करीन. खरे पाहता आता या रत्नावर माझा हक्क तरी पोहोचतो की नाही कुणास ठाऊक? कारण तो तूच परत मिळवून आणला आहेस; पण तू तो ठेवून घेणार नाहीस हे मला निश्चित माहीत आहे. हा मणी स्वीकारण्याआधी माझी एक अट तुला मान्य करावी लागेल."

"आता कसली अट? अजूनही काही शंका तुमच्या मनात आहे का?"

"नाही द्वारकाधीशा, नाही. आता कसलाही किंतू माझ्या मनात नाही. माझी एकच विनंती आहे की या रत्नापेक्षाही मला असलेले प्रिय रत्न, म्हणजे माझे कन्यारत्न सत्यभामा. तिचा स्वीकार करावा."

सत्राजितांनी सत्यभामेकडे दृष्टी टाकली. स्वामींनीही त्या दिशेने पाहिले. सत्यभामेचे आणि त्यांचे नेत्र एकमेकांना भिडले. तिने लाजून आत पलायन केले. स्वामींचे ते वैशिष्ट्यपूर्ण स्मित त्यांच्या मुखावर झळकत होते.

सत्राजित पुढे म्हणाले, ''मला नुसता होकार नको आहे, तर धर्मशास्त्राला अनुसरून आताच तिचे पाणिग्रहण कर! तिला राणी म्हणून आताच आपल्या राजप्रासादी घेऊन जा. या गांधर्व विवाहाला शुभमुहूर्त बघण्याची आवश्यकता नसते. माझ्या या वंदनीय सूर्यदेवांचा वरदपाणि तुम्हा दोघांच्या मस्तकावर राहीलच. हा पाणिग्रहणाचा विधी पार पडल्यानंतरच मी स्यमंतक मण्याचा स्वीकार करीन.''

या विवाहाच्या वेळी उद्धवभाऊजींनी ही वार्ता मला आधीच कळवली होती. त्यामुळे जांबवतीच्या दर्शनाने माझ्या मनात जी खळबळ माजली होती, तशी अवस्था झाली नाही. सागरराजाला वंदन करून, जांबवतीला विश्वासात घेऊन मी या दुसऱ्या भगिनीच्या स्वागताला शांतचित्ताने सामोरी गेले.

सत्यभामेचा प्रवेश माझ्या जीवनात झाला आणि मी मनाने अधिकच प्रौढ आणि सावध झाले. जांबवतीचे ग्रामीण संस्कार पुसणे जरी अवघड गोष्ट होती तरी ती स्वभावाने गरीब, भित्री, निष्कपट, निर्मळ होती. जात्याच हुशारही होती. तिला सांभाळणे जड गेले नाही.

सत्यभामेचे तसे नव्हते. ती अतिशय तेजस्वी, करारी मुद्रेची, क्षात्रतेज असणारी सुंदर युवती होती. तिच्या प्रत्येक हालचालीत चपलता होती. तिने अश्वारोहणाचे, सारथ्याचे शिक्षण घेतले होते. ती दोन्ही विद्यांमध्ये कुशल होती. तिचे वावरणे, इकडून तिकडे जाणे एवढ्या वेगाने असे की वीज तळपल्याचा भास होई.

तिचे आगमन झाल्यावर एकदा स्वामी थट्टेने म्हणाले, ''रुक्मिणी, सांभाळ तिला, वीज आहे ती वीज.''

मीही त्याच सुरात त्वरेने म्हणाले, ''मेघांमध्ये चपला कितीही चमकली, कडाडली, तरी धरतीमातेच्या उदरात आल्यावर शांत होतेच ना? प्रत्येकाला कुठं ना कुठं शांती हवीच असते.''

''रुक्मिणी, तुझी बुद्धिमत्ता बघून मीसुद्धा आश्चर्यचकित होतो. तू म्हणतेस ते अगदी खरं आहे. ती क्षमादायिनी धरा तूच आहेस. तू तुझ्या सात्त्विकतेनं, सौजन्यानं तिला आपलीशी करून घेशील यात शंका नाही,'' स्वामी म्हणाले आणि ते कसल्यातरी विचारात गढून गेले.

त्यांच्या मुद्रेकडे बघता बघता माझ्या मनात आले, आणखी किती धाकट्या राण्या, भगिनी म्हणून माझ्या जीवनात येणार आहेत कुणास ठाऊक! या स्यमंतक रत्नानेच ही दोन रत्ने आमच्या जीवनात आणली. यापुढे कोणत्या कारणांनी कोण कोण येणार आहेत कोण जाणे. माझ्या एक गोष्ट लक्षात आली, की विवाह म्हणजे केवळ व्यक्तीव्यक्तींमधील कुलसंबंध नसतात; तर ही राजकारणनीती असते. हे सम्राट महासम्राट कधी आपली सत्ता बळकट करण्यासाठी, कधी सत्तावृद्धीसाठी, तर कधी सत्तासंरक्षणासाठी, कधी आपली कन्या, कधी भगिनी, कधी पुतणी यांचे विवाह करून देतात.

मी माझे हे विचार स्वामींजवळ बोलून दाखवले. ते हसले, म्हणाले, "मनकवडी आहेस तू रुक्मिणी. माझ्या मनातसुद्धा आता हेच विचारचक्र सुरू होतं; पण एक गोष्ट लक्षात ठेव, तुझ्या-माझ्या विवाहामागं असा कोणताही हेतू नव्हता. या विवाहाला एकच कारण होतं, तुझी माझ्यावरची अगाध प्रीती. त्या उत्कट प्रीतीच्या प्रत्ययानं माझ्याही मनात निर्माण झालेली प्रेमभावना. आकर्षण. तूच विचार कर, आपल्या विवाहानं या द्वारकेच्या अधिराज्याला राजनीतीचा काही लाभ झाला का? उलट सम्राट जरासंध, तुझे तात, बंधू यांचा रोषच पत्करला. आधीच चिडलेला जरासंध अधिकच चवताळला आहे. त्याच्या पापाचा घडा पूर्ण भरायचा आहे. तो भरला की त्याचा नाश अटळ आहे. ते जाऊ दे; पण प्रिये, या द्वारकेच्या महाराणीची सोनपावले फक्त प्रेमाच्या वाटेवरून, प्रेम परिपूर्तीसाठीच, या नगरीत येऊन विसावली आहेत. तिच्या हृदयात सर्वांना आश्वासक विसावाच मिळतो आहे. अगदी मलासुद्धा!"

स्वामींचे ते बोल एखाद्या बासरीतून निघणाऱ्या मंजूळ सुरांप्रमाणे भासत होते. शरीरात सुखाच्या संवेदना उमटत होत्या. तनावरून आणि मनावरून कुणीतरी हलकेच मोरपीस फिरवल्यासारखे भासत होते. त्या क्षणी तरी मी फार सुखात होते. संपूर्ण जग विसरले होते. मनात आले, उगीच नाही ह्यांना श्रीकृष्ण नाव शोभून दिसत. जो जो त्यांच्या सहवासात येतो तो स्वतःला विसरतोच. मग ती वीज असो वा नंदादीपातली तेवणारी ज्योत.

या द्वारकाद्वीपावर रुळण्याचा न रुळण्याचा सत्यभामेचा प्रश्नच नव्हता. ती इथेच वाढली होती, मोठी झाली होती. या जोडद्वारकेत असलेला राणीवसाही तिच्या परिचयाचा होता. सण, समारंभासाठी तिचे तिच्या मातेबरोबर येणे-जाणे होतेच. कारण ती महामंत्र्यांची कन्या होती ना. राजकुलाच्या रीतीभाती, परंपराही ती जाणून होती. थोरल्या, धाकल्या माता, महाराज यांनाही ती ओळखत होती. त्यामुळे जांबवतीसारखा इथे रुळायला तिला वेळ लागला नाही.

रोजचे कालचक्र सुरळीत सुरू होते. साऱ्यांच्या दिनचर्या, आखीव-रेखीव पद्धतीने पार पडत होत्या. राजसभा, धर्मगुरूंचे मानसन्मान, अतिथींचे आदरातिथ्य ही नैमित्तिक कार्ये सुरूच होती. आता रेवतीताईंच्या, माझ्या मदतीला या दोघी आल्या होत्या. दानवेदीवरही त्यांनी यावे असा माझा कटाक्ष होता. सत्यभामा लहर असेल तर येई; नाहीतर अश्वारोहणासाठी निघून जाई. असा हा शांततामय काळ फार फार सुखाचा होता. फक्त बाळाची स्मृती सोडून; पण ती स्मृती झाली की काही क्षण डोळे मिटून स्वामींनी दर्शन दिलेले त्याचे युवारूप आठवून मी माझे समाधान करून घेत असे.

विदर्भराज्य, कौंडिण्यपूर सारे आता फक्त स्मृतिकोशातच जमा झाले होते.

एकटी असले की तिथलीही खूप खूप आठवण येई. तात-माता, बंधू-सख्या आठवत. सुदेवकाकांचीही खूप आठवण येई. त्यांच्या सहभागामुळेच मी आज श्रीकृष्णाची पत्नी होऊ शकले होते. मनातल्या मनात मी त्यांचेही ऋण मानत असे. दूतांकरवी तिकडच्या कुशल वार्ता कानी येतच.

स्वामींमुळे मला पूर्व, पश्चिम, उत्तर, दक्षिण अशी चहूकडे पसरलेली लहान-मोठी राज्ये, साम्राज्ये, सम्राट यांच्याविषयी माहिती मिळत होती. मला स्वतःला या भरतखंडात घडणाऱ्या घटनांमध्ये खूप रस होता. मी त्यांना असंख्य प्रश्न विचारत असे. तेही न कंटाळता माझ्या प्रश्नांची समाधानकारक उत्तरे देत, नव्हे प्रोत्साहनही देत. ते मला म्हणत, "रुक्मिणी, या द्वारकाद्वीपाबरोबरच तू भरतखंडाच्या घटनांमध्येही रस घेतेस, या तुझ्या वृत्तीचा मला अभिमानच वाटतो. खरं सांगू, तुझी कार्यक्षमता बघून मी, दादा महत् कार्यासाठी किंवा युद्धाला तोंड देण्यासाठी राज्याबाहेर गेलो तरी, इथली चिंता करण्याचं आम्हाला कारण उरणार नाही, याविषयी मी निःशंक आहे. तू कुलधर्म, कुलाचार, थोरांची, आप्तांची सेवा हे तर जाणतेसच, त्याचबरोबर धर्मकारण, राजकारणही जाणतेस. उगाच नाही तुला द्वारकावासी महाराणी मानत किंवा या राणीद्वीपाला रुक्मिणीद्वीप म्हणत."

त्यांच्या या प्रशंसेत थट्टेचा लवलेशही नसे. ते बोलत होते तो शब्दन्‌शब्द खरा होता. मला ती प्रशंसा, कौतुक ऐकून आनंदही होई. त्याच वेळी माझ्यावर टाकलेल्या विश्वासाची, निभावून नेण्यासाठी कराव्या लागणाऱ्या तत्परतेची, निर्णयशक्तीची जाणीवही मला होई. त्यासाठी आवश्यक असलेल्या सुदृढ तनशक्तीसाठी, निश्चयी मनशक्तीसाठी मी कुलदेवता इडादेवीकडे आशीर्वाद मागत असे. या माझ्या गुणांचा कस लागेल असा प्रसंग त्वरितच येणार आहे, या गोष्टीची त्या वेळी मला कल्पना नव्हती; पण तो प्रसंग एखाद्या वादळासारखा अचानकच येऊन धडकला.

हस्तिनापुरातून दूत ती अशुभ वार्ता घेऊन आला. ती भयंकर वार्ता होती, आत्या कुंतीदेवी आपल्या पाच पुत्रांसह, ज्यांना पंडुपुत्र म्हणून पांडव म्हणत, ते सारे अग्नीच्या भक्ष्यस्थानी पडले होते. ही घटना वारणावर्तात घडली. स्वामींच्या चार आत्यांपैकी एक कुंतीदेवी. त्यांची जीवनगाथा त्यांच्या बालपणापासूनच आगळीवेगळी, थक्क करणारी होती. त्यांच्या बालपणीच तातांच्या वचनाची पूर्ती करण्यासाठी त्यांना सम्राट कुंतीभोजांना देऊन टाकण्यात आले. जन्मदाता, जन्मदात्री यांच्यापासून त्या दुरावल्या गेल्या. न कळत्या वयात क्रोधी दुर्वास ऋषींची अविरत सेवा केल्यामुळे त्यांनी प्रसन्न होऊन पाच अगम्य मंत्र दिले. सम्राट पंडुराजाशी विवाह होऊन त्या बलाढ्य हस्तिनापूरच्या महाराणी झाल्या; पण दुर्दैवाने इथेही त्यांची पाठ सोडली नाही. दैवी शापाने आर्यश्रेष्ठांना पंडू रोगाला बळी पडावे लागले. त्यामुळे ते रूढ अर्थाने पिता होण्यास असमर्थ ठरले.

पंडूराजांच्या दुसऱ्या राणी माद्रीदेवी तर वयाने फारच लहान होत्या. अंती दुर्वास ऋषींनी दिलेल्या वरदानाच्या मंत्राने राणी कुंतीदेवींना तीन आणि माद्रीदेवींना दोन असे पाच पुत्र झाले, ते जगभर पांडव म्हणून प्रसिद्ध आहेत. पुढे पंडू महाराजांचा मृत्यू झाला तेव्हा माद्रीदेवी सती गेल्या. पाचही पुत्रांचे संगोपन, जडणघडण कुंतीदेवींनी अनेक संकटांना तोंड देऊन स्वबळावर केली. धन्य आहे त्या माऊलीची.

दुर्दैवाने इथेही साथ सोडली नाही. त्यांचा अधिकार असूनही हस्तिनापूर राज्याधिपती सम्राट धृतराष्ट्र आणि त्यांचे शंभर पुत्र (त्यांना कुरुवंशीय म्हणून कौरव म्हणत.) पांडवांना राज्याधिकार देण्यास तयार नव्हते. दुर्योधन, दु:शासन हे बंधू सतत या भावांचा दुस्वास करत. त्यांचा काटा कसा काढता येईल याविषयी आपल्या शकुनीमामाच्या साहाय्याने योजना आखत. वर सांगितलेली भयंकर घटनाही त्या एखाद्या कटकारस्थानाचे फलित तर नव्हती ना? अशा शंकेची पाल सर्वांच्या मनात चुकचुकत होती.

माझ्या मनाला तर या घटनेने फार मोठा धक्का बसला. मी माझ्या जाणत्या वयापासून सत्तेच्या मोहापायी, वासनेच्या लालसेपायी, संपत्तीच्या हव्यासापायी अनेक क्रौर्यकथा ऐकल्या होत्या. माझ्या स्वामींच्या आयुष्यातच त्यापैकी कितीतरी घडल्या होत्या, अजूनही घडतच होत्या. तरीही आपल्याच चुलतभावांना, मातेसह, निष्पाप सेवकासह या मार्गाने मारणे, ही क्रौर्याची परिसीमा होती.

थोरले महाराज, महाराणी यांचे दु:ख तर बघवत नव्हते. अवघी द्वारका शोकसागरात बुडाली होती. राज्य परंपरेनुसार शोकपक्ष पाळला जाणार होता. राजध्वज अर्धे खाली उतरवले गेले होते. या काळात कोणतेही शुभ कार्य घडणार नव्हते. मंगल वाद्ये वाजणार नव्हती. तिलांजली अर्पण करण्यासाठी दादा, स्वामी, उद्धवभाऊजी तिघेही जाणार होते.

माझ्या मनात मात्र शंका येत होती. स्वामी या घटनेने निश्चितच चिंतित झाले होते; पण शोकमग्न झाले नव्हते. त्यांचे वागणे मला गूढ भासत होते. ते सतत मनाशी विचार करत होते. हस्तिनापूरला जाण्यातही त्यांचा वरवर पांडवांना, आत्याबाईंना तिलांजली अर्पण करण्याचा हेतू दिसत असला तरी त्यांच्या मनात वेगळेच काहीतरी शिजत असावे असे मला वाटत होते. मी त्यांच्याजवळ माझी शंका बोलून दाखावली.

ते गूढ हसले, मनाशीच. मला म्हणाले, "रुक्मिणी, मी नित्य बोलतो, किती सत्य आहे ते? एवढे लोक माझ्याभोवती आहेत; पण माझ्या मनातल्या विचारांचे द्वंद्व फक्त तुझ्याच लक्षात आले. तू आणि मी एकच आहोत, रुक्मिणी. तू म्हणतेस ते सत्य आहे. मला निश्चितपणे ठाऊक आहे की आत्याबाई आणि पाच पांडवांचा

मृत्यू झाला नसावा. या जगात सत्याची भूमिका त्यांना पार पाडावयाची आहे. अजून 'महाभारत' घडायचे आहे,'' हे शब्द जणू ते मनाशीच पुटपुटत होते. ते त्वरेने निघून गेले. जाण्याआधी सर्व संबंधित अधिकारी, महामंत्री, मंत्री यांची सभा बोलावून त्यांच्या अनुपस्थितीत करण्याची कार्ये समजावून सांगितली. मी, रेवतीवहिनी, सत्यभामा, जांबवती नेहमीप्रमाणे कौटुंबिक कार्याची धुरा पार पाडणारच होतो. त्या दोघींना मीच सूचना देणार होते.

स्वामी हस्तिनापूरला निघून गेले तरी माझ्या मनात एकच शब्द घोळत होता, 'महाभारत!' मी माझ्या कक्षात उभी राहून गवाक्षातून महासागराला प्रश्न केला, तुला ठाऊक आहे का महाभारत म्हणजे काय?

त्याच्या खळाळत्या लाटांचा आवाज ऐकून मला भास झाला, तो हसत म्हणतोय, 'सुकन्ये, अगं, जरा धीर धर! येणारा काळच तुला सांगेल, महाभारत म्हणजे काय ते!'

मी स्वत:शीच हसले. माझ्या नित्यकर्माकडे वळले.

द्वारकेच्या मुख्य राजद्वीपावर, जांबवती आणि रेवतीताई काही दिवस निवासासाठी गेल्या. त्यांच्याबरोबर निशठ आणि उल्मुकही गेले. नातवंडांच्या सहवासात थोरले महाराज आणि दोन्ही मातांचे मन रमले असते. मी आणि सत्यभामा राणीद्वीपावरच राहिलो. मी जरी राणीद्वीपावर असले तरी आमच्या द्वारका साम्राज्याच्या सर्व तटांवर काय घटना घडत आहेत, याकडे बारीक लक्ष देण्याचा प्रयत्न करी. सर्व सेनाप्रमुखांना, महामंत्र्यांना तशा सूचना देण्यात आल्या होत्या. महाराणीपदाची सर्व सूत्रे आपोआपच माझ्या हातात आली होती.

सारे काही सुरळीत सुरू होते. मी रोज रात्री सारा आढावा घेऊन नंतरच निद्राकक्षात जात असे. एक दिवस अचानक वार्ता येऊन थडकली; महामंत्री सत्राजितांचा वध झाला आहे. तो शतधन्वा या यादव वीरानेच केला. त्याला सत्यभामेशी विवाह करण्याची तीव्र इच्छा होती. ती पूर्ण न झाल्याने सूडाने पेटून त्याने महामंत्र्यांचा वध केला आणि तो स्यमंतक मणीही पळवून नेला. वायुवेगाने ही वार्ता द्वारकेत पसरली. मी वेगाने सत्यभामेच्या प्रासादाकडे धावले. तेव्हा वार्ता कानी आली, की आज सकाळीच ती आपल्या माहेरी गेली होती. याचा अर्थ ही घटना घडली तेव्हा ती त्या परिसरातच होती. मी रेवतीताई आणि जांबवतीला घेऊन त्वरेने तिच्याकडे गेले.

थोरले महाराज, थोरल्या माता आधीच कुंतीदेवींच्या आणि पांडवांच्या शोकात होत्या. त्यांना या वार्तेने धक्काच बसला. त्यांचे सांत्वन करून आम्ही सत्यभामेकडे निघालो. आम्हाला बघताच ती माझ्या कुशीत शिरली. शोकावेग तिला आवरत नव्हता.

एकीकडे शोक आणि दुसरीकडे क्रोध दोन्ही विकारांनी ती पेटून उठली. मी, रेवतीताई तिचे सांत्वन करत होतो. तिला समजावत होतो; पण ती तिच्या स्वभावाप्रमाणे कुणाचे काही ऐकून घ्यायला तयारच नव्हती. एकाएकी तिने मनाशी निर्णय घेतला. ती उठली. मला म्हणाली, "महाराणी, माझ्या हस्तिनापूर प्रयाणाची तयारी करा. मी तिथे जाऊन स्वामींना घेऊन येणार."

मी तिला समजावून सांगितले, "अगं जरा धीर धर! तू आता केवळ सत्राजितांची कन्या नाहीस, तर यादवांची, द्वारकाधीशांची राणी आहेस. महामंत्र्यांचा अंत्यविधी होऊ दे. नंतर प्रस्थान ठेव." तिने ते मान्य केले.

ठरल्याप्रमाणे मी सेनापतींना बोलावून तिच्या प्रस्थानाची सिद्धता केली. प्रवासासाठी सुसज्ज रथ, सैनिक, सेवक, सेविका यांचा ताफा घेऊन तिने हस्तिनापूरकडे प्रयाण केले. माझ्या मनात आले, हे स्यमंतक रत्न, धन, संपत्ती देणारे असेलही; पण आमच्या कुलातील सदस्यांवर मात्र ते कोणत्या प्रकारे आणि किती क्लेशकारक घटनांचा वर्षाव करणार आहे कोण जाणे? सारे नियतीच्या हाती सोपवून स्वस्थ बसणेच आपल्या हाती आहे असे मनाला समजावत मी माझ्या महाराणीपदाची धुरा सांभाळत राहिले.

दु:ख आणि आनंद यांची आवर्तने आयुष्यात आलटून पालटून येत असतात हेच खरे. कुंती आत्याबाई आणि पांडव जिवंत आहेत ही आनंदवार्ताही द्वारकाद्वीपावर वायुवेगाने पसरली. थोरले महाराज, थोरल्या, धाकल्या मातांच्या अंगात तर जणू हत्तींचे बळ संचारले. ही आनंदवार्ता साजरी करण्यासाठी राजसभा भरवली गेली. थोरले महाराज आज फार आनंदात होते. मला त्याच क्षणी स्वामींचे शब्द आठवले, "हे घडणे त्रिवार अशक्य. महाभारत कसे घडेल?" पुन:पुन्हा 'महाभारत', 'महाभारत' हे शब्द कानात गुंजत राहिले.

महामंत्री सत्राजितांचे क्रियाकर्म त्यांच्या कुलातल्या आप्तांनी परंपरेनी पार पाडले. उणीव जाणवत होती ती त्यांच्या प्रिय कन्या सत्यभामा व स्वामींची!

सत्यभामा स्वामींना घेऊन त्वरेने द्वारकाद्वीपावर आली. तिच्या मनात एकच ध्यास होता, महामंत्र्यांच्या वधाचा सूड घेण्यासाठी शतधन्वाला पकडून कठोर शिक्षा करण्याचा. हे कार्य फक्त स्वामीच करू शकतील हे तिला माहीत होतेच.

तिच्या अपेक्षेप्रमाणेच घडले. शतधन्वाचा शोध जिवापाड प्रयत्न करून लावण्यात आला. त्याला मृत्युदंडाचे शासन करण्यात आले. त्याने अक्रूराजवळ ठेवलेले स्यमंतक रत्न शोधून ते त्यांच्याकडेच सत्राजितांच्या कोषागारात ठेवण्यात आले.

या मण्यामुळे त्याआधी आणखी एक घटना घडली. बलरामदादांना वाटले की तो मणी स्वामींजवळच आहे. अक्रूराने तो दडवून ठेवला हे स्वामींचे विधान त्यांना असत्य वाटले. ते रागारागाने पर्यटनाला निघून गेले.

मला, रेवतीताईंना खूप चिंता वाटली; पण स्वामी त्यांच्या नेहमीच्या खट्याळ

स्वरात रेवतीताईंना म्हणाले, "अहो वहिनी, एवढ्या वर्षांच्या सहवासातही तुम्ही त्याला ओळखलं नाही? आणि रुक्मिणी तूसुद्धा? तू तर मनकवडी आहेस ना? अगं, मी त्याला, त्याच्या स्वभावाला पूर्णपणे ओळखतो. जेवढा शीघ्रकोपी तेवढाच शीघ्रशांतही. त्याला जेव्हा सत्यपरिस्थिती कळेल तेव्हा त्याचा राग आपोआप निवळेल. आपण उगीचच या लाडक्यावर आरोप केला म्हणून त्याला पश्चात्तापही होईल. तो ते कबूल करायलाही मागेपुढे बघणार नाही."

पुढे तसेच झाले. सत्याची जाणीव झाल्यावर दादांचा राग निवळला. त्यांचे गडगडाटी हास्य सर्वत्र घुमू लागले. सर्वांनी सुटकेचा निःश्वास सोडला. एकंदर आतातरी हे स्यमंतक नाट्य संपव, अशी मी कुलदेवतेला प्रार्थना केली.

एक थरारक वादळ आले. असंख्य वावटळी उठून अखेर ते शमले. दीर्घ कालावधीनंतर द्वारकाद्वीपाला थोडा निवांतपणा लाभला. आमचा राणीवसाही उत्साहाने हसू-खेळू लागला. जांबवती आणि सत्यभामाही आता जरा स्थिरावल्या होत्या. मी तर या द्वीपावर पाऊल टाकले त्या दिवसापासूनच या द्वीपाची, वास्तूची, वस्तूंची, सागराची, माणसांची झाले होते. जणू काही माझी या सर्वांशी जन्मोजन्मीची ओळख होती. स्वामींच्या सहवासाची प्रत्येकालाच आस होती. तेही कुठेही अन्याय न होता ती पुरविण्याचा प्रयत्न करत.

सागरासारखेच जीवन जगले स्वामी. कधी लाटांना वेग येईल ते सांगता यायचे नाही. एक दिवस सुधर्मा राजसभेतून राणीद्वीपावर आले ते चिंतामग्न होऊनच. वर वर शांत दिसत असले तरी ते मनातून अस्वस्थ आहेत हे मी जाणले होते. रात्री एकान्तात मी त्यांना विचारले तेव्हा अस्वस्थपणाने म्हणाले, "काय सांगू, रुक्मिणी आज राजसभेत पूर्वेकडच्या राज्यातून एक गुप्तचर मन विदीर्ण करणारा संदेश, संदेश कसला, विनंतीपत्र घेऊन आला होता. त्यातील शब्द जर तू वाचलेस ना तरी तूसुद्धा संतापानं आणि दुःखानं क्रोधीत होशील."

"असं काय घडलंय, स्वामी?" मी विचारले.

"आर्यावर्तात पूर्वेकडे कामरूप प्रदेश आहे. तेथे भौमासुराचं बलाढ्य साम्राज्य पसरलं आहे. अमर्याद सत्ता आणि संपत्तीमुळं तो कामांध झाला आहे. त्याने आपल्या अधिपत्याखालील राज्यातील सोळा सहस्र सुंदर युवतींना बलाचा वापर करून, त्यांचं अपहरण करून, पशूंच्या कोंडवाड्याप्रमाणे त्यांना बंदिस्त केलं आहे. त्यांची वस्ती म्हणजे अक्षरशः नरक आहे. म्हणूनच या भौमासुराला जनमानसात नरकासुर हे नाव पडलं आहे. जन त्याला त्याच नावानं ओळखतात."

त्यांचे ते शब्द ऐकताना माझ्या अंगावर शहारे येत होते. स्त्रीजातीचा हा केवढा घोर अपमान! असा क्रूरपणा तर पशूंच्या वाट्यालासुद्धा येत नसेल. खरेच त्याला नरकासुर हे नाव शोभून दिसते. त्याचा निःपात करायलाच हवा.

माझी व्यथा, वेदना, संताप माझ्या मुद्रेवर उमटले असावेत. स्वामी माझ्या मस्तकावर हात ठेवत म्हणाले, "शांत हो रुक्मिणी! तुझ्या मनात काय विचारचक्र फिरतंय ते मी ओळखलंय. माझा जन्मच दुष्टांचा संहार करण्याकरता झालाय. त्या भगिनींचं विनंतीपत्र घेऊन तो दूत माझ्याकडेच का आला? नियतीचा आदेश मानूनच मी हे कार्य हाती घेणार आहे. माझ्या या भगिनींची मुक्तता करणार आहे. त्यांना त्यांचं मानाचं जीवन मिळवून देणार आहे. उद्याच या अभियानाची योजना संबंधितांना घेऊन, थोरल्या महाराजांचे आशीर्वाद घेऊन आखली जाईल. चल आता, शांतपणे निद्रादेवीच्या आधीन होऊ या." बोलता बोलता स्वामी ईशस्तवन पुटपुटत निद्रादेवीच्या आधीन झाले. मी मात्र त्यांच्या त्या निद्रितावस्थेतही प्रसन्न दिसणाऱ्या मुद्रेकडे बघत राहिले.

मला नेहमीच आश्चर्य वाटायचे, माझे स्वामी नक्की आहेत तरी कोण? भोगी असूनही त्यागी, योगी असूनही विरागी. प्रसंगी कलागुणात अग्रभागी असूनही अनासक्त. सर्वांना मोहित करून, स्वतः मात्र निर्मोही. नक्की कोण? मला त्यांच्याकडे बघताना नेहमी मी माहेरी पुजत असणाऱ्या माझ्या श्रीविष्णूमूर्तीची आठवण येई.

बालपणी दहीदूध चोरणारा, गोफ विणणारा, गुरे चारणारा, गोपालकाला करणारा, यमुनाजळी मनसोक्त डुंबणारा, रासक्रीडेत दंग होणारा श्रीकृष्ण खरा, की पुतनामावशीवध, कालियामर्दन करणारा, कंसवध करणारा, माझे पत्र वाचून माझी आस पूर्ण करणारा, जरासंधासारख्या बलाढ्य शत्रूला सतरा वेळा परतवून लावणारा, द्वारकाद्वीपासारखी सुवर्णनगरी वसवणारा, गुरुजन, थोर जनांचा आदर राखणारा, मित्रांवर, प्रजेवर अपरंपार माया करणारा, दुष्टांच्या नाशासाठी कुठेही धावून जाणारा, मला तरुण प्रद्युम्नाचे दर्शन घडवणारा... खरा श्रीकृष्ण कोण?

कोडे उलगडताना मी थकून जाई, आपोआप निद्रादेवीच्या आधीन होई. दुसऱ्या दिवशी या अभियानाची घोषणा करण्यासाठी विशेष राजसभा बोलावण्यात आली. राजसभेतील मान्यवरांना, मंत्रिगणाला ही राजसभा आमंत्रित करण्यामागचे कारण माहीत नव्हते. त्यामुळे सर्वच उत्सुकतेने आले. स्वतः श्रीकृष्णांनी आपल्या अमोघ वाणीत कामरूप देशातील स्त्रियांची दयनीय अवस्था, भौमासुर त्यांना देत असणाऱ्या नरकयातना, मानवाचे कर्तव्य, अन्याय निवारण हे अनेक वचने, उदाहरणे देऊन पटवून सांगितले. श्रीकृष्णाने भौमासुराच्या संहाराचा प्रस्ताव सादर केला. सर्वांनी एकमताने, एकमुखाने पाठिंबा दिला. सर्वांच्या मुखातून राजकुलांचा जयजयकार आपोआप बाहेर पडला.

राजाधिराज श्री वसुदेव महाराज जयतु जयतु ।

कुलश्रेष्ठ युवराज बलराम महाराज जयतु जयतु ।

कुलश्रेष्ठ द्वारकाधीश श्रीकृष्ण महाराज जयतु जयतु ।

त्याच दिवशी सायंकाळी प्रजाजनांची आमसभा घेण्यात आली. उद्धवदादा सांगत होते, त्या वेळचे स्वामींचे भाषण एवढे चित्तथरारक होते, की ऐकणारा प्रत्येक जण थरारून उठला, सैनिकांचे, युवकांचे बाहू पराक्रमासाठी स्फुरण पावू लागले. प्रत्येकाची चर्या तेजाने उजळून निघाली.

ते वर्णन करत होते तेव्हा आम्ही तिघीही तिथे उपस्थित होतो. उद्धवभाऊजींचे सदासर्वदा शीतल चंद्रासारखे असणारे वदन सूर्यासारखे तेजाने चमकत होते. मी जांबवंतीकडे पाहिले. तिच्या नेत्रांत स्वामींविषयी अपार कौतुक तुडुंब भरलेले होते. मी सत्यभामेकडे निरखून पाहिले. मी दचकलेच. तिच्या मुखकमलावर क्षात्राणींची दिव्यप्रभा पसरली होती. जणू तळपती दामिनीच भासत होती ती. ती त्याच वेळी निश्चयी सुरांत म्हणाली, ''भाऊजी, मीसुद्धा या वेळी प्रत्यक्ष युद्धक्षेत्रावर जाणार. स्वामींच्या गरुडध्वज रथाची सारथी होऊन. असाहाय्य भगिनींच्या हाकेला, एका भगिनीने प्रत्यक्ष प्रतिसाद द्यायला नको का?''

तिचे ते रूप पाहून उद्धवभाऊजींना काय, मलाही तिच्यासमोर काही शंका व्यक्त करण्याचे धैर्य झाले नाही.

नरकासुराविरुद्धच्या आक्रमणाची तयारी वेगाने सुरू झाली. ती शिस्तबद्ध, सूत्रबद्ध आणि योजनाबद्ध होती.

जुन्या सैनिकांच्या विभागांची, उपविभागांची फेररचना करण्यात आली. अधिकाऱ्यांची नेमणूक करण्यात आली. त्यांचे नियमित सराव घेण्यात येऊ लागले. द्वारकासाम्राजाच्या दाही दिशांमधून सैनिकभरतीसाठी द्वाही फिरविण्यात आली. युवकांचे समूहच्या समूह सैन्यात प्रवेश करण्यासाठी राजधानीकडे धावू लागले. त्यांचा तो प्रवाह थोपवून धरण्यासाठी त्या त्या क्षेत्राच्या मध्यवर्ती स्थळी, त्यांच्या प्रवेशासाठी आणि प्रशिक्षणासाठी शिबिरांचे आयोजन केले गेले. शस्त्रनिर्मितीसाठी असंख्य कारागीर रात्रंदिवस खपू लागले.

अश्व, गज, उष्ट्र दलांतल्या प्राण्यांची खास निगा राखली जाऊ लागली. या दलांमध्येही नवीन प्राण्यांची भरती केली गेली. पूजनीय सांदीपनी, गर्गमुनी, सर्व विभागांचे सेनापती यांच्या सतत बैठका घेतल्या जात होत्या. कामरूप राज्यापर्यंत जाण्याचे मार्ग आखले जात होते. गुप्तचर मार्गावरच्या राज्यांकडे आधीच जाऊन पोहोचले होते. कामरूप राज्यापर्यंत चतुराईने त्यांची साखळीच तयार करण्यात आली होती. त्यांच्याद्वारे सतत वार्ता प्राप्त होत होत्या.

दुसऱ्या बाजूला अन्न, वस्त्र, निवारा, वैद्यकीय उपचार यांची सिद्धता वेगाने सुरू होती. मार्गामध्ये मुक्कामासाठी प्रचंड पडाव टाकावे लागणार होते. योग्य आहार, विश्रांतीची व्यवस्था असली तरच सैनिक तनाने व मनाने आपले कर्तव्य पार पाडू शकणार होते.

आम्ही, स्त्रीवर्गही आमच्या परीने हातभार लावत होतो. मोहिमेची सुरुवात वर्षा ऋतूतच होणार होती. पुढे कडाक्याची थंडी पडणार होती. त्या दृष्टीने सैनिकांसाठीच्या आहार, वस्त्रयोजना या गोष्टींवर लक्ष ठेवून होतो. तरुण स्त्रियांना धीर देत होतो. महाराणीचे ते कर्तव्यच होते.

आम्ही ज्या ज्या स्थळी जाऊ त्या त्या स्थळी शूर वीरांच्या मातांना, भगिनींना, पत्नीलाही क्षात्राणींचे तेज चढे. अंगात धैर्याचा संचार होई. त्याही या अभियानाला पाठिंबा दर्शवीत.

रात्रंदिवस चोहोबाजूंनी अविश्रांत श्रमानंतर, अभियानाची तयारी परिपूर्ण झाली. डोळ्यांत तेल घालून स्वामींनी, उद्धवभाऊजींनी, दोन्ही सेनापतींनी प्रत्येक बारीकसारीक गोष्टींची कसून पाहणी केली. समाधानाचे निःश्वास सोडले.

गुरुवर्य सांदीपनी आणि गर्गमुनींनी काढलेल्या शुभमुहूर्तावर कुलदेवता इडादेवीला, थोरांना वंदन करून, त्यांचे आशीर्वाद घेऊन, यादवांचे प्रचंड सैन्य, चतुरंग दलासह शुद्धाक्ष महाद्वारातून मार्गस्थ झाले. त्याआधी आम्ही तिघी, मी, रेवतीताई, जांबवतीने, सत्यभामेसह स्वामी, उद्धवभाऊजी सर्वांचे औक्षण केले.

अखेर सत्यभामेने तिच्या स्वभावाप्रमाणे आपला हट्ट पूर्ण केलाच होता. तिने एकाच मुद्द्यांवर जोर दिला होता. हे स्त्रियांना बंधमुक्त करण्यासाठी केलेले अभियान आहे. एका स्त्रीने त्यासाठी या संग्रामात उडी घेतली तर बिघडले कोठे? माझ्या सारथ्यविद्येचा उपयोग कधी करणार? केवळ सरावासाठी की सहज समुद्रावर किंवा मंदिरात जाण्यासाठी? इथल्या दोन्ही द्वीपांची काळजी घेण्यासाठी महाराणी, रेवतीताई, जांबवती आहेतच की. त्यासाठी त्या पूर्णपणे सक्षम आहेत.

स्वामींनी तिला होकार दिला, तेव्हा तिचा आनंद गगनात मावेना.

एवढे मोठे आक्रमण, तिथली सारी व्यवस्था लावण्यासाठी दीर्घकाल लोटणार होता. तोपर्यंत कोणकोणते निर्णय घ्यावे लागणार होते कोण जाणे? जांबवती आणि रेवतीताईंनी सांगूनच टाकले, ''थोरल्या महाराजांच्या संमतीने तू काय तो योग्य निर्णय घे बाई, रुक्मिणी, आम्ही तुला मदत करू.''

बलरामदादा स्वामींवर रागावून गेले होते ते अद्यापही आले नव्हते. आता रेवतीताईंना मात्र मुळीच काळजी दिसत नव्हती. मी त्यांना विचारले, ''रेवतीताई, दादा कुठं आहेत तुम्हाला माहीत आहे का? तुम्हाला मुळीच चिंता वाटत नाही म्हणून विचारलं.''

''नाही गं, तसं काही नाही; पण श्रीकृष्णभाऊजींनी सांगितल्याप्रमाणं मला त्यांच्या स्वभावाची पूर्ण कल्पना आहे. सरळ स्वभाव आहे त्यांचा. क्रोध चटकन येतो, तो लपवता येत नाही. तो शांत झाला की येतील परत. ते आपणा सर्वांशिवाय राहू शकतील का? विशेषतः त्यांचं बंधुप्रेम साऱ्या जगाला ठाऊक

आहे. परत आल्यावर या नरकासुर अभियानात भाग घेता आला नाही म्हणून खूप हळहळ वाटेल त्यांना. हाडाचे शूर लढवय्ये आहेत ना ते! मला का बोलावलं नाहीत म्हणून पुन्हा क्रोध. श्रीकृष्णभाऊजींनी काय कमी शोध घेतला? कुठं लपून बसले आहेत कोण जाणे. तू नको चिंता करूस. आधीच तू या द्वारकाजनपदाची धुरा वाहतेच आहेस! त्या चिंता काय कमी आहेत? वेळ आली की येतील परत.'' एवढे म्हणून त्या हसत हसत निघून गेल्या.

मलाही नकळत हसू आले. खरेच दोघेही किती सरळ मनाचे आहेत. नकळत मीसुद्धा दादांची वाट बघू लागले, त्यांच्या गडगडाटी हसण्याने द्वारकाद्वीप कधी उजळून निघणार म्हणून.

मला त्या वेळी माहीत नव्हते की स्यमंतक मण्याने मला दोन भगिनींचा लाभ करून दिला होता. आता हे अभियानही त्यात भर घालणार होते.

याच कालात आणखी एक योगायोग घडून आला होता. मला आणि जांबवतीला उदरातल्या गर्भाची चाहूल लागली होती. दोघींनाही कडक डोहाळे लागले होते. माझ्या मनात आले, सत्यभामेलाही डोहाळे लागले असतील का? ती माझ्याजवळ काहीच बोलली नव्हती. मी रेवतीताईंजवळ शंका बोलून दाखवली.

त्या म्हणाल्या, ''नाही बाई, ती कसली माझ्याजवळ बोलते? ती बोलली असती तर तुझ्याचजवळ; पण तुझी शंका खरीही असेल कदाचित. कारण आजकाल तिच्या मुखावर आगळंच तेज विलसू लागलं होतं, हे निश्चित.''

ही वार्ता ऐकून थोरले महाराज, थोरल्या दोन्ही माता, आमचे आप्त, स्नेही साऱ्यांनाच खूप खूप आनंद झाला. प्रद्युम्नाचे अपहरण झाल्यापासून द्वारकाधीशांचे दुसरे अपत्य कधी जन्माला येते याकडे केवळ राजकुलच नव्हे; तर प्रजाजनांचेही लक्ष लागले होते. प्रद्युम्न फारच सुंदर आहे एवढेच सर्वांना माहीत होते; पण कुणीच त्याला पाहिले नव्हते. नामकरण विधीनंतर प्रजाजनांच्या दृष्टीतले कौतुक त्याच्या वाटेला येणार होते; पण सारेच अघटित घडले होते. दुसरे दु:खी राहू नयेत; म्हणून मी स्वत:चे दु:ख लपवून आनंदाने वावरते याविषयी प्रजाजनांच्या मनात संदेह नव्हता. आता याच वेळी स्वामी इथे नव्हते. सर्वांच्याच मनाला रुखरुख लागली होती. रेवतीताई मला आणि जांबवतीला जपत होत्या. तिला तिच्या माहेराहून सतत भेटवस्तू आणि आवडीचा रानमेवा येत असे. मला आताही माहेरची आठवण येत असे; पण पूर्वीइतके मन व्याकूळ होत नसे. तिथे मनाला जास्त काल गुंतून राहायला वेळही नव्हता. द्वारकेच्या साम्राज्याचेच असंख्य व्याप मागे होते. त्यांचा विचार करता करता माहेरच्या आठवणींत गुंतायला मनाला उसंतच मिळत नव्हती.

स्वामी आणि सैन्य आखलेल्या वेळापत्रकानुसार मार्ग आक्रमीत असतानाच

वार्ताहराद्वारे एक अनपेक्षित वार्ता द्वारकेत येऊन धडकली. स्वामींनी अवंतीच्या राजकन्येचे, मित्रविंदेचे, तिच्या स्वयंवर मंडपात बलाने हरण करून, पत्नी म्हणून विवाहसंस्कार करून तिला द्वारकेला पाठविले गेले होते. तिचे लवकरच आगमन होणार होते.

अवंतीचे महानरेश राजे जयसेन हे स्वामींची सख्खी आत्या राजाधीदेवी यांचे पती. मित्रविंदा ही स्वामींची आतेबहीणच. स्वामींचे दोन आतेभाऊ विंद आणि अनुविंद लहानपणापासून स्वामींचा द्वेष करत होते. बालपणापासून त्रिखंडात पसरलेली स्वामींची कीर्ती हे त्याचे खरे कारण. त्यांना स्वत:च्या कुलाचा फार अभिमान होता. ते आमच्या यादवकुलाला तुच्छ लेखत. म्हणूनच त्यांनी पूर्वजांच्या शापित कालाचे कारण काढून स्वामींना स्वयंवराचे आमंत्रण दिले नव्हते. ही गोष्ट स्वामींनी लक्षात ठेवली होती. नरकासुराच्या नि:पात अभियानाला थोरांचे आशीर्वाद घ्यायचे आहेत, सम्राट जयसेन आणि आत्याबाईंची चरणधुली मस्तकी लावायची आहे हे दाखवून अवंतीनगरीत स्वामींनी प्रवेश केला. 'अतिथी देवो भव' हा राजधर्मच होता. या न्यायाने स्वामींचे आणि त्यांच्या सेनेचे पारंपरिक पद्धतीने अवंती नरेशांना स्वागत करावेच लागले. नाहीतर त्यांना अपकीर्तीला सामोरे जावे लागले असते.

आमंत्रित, पराक्रमी राजे, महाराजे स्वयंवर मंडपात आपापल्या आसनांवर स्थानापन्न झाले होते. सन्माननीय अतिथी म्हणून आणि निवडक सेनाधिकाऱ्यांसह स्वामींनी मंडपात प्रवेश केला. डोळ्याचे पाते लवते न लवते तोच राजकन्येचे हरण करून बाहेर सज्ज असलेल्या रथात बसवून वायुवेगाने अवंतीवेशीच्या पलीकडे कूच केले.

कुणी काहीच करू शकले नाही. कारण हा शास्त्रमान्य राक्षसविवाह होता.

वार्तादूत वर्णन करत होता. आम्ही सारे - रेवतीताई, जांबवती, दास, दासी सारेच भान हरपून ऐकत होतो. भानावर आलो, तेव्हा मी मनाशी म्हणाले, 'उठा महाराणी, तिसऱ्या भगिनीच्या स्वागताची तयारी करा.' त्याच वेळी माझ्या मनात आले, हे आक्रमण अभियान आणखी किती भगिनींचे स्वागत करायला लावणार आहे कुणास ठाऊक?

मी मनाशीच खुदकन हसले. मी मान वर करून पाहिले तेव्हा रेवतीताई आणि जांबवती माझ्याकडे आश्चर्याने बघत होत्या.

ठरल्याप्रमाणे, ठरलेल्या दिवशी मित्रविंदा द्वारकेत आली. आम्ही पाच सुवासिनींनी औक्षण करून मंगल वाद्यांचा नाद करून तिचे स्वागत केले. मला आठवले, आम्ही तिघींनीही द्वारकेत पहिले पाऊल टाकले ते स्वामींसह! माझे स्वागत करायला तर पूर्ण राजद्वीपच लोटले होते. सान-थोर साऱ्यांच्या डोळ्यांत माझ्याविषयी अपार कुतूहल, माया, प्रेम दाटले होते. 'ही आपली महाराणी' हेच त्यांचे नेत्र सांगत होते.

अर्थात, त्याचे सारे श्रेय जाते ते स्वामींकडे! ते सर्वांचे लाडके द्वारकाधीश, प्रेरणास्थान, अनभिषिक्त हृदयसम्राट! मी त्यांची पहिलीवहिली राणी! म्हणून माझे कौतुक! अखेर सावलीचे कौतुक मूळ व्यक्तीच्या प्रभावशाली व्यक्तिमत्त्वामुळेच होणार ना?

आता द्वारकेच्या रहिवाशांचे कान आणि डोळे एकाच वार्तेकडे लागले होते. विजयाची वार्ता घेऊन दूत कधी येतोय ते! कारण स्वामींसह प्रचंड सेनादल प्राग्ज्योतिष्यपूरला पोहोचल्याची वार्ता कधीच येऊन धडकली होती. ब्रह्मपुत्रा नदीच्या वाळवंटात सैन्याने तळ ठोकला होता. ते कामरूप राज्य बलाढ्य तर होतेच; त्याशिवाय पूर्वेकडे प्रभाव असणाऱ्या तांत्रिक विद्या, मायावी युद्धतंत्राचे आगर होते.

एका सुदिनी दूताने द्वारकाधीशांच्या विजयाची शुभवार्ता आणली. द्वारकेत विजयाची रणदुंदुभी वाजली. लोक आनंदाने नाचत घराबाहेर पडले. मंगल वाद्ये वाजू लागली. राजसभेच्या समोरच्या प्रांगणात सहस्रावधी पौरजन गोळा झाले. आचार्य सांदीपनी, वंदनीय गर्गमुनी, थोरले महाराज यांच्या संमतीने विजयाचा संदेश आणणाऱ्या दूताने सर्वांसमक्ष युद्धभूमीवर घडलेल्या घटनांचे प्रत्यक्ष वर्णन करावे म्हणजे प्रजेचे समाधान होईल, असा निर्णय घेतला गेला.

दूत सांगत होता, ''नरकासुराचा जो मूर सेनापती होता, तोच युद्धासंबंधी सर्व निर्णय घेत असे. त्याने केलेल्या मायावी पाश पेरणीमुळे पहिले काही दिवस आपल्याला पुढे पाऊलच टाकता येईना. आपले यादववीर वेगाने मृत्युमुखी पडू लागले. अखेर द्वारकाधीशांनी आपल्या सुदर्शन चक्राचा उपयोग करून ते मायावी जाळं उखडून काढलं. मूर आणि त्याच्या सहा पुत्रांचा वध केला. त्यानंतर चार दिशांकडून आलेल्या त्याच्या चार महारथी राज्यपालांचा वध केला.

''हा तर प्रारंभीच्या पहिल्या फळीचा नाश केला गेला होता. नंतर प्रत्यक्ष भौमासुराचा वध हेच मुख्य ध्येय पार पाडण्यासाठी यादव सेना उन्मत्त गजाप्रमाणे प्राग्ज्योतिष्यपूरच्या सीमा ओलांडून आत घुसली. संपूर्ण नगरालाच युद्धभूमीचे स्वरूप आले. कामरूप राज्याच्या सैनिकांचा पाडाव करत सेना राजप्रासादापर्यंत आली. आता प्रत्यक्ष भौमासुराला समोर येण्याशिवाय गत्यंतरच नव्हते. त्याने आपल्या रथावर आरूढ होऊन असुर परंपरेप्रमाणे महागर्जना करत रणांगणावर प्रवेश केला. आधी धनुष्यबाण युद्ध झाले. एकमेकांचे विनाशकारी बाण वरचेवर टक्कर देऊन फेकले गेले.

''नाइलाजाने दोघांनी गदा हातात घेऊन रथावरून खाली उडी घेतली. गदायुद्धाला सुरुवात झाली. दोघेही प्रबळ गदावीर.'' गदायुद्धांचे उल्लेख करताच मला, रेवतीताईंना दादांची आठवण झाली. आम्ही एकमेकींकडे पाहिले. थोरले महाराज

आणि दोन्ही थोरल्या मातांचीही अशीच स्थिती झाली असावी यात शंका नाही. आम्ही दोघी भानावर आलो पुन्हा कान देऊन ऐकू लागलो. दूत सांगतच होता,

"संध्याकाळ होत आली तरी निर्णय लागत नव्हता. दोघेही रक्तबंबाळ झाले होते. सेनापती, उद्धव महाराज, राणी सत्यभामादेवी सारेच व्याकूळ झाले होते. सुदर्शन चक्राचा उपयोग हाच एकमेव उपाय समोर दिसत होता. तोच सर्वांच्या डोळ्याचे पाते लवते न लवते अशी घटना घडली. द्वारकाधीशांनी असा अवघड डाव टाकून प्रहार केला की तो चुकविण्यासाठी भौमासुर गिरकी घेत असतानाच द्वारकाधीशांच्या गदेचा बलदंड प्रहार त्याच्या पाठीवर पडला. तो उताणा खाली पडला, तो उठलाच नाही. त्या दिवशी अश्विन शुद्ध चतुर्दशी होती. अंती सत्याचा विजय झाला होता. न्यायाने अन्यायावर विजय मिळवला होता...

"क्षणभर काय घडले ते कुणालाच कळले नव्हते. आधी लक्षात आले ते यादववीरांच्याच. त्यांनी आनंदाने, हर्षाच्या उन्मादाने गगनभेदी विजयाच्या घोषणा दिल्या. वसुदेव महाराज, बलरामदादा, स्वामी साऱ्यांच्याच नावांचा उद्घोष होता.

"नरकासुराच्या सैन्याला जेव्हा कळले, की तो धारातीर्थी पडला आहे, तेव्हा ते यादव सम्राटांना शरण आले. त्यांच्या एका डोळ्यात आसू आणि दुसऱ्या डोळ्यात हसू होते. त्यांची दुष्ट राजाच्या क्रूर राजवटीतून मुक्तता झाली होती. आता द्वारकाधीशांसारखा हृदयसम्राट त्यांचा राजा होणार होता, ज्याच्याविषयी अनेक कथा त्यांनी बालपणापासून ऐकल्या होत्या. त्यांना माहिती नव्हते की या हृदयसम्राटाला, सत्ता, संपत्ती कशाचाही मोह नाही, तो मात्र सर्वांना मोहून टाकतो.

"एक दिवस पूर्णपणे विश्रांती घेऊ या, नंतर पुढच्या योजना अंमलात आणू,' असे उद्धवदादांनी सर्वांना सांगितले. 'त्याआधी फक्त एकच काम करू, सर्व बंदी स्त्रियांना मुक्त करू.'

"सर्वांनी त्या खुल्या बंदिगृहाकडे, कोंडवाड्याकडेच म्हणा ना, मोर्चा वळविला. त्या स्त्रियांना जेव्हा त्यांच्या मुक्तीची वार्ता कळली, तेव्हा त्यांचा त्यांच्या कानांवर विश्वासच बसेना! जेव्हा सत्य लक्षात आले, तेव्हा त्या आनंदातिशयाने ढसढसा रडू लागल्या.

"त्यांना बंधमुक्त करण्यात येऊन त्यांच्या इच्छेने स्वगृही परतायचे स्वातंत्र्य देण्यात आले. त्या आनंदाने स्वगृही निघाल्या. स्वामी, उद्धवभाऊजी, यादवसेना समाधानाने ब्रह्मपुत्रेच्या काठावरच्या आपल्या शिबिरांमध्ये परतली. सर्वांनाच विश्रामाची नितांत गरज होती.

"तोपर्यंत बल्लवाचार्यांनी यादवांच्या विजयासाठी पंचपक्वान्ने शिजविली होती. सर्वांना खूप भूकही लागली होती. सर्वांनी पंचपक्वान्नांवर यथेच्छ ताव मारला. निद्रादेवीच्या कुशीत शांत मनाने झोपले.

''दुसरा दिवस उजाडला तो मनाला औदासीन्य आणणाऱ्या घटना घेऊनच. स्वामींच्या राहुटीजवळच अभ्यागतांसाठी राहुटी उभारली होती. त्याला अभ्यागत कक्ष असे नाव दिले होते. त्या स्थळी सकाळीच शोक प्रकट करणारा, काही स्त्रियांच्या रुदनाचा आवाज ऐकू आला. स्वामी दचकून जागे झाले. बाहेरच्या पहारेकऱ्याला बोलावून त्यांनी विचारले,

'काय रे? कोण शोक करतंय आणि कसला?'

'महाराज, काही स्त्रिया आल्या आहेत, त्या बंदिशालेतल्या असाव्यात!'

'त्यांना बसायला आसनं दे. मी त्वरेने आलोच!'

''स्वामी सत्यभामेसह स्त्रियांना सामोरे गेले. त्या दोघांना पाहताच त्या स्त्रियांनी त्यांच्या पायावर लोळण घेतली.

''सत्यभामेने त्यांना सावरले. उभे केले. 'काय झाले? तुम्ही येथे परतून का आलात?'

''कसं आणि काय सांगू देवी तुम्हाला? आम्हाला आमच्या गृही आता प्रवेश नाही. आम्ही उच्च कुलातल्या कन्या आहोत ना? त्यांच्या कुलाला आम्ही कलंक लावला आहे. आम्ही कलंकिनी ठरलो आहोत. आम्हाला अपहरण करून आमच्या इच्छेविरुद्ध नेलं होतं, त्यात आमचा काय दोष? आता आम्ही कुठं जाऊ? कुणाच्या मुखाकडं बघू? त्या बंदिशालेत असताना भविष्यकालाची खोटी का होईना आशा होती; पण आता कुणाकडं धाव घेऊ? मृत्यूशिवाय आम्हाला आसरा देणारे या जगात आता कुणी नाही.'

''त्यांचे आर्त स्वर ऐकून सत्यभामेचे नेत्रही अश्रूंनी भरले. तिने स्वामींकडे पाहिले. त्यांची मुद्राही विव्हल झाली होती; पण दुसऱ्याच क्षणी ती नेहमीप्रमाणे प्रसन्न झाली. त्यांनी मनातल्या मनात निर्णय घेतला असावा. ते म्हणाले, 'भगिनींनो, मी तुम्हाला अभय प्रदान करतो. निर्भय बना, चिंतामुक्त व्हा. ज्यांची इच्छा असेल त्यांना मी माझ्या द्वारकेत घेऊन जातो. तुमचे पुनर्वसन करू या. तुमच्यासाठी चांगली घरे, वस्त्र, अन्न, कला केंद्रे, अभ्यास केंद्रे, उद्योग केंद्रे उभारू. तुम्ही निराधार नाही तर तुमचा आधार, तुमचा रक्षणकर्ता म्हणून मी तुमच्या पाठीशी आहे! ती बंदिशाला नाही. तुम्ही मुक्त आहात; पण समाजाची नीतिबंधने तुम्हाला पाळावी लागतीलच. राणी सत्यभामे, द्वारकेला दूत पाठवून महाराणींना यांच्या पुनर्वसनाची त्वरित तयारी करायला सांगा. तोपर्यंत इथंच तुमची उत्तम व्यवस्था ठेवण्यात येईल. तुमच्या ज्या भगिनी परत येतील, त्यांनाही हा निरोप सांगा.'

''त्या समाधानाने निघून गेल्या. स्वामींनी सत्यभामेकडे पाहिले. एवढी आत्मगर्विता सत्यभामा, पण तीसुद्धा या प्रसंगाने दिङ्मूढ झाली होती. काय बोलावे, तेही तिला कळत नव्हते.

"ती दोघे नि:शब्द बसलेली असताना भौमासुराचा पुत्र भगदत्त आपल्या प्रजाजनांसह पराजित मुद्रेने आला. हात जोडून स्वामींपुढे नतमस्तक होऊन उभा राहिला. त्याच्या डोळ्यांतून अश्रू ओघळत होते. पराभवाच्या अपमानाने मुद्रा काळवंडली होती. तो म्हणाला, 'महाराज, आता या प्राग्ज्योतिष्यपुराच्या राजसिंहासनावर आरूढ होण्याचा अधिकार फक्त तुम्हालाच आहे. मला आपण द्याल ती शिक्षा मान्य आहे.'

"स्वामींनी त्याचे हात हातात घेऊन त्याला उठवले. ते म्हणाले, 'भगदत्ता, या राज्याचा सम्राट म्हणून तूच राज्य करशील. मला सत्तेचा, संपत्तीचा मोह नाही. मी सज्जनांचा आधार आहे, पण दुर्जनांचा मात्र वैरी आहे. मग ते माझे आप्त का असेनात, मला अन्यायाची चीड आहे. मी अन्यायाचे परिमार्जन हेच माझे जीवितकार्य मानतो. बाकी मला कुठलीही अभिलाषा नाही. आजच शुभमुहूर्तावर तुझा राज्याभिषेक होईल कारण असुरांना सुतक नाही, मात्र त्याप्रसंगी मला एकच वचन दे, की सन्मार्गानं, नीतीनं राज्य करेन!'

"त्याच दिवशी तिसऱ्या प्रहरी भगदत्ताचा राज्याभिषेक सोहळा, पारंपरिक पद्धतीने, साधेपणाने संपन्न झाला. प्रजाजन, यादववीर, मोठ्या संख्येने उपस्थित होते. परतून आलेल्या कामरूप स्त्रियांनाही सन्मानाने बोलाविण्यात आले होते. भगदत्ताने राजसिंहासनावर बसताना सर्वांना उद्देशून छोटे भाषण केले, तो म्हणाला, 'द्वारकाधीश श्रीकृष्णांच्या आज्ञेनं मी या पदाचा स्वीकार करत आहे. माझ्या तातांनी मानवजातीला घृणास्पद वाटेल असा राज्यकारभार केला. त्याची त्यांना शिक्षाही मिळाली. मी आज असे वचन देतो, की मी प्रजापालक या नात्याने सदैव जनकल्याणकारी योजना आखून सतत प्रजेचे हित आणि सुरक्षा जपण्यासाठी माझं तन, मन, धन अर्पण करेन."

स्वामींचे तिथले काम आता संपले होते. मी मनाशी म्हणाले, 'चला महाराणी, आपल्या कामाला लागा!'

तो दूत जेव्हा परत जाण्यासाठी आज्ञा मागू लागला तेव्हा मी भानावर आले. त्याला योग्य उपहार देऊन जाण्याची अनुज्ञा दिली.

मी, रेवतीताई, जांबवतीला घेऊन त्वरेने द्वारका-राजद्वीप गाठले. थोरले महाराज, थोरल्या माता, रोहिणी मातांना, नरकासुर-नि:पात अभियानाचा पूर्ण वृत्तान्त सांगितला. कामरूप स्त्रियांच्या पुनर्वसनासाठी मार्गदर्शनाची विनंती केली.

थोरल्या महाराजांनी काही उपयुक्त सूचना केल्या. कुलगुरू गर्गमुनी, आचार्य सांदीपनी यांच्या साहाय्याने नगररचनाकारांना बोलावून घेण्यात आले. फक्त एक मासाच्या कालावधीत त्वरित बांधता येणारी, स्त्रियांना राहता येण्यासारखी सुयोग्य, वसाहत निर्माण करायची होती. हे कार्य भव्य, दिव्य, अवघड होते, यात शंकाच

नाही; पण द्वारकाधीशांची आज्ञा आहे, असे समजताच सारे वेगाने कामाला लागले. हां हां म्हणता सर्व साहित्य आणले गेले. आराखडे तर त्याआधीच तयार होते. सहस्त्रावधी कारागीर कामाला जुंपले. अक्षरश: युद्धपातळीवर काम सुरू होते. आम्ही सर्व जण जलद निर्णय घेत होतो. पाहणी करत होतो. स्वामींनी माझ्यावर विश्वासाने कामगिरी टाकली होती. तिकडे एक युद्धभूमी सत्यभामा; तर इकडे दुसरी युद्धभूमी मी सांभाळत होते. जिवाचे रान करून. मुदतीच्या आत काम मनासारखे पूर्ण झाले. मी समाधानाचा नि:श्वास टाकला.

आता उत्सुकतेने, आतुरतेने आम्ही तिघी स्वामी, यादववीर, सत्यभामा, उद्धवभाऊजी, कामरूप स्त्रिया साऱ्यांचीच वाट बघू लागलो.

अचानक आलेल्या दूताने अनपेक्षितपणे वेगळीच वार्ता आणली. स्वामी श्री अमरनाथांच्या स्वयंभू हिमलिंग दर्शनासाठी अमरनाथला जाणार होते. अजून एक मास तरी त्यांच्या येण्याची शक्यता नव्हती. ती दोघे आणि उद्धवभाऊजींना अमरनाथाचे दर्शन घडणार म्हणून आनंदही झाला. त्याच वेळी स्वामी, सत्यभामा, उद्धवभाऊजींना येण्यास विलंब लागणार म्हणून वाईटही वाटले. एवढा दीर्घकाल स्वामींचा विरह सहन करण्याची ही पहिलीच वेळ होती. मन खूप निराश झाले. प्रद्युम्नाची आठवणही अस्वस्थ करत होती. काही केल्या चैन पडेना. तोच गर्भातल्या अंकुराने जणू हुंकार भरला. त्याच क्षणी मी मोहरून उठले. जणू स्वामी मला म्हणत होते, 'अगं, वेडी की काय तू? मी नसलो तरी माझा अंश आहे ना तुझ्याजवळ, तुझ्या निकट, नव्हे तुझ्या गर्भातच!' कसा असेल हा माझा पुत्र? त्याचे नाव काय ठेवायचे? मनावर आलेले निराशेचे मळभ चटकन दूर झाले. मला जांबवतीची आठवण झाली. कित्येक दिवसांत तिचीही, या अवस्थेतल्या मन:स्थितीची, प्रकृतीची विचारणा केली नव्हती. मी अनुभवी होते; पण तिची ही पहिलीच वेळ होती. मी त्वरेने तिला बोलावून घेतले. तिला धीर दिला. ती लज्जेने मोकळे बोलू शकली नाही; पण तिला झालेला आनंद मात्र तिच्या चर्येवर स्पष्ट दिसत होता.

स्वामींच्या अमरनाथ दर्शनाच्या वार्तेची आम्ही तिघी आतुरतेने प्रतीक्षा करत होतो. तोच स्वामींनी कौशल देशात उतरून, तिथल्या राजकन्येच्या प्राप्तीसाठी लावलेला अवघड 'पण' जिंकला, अशी वार्ता कानी आली. सात पुष्ट, माजलेल्या वृषभ सांडांना वेसण घालून गाड्याला जुंपायचे होते. स्वामींनी हे कृत्य लीलया केले असणार यात शंका नव्हती. बालपण सगळे गाईगुरांत गेलेले, हाडाचे गोप होते ते. वृषभांची नस अन् नस ओळखत होते. तसेच झाले. हजारो पौरजनांच्या डोळ्याचे पाते लवते न लवते तोच एक एक करत सातही वृषभांना जिंकून या गंडकी नदीकाठच्या कौशलकन्येची, सत्येची, वरमाला त्यांनी प्राप्त केली होती. सत्येचे ते हिमालयाच्या हिमाशी स्पर्धा करणारे गौरवर्णी सौंदर्य आणि नृत्यनिपुणता

अवर्णनीय होती. मी उत्सुकतेने तिचीही वाट बघू लागले. मधूनच सत्यभामेचे गुपित जाणून घेण्याचीही आठवण येई. तसेच असेल तर अमरनाथाची अवघड वाट तिने चढावी की नाही, असेही मनात येत होते.

हळूहळू द्वारकाद्वीपावर भगदत्ताने उपहार म्हणून दिलेली अगणित संपत्ती घेऊन अजस्र नौका नांगर टाकू लागल्या. त्यात काय नव्हते? हिरे, माणिक, मोती, पाचू, सुवर्ण, रजत ही संपत्ती तर होतीच. त्याचबरोबर पशुधन, अन्नधान्य, शस्त्रसाठा ही संपत्तीही होती. कौशलसम्राट, नग्नजीताने दिलेल्या तशाच अनमोल संपत्तीचीही त्यात भर पडली होती. द्वारकेचे कोषागार समृद्ध झाले होते.

या नौकांपाठोपाठच एक दिवस सत्यभामा आणि सत्येचेही आगमन झाले. परंपरेप्रमाणे मंगलवाद्ये, पुष्पवृष्टीने द्वारकाद्वीप दणाणून गेले. आम्ही पाच सुवासिनींनी त्यांना औक्षण केले. सत्येला जवळ घेत सत्यभामेच्या हातालाही धरून आणले. तिचा आणि माझा तो स्पर्शच आमच्या प्रेमाची साक्ष देत होता. 'आली बाई सुखरूप' असे भाव माझ्या मनात उमटले होते.

तिला आणि मला, खरे म्हणजे एकमेकींशी किती बोलू आणि किती नको असे झाले होते; पण बोलायलाही वेळ नव्हता. कारण या दोघींच्या पाठोपाठच त्या सोळा सहस्रावधी कामरूप स्त्रियांच्या अजस्र नौका द्वारकाद्वीपाच्या किनाऱ्यावर येऊन धडकू लागल्या. त्यांच्या पुनर्वसनाची तयारी जय्यत ठेवली होती. त्यांना कोणतीही उणीव भासणार नाही, याची परिपूर्ण काळजी घेण्यात आली होती. त्याचा प्रत्यय त्यांच्या चेहऱ्यावरचे समाधानाचे भाव पाहून आला. मीसुद्धा समाधानाचा निःश्वास सोडला.

माझ्या मनात आलेली सत्यभामेविषयीची शंका खरी ठरली. तिलाही दिवस गेले होते. तिला विचारताच तिने लाजून माझ्या कुशीत मान लपवली. मी तिचे वदन वर करत विचारले, "लाजलीस की काय छान दिसतेस ग सत्यभामे! एखादी तेजस्वी क्षात्राणी एवढी सुंदर लाजू शकते, मला कल्पना नव्हती."

ती हळूच म्हणाली, "ताई, तुम्ही कसं ओळखलंत?"

"अगं, मी अनुभवी नाही का? म्हणूनच तुला रणांगणावर जाण्याचे डोहाळे लागले असावेत. शूरवीर पुत्र जन्माला येणार असं दिसतंय आणि सुंदरसुद्धा तुझ्यासारखा."

ती क्षणात गंभीर झाली. तिचे डोळे पाण्याने डबडबले.

"काय झालं सत्यभामे, कसली आठवण झाली?" मी विचारले.

"कसं सांगू महाराणी, मला माझ्या तातांची आठवण झाली. हे वृत्त ऐकून त्यांना किती आनंद झाला असता म्हणून सांगू? मला असं वाटतंय माझ्या उदरी माझ्या तातांनीच जन्म घ्यावा."

मी तिला जवळ घेतले, म्हणाले, ''सत्यभामे, या सगळ्या आपल्या प्रारब्धाच्या गोष्टी आहेत. महामंत्री सत्राजितकाका आता नाहीत; पण तुझी अन्य आप्तांशी तरी भेट होते. पण माझं बघ ना. माझी माता, पिता, पुत्र, बंधू सारे असूनही माझी आणि त्यांची भेट नाही. 'ईश्वरेच्छा बलियसी' म्हणून कर्तव्य पार पाडणे एवढंच आपल्या हाती आहे.''

गवाक्षातून दिसणाऱ्या अथांग सागराच्या खळाळणाऱ्या लाटांकडे बघत आम्ही स्तब्ध बसून होतो.

माझ्या मनात येत होते, आम्ही स्वामींच्या पाच राण्या प्रत्येकीच्या भाग्योदयामुळेच स्वामींच्या जीवनाशी बांधल्या गेल्या होतो. स्वामी कोण होते? एक दैवी मानवरूप धारण केलेला पुरुष? महापराक्रमी वीरपुरुष? दुष्टांचा संहार करणारा युगपुरुष?, निरपेक्ष प्रेम करणारा प्रेमपुरुष? हे रत्नाकरा, तुझ्यासारखीच माझ्या या पूर्णपुरुषाचीही किती विविध रूपे? तुझ्या पोटात जशी अनेक रत्ने तशी माझ्या या यदुनाथाच्या व्यक्तिमत्त्वातही असंख्य सद्गुण.

माझी समाधी भामेच्या प्रश्नामुळे भंगली. ती म्हणाली, ''ताई, तुम्हाला दुखावण्याचा माझा उद्देश नाही. तरीही एक कुतूहल म्हणून विचारते, कसा आहे आपला प्रथम पुत्र? कुणासारखा? द्वारकाधीशांसारखा की विदर्भाच्या कोकमी गौरवाचा वारसा घेऊन आलेल्या तुमच्यासारखा ताम्रवर्णी?''

मला प्रद्युम्नाचे बालरूप आठवले. डोळे भरून आले. मी ते निग्रहाने पुसले. हसून सत्यभामेला म्हणाले, ''माझा पुत्र म्हणजे तर स्वामींची हुबेहूब प्रतिमा! पण तुझा पुत्र मात्र तुझ्यासारखाच होईल.''

''का, असं का?'' तिने विचारले.

''उभयतांमध्ये ज्याची सत्ता दुसऱ्यावर अधिक चालते ना? तसं अपत्य जन्माला येतं,'' मी हसत म्हणाले.

माझे बोलणे लक्षात यायला तिला थोडा वेळ लागला; पण ते लक्षात आल्यावर मात्र तिचे गाल आरक्त झाले. कृतककोपाने ती म्हणाली, ''अहाहा, ऐकेल कुणी? प्रत्यक्ष स्वामींना विचारून बघा. न बोलताही ते काय उत्तर देणार, हे मला आधीच ठाऊक आहे.''

''खरं सांगू, एका अर्थाने त्यांच्यावर कुणाचीच सत्ता चालत नाही आणि वेळ आली तर जे त्यांच्यावर प्रेम करतात त्या सर्वांचीच चालते.'' तिने प्रश्नार्थक मुद्रा केली. मी म्हणाले, ''चल जाऊ या. वेळ आली की तुला माझ्या बोलण्याचा अर्थ कळेल.'' आम्ही दोघी आमच्या प्रासादाकडे वळलो.

द्वारकाधीशांच्या आम्हा पाच राण्यांसहित, साऱ्या द्वारकावासीयांना तीव्र ओढ लागली होती ती स्वामी आणि उद्धवभाऊजींच्या आगमनाची. थोरले महाराज,

थोरल्या दोन्ही राजमाता सारेच त्यांच्या वाटेकडे डोळे लावून बसले होते. अगदी रेवतीताई आणि सुभद्रासुद्धा. मला रेवतीताई आणि बलरामदादांच्या स्वभावाची सदैव खूप गंमत वाटायची. अद्यापही रागावून गेलेले बलरामदादा परतले नव्हते. पण रेवतीताई आता त्यांचे नावही काढत नव्हत्या. मीच, कधीतरी दादांची आठवण काढताच त्या रागावून म्हणाल्या, "पुरे गं. येतील राग शांत झाला की. आपल्या एवढ्या महापराक्रमी, सद्‌गुणी, धाकट्या बंधूवर एवढं कसलं गं रागवायचं? आणि एकीकडे म्हणायचं माझं माझ्या भावावर जिवापाड प्रेम आहे? येतील राग शांत झाल्यावर. आपल्या भावानं नरकासुर वधासारखा पराक्रम केल्यावर त्याचं कौतुक करायला यायला नको का? आता मला त्यांचा राग यायला लागलाय. श्रीकृष्णभाऊजी आल्यावर त्यांनासुद्धा मी हेच सांगणार आहे की त्यांना घेऊन यायला तुम्ही स्वत: द्वारका सोडून जायची काही गरज नाही. या आपल्या महाराणीला आणि धाकट्या राण्यांना आपल्या सहवासाचा लाभ द्या की." त्या हसून म्हणाल्या.

मीही हसले. मनातल्या मनात म्हणाले, 'खरंच किती अनुरूप दांपत्य आहे हे. एकमेकांवर पूर्ण विश्वास असलेलं. मोकळ्या मनाचं. आत-बाहेर असं काही नाही!' बलरामदादा लवकरच परत येणार हे मलाही ठाऊक होते. दोघाही बंधूंना एकमेकांविषयी खडान्‌खडा माहिती असणार हेसुद्धा मी जाणून होते.

स्वामींना भेटायला आणखी दोन व्यक्ती अतीव उत्सुक होत्या, अधीर झाल्या होत्या. त्या दोघी म्हणजे मित्रविंदा आणि सत्या. ते साहजिकच होते. त्यांना स्वामींचा सहवास चुटपुटता लाभला होता. त्यांची ती अधीरता त्यांना लपवताही येत नव्हती. मुक्तपणे व्यक्तही करता येत नव्हती. स्त्रीसुलभ लज्जा येत होती ना? जांबवती, सत्यभामा आणि माझ्याशी त्या योग्य अंतर ठेवूनच वागत! त्या दोघींची एकमेकींशी खूप जवळीक होती. आम्ही तिघी कुठेही त्या दोघींना घेऊनच जात असू!

दादा, स्वामी आणि भाऊजी तिघेही द्वारकेत नसले तरी द्वारकेतले रोजचे धार्मिक विधी, नित्यक्रम परंपरेनुसार अखंडपणे सुरूच होते. मी स्वत:, पूजनीय गुरुवर्य सांदीपनी, गुरुवर्य गर्गमुनी त्याकडे लक्ष ठेवत असू. रोजचा दानविधीही सुरू होता. अभ्यागतांचे स्वागत, अतिथीधर्मही काटेकोरपणे पाळला जात होता.

स्वामींची अमरनाथ यात्रा सफल झाल्याची वार्ता कानी आली आणि संपूर्ण द्वारकाद्वीप मनाने जणू उजळून निघाले. सानांपासून थोरांपर्यंत साऱ्यांना वेध लागले, स्वामींच्या स्वागताचे. अनेक मनोरथ रचले जाऊ लागले. मंडळे स्थापन झाली. योजना आखल्या जाऊ लागल्या. त्यांचे लाडके अनभिषिक्त सम्राट नरकासुरवधासारखा अद्वितीय पराक्रम गाजवून परत येणार होते ना.

या विजयामुळे द्वारकेला तिहेरी लाभ झाला होता. सुवर्ण द्वारकेच्या विजयाचा

डंका त्रिखंडात अखंड निनादत होता. भगदत्ताने अफाट रत्ने, सुवर्ण, धन, शस्त्र, पशू, सैनिक उपहारांत दिले होते. द्वारकेची कोषागारे समृद्ध झाली होती. राजनीतीच्या दृष्टीने अनेक पराक्रमी आणि धनवान सम्राटांशी मैत्रीचे नाते जोडले गेले होते. अन्यायाला वचक बसणार होता. श्रीकृष्णांसमोर जगात कुठेही अन्यायाची सत्ता चालणार नव्हती. संबंध असो वा नसो, योगेश्वर श्रीकृष्ण अन्यायाने पीडित झालेल्यांसाठी धावून जाणार होते, त्यांचा नि:पात करणार होते.

मी, जांबवती, सत्यभामा आम्ही तिघीसुद्धा स्वामींची तीव्र आतुरतेने वाट बघत होतो. आम्ही तिघी लवकरच 'माता' हे पद भूषविणार होतो ना? मी तर माता असून, पुत्रवती असूनही पुत्रसहवास न लाभलेली दुर्दैवी स्त्री होते. प्रद्युम्नाची आठवण आणि स्वामींचे वचन बरोबरच, जणू हातात हात घालून मनात येत असे, त्यामुळे अस्वस्थता आणि शांती-समाधान, मनाच्या दोन्ही परस्परविरोधी अवस्था एकदमच भोगत होते. मी माझ्या उदरातल्या गर्भाला हळूच सांगत होते, ''माझ्या बाळा, तुला एक दादासुद्धा आहे हं. तुझ्या पायगुणाने तरी त्याचे पाय द्वारकेला लवकर लागू देत.'' मला माहीत होते, की प्रद्युम्नाच्या आगमनाला अजून खूप कालावधी लोटायचा आहे; पण वेडी आशा. दुसरे काय?

श्रावण संपत आला. नारळी पौर्णिमा जवळ आली. रुपेरी, सोनेरी श्रावण पदोपदी, क्षणोक्षणी स्वामींच्या आठवणीने व्याकूळ करत होता. तोच दूताने आकाशवाणीसारखी वार्ता आणली. बरोबर चार दिवसांनी नारळी पौर्णिमेच्या एक दिवस आधी स्वामींचे, उद्धवभाऊजींसह द्वारकेस आगमन होत आहे. नागपंचमीला वृक्षांना झुले बांधलेच होते. आता तर त्या झुल्यांबरोबर मनही उंच उंच झोके घेऊ लागले. राजप्रासादांत, राणीवशांत गडबड उडाली. काया सुगंधी उटण्यांनी उजळू लागल्या. हातापायाच्या तळव्यांवर मेंदीची नक्षी रेखली जाऊ लागली. जणू, सर्वांचीच मने, तने पुलकित झाली.

मुख्य द्वारकाद्वीपावर श्रावणातील सोनेरी किरण पडल्यामुळे, सुवर्णद्वारका दिवसासुद्धा लक्ष लक्ष दिव्यांनी जणू लखलखत होती. थोरले महाराज, राजमाता, यांच्या नेत्रांत आनंद ओसंडून वाहत होता. स्वामींच्या आगमनाची वार्ता त्यांच्या कानावर पडताच ते कुलदेवतेच्या दर्शनाला निघाले. त्यांच्याबरोबर मी आणि रेवतीताईही गेलो होतो. थोरल्या माता रेवतीताईंना म्हणाल्या, ''युवराज्ञी, तुम्ही काही काळजी करू नका. धाकट्याापाठोपाठ थोरल्याचेही आगमन होणार हे निश्चित. मला तर कधीकधी वाटतं श्रीकृष्णाशिवाय द्वारकेत करमत नाही, म्हणूनच युवराज जाणूनबुजून द्वारकेस यायला विलंब करत आहेत. एवढा दीर्घकाल त्याचा क्रोध कधी टिकत नाही.''

रेवतीताई माझ्याकडे बघून गालातल्या गालात हसल्या. स्वामींच्या आगमनाच्या

तीन दिवस आधीच द्वारकेत जणू दीपावली उत्सव सुरू झाला होता. इवल्या इवल्या दिवल्यांनी सुवर्णद्वारका रात्री चमचमत होती. निसर्गानेही द्वारकावासीयांना जणू साथ द्यायचे ठरवले होते. दुपारी क्षणात पावसाचे सरसर शिरवे येऊन जात क्षणात कोवळे ऊन पडत होते. रात्री मात्र पाऊस विश्रांती घेत होता. त्यामुळे दीपोत्सव निर्विघ्नपणे पार पडत होता.

अखेर ज्या क्षणाची वाट बघत होतो तो दिन उजाडला. मंगल वाद्यांच्या गजरात स्वामींचे शुद्धाक्ष महाद्वारावर आगमन झाले. त्याच वेळी महाद्वाराच्या सज्जांमधून पुष्पवृष्टी करण्यात आली. घृत दिव्यांनी परंपरेप्रमाणे औक्षण तर झालेच, त्याचबरोबर लक्षावधी नेत्र निरांजनांनी स्वामी, उद्धवभाऊजी, त्यांच्याबरोबर आलेले सैनिक, मान्यवर साऱ्यांना ओवाळले.

दुसरे दिवशी खास सुधर्मा राजसभा बोलविण्यात आली. राजकुलातील सर्व सदस्य आणि सामान्य प्रजाजनांसाठी ती प्रचंड खुल्या प्रांगणात घेण्यात आली. त्याच वेळी नरकासुर वध मोहिमेची माहिती सेनापती, महामंत्री, उद्धवभाऊजी, स्वतः स्वामी यांनी क्रमाक्रमाने दिली. ऐकताना आम्हा सर्व श्रोत्यांच्या रोमारोमांत थरार उठत होता. तनूवरले केस ताठ उभे राहत होते. उत्सुकता, उत्कंठा, भय, आनंद, अनेक भाव श्रोत्यांच्या मुद्रेवर झराझरा उमटत होते, पालटत होते. वर्णन संपले तेव्हा श्रोत्यांच्या मुखातून थोरल्या महाराजांपासून स्वामींपर्यंत, यादवकुलाचा, कुलदेवतेचा जयजयकार आकाशात निनादत होता. त्या गगनभेदी गर्जनांनी सारा आसमंत दणाणून गेला होता. सभा संपली. प्रजाजन, आम्ही सारे भारावल्या स्थितीतच स्वसदनी परतलो. माझे स्वामी, माझे यादवकुल अभिमानाने माझा ऊर भरून आला होता.

# पाच

द्वारकेच्या सुवर्णनगरीत स्वामींची, उद्धवभाऊजींची सोनपावले उमटली. सर्वांच्या आनंदाला भरती आली. त्या भरतीच्या लाटा ओसरल्यावर शांतीच्या सुखद लहरी वाहू लागल्या. यादवांची दिनचर्या सुरळीतपणे सुरू झाली. थोरल्या महाराजांच्या भाकिताप्रमाणेच स्वामींनी दादांना आणण्यासाठी उद्धवभाऊजींना पाठवले. त्यांच्याजवळ कोणते शब्दरूपी मोहिनीअस्त्र दिले होते कुणास ठाऊक? सगळा क्रोध विसरून दादा धावत आले. दोन्ही बंधूंची जेव्हा उराउरी भेट झाली, तेव्हा तिथे उपस्थित असलेल्या सर्वांचेच नेत्र अश्रूंनी भरून आले. तेवढ्या गडबडीतही रेवतीताई माझ्याकडे बघून आनंदाश्रूंनी भरलेल्या नजरेनेच मिश्कील हसत होत्या. दोघांची घट्ट मिठी काही सुटेना. अखेर मीच त्यांना हळूच म्हणाले, "दादा, तुमची वाट फक्त तुमचे धाकले बंधूच बघत नव्हते काही. त्यांच्याएवढीच वाट बघणारी आणखी काही माणसं आहेत या जगात."

दादा त्यांच्या पद्धतीप्रमाणे गडगडाटी हसले. धावत आलेल्या मुलांना जवळ घेऊन म्हणाले, "रुक्मिणी, तू काय म्हणतेस ते ध्यानात आलंय माझ्या; पण ती भेट अशी साधीसुधी नाही. ती जन्मजन्मांतरीची भेट आहे आणि आता तर युवराज्ञीचा रुसवा काढण्यासाठी काही प्रहर नव्हे तर दिवस, काही मास जावे लागतील. आम्ही क्रोधाच्या लाटेत सर्वांना सोडून दूर गेलो त्याची शिक्षा देण्याचा युवराज्ञीचा अधिकार आम्हाला मान्य आहे. त्या देतील ती शिक्षा भोगण्यास आम्ही सदैव तत्पर आहोत." रेवतीताई एक शब्दही न बोलता त्यांच्या प्रासादाकडे निघून गेल्या. त्यांच्यापाठोपाठ दादाही गेले.

दादांच्यापाठोपाठ, सेनापतींनी स्वत: जाऊन ज्येष्ठ यादव अक्रूरांनाही बोलावून

घेतले. ते स्यमंतक मण्यासहित राजसभेत आले. त्यांनी आपल्या कृत्याबद्दल सुधर्मा राजसभेत सर्वांची क्षमा मागितली. थोरल्या महाराजांनी, स्वामींनीही उदार अंत:करणाने त्यांना क्षमा केली. स्यमंतक मणी बघून दादांचेही समाधान झाले. त्या रत्नाचा कसा उपयोग करायचा ते ठरविण्याचा अधिकार यादवश्रेष्ठ अक्रूरांनाच देण्यात आला. अखेर अनेकांचे जीवन, भावजीवन ढवळून काढणाऱ्या या स्यमंतक रत्न प्रकरणावर कायमचा पडदा पडला. स्वामींच्या निर्मोही स्वभावपैलूचे दर्शन सर्वांनाच झाले. त्यांचे व्यक्तिमत्त्व, यादवांच्या मनांतील द्विगुणित आदराने पुन्हा एकदा झळाळून उठले.

स्वामींविषयी विचार करताना मला सतत प्रश्न पडायचा. खरेच, माझे स्वामी, श्रीकृष्ण, हे खरे आहेत तरी कोण? देवाचा मानवी अवतार. अनेक सद्गुणांचा सागर. एक उत्तम निर्णयशक्ती असणारा योगेश्वर. मातापित्यांना सुख देणारा सुपुत्र. बंधुप्रेमाचे अत्युच्च टोक गाठणारा सुबंधू. मैत्रीचे नाते जपणारा सर्वांचा जिवलग मित्र. सर्व राण्यांना सुख देणारा आदर्श पती. प्रत्येक युगात महान कार्यासाठी जन्म घेणारा युगपुरुष.

त्या अथांग सागराकडे गवाक्षातून बघताना मी त्या रत्नाकरालाच हे प्रश्न विचारत असे. त्या लाटांच्या गर्जना ऐकून जणू तो मलाच प्रश्न करत आहे, असा मला भास होई. जणू तो मला म्हणत असे,

'साऱ्या त्रिखंडात मोजक्या बुद्धिमान स्त्रियांमध्ये तुझी गणना होते ना? मग शोधून काढ की या प्रश्नाचे उत्तर. तुझे स्वामी, युगानुयुगाचा तुझा साथी कोण? तेही शोधून काढ. त्याचबरोबर तू कोण? तेही शोधून काढ. कोणत्या पुण्याईनं या अद्वितीय अवताराची महाराणी होण्याचं भाग्य तुला लाभलं? एका अर्थानं तूही महानच नाही का? बघ गवसतंय का उत्तर?'

या साऱ्या प्रश्नांची उत्तरे शोधताना माझे भान हरपत असे. अशा वेळी मला भानावर आणत असे माझा गर्भांकुर! तो उदरात तीव्र हालचाली करत असे. मी मनातल्या मनात म्हणे, 'तू देशील का माझ्या राजा या प्रश्नांची उत्तरं? ठीक आहे. तुला विचारेन.' मी हसत हसत माझ्या नैमित्तिक कार्याकडे वळे.

प्रदीर्घ कालानंतर सुवर्णद्वारकेची दिनचर्या सुरळीतपणे सुरू झाली. 'शांतिपर्व' असे नामकरण करावे, असा तो काल होता. स्वामींचा सहवास सर्वांनाच सुखावत होता. राजकुलातील आबालवृद्धांना आणि प्रजाजनांनाही.

माझे दिवस भरत आले होते. या समयी स्वामी माझ्याजवळ आहेत, या कल्पनेनेसुद्धा खूप मोठा आधार वाटत होता. थोरले दादा, उद्धवभाऊजी, स्वामी एकत्र आले, की राजप्रासाद भरल्यासारखा वाटे. पाकशालेत पाककुशल बल्लवाचार्य असूनही मी स्वत: तिथे जाऊन सर्वांना आवडणारे वेगवेगळे पदार्थ करत असे. खाणाऱ्यांच्या वदनावरची तृप्ती बघून मीसुद्धा तृप्त होत असे.

रेवतीताई मला म्हणत, "अगं, आता तुझ्या आवडीचे पदार्थ करवून आम्ही तुला खाऊ घालायचे, तर तूच आम्हाला खाऊ घालतेस. श्रीकृष्णभाऊजींच्या धाकट्या राण्या खरोखरच फार भाग्यवान आहेत हं."

सत्यभामेसहित अन्य तिघीजणी त्यांच्या या विधानाची पुष्टी करायच्या. रात्री एकान्तात स्वामी भेटले की म्हणायचे, "रुक्मिणी, खरंच तू आता विश्रांती घ्यायला हवीस. आता आपला द्वितीय सुपुत्र जन्माला येणार आहेत ना? तुला एक सांगू रुक्मिणी, मी बाहेरच्या जगात जो पराक्रम करू शकतो ना, त्याचे सारे श्रेय तुला आहे."

"ते कसं काय? सत्यभामेनं तरी सारथ्याचं काम करून प्रत्यक्ष रणांगणावर तुम्हाला मदत केली. मी काय केलं?"

"अगं, रणांगणावर सारथ्याचं काम दारुकही करू शकला असता; पण तू इथं जे सहस्रावधी कामरूप स्त्रियांच्या पुनर्वसनाचं काम केलंस, आम्हा तीनही बंधूंच्या अनुपस्थितीत द्वारकेचा राज्यकारभार पाहिलास, त्याला तोड नाही. भविष्यात इतिहास तुझ्या या कार्याची निश्चितच नोंद घेईल." स्वामी गंभीरपणे, मनापासून बोलत होते.

मी म्हणाले, "पुरे, पुरे, एवढी प्रशंसा खूप झाली."

ते म्हणाले, "रुक्मिणी, थांब, मला बोलू दे, ही वृथा प्रशंसा नाही. दुसरं म्हणजे तू या धाकट्या चार स्वभावाच्या चार राण्यांना प्रेमानं बांधून, धाकातही ठेवलं आहेस. त्या तुला योग्य तो मान देतात. तूही त्यांना थोरल्या भगिनीचं प्रेम देतेस. मला माहीत आहे ही अत्यंत अवघड गोष्ट आहे. ज्या गृही सदैव शांती आणि प्रसन्नता असते, तोच पुरुष शांत मनानं आपलं जीवितकार्य योग्य रीतीनं करू शकतो. या संसाराच्या रथाचे जे अनेक, प्रसंगी उधळणारे, स्वभावरूपी अश्व आहेत त्यांचे दोर तू तुझ्या हातात समर्थपणे पेलले आहेत. 'महाराणी' हे प्रजेनं स्वेच्छेनं दिलेलं बिरुद तू तुझ्या अमर्याद शक्तीनं योग्यरीत्या मिरवते आहेस."

"स्वामी, असं काय म्हणता? तुम्ही आणि मी वेगळे आहोत का? जे तुमचं तेच माझं आहे. मग त्या वस्तू असोत की वास्तू असोत, व्यक्ती असोत की प्राणी असोत. त्यात तुझं माझं आहेच कुठं? पत्नीला अर्धांगिनी म्हणतात, मला तर तुमच्या पूर्णांगातून कोणत्या दिशेचं माझं अंग तेसुद्धा दाखवता येणार नाही."

बोलत बोलत आम्ही दोघेही गवाक्षात आलो. गर्जना करणाऱ्या सागराकडे बघत स्वामी म्हणाले, "खरंच जीवन किती विशाल आहे नाही? या सागरासारखं. किती वादळं, किती लाटा उसळणार आहेत या आपल्या जीवनात? किती रत्नं, किती गारगोट्या हाती लागणार आहेत, कुणास ठाऊक!"

गारगोट्या? स्वामी असे का म्हणाले? त्यांच्या बोलण्यातून कधीकधी भविष्यवाणीच उमटतेय असा मला भास होई.

मी हसत म्हणाले, ‘‘गारगोट्याही उपयोगी असतातच की. अग्नी प्रज्वलित करण्याची शक्ती त्यांच्यात असतेच ना? यज्ञासाठी पवित्र अग्निकुंड चेतविण्यासाठी त्या गारगोट्यांचीच घर्षणक्रिया उपयोगात आणतात ना?’’

‘‘जो अग्नी यज्ञकुंड पेटवितो तोच नको तिथं आग लावून सत्यानाशही करू शकतो.’’ स्वामींची मुद्रा चिंताग्रस्त दिसत होती.

‘‘असं का म्हणताय? काही पूर्वसूचना, संकेत जाणवत आहेत का?’’ मी भयचकित विचारांनी आशंकित होऊन विचारले.

स्वामींची मुद्रा झरझर पालटली. ती पूर्वीसारखीच प्रसन्न, हसतमुख झाली. मला प्रेमाने जवळ घेत ते म्हणाले, अगं तसं काही नाही. फक्त मी जीवनसूत्राचं तत्त्व सांगत होतो. कधी सुखाचे तर कधी दु:खाचे उभे-आडवे धागे विणावेच लागतात. ते जाऊ दे. सध्या तर मी स्वर्गसुख भोगतो आहे. ज्येष्ठांच्या आशीर्वादात, राण्यांच्या प्रेमात, कनिष्ठांच्या जगात समाधानानं विहरतो आहे.

‘‘मी आता एकदम तीन अपत्यांचा पिता होणार ही जाणीवच किती आनंददायी आहे. शिवाय दिसामासाने आपल्या ज्येष्ठ पुत्राच्या आगमनाचा समयही निकट येत आहे.’’

मी समाधानाने नेत्र मिटले.

कालरूपी ग्रंथाने आपली आणखी काही पाने उलटली. योग्य वेळी प्रसूत होऊन मला द्वितीय पुत्ररत्न प्राप्त झाले. या बाळाची सुरक्षाव्यवस्था संबंधित अधिकारी, सेवक, सेविका डोळ्यांत तेल घालून करत होते. मी स्वत:ही त्याला क्षणभरही नजरेआड होऊ देत नव्हते.

माझ्यापाठोपाठ काही दिवसांनी सत्यभामेला आणि त्यानंतर जांबवतीलाही पुत्रलाभ झाला. तिघींच्या मुलांचे नामकरणविधीही मोठ्या थाटात साजरे झाले. माझ्या मुलाचे नाव चारुदेष्ण, सत्यभामेच्या भानुसेन; कारण तिचे वडील सूर्यभक्त होते व जांबवतीच्या मुलाचे नाव सांब म्हणजे, श्रीशंकर, तिचे वडील शिवभक्त होते, अशी ठेवण्यात आली.

या तीन पुत्रांच्या आगमनाने आमचा राणीवसा विशेषत: द्वारकाधीशांचे तीन राणीप्रासाद भरल्यासारखे वाटायला लागले. राजपुत्रांना सांभाळण्यासाठी दाई माता असूनही आम्ही माता त्यांच्या संगोपनात दंग झालो. स्वामींचे त्यांच्या प्रासादात आगमन झाले की तिन्ही राजपुत्रांना एकत्र आणण्याची आज्ञा दिली जाई. आम्ही तिघी काही वेळानंतर उपस्थित होत असू. स्वामी तिन्ही बाळांशी खेळण्यात सानाहूनही सान होत. त्यांना तसे खेळताना बघण्यात मला अपूर्व आनंद भासे. तीनही पुत्र तीन रूपे घेऊन आले होते. डावे, उजवे ठरवणे कठीण हेते. माझ्या मनात येई यांचे स्वभाव कसे असतील? थोडे मोठे झाले की एकमेकांशी कसे खेळतील? कसे भांडतील?

या बाळांशी खेळण्यात, आमचे, स्वामींचे दिवस वायुवेगाने पळत होते. तोच धाकट्या सत्या आणि मित्रविंदाही माता होणार असल्याची वार्ता कानावर आली. पुन्हा एकदा राजप्रासाद, राजद्वीप आनंदाने उजळून निघाले.

परंपरेप्रमाणे त्यांचे डोहाळेविधी थाटात करण्यात आले. दोघींच्याही माहेराहून मौल्यवान उपहार आले. दोघींनाही नऊ मास पूर्ण होताच दोन पुत्र झाले. त्यांचाही नामकरण विधी थाटात पार पडला. मित्रविंदेच्या पुत्राचे नाव वृक आणि सत्येच्या पुत्राचे नाव वीर ठेवण्यात आले. पाच पुत्रांच्या आगमनाप्रीत्यर्थ पंचदिन महोत्सव साजरा करण्यात आला. पाच दिवस अन्नदान करण्यात आले. त्याचबरोबर गरजू लोकांना अन्न, वस्त्र, सुवर्ण दान करण्यात आले.

हा शांतिपर्वाचा दीर्घकाल कधीच संपू नये, असे वाटत होते. युद्ध, मग ते कोणत्याही कारणासाठी असो, त्यात दोन्हीही बाजूंचा विनाश हा ठरलेलाच असतो. मग ते कुणीही असोत, जेते असोत वा पराजित असोत. प्राणहानी, वित्तहानी ठरलेलीच. कुणाचे पती, कुणाचे पुत्र, कुणाचे पिता – केवढी जीवघेणी अपरिमित हानी. आपल्या मातृभूमीसाठी लढणारे, प्राण देणारे तर त्यागाच्या धुंदीत, मस्तीत असतात; पण मागे राहणारे? त्यांचे सर्वस्वच हरवलेले असते. मला असे म्हणायचे नाही की युद्धच करू नये. ते तर क्षत्रियांचे कर्तव्यच आहे.

कधीकधी युद्ध अटळच असते, अपरिहार्य असते. स्वातंत्र्य जपण्यासाठी, दुष्टांचा संहार करण्यासाठी ते करावेच लागते. हे कितीही मनाला पटविण्याचा प्रयत्न केला, ते कितीही वास्तव असले, तरी ते कटू वास्तव आहे. शांतीचा काळ हाच खरा सुखाचा काळ.

याच काळात सर्वांनाच कौटुंबिक सुख लाभते. राजामहाराजांना आपल्या प्रजेच्या सुखासाठी कल्याणकारी योजना आखून त्याची पूर्तता करता येते. विद्या, कलांना उत्तेजन मिळते.

बलरामदादा, स्वामी, उद्धवदादा तिघेही द्वारकेत असल्यामुळे मला राज्यकारभाराकडे बघण्याची आवश्यकता नव्हती. आम्ही थोरले महाराज, दोन्ही राजमाता यांच्याकडे म्हणजेच पूर्व पिढीकडे आणि आमच्या पुत्रांच्या, म्हणजेच - उत्तर पिढीकडे मन:पूर्वक लक्ष देऊ शकत होतो. ज्येष्ठांची सेवा आणि लहानांच्या बाललीलांमध्ये आनंदाने रमत होतो. थोरले सदस्यही नातवंडांच्या क्रीडा बघण्यात सुखावत होते.

आणखी दोन वर्षे उलटली. आमच्या पंचराण्यांच्या प्रासादात आणखी एकेक पुत्र खेळू लागला. त्यांच्यामागे धावता धावता सेवक सेविकांना दिन रात अपुरे पडू लागले. ते दमत होते, श्रमत होते. तक्रार करत होते. त्या तक्रारीलाही कौतुकाची झालर होती.

सर्व पुत्र एकत्रच खेळत. आम्ही माता त्यांच्या त्या क्रीडा आनंदाने बघत असू.

तुझा, माझा पुत्र असा आमच्यात भेदभाव नव्हता. कुणीही पडला, रडला तरी कुणीही त्याला उचलून त्याची समजूत घाले. कुणीही कुणाच्याही मांडीवर जाऊन बसे. त्यामुळे सख्खे कोण आणि सावत्र कोण किंवा कोणत्या राणीचा कोणता पुत्र तेही अतिथींना कळत नसे. रेवतीताई, बलरामदादा, स्वामी, उद्धवभाऊजी, दादांचे पुत्र, आम्ही पाच जणी जेव्हा या पुत्रांशी खेळत असू तेव्हा तर सर्वांच्या आनंदाला पारावार राहत नसे. त्या आनंदाच्या क्षणीही मला सतत प्रद्युम्नाची आठवण येई. आता केवढा असेल माझा बाळ? कसा दिसत असेल? तो जर या क्षणी इथे असता तर?

माझे नेत्र अश्रूंनी तुडुंब भरून जात. मी तशीच स्तब्ध उभी राही. बाकी सगळी पुत्रांशी खेळण्यात दंग असत; पण स्वामींच्या नेत्रांतून माझी अवस्था सुटत नसे. ते हळूच माझ्याजवळ येत. त्यांच्या नेत्रांतून प्रेमाचा पूर वाहत असे. ते हळूच मला म्हणत, "धीर धर, रुक्मिणी. इच्छित समय जवळ आला आहे." माझा जीव आनंदाने सुपाएवढा होई. मनाने निश्चिंत होऊन मी पुन्हा सर्वांसमवेत पुत्रांशी खेळण्यात रममाण होत असे.

अनपेक्षितरीत्या माझ्या जीवनात सुवर्णाक्षरांनी लिहून ठेवावा, असा तो सुवर्ण दिन उगवला. स्वामी रात्रीच मला म्हणाले, "उदईक सप्तगंगेच्या जलाने कलश भरून ठेवा. एकवीस सुवासिनींना रेशमी वस्त्रालंकारांसहित सुवर्ण तबके औक्षण करण्यासाठी सिद्ध ठेवा. बाकी मंगलसमयाची वाद्यं, पुष्पवृष्टी सिद्धता परंपरेप्रमाणे होईलच."

"उद्या एवढा खास अतिथी कोण येणार आहे? राजे, महाराजे, सम्राट की ऋषिमुनी? की मथुरेतील आपले ज्येष्ठ यादव?"

"रुक्मिणी, किती प्रश्न विचारशील? येणारी व्यक्ती अतिथी नाही तर आपल्या कुलातलीच आहे," स्वामी म्हणाले.

"माझी सहावी भगिनी तर येणार नाही ना?" मी शंकित होऊन विचारले.

"एवढ्यात तरी नाही. ती भगिनी आपल्या कुलातली असते का?" ते चेष्टेने म्हणाले.

"ती त्या वेळी जरी आपल्या कुलातली नसली तरी विवाह झाल्यावर तर ती आपल्या कुलातलीच होते ना? कुणी सांगावं स्वामींनी पूर्वीच एखादा गुप्त विवाह केला असला तर?" मीही त्याच चेष्टेच्या सुरात म्हणाले.

"रुक्मिणी, तुला न सांगता गुप्त विवाह करण्याची गरजच काय, तुझ्यासारखी सर्व धाकल्या राण्यांना प्रेमानं स्वतःच्या वर्चस्वाखाली ठेवणारी, एका सूत्रात बांधून ठेवणारी महाराणी मिळाल्यावर? मला तर एकही घटना तुझ्यापासून लपवावीशी वाटत नाही." स्वामी म्हणाले.

"होय ना? मग उद्या कोण येणार आहे ते का लपवत आहात?" मी म्हणाले.

"ती व्यक्ती उद्या तुझ्या दृष्टीस पडल्यानंतर आनंदानं उजळून निघालेली तुझी चर्या मला बघायची आहे. ते सुख मलाच नाही तर आपले यादव वंशज, समस्त प्रजाजन, साऱ्यांना आनंद, तृप्ती देणारं आहे. थोडा धीर धर, सांगितल्याप्रमाणे सिद्धता करा महाराणी." असे म्हणून स्वामी प्रासादाबाहेर त्वरेने निघून गेले.

कोण येणार असेल बरे? मी मात्र त्याच जागेवर खिळून उभी होते. अचानक मस्तकात वीज चमकली. माझा बाळ प्रद्युम्न तर येणार नसेल? 'थोडा धीर धर, आता वेळ जवळ आली आहे.' असे स्वामी त्या दिवशी म्हणाले नव्हते का? कुणाजवळ बोलून दाखवावी माझ्या मनातली ही शंका? रेवतीताईंजवळ? नकोच. त्यांच्या पोटात काही राहत नाही. रात्री स्वामींनाच विचारावे का? नकोच. कदाचित ते आपल्या प्रासादात आज येणारच नाहीत.

त्या रात्री एक नवल घडले. माझे दोन पुत्र आणि मी गाढ निद्रेच्या कुशीत शिरलो. स्वप्नात मला, सारखा एक सोळा-सतरा वर्षांचा युवक दिसत होता. रामप्रहरी जाग आली, तेव्हाही मला असेच स्वप्न पडत होते. स्वप्नात स्वामी मला म्हणत होते, 'उठा महाराणी, तुमचे प्रथम पुत्र आले आहेत.' क्षणात मी जागी झाले. माझा चारुदेष्ण, धाकला बाळ, झोपेत हसत होते. मी जागी झाल्याची चाहूल लागताच दासी आत आली.

ती म्हणाली, "महाराणी, तुम्ही आणि राजपुत्र रात्रभर गाढ निद्रेत होता आणि तिघेही निद्रित अवस्थेत हसत होता. एवढी कसल्या आनंदाची स्वप्नं बघत होता? तृष्णा लागली आहे का? जल आणू?"

मी हसले, तिला म्हणाले, "ती दोघं दिवसभर खेळत असतात. दमली असतील खूप. म्हणून मध्येच उठली नसतील. स्वप्न म्हणजे काय? मनाचे खेळ. मनी वसे ते स्वप्नी दिसे. त्यांना दिसत असतील त्यांच्या वयानुसार काही गमतीच्या गोष्टी. मला रात्रभर दिसत असलेलं खरं झालं ना तर मी तुला मौल्यवान उपहार देईन."

तिच्या चेहरा आनंदाने उजळला, 'महाराणींचं स्वप्न खरं ठरो' ती मनाशी पुटपुटली. प्रत्यक्षात म्हणाली, "आणखी थोडा वेळ विश्रांती घेता?"

"नको, आता मी उठतेच. रामप्रहर उलटतच आलाय. मी आन्हिकं उरकते. सिद्धता कर." मी माझ्या शयनकक्षाच्या गवाक्षातून स्वामींच्या प्रासादाकडे दृष्टी टाकली. स्वामी उठलेले दिसत होते. पद्मासन घालून, मृगाजिनावर ध्यानमग्न अवस्थेत बसले होते. मी भान हरपून त्यांच्याकडे बघतच राहिले. किती तेजःपुंज दिसत होती त्यांची मुद्रा! जणू प्रत्यक्ष ध्यानमग्न शिवशंकर. प्रत्यक्ष ब्रह्मा, विष्णु, महेश तिन्ही विश्वकर्त्यांचा संगम त्यांच्या ठायी झाला होता. प्रत्यक्ष योगेश्वर. मी

नकळत जागेवरूनच हात जोडून त्यांना वंदन केले. त्यांनी उजवा हात आशीर्वादाप्रमाणे उंचावल्याचा मला भास झाला.

मला तो शुभशकुनच वाटला, माझी मनोकामना नक्कीच पूर्ण होणार होती. आज माझा प्रद्युम्न निश्चित येणार होता. मी मनाच्या उत्फुल्ल अवस्थेत त्याच्या स्वागताच्या सिद्धतेसाठी वळले.

प्रभातीची दिनचर्या नेमस्तपणे पार पडली. अभ्यागताच्या स्वागताची सिद्धता परिपूर्ण झाली होती. रोजच्या नित्यक्रमात आज माझे लक्ष लागणे शक्यच नव्हते. हे स्वामींच्याही ध्यानात आले होते. ते मधूनच त्यांचे मिश्कील स्मित माझ्यापर्यंत पोहोचवीत होते. मी मात्र आज येणारा अतिथी कोण? याविषयी माझ्या मनातली उत्सुकता थोडीसुद्धा त्यांना जाणवू दिली नाही. कारण मीसुद्धा त्यांचीच अर्धांगिनी होते ना! मी निश्चयच केला होता. हे सांगत नाहीत ना? आपणसुद्धा विचारायचे नाही. माझ्या धाकट्या भगिनींना आणि रेवतीताईंनाही उत्सुकता होतीच; पण ती वेगळी. त्यांना फक्त अतिथी कोण? हाच प्रश्न पडला होता.

माझे तसे नव्हते. मला माझ्या उदरी जन्म घेतलेल्या माझ्या ज्येष्ठ पुत्राच्या आगमनाची आस लागली होती.

अचानक अतिथी स्वागतसमयी वाजणारी मंगलवाद्ये निनादू लागली. दुंदुभी गर्जू लागल्या. आगमनकर्ता शुद्धाक्ष द्वारापर्यंत आल्याची ती खूण होती. आम्ही सर्व द्वारकाधीशांच्या राण्या, युवराज्ञी, मानकरी सुवासिनी घाईघाईने महाद्वाराकडे वळलो. मी तर जवळजवळ पळतच होते.

आम्ही शुद्धाक्ष महाद्वाराच्या सर्वांत वरच्या दंडीवर उभे होतो. मी समोरचे दृश्य भान हरपून बघू लागले. बलरामदादा आणि स्वामी एका सोळा वर्षांच्या अतीव देखण्या युवकाला घेऊन महाद्वाराची एकेक पायरी पार करत होते. या कोवळ्या वयातसुद्धा त्या युवकाचे, पीळदार बाहू, भरदार वक्ष, भरपूर उंची, सतेज कांती, दृष्ट लागण्यासारखी चर्या, भव्य कपाळ, सरळ नासिका, भावपूर्ण नेत्र... त्याच्या रूपावर दृष्टी स्थिर होत नव्हती. जणू मदनाचा पुतळाच.

मी भान हरपून त्याच्याकडे बघत होते. त्यानेही माझ्याकडे पाहिले. हृदयाला साक्ष पटली. हा माझा प्रद्युम्नच. दुसरा कुणी नाही. फक्त प्रद्युम्नच.

तो जवळ आला. ''महाराणी, औक्षण करा.'' स्वामींच्या शब्दांनी मी भानावर आले. मी त्याला औक्षण करताना त्याच्या डोळ्यांत पाहिले. त्याचे नेत्र, त्याची चर्या माझ्या नेत्रातल्या अश्रूंच्या आवरणामुळे मला दिसेना. मी घाईघाईने औक्षणाचे तबक, कुणाच्यातरी हातात दिले. माझ्या पावलांना वंदन करण्यासाठी खाली वाकलेल्या माझ्या पुत्राला जवळ घेत मी म्हणाले, ''माझा प्रद्युम्न, माझा प्रद्युम्न.''

''माते,'' असे म्हणून तो माझ्या कुशीत शिरला. आम्ही दोघेही साठलेल्या

अश्रूंना मार्ग मोकळा करून देत होतो. जणू जगाला विसरलो होतो. मला तर स्वर्गसुखसुद्धा फिके पडेल, एवढे सुख लाभले होते. माझा बाळ सुखरूप परत आला होता. अगदी सुखरूप. स्वामींनी वचन दिल्याप्रमाणे. कुठे होता माझा बाळ एवढे दिवस? कुणी नेला होता त्याला आमच्यापासून? त्यामागे काय हेतू होता? अनेक प्रश्न कुशीत असलेल्या अनमोल सुखाच्या घडीतही उसळ्या मारून वर येत होते.

या प्रश्नांची उत्तरे स्वामींजवळ निश्चित होती; पण ती जाणून घेण्यासाठी ही योग्य घडी नव्हती. ज्यासाठी एक तपापेक्षा जास्त काळ मी कासावीस होऊन वावरत होते, तो सुखाचा क्षण जीवनात गवसला होता. तो मला पुरेपूर उपभोगायचा होता. आतापर्यंत सर्व सुखे माझ्यासमोर हात जोडून उभी असली तरी त्या हातातून काही तरी खाली निसटतेय, असा मला सारखा भास होत असे. हे सुख मला पूर्णपणे उपभोगायचे होते. बाकी प्रश्नांची उत्तरे शोधायला सारे आयुष्य बाकी होते.

''आम्हीपण राजपुत्राचे कुणीतरी आहोत बरं का?'' या दादांच्या गर्जनेसारख्या आवाजाने आणि गडगडाटी हसण्याने आम्ही दोघे दचकून दूर झालो. स्वामी, दादा, उद्धवभाऊजी हसत हसत पुढे आले.

मीच त्याला प्रथम रेवतीताईंना चरणस्पर्श करायला सांगितले. कारण त्या एकतर माझ्यापेक्षा ज्येष्ठ होत्या. त्याच्या जन्माच्या साक्षीदार होत्या. बाकी भगिनी त्या प्रसंगानंतर या प्रासादात आल्या होत्या. त्यामुळे त्या दिवसाच्या सुखद आणि दुःखद स्मृती रेवतीताईंनीच भोगल्या होत्या. म्हणूनच त्या वेळच्या दुःखाची आणि आजच्या आनंदाची माझी भावना त्यांना मनापासून समजली होती.

''ताई, हा आपला प्रद्युम्न, तुमच्या लाडक्या दिराचा प्रथम पुत्र!''

ताईंना वंदन करताच त्यांनीही त्याला प्रेमाने जवळ घेतले. त्यांच्याही नेत्रांत अश्रू आले. त्यांना तर राहवलेच नाही. त्या सरळ मनाने, मोकळेपणाने त्याला म्हणाल्या, ''कुठे होतास बाळा तू एवढी वर्षं? कुणी दुष्टांनी तुला आमच्यापासून दूर नेलं होतं? नीट वाढवलं का रे त्यांनी तुला? हाल तर केले नाहीत ना तुझे?'' त्या सारख्या त्याच्या पाठीवरून, मस्तकावरून हात फिरवत होत्या. नेत्रांतून अश्रूंचा पूर वाहत होता.

जणू माझ्या मनातले सारे प्रश्न, त्यांनी विचारून घेतले होते. बिचारा प्रद्युम्न मात्र गांगरूनच गेला होता. काय बोलावे तेच त्याला कळत नव्हते.

या नव्या नात्यागोत्यांशी त्याची अजून पुरती ओळखही पटली नव्हती.

कुणालाच काय बोलावे ते कळत नव्हते. अखेर स्वामीच पुढे आले. रेवतीताईंना म्हणाले, ''वहिनी, तुम्ही त्याच्यावरच्या मायेनेच विचारत आहात हे जाणतो मी; पण हळूहळू कळेलच सारं. चला, आता त्याला विश्रांती घेऊ द्या. मजल दरमजल

प्रवास करत आला आहे. थकला आहे खूप. आता प्रथम थोरल्या महाराजांच्या प्रासादात जाऊन तो राणीवशात, माझ्या प्रासादात येईल. उदईक सुधर्मा राजसभेत प्रजाजनांच्या दर्शनासाठी येईल.''

नंतर मानाप्रमाणे तिथे उपस्थित असलेल्या सर्वांना वंदन करून, थोरल्या महाराजांकडे जाऊन त्यांना भेटून तो रात्री स्वामींच्या प्रासादात आला. भोजन करून मंचकावर अंग टाकताच, निमिषात गाढ निद्राधीन झाला.

रात्री स्वामी माझ्या शयनकक्षात आले. माझ्या मनातल्या आणि रेवतीताईंनी विचारलेल्या प्रश्नांची उत्तरे त्यांनी स्वत:हूनच दिली. गोवर्धन पर्वताजवळ असलेल्या, घनदाट अरण्याचा राजा म्हणवून घेणाऱ्या, मूळच्या यादवकुलातलाच असणाऱ्या, आदिवासीचे आयुष्य जगणाऱ्या शंबरासुराने, गैरसमजातून निर्माण झालेल्या सूडबुद्धीने प्रद्युम्नाचे सहाव्या दिवशीच अपहरण केले होते.

त्याच्या आणि त्याची राणी मायावती यांच्या संस्कारात वाढल्यामुळे त्याच्यावर रानटी संस्कार झाले होते. त्याचे नावही शांबर ठेवले होते. तो थोडा मोठा झाल्यावर, त्याच राजकुलातील एक सदस्याने त्याला त्याचा खरा वंश, मातापिता, अपहरण याविषयी माहिती ऐकवली होती. तेव्हापासूनच त्याला द्वारकेची ओढ लागली होती. संधी मिळताच त्याने काही निवडक, विश्वासू सरदारांना घेऊन द्वारका गाठली होती.

आता त्याच्यावर इथले नागरी संस्कार करणे आवश्यक होते. ती गोष्ट फार अवघड नव्हती. जांबवतीचे आदिवासी संस्कार मी एकटी यशस्वीपणे घालवू शकले होते, इथे तर माझ्या मदतीला खूपच आप्त होते. त्याच्या पितामह आणि पितामहींची माया होती. ज्येष्ठ काका, काकू तसेच उद्धवभाऊजींचे प्रेम होते. चुलत आणि सख्खी, सावत्र भावंडे होती, त्यांच्याशी खेळण्यामुळे, बोलण्यामुळे भाषेचे संस्कार सहज आणि त्वरित होणार होते. त्याचे जन्मदाते मातापिता म्हणजे मी आणि स्वामी तर होतोच. डोळ्यात तेल घालून आम्ही त्याला सुसंस्कृत, शूरवीर, शस्त्रविद्या, कलानिपुण, ज्ञानयुक्त राजपुत्र म्हणून जगापुढे आणण्यासाठी धडपडत होतो.

तसेच घडले. थोड्याच कालावधीत त्याच्यावरचे अरण्यवासीयांचे संस्कार पुसले गेले. तो पूर्णपणे सुसंस्कृत, सुविद्य, शस्त्रविद्या पारंगत, तेज:पुंज, तारुण्याच्या उंबरठ्यावरचा कोवळा तरुण दिसू लागला. स्वभावानेही प्रेमळ, सान-थोरांवर मनापासून प्रेम करणारा, योग्य मान ठेवणारा म्हणून सर्व जण त्याला ओळखू लागले.

हे सर्व बघून मला तर फार फार आनंद झाला होता. संपूर्ण द्वारकाद्वीप, राणीद्वीप साऱ्यांची मने उत्साहाने आनंदाने दुथडी भरून वाहत होती.

मध्यंतरी एक वार्ता कानावर आली होती, की रोज एका मानवी प्राण्याचा बळी घेऊन अचाट खाद्य खाणाऱ्या बकासुर राक्षसाचा वध करून एका आडदांड वीराने ब्रह्मपुत्राला पर्यायाने त्यापुढील जाणाऱ्या मानवी बळींना वाचवले होते.

त्या वेळी स्वामींचा चेहरा फुलला होता. उद्धवभाऊजींजवळ ते बोलताना मी ऐकले होते, "उद्धवा, हा कुंतीपुत्र भीम असावा. तुला काय वाटते?"

उद्धवभाऊजींनी संमतिदर्शक मान हलवल्यावर स्वामींची चर्या उजळली होती. ते पुटपुटले होते, "याचाच अर्थ हा, की अन्य पांडवही तिथंच कुठंतरी असणार हे निश्चित."

स्वामींच्या मनात कुंतीआत्या आणि पाच पांडव यांच्याविषयी अपार प्रेम आहे, हे मी केव्हाच जाणले होते. साऱ्या जगाची जरी समजूत झाली होती, की ते आगीच्या भक्ष्यस्थानी पडले आहेत तरी ते जिवंत आहेत, ते योग्य वेळी प्रकट होतील याविषयी स्वामींच्या मनात थोडीही शंका नव्हती. त्या योग्य वेळेची ते मनातल्या मनात वाट बघत होते हे नक्की. आपले पांडवांविषयीचे हे मत ते फक्त माझ्याजवळ आणि उद्धवभाऊजींजवळच व्यक्त करत. मी स्वत: आत्याबाईंना किंवा पांडवांना कुणालाच पाहिले नव्हते; पण स्वामींना ते एवढे प्रिय आहेत, म्हणजे निश्चितच त्यांच्यात अद्वितीय सद्‌गुण असणारच याविषयी माझ्या मनात संशय नव्हता. म्हणूनच त्यांच्या प्रत्यक्ष दर्शनाची तीव्र ओढ मलाही लागलेली होती.

स्वागी, दादा, भाऊजी यांचा द्वारकेतील दीर्घ मुक्काम सर्वांनाच सुखकारक वाटत होता. तो असाच प्रदीर्घ काल चालू रहावा, असेच साऱ्यांना वाटत होते. आम्हा राजकुलातील समस्त सदस्यांना आणि प्रजाजनांनाही; पण नियती हा जीवनप्रवाह असा संथ कसा ठेवणार? तो प्रवाहीच हवा ना? शिवाय आमच्या या चक्रवर्ती योगेश्वराचा जन्मच मुळी चक्रासारखा फिरण्यासाठीच झाला होता ना!

तसेच झाले. एक दिवस उत्तरेकडल्या पांचाल देशाच्या द्रुपद राजाचे आमंत्रण घेऊन त्या देशाचा दूत द्वारकेत येऊन धडकला. पांचाल देशाच्या अफाट साम्राज्याची कीर्ती त्रिखंडात दुमदुमत होती. विशाल, सुजलाम्, सुफलाम् असा हा प्रदेश होता. पांचाल नरेशाचीही उत्तम शासक, कल्याणकारी राज्यकर्ता म्हणूनच सर्वत्र प्रसिद्धी होती.

त्याची कन्या द्रौपदी. तिला याज्ञसेनीही म्हणत. पुत्रकामेष्टी यज्ञाची फलनिष्पत्ती म्हणून ती आणि तिचा भाऊ धृष्टद्युम्न त्या मातापित्याला लाभले होते. द्रौपदी आता उपवर झाली होती. तिचे सौंदर्य जगावेगळे होते. तिचा वर्ण श्यामल होता. त्या श्यामल वर्णाचे तेज अतुलनीय होते. तिच्या प्रत्येक अवयवांत रेखीवपणा होता. भरपूर उंची होती आणि तिचा केशकलाप? तो तर तिच्या सौंदर्याचा एक अविभाज्य

भाग होता. तिच्या दाट, भरगच्च, काळ्या कुरळ्या केसांचे ते सौंदर्य बघणाऱ्यांचे भान हरपून जाई. तिच्या सौंदर्याचे मोहून टाकणारे वैशिष्ट्य म्हणजे तिच्या तनूला आणि केशकलापाला येणारा उन्मत्त सुगंध. तो मादक सुगंध तिच्या आगमनाची वार्ता, ती दूरवर असतानाच उपस्थितांना देत असे. लोक तो गंध, ते रूप बघून भान हरपून जात.

अशा रूपगर्वितेच्या स्वयंवराचे निमंत्रण म्हणजे त्या, त्या नरेशाच्या पौरुषाचा तो गौरवच होता. ती वार्ता कानी येताच सुधर्मा राजसभेच्या मान्यवरांबरोबर, प्रजाजनांनाही खूप आनंद झाला. त्यांच्या लाडक्या द्वारकाधीशांचा तो उच्च सन्मानच होता. कोणताही अवघड पण असू दे, द्वारकाधीश तो जिंकणारच याविषयी त्यांना तिळमात्रही शंका नव्हती.

स्वामी मात्र पण जिंकण्यासाठी स्वत: स्पर्धेत उतरणार का? की केवळ एक सन्माननीय अतिथी म्हणून उपस्थित राहणार याविषयी काहीच बोलत नव्हते. उत्सुकता तर आम्हा पाचही राण्यांना होती; पण स्वामींना त्याविषयी स्पष्ट बोलणार कोण? विचारणार कोण?

उतावळ्या स्वभावाच्या सत्यभामेने एकदा आमच्या पाचही जणींसमोर न राहवून विचारलेच, "स्वामी, आम्ही आता सहा भगिनी होण्याचे योग आहेत का?"

स्वामी नेहमीप्रमाणे गालातल्या गालांत मिश्कील हसत म्हणाले, "अहो, योगच ते. योगायोग काय आपल्या हाती असतात? ते तर नियतीच्या हाती. बघू या द्वारकेच्या या राणीद्वीपाचे प्रासाद आणखी कुणाकुणाच्या नशिबात लिहून ठेवले आहेत." ते मध्येच माझ्याकडे वळून म्हणाले, "खरंय ना, महाराणी, मी म्हणतोय ते?"

मी हसून संमतिदर्शक मान डोलावली. त्यांना प्रत्यक्षात मी कशी सांगू शकणार होते, की सत्यभामेने विचारलेला प्रश्न माझ्याही मनात सतत डोकावतोय म्हणून! नियतीवर, स्वामींवर माझा पूर्णपणे विश्वास आहे हे खरे, तरीसुद्धा मनात कुठेतरी हुरहुर दाटतेय. अवस्थ वाटतेय हेही खरे. स्वामींचे ठायी असलेल्या शक्ती आणि युक्तीवर माझा पूर्ण विश्वास आहे. त्यामुळे त्यांनी पण जिंकायचे ठरवले तर त्यांना अशक्य काहीच नाही. त्यांच्या मनात वेगळेच काही तरी शिजतेय असे वाटत होते.

पांचाल नरेशांनी फार अवघड 'पण' आखलाय असे म्हणतात. कसला 'पण', कसली स्पर्धा ते गुप्त ठेवले आहे. दुसऱ्या कुणाला तरी त्या स्पर्धेसाठी उभा करण्याची तर स्वामींची योजना नाही ना? पण तो वीरोत्तम कोण असेल? यादववीर की कुणी जिवाभावाचा सखा? काहीच कळत नाही. विचारले तर सत्यभामेला जे उत्तर मिळाले तेच मिळणार किंवा दुसरीच काही तरी थट्टा करून वेळ निभावून

नेतील. नकोच ते! त्यापेक्षा नेहमीप्रमाणे स्वस्थ, शांत राहावे, जे जे होईल ते ते पाहावे. स्वामी म्हणतात तेच खरे. जिचे योग असतील ती या राणीद्वीपात येणारच.

प्रद्युम्नालाही बरोबर नेणार आहेत म्हणे. बरोबर दादांचे पुत्रही जाणार आहेत. 'आमच्या पुत्रांची जगाला ओळख आणि जगाची पुत्रांना ओळख व्हावी असा माझा त्यामागचा हेतू आहे,' हे त्यांनी स्पष्ट केले आहे. आपल्या रूपवान, गुणवान, राजबिंड्या प्रद्युम्नाचा त्यांना फार अभिमान आहे. तसे त्यांचे सर्वच राजपुत्रांवर प्रेम आहे; पण हा ज्येष्ठ पुत्र ना! सध्या तो सर्वांत जवळचा वाटतो. ती दोघे एकमेकांबरोबर व्यायामशाळेत जाताना, विविध विषयांवर बोलताना पाहून माझाही ऊर आनंदाने भरून येतो.

नियोजित सुदिनी, नियोजित सुमुहूर्तावर, स्वामींनी उद्धवभाऊजी, प्रद्युम्न, निवडक मान्यवरांसह, सैनिकांसह पांचाल देशाच्या कपिलानगरी या राजधानीकडे प्रस्थान केले. परंपरेप्रमाणे दहीशर्करा हातावर घालून, शुभ चिंतून त्यांना राजकुलातील सदस्यांनी आणि प्रजाजनांनी निरोप दिला.

प्रदीर्घ काल स्वामींच्या अस्तित्वाची या द्वारकाद्वीपाला सवय झाली होती. उद्धवभाऊजी, प्रद्युम्न, निशठ साऱ्यांच्या जाण्याने सुने सुने वाटू लागले. अर्थात, आता द्वारका पूर्वीइतकी सुनी होत नव्हती, कारण आम्हा प्रत्येकीचे अन्य पुत्रगण, त्यांच्या क्रीडा, भांडणं, रुसणीफुगणी सुरूच होती ना. त्या व्यापांत कधीकधी तर स्वतःसाठी विचार करायलाही समय मिळत नसे.

सारा बालचमू थकून भागून लवकरच निद्रिस्त झाल्यावर, आम्ही पाचही राण्या प्रासाद संकुलातील उद्यानातील पुष्करणीजवळ किंवा सौधावर एकत्र जमून गप्पागोष्टी करत असू. त्यांत कधीकधी रेवतीताई, सुभद्राही भाग घेत. या गप्पांना विषयांचे बंधन नसे. कधी दूताने आणलेल्या संदेशावर, कधी एखादीच्या माहेरच्या विशिष्ट चालीरीतीवर, रासक्रीडेवर, स्वतःच्या बालपणीच्या आठवणींवर भरभरून बोलले जाई. द्रौपदी स्वयंवराविषयी बोलण्याचे मात्र आम्ही पाचही राण्या हेतुपुरस्सर टाळत असू. रेवतीताई आणि सुभद्रा कधीकधी तो विषय काढत. सुभद्रा अजून अल्लडच होती. तिला आयुष्य म्हणजे सारी गंमतच वाटे. तिला आणि आम्हाला त्या वेळी कुठे माहीत होते, की द्रौपदी आमची कुणाची नाही; तर तिची थोरली भगिनी होणार आहे. नियतीचा खेळ कुणाला ठाऊक नसतो हेच खरे.

दिवस सरायचे काही थांबत नाहीत. ते आपले उगवतात आणि मावळतात. प्रत्येक दिवसाचा रंग थोडा वेगळा असतो हे खरे; पण ते फिके असले, एकमेकांत मिसळून गेले, तर फारसे लक्षात येत नाही. जेव्हा त्या रंगछटांमध्ये फार मोठे बदल होतात तेव्हाच ते लक्षात राहतात.

एका शुभदिनी दूत वार्ता घेऊन आला. द्रौपदीच्या प्राप्तीसाठी असलेला

अवघड पण जिंकण्यासाठी स्वामी स्वतः स्पर्धेत उतरलेच नाहीत. अंगराज कर्णाला द्रौपदीने 'सूतपुत्र' म्हणून स्वतःच नाकारले. 'मी सूतकुलाची स्नुषा होणार नाही,' असे भर सभेत स्पष्ट, खणखणीत आवाजात सांगितले. सारा स्वयंवर मंडप थरारून उठला. त्याआधी सम्राट जरासंधासारख्या रथी-महारथींचे प्रयत्नही असफल ठरले.

आता द्वारकाधीशांशिवाय पर्यायच उरला नव्हता. कारण स्पर्धेसाठी लावलेला पण विलक्षण अवघड होता. जरासंधासारख्या रथी-महारथींचीही फटफजिती झाली होती. त्यामुळे अन्य पराक्रमी नरेशही साशंक झाले होते. पणच तसा फार फार कठीण होता. कारण द्रुपदाला त्याच्या रूप, गुण, सौंदर्यसम्राज्ञी राजकन्येसाठी तेवढाच रूप, गुण, सौंदर्यसंपन्न पती हवा होता. म्हणून अथक प्रयत्न करूनच निष्णात धनुर्धरच हा पण जिंकू शकणार होता.

पण असा होता, की स्वयंवर मंडपात एक जलकुंड निर्माण केले गेले होते. वर छताला फिरत्या मत्स्याची योजना केली होती. खाली जलकुंडात बघून वरच्या फिरत्या मत्स्याच्या एका नेत्राचा धनुष्यातील बाणाने वेध घ्यायचा होता. धनुर्विद्येतील निष्णात कौशल्याबद्दल अंगराज कर्णाविषयी कुणालाच शंका नव्हती; पण द्रौपदीनेच त्याला अपात्र ठरवल्यानंतर द्वारकाधीशांशिवाय कुणीच उरले नव्हते. आणखी एकच वीर होता तो म्हणजे अर्जुन; पण पाचही पांडवांचे जिवंत अस्तित्व मानायला सध्या तरी सज्जड पुरावा नव्हता.

जरासंधाच्या अपयशी प्रयत्नानंतर धनुष्याला हात लावायला कुणीच नरोत्तम पुढे येईना. तेव्हा पांचालनरेशाच्या मुखावर निराशा पसरू लागली. धृष्टद्युम्न तर संतापून गेला. 'माझ्या भगिनीचा पती या पृथ्वीतलावर जन्मालाच आला नाही की काय?' असे क्रोधाने बोलू लागला.

सर्वांच्या नजरा आता आशेने द्वारकाधीशांकडे लागल्या होत्या. त्यांच्या वर्तनामागचे कारण कुणालाच आकलन होत नव्हते. मुद्रा तर प्रसन्न दिसत होती. नजरेत मात्र ते कुणाची तरी वाट बघत आहेत असे वाटत होते. अखेर ते शेजारीच आसनस्थ असलेल्या उद्धवाशी काही तरी पुटपुटले आणि आपल्या स्थानावर उभे राहिले. ते 'पण'स्थानाकडे पाऊल टाकणार तोच एक तेजःपुंज ब्राह्मणपुत्र वेगाने त्या स्थानाकडे त्वरेने दमदार पावले टाकत, मुखावरील आत्मविश्वासाच्या आवरणाखाली जाताना दिसला. स्वामी आपल्या स्थानावर पुन्हा येऊन बसले. कौतुकाने पुढे काय होते ते बघू लागले. साऱ्याच उपस्थितांची एकटक दृष्टी त्या युवकाकडे लागली होती.

तो युवक त्या स्थानाकडे गेला. त्याने धनुष्य उचलले. प्रत्यंचा जोडली. मनात कुणाचे तरी स्तवन केले आणि प्रेक्षकांच्या डोळ्याचे पाते लवते न लवते तोच पण पूर्णही केला. ब्राह्मणपुत्राच्या जयजयकाराने आसमंत दुमदुमून गेला. द्वारकाधीश आनंदाने उद्गारले, 'उद्धवा, हा निश्चितच अर्जुन होय.'

ब्राह्मणपुत्राच्या कंठात द्रौपदीने वरमाला घातली. तोच उपस्थितांचा एक गट क्रोधाने चवताळून उठला. 'एक पृथ्वीतलावरील लावण्यवती आणि एक दरिद्री ब्राह्मण यांचा विवाह? कसे शक्य आहे? आम्ही वैभवसंपन्न, शूरवीर नरेश आमच्या दृष्टीसमोर ही या दरिद्री घरात खितपत पडणार?' ते त्या नवविवाहित वधूवरांकडे धावून गेले. क्षणात त्याच्या मदतीला चार तेज:पुंज वीर धावून आले. त्यांनी आणि पांचाल देशाच्या सैनिकांनी ती नरेशांची चाल परतवून लावली.

तो प्रसंग एकटक बघत असलेल्या द्वारकाधीशांच्या आनंदाला पारावार उरला नाही. हे पाचही पांडवच आहेत हे निश्चित. त्यांनी उद्धवाला त्या बंधूंचा माग काढायला सांगून, स्वत:ही त्यांच्यामागे निघाले. ते त्या बंधूंच्या निवासस्थानी पोहोचले तेव्हा द्वारातच कुंतीमाता उभ्या होत्या.

दूत सांगत होता. आम्ही राजकुलातील सर्वच स्त्रिया कान देऊन ऐकत होतो. सारेच किती अघटित, अनपेक्षित होते. तो पुढे म्हणाला, "महाराणी, खरे नाट्य तर पुढेच आहे. कुंतीमाता आपल्या मुलांचे स्वागत करायला पुढे आल्या. अर्जुन गमतीने म्हणाला, 'माते, आजची भिक्षा अप्रतिम आहे,' कुंतीमाताही रोजच्याप्रमाणे म्हणाल्या, 'पाचही बंधूंत वाटून घ्या.' महाराणी, आता ती सौंदर्यखाणी द्रौपदी पाच बंधूंची पत्नी झाली आहे."

"काय?" आम्ही साऱ्याच आश्चर्याने एकसुरात ओरडलो.

"होय महाराणी, महत्त्वाचं म्हणजे द्वारकाधीशांनीही या नात्याला मान्यता दिली आहे. आपल्या महाराजांशी तिनं मित्रत्वाचं नातं जोडलं आहे. योगेश्वरांनीही तिला आपली सखी मानलं आहे. एवढंच नव्हे; तर विश्वाच्या अंतापर्यंत 'पूजनीय पंचकन्यांपैकी एक' म्हणून तुझं स्थान अढळ असणार आहे, असा आशीर्वादही दिला आहे."

सारे वृत्त ऐकून आम्ही साऱ्याच दिङ्मूढ झालो. काय बोलावे तेच कळत नव्हते. असे काही या विश्वात घडू शकते यावर विश्वासच बसत नव्हता. मती जणू कुंठीतच झाली होती. "महाराणी," दूताच्या हाकेने आम्ही भानावर आलो. तो पुढे म्हणाला, "महाराणी, मला आज्ञा द्यावी. द्वारकाधीश नजीकच्या काळात परत येणार आहेत."

तो निघून गेला. असंख्य प्रश्न मनात पेरून गेला. त्या प्रश्नांची उत्तरे फक्त द्वारकाधीशच देऊ शकणार होते. एवढी उतावळी सत्यभामासुद्धा मूक झाली होती. सर्वांनाच मनातल्या मनात माहीत होते, की या प्रश्नांची उत्तरे फक्त द्वारकाधीशच देऊ शकणार होते. तोपर्यंत मनात वादळ घोंघावणारच होते. एक पत्नी, पाच पती? नैतिकता? शास्त्राचा आधार? स्वामींचा आशीर्वाद? नक्कीच यामागे काहीतरी गूढ सबळ कारण होते. स्वामींचा निर्णय योग्य असणारच, मला शंका नव्हती.

स्वामी, उद्धवभाऊजी, प्रद्युम्न लवकरच परत येणार ही आनंददायी वार्ता होती. द्रौपदीने स्वामींशी जोडलेले नातेही अनपेक्षित असले तरी ते निखळ स्नेहाचेच असणार. स्वामी ते अंतापर्यंत याबद्दल यावर माझ्या मनात संदेह नव्हता. तिला भेटण्याची मला मनापासून ओढ लागली होती. आधी तिचे ते अलौकिक सौंदर्य, आता पाच पांडवांचे राज्ञीपद, स्वामींशी, पर्यायाने माझ्याशीही, निर्माण झालेले नवीन नाते सारेच विलोभनीय, उत्सुकतावर्धक होते. कधी भेट होणार होती तिची? ते नियतीच जाणे. विवाहाआधी कौंडिण्यपूर, त्यानंतर द्वारकाद्वीप. एका ठिकाणी राजकन्या, दुसऱ्या ठिकाणी, अनभिषिक्त महाराणी, या भूमिका मी निभावत होते. मलाही या भारतवर्षाचे विविध प्रदेश, उत्तुंग हिमालय, पवित्र गंगा, यमुना, सरस्वती या जीवनदायी सरिता, पुण्यदायी बारा ज्योतिर्लिंग साऱ्यांचे दर्शन घेण्याची अनिवार आस होती. स्वामींजवळ हा मनोदय प्रकट करण्याचे मी निश्चित केले.

स्वामी द्वारकाद्वीपात नसले की सागरकिनारा हे माझे निवांत क्षण व्यतीत करण्याचे स्थान असे. कधी राजपुत्रांना घेऊन, कधी निवडक सेविकांना घेऊन, कधी एकटी, कधी सुभद्रा, तर दुसऱ्या धाकट्या राण्यांसमवेत मी जाई. कुणाही बरोबर गेले तरी तिथे मात्र मी नकळतच मनाने सर्वांपासून दूर जाऊन सागरराजाशी संवाद साधू लागे. मनातल्या मनात हितगुज करी. द्रौपदीविषयीही सारा वृत्तान्त मी मनातल्या मनात त्याला सांगितला. तिचे स्वामींशी जोडले गेलेले सखीचे नाते. तिचे पाच पांडवांची पत्नी होणे. सागर जणू लाटांना उत्तेजन देत माझे बोलणे ऐकतोय, असे माझे मलाच वाटत होते. हा सारा आपल्या मनाचा खेळ आहे हेही कळत होते. अखेर जणू त्याने मला सांगितले, 'सुकन्ये, नियती ही एकच गोष्ट फक्त सत्य आहे.' मीही हसून मान्यता दिली. तोच चारुमती - माझी कन्या - माझे नेत्र आपल्या इवल्या इवल्या हाताने झाकत म्हणाली, "माते, सांग बरं मी कोण आहे ते?"

मी मुद्दामच ती सोडून वेगळीच नावे घेतली. तिला न ओळखण्याचे नाटक केले. तिने विचारले, "हरलीस माते?" मी मान डोलावली. "मी तुझी चालुमती." मी आवेगाने तिला जवळ घेतले.

ठरल्याप्रमाणे, नियोजित दिनी, स्वामी, उद्धवभाऊजी, दादा आणि उर्वरित मान्यवर सैनिकांचे द्वारकाद्वीपावर आगमन झाले. प्रजाजनांना आधीच वार्ता समजली होती. आपले स्वामी द्रौपदीशी भगिनीचे नाते जोडून आले आहेत. सामान्य जनांना 'सखी' या शब्दाचा भावगर्भ अर्थ सहजासहजी आकलन होणे शक्य नव्हते. त्यांनी आपल्या साध्या सरळ भाषेत बंधू-भगिनीचे नाते जोडले होते. त्यांच्या मनातील, आपल्या लाडक्या राजाचे स्थान अधिकच उंचावले होते. स्वतःच्या अंगी अवघड पण लीलया जिंकण्याची शक्ती असतानाही, एका त्रिखंडात अलौकिक सौंदर्याची

मूर्ती म्हणून गाजत असलेल्या राजकन्येचा पत्नी म्हणून नव्हे तरी भगिनी म्हणून स्वीकार करण्यासाठी मन आभाळाएवढे विशाल असावे लागते याची त्यांना कल्पना होती. त्यामुळे द्वारकाधीशांचे स्वागत दुप्पट जोरात जयजयकाराने आकाश-गर्जना करत झाले.

थोरले महाराज, दोन्ही माता यांच्या आनंदाला तर सीमा नव्हती. कारण राजमाता कुंतीदेवी आणि त्यांचे पाच पुत्र जिवंत आहेत, सुखरूप आहेत, आता तर बलाढ्य द्रुपदाचे जामात आहेत ह्या सर्वच वार्ता ऐकून त्यांचे मन भरून आले होते. तिथला सारा वृत्तान्त त्यांना प्रत्यक्षदर्शीच्या तोंडूनच ऐकायचा होता. त्यासाठी ते आतुर झाले होते.

स्वामींचे द्वारकेत आगमन झाल्यावर ज्या रात्री ते प्रथम आमच्या शय्यागृहात आले, त्याच दिवशी द्रौपदी आणि पाच पांडवांच्या विवाहाविषयी, माझ्या मनात उठलेल्या साऱ्या शंका त्यांना विचारल्या.

स्वामी प्रसन्नपणे म्हणाले, "रुक्मिणी, तुझ्या मनात या शंका येणे योग्यच आहे. कोणत्याही विचार करणाऱ्या व्यक्तीच्या मनात या शंका येणे साहजिकच आहे. पण तू जर तिथे उपस्थित असतीस तर तुला हा प्रश्न पडलाच नसता. अगं ती याज्ञसेनी आहे. तेजाने लखलखणारी दामिनी आहे. पाच पांडवही पाच दिव्य मंत्रांमुळे जन्मलेली दिव्यशक्तीची रूपे आहेत. या दोहोंचा संगम हा नियतीचाच एक अलौकिक, दैवी, महान कार्याच्या सिद्धीसाठी घडवून आणलेला दिव्य संयोग आहे असं मला वाटतंय. भविष्यकालच या प्रश्नाचं उत्तर देणार आहे, महाराणी." स्वामी त्यांच्या गूढ स्वरात सागराकडे बघत म्हणाले. ते जेव्हा असे गूढ बघत तेव्हा ते मनाने कुठल्यातरी अनाकलनीय जगात शिरले आहेत, असा मला भास होई. त्या अवस्थेत त्यांनी केलेली विधाने सत्य होतात अशी माझी समजूत होती.

"प्रजाजन, जिला माझी मानलेली नणंद मानतात, तुम्ही स्वत:ची सखी मानता, ती द्रौपदी मला कधी बघायला मिळणार? मला तिच्या भेटीची ओढ लागली आहे," मी म्हणाले.

"योगायोगाच्या गोष्टी आहेत या, महाराणी. तिलाही तुला भेटण्याची तीव्र इच्छा आहे. जगातल्या दोन बुद्धिमान महाराण्या एकत्र आल्या की त्यांचे संवाद आम्हा गवळ्यांना ऐकायला मिळणं हे आमचं भाग्यच नाही का?" स्वामी थट्टा करत म्हणाले.

"दोघींचंही अस्तित्व त्याच गवळ्याभोवती सामावलेलं आहे. एकीचं पत्नी म्हणून तर एकीचं सखी म्हणून. मला एका गोष्टीचं आश्चर्य वाटतं आहे. आपण गेला होतात विवाहाचा पण पूर्ण करून तिला जिंकायला. मग ही सखी मानण्याची ऊर्मी कुठून उत्पन्न झाली? महाराज जरासंधाच्या आधी किंवा नंतरही तुम्हाला हा

पण जिंकून तिला माझी पाचवी भगिनी म्हणून सहज स्वीकारता आलं असतं.'' मी माझ्या मनात सतत उसळ्या मारत असलेली शंका बोलून दाखवली.

''बघ, मी अकारण तुझ्या बुद्धिमत्तेला महत्त्व नाही देत. मी तिला जेव्हा प्रथम पाहिली; तेव्हाच मला ती माझ्या देवकीमातेच्या पोटी माझ्यानंतर जन्मलेली जी आदिशक्ती, आकाशाकडे झेप घेणारी दामिनी, तिच्याशी साम्य असलेली दिव्य शक्ती भासली. तिचं हरण करावं असं न वाटता तिच्या पाठीशी उभं राहून तिचं रक्षण करावं असं वाटलं. तिच्याशी मला गोकुळातल्या गोपींशी असलेलं निर्व्याज, निरागस नातंच जोडावंसं वाटलं. असे भाव माझ्या मनात का दाटून आले ते नाही सांगता येत. अनेक घटनांमागची सुसंगती नाही उलगडता येत. तुमची भगिनी होण्याचा योग द्रौपदीच्या नशिबात नव्हता; हेच सत्य.''

''तुमच्यासारखा योगेश्वर बंधू किंवा सखा मिळायलाही जन्मजन्मांतरीचं पुण्य तिच्या गाठीला असणार हेच खरं.'' मी मनापासून म्हणाले.

द्वारकाद्वीपावरच्या साऱ्यांनाच भावणारी स्वस्थता काही दिवस द्वीपावर अवतरली. दैनंदिन, कौटुंबिक, नैमित्तिक कार्ये, सुधर्मा राजसभेचे कामकाज, महत्त्वाचे निर्णय, राज्यकल्याणकारी योजनांचे आयोजन आणि नियोजन उत्साहाने, वेगाने सुरू होते. आमच्या सुवर्ण राजनगरीने जणू सुंदर, वयात आलेल्या युवतीचे रूप धारण केले होते. पदपथ आणि राजमार्गावरचे वृक्ष पूर्णपणे बहरात आले होते. पांथस्थांना मायेची सावली आणि नेत्रसुख देत होते. कामरूप स्त्रियांची गृहसंकुलेही परिपूर्ण झाली होती. त्यांच्या आवडीप्रमाणे त्यांना उद्योग सुरू करून दिले होते. दुथडी भरून वाहणाऱ्या नद्यांच्या काठावर सुंदर घाट बांधले गेले होते. पांथस्थांसाठी निवासयोग्य धर्मशाळा बांधण्यात आल्या होत्या. निराधार, वृद्ध, अपंगांसाठी निवारागृहे, अन्नछत्रे उघडण्यात आली होती. प्रजेच्या औषधोपचारासाठी निपुण वैद्यांची योजनापूर्वक नेमणूक करण्यात आली होती.

नगरातील पुष्करणी, उद्याने, हरितवर्णी वृक्ष फलपुष्पभारांनी सुशोभित झाली होती. वेदशाळा, शस्त्रविद्या शाळा, संगीत, नृत्य शाळा उच्च दर्जाचे शिक्षण देत होत्या. उंची सुवर्ण, रजत, रत्न, मोती, हिरे, पाचू यांच्या आणि धनधान्य, भाजीपाला, गरजेच्या वस्तूंनी बाजारपेठा सजल्या होत्या. वर्षा ऋतू मनासारखा बरसला होता. गुलाबी थंडी, कोवळे ऊन सर्वांनाच सुखावत होते. एकूण काय, रुपाने आणि गुणांनी सुवर्णद्वारका लखलखत होती. त्रिखंडात गाजत होती. द्वारकावासीयांना द्वारकाद्वीपाचा सार्थ अभिमान होता.

आणि मी? मी तर सध्या सुखाच्या झुल्यावर झुलत होते. हा काल कधी संपूच नये असे वाटत होते. आतापर्यंत खुपणारा प्रद्युम्नाच्या दूरत्वाचा काटाही उपटून फेकला गेला होता. तरी माहेरच्या दुराव्याचे शल्य अधूनमधून जाचे; पण मातेकरवी

तिथल्या घटनांची वार्ता कळत होती. तेवढ्यावरच सुख मानून घेत होते. तनाने नाही; पण मनाने माहेरी जाऊन येत होते. तरीही सुखाच्या दुःखाच्या बेरीज वजाबाकीत, सुखाची बेरीज नक्कीच जास्त होती.

जीवनाचा मार्ग हा अखंड प्रवाही असतो तो एका स्थळी कसा स्थिर होणार? तसेच झाले. पंचनद प्रदेशातील मद्र देशाच्या राजाने, त्याची पुत्री, राजकन्या लक्ष्मणा हिचे स्वयंवर निश्चित केले. त्या स्वयंवराचे आमंत्रण द्वारकेच्या अनभिषिक्त सम्राटांना आल्याशिवाय कसे राहील? असा महापराक्रमी रूपगुणसंपन्न जामात आपल्याला लाभावा, अशी कुणाही उपवर वधुपित्याची आकांक्षा असणारच.

आमंत्रण येऊन, स्वयंवराला न जाणे म्हणजे एकप्रकारे वधुपित्याने लावलेल्या पणातून माघार घेण्यासारखेच होते. कोणताही पराक्रमी वीर अशी माघार घ्यायला तयार नसतोच. या स्वयंवराला स्वामींनी जावे अशी थोरल्या महाराजांचीही इच्छा होती. कारण त्यांची भगिनी, म्हणजेच स्वामींची आत्या श्रुतकीर्तीदेवींचे सासर कैकेयप्रदेश आणि त्यांचे राजनगर गिर्जक हेही मद्र देशाच्या सीमेलगतच होते. आपल्या आत्याबाईंकडे जाऊन त्याने द्वारकेची कुशलवार्ता द्यावी आणि तिथल्या क्षेमकुशल वर्तमानाची पृच्छा करावी, असे वाटणे साहजिकच होते. वृद्धापकाळामुळे अनेक योजनांचे अंतर पार करून थोरल्या महाराजांना तिथे जाणे शक्य नव्हते. श्रुतकीर्ती देवींना येणेही शक्य नव्हते. तेव्हा पुत्राच्या नेत्रांनी भेट द्यावी आणि त्याच्या मुखाने क्षेमकुशल श्रवण करावे, अशी त्यांची इच्छा होती. थोरल्या महाराजांच्या इच्छेचा अनादर करणे स्वामींना कल्पान्तीही शक्य नव्हते. त्यामुळे मद्र आणि कैकेय देशाच्या प्रस्थानाची सिद्धता वेगाने सुरू झाली.

मला लवकरच सहाव्या भगिनीच्या स्वागताची सिद्धता करावी लागणार, असा अंदाज मी मनात बांधू लागले. ज्या वेळी द्रौपदी स्वयंवराला स्वामी गेले त्या वेळी जशी अस्वस्थ झाले तशी नव्हते. का? मी मनाशी विचार केला. कुठेतरी मनात मी द्रौपदीला माझ्या महाराणीपदाची प्रतिस्पर्धी मानत होते का? खरे म्हणजे माझ्या चारही भगिनी अतिशय रूपवती, कलानिपुण होत्या. त्यांचे मी मनापासून स्वागत केले होते. त्यांना आपले मानले होते. मग द्रौपदीच्या वेळीच का साशंक झाले होते? मनातल्या मनात प्रश्न आणि उत्तरांची आवर्तने उठत होती. मी द्रौपदीला आपली मानू शकले नसते का? स्वाभिमानी सत्यभामेलाही मी प्रेमाने जिंकलेच होते. मग तिलाही नसते का जिंकता आले? मी मनाशी विचार केला, घडायचे ते घडून गेले. आता ते विचार कशाला? आता जे घडणार आहे त्याला सामोरे जायचे आहे. खुल्या मनाने; प्रेमानेसुद्धा. मी मोकळ्या मनाने स्वामींना राजकन्या लक्ष्मणेच्या स्वयंवर प्रस्थानासाठी निरोप द्यायला सिद्ध झाले.

ठरलेल्या मुहूर्तावर स्वामींनी उद्धवभाऊजी, अमात्य, निवडक कुशल सेना

घेऊन मद्र देशाकडे प्रस्थान केले. थोरल्या महाराजांचा आशीर्वाद घेण्यासाठी स्वामी त्यांच्या राजप्रासादात गेले होते. मी आणि उद्धवभाऊजीही त्यांच्याबरोबर होतो. महाराजांनी पुन्हा आपल्या भगिनीकडे जाण्याची आठवण करून दिली. बालपणाच्या जुन्या स्मृतींनी त्यांच्या नेत्रांत आसू तरळले. त्यांचे ते भगिनीप्रेम बघून मी गहिवरले. मलाही माझ्या बंधूंची आठवण आली. खरेच, माझ्या पाचही बंधूंना माझी आठवण येत नसेल का? मीसुद्धा त्यांची एकुलती एक धाकटी, लाडकी भगिनी होते. रुक्मीदादाचा माझ्यावर राग आहे हे खरे, पण बाकीच्यांचे काय? त्यांनी तरी किती दिवस स्वामींशी वैर धरायचे? मी केले ते योग्यच होते हे आता तरी त्यांना पटायला नको का? स्वामींची कीर्ती त्रिखंडात गाजते आहे, ती त्यांच्या कानावर जातच असेल ना? पूर्वीचे सारे झाले गेले विसरून जाऊन तो जर स्वामींकडे आला तर स्वामी त्याला निश्चितच क्षमा करतील. त्यांचे मन आभाळाएवढे विशाल आहे. शिवाय माझे माहेरशी तुटलेले नाते पुन्हा जोडले गेले तर त्यांना निश्चित आनंद होईल. मला मनमोकळेपणाने तात, माता, बंधू, आचार्य सुदेव, माझ्या सख्या साऱ्यांना भेटता येईल. सध्या तरी तशी शक्यता दिसत नाही. जाऊ दे. ते सुख आपल्या दैवातच नसेल. प्रारब्धापुढे कुणाचे काय चालते? मी माझ्या विचारात एवढी गर्क झाले, की तिथे उपस्थित असलेल्या व्यक्ती एकमेकांशी काय बोलत आहेत त्याकडे माझे लक्षच नव्हते.

जेव्हा उद्धवभाऊजी म्हणाले, "कसला विचार करता आहात, वहिनी? दादा कुलदेवतेच्या दर्शनाला जाण्यासाठी रथाकडे गेलासुद्धा." मी भानावर आले. श्रेष्ठांना वंदन करून त्वरेने भाऊजींबरोबर रथाकडे गेले.

स्वामी द्वारकाद्वीपातून बाहेर पडले, की द्वारकाद्वीप सान, थोर, सेवक, सेविका, आतिथी साऱ्यांनी गजबजलेले असूनसुद्धा सुने सुने भासे. आम्ही पाचही राण्या आपल्या मुलांमध्ये मन रमवत असू. रेवतीवहिनी, सुभद्रा, यादवकुळातील स्त्रियाही एकमेकींना भेटत असत. सुभद्रा दादांएवढीच स्वामींचीही लाडकी होती. माझी चारुमती तिची फार लाडकी. ती तिला सतत तिच्या कक्षात घेऊन जाई.

कपिलनगरातील मद्र देशाच्या वार्तेच्या प्रतीक्षेचा काळ संपला. एक दिवस आमचा दूत तिथल्या घटनांचा वृत्तान्त देण्यासाठी द्वारकेत येऊन पोहोचला. स्वामींनी स्वयंवराचा पण लीलया जिंकला होता; हा पण हुबेहूब द्रौपदी स्वयंवरासारखा होता. या वेळी स्वामी स्वतःच प्रथम क्रमांकावरच उठले. त्यामुळे द्रौपदी स्वयंवराच्या वेळी उपस्थित असलेल्या, आताही उपस्थित असलेल्या त्याच रथी-महारथींना आपले कौशल्य पणाला लावायची संधीच मिळाली नाही. स्वामींनी पुन्हा एकदा श्रेष्ठत्व सिद्ध केले होते. लक्ष्मणा स्वामींची सहावी पत्नी, माझी पाचवी भगिनी म्हणून या सुवर्णनगरीत पदार्पण करणार होती.

स्वयंवर म्हणजे केवळ एका उपवर वधूशी विवाह करणे, ही मर्यादित कल्पना नव्हती, तर आपले श्रेष्ठत्व सिद्ध करण्याची संधी होती. राज्याशी नवीन नाते जोडण्याची, भविष्यात वेळ आली तर त्यांना आपल्या बाजूने उभे करण्याची राजनीती होती.

द्रौपदीशी भगिनीचे भावगर्भ नाते निर्माण झाल्यानेही स्वामींना दुहेरी यशाची प्राप्ती झाली होती. द्रौपदीसारखी निष्ठावान, बुद्धिमान सखी मिळाली होती. तसेच विशालकाय पांचाल नरेशांशी मैत्रीचे स्नेहाचे अतूट धागे निर्माण झाले होते.

माझ्या आणि स्वामींच्या नात्यामध्ये मात्र असला राजनीतीचा व्यवहार नव्हता, तर आमचे हे नाते हा शुद्ध प्रेमयोग होता. माझे त्यांच्यावरचे निस्सीम प्रेम, न कळत्या वयापासून मी पत्नी या नात्याने फक्त एकाच व्यक्तीवर प्रेम केले होते, ते फक्त स्वामींवर. या माझ्या प्रेमात प्रचंड शक्ती होती. म्हणूनच मी त्यांना प्रेमाच्या बळावर माझ्याकडे ओढून आणले होते. त्यात त्यांचा राजनैतिक फायदा तर झाला नव्हताच; उलट तोटाच झाला होता. विशाल विदर्भ राज्याशी कायमचे शत्रुत्व निर्माण झाले होते.

या विचारांच्या लहरींवर विहरतच मी अलगद भूतकाळात, विदर्भ देशात बाल्यावस्थेत शिरले होते. मी सोडून माझ्या पाचही भगिनींच्या विवाहाचा पाया केवळ प्रेम नव्हते; तर राजनैतिक हेतू होते. हे विचार मनात आले आणि मनाला आल्हादकारी सुख वाटले. जणू स्वामींच्या मुकुटातील मोरपीस आपल्या तनामनावरून हळुवार फिरते आहे असा भास झाला.

दूत तिकडची वार्ता सांगतच होता. तो पुढे म्हणाला, ''द्वारकाधीश, उद्धव महाराज आणि त्यांचे निवडक सैन्य आता कैकेय देशातील गिर्जक नगरात त्यांच्या आत्याबाई आणि आतोबा, महाराज कैकेयाधिपतींना भेटण्यासाठी जाणार आहेत. आणखी आठ दिवस तरी कपिलनगरातील आतिथ्य संपेल असे वाटत नाही. महाराज बृहत्सेन आपल्या जामातांना आग्रहाने ठेवून घेत आहेत. जामातांना उपहारात प्रचंड धन, सुवर्ण, रत्नं, गोधन, अश्व, धनधान्य देण्यात आले आहे.''

पुन्हा माझ्या मनात विचारांची आवर्तने सुरू झाली. माझ्याशी विवाहाने मात्र स्वामींना काय मिळाले? फक्त मी? त्यांच्या कोषागारात किंवा चल-अचल संपत्तीत कणभरही वृद्धी झाली नाही. या गोष्टीचा कधी कुणी उच्चारही केला नाही. मी मलाच म्हणाले, 'अगं, तुझ्या विवाहात उपहाराचा प्रश्नच नव्हता. शास्त्रदृष्ट्या तो राक्षसविवाह होता ना?'

'राक्षस' या शब्दानिशी मला मनातल्या मनात खुदकन हसू आले? राक्षस? देवांचाही देव आहेत माझे स्वामी. दूताने विचारलेल्या प्रश्नामुळे मी दचकले. तो मला म्हणत होता, ''महाराणी, मला स्वगृही जाण्यासाठी आज्ञा द्यावी. मी वार्ता देण्यासाठी हे अनेक योजने अंतर पार करून सरळ इकडेच आलो आहे.''

मी प्रथेप्रमाणे सुवर्णमुद्रा देऊन त्याला इच्छित स्थळी प्रस्थान करण्याची आज्ञा दिली. आता आत्याबाईंकडचे क्षेमकुशल घेऊन येणाऱ्या दूताची, स्वामींची, त्यांच्याबरोबर येणाऱ्या द्वारकावासीयांची, माझ्या — नव्या भगिनीची वाट बघणे, स्वागताची सिद्धता करणे या कार्यात तत्परतेने लक्ष घालणे हेच माझे प्रथम कर्तव्य होते. त्यासाठी मनात जुळवाजुळव सुरू केली.

आमचा राणीवसा आता पूर्णपणे गजबजून गेला होता. आम्ही पाच जणी आमचे पुत्र, कन्या, त्यांच्यासाठी आणि अन्य कामासाठी अनेक सेवक सेविकांची वर्दळ, एक वस्तीच आकाराला आली होती. आमचे ज्येष्ठ पुत्र आता व्यायामशाळेत विद्यांचे शिक्षण घेण्यासाठी, अश्वविद्येसाठी, अन्य विषयांत पारंगत होण्यासाठी त्या त्या गुरूंकडे जाऊ लागले. प्रद्युम्न, दादांचे ज्येष्ठ पुत्रही त्यांना मार्गदर्शन करीत.

वंदनीय श्रुतकीर्ती आत्याबाईंकडले वर्तमान श्रवण करण्यासाठी साऱ्यांचेच कान आसुसले होते. स्वत: येण्याआधी दूत पाठवून संदेश द्यायचा ही स्वामींची नेहमीची पद्धत होती. अखेर दोन सप्ताह उलटल्यानंतर अपेक्षेप्रमाणे दूत तेथील वार्ता घेऊन आला. त्याच्या मुखातून एक अनपेक्षित वार्ता कानी पडली. श्रुतकीर्ती आत्याबाईंनी आणि कैकेयाधिपतींनी आपली लाडकी कन्या भद्रा हिचा पत्नी म्हणून स्वीकार करावा अशी स्वामींना गळ घातली होती. ज्येष्ठांचा आदर राखणे ही या कुळाची परंपराच होती. त्यांचा आग्रह ते अमान्य करू शकले नाहीत. त्या विवाहामागे नेहमीची राजनीतीही वसत असावीच, असे मला मनापासून वाटत होते. कारण भद्र आणि कैकेय हे प्रदेश एकमेकांना जोडून होते. पंचनदातील दोन सलग प्रदेशांशी, आमच्या द्वारकेचे मैत्रीचे संबध प्रस्थापित झाले होते. एकाच कार्याने दोन हेतू साध्य झाले होते. रक्तसंबध व राज्यसंबंध वृद्धी. स्वामींची राजनीती नेहमीच त्यांचे बुद्धिचातुर्य प्रकट करायची.

भद्रा म्हणजे पवित्र. आमच्या राजद्वीपावर आधी एक सुभद्रा होतीच. आता तिच्या जोडीला ही भद्रा येणार होती. लक्ष्मणा आणि भद्रा दोघींचे राणीवशात आणि आमच्या सांसारिक जीवनातही आगमन होणार होते.

माझ्या मनात सहजच एक शंका उद्‌भवली. थोरल्या महाराजांचे आणि आत्याबाईंचे या विवाहाबद्दल आधीच तर ठरले नव्हते ना? आपल्या एवढ्या गुणवान, पराक्रमी, मदनाची मूर्ती असलेल्या भाच्याला आपली कन्या देऊन बंधूशी असलेले रक्ताचे नाते दृढ करावे असे वाटणे साहजिकच होते. आता आम्ही स्वामींच्या सात राण्या झाल्या होतो. मला मनातल्या मनात हसू आले. एकदम मला एक गोष्ट आठवली. स्वामी मागे एकदा म्हणाले होते. "रुक्मिणी, माझ्या जीवनात आठ या संख्येला फार महत्त्व आहे. बघ माझा जन्म श्रावण अष्टमीचा, मी माझ्या माता-पित्याचा आठवा पुत्र आणि अष्ट..." एवढे बोलून त्यांनी वाक्य अर्धेच सोडून दिले होते.

माझे मनातले विचार जर खरे झाले तर आणखी एक राणी स्वामींच्या, पर्यायाने आमच्या जीवनात येईल. कोण असेल ती? मी माझ्या मनाला समज दिली 'अरे जरा थांब! पुढे पुढे धावू नकोस? दूत काय म्हणतो ते ऐकू दे! मला त्याला काही प्रश्न विचारायचे आहेत.'

मी दूताला विचारले, "स्वामींचे, नव्या दोघी राण्यांसह, आगमन कधी होणार आहे? दादा, उद्धवभाऊजी, सेनापती साऱ्यांचीच द्वारकावासीय उत्सुकतेनं वाट बघत आहेत."

दूत म्हणाला, "माझ्याजवळ त्याविषयी निश्चित संदेश नाही. एक गोष्ट मात्र निश्चित, स्वामींबरोबर सध्या गिर्जक नगरीत महाराणी कुंतीदेवी, पाच पांडव आणि महाराणी द्रौपदीही आहे. ते आपल्या द्वारकाधीशांना अग्रस्थानी मान देतात. त्यांची, द्वारकाधीश, थोरले युवराज, दादामहाराज, उद्धवमहाराज यांची सतत गुप्त बोलणी सुरू असतात. त्यांनी निर्णय घेतल्यावर द्वारका आगमनाविषयी संदेश मिळेल."

माझ्या मनात आशा निर्माण झाली. ती सर्व मंडळी इथे आली, तर किती छान होईल? महाराणी कुंतीदेवींना, द्रौपदीला बघण्याची इच्छा पूर्ण होईल. थोरल्या महाराजांना, दोन्ही मातांनाही खूप आनंद होईल. त्यांच्या बोलण्यातून मला सतत जाणवत होते की त्यांचा कुंती आत्याबाईंवर फार जीव आहे. ते सतत म्हणत असत की 'तिने बालपणापासूनच फार भोगले आहे.' अनुपम सौंदर्याचे आणि कुशाग्र बुद्धीचे वरदान लाभलेल्या या भगिनीचे दुर्दैव बघून त्यांना फार वाईट वाटे. म्हणूनच जेव्हा कुंतीदेवी आणि पांडव बंधूंचे अग्निकांडात दहन झाल्याची वार्ता कानी पडली, तेव्हा त्यांची होणारी हृदयाची तगमग बघवत नव्हती. त्या आणि त्यांचे पाचही तेजस्वी पुत्र इथे आले तर त्यांच्या आनंदाला पारावार राहणार नव्हता.

वार्तादूताचे कार्य संपले होते. तो आज्ञा घेऊन निघून गेला. पुढल्या वार्ता घेऊन नवीन दूत येणार होता. दूत निघून गेला तरी माझ्या पाचही भगिनींची घटनांवर टीकाटिप्पणी सुरूच होती. माझे लक्ष मात्र लागले होते आगामी वार्तेकडे. त्यात स्वामींच्या सहवासाची आस होती. अन्य व्यक्तींच्या भेटीची ओढ होती. ज्येष्ठांच्या दृष्टीत मला आनंदाची रास दिसणार होती.

दोन सप्ताह असेच प्रतीक्षा करण्यात गेले. अखेर प्रतीक्षा संपण्याचा दिवस उगवला. दूत वार्ता घेऊन आला. नव्या राणी लक्ष्मणादेवी आणि भद्रादेवींनी निवडक सेनेसह द्वारकेकडे प्रयाण केले आहे. बलरामदादा, स्वामी, उद्धवभाऊजी राजमाता कुंतीदेवी व राणी द्रौपदीसह हस्तिनापूरला जाण्यासाठी निघाले आहेत. तिथला मुक्काम किती दिवसांचा असेल ते आजच सांगता येणार नाही.

स्वामींचा संदेश ऐकून आम्हा सर्वांचीच निराशा झाली. रेवतीताई, त्यांचे पुत्र, आमचे पुत्र सर्वांचेच नेत्र त्या साऱ्यांच्या वाटेकडे लागले होते. लक्ष्मणा आणि भद्रेचे

स्वागत परंपरेप्रमाणे थाटातच व्हायला हवे होते. त्या तर त्यांच्या स्वगृही, द्वारकाधीशांची राणी म्हणून प्रथमच प्रवेश करणार होत्या.

कालचक्र सुरूच होते. नेमस्त तिथीला ठरल्याप्रमाणे लक्ष्मणा आणि भद्रा द्वारकेत आल्या. त्यांचे राजकुळाने आणि प्रजाजनांनी मोठे स्वागत केले. त्या क्षणी मला आठवण झाली माझ्या अभूतपूर्व स्वागताची. मन अलगद भूतकाळात शिरले. माझी त्या समयी असलेली मन:स्थिती – एका नेत्रात आसू आणि दुसऱ्या नेत्रात हसू. माहेरच्या विरहाची व्यथा, अखंड जपलेल्या आकांक्षा-प्रतीक्षेची सांगता, नवा प्रदेश, नवे लोक, जलसागर, संसारसागराविषयी उत्सुकता. अनेक भावभावनांचे मनात कल्लोळ उठले होते. स्वामी, उद्धवभाऊजींची साथ होती. मातापिता, आचार्यांचे आशीर्वाद पाठीशी होते.

राजकुळाने आणि समस्त यादवांनी, माझे 'न भूतो न भविष्यती' स्वागत केले होते. एक सप्ताह आधी स्वागताची तयारी नंतर एक सप्ताहभर अनेक कार्यक्रमांचे आयोजन करून होणाऱ्या आनंदाचे प्रकटीकरण सप्तसरितांच्या जलाने केले होते. फुलांचा वर्षाव, आमच्या सुखी जीवनासाठी यज्ञयाग, मंत्रोच्चार, सारे वातावरण उत्साहाने, आनंदाने, पावित्र्याने भारून गेले होते. त्यांच्या अनभिषिक्त द्वारकाधीशांच्या पदवीसारखीच 'महाराणी' ही पदवीही मला प्रदान केली होती.

आता पूर्वायुष्याकडे दृष्टी टाकली की मनात येते, खरेच केवढ्या अफाट धाडसाने मी पत्र पाठवून उडी घेतली होती. ते पत्र जर कुणाच्या हाती पडले असते तर सुदेवांचे काय झाले असते? निश्चितच त्यांना देहदंडाची शिक्षा झाली असती. आणि मला? नकोच, कल्पनासुद्धा करवत नाही. मनातले नको ते विचार काढून टाकून मी नवीनच राणीद्वीपात आलेल्या लक्ष्मणा आणि भद्रेला माझ्या महालात येण्याचा संदेश देण्यासाठी दासीला पाठवले. त्यांना इथल्या नवीन जीवनाशी जुळवून घेताना काही समस्या निर्माण झाल्या आहेत का ते बघायचे होते. त्यांना प्रेमाने विश्वासात घ्यायला हवे होते. स्वामी इथे नसल्याने, त्वरित येण्याची शक्यता नसल्याने, त्यांना अन्य चार राण्यांप्रमाणे आपलेसे करणे हे माझे प्रथम कर्तव्य होते.

पांडवांसमवेत हस्तिनापूरला जाण्यात स्वामींचा निश्चितच विशिष्ट हेतू असणार ही जाणीव मला होती. हस्तिनापूरचे नरेश, महाराज धृतराष्ट्र होते. ते पंडुपुत्र युधिष्ठिर या पिढीतला ज्येष्ठ वारस असतानासुद्धा हस्तिनापूरचे सिंहासन त्यांना द्यायला तयार नव्हते. त्यांना या कार्यात, महाराणी गांधारीचे बंधू शकुनीमामा, ज्येष्ठ पुत्र दुर्योधन, दु:शासन यांची साथ होती. न्यायाने वागणे तर दूरच, उलट निरनिराळे कुटिल डाव रचून पांडवांना संपविण्याचीच संधी शोधत होते.

स्वामींनी सतत सत्याची आणि न्यायाची बाजूच उचलून धरली होती. जणू त्यासाठीच त्यांनी जन्म घेतला होता. आता स्वामींची साथ असलेल्या पांडवांना

आपल्या हक्कापासून दूर सारणे सोपे नव्हते. स्वामी सोक्षमोक्ष लावूनच येतील याविषयी मला शंका नव्हती. या कार्यासाठी निश्चित किती कालावधी लागेल हे मात्र मला सांगता आले नसते. हस्तिनापूर हे कुरुवंशाचे प्रचंड साम्राज्य. अनेक कारणांनी ते भरतखंडात प्रसिद्ध होते. सध्याचे त्या राज्याचे नरेश, महाराज धृतराष्ट्र अंध. त्यांची पत्नी महाराणी गांधारी डोळस असूनही पती अंध म्हणून डोळ्यांवर सतत पट्टी बांधणारी. खरेच, असीम त्यागाचे मूर्तिमंत उदाहरण. त्यांचे शंभर पुत्र. पितामह भीष्म ही अशीच असीम त्यागाची दुसरी वंदनीय मूर्ती. पित्याच्या सुखासाठी सिंहासनावरचा हक्क सोडणारे. गुरुवर्य द्रोणाचार्य धनुर्विद्येतील अग्रगण्य कुशल गुरू. या साम्राज्याविषयी अनेक कथा, उपकथा भरतवर्षात सतत वायूच्या वेगाने पसरत असत.

मलासुद्धा ते साम्राज्य, तिथले हे वंदनीय ज्येष्ठ यांचे दर्शन घेण्याची तीव्र इच्छा होती. कधी योग येणार होता कोण जाणे! सध्या तरी द्वारकाद्वीपावर दादा, स्वामी, भाऊजी यांच्यापैकी कुणीच नसल्यामुळे माझा मुक्काम अनेक वेळा द्वारकेच्या राजद्वीपावर असायचा. राजकारणाचे, प्रजाजनांचे अनेक निर्णय थोरल्या महाराजांच्या विचाराने, कुलगुरूंशी चर्चा करून घ्यावे लागायचे. बाकीच्या माझ्या भगिनींना, युवराज्ञी रेवतीताईंना या राज्यकारभारात रस नव्हता. प्रत्येकीवर राणीवसा सांभाळण्याची जी धुरा मी टाकली होती, ती मात्र त्या समर्थपणे सांभाळायच्या. पण तो सगळा प्रासादाच्या अंतर्गत व्यवस्थेचा भाग होता. राज्यकारभाराचे निर्णय घेणे तेवढे सोपे नव्हते. स्वामींप्रमाणे माझ्याही निर्णयशक्तीचा कस लागे. एकूण काय; तर महाराणी होणे सोपे नव्हते.

पुन्हा एकदा वार्तादूताच्या प्रतीक्षेचा काल आमच्या जीवनात सुरू झाला. आम्ही अशा काळाला 'प्रतीक्षापर्व'च म्हणत असू. प्रचंड अस्वस्थतेचा आणि उत्सुकतेचा तो काल असायचा. कारण चक्रवर्ती स्वामी, नेहमीच कुठल्यातरी विशेष कार्यासाठीच राजद्वीपाबाहेर जात. त्या कार्याची सफलता आणि स्वामींचे आगमन या दोन्ही गोष्टींची जिवाला आस लागलेली असायची. या वेळी तर स्वामींना नेहमीपेक्षा वेगळेच कार्य पार पाडावयाचे होते. पांडवपुत्रांना त्यांचे राज्य, त्यांचा हक्क मिळवून द्यायचा होता. तोही कपटी, कुटिल राजनीती करणाऱ्या मंडळींकडून. स्वामींना, स्वतःला कधीही राजसिंहासनाचा मोह नव्हता. नाही तर आतापर्यंत अनेक साम्राज्ये त्यांच्या अधिपत्याखाली आली असती. कंसमामाचा वध केला. ते राज्य शूरसेन महाराजांकडे सोपवले. नरकासुराचे राज्य भगदत्ताला राजसिंहासनावर बसवून त्याच्या स्वाधीन केले. त्यांच्या या गुणांचा आम्हाला अभिमान वाटत होता आणि विश्वाला आश्चर्य वाटत होते.

अशा निर्मोही व्यक्तीला, आता पांडव बंधूंच्या हक्कासाठी लढायचे होते.

तोडीस तोड राजनीती खेळायची होती. झुंज कडवी होती. स्वामी ही धुरा कशी सांभाळणार आहेत, याविषयी मलाही उत्सुकता होती. राजमाता कुंतीदेवी, महाराणी द्रौपदीदेवी, पाच पांडव स्वामींवर भार टाकून निश्चिंत झाले होते.

जवळजवळ दोन सप्ताह निघून गेले. आमची उत्सुकता आणि प्रतीक्षा परिसीमेला पोहोचली आणि एका शुभसमयी आम्ही ज्यांची प्रतीक्षा करत होतो तो वार्तादूत येऊन पोहोचला. आम्ही सारी लहानथोर मंडळी थोरल्या महाराजांच्या प्रासादात एकत्र आलो, कारण त्यांनाही या वेळी काय घडले ते जाणून घेण्याची अनिवार उत्कंठा होती. प्रश्न त्यांची लाडकी भगिनी आणि भाच्यांचा होता ना? मध्यस्थी करणारे त्यांचे लाडके पुत्र.

दूताने सांगण्यास सुरुवात केली. पितामह भीष्म, गुरुवर्य द्रोणाचार्य यांना अंधारात ठेवून स्वतः महाराज धृतराष्ट्र, युवराज दुर्योधन, कर्ण, शकुनीमामांनी स्वामींपुढे फक्त एकाच जागेसाठी प्रस्ताव ठेवला. ती जागा म्हणजे खांडववन. निबिड घनघोर अरण्य. फक्त हीच जागा आम्ही त्यांना देऊ शकतो. अन्य कुठल्याही भूमीवरची एक कणही जागा आम्ही देणार नाही. प्रस्ताव मान्य असेल तर तसे सांगा. नाहीतर त्यांचा मार्ग त्यांना मोकळा आहे. खरे सांगायचे तर त्यांचा या हस्तिनापूर साम्राज्यावर आता काहीही हक्क राहिलेला नाही, कारण पंडूराजांनी महाराज धृतराष्ट्रांना विश्वस्त म्हणून नेमलेले आहे. विश्वस्त जिवंत असताना त्यांना वेगळे राज्य देण्याची गरजच नाही. दुसरे असे की ते पंडुपुत्रच नाहीत. ते कुंतीपुत्र किंवा माद्रीपुत्र आहेत. मंत्रसिद्धीद्वारे जन्मले आहेत. तरीही आम्ही उदार होऊन खांडववनाची भूमी देण्यास तयार आहोत. ही भूमी स्वीकारायची की नाही हा निर्णय त्यांनी घ्यायचा आहे.

पांडवांचे सारे लक्ष आता स्वामींकडे लागले होते. हा योगेश्वर आता काय निर्णय घेणार? प्रस्ताव मान्य करणार की आपल्या प्रभावी वाणीने, भीष्माचार्य, धृतराष्ट्र यांना आपल्याकडे वळवून अर्धे राज्य देण्यास भाग पाडणार की यादव आणि इतर मित्रराष्ट्रांच्या मदतीने युद्धाचे आव्हान देणार? राजसभेतील उपस्थितांच्या मुद्रेवर औत्सुक्य, अस्वस्थता, मानसिक खळखळ या भावनांचे जणू प्रतिबिंब उमटले होते.

स्वामी नेहमीच्या शांतपणे, मिश्कील हास्यवदनाने उठले. पांडवांकडे एकवार दृष्टी टाकली. नंतर धृतराष्ट्राकडे वळून म्हणाले, "राज्यकर्त्यांचा हा पांडवांवर लादलेला निर्णय अन्याय्य आहे हे सर्व ज्ञानीजन जाणतातच. विश्वस्तांची नेमणूक ही 'वारस' वयात येऊन राजसिंहासनावर आसनस्थ होईपर्यंतच असते. त्यानंतर त्याने ज्येष्ठ वारसाकडे ते राज्य विधिवत सोपवावयाचे असते. काही लोकांच्या स्वार्थी परंपरेमुळे ही शास्त्रीय परंपरा डावलली जात आहे. आम्ही ते सैन्यबलानेही

घेऊ शकलो असतो. शक्यतो युद्ध टाळावे हीच आमची नीती आहे. युद्धामुळे जी वित्तहानी, जीवितहानी होते, ती कधीच भरून निघत नाही. कुटुंबीयांना पती, पिता, पुत्र गमवावे लागतात. म्हणूनच माझ्या प्राणप्रिय पांडवांच्या वतीने मी असा निर्णय घेतला आहे, की खांडववनाच्या भूमीचा प्रस्ताव आम्ही मान्य करतो. त्रिखंडात दिगंत कीर्ती संपादन करील अशा सुजलाम, सुफलाम, सुंदर, सुखभूमीत तिचे रूपांतर करण्याचे आव्हान आम्ही स्वीकारतो.''

स्वामींची अखंड स्रवणारी, मंत्रमुग्ध करणारी वाणी श्रवण करताना सारी राजसभा स्तब्ध झाली होती. सुई जरी भूमीवर पडली असती तरी आवाज होईल एवढी शांतता तेथे पसरली होती. स्वामी बोलायचे थांबले तरी काही क्षण ती कायम होती. एकदम शांततेचा भंग झाला. दुर्योधनाचा उद्धट आवाज ऐकू आला.

''आम्हाला हेच विधान धर्मराज म्हणविणाऱ्या युधिष्ठिराच्या मुखातून ऐकायचे आहे. श्रीकृष्ण उद्या द्वारकेला निघून जातील. आमचे पांडवबंधू बदलले तर?''

स्वामींनी युधिष्ठिराकडे पाहून तू सांग अशी आज्ञा केली. युधिष्ठिरांनी एकवेळ आपल्या मातेकडे दृष्टी टाकली. राजमातेने संमतिदर्शक मान हलवून त्याला बोलण्याची खूण केली.

युधिष्ठिर मोजक्या शब्दांत म्हणाले, ''द्वारकाधीशांनी जो निर्णय घेतला तो आम्हाला शिरसावंद्य आहे. आम्ही खांडववनाच्या भूमीत आमच्या राज्याची स्थापना करू.''

राजसभेने द्वारकाधीशांच्या नावाचा, धर्मराजांच्या नावाचा जयजयकार केला. रात्री महामंत्री विदुरांकडे पुन्हा पांडवपुत्र, द्वारकेचे प्रतिनिधी स्वामी, उद्धवभाऊजी, दादा यांची सभा भरली. स्वामींनी त्यांना सांगितले, ''आणखी दोन सप्ताह आम्ही येथे थांबतो. तोपर्यंत पंचनद, पांचाल, कामरूप या मित्रराज्यातून प्रचंड कामगार वर्गाला हाताशी धरून, खांडववन साफ करण्याचे काम हाती घेऊ. त्यानंतर द्वारका वसविणाऱ्या तज्ज्ञांना, तंत्रज्ञांना, कुशल कारागिरांना मी येथे पाठवतो. इथे जवळच इंद्रप्रस्थ नावाचे छोटेसे ग्राम आहे. तेच नाव या नव्या राज्याला देऊ या. वेगाने कामाला लागू या. बघता बघता सुवर्णद्वारकेपेक्षाही सुंदर नगर येथे आकाराला येईल असा मला विश्वास आहे.''

दुसऱ्या दिवसापासूनच उत्कृष्ट योजना आखून कामाला सुरुवात झाली. पितामह भीष्मांच्या हस्ते भूमिपूजन झाले, गुरुवर्य द्रोणाचार्य, कृपाचार्यांचे आशीर्वाद घेतले गेले. प्रत्यक्ष स्वामी पाठीशी असल्यावर कार्य सिद्धीस जाणारच याविषयी हस्तिनापूरवासीयांना शंका नव्हती. प्रजाजनांचे प्रचंड समूह स्वतःहून ऐच्छिक सेवा दान करण्यास येत होते. प्रचंड गजदल, अस्त्रे आणून खांडववन भुईसपाट होत होते.

या इंद्रप्रस्थाच्या उभारणीसोबतच, दूताने आणखी एक वार्ता दिली. ती म्हणजे माझ्या आठव्या भगिनीच्या आगमनाची. हिचा प्रवेश स्वामींच्या, पर्यायाने, आमच्या जीवनात एका वेगळ्याच प्रकाराने झाला. माझ्यासारखे तिचे हरण करावे लागले नाही. जांबवती, सत्यभामा, भद्रेसारखा, पित्याने किंवा मातेने आग्रह धरला नाही. मित्रविंदा, सत्या किंवा लक्ष्मणासारखे स्वयंवरात पण जिंकावे लागले नाही. केवळ तपस्येच्या सामर्थ्यावर तिने स्वामींना जिंकले. हिचे नाव कालिंदी. यमुनेकाठच्या एका मान्यवर शूर क्षत्रियाची ती कन्या. ती जन्माला आली, ती कोडकौतुकांत वाढत होती. तिचा ओढा मात्र त्या वयातसुद्धा धार्मिकतेकडे होता.

स्वामींची कीर्ती, कालियामर्दन, कंसवध, नरकासुरवधामुळे त्रिखंडात गाजत होती. स्वामींच्या अनेक कथा दाही दिशांना घरोघरी वाऱ्यासारख्या पसरत होत्या. या असामान्य, पराक्रमी, अन्यायाचे निर्दालन करणाऱ्या योगेश्वरास लोक मनातल्या मनात भजत होते. भगवंताचा अवतारच मानत होते. तरुणींना आपला पती असाच असावा असे वाटत होते. मातापित्यांना पुत्र, आपला जामातही असाच आदर्श असावा असे वाटल्यास नवल ते कसले? त्याच वेळी ही कालिंदी वयाने हळूहळू मोठी होत होती. तिच्याही कानावर या कथा पडत होत्या. मुळातच तापसी, निश्चयी प्रवृत्तीच्या या बालिकेने मनाशी निश्चय केला – मी श्रीकृष्णांसारख्या असणाऱ्या युवकाशी नाही, तर प्रत्यक्ष श्रीकृष्णांशीच विवाह करणार. त्यासाठी त्यांच्या नावाचा अखंड जप, यमुनेच्या जलात उभी राहून करणार. त्या बालवयापासून ही कन्या रोजची आन्हिके सोडून बाकी समय यमुनाजलात अखंड तपस्या करत होती. कडाक्याचे ऊन, थंडी, वारा, पाऊस यांची तिला क्षिती नव्हती. शुभ्र वस्त्रे परिधान करून रोज यमुनेतच सचैल स्नान करून अखंड यमुनाजलात उभी राहून, द्वारकाधीशांच्या नामाचा जप करत होती. एक तेजःपुंज तपस्विनी म्हणूनच तिला त्या परिसरातले लोक ओळखत होते.

अखेर तिच्या तपश्चर्येचे फळ मिळण्याचा समय येऊन ठेपला. हस्तिनापूरला विदुराघरी मुक्कामाला असताना, स्वामी, दादा, उद्धवभाऊजी रोज यमुनेत डुंबायला जात असत. एका शुभसमयी प्रभातीच्या समयाला, द्वारकाधीशांच्या आणि भाऊजींच्या दृष्टीला ही तेजस्वी, तपस्विनी कन्या दिसली. उगवत्या सूर्याकडे पाहून मुखाने 'जय श्रीकृष्ण, जय श्रीकृष्ण' असा स्वामींच्या नावाचा अखंड जप सुरू होता. मुखावर रविकिरणांची विलक्षण प्रभा फाकली होती. मुळातच अतीव सुंदर असलेल्या या कन्येचे अनुपम सौंदर्य त्या प्रभेने उजळून निघाले होते.

"कोण ही जलपरी? की यक्षकन्या या पृथ्वीवर आली आहे? ती कसल्या संकटात तर नाही ना? मुखाने ती कुणाचे तरी नाम घेतेय. उद्धवा, तिच्याजवळ जाऊन बघ." स्वामींनी भाऊजींना सांगितले.

भाऊजी तिच्याजवळ पोहोचले. मंजूळ आवाजात स्वामींच्या नावाचा जप ऐकून त्यांना आश्चर्य वाटले. भाऊजींनी स्वामींना खुणेनेच जवळ बोलावले. स्वामी दूर उभे होते. भाऊजींच्या हालचालींमुळे तिची नामसमाधी भंगली. भाऊजींनी तिला काही प्रश्न विचारले. तिने तिची हकिकत सांगितली. त्यांनी तर्काने हे जाणले, की तिच्या तपस्येचे फल तिला लाभण्याचा समय आता येऊन ठेपला आहे.

त्यांनी दुरून येणाऱ्या दादाकडे बोट दाखवून सांगितले, "ते बघ प्रत्यक्ष श्रीकृष्णदादाच इकडे येत आहेत." तिने आश्चर्याने आणि आनंदाने एकवार दृष्टी वळवून तिकडे पाहिले. दोघांची दृष्टादृष्ट झाली. स्वामींनी तिचे हृदय जाणले. हृदयाची हृदयाला ओळख पटली. तिने लज्जेने मान खाली घातली. स्वामी तिच्याजवळ आले. शास्त्राप्रमाणे गांधर्वविवाह केला. तिच्या मातापित्यांनीही स्वामींचा सत्कार केला.

दूत वर्णन करत होता. का कोण जाणे माझ्या मनात आले, 'ही माझी सर्वांत धाकटी भगिनी. स्वामी एकदा म्हणाले होते, अष्ट या आकड्याला माझ्या जीवनात फार महत्त्व आहे. आता स्वामींच्या अष्टराण्यांची संख्या पूर्ण झाली होती.' माझ्या मनात तिच्याविषयी अपार माया दाटून आली. दूत त्याचे वार्ता देण्याचे काम करून निघून गेला. आता निदान दोन सप्ताह तरी प्रतीक्षापर्वात घालवावे लागणार होते. आम्हा सातही राण्यांना, विशेषतः मला कालिंदीचीही ओढ लागली होती – धाकट्या भगिनीची लागावी तशी. अशी ओढ पूर्वी लागली नव्हती. मी यापूर्वी आलेल्या सर्वच भगिनींवर मनापासून प्रेम केले होते; पण या वेळची ओढ वात्सल्याची होती. मला माझ्याच मनाची कधीकधी गंमतच वाटते. कधी कोणते भावनाप्रवाह खळखळ वाहायला लागतील काही सांगता येत नाही. कधी स्वामींच्या ओढीने ते भेटीसाठी उतावीळ होते, तर कधी पुत्रपौत्रींच्या मायेने ते काठोकाठ भरून जाते, कधी आनंदाने थुई-थुई नाचते तर पूर्वी प्रद्युम्नाच्या, आता मातापित्यांच्या विरहाने व्याकूळ होते. कधी खोल डोहातल्या जलाशयासारखे शांत होते; तर कधी सागरलाटांसारखे उचंबळून येते. अन्यायाविरुद्ध कधी त्वेषाने पेटून उठते, कधी ते पाखरासारखे दूरदेशी भराऱ्या मारत असते; तर कधी एकाच जागी स्थिर होते. या मनाच्या क्रीडा अगम्य आहेत हेच खरे.

बघा, मी आता बोलत होते कालिंदीविषयी. पांडवांचा विषय बाजूलाच राहिला. हे मन सदैव स्वतःच्याच क्रीडांत मला गुंतवून ठेवतेय.

तर सांगायचा मुद्दा असा, की मी मनापासून स्वामींबरोबर कालिंदीचीही प्रतीक्षा करत होते. आमच्या जीवनात आता नवीनच पांडवअध्याय सुरू झाला आहे हे माझ्या मनाने पक्के ताडले. आतापर्यंत द्वारकाधीशांना फक्त द्वारकावासीयांचीच चिंता वाहायची होती; पण यापुढे?

यापुढे मात्र इंद्रप्रस्थही तेवढेच जवळचे वाटणार होते. याचाच दुसरा अर्थ असा की आमच्या विरह आणि प्रतीक्षापर्वाची संख्या आणि काल अधिकच वाढणार होते. कधीतरी इंद्रप्रस्थ, हस्तिनापूर, गंगा, यमुना यांचे दर्शन होण्याची आशा होती.

दूताबरोबर पाठविलेल्या संदेशाप्रमाणे दोन सप्ताहानंतर दादा, भाऊजी, स्वामी, कालिंदी आणि त्यांच्याबरोबर असलेल्या अन्य मान्यवरांचे द्वारकेत आगमन झाले. परंपरेप्रमाणे सर्वांचे स्वागत करण्यात आले.

अपेक्षेप्रमाणेच कालिंदी वयाने लहान, निरागस होती. चेहऱ्यावर तपस्येचे सात्त्विक तेज होते. शांत, स्थिर वृत्तीची, प्रसन्न वाटली. निरागस असली तरी बावरलेली वाटत नव्हती. प्रथेप्रमाणे तिला मौल्यवान वस्त्रे, अलंकार देण्यात आले. तिने सौभाग्यलेणे आणि मोजकेच अलंकार घेतले. 'बाकी अलंकार मला नकोत, केवळ द्वारकाधीशांची पत्नी शोभावी म्हणून हे मोजके अलंकार, शुभ्र रेशमी वस्त्रे परिधान करीन. माझ्या तपस्येच्या दिनचर्येला, व्रतांना हाच रंग शोभून दिसतो.' असे ती म्हणाली. सत्यभामा तर बघतच राहिली. तिला तर सतत नवनवीन वस्त्रे, अलंकार घालण्याची आवड होती. सुवर्ण, मौक्तिक, रत्ने, पाचू असंख्य अलंकार तिच्या स्त्रीधनात होते.

मला स्वत:लाही अलंकारांची फार आवड नव्हती. रंगही शांत छटा निर्माण करणारेच आवडत. वर्षातून काही विशिष्ट प्रसंगी मात्र महाराणीचे परंपरागत अलंकार मला घालावेच लागत. कालिंदीचा हा साधेपणा माझ्या मनाला भावला. स्वामींनी नेहमीप्रमाणे तिला माझ्या स्वाधीन केले. ही धाकटी वेगळ्याच स्वभावाची भगिनी मला फार आवडली.

ती तिचे जप, तप, व्रतवैकल्ये यात मग्न असे. उरलेला वेळ माझ्या मागे मागे फिरे. अन्य राण्यांप्रमाणेच मी तिला मुख्य द्वारकाद्वीप, राणीवसा, दानवेदी, सुधर्मी राजसभा याविषयी माहिती देत असे; पण तिला या सर्व गोष्टींमध्ये रस दिसत नव्हता. ती सदोदित चिंतनात, मननात मग्न असे.

तिला सागर मात्र मनापासून आवडला. सागरकिनारी ती आनंदाने फुलून आली. मला म्हणाली, "महाराणी, किती सुंदर आहे ही विधात्याची करणी. सूर्योदय आणि सूर्यास्त किती सुंदर दिसत असेल नाही! त्या वेळी प्रार्थना करण्यासाठी मी प्रतिदिनी इथं येत जाईन." श्रीकृष्णभाऊजी

पुन्हा एकदा द्वारकाद्वीपात शांतिपर्व सुरू झाले. नुसते शांतिपर्व नाही तर; आनंदपर्वही. दादा, स्वामी, उद्धवभाऊजी, सेनापती, गुरुवर्य सांदीपनी, वंदनीय गर्गमुनी सारे द्वारकेत असले की द्वारका कशी भरल्यासारखी वाटे. साऱ्यांची उपस्थिती म्हणजेच, युद्धपूर्व का होईना, पण शांतीचे दिवस. या साऱ्यांच्या अस्तित्वाने सुवर्ण द्वारका कशी झळाळून उठे.

हा काल खरोखर दीर्घकालाचा ठरला. स्वामी जरी देहाने द्वारकेत होते तरी त्यांचा एक नेत्र, मनाचा एक कोपरा, नेहमीच इंद्रप्रस्थ स्थापनेकडे होता. मध्यंतरी प्रद्युम्नाच्या अधिपत्याखाली युवक, कुशल, अकुशल कारागीर, काष्ठशिल्पकार, धातुशिल्पकार, नगररचनाकार अशा अनेक द्वारकावासीयांनी इंद्रप्रस्थाकडे प्रस्थान केले होते. वेळोवेळी तिथले काम कसे सुरू आहे याची खडा न् खडा माहिती स्वामी संकलित करत होते, सूचना देत होते. मला मनात वाटायचे, स्वामी द्वारकेचे जसे अनभिषिक्त सम्राट आहेत तसेच, हळूहळू इंद्रप्रस्थवासीयांचेही होऊन जातील. दुसरे मन म्हणे, अगं, ते सध्यासुद्धा पृथ्वीच्या पाठीवरील, भरतखंडातील असंख्य मानवी मनांचे हृदयसम्राट आहेत. याचे उत्तम उदाहरण म्हणजे कालिंदी नाही का? असे कोट्यवधी लोक या माझ्या श्रीकृष्णांचे भक्त आहेत. आयुष्यात एकदा तरी त्यांचे दर्शन घडावे म्हणून त्यांच्या वाटेकडे डोळे लावून बसले आहेत.

या पर्वात स्वामींच्या सहृदयतेचे दर्शन घडविणाऱ्या काही घटना घडल्या. त्यांपैकी एक म्हणजे स्वामी आणि मित्रवर्य सुदामा भेट. स्वामी गुरुवर्य सांदीपनीच्या आश्रमात शिकत असताना एका अतिशय गरीब पुरोहिताचा सालस मुलगा म्हणजे सुदामा याची आणि स्वामींची त्या वेळी दाट मैत्री होती. तो दिवसरात्र स्वामींच्या सहवासात राहण्याचा प्रयत्न करत असे. स्वामींनाही तो आवडे. स्वामी प्रकृतीने सुदृढ, पीळदार शरीरयष्टीचे, तर तो काटकुळा, अशक्त. त्याला सुदृढ करण्यासाठी गुरुकुलात स्वामींनी आणि अन्य शिष्यांनीही खूप प्रयत्न केले; पण मुळातच त्याची अंगकाठी एकेरी हाडाची असल्याने तो तसाच राहिला. मनाने मात्र निर्मळ. जिवाची पर्वा न करता कुणालाही मदत करण्यास तयार. स्वामी कुणाच्याही गुणांची पारख करणारे थोर गुणपारखी. त्यांनी त्याचे चांगले गुण हेरले. त्याच्यावर स्वामींचे प्रेम जडले. त्याचेही स्वामींवर. गुरुकुलातील शिक्षणक्रम पूर्ण झाला. स्वामी आपल्या गृही परतले. मथुरेचा राज्यकारभार, द्वारकाउभारणी, अन्यायाच्या विरोधी लढा उभारून असुरांचा नाश या कार्यात गुंतले. आचार्यांची आज्ञा घेऊन सुदामभाऊजींही काठेवाडी या त्यांच्या गावी परतले. तेव्हापासून या दोघांची भेटच नव्हती. अनेक वर्षांनंतर ती आज झाली होती. ते अतिथिगृहात थांबले होते. ते आल्याचे समजताच स्वामी धावतच अतिथिगृहाकडे गेले. त्यांना उराउरी भेटले. दोघांच्याही नयनांत आनंदाश्रू आले. उद्धवभाऊजी मला वर्णन करून सांगत होते, तोच स्वामी त्यांना घेऊन त्यांच्या प्रासादात आले. आम्ही आठही राण्या, आमचे पुत्र, रेवतीताई, सुभद्रा साऱ्यांना बोलावून आपला बालमित्र आल्याचा आनंद साजरा केला.

मित्राच्या एकंदर वस्त्राच्या दशेवरून त्यांचे आर्थिक दारिद्र्य उघडकीस येत होते. दोघांनाही त्याची क्षिती नव्हती. जणू त्यासमयी ती दोघे या विश्वातल्या सर्वांत श्रीमंत आणि भाग्यवान व्यक्ती होत्या. खरे म्हणजे रूप, रंग, सत्ता, धन सर्वच

गोष्टीत दोघांमध्ये खोल दरी होती; पण प्रेमाच्या पुराने दरी केव्हाच भरून निघाली होती.

सर्वांत आश्चर्यकारक अनुभव आला तो स्वामींच्या मनकवडेपणाचा. सुदामाने आपल्यासाठी काही तरी भेट आणली आहे, पण तो द्यायला संकोचत आहे हे त्यांनी जाणले. त्याच्या पडशीतून स्वत: हात घालून एक पुरचुंडी काढली. आम्ही सारेच एकटक बघत होतो. त्या पुरचुंडीतून निघाले पसाभर पोहे. स्वामींनी प्रेमाने त्यातले मूठभर घेऊन चवीने खाल्ले. "अमृतासारखे चविष्ट" ते उद्‌गारले. सर्व उपस्थितांना चव बघण्यासाठी दिले. मित्रप्रेमाची अवीट गोडी त्यात उतरल्याने आम्हालाही ते विलक्षण मधुर भासले. स्वामींनी त्यांना एक सप्ताहभर आग्रहाने ठेवून घेतले. त्यांच्या आदरातिथ्याकडे जातीने लक्ष दिले. त्यांच्या सर्व कुटुंबीयांसाठी उत्तम वस्त्रे, अलंकार दिले. एवढेच नाही, तर त्यांच्या नकळत दूत पाठवून त्यांच्या गावातील भूमीचा एक तुकडा विकत घेऊन तेथे एक उत्तम वास्तू बांधून पूर्ण झाल्यावर मान सन्मानाने त्यांना अर्पण करण्याची योजनाही आखली. त्याप्रमाणे संबंधितांना आज्ञा देण्यात आल्या.

माझ्या मनात आले, कुणावरही तन, मन, धन अर्पून उत्कट प्रेम करावे ते स्वामींनीच. मग ते कोणतेही प्रेम असो. मातृप्रेम, पितृप्रेम, पुत्रप्रेम, पुत्रीप्रेम, भ्रातृप्रेम, पत्नीप्रेम, सखीप्रेम, मित्रप्रेम. ते आंधळे प्रेम नसते तर डोळस प्रेम असूनही हातचे काही न राखता ते मुक्तपणाने प्रेमाची उधळण करतात. अन्याय करणाऱ्यांना तेवढ्याच मुक्तपणे धडा शिकवतात.

संवत्सराची पाने वेगाने उलटत होती. तिकडे इंद्रप्रस्थ उभारणी सुरू होती. इकडे द्वारकेचीही भरभराट होत होती. आमच्या राणीवशाचीही. आम्ही आठही राण्या आता पंच पुत्रांच्या माता झालो होतो. दिवसभर वयाप्रमाणे पुत्रांच्या दिनचर्या आखलेल्या होत्या. मनसोक्त क्रीडा व मनोरंजन यांनाही त्यात स्थान होते. त्याचबरोबर त्यांना उत्तम ज्ञान, माहिती, युद्धतंत्र, धनुर्विद्या, गदा, खड्‌ग आणि इतर शस्त्रे चालविण्यात पारंगतता यांचेही योग्य शिक्षण मिळते की नाही यावर राजकुलातील सदस्यांची सूक्ष्म दृष्टी असे.

आम्ही राण्या पाकगृहाकडे जातीने लक्ष देत असू. स्वामी, उद्धवभाऊजी, दादा यांच्या आवडीचे पदार्थ करण्याकडे आमचा कल असे. आम्ही आठही जणी आठ प्रदेशांतून आलो होतो. त्या त्या प्रदेशात काही पदार्थ त्या त्या प्रदेशाची वैशिष्ट्ये होती. आम्ही ते ते पदार्थही आमच्या बल्लवाचार्यांकडून करून घेत असू.

स्वामी, दादा, उद्धवभाऊजी तिघाही भावांना गोरसाचे मधुर पदार्थ फार आवडत. ते सतत बनविले जात. त्यामुळे आमच्या मुलांनाही ते फार आवडायला लागले होते. दही, लोणी या पदार्थांची तर पूर्ण द्वारकानगरीतच सुबत्ता होती. गरीब

प्रजाजनांकडेही कमीतकमी दोन धेनू तरी असाव्यात, या गोष्टींकडे विशेष लक्ष दिले जाई. आपल्या राज्यातील मुलांनी निरोगी, सशक्त असावे असा त्यामागचा हेतू होता. आपल्या पशुधनाची त्यांच्या मालकांनी चांगली काळजी घ्यावी, त्यांची स्वच्छता, पुरेशा पशुखाद्याची पूर्तता करावी, या गोष्टींकडे बारीक लक्ष दिले जाई.

प्रजेचे कल्याण, प्रजेची सुरक्षा, कला, संस्कृतिसंवर्धन, धर्मसुरक्षा हीच द्वारकेच्या राज्याची संहिता होती. त्यासाठी राज्यकर्त्यांकडून अहोरात्र प्रयत्न केले जात. राजाला प्रजेचा आणि प्रजेला राजाचा अभिमान होता. एकमेकांविषयी प्रेम होते.

धर्माच्या सांगोपांग वृद्धीसाठी, तत्त्ववेत्ते, ऋषीमुनी यांची द्वारकेत नेहमीच ये-जा असे. त्यांत दुर्वास होते, याज्ञवल्क्य, धौम्य यांसारखे अनेक तपस्वी होते. त्यांचे उत्तम आतिथ्य राखले जाई. ते व स्वामी, उद्धवभाऊजी, गर्गमुनी, सांदीपनी यांच्यात चर्चा होत असे. धर्माला ग्लानी येऊ नये हे तर स्वामींच्या जीवनाचे सूत्र होते. धर्म म्हणजे केवळ कर्मकांड नव्हे; तर प्रत्येक क्षेत्रात मानवाने नीती, सदाचार आचरणे म्हणजे धर्म. मग तो धर्म कुटुंबाप्रती असो, राज्याप्रती असो किंवा राजे अथवा प्रत्यक्ष परमेश्वराप्रती असो, त्या धर्माची वाट, एकनिष्ठेने, सत्याने, न्यायाने, नीतीने प्रेरितच असली पाहिजे.

ऋषीमुनींबरोबरच संगीत, नृत्य, नाट्य, शिल्प, चित्र, नगररचना, वास्तुरचना या कलांकडेही सन्मानाने बघितले जाई. त्या त्या तज्ज्ञांचा योग्य सत्कार होई. निवासव्यवस्था केली जाई. योग्य मानधन देऊन त्यांना आदराने वागवले जाई.

संपूर्ण राज्यात कुणीही, कोठेही पराक्रम केला, विशेष प्रावीण्य दाखविले की त्यांचा सुधर्मा राजसभेत बोलावून सत्कार केला जात असे.

विशेष कलाकृतींचे वर्षातून एकदा प्रदर्शन भरविले जाई. लोकांकडून कौतुक ही एक विशेष गोष्ट असते हे लक्षात ठेवून असे उपक्रम केले जात. त्यामुळे राजा आणि प्रजा यांच्यात प्रेमाचे, आदराचे एक अतूट नाते निर्माण झाले होते.

इंद्रप्रस्थ नगरी पूर्ण झाल्याच्या वार्ता चारी दिशांना जाऊन पोहोचल्या. त्याचे पडसाद द्वारकेत उठले नसते तरच नवल. भूतलावर जणू स्वर्गच अवतरला आहे. तिथले मार्ग, राजप्रासाद, वास्तुरचना, सुंदर जलाशये, पुष्करिणी, उद्याने, क्रयविक्रय पेठा, मंदिरे... जणू स्वर्गाचे नंदनवनच. ऐकणाऱ्या प्रत्येकाच्या मनात तीव्र अभिलाषा जागृत होई, की आपणही एकदा तिथे जाऊन डोळा भरून बघून यावे. ज्यांना तिथे राहायला मिळेल तेही भाग्यवानच.

मला पक्के ठाऊक आहे, की हा एक विचार मनात येताक्षणीच इथल्या प्रत्येकाच्या मनात हाही विचार निश्चितच येत असणार, नको रे बाबा, आपली सुवर्णभूमीच चांगली. कारण इथे आमचे लाडके द्वारकाधीश आहेत. आमचे द्वारकाधीश जर नसतील तर आम्ही प्रत्यक्ष इंद्रदेवाच्या इंद्रपुरीतसुद्धा यायला तयार नाही.

स्वत: स्वामीसुद्धा इंद्रप्रस्थाचे वर्णन करताना हरवून जात. सहजच बोलता बोलता म्हणून जात 'तू बघशील रुक्मिणी, आपली सुवर्णद्वारकासुद्धा त्या पांडवनगरीपुढे फिकी पडेल.' मी मनातल्या मनात हसे. मी कधी बघणार? मला ही द्वारका सोडायला वेळ मिळेल तर ना? माझे इथले व्याप मला बाहेरच्या जगात पाऊल टाकू देतील तर ना? द्वारकेत आल्यापासून कधीतरी सोमनाथाच्या दर्शनासाठी प्रभास क्षेत्री गेले असेन तेवढीच. मला उत्तुंग नगाधिराज हिमालय बघायचा आहे. गंगामातेच्या पवित्र जलाने पुनीत व्हायचे आहे. स्वामी बालपणी जिच्या जलात मनसोक्त डुंबले त्या यमुनामातेलाही वंदन करायचे आहे. कधी साधणार हे सारे?

खरेच, स्वामींना दुसऱ्याच्या मनात चालू असलेले विचार वाचता येतात की काय कोण जाणे? ते त्यांच्या ठेवणीतल्या प्रसन्न मुद्रेने हसत थट्टेने म्हणत, 'महाराणी, तुमच्या मनीच्या आकांक्षा योग्य वेळ येताच फलद्रूप होणार आहेत. त्याही साध्यासुध्या नव्हे तर फुलांच्या पायघड्यांवरून. थोडी कळ सोसा.' माझे हृदय आनंदाने भरून येई कारण मी जाणत होते की स्वामींच्या वाणीतून निघालेले शब्द म्हणजे जणू भविष्यवाणीच. कुणाजवळ तरी हा आनंद प्रकट करावा असे वाटे, त्या वेळी मला रेवतीताई, उद्धवभाऊजी किंवा लाडक्या सुभद्राची प्रकर्षाने आठवण येई! पण दुसरे मन, पहिल्या मनाला आवर घाली. ते म्हणे, 'अगं जरा थांब, एवढी घाई करू नकोस. महाराणी आहेस ना तू? उतावीळपणा शोभत नाही तुला. प्रत्यक्ष वेळ आली की कर आनंद साजरा.' मला हे विचारही पटत असत. मी त्या प्रत्यक्ष वेळेची प्रतीक्षा करत बसे.

स्वामींनी वर्तविलेल्या भाकिताप्रमाणे तो अपूर्व योग लवकरच आला. इंद्रप्रस्थातून आलेल्या दूताने संदेश आणला की इंद्रप्रस्थाहून स्वत: अर्जुनाने महाराज युद्धिष्ठिराच्या राज्यारोहण समारंभाचे आमंत्रण देण्यासाठी द्वारकेकडे प्रयाण केले आहे. ते येणार ती पंचमीची तिथी चार दिवसांनीच येणार होती.

ही वार्ता श्रवण करताच, स्वामींची चर्या अपूर्व आनंदाने उजळली. एवढे स्थितप्रज्ञ स्वामी, पण ही वार्ता कुणाला सांगू आणि कुणाला नाही, असे त्यांना झाले. एखाद्या निर्व्याज बालकासारखा तो निर्भेळ, निरागस आनंद बघून सर्वांनाच खूप कौतुक वाटले. प्रद्युम्न तर मला म्हणालासुद्धा, "माते, तात जेव्हा कुणावरही मनापासून प्रेम करतात तेव्हा जणू त्या प्रेमभावनेची भरभरून उधळण करतात. त्यांचे असे प्रेम ज्यांना लाभेल ते खरोखरच भाग्यवान."

मला त्याचे हे विधान तंतोतंत पटले. सुधर्मा राजसभेतही ही वार्ता सांगितली गेली. वायुवेगाने ती संपूर्ण राजद्वीपात पसरली. प्रजाजनांत उत्साहाची लाट पसरली. कोणत्याही सूचना न देताच, ते धनंजयाच्या स्वागताच्या तयारीला लागले. कुरुवंशाने संपूर्ण भरतखंडात स्वत:चे आगळेवेगळे स्थान निर्माण केले होते. त्या राज्यातील

कौरवांनी पांडवांशी सुरू केलेले हाडवैर, खांडववनातील अग्निकांड, वारस म्हणून नाकारला गेलेला पांडवांचा हक्क, द्रौपदीस्वयंवर आणि पाच पांडवांनी खांडववनाचे, स्वर्गीय इंद्रप्रस्थात केलेले रूपांतर, अशा लहान-मोठ्या वार्ता संपूर्ण भरतखंडात वायुवेगाने पसरत. जनमानसात त्या घटनांवर प्रतिक्रियाही उमटत होत्या. या वार्तांमुळे सामान्य जनांच्या हृदयात कौरवांविषयी वाईट मत आणि पांडवांविषयी सहानुभूती आपोआप निर्माण झाली होती. राजमाता कुंतीदेवी, पाच पांडव, महाराणी द्रौपदी या साऱ्यांविषयी त्यांच्या मनात प्रेम उत्पन्न झाले होते. त्यांच्या दर्शनाची ओढ लागली होती. द्वारकाधीशांचे त्यांच्याविषयीचे प्रेमही ते जाणत होते. आपले अनभिषिक्त हृदयसम्राट श्रीकृष्ण फक्त न्यायाचीच बाजू घेतात, ही स्वामींची भूमिकाही ते जाणत होते. त्यामुळेच संपूर्ण पांडवकुळाचे नाही, तरी पराक्रमी, धनुर्धर पांडवाचे चरण तरी आपल्या भूमीस लागणार आहेत या वार्तेने ते मनोमन सुखावले होते. घरोघरी त्यांच्या स्वागताची सिद्धता वेगाने सुरू झाली.

स्वत:चे प्रासाद, गृहे रंगविली जाऊ लागली. मागचा पुढचा परिसर गोमयाने सारवून स्वच्छ केला गेला. गुढ्या, तोरणे, उभारण्यासाठी लोक सज्ज झाले. ज्या दिवशी मंगल वाद्यांच्या गजरात धनंजयाचे स्वागत झाले, त्या दिवशी सुवर्णद्वारका सालंकृत सौभाग्यवतीसारखी, गुढ्या, तोरणे, पताका, रंगावल्या, जलांनी भरलेले जलकुंभ घेऊन अर्जुनाच्या रथमार्गावर दोहोबाजूंनी रेशमी वस्त्रे, अलंकार ल्यालेल्या सुशोभिनी महिला यांनी सजली होती. महाद्वारावर स्वागत करण्यासाठी राजकुळातील सारे सदस्य - थोरले महाराज, थोरल्या आणि धाकट्या माता सोडून - उपस्थित होते. धनंजय महाद्वाराच्या पायऱ्या चढून वर येताच स्वामींनी आणि त्यांनी उराउरी घट्ट मिठी मारली. उपस्थितांनी टाळ्या वाजवून आपला आनंद व्यक्त केला.

स्वामी आणि धनुर्धर यांच्यात सख्खे बंधू शोभावेत एवढे साम्य होते. तिथे उपस्थित असलेल्या लहानथोरांना मानाप्रमाणे वंदन करून किंवा वंदन स्वीकारून थोरल्या महाराजांच्या प्रासादाकडे जाण्यासाठी ते वळले. जाण्याआधी माझी चरणधूळ मस्तकी लावत मला म्हणाले, ''वहिनी, तुमचे दर्शन घेण्याची मनापासून इच्छा होती. द्वारकेची महाराणी म्हणून नव्हे; तर या माझ्या प्रिय योगेश्वराची अर्धांगिनी, स्वामिनी म्हणून. विश्वातल्या या भाग्यवान व्यक्तीच्यासमोर नतमस्तक होण्याची अमोल संधी प्राप्त व्हावी म्हणून.''

मी म्हणाले, ''भाऊजी, माझी थट्टा करता होय? स्वामींची पत्नी हे माझे भाग्य खरेच; पण विश्वविख्यात धनुर्धराने माझ्यासमोर नतमस्तक व्हावे, एवढी थोर मी नाही. चला, थोरले महाराज, दोन्ही राजमाता आपली तीव्र प्रतीक्षा करत आहेत.''

दादा, रेवतीताई, उद्धवभाऊजी, मी, सुभद्रा, स्वामी थोरल्या महाराजांच्या राजप्रासादाकडे निघालो. बाकी मंडळी त्यांच्या स्वत:च्या प्रासादाकडे वळली. आता

दोन सप्ताह तरी धनुर्धर द्वारकेत राहणार होते. सर्वांचे आतिथ्य स्वीकारणार होते. प्रजाजनांशीही संवाद साधणार होते. धनुर्विद्येमधील प्रावीण्य दाखवणार होते.

त्यांना पाहून थोरल्या महाराजांचे अंत:करण भरून आले. ज्यांच्या नावाने श्राद्धविधी केला, तर्पण करण्यात आले त्या आपल्या भाच्याला प्रत्यक्ष समोर उभा बघून कोणत्याही मामाला अत्यानंद होईल नाही तर काय?

माझ्या मनाची एक खोड आहे. ती चांगली की वाईट ते तुम्हीच ठरवायचे. मला कोणत्याही घटनेची एक बाजू आठवली, की त्याच वेळी दुसरीही बाजू आठवते. कोणत्याही मामाला अत्यानंद होईल असे म्हणताच मला स्वामींचे कंसमामा आठवले. एक नाही, दोन नाही; तर सात भाच्यांचा निर्घृणपणे प्राण घेणारे. स्वत:च्या प्राणाची भीती होती म्हणून? दुसऱ्या मार्गाने त्यांना लक्ष ठेवता आले असते. नियतीचा तरी किती क्रूर खेळ? जगातले जे जवळचे नाते तेच असे असावे? त्याच वेळी मला प्रद्युम्नचे मामा आठवले. तिथे तरी काय हीच गोष्ट! जिथे भगिनींशीच वैर, तिथे भाच्यांशी काय संबंध? एक नव्हे, तर पाच-पाच सख्खे मामा असूनही माझ्या पुत्राच्या नशिबी या नात्याचे सुख नव्हतेच. माझ्या डोळ्यांत नकळत अश्रू आले. धनुर्धराने थोरल्या मातेला वंदन करताच त्यांनीही त्यांच्या मस्तकावर हात ठेवून दाटून आलेल्या कंठाने आशीर्वाद दिला, "बाळांनो औक्षवंत व्हा." त्यांना पुढे बोलवेना. अर्जुनाने धाकट्या मातेच्या चरणांना स्पर्श करत हसत म्हटले, "मामी, तुमच्यासारख्या वंदनीय थोरांचे आशीर्वाद व सदिच्छा आमच्या पाठीशी असताना आम्हाला भीती कसली? तुमचा हा योगेश्वर पुत्र श्रीकृष्ण आम्हाला या विश्वातून सहजासहजी जाऊ देईल का?"

त्यांनी युधिष्ठिराच्या राज्यारोहण समारंभाचे रीतसर आमंत्रण दिले. माझ्या एक गोष्ट लक्षात आली होती, की माझी लाडकी नणंद सुभद्रा धनंजयाच्या दर्शनाने भारावून गेली आहे. तारुण्यसुलभ लज्जा आणि एक वेगळीच ओढ तिच्या दृष्टीत दिसत होती. माझ्या मनात आले, खरेच हा विवाह झाला तर? स्वामींनाही आनंदच होईल नाही का? त्यांचे सुभद्रेवरचे भगिनीप्रेम साऱ्या विश्वाला माहीत होते.

पण हे कसे शक्य आहे? हस्तिनापूर युवराज दुर्योधन हे आमच्या दादांचे लाडके शिष्य. सुभद्रेचा विवाह त्यांच्याशीच व्हावा, असे त्यांनी वारंवार बोलून दाखवले आहे. पांडवांच्या संदर्भात दुर्योधनाचा दुष्टपणा, कपटी स्वभाव, उद्धटपणा सर्वांच्याच अनुभवास आला आहे. अशा प्रवृत्तीच्या व्यक्तीला स्वामी आपली लाडकी भगिनी देतील का? दादा आपला हट्ट सोडतील का? त्यांनी ही गोष्ट, स्वत:चा शब्द, प्रतिष्ठेची मानायला नको. समोरच्या व्यक्तींना विसरून माझे मन पुन्हा उलटसुलट आवर्तात फेर धरू लागले.

स्वामींनी माझ्या स्कंधाला स्पर्श केला. मी भानावर आले. थोरले महाराज,

दोन्ही माता, दादा, उद्धवभाऊजी, रेवतीताई, स्वामी, राजमाता कुंतीदेवी परिवार, हस्तिनापूरचा राजपरिवार साऱ्यांचे कुशल वर्तमानाच्या गप्पांमध्ये दंग झाले होते. मोठा विनोद होऊनही मी हसले नाही, म्हणून स्वामींचे माझ्याकडे लक्ष गेले होते. नकळत माझे पुन्हा सुभद्रेकडे लक्ष गेले. ती गालातल्या गालांत हसून झालेल्या विनोदाला प्रतिसाद देत होती. धनंजयाचा दोन सप्ताहांचा मुक्काम बघता बघता संपला. पंधरा दिवस कसे वाऱ्यासारखे उडून गेले. त्याच्या मनमोकळ्या स्वभावामुळे, बुद्धिचातुर्य दाखवणाऱ्या संभाषणामुळे, त्याने राजकुळातल्या लहानांपासून थोरांपर्यंत साऱ्यांनाच आपलेसे केले. आमची, दादांची मुलेही 'काका, काका' करत सतत त्यांच्या मागे मागे असत. ते रेवतीताई, द्वारकाधीशांच्या आम्ही आठही राण्या, आमची सतत थट्टा करत. माझीही करत. तरी त्यात माझा महाराणी म्हणून, रेवतीताईंचा युवराज्ञी म्हणून योग्य तो मान राखत. थोरल्या प्रासादात जाऊन प्रत्येक दिवशी थोरले महाराज, मातांना वंदन करून येत. त्यांच्या आगमनामुळे प्रजाजनही सुखावले.

त्यांनी विचारलेल्या प्रश्नांना धनंजय आवर्जून उत्तरे देत. हस्तिनापूर, यमुना, गंगा, हिमालय, इंद्रप्रस्थ अनेक गोष्टींविषयी प्रजेला कुतूहल होते. ते त्यांच्या शंकांचे निरसन करत. त्यांनी प्रजाजनांसाठी त्यांची गांडीव धनुष्याद्वारे आणि साध्या धनुष्याद्वारेही धनुर्विद्येची विविध प्रात्यक्षिके करून दाखविली. ती बघून डोळ्यांचे पारणे फिटले.

धनंजयांनी इंद्रप्रस्थाला जाण्यासाठी प्रस्थान ठेवले. त्यानंतर दोन दिवस सर्वांनाच चुकल्यासारखे झाले, करमले नाही. हळूहळू दिनचर्येचे चक्र पहिल्यासारखेच वेगाने फिरू लागले.

# सहा

इंद्रप्रस्थाच्या प्रयाणाची सिद्धता द्वारकाद्वीपावर वेगाने सुरू झाली. मी प्रस्ताव मांडला, आपण आठही भगिनी जाऊ या. माझा प्रस्ताव ऐकून कालिंदीची चर्या आनंदाने उजळलेली दिसली. तिचे माहेर तिकडेच होते ना!

सत्यभामा तर कुठेही प्रवासाला जायला सदैव सज्ज असे. तिला पर्यटनाची फार आवड होती. जांबवतीने राणीवसा आणि राजद्वीपाची धुरा सांभाळण्याची तयारी दर्शवली. ती म्हणाली, "महाराणी, साऱ्यांनीच जाऊन कसं चालेल? इथली धुरा नेहमी तुम्हीच सांभाळता. या वेळी मला संधी द्या. तुमच्यानंतर द्वितीयपत्नी म्हणून मीच आहे ना! तेव्हा इथली व्यवस्था बघणं माझं कर्तव्यच आहे."

मला तिचे कौतुक वाटले आणि अभिमानही वाटला. मनात आले, द्वारकेत आली तेव्हा कशी होती? एक वनकन्या शोभावी अशी, लाजरी-बुजरी, कोणतेही नागरी संस्कार न झालेली आदिवासी युवती. वेष, भाषा सारेच संस्कार करावे लागले. आता मात्र एक परिपक्व विचारांची समजूतदार स्त्री, द्वारकाधीशांची द्वितीय राणी.

ती इथे थांबणार हे ऐकल्यावर खूप बरे वाटले. माझा तिच्यावर पूर्ण विश्वास होता. आता आम्ही सात राण्या जाणार हे निश्चित झाले. आमच्या पुत्रांना तर उत्साहाचे भरते आले होते. कालिंदी, सत्या, मित्रवंदा, भद्रा, जांबवती, लक्ष्मणा यांची मुले नेहमीच आजोळी जात असत. सत्यभामेचे माहेर द्वारकेतच आणि माझे माहेर तुटलेलेच. त्यामुळे आमची मुले रेवतीताईंच्या बरोबर त्यांच्या माहेरी जात असत. रैवतक पर्वताचा तो नयनरम्य परिसर त्यांना फार फार आवडत असे. इंद्रप्रस्थाला यादव कुळातील, सुधर्मा राजसभेतील अनेक मान्यवर येणार होते.

इंद्रप्रस्थासाठी सज्जता वेगाने सुरू झाली. खूप दूरचा प्रवास होता. मुले, बाळे, स्त्रिया यांच्या सुरक्षेसाठी सैन्यदल नेणेही आवश्यक होते.

तयारी पूर्ण होत असतानाच एक दिवस सत्या माझ्या कक्षात आली. मला म्हणाली, ''ताई, मला एक विनंती करायची होती.''

''अगं बोल ना? अनुज्ञा कसली मागतेस?'' मी म्हणाले.

''ताई, जांबवती राणींच्या मदतीला मीसुद्धा थांबते. तुम्ही तर जाणताच की कालच राजद्वीपाहून संदेश आला आहे, की थोरले महाराज, दोन्ही राजमाता राज्यारोहण समारंभासाठी वयोमानामुळे येणार नाहीत. त्यांच्या सेवेसाठी मी इथंच थांबते. एकट्या जांबवती देवी कुठं कुठं बघणार? रोजची नैमित्तिक कार्यं, अतिथींचं आतिथ्य, कलाकारांचा सन्मान अशी अनेक कार्यं आहेत, हे तुम्हाला मी सांगणं उचित नाही. मला वाटतं; त्यांच्या साहाय्याला कुणीतरी थांबणं आवश्यक आहे. मी थांबू का?''

मी तिच्याकडे बघतच राहिले. काही वर्षांपूर्वी मित्रविंदाबरोबर अनेक बालिश प्रश्न विचारणारी, मला महाराणी न म्हणता तुम्हाला ताईच म्हणू का? असे हळूच विचारणारी, जांबवतीपासून थोडी दूरच राहणारी, ही माझी छोटी भगिनी आज मला स्वत:हून विचारते आहे, मी जांबवती देवींना साहाय्य करू का? स्वत: कर्तव्य पेलायला निघाली आहे. खरेच प्रसंग आल्याशिवाय व्यक्तीचे खरे गुण कळत नाहीत हेच खरे.

मला तिचे कौतुक वाटले. मनातून खूप आनंदही झाला. माझ्या त्यांच्यावरील प्रेमाला मिळालेला हा प्रतिसादच होता.

मी तिला विचारले, ''स्वामींना विचारलंस?''

ती हसून म्हणाली, ''ताई, ते कामही तुम्हीच करायचं. ते थोडेच तुमच्या शब्दाबाहेर आहेत? त्यांना कसं पटवायचं ते तुम्ही जाणताच.''

''अस्सं? माझी थट्टा करतेस होय?'' मी थट्टेने विचारले.

''नाही हो ताई, मी सत्य तेच बोलतेय. महाराणीपद पेलणं किती कठीण आहे; त्याचा थोडा अनुभव घेऊ की, म्हणजे आधीच आमच्या मनात खूप उंचावर असलेलं तुमचं स्थान अधिक उंचावर जाईल. युवराज प्रद्युम्न आहेतच. त्यांच्या सक्षमतेमुळं तुम्हाला आमची चिंता नको. आम्ही दोघी असल्यामुळं तुम्हाला त्यांची काळजी नको. पटतंय ना मी काय म्हणतेय ते?''

मी तिच्याजवळ जात तिचे दोन्ही हात हातात घेत म्हणाले, ''पटतंय, पटतंय आणि रुचतंयसुद्धा. आता माझ्या मागं मागं फिरणाऱ्या सत्यादेवी, तुम्ही कधी मोठ्या झालात ते मला कळलंसुद्धा नाही. तुमच्यावतीनं द्वारकाधीशांना विनंती करीन आणि अनुज्ञाही मिळवेन.''

मला वंदन करून हसत हसत ती निघून गेली.

अपूर्व समाधानाने मन तुडुंब भरून गेले. मला सख्खी भगिनी नव्हती. त्यामुळे त्या प्रेमाचा अनुभव नव्हता. इथे ती उणीव मात्र रेवतीताई थोरल्या भगिनीच्या नात्याने, या धाकट्या राण्या धाकट्या भगिनींच्या रूपाने भरून काढत होत्या. त्या नात्यात कधीकधी किती द्वेष, मत्सर भरलेला असतो? पण इथे मात्र तसे नव्हते. प्रत्येकीचे स्वभाव वेगवेगळे होते हे खरे, स्वभावानुसार प्रत्येकीच्या भावना, विचार प्रकट होत. मतभेदही होत; पण तेवढ्यापुरतेच. मनात अढी किंवा दुजाभाव नव्हता. तुझे माझे नव्हते. एकमेकींच्या मुलांवर स्वत:च्या अपत्याएवढेच प्रेम होते. बाहेरून येणाऱ्या अतिथींना तर कोणाची कोणती मुले तेही कळत नसे. मुलेसुद्धा एकमेकांमध्ये खूप भांडत. राग लोभ करत, पुन्हा एक होत. आम्ही माता तर त्यांची भांडणे निकरावर येईपर्यंत लक्षच देत नसू. कारण ती पुन्हा एक होऊन जात. भांडणे फारच विकोपाला गेली तर त्यांची समजूत काढून एकमेकींच्या पुत्रांना जवळ घेत असू. माझा प्रद्युम्न, दादांचे निशठ आणि उल्मुक हे बाकी साऱ्यांपेक्षा बऱ्याच अंतराने ज्येष्ठ होते. तेही या धाकट्या बंधूंमधील कलह दूर करत असत. धाकट्यांनाही या तिन्ही दादांविषयी फार प्रेम होते.

या मनोमीलनाची, कलहप्रदूषणविरहित वातावरणाची खरी स्वामिनी मीच आहे, असे स्वामी वारंवार म्हणत. सारे श्रेय मला देत. मी मात्र ते कधीच मान्य करत नसे. मी जाणत होते, की हे खेळीमेळीचे वातावरण निर्माण करण्यात जरी मोठा वाटा माझा असला, तरी संपूर्ण श्रेय माझे नाही. धाकट्या राण्यांनी साथ दिली, अजूनही देतात म्हणूनच हे साध्य होऊ शकते. स्वामींचे प्रेम, आधार, त्यांच्यावरचा आमचा विश्वास, सर्वांना भरभरून प्रेम देण्याचे त्यांचे कौशल्य, हासुद्धा आमच्या नातेसंबंधातल्या विणीचा अतूट धागा होता.

गुरुवर्य सांदीपनींनी काढून दिलेल्या शुभ तिथीला आम्ही इंद्रप्रस्थासाठी प्रस्थान ठेवले. सेनादलातील मान्यवर, संरक्षक सेनादल, मार्गावर जिथे जिथे पडाव पडतील तिथे पाकसिद्धी, विश्रांती, स्वच्छतेच्या व्यवस्थेसाठी आवश्यक सेवकवर्ग आधी नौकेतून अश्वदल, अश्वरथ, वृषभगाडे ठरलेल्या व्यवस्थेप्रमाणे निघाले. आम्हाला निरोप द्यायला, थोरले महाराज, दोन्ही माता, माझ्या दोन्ही भगिनी, प्रद्युम्न आणि असंख्य पौरजन आले होते. द्वारका सोडताना मी तिथेच राहणाऱ्या संबंधितांना अगणित सूचना देत होते. माझे पाऊल तिथून निघतच नव्हते. अखेर थोरल्या माता म्हणाल्या, "अगं रुक्मिणी, किती चिंता करतेस? तू तिथे गेलीस तरी तुझं अर्धं लक्ष इथंच राहणार; पण असं करू नकोस मुली. तू कित्येक वर्षांत कुठं गेली नाहीस. द्वारकेत पाऊल टाकलंस आणि द्वारकेचीच झालीस. आता मात्र नि:शंक मनानं पर्यटनाला जा, आनंदाने जा, प्रत्येक गोष्टीचा मनापासून आनंद घे. इथला

प्रत्येक रहिवासी तुझ्या मार्गदर्शनाखालीच परिपूर्ण झाला आहे. मुली, चिंता करू नकोस.''

माझ्या नेत्रांत नकळत अश्रू आले. मी त्यांना पुन्हा एकदा वंदन करून आमच्या नौकेकडे वळले. स्वामी आणि बाकीची मंडळी आधीच नौकेत आसनस्थ झाली होती. स्वामी नेहमीसारखेच मिश्कील हसत होते. मी विचारले, ''या सुस्मिताचं कारण काय?''

त्यांनी उत्तर दिले नाही. माझे लक्ष त्या नीलवर्ण सागराकडे वळले. मी मनातल्या मनात म्हणाले, 'हे जलनिधी, मी काही दिवसांसाठी जाऊन येते बरं का? माझ्या प्रियजनांना सांभाळ, मी कुठंही गेले तरी तिथं तुझी स्मृती मला अस्वस्थ करणार हे निश्चित. कारण या द्वारकेत पाऊल टाकल्यापासून तुझं-माझं अतूट नातं जुळलं आहे. तुझी गाज, तिच्या लयीच्या नादातच मी रोज निद्रादेवीच्या आधीन होते.'

''ताई, बोलत का नाही? कसल्या विचारात गढून गेलात?'' सत्यभामेच्या प्रश्नाने मी भानावर आले.

''तिथेही सागराची उणीव भरून काढणारी आमची प्रिय यमुना आहे महाराणी,'' स्वामी म्हणाले. मी दचकले. खरेच दुसऱ्याचे मन वाचण्याची शक्ती त्यांच्यात आहे. त्या शक्तीचा प्रत्यय मला सतत येई. मी दचकून त्यांच्याकडे पाहिले. ते नेहमीचे खोडकर, मोहमयी हसू फेकत होते.

नौकेतून उतरून आम्ही आमच्या गरुडध्वजात आसनस्थ झालो. उद्धवभाऊजी, मी, स्वामी, सत्यभामा आमच्या रथात होते. सर्वांत पुढे दादांचा रथ होता. आमच्या रथाच्यामागेच दोन रथांत धाकट्या राण्या, बालपुत्र होते. मार्गाला लागताच रथ वेगाने धावू लागले. लांबचा प्रवास होता. निसर्गरम्य प्रदेशांतून आम्ही जात होतो. मी अनिमिष नेत्रांनी निसर्गाच्या छटा निरखत होते. मला आठवण झाली माझ्या आणि स्वामींच्या कौंडिण्यपूर ते द्वारका प्रवासाची.

तेव्हा मी वेगळ्याच मन:स्थितीत होते. स्त्रीसुलभ लज्जा, स्वामीप्राप्तीचे समाधान, तृप्ती, त्यांच्याविषयी विश्वास, त्याचबरोबर माहेरच्या माणसांचे तुटलेले बंध, रुक्मीदादाचे भय, द्वारकेविषयी उत्सुकता, असंख्य भावनांचे कल्लोळ मनात उठले होते. ते एका जागी स्थिर होत नव्हते.

आणि आज? आज मी एक परिपक्व विचारांची, द्वारकावासीयांची अनभिषिक्त महाराणी होते. आप्तजनांना प्रेमाने बांधून ठेवणारी प्रेमळ स्त्री होते. माझ्या पुत्रांची माता होते, प्रिय वहिनी होते, सून होते. कामरूप देशाच्या स्त्रियांचा आधार होते. वेळप्रसंगी योग्य निर्णय घेणारी समर्थ शासकही होते. हा प्रवास या व्यक्तिमत्त्वाचा होता. खरेच, प्रत्येक व्यक्तीला आयुष्यात किती वेगवेगळ्या भूमिका पार पाडाव्या

लागतात नाही? कन्या, भगिनी, सखी, माता, सासू या स्त्रियांच्या जीवनातल्या नेहमीच्या भूमिकांशिवाय स्वामींची अर्धांगिनी असल्यामुळे, अनेक महत्त्वपूर्ण धुरा सांभाळाव्या लागत होत्या. मी सतत माझ्याच विचारचक्रात स्वत:ला हरवून बसत होते. याउलट सत्यभामा, स्वामींना त्या त्या प्रदेशाविषयी, लोकांविषयी अनेक प्रश्न विचारत होती, माहिती जाणून घेत होती. मी स्वत:लाच निक्षून सांगितले, आता स्वत:मध्येच गुंतून बसणे पुरे. तूसुद्धा सत्यभामेप्रमाणे ज्या प्रदेशातून जात आहोत त्या प्रदेशाचा इतिहास, लोकजीवनाची माहिती जाणून घे. मी कान देऊन स्वामी, उद्धवभाऊजी सांगतील ती माहिती जाणून घेऊ लागले. प्रश्नही विचारू लागले. अन्न, वस्त्र, निवारा म्हणजेच पदार्थ, पोशाख, गृहे या साऱ्याच गोष्टींत त्या त्या प्रदेशाची हवा, ऋतुमान, पर्जन्य, भूमातेची ठेवण यानुसार जगण्यातही वैविध्य होते. आमची इंद्रप्रस्थ-यात्रा वेगाने, रोज अनेक योजने अंतर कापत होती. आधीच ठरवून ठेवलेल्या स्थळी पडाव पडत होते. क्षुधा, तृष्णा, विश्रांतीसाठी आवश्यक तेवढा वेळ देऊन मंडळी पुढे कूच करत होती. इंद्रप्रस्थाकडे प्रयाण करताना शक्यतोवर कोणत्याही राजनगरात न थांबता, लोकवस्तीबाहेर मुक्काम करण्याचे ठरले होते. कारण प्रत्येक राजकुळाचे आतिथ्य स्वीकारताना इंद्रप्रस्थाला वेळेवर पोहोचणे अवघड गेले असते. मनमोहन द्वारकाधीशांविषयी जनमानसात एवढे अलौकिक प्रेम होते, की ते येणार अशी कुणकुण जरी लोकांच्या कानावर पडली असती तरी त्यांचे दर्शन घेण्यासाठी जन राजप्रासादाकडे धावत सुटले असते.

स्वामींच्या काही राण्यांचे माहेर याच मार्गावर होते. त्यांनी परत द्वारकेकडे येताना तिथे जावे, असे ठरले होते. माझ्या या धाकट्या भगिनींनी ते आनंदाने मान्य केले होते. त्यामुळे त्यांना माहेरी मनसोक्त राहता आले असते. मला आणि सत्यभामेलाही त्यांनी आग्रहाचे निमंत्रण दिले होते. मी ते नम्रतापूर्वक नाकारले. मी म्हणाले, "द्वारकेकडेच माझा एक नेत्र सतत असतो. एवढे दिवस दूर राहिल्यावर तर माझं मन सारखं द्वारकेकडं ओढ घेईल. माझं सासर आणि माहेर दोन्ही द्वारकाभूमीच आहे. मी ज्येष्ठ ना? तिथली व्यवस्था राखणं हे माझं कर्तव्यच आहे. तुम्ही धाकट्या, तुम्ही मुक्त मनानं माहेरी जाऊन या."

सत्यभामेने माझीच री ओढली. ती म्हणाली, "ताईंच्या पाठोपाठ जाणं हे माझं कर्तव्यच आहे. महाराणी नसले तरी ज्येष्ठांमध्येच मीसुद्धा आहे ना? ताई म्हणतात तशा तुम्ही जाऊन या."

विराट नगरीपाशी मात्र आमची राजनगरात न जाण्याची योजना पार कोलमडली. कसे कोण जाणे, बहुतेक गुप्तहेरांकडून विराट नगरच्या राजाला आमच्या येण्याची वार्ता आधीच कळली. नुसती वार्ताच नाही, तर तो दिन, ती तिथी, समय सारेच वेळापत्रक माहीत होते. द्वारकावासीयांच्या स्वागताची अप्रतिम सिद्धता झालेली

दिसत होती. स्वतः युवराज, मंत्रिगण, प्रजाजन आरतीची तबके, पुष्पमाला घेऊन उपस्थित होती. मंगलवाद्ये वाजत होती. आमचे त्या स्थळी आगमन होताच सर्वांच्या मस्तकावर मुद्दाम उभारलेल्या उच्च स्थानावरून पुष्पवृष्टी करण्यात आली. चार दिवस तरी राजनगरात मुक्काम करावा, म्हणून आग्रहाची विनंती करणारे विराट नरेशांचे पत्र युवराज युवराज्ञींनी आणले होते. अखेर चार दिवस तर नाही; पण दोन दिवसांसाठी थांबण्याचे दादा आणि स्वामींनी मान्य केले.

विराट नगरी खरोखरच अतीव सुंदर होती. भव्य प्रासाद, उत्तुंग इमारती, नगरातील मार्गांच्या दुतर्फा शीतल छाया देणारे महावृक्ष, सुंदर उद्याने, पुष्करिणी. नगररचना आमच्या सुवर्णद्वारकेएवढी रेखीव नसली तरी प्राचीन भव्यता दृष्टीत भरत होती. राजप्रासाद तर प्राचीन वास्तुकला आणि शिल्पकलेचा अजोड नमुना होता. मला आमच्या कौंडिण्यपूरच्या राजप्रासादाची आठवण झाली. तोसुद्धा असाच प्राचीन होता. वास्तुरचनेत काहीच साम्य नव्हते; पण भव्यता, सौंदर्य मात्र तेच होते.

विराट नरेश आणि महाराणीने आमचे आतिथ्य मनापासून, प्रेमाने केले. त्यामध्ये एक गोष्ट प्रकर्षाने जाणवली, आमचे अतिथ्य करण्यात त्यांचे वैभव, श्रीमंती दाखवण्याचा हव्यास नव्हता, गर्व नव्हता, दुराभिमान नव्हता, तर एक आगळीवेगळी आपुलकी होती, प्रेम होते, मायेचा स्पर्श होता. राजकुळातल्या परंपरा, शिष्टाचार अवश्य पाळला जात होता; तरीही साधेपणा होता. महाराणी सुदेष्णादेवी, स्वतः महाराज यांच्या मायेच्या स्पर्शाने आम्ही भारावून गेलो. महाराजांनी स्वामींना स्वतः हात जोडून सांगितले, "अन्यायाच्याविरुद्ध संघर्षासाठी धावून जाणाऱ्या हे थोर योगेश्वरा, आम्ही आपल्याला कसले साहाय्य करणार? तरीही कधीही, कोणत्याही प्रसंगी आमच्या साहाय्याची आवश्यकता भासल्यास वेळ आल्यास आम्ही आमचे प्राण संकटात घालूनसुद्धा आपल्याला साहाय्य करू."

स्वामींनी त्यांचे हात हातात घेतले. त्यांना म्हणाले, "असे म्हणू नका. जीवनात कोणत्या वेळी कोणता प्रसंग उद्‌भवेल ते सांगता येत नाही. तसा प्रसंग आल्यास आम्ही हक्कानं तुम्हाला विनंती करू. आपल्या प्रेमपूर्वक आतिथ्यानं आम्ही भारावून गेलो आहोत. आमचा इथून पाय निघत नाही; पण या प्रेमबंधनात अडकून कसं चालेल? आता आपण आमच्या द्वारकेत आपली चरणधूळ स्पर्शावी, सर्व कुटुंबीयांसमवेत."

त्यांच्या या निमंत्रणाला दादा, उद्धवभाऊजी, मी, रेवतीताई साऱ्यांनीच संमती दर्शवली.

दोन दिवसांनी सर्वांचा प्रेमाने निरोप घेऊन आम्ही विराटनगर सोडले. आता इंद्रप्रस्थ जवळ आले होते. सर्वांनाच आता इंद्रप्रस्थाचे वेध लागले होते.

यमुनेचे पात्र जवळ आल्याची वार्ता वायुराजाने दिली. शीतल, मंद, आल्हाददायक

झुळकांचा स्पर्श मनाला, शरीराला जाणवू लागला. स्वामींची, उद्धवभाऊजींची चर्या उजळली. मी सत्यभामेला खूण केली. आम्ही दोघीही हसलो.

स्वामीही हसले. म्हणाले, "रुक्मिणी, मातेच्या भेटीची ओढ प्रत्येकालाच असते. जिच्या अंगाखांद्यावर मनसोक्त खेळलो ती माता आम्हाला या मंद झुळकांबरोबर बोलावते आहे. ती जणू बोलते आहे, या बाळांनो, लवकर या. मी आतुरतेने तुमची वाट बघते आहे."

स्वामींच्या वाणीतून मुरलीच्या मधुर सुरांप्रमाणेच काव्यसरिताच वाहते आहे, असा मला भास झाला. हळूहळू यमुनेच्या जलाचा खळखळाट ऐकू येऊ लागला. तो ऐकू येताच स्वामी म्हणाले, "ऐका, आता माझ्या यमुना आईच्या हाका. किती मधुर आवाजात बोलावते आहे. खरं सांगायचं तर माझी ही यमुना माता देवकीमातेप्रमाणेच शांत स्वभावाची. उंचावरून उडी मारली तर खळखळाट ऐकू येणार. फार वेगानं धावणं तिच्या स्वभावाला धरून नाही. स्त्रियांप्रमाणं सरितांचेही स्वभाव असतात – काही चंचल, रागीट, स्वाभिमानी; तर काही शांत, सर्वांना सामावून घेणाऱ्या – माझ्या आठ राण्यांसारखे. पटतंय ना?" त्यांनी सत्यभामेकडे बघत हसत विचारले. तिने लटक्या रागाने मान उडवली, जणू तिला सुचवायचे होते, 'मला कळलंय बरं का, तुम्ही कुणाला उद्देशून बोलताय ते.'

मी हसत हसत स्वामींना म्हणाले, "अहो, व्यक्ती तितक्या प्रकृती. एकाच कुशीतून जन्म घेणारी अपत्यं सारख्या स्वभावाची नसतात. आम्ही तर वेगवेगळ्या कुळांतून, प्रदेशांतून तुमच्या सावलीत आलेल्या. आमचे स्वभाव, सवयी सारख्या कशा असणार? मला मात्र आवडतात हं माझ्या भगिनी. त्यासुद्धा खूप हुशार आहेत. कुणी नृत्यात, तर कुणी गाण्यात, कुणी पाकसिद्धीत, तर कुणी मुलांशी खेळण्यात, कुणी अध्यात्मात, तर कुणी सारथ्य करण्यात." मी सत्यभामेकडे बघत विचारले, "होय की नाही गं सत्यभामे?"

"अगदी खरंय ताई, तुम्ही बोलताय ते. आपण तर वेगळ्या कुळातून आलो आहोत; पण इथं एकाच राजकुळातल्या तीन बंधूंचंच उदाहरण घ्या की, एक वरून रागीट पण प्रेमळ, दुसरा खोडकर पण प्रेमळ, तिसरा शांत पण प्रेमळ."

ती कुणाला उद्देशून बोलली ते साऱ्यांच्याच लक्षात आल्यामुळे दारुकासह सगळेच हास्यात सहभागी झाले. स्वामी हसत हसत म्हणाले, "रुक्मिणी, तू बोललीस ते पूर्णतः पटलंय मला. खरंच फार हुशार आहेत हं तुझ्या भगिनी." पुन्हा एकदा हास्याची लाट उसळली.

आता यमुनेचे पात्र पूर्णपणे दृष्टीस पडले. "आता रथातून खाली उतरून पायी चालू या." मी सुचवले. दारुकाशिवाय आम्ही चौघेही खाली उतरलो. सांजसमय होता. मावळत्या सूर्यदेवाची किरणे यमुनाजलावर चमचम करत होती. सुखद

वायुलहरी वाहत होत्या. मी स्वतः मुग्ध होऊन वायू, जल, प्रकाशाची ती क्रीडा बघत होते. मनातल्या मनात म्हणत होते, 'हे सागरराजा, यमुनामैय्यासुद्धा तुझ्या महाराण्यांपैकीच एक नाही का? स्वामीसुद्धा तुझ्यासारखेच अगणित गुणरत्नांचा साठा असलेले महासागरच आहेत. मी त्यांची त्यांच्यासारखीच अनभिषिक्त, लोकमान्य महाराणी. मी जशी स्वामींना प्रिय, तशीच ही मैय्या तुला प्रिय. आम्ही दोघी आज प्रथमच भेटतो आहोत. देवकीमातेप्रमाणेच माझ्या सासूबाई आणि माता दोन्ही भूमिका पार पाडणारी ही प्रेमळ माता.'

नेहमीप्रमाणे मी माझ्या विचारात बुडून गेले होते. तोच समोरून कालिंदी, मित्रविंदा, लक्ष्मणा, भद्रा येताना दिसल्या. माझी समाधी भंग पावली.

कालिंदीची चर्या सात्त्विक आनंदाने उजळून निघाली होती. बाकीच्याही आनंदाने उत्फुल्ल झाल्या होत्या. आम्ही सहा जणी प्रथमच एवढ्या दूरच्या प्रवासाला आलो होतो. सत्या आणि जांबवतीची सर्वांनाच उणीव भासत होती. द्वारकेत महाराणी, राणीपदाच्या परंपरा, चालीरीतींचे दडपण प्रत्येकीच्याच मनावर असायचेच. यादव कुळाला, द्वारका राज्याच्या प्रतिष्ठेला धक्का पोहोचविणारी लहानशी चूकही आपल्या हातून घडू नये म्हणून राणीवशातील प्रत्येक राणी दक्ष असायची.

इथेही त्या पदाचा मान राखला जाणारच होता. तरीही राजप्रासादापेक्षा मुक्तपणा होता हे निश्चित. विवाहित स्त्रीला मुक्तपणाने, लहान होऊन जगता येते ते फक्त माहेरीच. मी सोडून माझ्या सातही भगिनी ते सुख उपभोगत होत्या. अपवाद होते फक्त मीच. मला कौंडिण्यपूरची आठवण आली. आम्ही सख्या, मुक्तपणे वाटिकेत, पुष्करिणीच्या जलस्रोतात विहार करायचो. आज या धाकट्या राण्या, रेवतीताई, सुभद्रा साऱ्या जणी मला माझ्या सख्याच भासल्या. यमुनामातेच्या अंकावर खेळायला मिळाले म्हणजे एकप्रकारचे माहेरच नाही का?

आम्ही साऱ्या जणी मिळून यमुनामैय्याचा घाट उतरलो. आधी तिची पूजा केली. श्रीफळाने ओटी भरली. नेत्रांना जलथेंब लावून तिला मनःपूर्वक वंदन केले. नंतरच तिच्या शीतल जलाला पदस्पर्श केला. आम्ही एकमेकींच्या अंगावर जल उडवत होतो. लहान मुलेही जलक्रीडेत रंगली होती. दूर अंतरावर पुरुषवर्गाने या यमुनामातेच्या कुशीत जलक्रीडेस सुरुवात केली होती.

आम्ही जलआनंदोत्सवांत तरंगत असतानाच दुरून मंगलवाद्यांचा गजर, लोकांचा प्रचंड कोलाहल, दादा, स्वामींच्या नावाने जयजयकाराचा गजर ऐकू येऊ लागला. आम्ही त्या दिशेने दृष्टी टाकली. फुलापानांच्या मालांनी सजविलेल्या प्रचंड नौका आमच्या दिशेने येताना आम्हाला दिसल्या. सांजसावल्या गडद होत होत्या. नभात पूर्णचंद्र आपले अस्तित्व दर्शवू लागला होता. स्वामींनी सेवकांना आमच्याकडे, लहान मुलांकडे पाठवून सर्वांनी एकत्र येण्याची आज्ञा केली. आज्ञेचे तत्काळ पालन केले गेले.

सर्व मंडळी आता दृष्टिपथात आली होती. धर्मराज युधिष्ठिरासहित पाचही पांडव, महाराणी द्रौपदीसह अनेक मान्यवर आमच्या स्वागतासाठी आमच्या दिशेने येत होते. तिन्हीसांजेचा अंधुक मावळता प्रकाश, फिकट चंद्रप्रकाश यांच्या सान्निध्यात दुरून चर्या स्पष्ट दिसत नव्हत्या; पण दादा, स्वामी, उद्धवभाऊजींनी त्यांना अचूक ओळखले. नेहमीच्या मिश्कील आवाजात स्वामी म्हणाले, "महाराणी द्रौपदीला नीट बघून घ्या. माझ्या मानसभगिनीचे सौंदर्य बघून एकेकीचे गर्वहरण होईल." स्वामी सर्वांसमोर द्रौपदीचा मानसभगिनी असाच उल्लेख करत.

महाराणी द्रौपदीला बघण्याची प्रत्येकीलाच उत्सुकता होती; पण आम्ही कुणीही तिच्याशी स्वत:ची तुलना करत नव्हतो. स्पर्धेची भावनाही नव्हती.

"आमच्या नणंदेचं अलौकिक सौंदर्य बघून आम्हाला आनंदच होईल. प्रत्येकीला अभिमानच वाटेल, हो की नाही गं?" मी, आम्हा राण्या आणि रेवतीताईंच्या वतीने बोलले.

"पूर्णत: सत्य." सत्यभामा म्हणाली. साऱ्यांनीच तिच्या सुरात सूर मिळवला.

"अरे कृष्णा, जोपर्यंत रुक्मिणीशी तुझी गाठ आहे, तोपर्यंत तुला तोडीस तोड उत्तर मिळेल. त्या तुझ्या अष्टनायिका असल्या तरी प्रेम आणि बुद्धीच्या धाग्याने रुक्मिणीने त्यांना एकत्र ओवले आहे. त्यात दोन मणी अजूनही आहेत त्या युवराज्ञी आणि आमच्या लाडक्या भगिनी सुभद्रा. तेव्हा सध्या तरी तू त्यांची थट्टा करण्याचा अट्टहास करू नकोस."

"आज्ञा युवराज," स्वामी नाटकीपणाने दादांना वंदन करत म्हणाले. आम्ही सर्वांनी हसून मनापासून दाद दिली.

नौकेतून पायउतार होऊन किनाऱ्यावरून समस्त मंडळी आमच्यापर्यंत येऊन पोहोचली होती.

मंगल वाद्यांचा आणि यादवांच्या जयजयकाराचा गजर गगनाला भिडला होता. धर्मराज युधिष्ठिर सर्वांच्या अग्रभागी चालत होते. त्यांच्यामागे चार पांडवपुत्र आणि महाराणी द्रौपदी. त्यांच्यामागे मान्यवर. त्यांनी परंपरेप्रमाणे पुष्पमाला अर्पून सर्वांचे स्वागत केले. धनुर्धर अर्जुन आणि स्वामी एकमेकांना उराउरी भेटले. द्रौपदी माझ्या चरणाशी वाकली. मी तिला वरच्यावर उठवले. ती म्हणाली, "वहिनी, तुला बघण्याची मनाला ओढ लागली होती. माझ्या प्रिय कृष्णाच्या राण्या आणि महाराणी म्हणजे माझ्या माहेरचीच माणसं ना तुम्ही! श्रीकृष्णदादा तुमच्या मुठीत का आहे ते आज कळलं. सौंदर्याची मूर्तिमंत पुतळीच जणू."

"अहो नणंदबाई, माझी स्तुती पुरे! कुणाच्या अद्वितीय सौंदर्याची कीर्ती त्रिलोकांत पसरली आहे, हे सर्वज्ञात आहे. सुगंधा, सुकेशिनी, श्यामला ही कुणाची नावं आहेत हे तुम्हाला ठाऊक आहे का गं?" मी आमच्या स्त्रीवर्गाकडे बघत

म्हणाले. द्रौपदी सुरेख लाजली. म्हणाली, "पुरे हो वहिनी, चला आपण आता इंद्रप्रस्थाकडं निघू या. पैलतीरावर सहस्त्रावधी प्रजाजन, राजकुलातील सदस्य दोन प्रहरांपासून डोळ्यांत प्राण आणून त्यांच्या योगेश्वराची, त्याच्या समस्त कुटुंबीयांची वाट बघत आहेत."

आमच्यासाठी सज्ज असलेल्या नौकांमध्ये बसून आम्ही पैलतीरावर आलो. तिथे अक्षरश: जनसागर लोटला होता. ठरलेल्या रथांमध्ये बसून आम्ही आमच्या मुक्कामाच्या प्रासादी निघालो. आता लख्ख चांदणे पसरले होते. सुंदर भव्य वास्तू, प्रशस्त मार्ग, उद्याने, पुष्करणी, डेरेदार वृक्ष मनाला मोहवून टाकत होते. यमुनेचे जल पाटांमधून राजनगरात ठिकठिकाणी झुळझुळ वाहत होते. उत्तुंग मंदिरांचे सुवर्ण कळस, त्यावरील शिल्पाकृती मनात भक्तिभाव निर्माण करत होत्या. दृष्टीत काय काय सामावून घेऊ असे कोडे निर्माण झाले होते. खरोखरच स्वर्गनगरीचा भास होत होता. ही इंद्रप्रस्थ नगरी म्हणजे आमच्या सुवर्णनगरीची जणू धाकटी भगिनीच शोभत होती. अर्जुन स्वत: आमच्या रथात बसून स्वामींना राजनगरीतील रचनांची माहिती देत होते. आमच्यासाठी नेमून ठेवलेला प्रासाद आला. स्वामी रथाखाली उतरले. माझे लक्षच नव्हते. मी नेहमीप्रमाणेच हरवून गेले होते. "महाराणी, उतरा आता!" ते हसत म्हणाले.

"वहिनी, कसं वाटलं आमचं इंद्रप्रस्थ?" धनुर्धरांनी विचारले.

"मी इंद्रपुरी पाहिली नाही, तरीसुद्धा सांगते, इंद्रपुरीपेक्षाही सरस. जणू आमच्या सुवर्णद्वारकेची धाकटी भगिनीच."

"बघ बघ माधवा, बोलण्यातूनसुद्धा द्वारकाच श्रेष्ठ असं वहिनींनी अप्रत्यक्षपणे सुचवलं आहे." धनुर्धर म्हणाले.

"द्वारकेच्या अनभिषिक्त महाराणींना द्वारकेचा अभिमान असणारच." स्वामी थट्टेच्या सुरात म्हणाले.

"अभिमान आहेच; पण वृथाभिमान नाही हं, यथार्थ अभिमानच आहे." मीही त्याच सुरात म्हणाले.

रेवतीताई आणि दादांकडे वळून स्वामी म्हणाले, "दादा-वहिनी चला, आपल्या वंदनीय आत्याबाई राजमाता कुंतीदेवी महाद्वारात आपली वाट बघत आहेत." मी चमकून राजप्रासादाच्या महाद्वाराकडे पाहिले. शुभ्र वस्त्र परिधान करून राजमाता सुहास्य मुद्रेने आमच्या परिवाराकडे बघत होत्या. महाराणी द्रौपदी आणि अन्य चार सुवासिनी पंचारतीचे तबक घेऊन महाद्वाराच्या सर्वांत उंच पायरीवर स्वागतासाठी उभ्या होत्या.

यमुनेच्या पैलतीरावर स्वागताचे पारंपरिक उपचार झालेच होते. आता पुनश्च कशासाठी? माझ्या मनात विचार आला. मी हळूच सत्यभामेजवळ कुजबुजले.

"हे अतिथी देवो भव या नात्यानं वास्तूप्रवेशाचं स्वागत आहे. एक लक्षात ठेवा, आपण आता या परंपरेसाठी अतिथी असलो तरी आत प्रवेश करताच आपण अतिथी राहणार नसून आपण त्यांचे गृहसदस्य होणार आहोत. घरच्या लोकांसारखे कंबर कसून कामाला लागणार आहोत. कामाची वाटणी उदईक केली जाईल. आज पूर्ण विश्रांती घ्या." स्वामी तिथे उपस्थित असलेल्या सर्वांना उद्देशून म्हणाले.

आम्ही द्वारातून अंतर्भागात प्रवेश करताच तिथे उभ्या असलेल्या ज्येष्ठांची चरणधूल घेतली. आत्याबाईंनी मला मिठीतच घेतले. म्हणाल्या, "रुक्मिणी, रेवती, अन्य स्नुषांनो, इथे स्नुषेसारख्या नाही; तर कन्येसारख्या रहा. निःसंकोचपणे मुक्तपणानं माहेरासारखं वागा. माझी भाची सुभद्रा कुठं आहे?" मी इकडे-तिकडे दृष्टी फिरवली. द्रौपदी आणि सुभद्रा एकमेकींशी बोलण्यात रंगून गेल्या होत्या. मी तिला हाक मारली. तिने आत्याबाईंना वंदन केले.

आत्याबाई तिला जवळ घेऊन म्हणाल्या, "खरंच नावाप्रमाणंच सात्त्विक तेज आहे हं हिच्या मुखावर. विवाहानंतर ज्या कोणत्या कुळात प्रवेश करेल ते कुळ खरंच भाग्यवान." मी सुभद्रेकडे पाहिले. लाजेने तिची चर्या आरक्त झाली होती. "रेवती, रुक्मिणी, माझ्या भाच्यांना सांगा, हिच्या पतीची निवड काळजीपूर्वक करा हं. स्वयंवर मांडायचा विचार आहे का तिच्या प्रिय बंधूंचा?" आत्याबाई हसत म्हणाल्या. स्वामी, दादा, उद्धवभाऊजींना इकडेच येताना बघून त्यांनी पुन्हा तोच प्रश्न विचारला.

"तिचा पती मी आधीच हेरून ठेवला आहे. योग्य वेळ आल्यावर कळेलच." दादा म्हणाले. सुभद्रेची चर्या गोरीमोरी झाली. त्यांच्या मनात त्यांचा पट्टशिष्य दुर्योधन आहे, हे सर्वांनाच माहीत होते; पण तिच्या मनात मात्र त्याच्याविषयी तिरस्कार होता.

"योग आल्यावर योग्य गोष्टी नियतीच्या खेळात घडतच असतात. या ऋणानुबंधाच्या गाठी स्वर्गातच बांधलेल्या असतात, होय ना आत्याबाई?" स्वामी म्हणाले.

"पूर्ण सत्य," आत्याबाई म्हणाल्या. पुढे त्याच म्हणाल्या, "आपण इथेच बोलत बसलो आहोत. भोजनाची सिद्धता झालीच आहे. यमुनेत डुंबला असालच. हातपाय धुवून भोजन ग्रहण करा. आपल्यासाठी नेमलेल्या कक्षात विश्रांती घ्या."

मला प्रातःकाळी, रामप्रहरीच जाग आली. मनात तीव्र इच्छा निर्माण झाली, प्रासादाच्या उच्च सौधावर जाऊन इंद्रप्रस्थाचे दर्शन घ्यावे. मी हळूच स्वामींच्या निद्रेत व्यत्यय येऊ नये म्हणून पायरव होणार नाही याची काळजी घेत सौधावर पाऊल टाकले. पौर्णिमेच्या चांदण्यात सारे इंद्रप्रस्थ न्हाऊन निघाले होते. मी कठड्याजवळ जाऊन चौफेर नजर टाकली.

अहाहा, डोळ्यांचे पारणे फिटले. जणू स्वर्गभूमीच पृथ्वीतलावर अवतरली होती. आखीव-रेखीव पदपथ, राजमार्ग, नगररचनाकारांनी वाढवलेली वृक्षराजी, फुले, पाने, फळांनी बहरलेली, पुष्करिणींनी सजलेली सुरेख विस्तीर्ण उद्याने, जलाचे खळाळते पाट, यमुनेचे चंद्रप्रकाशात चमचमणारे विशाल पात्र, पहाटेची नीरव शांतता. काही क्षण मन प्रसन्न, निर्लेप होऊन गेले. आपण या विश्वाचा अणूहूनही लहान भाग आहोत, ही कल्पना मनाला स्पर्शून गेली. हे विश्व निर्मिणाऱ्या विधात्याची अफाट शक्ती जाणवली.

यमुनेच्या काठावर असंख्य, विविध आकाराच्या, प्रचंड नौकांनी पडाव टाकले होते. देशोदेशीच्या राजांचे राज्यारोहण समारंभासाठी इंद्रप्रस्थात आगमन झाले होते. उद्याच्या तिथीला राज्यारोहण समारंभाचा मुहूर्त होता.

राजनगरातील पौरजनांची वर्दळ सुरू झालेली दिसत होती. लोक यमुनामैय्याकडे स्नानासाठी जाताना दिसत होते. स्वामीही उठले असतील, या विचाराने मी खाली जाण्यासाठी वळले. पाहते तो काय, स्वामी माझ्यामागेच प्रसन्न हसत उभे होते. माझ्या मनात आले जणू दुसरा चंद्रच हास्याचे चांदणे पसरवत आहे. कुणाला कुणाची उपमा द्यावी? चंद्राला स्वामींची की स्वामींना चंद्राची? मला कौंडिण्यपूरची सय आली. तेव्हा नाही का, मला चंद्रप्रतिबिंबात स्वामींची अशीच प्रसन्न हसणारी प्रतिमा दिसायची. माझ्या नित्य पूजेतले भगवान विष्णूच जणू प्रत्यक्षात अवतरले होते. माझ्याही नकळत मी त्यांना वंदन करण्यासाठी खाली वाकले.

''अगं रुक्मिणी, काय करतेस हे?'' मला वरच्यावर उठवत स्वामी म्हणाले.

''तुम्हाला कसं कळलं की मी इथं आहे ते?'' मी विचारले.

''तुझं चंद्रवेड मला ठाऊक नाही का? एक सांगू रुक्मिणी, तू या चंद्रप्रकाशात चंद्राकडं बघत उभी होतीस ना तेव्हा मला साक्षात लक्ष्मी उभी असल्याचा भास झाला.''

मी मनातल्या मनात हसले, गोंधळले, तुम्ही विष्णू, मी लक्ष्मी. खरेच स्वामी कोण आहेत आणि मी? कसला अंश आहोत आपण? मी पुन्हा विचारांच्या आवर्तात अडकू लागले. तोच स्वामी म्हणाले, ''महाराणी, खाली जाऊ या. तिथे मंडळी आपली वाट बघत असतील. ती यमुनामैय्या केव्हाची दादाला, उद्धवला अन् मला साद घालते आहे.''

''चला, तुम्हाला यमुनामैय्या, मला माझ्या भगिनी साद घालत असतील. उद्याच्या समारंभासाठी काही साहाय्य करण्याची संधी मिळायला हवी. रेवतीताई, सुभद्रा, आम्ही साही जणी, नित्यकर्म आटोपून त्वरेनं राजप्रासादात जातो. एखाद्या विशिष्ट विभागाची धुरा सांभाळण्याची इच्छा आहे.''

आम्ही थोड्याच वेळात राजप्रासादात पोहोचलो. समारंभाची सिद्धता परिपूर्ण

होती. आमच्या इच्छेचा मान राखण्यासाठी द्रौपदीने राजमातेची आज्ञा घेऊन, दूरदूरच्या प्रदेशातून समारंभासाठी उपस्थित झालेल्या, अतिथी स्त्रियांच्या व्यवस्थेकडे जातीने लक्ष देण्याची धुरा आमच्यावर सोपवली. आम्ही ती आनंदाने स्वीकारली. हे कर्म आम्हाला नित्याचेच होते. आम्ही साही जणी अतिथिधर्मपालनात परिपूर्ण होतो.

हे काम मिळाल्यामुळे आम्हाला खरोखरच आम्ही अतिथी न वाटता त्या राजकुळातले यजमानच वाटू लागलो. आम्ही वेगाने आमच्या कामाला लागलो. दिवसभर अतिथींचे आगमन होतच होते. त्यामुळे थोडीही उसंत मिळाली नाही. कर्तव्यपूर्तीचे असीम समाधान लाभले.

तिकडे उद्धवभाऊजी, दादा, स्वामी यांनीही पुरुष विभागात हेच काम पत्करले. त्यांचीही अवस्था तीच होती. दिवसभर आमची एकमेकांशी भेटही होऊ शकली नाही. कुरुकुळाला साऱ्या विश्वात केवढा मान होता, त्याचा प्रत्यय क्षणोक्षणी येत होता.

दुसरा दिवस म्हणजे समारंभदिनच होता. सारे राजनगर रामप्रहरीच जागे झाले होते. मंगल वाद्यांच्या गजरात पंचनद्यांच्या अभिषेकात, ऋषीमुनींच्या मंत्रोच्चारात, आशीर्वादात समारंभ दृष्ट लागण्यासारखा संपन्न झाला. पाचही पंडुपुत्र, महाराज युधिष्ठिर, महाराणी द्रौपदीसह सालंकृत वस्त्रांनी, स्वतःच्या सौंदर्याने, सात्त्विक भावांनी उजळून निघाले होते. त्यांच्यावर दृष्टी ठरत नव्हती. मला जांबवती आणि सत्याची आठवण झाली. एवढा वैभवसंपन्न सोहळा त्यांना बघता आला नाही म्हणून मनाला रुखरुख लागली. एका अर्थाने तिथे राहून त्या जे कर्तव्यपूर्तीचे समाधान मिळवत होत्या तेसुद्धा तेवढेच अलौकिक होते, यात मला शंका नव्हती. समारंभाची उत्तम सांगता झाली. महाराज युधिष्ठिरांना आशीर्वाद द्यायला हस्तिनापूराहून स्वतः भीष्ममहाराज आले होते. त्यामुळे सर्वांनाच खूप समाधान झाले. त्यांना पाहून मलाही खूप खूप आनंद झाला. पित्यासाठी अपूर्व त्यागाची घोर प्रतिज्ञा करणाऱ्या त्या महामानवाचे दर्शन घेण्याची माझी फार काळापासून तीव्र इच्छा होती. आमच्या भरतखंडातील त्यागाच्या महतीचे ते मूर्तिमंत प्रतीक होते. यावश्चंद्रदिवाकरौ त्यांना मानवी मनात वंदनीय स्थान मिळणार होते.

मला महाराणी गांधारी देवींचे दर्शन घेण्याचीही तीव्र इच्छा होती; पण या वेळी तरी ती पूर्ण होण्याची लक्षणे दिसत नव्हती. समारंभ पार पडला होता. आता द्वारकेला परत जाण्याचे वेध लागले होते. मला, सत्यभामेला द्वारकेला परतण्याची आस लागली होती, तर अन्य चौघींना त्यांच्या माहेरी जाण्याची.

दादा, स्वामी, उद्धवभाऊजी तिघेही द्वारकेत नसल्यामुळे त्यांनाही द्वारकेत त्वरित जावेसे वाटत होते. थोरले महाराज आता वृद्ध झाले होते, प्रद्युम्न अननुभवी होता. स्वामी, दादा दोघांनीही राजमाता आत्याबाईंची परत जाण्यासाठी अनुज्ञा मागितली.

त्या म्हणाल्या, "तुमची समस्या मी जाणते; पण अद्याप आपलं नीट बोलणंही झालं नाही. तुम्ही बंधू पुन्हा भेटाल, पण माझ्या लेकीसारख्या सुना, पुन्हा कधी भेटतील? त्यांच्याशी माझं, द्रौपदीचं निवांत भेटणंसुद्धा झालं नाही. फक्त अजून चार दिवस थांबा. पाचव्या दिवशी शुभतिथी आहे त्या दिवशी शुभमुहूर्तावर प्रस्थान करा. आलात, त्या दिवशीच फक्त हे नगर तुमच्या दृष्टीस पडलं. आता पुन्हा एकदा निवांतपणे बघा. दोन-तीन दिवस समारंभाच्या गर्दीतच गेले. आता थोडं स्वस्थ चित्तानं रहा."

आत्याबाईंची अवज्ञा करणे शक्यच नव्हते. त्यांचे बोलणे योग्यही होते. खरोखरच दोन दिवस फारच घाईत गेले होते. द्रौपदीशी तर मोकळेपणाने बोलणे झालेच नव्हते. आम्ही सोडून अन्य अतिथी वेगाने परतीच्या प्रवासाला लागले होते.

चार दिवस खरेच खूप छान गेले. राजनगरातील उद्यानात मनसोक्त विहार केला. सुंदर मंदिरातील पवित्र देवदेवतांचे दर्शन घेतले. राजकुळातील स्त्रियांशी मुक्त संवाद साधला. द्रौपदी मला म्हणाली, "वहिनी, श्रीकृष्णासारखा सखा मिळणं हे माझं परमभाग्य आहे. तो जर नसता तर हे पाच पतींची पत्नी होणं मला फार कठीण गेलं असतं. माझं मन मान्य करायलाच तयार नव्हतं. तात, मामा, माझा बंधू कुणालाच हे मान्य नव्हतं. धनुर्धर पण जिंकले आहेत मी फक्त त्यांची पत्नीच होणार, हाच सर्वांचा आग्रह होता. त्याच वेळी श्रीकृष्ण पुढं आले. त्यांची वाणी किती मधुर, प्रभावी, तर्कपूर्ण असते हे मी तुला सांगायला नको. त्यांनी नियतीचे संकेत, विधिलिखित, योगायोग, भविष्यातील काही घटनांचा पाया हे सारं तत्त्वज्ञान उपस्थितांना समजावून सांगितलं. पटवून दिलं. मी या विश्वाच्या अंतापर्यंत पंचपतिव्रतांमध्ये मानाचं स्थान प्राप्त करीन. लोक मला वंद्य मानतील, असा आशीर्वादही दिला. वहिनी, मला तुझंही खूप कौतुक आहे. तू ज्या धैर्यानं, स्वतःच्या बंधूंचा विरोध पत्करून स्वतःचं इप्सित साध्य केलंस, धाकट्या सात राण्यांना आपलंसं केलंस, कामरूप स्त्रियांचं पुनर्वसन केलंस, राजकुळाला आणि प्रजाजनांना एकत्र कुटुंबाप्रमाणं एकमेकांशी घट्ट बांधून ठेवलंस, खरंच तू माझ्या सख्याची महाराणी शोभतेस. जणू तू आणि तो वेगळे नाहीच. तुमची तनं जरी वेगळी असली तरी हृदय, मन एकच आहे. तुझ्याशिवाय त्याचा आणि त्याच्याशिवाय तुझा कुणीच विचार करू शकत नाही." ती बोलत होती. अगदी हृदयापासून. तिचे बोलणे ऐकताना मी धन्य धन्य होत होते. आनंदाने मोहरत होते. ते सुख आनंदाश्रूंच्या रूपाने नेत्रातून प्रसवले. मी पाहिले, तिच्याही नेत्रांत प्रेमाचे, स्नेहाचे आसू होते. आम्ही दोघी एकमेकींचे हात हातात घेऊन किती वेळ निशःब्द बसलो होतो कोण जाणे?

माझ्या मनात आले, ही याज्ञसेनी, रूपगर्विता, सैरंध्री जिच्या प्राप्तीसाठी या

विश्वातले राजे-महाराजे मनी आस धरून बसले होते, तिचे सारेच अनोखे, अलौकिक. जिचा जन्म यज्ञाद्वारे, उपासनेचे फळ. जिला लाभले, पाच पराक्रमी वीरांचे पत्नीपद. तिचा अकृत्रिम स्नेह मला आणि माझ्या पतीला लाभला. भविष्यात नियती आणखी कोणकोणते भागधेय आमच्यापुढे वाढून ठेवणार आहे कोण जाणे.

"अहो ताई, तो पुष्करणीलगतचा फुलांचा ताटवा बघितलात का? किती सुंदर फुलं? मी तर प्रथमच पाहिली. द्रौपदीताई, कसली फुलं आहेत ही?" कालिंदी आणि विंदा कुतूहलाने विचारत होत्या.

"माझ्या श्रीकृष्णदादांच्या आठ राण्या म्हणजे खरंच आठ पाकळ्यांचं सुंदर भावयुक्त कृष्णकमलच आहे. या आठ वेगवेगळ्या दलांचं सुंदर कमल बनविण्याचं कौशल्य तुझं बरं का रुक्मिणीवहिनी. चल बघू या, या धाकट्या वहिनी काय म्हणतात ते."

चार दिवस कसे गेले ते कळलेसुद्धा नाही. खरेखुरे माहेरपण भोगले आम्ही. निरोप घेताना उंची वस्त्रप्रावरणे, अलंकार आणि तांदूळ, नारळाने आमची ओटी भरण्यात आली.

आम्ही निघालो तेव्हा साऱ्यांचेच नेत्र ओलावले होते.

पुन्हा कधी भेट? सर्वांच्याच मनात प्रश्नचिन्ह उभे राहिले होते.

"पुनर्भेटीची चिंता करू नका, लवकरच पुन्हा योग येणार आहे."

कधी? सर्वांच्याच मुद्रेवर प्रश्नचिन्ह उमटले. "ते उत्तर लवकरच मिळेल; पण हा योग लवकरच येणार हे निश्चित." स्वामींचा शब्द म्हणजे सत्यवचन. आमचा विश्वास होता.

आम्ही स्वामींचे वचन मनात घोळवतच तिथून निघालो. आता द्वारकेची तीव्र ओढ जाणवत होती. कालिंदी, विंदा, लक्ष्मणा, भद्रा त्यांच्या माहेरी गेल्या. आम्ही उर्वरित मंडळींनी द्वारकेत मोठ्या उत्साहाने पाऊल टाकले.

आमचे द्वारकावासीयांनी आनंदाने स्वागत केले. मी सत्या आणि जांबवतीला प्रेमाने जवळ घेतले. कुलदेवता, थोरले महाराज, राजमातांना वंदन करून आलो. दोघी मातांनी मला आणि सत्यभामेला जवळ घेतले. जांबवती आणि सत्याने त्यांची खूप प्रेमाने काळजी घेतली तरी आमची विशेषत: माझी उणीव त्यांना सतत जाणवत होती. कारण द्वारकेत प्रवेश केल्यानंतर मी प्रथमच त्यांच्यापासून एवढे दिवस दूर गेले होते.

दास-दासी, सेवक-सेविका सर्वांनाच आमची उणीव भासत होती. जांबवती आणि सत्याने सूर्योदयापासून, निद्रासमयापर्यंत सारे नैमित्तिक कार्यक्रम व्यवस्थित सांभाळले होते. राज्यव्यवस्था प्रद्युम्नाने चोख सांभाळली होती.

एकूण सारे सुरळीत सुरू होते. मला तिघांचेही खूप कौतुक वाटले. मी ते प्रकटही केले. मी समाधानाचा नि:श्वास सोडला. इंद्रप्रस्थ सोडल्यापासून एक गोष्ट

मात्र माझ्या लक्षात आली होती ती म्हणजे आमची लाडकी सुभद्रा सदैव उदास, उदास भासत होती. एरवी सतत मुक्तपणे खळखळून हसणारी, छोट्या-मोठ्या गोष्टींवर सतत बडबड करणारी सुभद्रा, एकदम शांत शांत भासत होती. तिचे ते निरागस हसणे, बोलणे जणू हरवलेच होते. काय झाले आहे ते माझ्या लक्षात आले होते; पण कुणाजवळ ते प्रकट करावे तेच कळत नव्हते. ती तिचे हृदय इंद्रप्रस्थात धनुर्धराजवळच ठेवून आली होती. तिच्या भावना तारुण्यसुलभ, नैसर्गिकच होत्या. मी तर त्या प्रकर्षाने जाणत होते. मी त्याच अनुभवातून गेले होते. दादा, रेवतीताईजवळ धनंजयाविषयी विचारणे योग्य नव्हते. स्वामींजवळच सूतोवाच करणे भाग होते. सत्यभामा किंवा अन्य धाकट्या भगिनींजवळ बोलण्यात काही अर्थ नव्हता. कारण दादांपर्यंत ही गोष्ट इतक्यात जाऊ नये, असे वाटत होते.

मी आणि स्वामी दोघेच असताना मी त्यांना म्हणाले, "स्वामी, आपण आज रात्री चांदण्यात सागरकिनाऱ्यावर जाऊ या."

"दोघंच?" त्यांनी मिश्कील हसून विचारले.

"होय दोघंच, आणि तेही दूर स्थानी जायचं आहे, कुणीच नको तिथं."

"काही गंभीर आहे का?" त्यांनी माझ्या चर्येकडे बघत विचारले.

"होय, गंभीरच. तुम्हा भावांना कर्तव्याची जाणीव करून द्यायची आहे. खरं म्हणजे दादा आणि तुम्हा दोघांनाही मला काही सांगायचं आहे; पण ते ज्येष्ठ आहेत. त्यांना सांगणं उचित होणार नाही. माझा आपल्यावर हक्क आहे. मी तुम्हाला सांगेन. पुढली पावलं कशी उचलायची ते आपणच ठरवावं." मी म्हणाले.

"चल जाऊ या, खूप दिवसांनी चांदण्यात महाराणींबरोबर विहार करण्याची संधी मिळते आहे. तुझ्या मनात काय चाललं आहे ते गंभीर असलंच पाहिजे, तुझी मुद्राच सांगते आहे."

आम्ही ठरल्याप्रमाणे रात्री सागरकिनारी गेलो. उसळणाऱ्या सागरलाटांकडे बघून त्यांची आज माझ्या अस्वस्थ विचारलाटांशी तुलना करावीशी वाटली.

तिथे एका उंच खडकावर आम्ही दोघे बसलो असताना स्वामी म्हणाले, "बोल, कोणती समस्या उद्भवली आहे?"

"आपल्या लाडक्या सुभद्रेकडं आपलं लक्ष आहे का? इंद्रप्रस्थाहून आल्यापासून खाणं, पिणं, मोकळं बोलणं सारंच विसरली आहे. आपल्याच विचारात गर्क असते ती. मला तिचं मन समजलंय, स्वामी. तिची अशी अवस्था होण्याचं वयच आहे, हे मला पटतंय. आपण आता तिचं स्वयंवर आयोजित करावं. द्रौपदी विवाहाच्या समयी लावला होता तसा अवघड धनुर्विद्या कौशल्य पणाला लावणारा 'पण' लावावा. आपोआपच तिचं इप्सित साध्य होईल. माझ्यासारखंच तिचं जीवनही कृतार्थ होईल."

स्वामी म्हणाले, "रुक्मिणी, तू जे बोलते आहेस ते माझ्याही लक्षात आलंय. सुभद्रा आणि पार्थ एकमेकांवर अनुरक्त आहेत. इथं तो आला होता तेव्हापासून कामदेवाने त्यांच्यावर आपले मदनबाण टाकायला सुरुवात केली आहे. त्यातच आपल्याला सुभद्रेसह इंद्रप्रस्थाला जायची संधी मिळाली. त्यामुळे मदन-रतीची ही क्रीडा रंगायला अजूनच वाव मिळाला. तू म्हणतेस तो उपाय खरोखरच तुझ्या बुद्धिमत्तेचं प्रतीकच आहे; पण तुला माहीतच आहे, दादा असं काही करू देणार नाही. त्याला त्याचा लाडका शिष्य दुर्योधन हाच सुभद्रेसाठी सर्वस्वी योग्य वर वाटतो. उघड उघड दादांना विरोध करता येणार नाही. नाहीतर ते घाईघाईनं सुभद्रा आणि दुर्योधन यांच्या विवाहाचा घाट घालतील."

"स्वामी, एक गोष्ट लक्षात आली का? कालौघात इतिहासाची पुनरावृत्ती होते म्हणतात. या विधानाचा आज पूर्ण प्रत्यय येतोय, असं नाही तुम्हाला वाटत? भूतकाळ आठवून बघा. तुम्ही, मी, माझा दादा आणि शिशुपाल, आज पात्रं बदलली आहेत. सुभद्रा, धनंजय, दुर्योधन आणि आपले दादा. दादा दुष्ट आहेत असं मला म्हणायचं नाही; पण दुराग्रही, शीघ्रकोपी आहेत. एकदा सुभद्रेचा विवाह धनुर्धरांशी झाल्यावर ते पांडवांशी कायमचं वैर धरणार नाहीत हे निश्चित. त्यात या धाकल्या बंधूविषयी मनातून अपार प्रेम आणि उदंड कौतुक. तुम्ही समजुतीची मोहमयी बासरी वाजवली की ते त्या सुरांच्या जाळ्यात मोहून जाणारच आणि सारं काही विसरून संमतीची मान डोलावणारच यात मुळीच शंका नाही; पण सध्या तरी इतिहासाचं तेच नाटक पुन्हा उभं राहिलं आहे. भूमिकांची पात्रं फक्त बदललीत."

"तू चिंता करू नकोस. मी काहीतरी मार्ग काढतोच. आधी पार्थ कुठे आहे तो शोध घेतो. थोरले महाराज, दोन्ही माता, दादा, वहिनी सर्वांसमोर आपण सुभद्रेच्या विवाहाचा प्रस्ताव मांडू. दादाच्या बोलण्याला सध्या मान्यता देऊ. आपली योजना सध्या गुप्त ठेवू या. तू, मी आणि वेळ आल्यावर सुभद्रा आणि उद्धव या चौघांशिवाय कुणालाही सुगावा लागता कामा नये." स्वामी म्हणाले.

मला आणि स्वामींना जे वाटत होते, तेच झाले. रेवतीताई, दादा, थोरले महाराज, दोन्ही माता आणि उद्धवभाऊजींना थोरल्या महाराजांच्या प्रासादात स्वामींनी 'महत्त्वाचे काम आहे' असे सांगून बोलविले. मी तेथे उपस्थित होतेच.

मी आणि स्वामींनी सुभद्रेच्या स्वयंवराचा प्रस्ताव मांडला. थोरले महाराज, थोरल्या माता, उद्धवभाऊजींनी संमतिदर्शक मान डोलावली. दादा मात्र नेहमीच्या थाटात गडगडाटी हसत म्हणाले, "अरे कृष्णा, स्वयंवराची आवश्यकताच काय? आपल्याजवळ एवढं लखलखतं नररत्न असताना त्याच्या शोधासाठी स्वयंवराचा घाट हवाय कशाला?"

"कोणतं नररत्न?" स्वामींनी मुद्दाम विचारले.

"अरे, असं काय करतोस? माझा परमशिष्य, गदावीर, भावी हस्तिनापूरसम्राट दुर्योधन नाही का? माझ्या मनात तो सुभद्रेचा पती म्हणून मी कधीच नियोजित केला आहे. तो माझ्या आज्ञेबाहेर जाणार नाही. माझी सुभद्रा जशी लाखात एक, तसाच तो आहे. राजबिंडा अन् पराक्रमी. मी जे म्हणतो ते पूर्णतः सत्यच आहे, नाही का?" दादांनी विजयी मुद्रेने विचारले.

मी मनातल्या मनात म्हणाले, 'पण स्वभावाचं काय? आमची सुभद्रा खरंच नावाप्रमाणे निरागस, निष्पाप, नेहमी सुविचार करणारी. दुसऱ्याचे मंगल चिंतणारी. आणि तो? सतत दुष्ट विचार करणारा, गर्विष्ठ, दुराचारी, दुसऱ्यांचा सत्तेवरचा हक्क नाकारणारा, दुसऱ्यांचं वाईट चिंतणारा, हेच नाव शोभतं त्याला.'

"का गं रुक्मिणी? तू का बोलत नाहीस? युवराजांचा विचार तुला मान्य नाही का?" रेवतीताई विचारत होत्या.

"नाही हो, तसं काही नाही. दादांचा निर्णय योग्यच असणार नाही का?" मी स्वामींकडे बघत म्हणाले.

"तरीपण मला असं वाटतं, की तिला तिचं मन विचारावं. कारण परंपरेप्रमाणे राजकन्यांना स्वयंवराचा हक्क आहे, नाही का?" स्वामी आपले विधान पुढे रेटत म्हणाले.

आता मात्र दादांचा मूळ स्वभाव उसळून येणार अशी लक्षणे दिसू लागली.

ते रागाने म्हणाले, "सुभद्रा माझी लाडकी भगिनी. भगिनीपेक्षाही जवळचं कन्येचं नातंच आमच्यात निर्माण झालं आहे. तिच्या सुखाची आसच मी मनात धरली आहे. पूर्ण विचार करूनच मी हा निर्णय घेतला आहे. मी दुर्योधनाकडे अप्रत्यक्षरित्या सूतोवाचही केलं आहे. आता माझा शब्द मोडणं हा त्याचा, पर्यायानं माझाही अपमान आहे. माझा हा निर्णय जर तुम्हाला मान्य नसेल तर मी पुन्हा या संबंधात लक्ष घालणार नाही." त्यांचा आवाज चढला. तसे स्वामी पुढे झाले, त्यांच्या खांद्यावर हात ठेवत म्हणाले, "अरे दादा, आम्ही कुणीतरी असं म्हणालो आहोत का? तू योग्य तो निर्णय घेशीलच, आम्हा सर्वांना तो मान्य आहे. योग्य आहे ना मी म्हणतोय ते?" त्यांनी आम्हा साऱ्यांकडे बघत विचारले.

थोरल्या महाराजांसहित आम्ही सर्वांनी संमतिदर्शक माना डोलावल्या. स्वामीच पुढे म्हणाले, "दादा, मुहूर्त मात्र दोन मासांनंतरचा काढ बरं का, कारण आपली ही लाडकी सुभद्रा, तिचा विवाह 'न भूतो न भविष्यती' अशा थाटात व्हायला हवा. अवघ्या भरतखंडातल्या लोकांनी यादवांच्या या सुकन्येच्या विवाहाची स्तुतिसुमनगीते युगेनयुगे गायला हवीत. आपल्या द्वारकेच्या वैभवानं, संपन्नतेनं, अन्य निमंत्रितांबरोबर हस्तिनापूरवासीयांचेही नेत्र दिपून जायला हवेत," स्वामींच्या प्रत्येक वाक्याबरोबर दादांच्या चर्येवरचे रागाचे भाव निवळत होते. त्यांची चर्या प्रसन्न दिसत होती.

स्वामींनी दोन-तीन मासांचा कालावधी का मागून घेतला आहे, हे मी मनातल्या मनात पूर्णपणे जाणले. सुभद्रा त्या ठिकाणी उपस्थित नव्हती, हे एका दृष्टीने बरेच झाले. ज्येष्ठांसमोर ती, मनातले गुपित बोलणे शक्यच नव्हते. ते राजकुळातल्या कन्यांना शोभणारेही नव्हते; पण तिच्या चर्येवर क्रोधाचे, दुःखाचे भाव दिसले असते तर दादा दुखावले गेले असते. दुसऱ्या दिवशी रोजची प्रातःकालची नैमित्तिक कार्ये आटोपल्यानंतर मी तिला माझ्या कक्षात पाचारण केले. तिला काल काय बोलणी झाली तेही सांगितले. स्वामींच्या मनातले विचारही समजावून दिले. तिच्याकडून मी सांगितलेल्या योजना कुणाजवळही न बोलण्याचे आश्वासन घेतले. तिने सर्व शांतपणाने ऐकून घेतले.

तिची मुद्रा एकदम करारी झाली. ती एवढेच म्हणाली, "वहिनी, मीसुद्धा तुझीच नणंद आहे हे लक्षात ठेव. तुझ्यासारखं बालवयापासून नसेल; पण त्यांचं प्रथमदर्शन झाल्यापासून मी मनातल्या मनात त्यांना वरलं आहे आणि एकदा एखाद्या व्यक्तीला मनानं वरल्यानंतर पुढे आपली कशी स्थिती होते? आपण दुसऱ्या कुणाचा विचारसुद्धा करू शकत नाही. दुसऱ्या कुणाची पत्नी होणं ही कल्पनासुद्धा मनाला इंगळीच्या दंशासारखा दंश करते. तेव्हा आता पर्याय एकच. एकतर धनुर्धर किंवा जीवनाचा अंत."

मी तिच्या मुखावर हात ठेवत म्हणाले, "अगं, अगं असले शब्दही मुखातून उच्चारू नकोस. माझ्यावर आणि तुझ्या धाकट्या दादांवर तुझा विश्वास आहे ना? मग आता स्वस्थ आणि शांत रहा. आपण खूप आनंदी आहोत, असं भासव. योग्य वेळ आली की स्वामी अचूक निर्णय घेतील."

तिने समाधानाने हसून संमतिदर्शक मान डोलावली. आम्ही बोलत होतो तोच रेवतीताई आत आल्या, त्या समाधानाने हसत म्हणाल्या, "अखेर गवसल्या आमच्या लाडक्या नणंदबाई. मी केव्हाची शोधतेय तुम्हाला? तुमच्या दादांनी ठरवलेला तुमच्या जीवनातला गोड गोड निर्णय सांगायला." सुभद्रेने मान खाली घालून आपल्या मुद्रेवरचे अस्वस्थ भाव लपवले. सरळ, साध्या मनाच्या रेवतीताईंनी मात्र त्यातून वेगळाच अर्थ काढला.

"बघ, बघ रुक्मिणी, कशी लाजतेय आमची लाडकी यादवकन्या," त्या म्हणाल्या. त्यांनी हळूच तिची मान वर केली. तिचे नेत्र अश्रूंनी तुडुंब भरले होते. रेवतीताई प्रेमळ होत्याच. त्यांच्याही नेत्रांत अश्रू आले. त्या तिला जवळ घेत म्हणाल्या, "अगं वेडे, प्रत्येक स्त्रीला एक ना एक दिवस माहेर सोडून जावंच लागतं. म्हणून काही माहेर कायमचं पारखं होतं का? तू इथं येशील, आम्ही तिथं येऊ. हो की नाही गं रुक्मिणी?"

"अं?" मी दचकून विचारले. माहेर पारखे या रेवतीताईंच्या शब्दांनी मी पुन्हा

माझ्या विचारचक्रात हरवले होते. माझे माहेर अजून तरी मला पारखेच होते. सुभद्रेचा पार्थाशी विवाह झाल्यावर तिचेही तसेच होईल का? दादांचा राग कधीच निवणार नाही का? नाही, तसे होणार नाही. स्वामींच्या मधुर वाणीने दादांचा राग हिमनगासारखा वितळेल हे निश्चित! रुक्मीदादाला समजावून सांगायला कौंडिण्यपूरला एवढी प्रभावी व्यक्ती नव्हतीच. उलटसुलट विचारांचे जाळे मनात विणले जात होते. म्हणूनच रेवतीताईंच्या प्रश्नांनी मी दचकले. 'अंऽऽ' असा उद्‌गार माझ्या मुखातून निघाला.

त्यांनी त्याच प्रश्नाचा पुनरुच्चार केला. मी म्हणाले, "हो ना! अगं सुभद्रा, तू सासरी गेल्यावर आम्हाला तर सतत तुझी आठवण येईल; पण तूच धनुर्धरांसमोर आम्हाला विसरू नकोस म्हणजे झालं."

"धनुर्धर नव्हे गदाधर. युवराज दुर्योधन यांचे पट्टशिष्य नाहीत का? धनुर्धर अर्जुन राज्यारोहण समारंभासाठी आपल्या द्वारकेत येऊन गेले, आपणही इंद्रप्रस्थाला जाऊन आलो, म्हणून तुझ्या मुखातून तेच नाव उच्चारलं गेलं असेल. होय ना?"

मी जीभ चावली, म्हणाले, "खरंच आहे तुम्ही म्हणता आहात ते. पण ताई, युवराज दुर्योधन काही इंद्रप्रस्थात दिसले नाहीत." सरळ मनाच्या रेवतीताई म्हणाल्या, "अगं खरंच! मीसुद्धा त्यांची उत्सुकतेनं वाट बघत होते. यांचे पट्टशिष्य आणि यादवकुळाचे भावी जामात आपल्याला बघायला मिळाले असते. होय की नाही, सुभद्रा?"

सुभद्रेने रागारागाने त्यांच्याकडे पाहिले. त्या म्हणाल्या, "बघ, बघ रुक्मिणी, कसा खोटा खोटा क्रोध नाकावर दिसतोय ते."

आता इथून काढता पाय घ्यावा, नाहीतर सुभद्रेच्या क्रोधाचा स्फोट झाला असता. सत्य तिच्या मुखातून बाहेर पडले असते तर मोठ्ठा घोटाळा झाला असता, हे जाणून मी रेवतीताईंना म्हणाले, "पुरे हो तिची थट्टा करणं. आम्ही दोघी राजद्वारकेत जात आहोत. तुम्ही येणार का?"

"नको बाई, मला आज दुसरी महत्त्वाची कामं आहेत." त्या म्हणाल्या आणि घाईघाईने आपल्या प्रासादी निघाल्या.

मला अगदी सुटल्यासारखे झाले. कारण आमची सुभद्रा जेवढी अल्लड, तेवढीच शीघ्रकोपी आहे हे मला माहीत होते. तिच्या मुखातून जर सत्य बाहेर पडले असते, तर तिचे मनोरथ पूर्ण करणे अवघड झाले असते.

सुभद्राही तिच्या सख्यांकडे निघून गेली. मी मनातल्या मनात विचार करू लागले. आजच स्वामींना भेटून सांगायला हवे, की सुभद्रा-पार्थ विवाहाच्या दिशेने योजना आखून त्या दिशेने त्वरित पावले उचलायला हवीत.

त्याच रात्री स्वामींची एकान्तात भेट झाली. त्या वेळी मी विषय काढला. तेव्हा

ते म्हणाले, ''रुक्मिणी, दैवाचे फासे सुभद्रेच्या बाजूनं पडताहेत. तू चिंता करू नकोस. द्रौपदीच्या संदर्भात कौटुंबिक नियमाचे आज्ञापालन न केल्याची शिक्षा म्हणून अर्जुनाला एक वर्षासाठी तीर्थयात्रेला जावे लागणार आहे. त्यासाठी मी त्याला आधी तीर्थक्षेत्र सोमनाथाला आगमन कर, असा संदेश दिला आहे. तो संन्याशाच्या वेषात लवकरच तिथं बस्तान बसवेल.'' पुढल्या घटना वेगाने घडल्या. धनुर्धर संन्याशाच्या वेषात येऊन श्रीक्षेत्र सोमनाथाच्या मंदिराजवळ तप करू लागले. त्यांचे दर्शन घ्यायला सहस्त्रावधी पौरजन तिथे गर्दी करू लागले. तेज:पुंज, तेजस्वी संन्यासी म्हणून त्यांची कीर्ती आजूबाजूच्या परिसरात पसरू लागली. स्वामींनी मला हळूच सांगितले, ''सुभद्रेसहित तुझ्या धाकट्या भगिनींना बरोबर घेऊन तिथं दर्शनाला जाऊन या. सुभद्रेला पूर्वसूचना दे. पुढं काय घडेल ते मला येऊन सांग.''

श्रीक्षेत्र सोमनाथाला जाण्याची माझी कल्पना माझ्या धाकट्या भगिनींना फारच आवडली. सुभद्रा तर एका पायावर तयार होती. मी तिला हळूच सत्य काय ते सांगितले. ती क्षणात मोहरली, लाजली. दुसऱ्या क्षणी तिचे हृदय धडधड करू लागले. मी तिला जवळ घेऊन धीर दिला.

आम्ही प्रभासपाटणला पोहोचलो. तिने खाली मान घालूनच धनुर्धराला नमस्कार केला. पार्थांनीही डोळे मिटूनच तिला आशीर्वाद दिला, ''बालिके, तुझ्या मनातली इच्छा पूर्ण होईल. त्यासाठी रैवतक-पर्वतावरील जगन्मातेला पौर्णिमेच्या दिवशी दर्शनाला जाऊन ये.''

माझ्या साऱ्या भगिनी अवाक झाल्या. एवढी फटकळ सत्यभामा, पण तीसुद्धा म्हणाली, ''ताई, संन्यासी महाराज खरेखुरे अंतर्ज्ञानी दिसतात हं. आमच्या सुभद्रेची इच्छा त्यांनी जाणली. एवढंच नव्हे तर रैवतकावरच्या आदिशक्तीचे दर्शन घेण्याची कुलपरंपराही जाणली. अशा महापुरुषाचं दर्शन घेण्याचं भाग्य आपल्याला लाभलं ही दैवी कृपाच. आपण पुन्हा एकदा आपल्या राजपुत्र, राजकन्यांना घेऊन येऊ.''

मी संमतिदर्शक मान हलवली. हळूच सुभद्रेकडे पाहिले, तिचा चेहरा आनंदाने ओथंबून गेला होता. पुन्हा एकदा पार्थांचे दर्शन? तिच्या दृष्टीने तर मणिकांचन योगच होता. सत्या तिला थट्टेने म्हणाली, ''चला सुभद्राताई, संन्यासी महाराजांचं पुन्हा दर्शन घ्यायचं आहे का? पुन्हा एकदा आशीर्वाद ऐकायचा आहे का?'' सुभद्रा स्वत:च्याच नादात होती. जणू भोवतालचे सारे विश्व विसरली होती. ती काहीच बोलली नाही. आम्ही द्वारकेत परत येईपर्यंतही ती गप्पच होती.

इकडे द्वारकेत दोन्ही बंधूंची, आपापल्या योजनांनुसार सुभद्रा विवाहासाठी कामाची आखणी सुरू होती. दादांनी दुर्योधनाला पौर्णिमेनंतरच्या पंचमीच्या सुमुहूर्तावर विवाहविधीसाठी विधिवत आमंत्रण पाठविले होते. त्यानुसार त्याने त्वरित सुमुहूर्तावर त्रिदल सैन्यासहित, आप्त स्नेह्यांसहित, सुसज्ज सिद्धतेनुसार द्वारकेस येण्यासाठी

प्रस्थानही ठेवले होते. दादांच्या आज्ञेप्रमाणे द्वारकानगरी उत्साहाने विवाहाच्या सिद्धतेस लागली होती.

राजकुळांचे प्रासाद, राजमार्ग, मंदिरे, राजसभेची रंगरंगोटी, सुशोभीकरणाची कामे वेगाने सुरू झाली. दुसरीकडे आमचे पतीराजही त्यांच्या मार्गाने आपला हेतू साध्य करून घेण्यासाठी वेगाने कामाला लागले होते. त्यांनी रेवतीताईंच्या तातांना सम्राट कुकूदिम्माना, आपल्या मधुर वाणीने पटवून दिले होते, की तीर्थक्षेत्र सोमनाथाला तपाला बसलेल्या तेजस्वी विद्वान तपस्व्याची, मनापासून अशी अभिलाषा आहे की रैवतक पर्वताच्या जगन्मातेची उपासना करावी. तेव्हा कृपया त्यांना तिथे येऊन उपासना करण्याची अनुज्ञा द्यावी. देवीच्या मंदिराच्या आवारात असलेल्या ध्यानालयात त्यांच्या तपस्येसाठी त्यांची व्यवस्था करावी. त्यांना एकान्त हवा आहे. म्हणून ही वार्ता गुप्त ठेवावी. स्वामींच्या या विनंतीला महाराजांनी आनंदाने मान्यता दिली होती. त्यानुसार धनुर्धर पौर्णिमेच्याआधीच रैवतकावर जाऊन आपल्या तपस्येला आरंभ करणार होते.

सुभद्रेचा माझ्या कक्षातील वावर दिवसेंदिवस वाढतच होता. धनुर्धरांविषयी वार्ता ऐकण्यासाठी तिचा जीव आतुर असायचा. मी तिला त्या वेळोवेळी पुरवत असे. त्याचबरोबर कुणाला संशय येऊ नये, म्हणून तिला अन्य राण्यांच्या प्रासादात, रेवतीताईंकडे, थोरल्या मातांकडे, तिच्या सख्यांकडे बळजबरीनेच पाठवत असे. तात-मातांकडे सोडून अन्य स्थानी ती अनिच्छेनेच जाई. कारण तिथे दुर्योधन, हस्तिनापूर यांचा संबंध जोडून तिची थट्टा केली जाई. ते साहजिकच होते; पण ती थट्टा सुभद्रेच्या दृष्टीने जीवघेणी होती. हे फक्त ती, मी, स्वामी आणि उद्धवभाऊजीच जाणत होतो.

आज चतुर्दशीचा दिवस होता. उद्या पौर्णिमा. ठरल्याप्रमाणे रेवतीताई, मी, सत्यभामा, सुभद्रा, तिच्या सख्या आमचे राजपुरोहित रैवतक राज्यात – रेवतीताईंच्या पितामहजींच्या साम्राज्यात – प्रात:काळीच येऊन पोहोचलो. राजकुळाच्या परंपरेप्रमाणे आमचे यथोचित स्वागत झाले. रेवतीताईंच्या मातापित्यांना वंदन करताना मला माझे तात आणि माता यांची स्मृती झाली.

रात्री सुभद्रा माझ्याजवळ निद्रेसाठी आली. ती रात्रभर सतत या कुशीवरून त्या कुशीवर वळत होती. ''वहिनी, ठीक होईल ना गं सारं? काही विपरीत नाही ना घडणार?'' ती हळूच विचारत होती. मी तिला सतत थोपटत होते. 'सारं काही नियोजित केल्याप्रमाणं घडेल, चिंता करू नकोस,' असे मी तिला सतत समजावत होते.

पंच पंच उष:काली आम्ही साऱ्या जणी उठलो. सुस्नात होऊन, वस्त्रालंकार लेवून सज्ज झालो. सुभद्रा तर दृष्ट लागण्यासारखी अप्रतिम सुंदर दिसत होती.

रैवतकाच्या महाराणींनी खरोखरच तिची दृष्ट काढून टाकली. प्रासाद ते आदिशक्तीचे मंदिर असा आमचा रथप्रवास सुरू झाला.

आजूबाजूचा प्रदेश बघता बघता मंदिर केव्हा आले, ते कळले नाही. हे देवालय भव्य होते. आत प्रवेश करताच राजकुळाच्या पुरोहितांनी आमचे स्वागत केले. "ध्यानालयाकडं जाऊ नये. तिथं कुणीतरी योगीपुरुष आले आहेत. ते कुणालाच दर्शन देत नाहीत." अशी माहितीही त्यांनी पुरवली.

देवालय खरोखरच फार भव्य आणि सुंदर होते. श्रीअंबेची मूर्ती तर फारच सुरेख होती. वदनावरचे भाव सात्त्विक, मंगल होते. जणू ती सर्व लेकरांवर मायेची दृष्टी टाकत होती. तिला पाहून सुभद्रा जणू निश्चिंत झाल्यासारखी वाटली. तिची चिंतायुक्त चर्या हसरी झाली. तिच्या चालीत आत्मविश्वास आला. ती दमदार पावले टाकू लागली. पुरोहितांनी सांगितले त्याप्रमाणे तिने विधिवत पूजा केली. तीर्थ प्राशन केले, प्रसाद ग्रहण केला. आम्ही देवालयाच्या महाद्वाराबाहेर आलो.

रेवतीताई त्यांच्या राजपुरोहितांशी संवादात मग्न होत्या. सत्यभामा देवालयाच्या स्तंभावरील कोरीव नक्षीकाम बघण्यात दंग होती.

आम्ही महाद्वाराच्या पायऱ्या उतरत नाही; तोच चार शुभ्र अश्वांचा सुवर्णरथ जवळ आला. स्वत: धनुर्धर बाहेर आले. त्यांनी हात पुढे केला. सुभद्रेने एकवार माझ्याकडे पाहिले. तिच्या डोळ्यांत, ओठांत हसू होते. मी संमतिदर्शक मान हलवली. ती दोघे वेगाने आत चढली. वायुवेगाने रथ तिथून निघून गेला.

मी जोरात किंकाळी फोडली. रेवतीताई, सत्यभामा, राजपुरोहित वेगाने धावत आले. मी मुखातून फक्त 'संन्यासी, सुभद्रा, संन्यासी, सुभद्रा,' एवढेच शब्द उच्चारत होते.

काय झाले ते कुणालाच कळत नव्हते. मी मुद्दामच काय घडले ते उशिरात उशिरा कळावे म्हणून तेच ते बोलत होते. खूप घाबरल्याचे नाटक करत होते. रेवतीताई आणि सत्यभामेने मला जवळ बसवले. पाणी प्यायला दिले. मी शांत झाल्याचे बघून त्या मला म्हणाल्या, "आता नीट सांग बघू. काय झालंय ते."

मी त्यांना घडले ते सांगितले. संन्याशाने डोळ्याचे पाते लवते न लवते तोच सुभद्राहरण केल्याचे सांगितले.

ही वार्ता वायुवेगाने पसरली. स्वत: कुक्कदिम्न महाराज तिथे उपस्थित झाले. संन्यासी गेला, त्या दिशेने पाठलागासाठी आज्ञा सुटल्या. आता खूप वेळ झाला होता. मला निश्चित माहीत होते की पार्थ आणि सुभद्रा आता खूप दूर गेले असतील. स्वामींनी इंद्रप्रस्थाच्या मार्गाने जाण्यासाठी आधीच गुप्त स्थळे निश्चित केली असतील. तेथे आवश्यक ती सुरक्षा असेल.

आम्ही अस्वस्थ मनाने द्वारकापुरीत परतलो. रेवतीताई सरळ मनाच्या, त्यांना

कसलीच शंका आली नाही; पण मुळातच हुशार, संशयी सत्यभामेने मात्र माझ्याकडे संशयाने बघत हळूच विचारले, "महाराणी, सुभद्रेचं हरण अनपेक्षित झालं की नियोजित होतं?"

मी हसत हसत म्हणाले, "मलाही तीच शंका आहे. कारण ती ओरडली नाही. किंचाळली नाही."

सत्यभामा हसत म्हणाली, "महाराणींचीच लाडकी नणंद ना ती. महाराणींसारखंच प्रेमपत्र पाठवलं असेल; पण तिला काही तुमच्यासारखं महाराणीपद मिळणार नाही."

"माझ्यासारखं महाराणीपद नाही; पण तुझ्यासारखं पतीच्या हृदयात स्थान तर मिळेल." मी तिला म्हणाले. ती आनंदाने लाजली. रेवतीताई बिचाऱ्या चिंतेत बुडाल्या होत्या. हे वृत्त कानावर पडताच दादा आकाशपाताळ एक करतील, या गोष्टीची त्यांना कल्पना होती. दुर्योधनाला काय वाटेल? तो क्रोधाने अनावर झाल्यावर कोणते पाऊल उचलेल हीसुद्धा मोठी समस्या होतीच. रेवतीताईंच्या तातांवर दादा रागावले तर त्यांनी कोणाची बाजू घ्यावी तेही कळले नसते.

आमच्या कल्पनेप्रमाणेच झाले. दादांच्या क्रोधाग्नीने वेगाने पेट घेतला होता. काय करावे तेच कळत नव्हते. त्यांनी स्वामी, उद्धवभाऊजींना बोलावले. उद्धवभाऊजी नेहमीप्रमाणे शांत होते. स्वामी शांत स्वरात म्हणाले, "दादा, शांत हो. संन्यासी म्हणजे त्रिखंडात कीर्तिमान असणारा धनुर्धर पार्थ आहे. सुभद्रेच्या इच्छेनुसारच तिचं हरण झालं आहे. आता दुर्योधनाला सत्यघटनेचा निरोप पाठवू या. म्हणजे इथं येऊन अपमानित होण्याचे कष्ट घ्यावे लागणार नाहीत. तो तुझा परम शिष्य आहे. त्याचा तुझ्यावर गाढ विश्वास आहे. सुभद्रा तुझी, माझी, सर्वांचीच लाडकी आहे. शांत मनानं विचार कर. इच्छित पती निवडण्याचं, स्वयंवराचं स्वातंत्र्य राजकन्यांना आहे ना? तसंच घडलं. आपणच म्हणतो ना, प्रत्येकाच्या ललाटरेषा आधीच रेखांकित झालेल्या असतात?"

स्वत:शी धुमसत का होईना दादा, स्वामींच्या बोलण्याप्रमाणे वागले. दुर्योधन क्रोधायमान होऊन परत फिरला. गुरुवर्यांवरच्या निष्ठेमुळे त्याने वाकडे पाऊल उचलले नाही.

काही दिवसांनी वार्ता आली. इंद्रप्रस्थात राजकन्या सुभद्रा आणि अर्जुनाचा विवाह थाटात पार पडला. इकडे द्वारकेत थोरले महाराज, माता, आम्ही राजकुळातील सदस्यांनी त्यानिमित्त नगरात अन्न, वस्त्र, संपत्तीचे प्रचंड दान केले. प्रजेनेही घरांवर तोरणे उभारून लक्ष लक्ष दिव्यांच्या पंक्ती प्रज्वलित करून आनंद व्यक्त केला.

मी आणि स्वामी एक थोर कर्तव्य पार पाडल्यामुळे, समाधान पावलो, कृतार्थ झालो.

सुभद्रेचा अर्जुनाशी विवाह झाल्यामुळे एकीकडे कर्तव्यपूर्तीचा आनंद होत होता, तर दुसरीकडे तिच्या अस्तित्वाची उणीव सतत जाणवत होती. आमच्या राणीवशाचा एक चैतन्यकोपराच जणू रिता रिता झाला होता. दादा, स्वामी, उद्धवभाऊजी, रेवतीवहिनी सर्वांनाच पावलोपावली, क्षणोक्षणी तिची आठवण येत होती. माझे तर तिच्याशी, अनेक नात्यांचे अनुबंध होते. मी द्वारकेत प्रवेश केला त्या वेळी ती बाल्यावस्थेत होती; पण सतत 'वहिनी, वहिनी' करत माझ्यामागे हिंडायची. तिच्या बालबुद्धीला झेपेल अशी अनेक स्थळांची, माणसांची माहिती द्यायची. मला गाणे म्हणून दाखवायची. माझ्याशी खेळ म्हणून हट्ट करायची, रुसायची, फुगायची. क्षणात खुदकन हसायची, टाळ्या पिटायची. त्या वेळी ती मला माझी धाकटी भगिनी वाटायची. किशोरावस्थेत, तारुण्यावस्थेत मुक्तपणे मनातले विचार सांगायची, तेव्हा ती सखी भासायची. तिची अनेक छोटी-मोठी गुपिते ती माझ्याशी विश्वासाने प्रकट करायची.

तीसुद्धा माझ्यासारखीच सागरावर अलोट प्रेम करायची. 'वहिनी, आपण आज सागरकिनारी जाऊन लाटांशी खेळू या' असा लाडिक हट्ट, अगदी आता आतापर्यंत करायची. तिला निराश करणे मला जिवावर येई. या जिव्हाळ्यापोटीच तिच्या अनुपस्थितीची उणीव मला अस्वस्थ करून जाई.

अशा वेळी मी चारुमतीला आणि तिच्या सख्यांना पाचारण करून त्यांच्याशी संवाद साधत असे. सुभद्रा चारुमतीची तर अत्यंत लाडकी आत्या होती. तिलाही आत्याची सतत आठवण येई. ती तिच्या सख्या, भगिनी यांच्यात जीव रमवत असे.

ही एक अस्वस्थ करणारी, तरीही आनंददायी घटना सोडली तर, सुखाचा, स्वास्थ्याचा, समृद्धीचा काळ होता तो. आम्हा आठही राण्यांच्या दहा-दहा अपत्यांनी राणीवसा फुलून गेला होता. द्वारकेच्या साम्राज्याची कीर्ती दशदिशांना पसरली होती. इथे संपत्ती, नैतिकता, पराक्रम हातात हात घालून वाटचाल करत होते. इथे कला, संस्कृती, धर्माचा आदर केला जात होता. राजा आणि प्रजेत परस्परविश्वासाचे, जिव्हाळ्याचे संबध होते. राजकुळातील सदस्य किंवा अन्य मान्यवरांच्या मतांइतकीच, शब्दांइतकीच सामान्य नागरिकांच्या मतालाही किंमत होती. स्त्रियांचा आदर राखला जात होता. एकंदरीत या पृथ्वीतलावरील एक आदर्श राज्य म्हणून द्वारकेकडे निश्चितपणे अंगुलिनिर्देश करणे भाग होते. मित्रपक्षालाच काय, शत्रुपक्षालाही ते मान्य करावेच लागले असते.

तिकडे पांडवाचे इंद्रप्रस्थाचे राज्यही चांगलेच स्थिरावले होते. राजसूय यज्ञाचा संकल्प पूर्ण करायचा होता. त्यासाठी दिग्विजयाचे अश्व चौफेर यश संपादन करून परतत होते. विजयी सेनेबरोबरच धन, सुवर्ण, रत्नांचे भांडार, पशुधन, धान्यांचे विपुल साठे, त्यांच्या चलअचल संपत्तीत भर घालत होते.

त्यांची ती भरभराट पाहून, ऐकून थोरले महाराज, दोन्ही राजमाता, दादा, उद्धवभाऊजी, विशेषत: स्वामी, फार आनंदात होते. राणीवशावरच्या बालचमूकडे बघून स्वामी गमतीने सतत म्हणत, "मला ना, या बालकांना पाहून, सदैव गोकुळाची आठवण येते. माझं बालपण आठवतं, होय की नाही रे दादा?"

दादा प्रथम गडगडाटी हसत, नंतर उत्तर देत, "तू म्हणतोस ते खरंय कृष्णा, पण इथं एक फार मोठी उणीव आहे. गोकुळातल्या गोपांचे भाग्य या द्वारकावासी बालकांच्या भाग्यात लिहिलेलं नाही."

"ते कोणतं?" मी त्यांना विचारी. "अगं रुक्मिणी, एवढी बुद्धिमान तू, पण तुलासुद्धा कळू नये? आश्चर्य आहे, अगं त्या गोपाळांचा म्होरक्या बालकृष्ण इथं नाही. ती मधुर, मोहमयी मुरली नाही. तो अमृताच्या चवीलाही लाजवणारा गोपाळकाला नाही." बोलता बोलता दादा स्वत:ही त्या इंद्रधनुषी स्मृतीत दंग होऊन जात. त्यांच्याबरोबर आम्हीही त्या जगात शिरत असू. भान हरपून. स्वामींच्या चर्येवरचे त्या समयीचे अलौकिक भाव, मी शब्दांत वर्णन करू शकत नाही.

या आनंदलाटांवर तरंगत असतानाच कधीकधी अशा वार्ता कानावर येत, की स्वामी चिंतेत पडलेले दिसत. ते आणि उद्धवभाऊजी हळूहळू चर्चा करताना दिसत. त्यांना तसे पाहिले की हृदयात धस्स होई. त्याचबरोबर उत्सुकताही वाटे. कसल्या तरी योजना आखल्या जात आहेत अशी शंका येई; पण विचारावेसे वाटत नव्हते. कारण मला पक्के ठाऊक होते, की एक तर योजना कुठल्यातरी वाईटाचा, दुष्ट प्रवृत्तीचा नाश करण्यासाठीच आखली जात असणार आणि दुसरी गोष्ट म्हणजे योग्य वेळी ती स्वामींकडून मला निवेदन केली जाणार.

स्वामींच्या सहवासाचा, मन:स्वास्थ्याचा, शांततेचा हा काळ संपूच नये, असे मला वाटे. मी स्वामींजवळ माझे विचार बोलून दाखविले की ते गूढ हसत. मला म्हणत, "रुक्मिणी, आपलं कर्तव्य, फक्त आपलं द्वारकासाम्राज्य, आपली भूमी, आपली माणसं एवढ्यांपुरतंच मर्यादित नसून ते विश्वव्यापी असावं लागतं. या आपल्या विश्वात किती तरी उन्मत्त, सत्तांध, रक्तपिपासू, राक्षस प्रवृत्तीचे सम्राट सज्जनांना पीडा देत आहेत. आपल्याला आज त्याची झळ पोहोचत नाही म्हणून आपण स्वस्थ बसावं हे योग्य नाही. सुष्टांवर प्रेम, दुष्टांना शासन हा माझा कर्तव्यधर्म आहे. त्यासाठीच माझा जन्म झाला आहे आणि माझ्यामागे समर्थ पाठबळ घेऊन उभी राहण्यासाठी तुझा. महाराणी, मी द्वारकेबाहेर असताना हे द्वारकाद्वीप, राजकुळ, तुमच्याकडे विश्वासाने सोपवून मी तिथे निश्चिंत असतो. पराक्रम करू शकतो. हे केवळ मीच नव्हे तर अवघे द्वारकावासी जाणतात."

"पुरे पुरे, मी माझी स्तुती ऐकण्यासाठी माझे विचार मांडले नव्हते. आपण कराल ते योग्यच असणार यावर माझा दृढ विश्वास आहे. आतापर्यंतच एवढे

पराक्रम तुम्ही स्वतःच्या बळावर केलेत. अर्थात सहकाऱ्यांच्या साहाय्याचा मोठा भाग त्यामध्ये असतोच; पण यापुढं तर तुम्हाला दोन डोंगराएवढ्या पराक्रमी योद्धयांचं सहकार्य मिळेल. अगदी हक्कानं. डाव्या-उजव्या हातासारखं. महापराक्रमी गदाधर भीमसेन आणि महाधनुर्धर अर्जुन. या गोष्टीचा मला अगदी मनापासून फार आनंद झालाय. आपल्या पराक्रमावर दृढ विश्वास माझा पूर्वीपासून होता, पुढेही राहील. तरीही प्रबळ साहाय्यक असले की मन अधिक निश्चिंत होईल.''

स्वामी माझ्याकडे आश्चर्याने बघतच राहिले. म्हणाले, ''खरंच मनकवडी आहेस तू रुक्मिणी. माझ्या मनातले विचार तू जाणलेस, ओळखलेस किंवा तूही त्याच दिशेने विचार केलेस. तू खरोखरच अर्धांगिनी आहेस माझी, तनानं आणि मनानं.''

बोलता बोलता स्वामी थोडा वेळ थांबले. विचाराधीन झाले. गंभीर मुद्रेने हळूच म्हणाले, ''नरकासुरासारखाच, आणखी एका खलप्रवृत्तीचा नायनाट करायचा आहे. त्या प्रवृत्तीचा बलवान निदर्शक आहे जरासंध. त्याच्या पापाचा घडा आता भरला आहे, तो फुटायलाच हवा. त्यानं 'नरेश बली महायज्ञ' करायचं ठरवलं आहे. एकशे एक नरेशांना कारागृहात ठेवून; तो त्या यज्ञात बळी देणार आहे. त्यासाठी अनेक राज्यांच्या नरेशांना त्यानं कारागृहात बंदिवान केलं आहे. ऐंशीच्यावर ही संख्या गेली आहे. उरलेल्यांसाठी तो आता त्वरेनं जिवापाड प्रयत्न करणार आहे. त्यासाठी हा अधम संकल्प पूर्णत्वाला जाऊ न देण्यासाठी, त्वरित पावलं उचलणं आवश्यक आहे.''

स्वामी सांगत होते, त्या वेळी माझ्या जिवाचा थरकाप होत होता. नरबळी? नरेशबळी? पशुबळी? कुठले हे धर्मकृत्य? कसले पाप? कसले पुण्य? माझी विचारशक्तीच गोठायची पाळी आली होती. महानरेश जरासंध? मला माझ्या विवाहसमयीचा काळ आठवला. त्याच वेळी स्मृती झाली, ती तातांची. रुक्मीदादाची. माझ्या अन्य बंधूंची. ते तर या जरासंधाच्या नीच कृत्यात सहभागी नव्हते ना? स्वतः तात या कार्यात सहभागी असणे शक्यच नव्हते; पण रुक्मीदादा? त्याच्यावर, शिशुपाल, जरासंध यांच्या प्रभावाचा किती घट्ट पगडा होता, हे मी पूर्णपणे जाणत होते. मी मनात खूप अस्वस्थ झाले. मला काही सुचेना. अखेर माझे, त्यांचे रक्त एक होते ना. माझ्या माहेरच्या श्रेष्ठ भोजकुळाकडून या पापकुंडात कुणाची आहुती पडायला नको. आपल्या पूर्वजांनी म्हणूनच उपदेश केला आहे, की मैत्रीपूर्ण संबंधाची वृद्धीसुद्धा सज्जनांशी करावी. असंगाशी संग नको. मग ती मैत्री वैयक्तिक असो किंवा राजनैतिक असो, पण रुक्मीदादाला हा नीतिबोध कोण सांगू शकणार? तो कुणाचे ऐकून घेणार?

मी विचारआवर्तात गरगरत होते, गुरफटत चालले होते. तोच स्वामींनी मला

त्यातून सोडविले. ते म्हणत होते, "रुक्मिणी, तुझं-माझं जीवितकार्य एवढ्यात संपणार नाही. जरासंधाचा नायनाट करण्यासाठी योजना फार विचारपूर्वक आणि गुप्तपणे आखावी लागणार. तेवढ्याच गुप्तपणे, विचारपूर्वक ती अंतापर्यंत न्यावी लागणार. थोडीशी चूक घडली तरी फार मोठ्या दुर्धर प्रसंगाला सामोरं जावं लागणार. तेव्हा महाराणी, पुन्हा एकदा द्वारकाद्वीपाचं महाराणीपद गाजवायला सिद्ध व्हा. पण या वेळी तुम्ही एकट्या नसाल, दादाही तुमच्यासमवेत असतील."

"का? दादांना या योजनेत सहभागी करायचं नाही का?" मी विचारले.

"नाही. कारण हे सरळ सरळ युद्ध नाही. ते फार सावधगिरीनं, गुप्तपणे, शत्रूच्या गोटात शिरून आखायचं, कौशल्यानं पार पाडायचं षड्यंत्र आहे. तुला माहीतच आहे दादांचा उतावीळ स्वभाव. दुसरं म्हणजे काही संकट ओढवलंच तर यादववीरांना घेऊन, तीरासारखं धावत येणारं पाठीमागं कुणीतरी हवंच, होय ना? या वेळी पांडुपुत्रांना हाताशी धरण्याचा मानस आहे. तुझं-माझं आजचं संभाषण आपल्यातच राहू दे," स्वामी गंभीर होत म्हणाले.

स्वामींनी सूतोवाच केले म्हणजे जरासंध नरेशांचे या पृथ्वीतलावरले दिवस भरले, हे माझ्या लक्षात आले. जरासंध म्हणजे आमच्या या यादवकुलाचा पुराणशत्रू. त्यांच्या सतरा स्वाऱ्या स्वामींनी आपल्या युवा अवस्थेत परतवल्या होत्या. त्यांच्यामुळे मथुरेतून पळ काढून ही सुवर्णद्वारका वसवली होती. माझ्या आणि स्वामींच्या विवाहबंधनातही ते काट्यासारखे रुतले होते. त्याचवेळी स्वामींनी त्यांचा काटा काढला असता तर? आज 'नरबळी' ठरणाऱ्या नरेशांना या जिवंत मृत्यूला तोंड द्यावे लागले नसते. पण...

या पणचे उत्तर फक्त एकच, 'नियती' साऱ्यांचीच. जरासंधाची, यादवांची आणि कारागृहातील बंदिवान नरेशांचीही. विचारांच्या भोवऱ्यात फिरत असताना स्वामी कधी कक्षातून निघून गेले ते कळलेही नाही. मीसुद्धा नियतीवर भार टाकून भविष्यात घडणाऱ्या घटनांना सामोरी जाण्यास सिद्ध झाले.

योग्य दिनी, शुभमुहूर्तावर, दारुकासमवेत गरुडध्वजात आरूढ होऊन, थोरांचे मंगल आशीर्वाद घेऊन स्वामींनी इंद्रप्रस्थाकडे प्रस्थान केले. त्यांनी आपली योजना कुणाकुणाला सांगितली, याविषयी मला कल्पना नव्हती. म्हणून मी कुठेही वाच्यता केली नाही. उद्धवभाऊजींकडून वेळोवेळी मला संदेश मिळतीलच याविषयी माझ्या मनात संशय नव्हता.

स्वामी, निवडक सैन्यासह सेनापती, इंद्रप्रस्थात पोहोचल्याचा संदेश मिळाला. पुढली योजना कार्यान्वित होण्यासाठी निदान एक मास तरी लागेल, असा माझा अंदाज होता. उद्धवभाऊजी मला सतत धीर देत होते. दादांना मुद्दामच अंधारात ठेवले होते. आपला धाकटा बंधू ज्या कार्यसिद्धीसाठी जातो, ती यशस्वी करूनच

येतो, याविषयी त्यांच्या मनात संदेह नव्हता. माझ्या मनातही नव्हता; पण प्रेम वेडे असते ना? त्यामुळे मनाच्या एका कोपऱ्यात एकीकडे कुठे तरी धाकधूक होत होतीच. दुसरीकडे मन मोकळेही करता येत नव्हते. निष्कारण सारा राणीवसा चिंतेत बुडाला असता. जवळजवळ दोन मास पूर्ण होत आले. सारे द्वारकाद्वीप स्वामींची चातकासारखी प्रतीक्षा करू लागले. स्वामी द्वीपावर असले की जणू चैतन्यलाटा उसळल्याचा भास होई. सानथोर सारेच स्वामीवेडे होते.

अखेर तो आनंदाचा उच्चांक गाठणारा शुभसंदेश द्वारकेत एका सुवर्णक्षणी येऊन थडकला. महापराक्रमी गदाधर भीमसेनांनी स्वामींच्या मार्गदर्शनाखाली, जरासंधाशी सतत तेरा दिवस गदायुद्ध खेळून त्याला पराजित करून यमसदनाला पाठविले होते. संदेश घेऊन आलेल्या दूताने नेहमीप्रमाणेच या अतुलनीय धर्मयुद्धाचे अलौकिक वर्णन केले. प्रथम स्वामींनी, धनुर्धर पार्थ, गदाधर भीमसेन, दारुक, या निवडक योद्ध्यांसह वेष पालटून, काशीच्या विद्वान वैदिक पंडितांचा वेष धारण करून मगधांच्या राजधानीत, वज्रगिरीत प्रवेश मिळवला होता. त्यात कुणी अश्वपारखी, कुणी रत्नपारखीही झाले होते. प्रजेच्या आणि सैन्याच्या वेगवेगळ्या गोटात शिरून, महत्त्वपूर्ण माहिती गोळा केली होती.

पण... हा नियतीचा पण पुन्हा आडवा आला. ठरलेली योजना परिपूर्ण होण्याच्या बेतात असतानाच, मगध सम्राटांना या योजनेचा सुगावा लागला. स्वामींसह सर्वांनाच पकडण्यात आले. प्रसंगाचे गांभीर्य ओळखून नेहमीच्या चतुराईने स्वामींनी जरासंधाला गदायुद्धाचे आव्हान दिले. क्षत्रियाच्या धर्मानुसार त्याने ते स्वीकारले. पराक्रमी भीमाने, चातुर्याने स्वामींना बाजूला सारले. तो जरासंधासमोर उभा ठाकला. सतत तेरा दिवस हे युद्ध सुरू होते. शेवटच्या क्षणी स्वामींनी सुचविलेल्या डावपेचानुसार पराक्रमी भीमाने अवघड; पण साधी वाटणारी खेळी खेळली. जरासंध उताणा पडला. पराजित झालेल्या जरासंधाने अखेरचा श्वास घेतला. तो सुमुहूर्ताचा दिवस कार्तिक मासातला शुद्ध चतुर्दशीचा होता.

स्वामींनी त्यांच्या प्रथेप्रमाणे, अलिप्त आणि निरिच्छ वृत्तीने, मगधचे विशाल राज्य त्याच्या पुत्राच्या - सहदेवाच्या - स्वाधीन केले.

विजय मिळताच स्वामींनी प्रथम राजे-महाराजे बंदिवान असलेल्या कारागृहाकडे कूच केले. त्यांना मुक्त केले. साक्षात मृत्यूची प्रतीक्षा करणाऱ्या नरेशांचा आपल्या नेत्रांवर आणि कर्णांवर विश्वासच बसेना. नरकातून स्वर्गात उतरल्याचा भास त्यांना झाला. त्यांच्या मुखातून शब्द उमटत नव्हता. स्वतः स्वामी, पार्थ, भीम सर्वांना उराउरी भेटले. ते अलौकिक दृश्य आपल्या नेत्रांत सामावून घेण्यासाठी, मगधाचे सहस्रावधी प्रजाजन तिकडे लोटले होते. या तीनही वीरांच्या, द्वारका आणि इंद्रप्रस्थ साम्राज्याच्या जजयकाराने तो परिसर दुमदुमून गेला होता.

आम्ही यादव कुळातील लोक दूताच्या मुखातून स्रवणारे शब्द न् शब्द कानात साठवून ठेवत होतो. अतुलनीय शांतता पसरली होती. कुणाला तरी एकदम भान आले. द्वारकाधीशांच्या जयजयकाराची उत्स्फूर्त गर्जना केली गेली. प्रजेला दवंडी पिटून वार्ता देण्यात आली. लहानथोर, स्त्रीपुरुष गृहाबाहेर पडून आनंदाने नाचू लागले. विजयाची गाणी गाऊ लागले. गृहागृहांवर उत्स्फूर्तपणे गुढ्या-तोरणे उभारली गेली. रंगवस्त्रांनी परिसर सजले. मंगलवाद्यांचा गजर आसमंताला भेदू लागला. ते अभूतपूर्व दृश्य म्हणजे प्रजाजनांच्या आनंदाचा परिपाक होता. तो नैसर्गिकच होता. जरासंधाने आमच्या यादवकुळाला भयानक पीडा दिली होती. सतरा वेळा त्याच्या प्रचंड सेनेला परतवून लावतानाच मथुरेची प्रचंड अशी आर्थिक, सामाजिक, मानसिक, मानवी हानी झाली होती. सत्ता खिळखिळी झाली होती. द्वारकाधीशांना, मथुरेपासून दूर बेटावर द्वारका वसवावी लागली होती. त्यांच्या मुख्य शत्रूचा नायनाट झाला होता. मथुरेतही असाच आनंदोत्सव साजरा होत असणार याविषयी मला शंका नव्हती.

आणि मी? माझ्या आनंदाच्या भावना तर एवढ्या तीव्र होत्या, की त्या शब्दांमध्ये व्यक्त करणे अशक्यच. जरासंध आमच्या यादवकुळाचा पक्का शत्रू तर होताच; पण माझा स्वतःचा वैयक्तिक शत्रूही होता. शिशुपालाशी माझा विवाह निश्चित करण्यात त्याचा सिंहाचा वाटा होता. तसे घडले असते तर? माझे पूर्ण जीवनच उद्ध्वस्त झाले असते. अर्थात नुसते उद्ध्वस्त नाही, तर ते नष्टच झाले असते. कारण स्वामींशिवाय दुसऱ्या कुणाशी विवाह? अशक्यप्राय गोष्ट होती. तशी वेळ आलीच असती तर मी माझे जीवनच संपवले असते. माझ्या भावविश्वातील स्वामींच्या सहवासांच्या स्मृतीतच मृत्यूच्या कुशीत विसावले असते. माझ्या पवित्र मनाला आणि तनाला, स्वामींच्या पवित्र स्पर्शाशिवाय अन्य कुणाचा स्पर्श मी सहनच करू शकले नसते. स्वामींच्या अन्य राण्यांमध्ये आणि माझ्या भावनांमध्ये हा पर्वताएवढा फरक होता. त्यामुळे माझ्या आणि त्यांच्या आनंदातही तेवढाच फरक होता. त्यांच्या मनात जरासंधवधामुळे आनंदाच्या लाटा उठत होत्या. माझ्या आनंदाला जणू उधाण आले होते. हे उधाण व्यक्त करायला योग्य असे एकच स्थान होते, ते म्हणजे माझे स्वामी. त्यांची प्रतीक्षा करणे भागच होते.

माझ्यासारखाच असीम आनंद झालेल्या असंख्य व्यक्ती होत्या. थोरले महाराज, थोरल्या माता, दादा, उद्धवभाऊजी किती नावे सांगावी? थोरले महाराज, माता यांच्या नेत्रांत आनंदाश्रूंचा महापूर आला होता. गुरुवर्य सांदीपनी, गर्गमुनी यांच्या नेत्रांत आपल्या शिष्याविषयी अपार कौतुक आणि प्रेम उमटले होते. त्यांना ठाऊक होते की या कार्यात पांडवांचे साहाय्य अपार मोलाचे असले तरी त्यांचा कर्ताकरविता हा त्यांचा लाडका वासुदेवच होता.

ही आनंदवार्ता विदर्भ राज्यात, पर्यायाने, माझ्या मातेला कळली असणारच. मनातल्या मनात मी तिला माझ्या आनंदात सहभागी करून घेतले. तिचे आशीर्वाद घेतले.

निश्चित समयी, शुभमुहूर्तावर स्वामींचे द्वारकेत आगमन झाले. त्यांच्यासमवेत गेलेले सैनिक, रथी-महारथींचे न भूतो न भविष्यती असे भव्य स्वागत प्रजाजनांनी केले. एक सप्ताहभर हा नेत्राचे पारणे फेडणारा आनंदसोहळा सुरू होता. राजकुळाकडून मुक्त हस्ताने, अन्न, वस्त्र, सुवर्ण दान करण्यात येत होते.

उत्सवानंतर थोडा निवांत समय लाभल्यावर पुन्हा एकदा थोरले महाराज, माता, गुरुवर्य, अन्य आदरणीय व्यक्तींची चरणधूळ घेऊन स्वामी रात्री जेव्हा आमच्या शयनकक्षात आले, तेव्हा मी भान हरपून त्यांच्याकडे बघतच राहिले. आनंद, अभिमान, प्रेम अनेक भावना उरात दाटल्या होत्या. मुखातून शब्दही बाहेर पडत नव्हता. माझ्या नेत्रांतून अश्रूंचा जणू महापूर उचंबळत होता. स्वामींच्या हृदयाचीही हीच स्थिती झाली असावी. ते मला जवळ घेत प्रेमाने पाठीवर थोपटत म्हणाले, "रुक्मिणी, न बोलताही मला तुझ्या भावना कळल्या. मलाही तुझ्यासारखीच आपल्या आयुष्यातली ती घडी आठवली. तुझ्या-माझ्या विवाहमार्गात त्याने जणू संकटांचा पहाडच उभा केला होता. त्याच्या मृत्यूनं या विश्वातील एक दुष्टपर्व संपलं आहे. तो नर नव्हताच; तर खरोखरच नराधम होता, राक्षस होता. राक्षस, राक्षस म्हणजे काय गं? ती एक प्रवृत्ती असते. ती कुठही, कुणामध्येही असू शकते. त्याच्या मृत्यूनं या एका बलाढ्य राक्षसी प्रवृत्तीचा अंत केला गेला. तो पराक्रमी भीमाच्या हातूनच घडायचा होता. मी केवळ निमित्तमात्र. माझ्या जीवित धर्मकार्यापैकीच ते एक कार्य होतं. ते पूर्ण झाल्यामुळं मी आज समाधानी आहे."

मीसुद्धा अपूर्व समाधानाने माझे नेत्र मिटले. जरासंधाचे दुष्ट पर्व संपले होते. याचा अर्थ स्वामींचे सारे शत्रू संपले होते, असा मुळीच नव्हता. या चराचराच्या सृष्टीत दुष्ट आणि सुष्ट यांचा पकडापकडीचा खेळ सुरूच असतो. सुखदुःखांची पाठशिवणीही सुरूच असते. मला तर वाटते, विधात्याचा हा गमतीचा खेळ असावा. मानव स्वतःला बुद्धिमान, सर्वश्रेष्ठ समजतो. तो नाही का, पक्ष्यांमध्ये, पशूंमध्ये क्रुर असे झुंज नावाचे खेळ करून गंमत बघत बसत? तसाच हा विधाता मानवापेक्षा श्रेष्ठच नाही का? तो अशा विरुद्ध प्रवृत्तीच्या मानवांना जन्माला घालून गंमत बघत असतो. या खेळात जो जेता असतो, त्याला तो खेळ सुखद वाटतो. जो पराजित असतो, त्याला तोच खेळ जीवघेणा वाटतो.

सांगण्याचे तात्पर्य एवढेच, की मला आमच्या द्वारकाद्वीपावरची शांतता ही नेहमीच वादळापूर्वीची शांतता भासायची. मला मनात भय किंवा चिंता वाटत नसे, कारण माझा स्वामींवरचा, त्यांच्या कार्यावरचा, पराक्रमावरचा दृढ विश्वास. म्हणून जोपर्यंत स्वामी द्वारकेत आहेत तोपर्यंत त्यांच्या प्रत्यक्ष सहवासाचा, ते

द्वारकेत नसले, की त्यांच्या अदृश्य सहवासाचा मी अपूर्व अनुभव घेत असे.

जरासंध वधाच्या आनंदाच्या भारलेल्या वातावरणात भर घालणारी आणखी एक घटना घडली. इंद्रप्रस्थात होणाऱ्या न भूतो न भविष्यती, अशा भव्य दिव्य राजसूय यज्ञाचे निमंत्रण घेऊन परंपरेप्रमाणे इंद्रप्रस्थाहून ज्येष्ठ विद्वान पुरोहित आणि अमात्य आले. स्वत: भेटून थोरल्या महाराजांपासून सर्वांना मानाप्रमाणे निमंत्रण दिले. द्वारकेतही त्यांचा यथोचित सत्कार करण्यात आला. माझ्या ध्यानात आले की या वार्तेने स्वामींना अपूर्व आनंद झाला होता. जणू काही पांडवांचा हा यज्ञ म्हणजे आमच्या कुळाचाच यज्ञ होता.

यज्ञाच्या मंगल मुहूर्ताच्या शुभयोगाला फार अवधी नव्हता. म्हणूनच त्वरेने इंद्रप्रस्थाला जाण्याची सिद्धता वेगाने सुरू झाली. या वेळी आमच्या द्वारकाद्वीपावरली मोजकीच मंडळी तिथे जाणार होती. निवडक सेनापथके पुढे पाठवली गेली. महाराज युधिष्ठिरांच्या राज्यारोहण प्रसंगी जवळजवळ सारीच इच्छुक मंडळी इंद्रप्रस्थाचे वैभव बघून आली होती. आता त्यांनी द्वारकाद्वीपावर राहणेच पसंत केले. यज्ञाच्या सांगतेसाठी अवधीही थोडका उरला होता. दादा, रेवतीताई, उद्धवभाऊजी, स्वामी, मी, सेनापती असे आम्ही जाणारच होतो. थोरले महाराज, दोन्ही माता वृद्धत्वामुळे येऊ शकणार नव्हत्या. आमचे निवडक ज्येष्ठ पुत्रच या वेळी येणार होते.

या वेळी त्वरेने जायचे होते म्हणून थोडा वेगळा मार्ग निवडला, पडाव कमी टाकण्याचे ठरवले. मुक्कामाचे दिवसही कमी समयाचे ठरवले. मार्गावरील कोणत्याही नरेशांना आगमनाची वार्ता न देण्याचे ठरवले. कारण त्यांनी केलेल्या आग्रहाला मान द्यावा लागतो. स्वामींच्या आगमनाची वार्ता कळताच जनप्रवाह वेगाने दर्शनासाठी धावू लागतो. त्याचे जनसागरात रूपांतर होते आणि माझे हृदयस्वामी म्हणजे तर जणू प्रेमसागरच. या दोन्ही सागरांचे मिलन अपूर्व योग असतो हे खरे; पण मग नियोजित स्थान समयात गाठणे कठीण जाते.

परंपरेप्रमाणे योग्य सुमुहूर्तावर आम्हाला इंद्रप्रस्थ प्रस्थानासाठी शुभेच्छा देण्यात आल्या. ज्येष्ठांचे, गुरुवर्यांचे आशीर्वाद घेऊन प्रजाजनांच्या शुभेच्छा स्वीकारून, अनर्त, भृगुराज्य, अवंती, कुंतीभोज, पांचालमार्गे इंद्रप्रस्थात आलो.

या प्रसंगी, पांडवांच्या, द्रौपदी, सुभद्रा यांशिवाय अन्य राण्यांना बघण्याचा योग आला. माझ्या भगिनींप्रमाणे त्या सदाकाल इंद्रप्रस्थात राहत नसत. त्या आपापल्या माहेरीच निवास करत. या महत्त्वपूर्ण मंगलमय यज्ञासाठी त्या आपल्या माहेरच्या आप्तांसह आल्या होत्या. इंद्रप्रस्थ सीमेवर त्याही आमच्या स्वागतासाठी उपस्थित होत्या. मी मनोमनी जाणत होते, की त्या मंडळींनाही स्वामींच्या प्रत्यक्ष दर्शनाची आस होती. पर्यायाने महाराणी म्हणून माझ्याविषयीही उत्सुकता त्यांच्या मुखावर प्रतिबिंबित होत होती.

इंद्रप्रस्थ नगरीविषयी या वेळी, मागल्या खेपेसारखे एक कुतूहल नव्हते. परंपरेप्रमाणे कुंतीआत्याबाई, पाच पांडव, द्रौपदी, सुभद्रा, अन्य राणी कुळांकडून स्वागताचा स्वीकार करून, मानाप्रमाणे ज्येष्ठांचे चरणवंदन करून आम्ही राजवास्तूकडे आमचा मोर्चा वळवला.

थोडासा विश्राम घेऊन स्वामी उत्साहाने उठले. यज्ञाच्या स्थानाचे निरीक्षण करण्याकरिता यज्ञस्थळी जाण्यासाठी सज्ज झाले. खरे तर सर्वांनाच आज विश्रांतीची नितांत गरज होती. प्रवासाने जीव शिणला होता; पण स्वामींची ती उत्साहमूर्ती दृष्टीला पडताच आम्हा साऱ्यांच्याच अंगात उत्साह संचारला.

खरेच, मला त्यांचा खूप अभिमान वाटला. स्वामी म्हणजे जणू ऊर्जेचा स्रोतच. चैतन्याचा खळाळता झरा. त्यांच्या क्षणिक सहवासाने, दृष्टिक्षेपाने निकटवर्तीयांच्या तनात, मनात चैतन्याचे झरे वाहू लागत. मनाचा आणि शरीराचा थकवा क्षणात दूर पळून जाई. दादा, उद्धवभाऊजी, रेवतीताई, मी आपोआपच त्यांच्यामागे जाण्याच्या तयारीला लागलो.

यज्ञस्थळाचे वर्णन करणे माझ्या शब्दापलीकडील आहे. भव्य प्रांगण, सुशोभित भव्य यज्ञकुंड, आचार्य, ऋषी-मुनींची मानस्थाने, उच्चासने सारेच दृष्ट लागण्यासारखे. स्वामींनी या उत्कृष्ट सज्जतेसाठी युधिष्ठिराची पाठ थोपटली. त्याचा चेहरा आनंदाने प्रफुल्लित झाला. स्वतः महर्षी व्यास, पितामह भीष्म, महापराक्रमी कर्ण, पूर्व-पश्चिम, उत्तर-दक्षिण राज्यांचे महापराक्रमी नरेश स्वतः उपस्थित होते. कर्ण आणि दुर्योधन एकमेकांच्या साथीनेच वावरताना दिसत होते. साऱ्या आमंत्रित अतिथींच्या आतिथ्यात थोडीही उणीव राहणार नाही, याची काळजी घेतली जात होती.

सर्वत्र उत्साहाने आणि आनंदाने भारलेले वातावरण प्रत्ययास येत होते. सुभद्रेकडे बघून मन सुखावत होते. मला, इंद्रप्रस्थात गेल्या वेळी आम्ही आलो होतो तो काळ आठवत होता. किती अस्वस्थ होती त्या वेळी सुभद्रा? माझी आणि स्वामींची प्रत्यक्षात माझ्या हरणप्रसंगी प्रथमच भेट झाली होती. मनातल्या मनात, स्वप्नात, माझ्या जगात ते क्षणोक्षणी युगे नी युगे भेटतच होते; पण ती भेट वेगळी. ती आपल्या मनःशक्तीच्या जोरावर इच्छेप्रमाणे घडवून आणता येते; पण त्यांचे तसे नव्हते. त्यांची कळत नकळत प्रत्यक्षात कधी द्वारकेत, तर कधी इंद्रप्रस्थात भेट होत होती. त्यामुळे सहवासाची, विधिवत नाते जुळण्याची ओढ दोघांच्याही मनात अनिवार उसळ्या मारत होती; पण आता असे नव्हते. या वेळी ती एक तृप्त पत्नी, मातृत्व लाभलेली छोट्या अभिमन्यूची तृप्त माता म्हणून समाधानाने, धनुर्धर पत्नी या नात्याने राजवास्तूत, राजसूय यज्ञस्थळी वावरत होती. महाराणी द्रौपदीचा योग्य मान राखत होती, तरीही त्यांच्यामधले जिव्हाळ्याचे नाते सतत दृष्टीस पडत होते.

द्रौपदीच्या नेत्रांतही तिच्याविषयी धाकट्या भगिनीची माया जाणवत होती.

पाची पांडवांच्या अन्य राण्या महाराणीपासून योग्य ते अंतर राखून वावरताना दिसत होत्या. कदाचित त्यांचा सततचा सहवास नाही, हेही कारण असू शकेल; पण सुभद्रेचे तसे नव्हते. ती तिच्या समवतेच इंद्रप्रस्थातच निवास करत होती ना. दुसरे महत्त्वाचे कारण म्हणजे ती श्रीकृष्णाची लाडकी भगिनी, म्हणजे तिचीही भगिनी नव्हती का? तिचे सुख बघणे ती तिचे कर्तव्यच समजत होती. आम्हाला बघून सुभद्रेचे नेत्र आनंदाने लकाकले. ती घाईघाईने येऊन माझ्या, रेवतीताईंच्या गळ्यातच पडली. स्वामींनीही तिला जवळ घेतले. दादांच्या जवळही गेली; पण जरा भीत-भीतच. दादा गडगडाटी हसत तिला जवळ घेत म्हणाले, ''सुभद्रे, मी आपला सरळ साधा, त्या वेळी तुला माझी भीती वाटली होय ना? या धाकट्या दादा-वहिनीला विश्वासात घेऊन मोकळी झालीस. आता कसलं भय?''

खरे म्हणजे मधल्या काळात कितीतरी घटना घडून गेल्या होत्या. दादा त्यांच्या स्वभावाप्रमाणे लाडक्या सुभद्रेवरचा क्रोध कधीच विसरून गेले होते. जात्याच बुद्धिमान सुभद्रेलाही हे ठाऊक नव्हते का? त्यानंतर ती द्वारकाद्वीपावर माहेरपणाला येतच होती की. अभिमन्यू बाळाचा जन्मही माहेरी म्हणजे द्वारकाद्वीपावरच झाला नव्हता का? त्याचे अमाप कौतुक केवळ आमच्या राजकुळातील सदस्यांच्याच नव्हे, तर पूर्ण राजद्वीपवासीयांच्या नेत्रांत मावत नव्हते, हे काय तिला ठाऊक नव्हते? आज ती भय वाटण्याचे केवळ नाटक करत होती.

सुभद्रेचे, अभिमन्यूचे कौतुक, गप्पागोष्टी करता करता किती वेळ गेला ते कळलेच नाही. अखेर पूजनीय कुंती आत्याबाईंच्या आगमनाने आम्ही सारेच भानावर आलो. त्यांना वंदन करून, उद्याच्या समारंभाविषयी त्यांच्या सूचना ऐकून आपापल्या कार्यासाठी त्या त्या स्थानाकडे मार्गस्थ झालो.

दुसऱ्या दिवशी माझ्या जीवनमार्गावरला एक परम भाग्याचा समय उगवणार होता. तो म्हणजे स्वामींच्या साथीने मलाही यज्ञस्थानी अग्रपूजेचा मान मिळणार होता. स्वामींच्या आणि माझ्याऐवजी तो अन्य कुणाला मिळाला असता तरी मला दुःख झाले नसते; परंतु हा मान स्वामींना मिळणार होता. अशा अलौकिक युगंधराची मी पत्नी होते, या गोष्टीचा मला निश्चितच अभिमान होता. या गोष्टीचे श्रेय मी माझ्या नियतीलाच निःसंशयपणे देत होते. तिनेच माझ्या स्वामींची अर्धांगिनी होण्याचे भाग्य माझ्या पदरात घातले होते. मला ठाऊक होते, या आनंदाच्या प्रसंगी चेदीराज शिशुपालही उपस्थित राहणार होता. माझ्या यादवकुळाला कमी लेखणाऱ्या जरासंध आणि शिशुपालाला मला दाखवून द्यायचे होते, की त्याच यादव कुळातल्याच एका पुरुषोत्तमाला हा मान मिळतो आहे. पर्यायाने मी केलेली स्वामींची निवड किती योग्य आहे ते. 'अभिषिक्त' नसले तरी या विश्वाचे 'अनभिषिक्त' सम्राट आहेत माझे स्वामी, हे त्यांना जाणवून द्यायचे होते. त्यांपैकी जरासंध तर

आता कधीच उपस्थित राहू शकणार नव्हता; पण माझी अभिलाषा धरणाऱ्या शिशुपालाला तर ते पटवून घ्यावे लागणारच होते.

त्या रात्री या विचारांच्या भोवऱ्यात सापडून मला नीट निद्राही लागली नाही. या प्रसंगामुळे भूतकाळ पुन्हा जागृत झाला होता. स्वामी मात्र निद्रेत सुखी, शांत दिसत होते. दिवसभर विश्वाची चिंता वाहणारा हा योगेश्वर झोपेत लहान बालकासारखा निरागस भासत होता आणि लोभसही. पहाटे पहाटे यमुनामातेच्या शीतल लहरींनी गोंजारून निद्रादेवीने मला आपल्या कुशीत घेतले.

पण लवकरच जाग आली असावी, कारण तेव्हा पक्ष्यांचा मधुर गुंजारव कानी पडला. मन प्रसन्न झाले. शेजारी बघितले तर स्वामी शय्येवरून उठून गेलेले दिसत होते. मी घाईघाईने उठले. खाली आले. राजवास्तूत सर्वत्र गडबड उडालेली दिसत होती. दास-दासी, सेवक-सेविका, त्यांच्यावर नजर ठेवणारे त्यांचे अधिकारी. मला गंमत वाटली. आज्ञा करणे आणि आज्ञा पाळणे असा जणू खेळ सुरू होता.

गडबड असूनही कामात शिस्त होती. करणारे आणि करवून घेणारे दोघेही आनंदात दिसत होते. मी उल्हसित मनाने इथल्या माझ्या कक्षाकडे वळले, आन्हिके उरकण्यासाठी. दासींनी माझ्या अंगाला सुगंधित उटणे, तेल लावून मला सुगंधित जलाने न्हाऊ घातले. केसांना धुरी देऊन ते सुकवण्यात आले. त्यांची सुरेख केशरचना करण्यात आली.

मी मनातल्या मनात अलौकिक तृप्तीने सुखावत होते. खरे तर हे सेवक-सेविका, हे सुगंधी स्नान या गोष्टी मला नित्याच्याच होत्या. तरीपण आजचे कारण वेगळे होते. आजचे स्थान वेगळे होते. स्वामींची अर्धांगिनी झाले तेव्हाच मी या त्रिभुवनाची स्वामिनी झाले होते. आजचा अग्रपूजेचा मान म्हणजे माझ्या स्वामींच्या कार्याचा, अलौकिक व्यक्तिमत्त्वाचा, गौरव होता. माझ्या रक्तातला रोम न् रोम त्यांच्याविषयीच्या अभिमानाने फुलून गेला होता.

"किती सुंदर दिसताय वहिनी," माझ्या कक्षात प्रवेश करत द्रौपदी म्हणाली. मी तिच्याकडे मान वर करून बघितले आणि माझे भानच हरपले. एका झळाळत्या सावळ्या वर्णाची तेजस्विनीच जणू माझ्यासमोर उभी होती. तिचा तो कुरळा, भरगच्च, नितंबाखाली रुळणारा केशकलाप मुक्तपणे विहरत होता. फिकी पिवळी छटा असणारे चंदेरी वस्त्र तिच्या सावळ्या कायेला विलक्षण शोभा देत होते. त्यावर हिरवे पाचू, पुष्कर, माणिक यांचा उपयोग करून तयार केलेले रत्नजडित अलंकार लखलख करत होते. मस्तकापासून चरणांपर्यंत सालंकृत असलेली ती अलौकिक सौंदर्यवती. माझी दृष्टी तिच्यावर ठरत नव्हती. काय बोलावे, कशाची उपमा द्यावी तेच कळत नव्हते. तिच्या आगमनाबरोबर मंद सुवासाने माझा कक्ष भारून गेला होता. आम्ही दोघी, तिथे उपस्थित असलेल्या सेविका सारेच नि:शब्द झालो होतो.

तोच नुकत्याच प्रवेशलेल्या आमच्या मुक्त मनाच्या रेवतीताईंनी तिथे प्रवेश केला. शांततेचा भंग करत त्या म्हणाल्या, "किती सुरेख दिसताय गं तुम्ही दोघी. तुम्हाला गंगा-यमुना म्हणू की साक्षात लक्ष्मी-सरस्वती? थांबा तिथंच, मी आधी तुमची दृष्ट काढते. हो उगाच कुणाची दृष्ट लागायला नको तुम्हाला."

त्यांच्या निर्मळ नजरेत आमचे कौतुक मावत नव्हते. मी आणि द्रौपदी भानावर आलो. एकमेकींकडे बघून हसलो. अकारणच माझ्या मनात आले, दोघीही दर्पणासमोर उभ्या राहू या. दुसऱ्या क्षणी मनात आले, नकोच. तुलनाही नको, स्पर्धाही नको. आपण आपापल्या जागीच ठीक आहोत. नेमस्त सुमुहूर्तावर मंगल वाद्यांच्या गजरात, सुशोभित गरुडध्वजात आसनस्थ होऊन मी आणि स्वामी यज्ञस्थळाकडे निघालो. तो राजमार्ग गोमयाच्या शिंपणाने, सुरेख रंगावल्यांनी सुशोभित केला होता. राजमार्गाच्या दोहो बाजूंना सुवासिनी मंगल कलश घेऊन उभ्या होत्या. प्रजाजन आमच्यावर पुष्पवर्षाव करत होते. हा संपूर्ण सोहळा बघण्यासाठी प्रजाजनांनी अनोखी गर्दी केली होती. पाचही पांडव, दादा, उद्धवदादा, स्वामी यांच्या नावाच्या जयजयकाराचे निनाद गगनापर्यंत जाऊन भिडत होते. मी या प्रजेच्या निर्व्याज प्रेमाने, कौतुकाने न्हाऊन निघत होते. आम्ही यज्ञस्थळी पोहोचताच तिथे उभारलेल्या प्रवेशमहाद्वारापाशी आमचे भव्य स्वागत केले होते. आम्ही आत पाऊल टाकले. यज्ञकुंडाभोवतीचा मंडप देशोदेशीच्या नरेशांच्या उपस्थितीने गच्च भरून गेला होता. अनेक कुलगुरू, ऋषिमुनीही आसनस्थ झालेले दिसत होते. मी दृष्टी टाकली. यज्ञकुंडात महाऋषी-मुनींनी विधिवत, अग्नी प्रदीप्त केला होता. त्यांच्या तालासुरांत सुरू असलेल्या मंत्रोच्चारांनी तिथला संपूर्ण परिसर पवित्र आणि मंगलमय वातावरणाने भारून गेला होता.

आम्ही सर्व निर्देशित केलेल्या आसनांवर आसनस्थ झालो. स्वामींनी संपूर्ण मंडपावर प्रसन्नपणे हसत दृष्टी टाकली. महर्षी व्यास, पितामह भीष्म, महर्षी विदुरांसहित, युवराज दुर्योधन, दुःशासन, अंगराज कर्ण, जयद्रथ आणि चेदीराज शिशुपालदेखील मला दिसले. मी दचकले. पुन्हा एकवार दृष्टी टाकली. त्याचे माझ्याकडे लक्ष नव्हते. तो एकटक बघत होता तो स्वामींकडे. त्याच्या चेहऱ्यावरच्या भावांकडे लक्ष जाताच मी शहारले. काय नव्हते त्या नजरेत? त्या नजरेत, स्वामींविषयी क्रोध, संताप, द्वेष, मत्सर या विकारांचा जणू भडका उडाला होता. जणू या क्रोधाग्नीच्या वडवानलात तो स्वतः सूडाच्या ज्वालांनी पेटला होता. त्याची चर्या लालीलाल झाली होती. नेत्रातून सूडभावनेचे अंगार बाहेर पडत होते. तो कोणत्याही क्षणी हातात शस्त्र घेऊन स्वामींवर चालून येईल की काय असे मला वाटत होते. मी स्वामींच्या चर्येकडे दृष्टी टाकली. त्यांच्या चर्येवर नेहमीसारखेच प्रसन्न हास्य विलसत होते. मला ठाऊक होते त्यांनी नक्की शिशुपालाच्या मुद्रेवरचे

भाव टिपलेले असणार, ओळखलेही असणार. वेळ आली तर काय करायचे ते ठरवलेही असणार; पण योग्य वेळ आल्याशिवाय ते आपली स्थितप्रज्ञता ढळू देणार नाहीत. आपल्या मनातले विचार मुद्रेवर उमटू न देण्याचे कौशल्य त्यांच्या ठायी निश्चितच होते. त्यांच्या असंख्य सद्‍गुणांपैकी हा एक सद्‍गुण. माझे स्वामी म्हणजे सद्‍गुणांचा जणू सागरच. बघा, सभोवती एवढा अफाट जनसागर जमला असून मी आपली माझ्या विचारसागरातच गिरक्या घेते. मी माझ्या मनाला रागावले. म्हणाले, 'अरे राजा, समोर जो महान, मंगल, भव्य समारंभ आरंभित होत आहे, त्याकडे जरा लक्ष दे ना.'

मी यज्ञवेदीकडे दृष्टी वळवली. तोच स्वत: युधिष्ठिर महाराज, महाराणी द्रौपदी आमच्याकडेच येताना दिसले. ते अग्रपूजेचा मान देणाऱ्या अतिथींना म्हणजेच मला आणि स्वामींना उच्च स्थान ग्रहण करण्याची विनंती करण्यासाठी आमच्याजवळ आले. औपचारिकपणे योग्य ती विनंती त्यांनी केली. मी आणि स्वामींनी ती स्वीकारली. आम्ही अग्रस्थानावर स्थानापन्न झालो. मी पुन्हा एकदा सर्वत्र, उपस्थितांवर हळूच दृष्टी टाकली. राजमाता, महर्षी व्यास, महात्मा विदुर, पितामह भीष्म, उपस्थित महानरेश साऱ्यांच्याच नजरेत अपरंपार कौतुक आणि आनंद भरलेला दिसत होता. तो सात्त्विक आनंद बघण्यातही हृदयाला एक वेगळेच सुख लाभत होते. मला धन्य धन्य वाटले.

आता आमच्या अग्रपूजेचा विधी सुरू झाला. आधी आमची पूजा, नंतर आमच्या हस्ते यज्ञकुंडात प्रथम समिधा अर्पण केल्या गेल्या की यज्ञाचे पुढले विधी सुरू होणार होते. मला, आमची पंचसरिताच्या जलाने पाद्यपूजा त्यांच्याकडून करून घेताना मात्र संकोच वाटला. वयाने श्रेष्ठ असलेले, या इंद्रप्रस्थ साम्राज्याचे महानरेश युधिष्ठिर, महाराणी द्रौपदी यांच्या हस्ते माझी पाद्यपूजा. खरेच आपली योग्यता एवढी मोठी आहे का? समोरच्या व्यासपीठावर आसनस्थ असलेले पितामह भीष्म, महर्षी व्यास, महात्मा विदुर, राजमाता कुंतीदेवी या ज्येष्ठ, श्रेष्ठांसमोर तर मनातला संकोच अधिकच वाढला. त्याच क्षणी मी स्वामींकडे पाहिले. मी चमकले. मला स्वामींच्या ठिकाणी प्रत्यक्ष भगवान विष्णूच दिसले. शंख, चक्र, गदा, पद्मधारी. सभोवती दिव्य प्रभा फाकलेली, ती तेज:पुंज प्रत्यक्ष नारायणाची चैतन्यमूर्ती माझ्याकडे बघून मंद, प्रसन्न स्मित करत होती. मी भानावर आले. गोंधळलेल्या अवस्थेतच पुन्हा स्वामींकडे बघितले. आता मला तिथे पूर्ववत माझे स्वामी दिसले. क्षणात माझ्या मनात प्रकाश पडला. हा अग्रपूजेचा मान प्रत्यक्ष योगेश्वराचा होता. पुन्हा मनाला प्रश्न पडला. माझे स्वामी कोण? सृष्टीचे पालनकर्ते प्रत्यक्ष नारायण? मी कोण? माझ्या प्रश्नाला उत्तर मिळाले होते. जणू प्रत्यक्ष विष्णू मला संदेश देत होते, रुक्मिणी संकोचू नकोस, आपली पाद्यपूजा हे केवळ वरवर

दिसणारे उपचार आहेत. प्रत्यक्षात ही पूजा आहे चैतन्याची, आदिशक्तीची. आपण त्यांची केवळ रूपके आहोत. काही क्षणांचाच हा खेळ; पण त्यात मला प्रत्यक्ष विष्णूचे दर्शन झाले होते. मला तो शुभशकुनच वाटला. मी स्वामींची आज्ञा समजून आनंदाने पुढील उपचारात सहभागी झाले.

आता प्रसंग होता यज्ञकुंडात समिधा टाकण्याचा. त्यासाठी आम्ही यज्ञकुंडाकडे निघालो. तोच त्या परिसरात कोपिष्ट सुरात गर्जना घुमली, "कृष्णा, थांब! हा मान स्वीकारण्याची तुझी योग्यता नाही. मी जिवंत आहे, तोपर्यंत तरी तुला हा मान मी कदापिही मिळू देणार नाही. तुला काय वाटले, सम्राट जरासंध या पृथ्वीतलावर नाहीत म्हणून वाटेल तसे वागायला तुला सर्व रान मुक्त आहे? पण मी त्यांचा उजवा हात, चेदीराज शिशुपाल तुझ्याशी लढा द्यायला समर्थ आहे." त्याने सर्व आसनस्थ जनसमुदायाकडे विजयी मुद्रेने दृष्टी फिरवली. मी पाहिले, की पितामह भीष्म, महात्मा विदुर, महर्षी व्यास यांच्या मुद्रेवर क्रोध आणि आश्चर्य यांचे चमत्कारिक मिश्रण प्रतिबिंबित झाले होते. दुर्योधन, दुःशासन आनंदित झालेले होते, तर अंगराज कर्ण दिङ्मूढ झाल्यासारखा दिसत होता. भीम आणि पार्थासहित पाचही पांडव, आमचे सेनापती रागाने थरथरत होते. त्यांच्या दृष्टीत क्रोधाचे जणू निखारे पेटले होते. आपापली शस्त्रे उगारून चेदीराजाकडे जाण्यासाठी स्वामींच्या आज्ञेची वाट बघत होते. स्वामींनी त्यांना हातानेच खाली बसण्याची खूण केली. श्रेष्ठ मंडळींनाही शांत राहण्यास सांगितले आणि एखाद्या अतिसामान्य बुद्धीच्या व्यक्तीकडे बघावे, तसे ते चेदीराजाकडे बघू लागले.

आपल्या बोलण्यामुळे कोणतीच प्रतिक्षिप्त प्रतिक्रिया उमटली नाही, हे बघून चेदीराज आणखी संतप्त झाला. तो म्हणाला, "अरे मतिमंदांनो, तुमची बुद्धी मंद झाली आहे की भ्रष्ट झाली आहे? का तुमची सारासारविचारशक्तीच हरवली आहे? आपण श्रेष्ठ नरेश, प्रचंड, विशाल साम्राज्याचे सम्राट, या कोणत्याही राज्याचा विधिवत नरेशच काय, युवराजही नसलेल्या त्या गवळ्याच्या पोराला एवढं महत्त्व का देता तेच कळत नाही. त्यानं स्वतः पराजित केलेल्या एका तरी सिंहासनावर तो विधिवत आसनस्थ झाला का? तुम्ही कधी या गोष्टीचा विचार केलात का? अरे, सत्ता चालविण्यासाठी अंगी सामर्थ्य लागतं, ते या पळपुट्याकडं नाही. म्हणूनच 'त्याग' असं आपल्या कृत्याचं समर्थन करून त्यानं ती ती सत्ता, त्या त्या नरेशांच्या वंशजाला देऊन टाकली. अपार संपत्ती मात्र लुटून नेली."

मला तर त्याच्या या विधानावर हसावे की रडावे तेच कळत नव्हते. हृदय क्रोधाने पेटून उठले होते. असे वाटत होते, त्याची ही स्वामींविरुद्ध खोटे आरोप करणारी वळवळणारी जीभ छाटून टाकावी. माझ्या भावना जाणून स्वामींनी माझ्या हाताला स्पर्श करून 'शांत रहा' असे सुचवले.

मी स्वामींच्या चर्येकडे हळूच दृष्टी टाकली. थोड्या वेळापूर्वी नेहमीसारखी वाटणारी त्यांची प्रसन्न मुद्रा, आता गंभीर वाटत होती. त्यांच्यासारखीच ज्येष्ठ मंडळींची मुद्राही गंभीर दिसत होती. तिथे उपस्थित असलेल्या युवकांच्या हालचालींत क्रोध मावत नव्हता; तर काही नरेशांच्या चर्या भयग्रस्त झालेल्या दिसत होत्या.

किती आनंदाचा, मंगल प्रसंग. काही क्षणांपूर्वी अस्तित्वात असलेले, पावित्र्याचे, मांगल्याचे, उत्साहाचे वातावरण काही क्षणांत उधळले गेले होते. कारण होता अपशकुनी चेदीराज. त्याचे वाक्तांडव सुरूच होते.

''हा कृष्ण स्वत:ला योगेश्वर म्हणवतो. काही मूर्ख लोकांनी याच्या नावामागे 'भगवान' ही उपाधी जोडली आहे. मी म्हणतो, हा जर भगवान आहे, तर याने आपल्या अलौकिक शक्तीचा प्रत्यय आज दाखवावाच. त्याशिवाय त्याच्यामागे वासुदेव म्हणून नाचणाऱ्या पितामह, महर्षी, महात्मा अशी स्वत:च्या नावामागे बिरुदावली जोडणाऱ्या महाभागांच्या नेत्रांवरची झापड उघडणार नाही. मी तर म्हणतो, या विद्वान मंडळींनाही म्हातारचळ लागला आहे. त्यांची मती कुंठित झाली आहे. लोकहो, आज जर या योगेश्वराने आपली दिव्य शक्ती प्रकट केली नाही तर या ज्येष्ठांच्या नावामागची बिरुदावली तुम्हीच मागे खेचा.''

''हे पापी नराधमा! मूर्खा! तोंड आवर.'' स्वामींचा भरदार आवाज घुमला. आम्ही सर्वांनीच दचकून स्वामींकडे दृष्टी वळवली. त्यांची मुद्रा रागाने लालभडक झाली होती. ते पुढे गरजले, ''हे चेदीचा राजा म्हणविणाऱ्या पापी मानवा, तुला मानव हे संबोधन द्यायलासुद्धा लाज वाटते. तू माझा, माझ्या यादव कुळाचा घोर अपमान तर केला आहेसच, तो मी सहन केला; पण आता तू या पृथ्वीतलाला पूजनीय, वंदनीय असणाऱ्या ज्येष्ठांचाही अपमान करतो आहेस. आता तुझी शंभर पापं भरली. आता जर तुला क्षमा केली तर ही धरतीमाता मला क्षमा करणार नाही. आता तू तिच्या अंकावर राहण्याच्या योग्यतेचा राहिला नाहीस. दुष्ट प्रवृत्तींचा नाश करण्यासाठीच माझा जन्म झाला आहे. क्रूरकर्मा जरासंधाचा तू समर्थक. तुला त्याच्यापाठोपाठ जायलाच हवं. नाहीतर त्यानं जी राक्षसी वृत्तीची रोपं रुजवली आहेत, त्यांना खतपाणी घालून महाकाय राक्षसवृक्षात त्याचं रूपांतर होईल. त्याची विषारी फळं निष्कारण सज्जनांना खावी लागतील. ते जिवाला मुकतील. या प्रक्रियेला प्रत्यक्ष किंवा अप्रत्यक्षपणे मी कारणीभूत ठरेन. ते पाप मला माझ्या शिरावर घ्यायचं नाही. तेव्हा हे क्रूरकर्म्या, आता निधड्या छातीनं मृत्यूला सामोरा जा. माझ्या सुदर्शनचक्राशी युद्ध कर किंवा शांतपणं आपला देह त्याच्यापुढे समर्पित कर. निर्णय तुला घ्यायचा आहे. आता पळपुटेपणा करू नकोस.''

एवढे बोलून स्वामींनी शांतपणे नेत्र मिटून मनातल्या मनात मंत्रोच्चार सुरू केले. उजव्या हाताची तर्जनी वर केली. काही क्षण गेले. सारे उपस्थित जन भारावले

होते. भयभीतही झाले होते आणि उत्सुकही. पुढे काय घडणार ते बघण्यासाठी साऱ्यांनीच श्वास रोखून धरले होते. किती क्षण गेले कुणास ठाऊक! अवकाशातून वेगळाच-वादळ घोंगावत येते तसा. आवाज ऐकू येऊ लागला. डोळ्यांचे पाते, लवते न लवते तोच स्वामींचे सुदर्शनचक्र त्यांच्या बोटावर आरूढ होऊन गरागरा फिरू लागले. त्याचे दिव्य तेज एवढे प्रखर होते, की त्याच्याकडे एकटक दृष्टी टाकणे कुणालाच शक्य नव्हते.

काय घडणार याची पुसट कल्पना उपस्थितांना आली. जो तो शिशुपालापासून दूर जाण्याचा प्रयत्न करू लागला. त्या तेजस्वी चक्राने प्रचंड वेगाने वाट फुटेल तिकडे धावणाऱ्या शिशुपालाचा वेध घेतला, छेद केला. ते पुन्हा स्वामींच्या बोटावर स्थिरावले. एक क्षण स्वामींनी पुन्हा नेत्र मिटून मंत्राचा जप केला. ते वायुवेगाने अवकाशात लोप पावले.

स्वामी गंभीर मुद्रेने त्या पार्थिव देहाकडे गेले. वंदन केले. राजवास्तूकडे निघाले. जाता जाता युधिष्ठिराला म्हणाले, "हे धर्मराज, आता पुढले निर्णय ब्रह्मवेत्ते आणि ज्येष्ठांच्या संमतीने घे." स्वामी विश्राम घेण्यासाठी निघाले. मी, उद्धवभाऊजी, दादा, रेवतीताई त्यांच्या मागोमाग निघालो.

या पृथ्वीतलावरील आणखी एका दुष्ट प्रवृत्तीचा आज विनाश झाला होता. स्वामी ध्यानगृहाकडे वळले, आम्ही आमच्या कक्षाकडे वळलो. त्यांच्या तपश्चर्येत व्यत्यय आणणे उचित ठरणारे नव्हते.

मी कक्षात प्रवेश केला खरा; पण मन स्वस्थ बसेना. मीसुद्धा श्रीविष्णूंची मूर्ती नजरेसमोर आणून ध्यानस्थ बसण्याचा, मन एकाग्र करण्याचा प्रयत्न केला; पण ते एकाग्र होईना. नेत्रांसमोर सतत सुदर्शनचक्र हातावर घेतलेली स्वामींची मूर्तीच दिसत होती. खरे सांगू, ज्या वेळी स्वामींच्या कराग्रावर सुदर्शन गरागरा फिरत होते, तेव्हा मला ते प्रत्यक्ष भगवान विष्णूच उभे आहेत असा भास झाला. एकदा दृष्टी टाकली तो माझे स्वामी! क्षणात प्रत्यक्ष नारायण असा भास-आभासाचा खेळ सुरू होता. माझे स्वामी म्हणजे या विश्वाचे पालनकर्ते भगवान विष्णूच असावेत, असे मला वाटू लागले. ते भगवान विष्णू, तर मी कोण? पुन्हा मी माझ्या विचारचक्रात फिरू लागले.

पुन्हा भयभीत झालेला शिशुपाल दृष्टीपुढे आला. किती अघटित घटना नाही का? त्याला त्या क्षणी अशी कशी स्वामी, श्रेष्ठ, ज्येष्ठ मंडळींच्या निर्भर्त्सनेची बुद्धी व्हावी की स्वामींना सुदर्शनचक्राचा उपयोग करावा लागला. त्याचा मृत्यू यज्ञस्थानीच, अशा तऱ्हेने व्हावा हीच नियती म्हणावी लागेल. मी आठवू लागले स्वामींच्या सान्निध्यात आल्यापासून, द्वारकेच्या अखंड व्यापात, प्रेमात बुडाल्यापासून, अनभिषिक्त महाराणी, आदर्श स्नुषा, आदर्श माता अनेक नात्यांची कर्तव्ये करण्यात

मी बुडून गेले होते. भूतकाळातल्या या अप्रिय व्यक्ती माझ्या स्मृतिआड गेल्या होत्या. माझ्या मन:शक्तीने जणू तिच्या विश्वात प्रवेश करण्यास त्यांना मज्जाव केला होता.

नुकत्याच घडलेल्या या प्रसंगाने त्या कटू स्मृती उसळून वर आल्या होत्या. मन अस्वस्थपणाच्या लाटांवर सैरावैरा हिंदकळत होते. तोच मन:शक्तीच पुन्हा साहाय्याला धावून आली. जणू मला म्हणाली, 'नियतीला मानतेस ना? मग क्रोध आवर. ज्याच्या त्याच्या विधिलिखिताचा खेळ असतो हा. मरणान्ती वैर संपते ना? आता सारंच संपलं आहे. राजसूय यज्ञाच्या आरंभालाच एक दुष्ट प्रवृत्ती नष्ट झाली आहे. स्वामी म्हणतात त्याप्रमाणं त्यांनी या भूमीवरचा एक दुष्ट भार नष्ट केला आहे. हा अपशकुन नव्हे, तर शुभशकुन आहे. तूसुद्धा तुझ्या पवित्र, मंगल सुविचारांच्या सुदर्शनचक्राच्या साहाय्याने अनिर्बंध भरकटणाऱ्या, अस्वस्थ, क्रोधयुक्त विचारांचा, संहार कर. प्रसन्न मनानं, उत्साहानं पुन्हा उद्या प्रारंभ होणाऱ्या या अद्वितीय सोहळ्याला सामोरी जा.'

चित्त एकदम शांत झाले. जणू वायूची मंद शीतल झुळूक आली. तिने मनावर सुखद फुंकर घातली. मी मन एकाग्र केले. श्रीविष्णूंच्या चरणी लीन झाले.

त्वरित नेमस्त केलेल्या सुमुहूर्तावर पांडवांचा राजसूय यज्ञ 'न भूतो न भविष्यती' अशा वैभवी स्वरूपात संपन्न झाला. उपस्थितांच्या नेत्रांचे पारणे फिटले. हृदयात पवित्र मंत्रोच्चारांनी मांगल्याच्या ज्योती पेटल्या. अतिथींच्या आतिथ्यात कुठेही कणभरही उणीव पांडवांनी ठेवली नव्हती. साऱ्या इंद्रप्रस्थवासीयांचे आपल्या राज्यकर्त्याविषयी अलोट प्रेम सतत दिसून येत होते. स्वामींच्या लाडक्या पांडवांचा राजसूय यज्ञ मनासारखा संपन्न झाला, म्हणून समाधानी चित्ताने, तृप्त मनाने आम्ही द्वारकावासीयांनी, पाची पांडव, महाराणी द्रौपदी, राजमाता कुंती आत्याबाईंचा निरोप घेतला.

द्वारकेच्या ओढीने, आम्ही त्वरेने आमच्या सुवर्णद्वारकेकडे निघालो. द्वारकेचा किनारा सोडून जवळजवळ दोन मास होत आले होते. मनात येत होते, आपल्याजवळ श्रीरामांच्या पुष्पक वायुयानासारखे वायुयान असते, तर उडत जाऊन काही घटिकांत द्वारका गाठली असती.

आम्ही आमच्या प्रवासाचा अर्धा पल्ला गाठला; तोच मनाला चिंतित करणारा, क्रोध आणणारा वृत्तान्त कळला. मी तर भयाने कंपित झाले. स्वामी, दादा, उद्धवभाऊजी, सेनापती, श्रेष्ठ रथी-महारथी कुणीच द्वारकेत नसल्याची संधी साधून अर्बूज साम्राज्याच्या, मर्तिकावती राज्याच्या शाल्वाने डाव साधला होता. तोही जरासंध पक्षाच्या गटातला होता. त्याच्याजवळ विलक्षण गतिमान वायुयान होते. त्याच्या साहाय्याने त्याने आपली मुख्य सेना द्वारकाद्वीपावर उतरवली होती. सतत

जवळजवळ एक मास युद्ध सुरू होते. प्रद्युम्नाने आपल्या अधिपत्याखाली अन्य बंधूंच्या साहाय्याने, आमच्या शूरवीर सेनेसह शर्थीने युद्ध करून शाल्वाची ही सेना परतवून लावली होती. पांडवांच्या राजसूय यज्ञात व्यत्यय येऊ नये, म्हणून ही वार्ता आम्हाला कळू दिली नव्हती.

माझा ऊर प्रद्युम्नाच्या आणि अन्य पुत्रांच्या आणि यादवसेनेच्या अभिमानाने भरून आला. त्याच वेळी या अननुभवी धाकल्याला पहिला पराभव स्वीकारावा लागला असता तर? कुणाच्या जिवाचे बरे-वाईट झाले असते तर? त्यांच्या जिवाच्या भीतीने माझे हृदयही भयाने थरारून उठले.

ही वार्ता ऐकून स्वामींची मुद्रा गंभीर व चिंतित झालेली दिसली. कारण आमचे द्वारकाद्वीप सुरक्षेच्या दृष्टीने अतिशय मजबूत होते. मुळातच त्या दृष्टीने अतिशय योग्य असलेल्या या स्थानाची प्रत्येक दिशा, प्रत्येक द्वार, सुवर्णनगरी वसवताना सर्व बाजूंनी काळजी घेतली गेली होती. तटरक्षक दलही निष्णात आणि प्रामाणिक होते. डोळ्यात तेल घालून रात्रंदिन द्वारकेच्या सुरक्षेची काळजी घेतली जात होती. असे असताना हा अतिशय कठीण प्रसंग ओढवला होता. कारण एकच होते, शाल्वाचे वायुयान. त्याचा काहीतरी बंदोबस्त करणे नितांत गरजेचे होते. ही वार्ता कळल्यापासून स्वामी, दादा, उद्धवभाऊजी, सेनापती सतत चर्चा करत होते. द्वारकेच्या चिंतेत इंद्रप्रस्थातल्या स्मृती केव्हाच मागे पडल्या होत्या. सर्वांना अनिवार ओढ लागली होती ती द्वारकेची. आम्ही त्वरेने आमच्या रथाच्या अश्वांना दौडविले. ठरलेल्या तिथीच्या काही दिवस आधीच द्वारकेत पाऊल टाकले. आपल्या या आदरणीय राजकुलातील सदस्यांचे, राजकुल परंपरेप्रमाणे स्वागत झाले. आमचे पुत्र, माझ्या सर्व भगिनी, उराउरी भेटलो. साऱ्यांच्या नेत्रांत अश्रू होते. संकटातून सुटका झाल्याचे आणि भेटीचेही. स्वामींनी त्याच दिवशी संध्याकाळी प्रजाजन, सैनिक यांची सभा बोलावली. प्रजाजनांनी धैर्य राखल्याबद्दल आणि सैनिकांनी पराक्रम गाजवल्याबद्दल त्यांचा सत्कार करण्यात आला. जे सैनिक युद्धात कामी आले होते त्यांच्या कुटुंबपालनाची योग्य व्यवस्था लावण्याची द्वारकेची परंपरा होतीच, तीही पाळली गेली.

स्वामी आता कोणता निर्णय जाहीर करतात त्या घोषणेकडेच सर्वांचे लक्ष लागले होते. सर्वांनाच शाल्वाच्या संहाराची ओढ लागली होती. जवळजवळ संपूर्ण मास युद्ध चालल्यामुळे द्वारकेच्या सैन्याची आणि संपत्तीची मोठी हानी झाली होती. स्वामी गंभीर स्वरात म्हणाले, "माझ्या प्रिय प्रजाजनहो, मी तुमची मन:स्थिती जाणतो. तुमच्याप्रमाणेच आम्हीही शत्रूचे पारिपत्य करण्यास उत्सुक आहोत. शत्रूचा पराभव तर आपल्या भावी राज्यकर्त्यांनी आणि शूर वीरांनी केला आहेच. आम्हाला त्यांचा अभिमान वाटतो. या शत्रूचे समूळ उच्चाटन करणे हे आपले प्रथम कर्तव्य

आहे. नाहीतर जरासंध आणि शिशुपालाच्या वधाने, सूडाने पेटलेल्या या उन्मत्त शत्रूच्या दुष्ट कारवाया सुरूच राहतील. मी हे कार्य नजीकच्या काळातच करणार आहे. फक्त तुम्हाला मनापासून एकच विनंती आहे, की शत्रू प्रबळ, चतुर, कपटी आहे. म्हणून सर्व योजना अतिशय गुप्तपणे आखली जाईल. फक्त विशिष्ट व्यक्तींनाच या योजनेची कल्पना देण्यात येईल. विश्वासात घेण्यात येईल. तेव्हा राग मानू नये. ही विनंती.'' स्वामींनी नम्रतेने हात जोडले.

''विनंती नको, आज्ञा करा,'' असे सूर जनसमुदायातून उमटले. प्रजाजनांनी एकमुखाने थोरले महाराज, दादा, स्वामी, उद्धवभाऊजी साऱ्यांच्याच नावाचा जयजयकार सुरू केला. या वेळी आणखी एका व्यक्तीच्या नामाची जयजयकारात भर पडली; ज्यामुळे मला अभिमान वाटला आणि आनंदही झाला. ते नाव म्हणजे माझ्या ज्येष्ठ सुपुत्राचे. 'युवराज प्रद्युम्नांचा विजय असो.' प्रजाजनांनी त्यालाही स्वामींप्रमाणेच अनभिषिक्त युवराज मानले होते.

मला आमच्या यादव कुळातील राजस्त्रियांचा अभिमान वाटला. परंपरेप्रमाणे विचार केला तर युवराजपदावर दादांचा ज्येष्ठ पुत्र निशठ बसणार होता. त्याचा हा अधिकार राजमान्य, सर्वमान्यच होता आणि आमचा पुत्र त्याच्या पित्याचा वारसा पुढे चालवणार होता. खरेच किती विलक्षण होते सारे. कोणत्याही, कुठल्याही सत्तेचा मोह न धरता प्राणपणाने आपल्या कुळासाठी, प्रजेसाठी कार्य करत राहायचे. स्वामींनी या परंपरेचा आरंभ केला होता. प्रद्युम्नही तेच करणार होता. प्रजाजनही त्याला अनभिषिक्त द्वारकाधीश मानणार होते. दादांप्रमाणे निशठही मोठ्या मनाने ते मान्य करणार होता. सारेच विलक्षण. भविष्यातील भारतीय वंशजांसाठी हा एक आदर्शच ठरणार होता, नाही का?

मी राजस्त्रियांचा अभिमान वाटतो असे म्हणाले ते का, असा प्रश्न तुम्हाला पडला असेल. त्याचे कारण म्हणजे पिढ्यान्‌पिढ्या कोणत्याही राजकुळाचा इतिहास अभ्यासला तर एक गोष्ट लक्षात येईल, की आपल्या पुत्रालाच राज्यपद मिळावे, राजसिंहासनावर त्यानेच आसनस्थ व्हावे म्हणून, राजकुळातील स्त्रियांचा अट्टहास असतो. त्या कपट कारस्थाने करतात. कोणत्याही थराला जातात. राजमाता कैकयी, राणी मत्स्यगंधा अशी काही उदाहरणे देता येतील; पण आमच्या थोरल्या देवकीमाता किंवा रोहिणीमाता यांच्या मनात असा कोणताही किंतू नव्हता. विधिवत युवराज म्हणजे आमचे दादा, रोहिणीमातेचे पुत्र. अनभिषिक्त नरेश माझे स्वामी तरीही दोन्हीही मातांचे दोन्हीही पुत्रांवर मनापासून प्रेम होते.

तीच परंपरा रेवतीताई आणि मीसुद्धा चालवत होतो, चालवणार होतो. एकटी मीच नाही; तर माझ्या अन्य भगिनीसुद्धा. आमच्या कुणाच्याच मनात सख्खे सावत्र असा दुजाभाव नव्हता. आम्ही आमच्या सर्व पुत्रांवर, पुतण्यांवर मनापासून प्रेम

करत होतो. याला कारण होत्या, पूर्व पिढीतील वंदनीय व्यक्ती आणि चालू पिढीतील दादा, उद्धवभाऊजी, आणि स्वामी. एकमेकांवर निरपेक्ष, निर्व्याज प्रेम करणाऱ्या व्यक्तींच्या सतत सान्निध्यात आल्यावर स्वार्थी प्रेमाच्या रुजण्याला संधी तरी मिळेल का? बघा, मी पुन्हा विचारचक्रात गुरफटले. मुख्य विषय बाजूलाच राहिला.

स्वामींच्या शब्दांवर साऱ्या प्रजाजनांचा गाढ विश्वास होता. त्यामुळे त्यांच्या वचनावर पूर्णपणे विसंबून प्रजाजन आनंदाने आपल्या गृही परतले. आम्हीही समाधानाने प्रासादाकडे वळलो. शाल्वाचा संहार झाल्याशिवाय स्वामींच्या जिवाला आता स्वस्थता नव्हती. तरी त्यांची नैमित्तिक दिनचर्या, कर्तव्यपालन, चर्येवरची प्रसन्नता, प्रेमाची उधळण यात कुठेही जरासुद्धा उणीव कुणालाही जाणवणारी नव्हती. स्वामींच्या स्वभावाचे हे वैशिष्ट्यच होते. एखादे थोर, अवघड कार्य आखतानाही एकीकडे त्या कार्याविषयी तळमळ हृदयात असूनही, दुसरीकडे मात्र शांत चित्ताने, तत्परतेने ते अनेक गोष्टी करत. थोरल्या महाराजांच्या प्रासादात जाऊन त्यांची, दोन्ही मातांची सेवा करत, आदरणीय ऋषिमुनींचे पूजन करून त्यांचे आदरातिथ्य करत. स्वतःच्या राण्यांची, पुत्रांची स्वतः प्रेमाने विचारणा करत. प्रजाजनांच्या समस्या निवारण करत. त्याच वेळी शत्रूचा निःपात कसा करायचा याविषयीच्या योजनांची आखणीही करत. एकाच वेळी अनेक गोष्टी समर्थपणे करणारे ते समर्थ पुरुष होते. ते ज्या वेळी गुप्त योजना आखत असत, त्या बहुतेक वेळी मलाही विश्वासात घेत. मी एक मर्यादा स्वतःवर आखून घेतली होती. ती म्हणजे स्वतःहून त्यांना त्यांच्या योजनांविषयी काहीही विचारायचे नाही. त्यांनी जे सांगितले त्याविषयी कुणाजवळही काही बोलायचे नाही. त्यांनी जर काही सांगितले नाही तर त्यामागे त्यांचा काही तरी प्रबळ हेतू असणारच, हे निश्चितपणे मनाशी पक्के. हृदयात कुठलाही किंतू किंवा आकस बाळगायचा नाही. एक गोष्ट मात्र निश्चित, स्वामींचे द्वारकाद्वीपावरचे वास्तव्य सतत चैतन्याची, प्रसन्नतेची फुले फुलवत असे. म्हणूनच त्यांची अनुपस्थिती सान-थोरांना पदोपदी जाणवत असे. बघा, स्वामींच्या गुणांचे वर्णन करताना माझे नेहमी असेच होते. मी स्थळकाळाचे भान विसरून जाते; तर मी काय सांगत होते बरे? स्वामींची शाल्वाचा निःपात करण्याची योजना. ही योजना म्हणजे स्वामींच्या बुद्धिचातुर्याचे, निर्णयक्षमतेचे अलौकिक उदाहरणच. फक्त आठ दिवसांत पूर्ण योजनेचा आराखडा आखला गेला. या वेळी स्वामींनी आपल्या यादव राजकुळाच्या भावी पिढीलाही सामावून घेतले. माझ्यासहित प्रत्येक राणीचे प्रथम चार पुत्र, दादांचे चार पुत्र, अन्य यादव सदस्यांचेही तरुण पुत्र युद्धावर जाण्यासाठी निघाले. देशभक्तीने, बाहुबलाने, उत्साहाने आमच्या युवासेनेचे बाहू स्फुरत होते. पराक्रम गाजविण्यासाठी त्यांचे रक्त

सळसळत होते. स्वामींनी त्यांची एक गुप्त सभा घेतली. त्यांना विश्वासात घेतले. संपूर्ण योजना समजावून सांगितली. प्रत्येकाच्या मनात स्वत:विषयी एक गौरवाची भूमिका तयार केली.

त्यांना युद्धासाठी औक्षण करताना प्रत्येक मातेच्या एका नेत्रात सैनिकी वेषातील कर्तबगार पुत्राला पाहून आनंद; तर दुसऱ्या नेत्रात आसू होते. स्वामींनी सांगितले, "एवढंच सांगतो मातांनो, युद्ध अशा चतुराईनं खेळण्यात येणार आहे, की समोरासमोर प्रत्यक्ष युद्ध सहसा करावं लागणार नाही. तेव्हा निर्धास्त असा. राजकुळातील स्त्रियांनी माझा हा संदेश आपल्या सेवेतील सैनिकांच्या मातांपर्यंतही पोहोचवावा."

आम्ही चिंतामुक्तीचा नि:श्वास सोडला, कारण स्वामींवर प्रत्येकीचा विश्वास होता. स्वामींची योजना फलद्रूप झाली. कपटी शाल्वाचा त्याच्या वायुयानासह नि:पात झाला. योजना कशी आखली होती, ते मी माझ्या शब्दांत सांगते.

स्वामींनी असा गाजावाजा केला, की स्वामी कामरूपनरेश भगदत्ताच्या आमंत्रणावरून काही दिवस कामरूप देश, तसेच मजीपूर, वंग येथे विश्रांतीसाठी मुक्काम करणार आहेत. दादा आणि भाऊजीही त्यांच्यासोबत आहेत. प्रबळ शत्रूंचा नि:पात करून त्यांचे तन-मन थकले आहे. मृगया करण्यासाठी, कर्तव्याचे पाठ देण्यासाठी त्यांनी आपले तरुण पुत्रही बरोबर घेतले आहेत. ही वार्ता जेव्हा शाल्वाच्या कानावर गेली तेव्हा त्याला खूप आनंद झाला, कारण की गेल्या वेळी प्राणपणाने पराक्रमाची शर्थ करून आपल्याला परतवून लावणारी तरुण पिढीही द्वारकेत नाही. आपण द्वारकेवर पुन्हा एकदा चढाई करूया. त्याने आपल्या वायुयानासह निवडक पराक्रमी सेना घेऊन द्वारकेकडे कूच केले. तो अर्ध्या वाटेतही पोहोचला नसेल की त्याला वार्ता कळली की स्वामींच्या सेनेने त्याच्या साम्राज्याला वेढा घातला आहे. तो त्वरेने सेना माघारी वळवून स्वत: त्वरित वायुयानासह आपल्या अर्बूज साम्राज्याकडे वळला. स्वामींनी आपल्या दिव्य अस्त्राचा सुदर्शनचक्राचा उपयोग करून त्याच्या वायुयानाचा त्याच्यासहित नि:पात केला. त्याचे आणि वायुयानाचे तुकडे तुकडे होऊन ते सागरात कोसळले. आमची सेना आनंदाचा घोष करत राजद्वीपावर परतली. पुन्हा एकदा द्वारकेत विजयोत्सव जोमाने, आनंदाने साजरा झाला.

जरासंधाशी संबधित शत्रूंच्या शृंखलेतील आणखी एक प्रबळ शत्रू नष्ट झाला.

# सात

स्वामी द्वारकाद्वीपावर उपस्थित झाले. प्रजेच्या आनंदोत्सवात भागही घेतला; पण मला मात्र ते मनातून अस्वस्थच वाटत होते. नेहमीसारखे आनंदाने फुलून आले नव्हते. मलाही चिंता लागली. काय कारण असावे तेच कळत नव्हते. कारण शाल्वाचा संहार रक्त न सांडता योजनेप्रमाणे यशस्वी झाला होता; पण काहीतरी कुठेतरी वेगळे घडले होते हे निश्चित!

उसंत अणि एकान्त मिळताच मी स्वामींना माझी शंका बोलून दाखवली. ते हसले. म्हणाले, ''मनकवडी आहेस खरी. बघ, तू सोडून अन्य कुणालाही माझी व्यथा कळली नाही. या युद्धात विजय मिळाला खरा; पण मनाला काहीतरी अशुभाचे संकेत मिळताहेत. काहीतरी भयंकर घडलंय. आपल्या या साम्राज्यात तर काही घडलेलं नाही. मग माझ्या प्रिय पांडवांकडं तर काही घडलं नाही ना? मी या शाल्व नि:पाताच्या अभियानात अखंड बुडालो असताना एके दिवशी काही तरी भयानक घडतं आहे ही जाणीव माझ्या अंतर्मनाला झाली, नव्हे काळजाला भिडली. मी त्या वेळी जी सुचली ती उपाययोजना कार्यान्वितही केली. त्याच वेळी शाल्वाचं वायुयान येताना दिसलं. त्याच क्षणी मी माझं सुदर्शनचक्र त्याच्या दिशेनं सोडलं. पुढं काय झालं ते तुला ठाऊकच आहे; पण त्याच वेळी हृदयाला जाणवणाऱ्या एका स्त्रीच्या किंकाळ्या आठवल्या, की आजही माझं हृदय विदीर्ण होत आहे. एका अंतर्मनानं माझ्या हृदयाला घातलेली साद होती ती. मी प्रतिसादही दिला. मला असं वाटतंय रुक्मिणी, ती माझ्या प्रिय सखीची मला घातलेली आर्त साद होती. कोणतं मोठं संकट ओढवलं असेल, माझ्या प्रिय पंडुपुत्रांवर, माझ्या कृष्णेवर, की तिला मला साद घालावी लागली? रुक्मिणी, इथं आपल्या या

द्वारकेत पांडवांकडून काही संदेश आला का? प्रत्यक्ष किंवा सांकेतिक बोलीत? किंवा आपल्या वार्ताहरानं अथवा गुप्तहेरांनी इंद्रप्रस्थाहून किंवा हस्तिनापुराहून काही अभद्र वार्ता आणलीय का?'' स्वामींच्या वाणीत कमालीची आर्तता होती.

त्यांची ती व्याकुळ चर्या बघून मीसुद्धा खूप अस्वस्थ झाले. मी सावध झाले. या क्षणी मला त्यांना साथ द्यायला हवीच होती, पण ती धैर्यानं. मी त्यांना म्हणाले, ''स्वामी, तुम्ही शांत व्हा. या शाल्वसंहार अनपेक्षित अभियानानं तुमच्या मनावर आणि शरीरावर फार ताण पडला आहे. तुम्ही थोडा विश्राम घ्या. तुम्ही म्हणताय तसं काही घडलंच असेल तरी तुमचे आतेबंधू, पाचही पांडव महापराक्रमी आहेत. सत्याचं सामर्थ्य त्यांच्या पाठीशी आहे. माझ्या स्वामींसारखे प्रत्यक्ष योगेश्वर त्यांच्या मागं उभे आहेत. या बळावर ते कोणत्याही संकटातून सहज तरून जातील. कोणत्याही अप्रिय घटनेवरही उपाय असतोच ना? काही घडलंच असेल तर आपले गुप्त वार्तादूत ती वार्ता आपल्या कानी घालतीलच.''

''खरं आहे तू म्हणतेस ते. या मानवी जीवनाच्या क्रीडेत सारं काही नियतीच्या हाती आहे. ती बुद्धी देईल तसं वागायचं. अंती निष्कर्ष एकच, प्रत्येकाचं जीवन म्हणजे गूढाचाच प्रवास असतो, नाही का?'' असे बोलून ते प्रसन्न हसले. निद्रादेवीच्या स्वाधीन होण्यासाठी मंचकाकडं वळले.

द्वारकावासीयांच्या विधिलिखितात शांतता हा शब्द नजीकच्या भविष्यात लिहिलेला नव्हता, हेच खरे. दोन दिवसांनंतरचीच घटना. नेहमीप्रमाणेच सुधर्मा राजसभेचे कामकाज सुरू होते. तोच एक संदेश घेऊन पूर्वेच्या पौंड्र राज्याचा दूत आला. त्याने ते भूर्जपत्र अमात्यांच्या हाती दिले. त्या वेळी मीसुद्धा स्वामींच्या बाजूच्या आसनावर बसले होते. पौंड्राधिपती नरेश, म्हणजे जरासंधाच्या गटातील एक राजे, ते आम्हा यादवांशी वैराची भावना मनात ठेवूनच जगत होते. त्यांच्याकडून संदेश आला हे कळल्यापासूनच माझ्या मनात शंकेची पाल चुकचुकली. आमच्या सेनाधिकाऱ्यांनी, सैनिकांनी अजून पूर्ण विश्रामही घेतला नव्हता. कुटुंबीयांचा पूर्ण सहवासही लाभला नव्हता; तोच पुन्हा युद्धाचे संकट तर समोर उभे राहणार नाही ना?

दादांनी आणि स्वामींनी खूण करताच अमात्यांनी भूर्जपत्र वाचायला सुरुवात केली. त्यातल्या एकेक शब्दाबरोबर उपस्थितांच्या तळपायाची आग मस्तकाला पोहोचत होती. पत्राचा थोडक्यात मथितार्थ हा होता, की या विश्वात वासुदेव ही बहुमानाची पदवी प्राप्त केलेली एकमेव व्यक्ती पौंड्राधिपती पौंड्र नरेश हे एकमेव आहेत. त्या पदवीसाठी तेच एकमेव पात्र व्यक्ती आहेत. जरी पितामह भीष्मांनी स्वामींना 'वासुदेव' अशी हाक मारली असली, तरी स्वामींनी ती मान्य करायला नको होती. आपण एक 'यःकश्चित गवळी' आहोत हे त्याने कधीही विसरू नये. स्वतःची योग्यता जाणून पौंड्राधिपतीची भर सभेत माफी मागावी किंवा त्याच्याशी

युद्ध करून, त्याला पराजित करून स्वत:ची योग्यता सिद्ध करून दाखववावी.

संतप्त द्वारकावासीयांनी दूतावर आपला क्रोध काढू नये, म्हणून स्वामींनी त्याला अभयदान दिले. ते राजसभेला उद्देशून म्हणाले, ''शांत व्हा, पौंड्राधिपतीने आपल्याला पर्याय दिला आहे ना? आपण दुसरा पर्याय स्वीकारू. अमात्य, त्याला मानाची वस्त्रे देऊन योग्य अशा शब्दांत त्याच्या पत्राचे उत्तर द्या. माझा आपल्या सेनेच्या पराक्रमावर पूर्ण विश्वास आहे. वासुदेव कोण? या प्रश्नाचं उत्तर माझे द्वारकाजनच देतील.'' एवढे बोलून स्वामी उठले. त्यांच्यापाठोपाठ आम्हीही. नंतर कितीतरी वेळ स्वामींच्या, राजकुळातील सदस्यांच्या नावाने जयजयकाराच्या घोषणा वातावरणात घुमत होत्या.

मी माझ्या कक्षात आले; पण काही केल्या माझे चित्त स्थिर होत नव्हते. आमच्या जीवनातील ह्या पर्वाला कोणते पर्व म्हणावे? युद्धपर्व की दुष्टसंहारपर्व? खरेच, स्वामींचा जन्म जणू काही फक्त दुष्टांना शासन देण्यासाठी, न्यायाचा धर्म स्थापण्यासाठीच झाला आहे का? स्वामींना असे सतत आमच्यापासून दूर ठेवण्यात नियतीचा काही विशेष हेतू आहे का? स्वामींच्या हातातील सुदर्शनचक्रावरून त्यांना 'चक्रपाणी' असेही म्हणतात. त्यांच्या हातातील या चक्राप्रमाणे त्यांच्या पायालाही जणू चक्र लागले आहे. पूर्व, पश्चिम, उत्तर, दक्षिण चौदिशांच्या दुष्टांनी जणू स्वत:चा नाश करण्यासाठीच त्यांच्याशी वैर पत्करले आहे. एका शत्रूचा नाश करावा की दुसरा शत्रू धूमकेतूसारखा गर्जना करत स्वामींना ललकारतो. त्या वेळी त्याला ठाऊक नसते का, की आपणच आपल्या हाताने आपल्या विनाशाचा खड्डा खोदत आहोत. खरे म्हणजे यांचा पराक्रम, तेज, दिव्य अस्त्रांची शक्ती, निर्णयशक्ती, दुष्ट प्रवृत्तीचा नाश करण्याची प्रवृत्ती, साऱ्या विश्वाला ज्ञात असताना या अहंमन्य, पापी राजांना माझ्या चक्रवर्ती स्वामींना आव्हान देण्याची बुद्धी का व्हावी?

मी स्वामींना हाच प्रश्न विचारला तेव्हा ते म्हणाले, ''रुक्मिणी, ही अशी बुद्धी होणं हे केवळ एक निमित्तमात्र असतं. त्यांच्या पापाचा घडा पूर्ण भरलेला असतो. त्यांचं या पृथ्वीतलावरचं अन्न, जलग्रहण, श्वसन या क्रिया संपलेल्या असतात. या कार्याच्या साध्यासाठी एक साधन म्हणून नियतीने माझी योजना केलेली असावी. ही असली महान कार्ये पार पाडणाऱ्याच्या पाठीमागे बळ देण्यासाठी तेवढीच प्रबळ शक्ती नको का? म्हणून तर महाराणी म्हणून नियतीने तुझी नियुक्ती केली असावी.'' बोलता बोलता समोरच्या व्यक्तीला कसे आनंदी करावे हे शिकावे ते स्वामींकडूनच. असत्य कशाला बोलू? त्यांच्या या प्रशंसोद्‍गारांनी मीसुद्धा अंगोपांगी मोहरून जायची की. स्तुतिसुमने, तीसुद्धा प्रत्यक्ष स्वामींच्या मुखातून? अंगावर जणू, स्वामींच्या मस्तकातले मोरपीस अलगद फिरल्याचा भास होऊन रोमारोमातून सुखाची शिरशिरी उठायची. स्वामी समोरच्या व्यक्तीला त्या आनंदसमाधीत तिथेच सोडून स्वत: मात्र तिथून हळूच निघून जात.

या वेळी 'वासुदेव' ही पदवी धारण केलेल्या लाडक्या अनभिषिक्त राजाच्या पदवीच्या प्रतिष्ठेसाठी द्वारका प्राणपणाने युद्धाच्या तयारीला लागली. स्वामींच्या लक्षात एक गोष्ट कधीच आली होती, की पौंड्राच्या मागे आणखी काही व्यक्ती उभ्या असल्याच पाहिजेत. त्या पौंड्राधिपतीला पुढे करून, त्याच्यापाठी राहून स्वामींचा काटा काढू बघताहेत. पौंड्राच्या दूतापाठोपाठ आमच्या गुप्तहेर यंत्रणेलाही सजगतेची आज्ञा देण्यात आली. स्थानोस्थानी पेरून ठेवलेल्या गुप्तहेरांकडून स्वामींबरोबर जो युद्धाचा कट रचला जात आहे, ही एकखांबी राहुटी नक्कीच नव्हती. तेव्हा इतर स्तंभ कोण हा शोधही घेण्यात आला. त्या वेळी आश्चर्याची गोष्ट अशी की ते दोन मजबूत आधारस्तंभ दुसरेतिसरे कुणी नसून स्वामींचे सख्खे आतेबंधूच होते, दंतवक्र आणि विदुरथ, करुष राज्याचे नरेश. आत्याबाई श्रुतकीर्ती देवींचे पुत्र. दुसऱ्या नात्याने ते स्वामींचे शालकही होते. अष्टराण्यातील एकीचे – भद्रा राणीचे – बंधू. ते स्वामींशी आपले नाते कधीच मान्य करत नव्हते. कारण ते जरासंध समूहातील होते. जरासंधाच्या नरेशबली यज्ञाच्या सिद्धतेसाठी काही नरेशांना अटक करण्यात त्यांचाही हात होता. स्वामींच्या मनात त्यांच्याविषयी तेव्हापासूनच अढी निर्माण झाली होती; पण नातेसंबंध लक्षात घेऊन स्वतःहून कोणतीही कृती न करता योग्य संधीची ते वाट बघत होते. ती आयतीच चालून आली. मी मनात ओळखले. त्यांची शंभर पापे भरली आहेत. त्यांचाही अंत आता जवळ आला आहे.

नेमस्त दिनी, शुभमुहूर्तावर स्वामी, दादा, उद्धवभाऊजी आपल्या प्रचंड सेनेसह या तथाकथित वासुदेवाच्या पारिपत्यासाठी द्वारकेबाहेर पडले. हा पूर्वेचा प्रदेश, अनेक योजने दूर होता. पौंड्र राज्यात पोहोचायला कमीतकमी एक मास तरी लागणार होता. स्वामींसह यादववीर पौंड्राधिपतीच्या पारिपत्यासाठी निघून गेले. या वेळीही युवासेना बरोबर होतीच. स्वामी आणि दादा म्हणायचे, या कारणाने त्यांना आपल्या भरतखंडाचे दर्शन होते, युद्धाच्या विविध अंगांचा अनुभव येतो; पण त्यामुळे द्वारकाद्वीप मात्र सुने सुने भासत असे.

पौंड्र-पराजय अभियानाच्या या गडबडीत स्वामींच्या अस्वस्थतेचे मला विस्मरण झाले होते. शांतता आणि एकान्त मिळताच या गोष्टीने पुन्हा डोके वर काढले. काय घडले असेल बरे इंद्रप्रस्थात? पुन्हा दुर्योधन, दुःशासन, शकुनीमामांनी खांडववन अग्निकांडासारखे भयंकर कृत्य तर केले नसेल? नुसत्या कल्पनेनेही माझ्या जिवाचा थरकाप झाला. स्वामींना जाणवते आहे म्हणजे नक्कीच काही तरी अशुभ घडले असणार. या भरतखंडात कसले 'महाभारत' घडणार आहे कोण जाणे. 'महाभारत', 'महाभारत' मी तो शब्द मनाशीच पुटपुटू लागले. कोणता मथितार्थ असेल बरे या शब्दाचा? 'महाभारत'. स्वामींनीच हा शब्द एकदा वापरला

होता. अर्थ विचारला तर नेहमीप्रमाणे गूढ हसत उत्तर आले होते, 'समय आला की जाणशीलच या शब्दाचा अर्थ.' काळाच्या ओघात तो शब्द माझ्या स्मृतीपार गेला होता. मग तो आजच का स्मरावा? कोण देईल या प्रश्नाचे उत्तर? गुरुदेव सांदीपनी की थोरले महराज? विचारावे का त्यांना? पण नकोच. स्वामींनी सांगितलेय ना की येणारा समयच या प्रश्नाचे उत्तर देणार आहे. त्यांच्या शब्दावर आपला दृढ विश्वास आहे. मग त्यांच्यावरच विसंबून राहावे हे बरे.

एकेक दिवस उगवत होता मावळत होता. एक मास पूर्ण झाल्यावर आम्ही हरघडी स्वामींकडून येणाऱ्या संदेशाची वाट बघत होतो. अपेक्षेप्रमाणे आमचा दूत वार्ता घेऊन आला. स्वामींप्रमाणे वेष धारण करून पौंड्रपती प्रत्यक्ष लढायला आला होता. अतिशय उन्मत्त वर्तन करणाऱ्या या नरेशाचा स्वामींनी सुदर्शन चक्र या अस्त्राचा उपयोग करून नि:पात केला होता. त्यानंतर द्वारकेच्या सेनेवर चाल करून येणाऱ्या दंतवक्र आणि विदुरथाचाही संहार केला होता.

"पण आत्याबाई आणि आतोबांचे काय? पुत्रशोकानं तर ते वेडेच झाले असतील -" सरळ मनाच्या रेवतीताईंनी धाडकन प्रश्न विचारला. खरे म्हणजे हा प्रश्न प्रत्येकाच्याच मनात उद्‌भवला होता.

दूताने सांगितले, "अगदी सत्य आहे युवराज्ञी; पण स्वामींसमोर, आमच्या सेनेसमोर त्यांच्या संहाराशिवाय मार्गच नव्हता. ते स्वामींशी आपला नातेसंबंध मानायला तयारच नव्हते. अतिशय उन्मत्त झाले होते. त्यांच्या दुष्ट आणि कपटी वर्तनाला प्रजाही कंटाळली होती. अनेक निरपराधांचा बळी गेला होता. त्यांना क्षमा करणं हाच मोठा अपराध ठरणार होता. त्यामुळं त्यांना मृत्युदंडाची शिक्षा करणं हाच एकमेव मार्ग, दादामहाराज, श्रीकृष्णमहाराज यांच्यासमोर होता. नंतर ती दोघंही मोठ्या मनानं, त्यांच्या आत्याबाई आणि आतोबा यांच्यासमोर गेले. त्यांनी त्यांची क्षमा मागितली. आपल्या आतेभावांची कृष्णकृत्यंही समजावून सांगितली. त्या दोघांनीही शोकमग्न मनानंच त्यांची कृष्णकृत्यं मान्य केली. ती दोघं आपल्या पुत्रांना वारंवार द्वारकधीशांशी, दादामहाराजांशी, पाचही पांडवांशी म्हणजेच सत्य आणि न्याय्य पक्षाशी संबंध जोडायला सांगत; पण त्यांच्या पुत्रांनी त्यांचं न ऐकता, उलटपक्षी अन्यायी, कपटी जरासंध पक्षाशी संबंध जोडला होता. ती दोघं त्या दु:खातही स्वत:ला, स्वत:च्या नशिबालाच दोष देत होती. 'आमचं गेल्या जन्मीचं पाप, दुसरं काय. आमच्या पोटी अशी संतती जन्माला येणं म्हणजे खचितच नियती पूर्वजन्माचा हिशेब मांडत असणार.' असं ते म्हणत होते. ते रडत होते, कळवळून बोलत होते. सर्वच उपस्थितांच्या डोळ्यांत अश्रू होते. त्यांनी दादामहाराज, द्वारकाधीश दोघांनाही क्षमा केली आहे. या दोघांनीही त्यांना 'आम्हाला तुम्ही पुत्राचे जागी माना. आम्ही आमच्या पुत्रकर्तव्यात कधी उणीव भासू देणार नाही.' असे वचन दिले आहे."

दूत सांगत होता, तेव्हा आमच्याही नेत्रांत नकळत अश्रू उभे राहिले होते. कितीतरी वेळ आम्ही सारे स्तब्धपणे उभे होतो. दूत आज्ञा घेऊन कधी निघून गेला तेही कळले नाही.

प्रजाजनांच्या उत्साहाला मात्र उधाण आले होते. त्यांच्या स्वामीचा मानभंग करणाऱ्यांना योग्य शिक्षा मिळाली होती. नेहमीच्या हर्षोन्मादात विजयाचा आनंद साजरा केला गेला आणि विजयी वीरांच्या स्वागताची तयारी केली गेली. ठरलेल्या तिथीला स्वामी, दादा, उद्धवभाऊजींसहित आमच्या विजयी सेनेचे द्वारकाद्वीपावर आगमन झाले. राजकुळाने आणि प्रजाजनांनी त्यांचे भव्य स्वागत केले. नजीकच्या काळात द्वारकावासीयांनी एकापाठोपाठ, सातत्याने विजय अनुभवले होते. तेही त्यांच्या प्रबळ संवत्सरांमागून संवत्सरे क्लेश देणाऱ्या कपटी वैऱ्यांचे. जरासंधवधापासून जणू ह्या मालिकेला प्रारंभ झाला होता. जरासंध, शिशुपाल, शाल्व, पौंड्रक, दंतवक्र, विदुरथ. षड्रिपूंसारख्या षड्वैऱ्यांचा नाश झाला होता. त्याशिवाय दादा, स्वामी, सेनापती, ज्येष्ठ लढवय्यांच्या अनुपस्थितीत राजकुळातील भावी पिढीनेही शाल्वासारख्या बलाढ्य शत्रूला, त्याच्या प्रचंड सेनेशी, एक मास प्रचंड संघर्ष करून माघारी जायला भाग पाडले होते. प्रजाजनांना जणू विजयोन्माद चढला होता. ते धुंद झाले होते. कोणताही अतिरेक हा कधीच चांगला नसतो. मग तो विजयानंदाचा का असेना. आता असे वाटते, की पुढे होणाऱ्या अनर्थकारी घटनांची ही नांदी तर नव्हती ना? त्याच वेळी आवर घालता आला असता का? आज मी ज्या जीवनपायरीवर उभी आहे तिथून मागे वळून बघतानाही विचार करणे योग्य आहे का? एकदा नियतीच्या खेळावर विश्वास ठेवल्यानंतर ह्या जर-तरच्या विचारांना अर्थ तरी उरतो का?

या सर्व घटनांविषयी मी स्वामींजवळ बोलले असता ते म्हणाले, “रुक्मिणी, जीवन हे असंच असतं. कधी चढ, कधी उतार. कधी आनंद, तर कधी दुःख. जरासंधाची सतरा आक्रमणं, स्यमंतक मण्याचे प्रकरण, प्रद्युम्नहरण, कमी त्रास झाला का आपल्याला? आता आपण या काळाला ‘विजयपर्व’ असं म्हणू या. भविष्यात काय घडणार आहे याविषयी कुणी जाणू शकतं का? म्हणून आयुष्यातल्या वर्तमानातली आनंदफुलं वेचू या. त्यांचा सुगंध उपभोगू या. उगाच भविष्याची चिंता कशाला?” आता पटतेय, स्वामींची वाणी तंतोतंत सत्य होती. भविष्यात काय घडणार याविषयी अज्ञान असणे हे खरोखरच मानवजातीला लाभलेले वरदानच आहे. नियतीचा खेळ तर काही चुकत नाही. आधीच अदृष्टाची कल्पना आली असती तर मानवी जीवन भय, निराशा, किंवा आनंदाच्या अतिरेकाने भरून गेले असते. अराजक माजले असते.

पूर्वेकडल्या राज्यातून येऊन पूर्ण एक सप्ताहही उलटला नसेल, तोच आमच्या

संपूर्ण राजकुळाला हादरवून टाकणारी भयंकर वार्ता समजली. हे वृत्त, गुरुवर्य गर्गमुनी, सांदीपनी, अमात्यांना आधीच ठाऊक होते. पण दादा, स्वामी, उद्धवभाऊजी द्वारकेत नसताना, थोरल्या महाराजांना, अन्य राजकुळातील सदस्यांना किंवा आमच्या राणीवशाला ते निवेदन करणे त्यांना योग्य वाटले नाही. त्यांनी विचार केला - या भयंकर घटनेने थोरले महाराज, थोरल्या मातांना ज्या वेदना होणार होत्या, त्या सावरायला त्यांचे समर्थ पुत्र इथेच असायला हवे होते. आमच्या राणीवशातही दुःखाची लाट पसरणार होती. आम्हाला धीर द्यायलाही या समर्थ व्यक्ती आवश्यकच होत्या.

जे ऐकत होतो ते सत्य की काल्पनिक अशी मनात शंका येत होती. जे घडले ते फारच भयंकर, क्लेशकारक होते. घटना हस्तिनापुरात घडली होती. विष्णुयागाच्या निमित्ताने दुर्योधनाने पाची पांडवांना महाराणी द्रौपदीसह हस्तिनापुराला आमंत्रित केले होते. तेथे महाराज युधिष्ठिरांना द्यूताचे आमंत्रण दिले गेले. त्यांच्याशी शकुनीमामांच्या मदतीने कपटाने द्यूत खेळून, त्यांना हरवून त्यांच्याकडून सर्वस्व पणाला लावून घेतले. त्यांनीही जणू बुद्धी फिरल्याप्रमाणे, संमोहित होऊन राज्य, संपत्ती, बंधू, द्रौपदी सर्वस्व पणाला लावले आणि पाचही पांडव आणि द्रौपदीसह बारा वर्षे वनवास आणि एक वर्ष अज्ञातवास पत्करला.

वनवासात जाण्याआधी भर सभेत, दुःशासनाने रजःस्वला द्रौपदीला फरफटत आणून तिचे वस्त्रहरण करण्याचा प्रयत्न केला. नवल म्हणजे पितामह भीष्म, गुरुवर्य द्रौणाचार्य, कृपाचार्य, महात्मा विदुर तिथे उपस्थित असताना, विकर्णाने प्राणपणाने विरोध केला असतानाही, दुर्योधन, दुःशासनाने कुणाचेही ऐकले नाही. कर्णानेही त्यांनाच साथ दिली. जणू काही द्रौपदीस्वयंवराच्या वेळेचा आणि मयसभेतल्या अपमानाचा तो सूड उगवत होता.

महाराणी द्रौपदी राजसभेतील प्रत्येक ज्येष्ठ व्यक्तीला, ऊर फुटेल अशा आकांताने साद घालत होती. सैरावैरा धावत होती; पण तिच्या हाकेला कुणीही प्रतिसाद देत नव्हते. सारे माना खाली घालून बसले होते. जणू त्यांची वाचाच बंद झाली होती. शूरवीर भीम, पार्थ यांना पुढे येण्यासाठी धर्मराजाची अनुज्ञा मिळत नव्हती. कुणाकडूनही प्रतिसाद मिळत नाही अशी जाणीव झाल्यावर तिने स्वामींना, म्हणजेच तिच्या प्राणप्रिय सख्याला आर्त साद घातली. श्रीकृष्णा, माधवा, मधुसूदना, तिच्या मुखातून एकापाठोपाठ असंख्य नावे बाहेर पडत होती. सर्व श्वास रोखून बघत होते. एकाएकी काय घडले ते कळलेच नाही. सर्वांच्या डोळ्यांसमोर जणू विविध रंगाचे मोहजाल पसरले. तिच्या निकट असणाऱ्या दुःशासनासमोरसुद्धा. तिच्या वस्त्राला हात घालणारे त्याचे हातही जणू हवेत फिरू लागले. विविध इंद्रधनुष्यी रंगाचे दिव्य तेजोमय वस्त्र तिच्या शरीराभोवती फिरत होते. तिच्या

तेजस्वी मूर्तीकडे बघणेसुद्धा उपस्थितांच्या नेत्रांना सहन होत नव्हते. संपूर्ण सभागृह स्तब्ध होते. सभागृहात फक्त एकच आवाज घुमत होता; 'केशवा, माधवा, श्रीकृष्णा, मोहना, हृषिकेशा, मुरलीधरा, योगेश्वरा.' काही वेळाने तिथेच हट्टाने उभ्या असणाऱ्या दु:शासनाला चटके जाणवू लागले. तो वेदना असह्य होऊन ओरडतच दूर दूर पळू लागला. तेव्हा भीष्मांची वाणी घुमली, "मूढांनो, आता तरी सावध व्हा, नाहीतर या तेजात स्वत:च भस्म व्हाल." तेव्हा खाली मान घालून तो भावी इतिहासात पिढ्यान्‌पिढ्या मानवजातीला कलंक लावणारा प्रकार थांबला.

एवढे सारे घडूनही शब्दाला जागून, ठरल्याप्रमाणे इंद्रप्रस्थ राज्य कौरवांच्या अधिपत्याखाली अर्पण करून, पाचही पांडव आणि पांचाली काम्यकवनांत नेसत्या वस्त्रानिशी निघून गेले. राजमाता कुंतीदेवी हस्तिनापुरात विदुराच्या आश्रयाखाली गेल्या.

हे सर्व वर्णन ऐकताना प्रत्येक जण जणू पाषाण बनला होता. स्वामी, दादा, उद्धवभाऊजी सर्वच एक शब्दही न बोलता आपापल्या कक्षाकडे गेले. मी माझ्या कक्षात आले. मला काहीच सुचेना, क्षणात ते हसते-खेळते इंद्रप्रस्थ नजरेसमोर येई. क्षणात माझी सुभद्रा, पार्थ, अभिमन्यू, आत्याबाई, तर क्षणात ती असाहाय्यपणे सैरावैरा धावणारी द्रौपदी माझ्या दृष्टीसमोर गरागरा फिरत होते.

कशी झाली असेल तिची अवस्था? स्वामी-सहस्रावधी योजने द्वारकेपासून, हस्तिनापुरापासून दूर आहेत, हे जाणून या स्वत:ला मानव म्हणविणाऱ्या पशूंनी डाव साधला होता. युधिष्ठिरावर मोहनास्त्र फेकले होते. त्याशिवाय का त्याची मती एवढी भ्रष्ट व्हावी? त्याला सारासारविचारही करता येऊ नये? काय आहे नियतीच्या मनात? महाभारत?

पुन:पुन्हा तोच शब्द मनात घोळू लागला. मन केव्हाच हस्तिनापुरातील राजसभेत त्या भयंकर प्रसंगात पोहोचले. जणू मी दुसऱ्या जगात गेले. माझ्या मन:शक्तीने तो प्रसंग माझ्या दृष्टीसमोर हुबेहूब स्पष्टपणे उभा केला. मी या स्थानाचे, तनामनाचे भान विसरले. उन्मत्त झालेले दुर्योधन, दु:शासन, अंगराज, हतबल झालेले पराजित पांडव, तेज हरवलेले ज्येष्ठ आणि शीलरक्षणासाठी याचना करणारी, सैरावैरा फिरत, न्याय मागणारी याज्ञसेनी दिसली. त्यानंतर हाका येऊ लागल्या. 'केशवा, माधवा,' दूर कुठेतरी अवकाशात तेजस्वी शक्तीचे रंगीबेरंगी दिव्य वलय. त्यात हळूहळू एका दिव्य व्यक्तीचे प्रकटीकरण. अहाहा, ती तेजस्वी व्यक्ती म्हणजे स्वामीच. त्यांच्या हातातल्या चक्रातून सप्तरंगी अनेक वलये निघून त्या वलयाचे घट्ट आवरण कृष्णेच्या, परमप्रिय सखीच्या देहाभोवती. मी खाडकन भानावर आले. मलाच समजेना मी पाहिले ते स्वप्न की सत्य? भास, आभास की सत्याची जाणीव? प्रकर्षाने एकएक धागा माझ्या ध्यानात यायला

लागला. पांचालीला तेजस्वी वलयाचे आवरण पांघरले होते, वस्त्र नेसवले होते ते स्वामींनीच. माझ्या नेत्रातून आसवांचा महापूर वाहू लागला. माझ्या स्वामींच्या या तेजस्वी, दिव्य, मनापासून साद घालणाऱ्याच्या हाकेला धावून जाणाऱ्या रूपाला मी मनातल्या मनात शतशः वंदन केले. मनात आले, 'स्वामी, तुम्ही खरंच कोण आहात? परमात्मा? आत्म्याच्या हाकेला धावून जाणारे युगंधर? भूत, भविष्य वर्तमान जाणणारे योगेश्वर? धर्मसंस्थापनेसाठी जन्माला आलेले अजन्मा? कोण, कोण आहात तुम्ही?'

"रुक्मिणी, कसला विचार करते आहेस?" मी दृष्टी वर केली. समोर प्रत्यक्ष स्वामी उभे होते. मी नकळत त्यांच्या चरणांशी वाकले. मला वरच्यावर उभे करत स्वामी म्हणाले, "रुक्मिणी, तुझं स्थान माझ्या चरणाशी नाही; हृदयात आहे." माझ्या नेत्रांकडे नजर जाताच ते उद्गारले, "महाराणी, हा आसवांचा महापूर का उचंबळलाय?"

"स्वामी, तुम्हीच सांगा, द्रौपदीचं शीलरक्षण तुम्हीच केलंत ना? त्या इंद्रधनुष्यी तेजस्वी वलयांकित आभासाचे निर्माते तुम्हीच ना?"

स्वामी गूढ हसले. म्हणाले, "अगं, नियतीची क्रीडा आहे ही. त्याकरताच माझा जन्म आहे ना? कृष्णा माझी प्रिय सखी आहे, म्हणून मी तिचं शील संरक्षण केलं असं नाही, या विश्वातल्या कोणत्याही स्त्रीने जर मला एवढी आर्त साद घातली असती, तर ती माझ्यापर्यंत पोहोचली असती आणि मी आवश्यक कृती केलीच असती. माझं कर्तव्यच आहे ते! कामरूप राज्यातील अबलांना नाही का नरकासुराच्या पाशातून सोडवलं? एक सांगू रुक्मिणी, दुर्योधन, दुःशासनानं द्रौपदीच्या वस्त्राला हात घालून केवळ तिचाच नाही; तर सकल स्त्रीजातीचा, स्त्रीत्वाचा अपमान केला आहे. द्रौपदीच्या म्हणजेच याज्ञसेनीच्या एका अर्थाने प्रत्यक्ष कडाडत्या सौदामिनीच्या प्रतिष्ठेलाच डंख मारला आहे. त्यांनी स्वतःच्या हातानेच स्वतःच्या विनाशाची बीजे रोवली आहेत."

"त्यांचा विनाश होईल तेव्हा होईल; पण सध्या एवढा दीर्घकाळ पांडवांना, कृष्णेला वनवासात राहावे लागेल. अज्ञातवासातही जीव मुठीत धरूनच वावरावे लागेल. आता कुठं ते इंद्रप्रस्थात स्थिर झाले होते." मी म्हणाले.

"मला त्याचंच फार वाईट वाटतंय, रुक्मिणी. किती अविश्रांत श्रम घेऊन यादवांनी, महाराज पंडुनिष्ठ प्रजाजनांनी स्वर्गीय इंद्रप्रस्थ वसवलं होतं. साऱ्यांनीच किती स्वप्नं बघितली होती? केवढा भव्य राजसूय यज्ञ केला होता. धर्मराज म्हणवणाऱ्या युधिष्ठिराला कौरवांचा कपटी डाव समजू नये? राजनीतीत केवळ पराक्रमच नव्हे, तर प्रसंगी बुद्धिचातुर्यही पणाला लावावं लागतं. कौरवांची कपटनीती तर सामान्य जनांच्याही ध्यानात येण्यासारखी आहे. स्वतःच्या विनाशाचा खड्डा

खोदून ठेवणं हे कोणतं धर्मशास्त्र? तू म्हणतेस ते खरं आहे. पुढं जे घडणार आहे ते तर कौरवांच्या दृष्टीनं अनिष्ट आहे; पण या घडीला पांडवांच्या, पर्यायानं त्यांच्या संपूर्ण कुळाच्या जीवनाची घडी विस्कटली आहे. द्रौपदीशिवाय पांडवांच्या अन्य राण्या जशा स्वतःच्या माहेरी वास्तव्य करतात, त्याप्रमाणं आपल्या सुभद्रेला आणि अभिमन्यूलाही द्वारकेत वास्तव्याला त्वरित आणावं लागेल. तिला धीर देऊन तिचा सांभाळ तुलाच करावा लागणार आहे."

मनात स्वामींविषयी अभिमान भरून आला. मनाच्या उद्विग्न अवस्थेतही स्वामी आपले भगिनीप्रेम, कर्तव्यभावना विसरले नव्हते. सुभद्रेचा सहवास मला सदा प्रियच होता; पण अशा परिस्थितीत तिला यावे लागेल अशी कधी स्वप्नातही कल्पना केली नव्हती. इंद्रप्रस्थातील या घटनांनी मीसुद्धा खूपच अस्वस्थ, उदास, निराश झाले होते; पण मला स्वस्थ बसणे शक्य नव्हते. आमच्या पुत्र-पौत्रींसमोर हसतमुखाने वावरणे भाग होते. थोरले महाराज, राजमाता यांच्या या वृद्धावस्थेत त्यांनाही धीर देणे, सतत माणसांच्या सहवासात ठेवणे आवश्यक होते. त्यासाठी रेवतीताई, आम्ही सर्व भगिनी आपल्या पुत्रांना घेऊन पाळीपाळीने सतत मुख्य द्वारकाद्वीपावर जात असू. मुलांमध्ये त्यांचे मन रमत असे.

स्वामींच्या मनात मात्र कोणते वादळ उठले आहे ते या वेळी मलासुद्धा समजत नव्हते. ते नेहमीसारखे मुक्तपणे वार्तालाप करत नव्हते. मूक मूक असायचे. गंभीर विचारात गर्क असायचे. पांडवांच्या जीवनात घडलेल्या या घटनेनंतर ते कोणता निर्णय घेतात तेच कळत नव्हते. मी मनात ठरवले ते कोणता निर्णय घेतात, त्याची प्रतीक्षा करायची. ते घेतील तो निर्णय योग्यच असेल याविषयी मनात शंका नव्हती.

एक प्रभात मात्र अनाकलनीय उगवली. रात्री स्वामी त्यांच्या कक्षात नव्हते हे जाणवले होते; पण मला वाटले ते थोरल्या महाराजांच्या प्रासादात असतील. कधी कधी तेथे मुक्काम करत असत. त्या पहाटे मात्र स्वतः अमात्य आमच्या राणीवशात आले. मला आश्चर्य वाटले. स्वामींचा काही तरी संदेश घेऊन ते आले असावेत, असा विचार करतच मी रीतीप्रमाणे त्यांचे स्वागत केले. तोपर्यंत रेवतीताई, माझ्या भगिनीही तेथे उपस्थित झाल्या होत्या.

अमात्यांनी जे सांगितले ते ऐकून आम्ही चकितच झालो. अमात्यांनी सांगितले, स्वामी, उद्धवभाऊजी दारुकाला घेऊन गरुडध्वजात बसून अज्ञात स्थळी निघून गेले आहेत. ते कुठे गेलेत? कशाला गेलेत? कधी येणार ते सारेच अज्ञात आहे. मलासुद्धा सांगितले नाही. कुणालाच माहीत नाही. युवराजांना इथली राज्यकारभाराची धुरा वाहण्यास सांगितले आहे.

ती गूढ वार्ता ऐकून आम्ही चक्रावूनच गेलो. साऱ्याच गोंधळल्या. त्यांना धीर देण्यासाठी मी म्हणाले, "अगं, चिंता करू नका. ते निश्चितपणे काम्यकवनात

पांडवांना भेटण्यासाठी गेले असतील. महत्त्वाचे निर्णय घ्यायचे असतील, म्हणून गुप्तपणे गेले असतील.''

त्यांच्या मनाला ते पटले. त्यांच्या हृदयावरचे चिंतेचे ओझे उतरले. त्या निश्चिंत मनाने आपापल्या कक्षांकडे गेल्या. तोच दादा गर्जना करतच आले. ते क्रोधाने पेटले होते, ते म्हणाले, ''हा कोण समजतोय स्वत:ला? मलासुद्धा न सांगताच गेला. पूजनीय तात, माता, अमात्य, सेनापती, तू त्याची अर्धांगिनी कुणालाच न सांगता त्यानं जावं? याआधी तो असा कधी वागला नव्हता.''

रेवतीताई हळूच हसल्या. दादा अधिकच चिडले. ते त्यांना म्हणाले, ''युवराज्ञी, आपल्याला हसायला काय झाले? प्रसंगाचे गांभीर्य आपल्या ध्यानात येत नाही का?''

त्या हसू दाबत म्हणाल्या, ''श्रीकृष्णभाऊजी असे कधीच वागले नव्हते, हे खरे आहे; पण आपण थोरले बंधू असून स्यमंतक मणी बघण्याचा हट्ट धरून भाऊजींवर रागावून कसे निघून गेला होतात ते आठवतंय ना? तेव्हा मला तरी विश्वासात घेतलं होतं का? मी नव्हते का तुमची अर्धांगिनी?''

दादा थोडे शांत झाले. दुसऱ्याच क्षणी पुन्हा उसळून म्हणाले, ''तो प्रसंग वेगळा होता. त्या वेळी माझा क्रोध अनावर झाला होता. क्रोधाच्या धुंदीत माणूस कसेही वर्तन करू शकतो; पण आता तशी परिस्थिती आहे का? तूच सांग रुक्मिणी?''

त्यांना शांत करण्यासाठी मी म्हणाले, ''दादा, तुम्ही योग्य तेच बोलताय. निदान आपल्याला तरी सांगायला हवं होतं. नुसतं सांगायलाच नाही, तर आपली अनुज्ञा घ्यायला हवी होती; पण स्वामी चतुर आहेत. आपली आज्ञा न घेण्यामागे त्यांचे दोन हेतू असतील. एक म्हणजे आपणाला सतत त्यांची चिंता म्हणून त्यांच्याबरोबर आपणही जाल. आपण जर गेलात तर द्वारकेचे राज्य सांभाळायला आपल्याएवढी समर्थ व्यक्ती दुसरी कुणी आहे का? शिवाय आपण युवराज आहात, या साम्राज्याचे भावी नरेश. पांडवांकडे त्यांना किती काळ राहावे लागेल कुणास ठाऊक! पांडव आणि ते कोणता राजनीतीचा डाव आखतात कोण जाणे? दुसरे म्हणजे या स्वामींच्या दीर्घकाळ अनुपस्थितीची दखल घेऊन शाल्वासारखे पुन्हा कुणी आक्रमण केले, तर ते परतवून लावायला आपल्यासारखे सामर्थ्यशाली पराक्रमी, राजनीतिज्ञ इथं नकोत का? आपले सारे राजपुत्र पराक्रमी आहेतच; पण त्यांना मार्गदर्शन करायला ज्येष्ठ व्यक्ती हवीच ना? अशी सर्वगुणसंपन्न व्यक्ती आपल्याशिवाय कोण असणार?''

दादांची चर्या विचारमग्न झाली. थोड्या वेळाने ते म्हणाले, ''रुक्मिणी, तू म्हणतेस ते योग्यच आहे; पण हे त्याचे हेतू प्रत्यक्षपणे त्यानं मला समजावून

सांगितले असते, तरी मी त्याला आज्ञा दिलीच असती ना." दादा शांत झाल्यासारखे दिसले. ते समाधानाने त्यांच्या कक्षाकडे निघून गेले. त्यांच्यापाठोपाठ रेवतीताईही तिकडेच वळल्या.

माझ्या बोलण्यामुळे, माझ्या भगिनींचे, दादांचे समाधान झालेले दिसले. अन्य प्रजाजनांचेही होईल. कारण साऱ्यांचा माझ्यावरचा विश्वास; पण माझ्या मनाचे काय? ते मात्र समाधानी नव्हते. स्वामी मलासुद्धा न सांगता का निघून गेले? उद्धवभाऊजीही या वेळी काहीच बोलले नाहीत. का? स्वामींचा निर्णय मला अप्रिय वाटेल असा असेल का? माझ्या भावना दुखावल्या जाऊ नयेत, म्हणून मला सांगितला गेला नाही का? का मी विरोध करेन? तो मोडून काढणे त्यांना जड गेले असते का?

का? का ते कुणालाच न सांगता निघून गेले? मला ठाऊक आहे. इंद्रप्रस्थाविषयी, त्यांच्या प्रिय पांडुपुत्रांविषयी, महाराणी द्रौपदीविषयी वार्ता ऐकल्यापासून ते मनातून फार फार अस्वस्थ झाले होते. आमचा विवाह झाल्यापासून ते एवढे पराकोटीचे अस्वस्थ झालेले मी पाहिले नाही. अगदी प्रद्युम्नाच्या अपहरणाच्यावेळीसुद्धा. त्या वेळीही त्यांनी अंतर्ज्ञानाने जाणले होते, की तो योग्य वेळी परत येणार आहे. मग या वेळीच एवढे अस्वस्थ का?

अंतर्ज्ञानानेच या घटना म्हणजे भविष्यकाळातील अनिष्ट घटनांची नांदी ठरणार हे तर त्यांनी जाणले नाही ना? म्हणून तर ते अस्वस्थ होऊन मन शांत करण्यासाठी, चित्त स्थिर करण्यासाठी दूर अरण्यात किंवा हिमालयात जपतप, साधना करण्यासाठी तर निघून गेले नाहीत ना?

मला मनातल्या मनात हसूही आले. सतत लोकसमुदायात रमणारे, लोकसंग्रह करणारे, पशू, पक्षी, वृक्ष, मानव साऱ्यांवर जीव ओतून प्रेम करणारे अनभिषिक्त हृदयसम्राट माझे स्वामी. त्यांना लोकसमुदायापासून फार काळ दूर राहता येईल का? विचारांबरोबर मनही शांत होत होते. स्वतःच स्वतःचे उत्तर शोधत होते. नेहमीप्रमाणे नियतीवर भार टाकून मी निवांत झाले. माझ्या हातात तरी दुसरे काय होते?

आमच्या द्वारकाद्वीपावरली सर्वांचीच दिनचर्या, नैमित्तिक कार्ये, विविध कार्यक्रम नेमस्तपणे सुरू होते. या वेळी एक मात्र बरे होते. स्वामी नव्हते तरी दादा द्वारकाद्वीपावर असल्यामुळे राजनीतीची चिंता नव्हती. स्वामींच्या बुद्धिचातुर्याचे हे एक प्रत्यक्ष उदाहरणच होते. दादा इथे असल्यामुळे स्वामी जे कार्य करावयास गेले होते, त्यांना तेथे निश्चितपणे, दीर्घकाळही राहता येणार होते. स्वामी इंद्रप्रस्थ, हस्तिनापूर किंवा काम्यकवनात गेले असणार याविषयी आम्हाला विश्वास होता. फक्त ही गोष्ट आम्हाला का सांगितली नाही याविषयीच आम्ही साशंक होतो.

सुभद्रा आणि अभिमन्यूचे आगमन स्वामी जाण्याआधीच द्वारकेत झाले होते. आता तेरा वर्षे आपल्या प्रिय पतीच्या सहवासाला ती पारखी झाली होती. अभिमन्यूच्या सहवासामुळे तिचे जगणे सुसह्य झाले होते. मला तिच्याकडे बघून फार आश्चर्य वाटे. पूर्वीची अवखळ स्वभावाची सुभद्रा आता शांत प्रौढ स्त्री झाली होती. मी तिची समजूत घालायला गेले तेव्हा मला अश्रू आवरता आले नाहीत. तेव्हा तीच प्रौढपणाने माझी समजूत घालत म्हणाली, ''वहिनी, नको कष्टी होऊस. अगं, आपल्याला विधिलिखित टाळता येते का? त्रिभुवनसुंदरी द्रौपदीताईंना बघ किती संकटांना सामोरं जावं लागलं. मला तरी इंद्रप्रस्थात धनुर्धरांचा सहवास मिळाला. पांडवांच्या अन्य राण्या तर सदासर्वदा आपल्या माहेरीच असतात. दैवानं या लाडक्या, गुणी अभिमन्यूची अमोल देणगी माझ्या पदरात टाकली आहे. धनुर्धरांच्या प्रेमाचं प्रतीकच आहे ते. इंद्रप्रस्थातील धनुर्धरांच्या सहवासाच्या मधुर स्मृतीवर, या अभिमन्यूच्या सहवासात, तुम्हा सर्वांच्या मायेच्या छत्रछायेत ही तेरा वर्षं हा हा म्हणता निघून जातील. वहिनी, नको कष्टी होऊस. अगं, श्रीकृष्णदादा ज्यांचा पाठीराखा आहे, मला पूर्ण विश्वास आहे, अंतिम विजय त्यांचाच आहे. बघशीलच तू.''

मला तिच्या संयत वर्तनाचे कौतुक वाटले. मी समाधानाने माझ्या नैमित्तिक कार्याकडे वळले. आता मला तिच्या एकटेपणाची चिंता नव्हती. तिने प्राप्त परिस्थिती समर्थपणे झेलली होती, पेललीही होती.

स्वामींना द्वारकेतून प्रस्थान करून जवळजवळ दोन मास पूर्ण होत आले. हळूहळू आमचा सर्वांचाच धीर सुटत चालला होता. देशोदेशी, काम्यकवनात पाठवलेले गुप्तहेर माघारी परत आले होते. वार्ता निराशाजनकच होत्या. स्वामींचा ठावठिकाणा तर सोडाच; पण त्या तिघांपैकी एकालाही कुणी बघितले असे सांगणारी, एकही व्यक्ती भेटली नव्हती.

अगदी अमरनाथच्या परिसरात, हिमालयाच्या कानाकोपऱ्यातही शोध घेतला गेला; पण हाती काहीच आले नाही. आता सर्वांनाच चिंता वाटू लागली. थोरले महाराज, दोन्ही राजमाता अस्वस्थ झाले. त्यांना अन्न गोड लागेना.

आमचे पुत्र, कन्या उदास दिसू लागले. त्यांचे क्रीडेत, नित्यकर्मात, विद्याग्रहणात कुठेच लक्ष लागेना. आम्हा राण्यांचीही तीच गत होती. सत्यभामा तर तिच्या स्वभावाप्रमाणे अतिशय संतप्त झाली होती, तो उघडपणे व्यक्तही करत होती. ती मला म्हणाली, ''त्रिखंडात प्रेमयोगी, अन्याय निवारण करणारे, अन्यायग्रस्तांना न्याय देणारे म्हणून ओळखले जातात ना स्वामी? जिवापाड प्रेम करणाऱ्या व्यक्तींना, आदरणीय माता-पित्यांना, आदरणीय गुरुवर्यांना न सांगता अनेक मास कुठंतरी जाऊन लपून बसणं हा त्यांच्याकडून सर्वांवर अन्यायच झाला ना? यांना

कुणी शिक्षा करायची? आपल्या स्वत:च्या पुत्रांना, लाडक्या चारुमतीला, दु:ख द्यायचं हा अन्याय नाही का?''

तिच्या उक्तीतून तिचे स्वामींवरचे प्रेमच व्यक्त होत होते. बोलता बोलता ती हुंदके देत रडू लागली. मी तिला जवळ घेतले. तिच्या पाठीवरून हात फिरवू लागले. तिचे सांत्वन करायला आज माझ्याजवळही शब्द नव्हते. माझ्या अन्य भगिनींचीही तीच अवस्था होती. चिंतेने त्यांना काहीच सुचत नव्हते. मुलांची, दादा आणि रेवतीताईंची अवस्थाही वेगळी नव्हती. दादा तर चिंतेने ग्रस्त झाले होते. ती मनाची अस्वस्थता ते चिडून व्यक्त करत होते. आजकाल तर त्यांचे सुधर्मा राजसभेतील कामकाजाकडेही लक्ष लागत नव्हते आणि रेवतीताई? त्यांचे तर स्वामींवर पुत्रवत अलोट प्रेम होते. त्या वरवर दादांची, माझी समजूत घालण्याचा प्रयत्न करत होत्या; पण मनातून स्वत:ही चिंताग्रस्त झाल्या होत्या.

एकीकडे ही झाली होती आमच्या राजपरिवारातील सदस्यांची, कुटुंबीयांची अस्वस्थ अवस्था आणि दुसरीकडे त्यांच्यावर अलोट प्रेम करणारे आमचे प्रजाजन. लहान-थोर सारेच. साऱ्यांवरच दु:खाने वेडे व्हायची वेळ आली होती. सतत राजप्रासादासमोर प्रजाजनांची गर्दी जमलेली असायची. कुठे गेले आहेत आमचे प्रिय द्वारकाधीश? सतत विचारणा होत होती. काही लोकांनी देवाला नवस केले होते. कडक व्रते सुरू केली होती. कुणी निर्जली उपवास सुरू केले होते. सामुदायिक प्रार्थना गायल्या जात होत्या. कुलदेवता इडादेवीसमोर, श्री सोमनाथासमोर यज्ञयाग सुरू झाले होते.

कारण यापूवी अशी अघटित घटना कधीच घडली नव्हती. स्वामी गुप्तपणे एखादे कार्य करतानासुद्धा प्रजेला विश्वासात घेऊन त्याची कल्पना देत. आपल्या लाडक्या द्वारकाधीशाला कपटाने कुणी बंदिवान तर केले नसेल ना? त्यांचे काही बरे-वाईट तर झाले नसेल ना? अशा अनेक अमंगल शंकासुद्धा त्यांच्या मनात येत होत्या. ते साहजिकच होते. कारण संकटसमयी 'मन चिंती ते वैरी न चिंती' अशी आपल्या माणसांची गत होते. कारण त्यांना माहीत होते, की ते सध्या कोठे आहेत हे द्वारकाधीशांच्या महाराणीला किंवा अन्य पत्नींना, मातापित्यांना कुणालाच ठाऊक नाही. त्यामुळे तेही आमच्याएवढेच अस्वस्थ होते. उद्धवभाऊजींचे माता-पिता, अन्य बंधू, दारुकाचे कुटुंबीय सर्वांचीच स्थिती वेगळी नव्हती.

असेच आणखी दोन सप्ताह लोटले. मी निश्चय केला. मनात म्हणाले, 'आता प्रतीक्षा करण्याची मर्यादा संपली. आता आपल्याला वेगाने, निश्चितपणे पावले उचलायलाच हवीत. नाहीतर अनर्थ ओढवेल. द्वारकेच्या साम्राज्याची सामाजिक, राजकीय घडीच विस्कटून जाईल. मन:स्वास्थ्य जर बिघडलेले असेल तर कुणाच्या हातून आपले कार्य, कर्तव्य व्यवस्थित पार पाडले जात नाही. या संधीचा फायदा

घेऊन कुणी वैऱ्याने आक्रमण केले तर? एवढ्या कष्टाने निर्माण केलेल्या, वाढवलेल्या, साम्राज्याची धूळधाण उडेल. या विनाशाला सर्वस्वी कारणीभूत ठरतील माझे स्वामी. भविष्यात इतिहास त्याची नोंद घेईल. दादा, अमात्य साऱ्यांच्या कार्यक्षमतेवर माझा पूर्ण विश्वास होता; पण त्यांचेही स्वामींवरचे अमर्याद प्रेम त्यांना स्वस्थता लाभू देत नव्हते. द्वारकावासीयांच्या मनात फक्त एकच विचार होता. सध्या स्वामी, उद्धवभाऊजी कोठे आहेत? ते तिथे कोणत्या अवस्थेत आहेत? काय करत आहेत? कधी परत येणार आहेत?

प्रजेला, कुटुंबीयांना, स्वामींची महाराणी म्हणून या प्रश्नांची उत्तरे देणे, माझे कर्तव्य आहे. माझ्यासाठी आणि त्यांच्यासाठीही. ती मला शोधलीच पाहिजेत. मला माहीत होते. माझ्या मन:शक्तीने आता हा निर्णय घेतला आहे. आता ती म्हणजेच मी उत्तर शोधून काढण्यासाठी अहोरात्र प्रयत्न करणारच. तोपर्यंत माझ्या जिवाला चैन पडणार नाही.

मी मनातल्या मनात निश्चय केला. 'आयुष्यात पुन्हा एकदा श्री जगदंबेच्या म्हणजे, आमच्या कुलदेवतेच्या श्री इडादेवीच्या चरणी नतमस्तक होऊन प्रार्थना करण्याचे ठरवले. या आदिशक्तीनेच मला माझे स्वामी मिळवून दिले होते. तिनेच मला त्या वेळी मार्ग दाखवला होता. त्या वेळी तिने कौंडिण्यपूरला श्री जगदंबेचे रूप धारण केले होते. इथे द्वारकेत तीच श्री इडादेवीच्या स्वरूपात होती.'

या विचाराने प्रेरित होऊन मी उठले. जणू माझ्यात बारा गजांचे बळ आले होते. मी कालिंदीला माझ्या कक्षात बोलावले. तिला म्हणाले, "चल, आपण आधी राजद्वीपात जाऊ या. आपल्या कुलदेवतेला, त्या जगन्मातेला वंदन करू या. स्वामींचा शोध घेण्यासाठी तीच मार्ग दाखवेल, असा मला विश्वास आहे." ती तत्काळ माझ्यामागे निघाली. ती जशी मनाने सरळसाधी होती, तशीच तिची वेषभूषाही साधी होती. ती रोजच धवल वस्त्र परिधान करत असे. संपत्ती, अलंकार, उंची वस्त्रे यांचा तिला मोह नव्हता. ती फार कमी बोले. तरीही सर्वांशी अतिशय मृदू संभाषण करी. ती सूर्योदयाच्या वेळी आणि सूर्यास्ताच्या वेळी विवाहापूर्वी जसे जलात उभे राहून श्रीकृष्ण नामाचा जप करत असे, तसाच आताही करत असे. स्वामी तिला एकदा थट्टेने म्हणाले होते, मी तिथेच होते, "कालिंदी, सूर्योदय आणि सूर्यास्ताच्या वेळी त्या सूर्यनारायणाचा जप करण्यानं पुण्य लाभतं. माझ्या नावानं नाही."

तिने अतिशय मृदू स्वरात उत्तर दिले होते, "स्वामी, माझे सर्वेसर्वा आपणच आहात. सूर्यनारायणही तुम्हीच आणि ब्रह्मा, विष्णू, महेशही तुम्हीच. मला आता कोणत्याही पुण्यसंचयाची अभिलाषा नाही. मी पुण्यसंचयाचा उच्चांक गाठला असावा म्हणूनच पती म्हणून आपला लाभ झाला."

स्वामी माझ्याकडे बघून हसत हसत म्हणाले होते, “बघ रुक्मिणी, थोरलीला आणि धाकटीलाच कळलंय मी कोण आहे ते.”

मी हसून म्हणाले होते, “थोरलीचं मला माहीत नाही; पण धाकलीला मात्र निश्चित कळलंय आपण कोण आहात ते. मला तिच्याकडून ते ज्ञान प्राप्त करून घ्यावं लागेल.”

त्या वेळी कालिंदी संकोचून, लाजत म्हणाली होती, “मला लाजवू नका महाराणी, तुम्हीच माझा आदर्श आहात. तुमचा पदर धरून तर मी सतत तुमच्या मागं मागं मार्गक्रमण करत असते.”

तर अशी ही आमची निरागस कालिंदी. तिला सवे घेऊन मी आमचा राणीवसा पार केला. राजद्वीपात जाऊन आधी कुलदेवतेच्या पवित्र मंदिरात प्रवेश केला. तिला मनोभावे प्रार्थना केली. मनातल्या मनात म्हणाले, “हे जगन्माते, स्वामींच्या शोधाचा मार्ग तूच दाखव. तू त्रिकालज्ञानी आहेस. स्वामी कुठं आहेत, तो मार्ग मला दाखव. असं कुणालाही न सांगता स्वामी का निघून गेले? त्यामागं त्यांचा निश्चित हेतू असणार, याविषयी माझ्या मनात तिळमात्रही शंका नाही. आमच्या कुळातील सदस्यांनी आणि प्रजाजनांनीही याच गोष्टीवर विश्वास ठेवून एवढे दिवस धीर धरला; पण आता त्यांचा हा अज्ञातवास, हा विरह कुणीच सहन करू शकत नाही. कुणाचंच मन थाऱ्यावर नाही. कुणाचंच कशातच लक्ष लागत नाही. आमच्या द्वारका साम्राज्याचीच घडी विस्कटतेय. आता तूच खरा आधार म्हणून विश्वासानं तुझ्या पायाशी आले आहे. मला रिक्तहस्ते परत पाठवू नकोस. तू मार्ग दाखवेपर्यंत मी अन्न-पाणी वर्ज्य करून इथंच अनुष्ठान करेन.”

मी तिथेच पद्मासन घालून आदिशक्तीचा जप करत बसले. कालिंदीने तर उभ्यानेच तप करायला सुरुवात केली. किती काळ गेला कुणास ठाऊक? मला एकाएकी एक प्रकाशवाट दिसली. ती मंदिरातून निघून सरळ गुरुवर्य सांदीपनींच्या आश्रमापर्यंत जात होती. मी दचकून डोळे उघडले. त्या श्रीजगन्मातेकडे दृष्टी टाकली. ती प्रसन्नपणे हसतेय, असा भास झाला. माझे स्वतःचे हृदय तर जणू चैतन्यमय झाले होते. आनंदलहरींना जणू भरती आली होती. जगन्मातेने मला मार्ग दाखवला होता. गुरुवर्यांना स्वामींचे सध्याचे वसतिस्थान नक्कीच ठाऊक असणार. कारण कोणतेही कार्य, योजना, मग ते कर्तव्यकर्म का असेना; ते करण्याआधी गुरूंची अनुज्ञा घ्यावीच लागते, हा शास्त्राचा दंडक होता. स्वामी त्याचे सतत पालन करत असत. ते निश्चितच अनुज्ञा घेऊन गेले असणार. माझ्या हे पूर्वीच ध्यानात यायला हवे होते. विचारचक्रात मती कधीकधी कुंठित होते म्हणतात, तसेच झाले असावे. मी पुन्हा जगन्मातेकडे बघितले. ती आता माझ्याकडे मायेच्या दृष्टीने बघत होती. माझ्या हृदयात तिच्याविषयी कृतज्ञता दाटून आली. तिच्या कुशीत शिरून

अश्रूंना वाट मुक्त करून द्यावी, असे मनापासून वाटले. नकळत मी तिच्या पायाशी वाकले. नेत्रांतून अश्रूंचा पूर वाहत होता. अश्रूजलाचे काही थेंब मातेच्या चरणावर पडले.

मनावरचा प्रचंड ताण नाहीसा झाला होता. मन खूप हलके हलके झाले होते. तोच शब्द ऐकू आले, "ताई, मला जणू योगनिद्रा लागली होती. त्या गाढ निद्रेत खूप छान स्वप्न पडले. या मातेच्या मस्तकावरले फूल उजव्या कडेला पडले. ताई, हा शुभशकुनच समजायचा ना?"

मी गर्रकन मागे वळले. तिला थोरल्या भगिनीच्या मायेने जवळ घेतले. तिला म्हणाले, "हो गं हो कालिंदी, तुझं स्वप्न सत्यात उतरलंय. मलाही आपल्या मातेनं मार्ग दाखवला आहे. चल, त्वरित चल. आपण आपला रथ सरळ गुरुवर्यांच्या आश्रमाकडे नेऊ या. वायुवेगानं."

पंख असते तर उडत जाऊन काही क्षणात तिथे पोहोचलो असतो. आमचा रथ प्रचंड वेगाने गुरुवर्यांच्या आश्रमाकडे जात होता. माझे मन मात्र प्रकाशवेगाने गुरुवर्यांच्या कुटीत पोहोचले होते. आश्रमाशी पोहोचताच माझ्या वयाला, स्वभावाला न शोभणाऱ्या चपळाईने मी गुरुदेवांच्या कुटीत पोहोचले. मी मनातल्या मनात ईशाला प्रार्थना करत होते, हे ईशा, गुरुदेव तपस्येत मग्न नसू देत. नाहीतर मला काही वेळ वाट बघावी लागली असती. मला तर क्षण न् क्षण युगायुगासारखा भासत होता.

माझ्या मनाची इच्छा पूर्ण झाली. मी धावत जाऊन गुरुदेवांचे चरण धरले. त्यांनी माझ्या मस्तकावर हात ठेवून, 'तुझे मनोरथ पूर्ण होतील.' असा आशीर्वाद दिला. मी गुरुमातेलाही वंदन केले. त्यांनी 'अखंड सौभाग्यवती भव' असा आशीर्वाद दिला.

कालिंदीनेही माझेच अनुकरण केले. तिलाही उभयतांकडून तेच आशीर्वाद लाभले.

गुरुवर्यांनी आम्हाला खाली बसण्यास सांगितले. आम्ही खाली सारवलेल्या जमिनीवर आसनावर बसलो. त्या वातावरणाला एक वेगळाच मायेचा स्पर्श होता. मन समाधानाने भरून आले.

"बोल रुक्मिणी, तुझ्या आगमनाचा हेतू कोणता?"

"गुरुवर्य, आपण अंतर्ज्ञानी आहात. मला विश्वास आहे, स्वामी गुरुअनुज्ञा न घेता कोणतेच कार्य करत नाहीत. ते आताही ज्या स्थानी, ज्या कार्यासाठी गेले आहेत ते स्थान, हेतू सारं आपण जाणता. द्वारकाधीशांशिवाय द्वारका कशी उदास, निराश झाली आहे हे आपण बघताच आहात. आमचे राजकुळ सदस्य असोत की प्रजाजन असोत, कुणालाच नैमित्तिक कार्यं किंवा कर्तव्यं सुचत नाहीत. हे असंच

काही काळ चाललं तर द्वारकेचं हे प्रचंड श्रमाने उभारलेलं साम्राज्य खिळखिळं होईल. या संधीचा लाभ वैऱ्यानं उठवला तर आश्चर्य वाटायला नको.

"गुरुदेव, कृपा करून मी आपली कन्या आपणाला कळवळून विनंती करते की, मला त्यांचं सध्याचं निवासस्थान सांगा. मी आपली आजन्म ऋणी राहीन." मी पुन्हा त्यांच्या चरणावर मस्तक ठेवण्यासाठी वाकले.

"ऊठ रुक्मिणी, बाळे... माझा पट्टशिष्य श्रीकृष्ण, उद्धव, सारथी दारुक प्रयागक्षेत्री घोरअंगिरस ऋषींच्या आश्रमात आहेत. त्याला प्रिय असलेल्या पांडवांनी, जी स्थिती ओढवून घेतली आहे, त्यासाठी प्राप्त परिस्थितीत, दुर्भाग्याने त्याला काहीच करता आलं नाही, या विचारानं त्याचं मन विषादाने भरून गेलं होतं. हा विषाद म्हणजे एक प्रकारचा मानसिक विकारच. त्याचं निवारण करण्यासाठी वंदनीय घोरअंगिरस एक समर्थ गुरुवर्य आहेत. मीच त्याला त्यांच्याकडं पाठविलं. माझ्यावर विश्वास ठेव. आता तो जे ज्ञान प्राप्त करून येणार आहे ते या मानवजातीला युगानुयुगं कार्यप्रवृत्त करण्यासाठी उपयोगी पडणार आहे. रुक्मिणी बाळे, एक गोष्ट लक्षात ठेव, प्रत्येक कार्यामागं काहीतरी कारण नियतीनं योजलेलं असतं. विशेषतः युगपुरुषांच्या कार्यामागं तर निश्चितच. उदाहरणच द्यायचं झालं तर, पूर्वी प्रत्यक्ष श्रीरामांना घडलेला वनवास, सीतादेवीचं रावणानं केलेलं हरण, परिणामी झालेला रावणाचा निःपात. जाणीव होतेय ना घटनाक्रमामागच्या कार्यकारणभावाची? तसंच काही भविष्यात भव्यदिव्य घडणार असेल माझ्या या योगेश्वर शिष्याकडून; पण आता ते कार्य पूर्णत्वास गेलं असणार. श्रीकृष्णाचा विषादही निमाला असणार. तेव्हा युवराजांना त्या त्रयीला परत आणण्यासाठी पाठव. तुझी मनोकामना पूर्ण होईल."

मला आमच्या कुलदेवतेचे, प्रकाशवाटेचे स्मरण झाले. मी कालिंदीकडे पाहिले. तिच्या नेत्रातून अश्रूंचा महापूर वाहत होता. मी आनंदाने तिला जवळ घेतले. ही आनंदवार्ता प्रथम दादांना सांगायला हवी होती. आता शोध संपला होता. मला विश्वास होता, दादांना ही वार्ता कळताच ते कुलदेवतेचे, तसेच थोरले महाराज, दोन्ही मातांचे आशीर्वाद घेऊन क्षणाचाही विलंब न करता प्रयागक्षेत्री प्रयाण करतील.

मी कालिंदीसह त्वरेने राजप्रासाद गाठला. पुढल्या घटना मी भाकित केल्याप्रमाणेच घडल्या. दादा आनंदाने विभोर झाले. कधी एकदा लाडक्या बंधूंना कान पकडून घेऊन येतो, असे त्यांना झाले. दुसऱ्या दिवशीच सेनापती, आणि मोजक्या सेनेसह त्यांनी प्रयाग क्षेत्राकडे प्रयाण केले.

दादांना ही शुभवार्ता दिली. त्यानंतर थोड्याच वेळात जराही विलंब न करता मी आणि सत्यभामा उद्धवभाऊजींकडे त्यांच्या तात आणि मातोश्रींच्या कानावर ही

वार्ता घालायला गेलो कारण मी जाणत होते की उद्धवभाऊजींना पत्नी जरी नसली, तरी त्यांचे जन्मदाते, बंधू, भगिनी अन्य सहोदरही तीव्र चिंतेत होते. आम्हाला आनंदात बघूनच त्यांना हा शुभशकुन वाटला. तो सत्य आहे हे जाणताच त्यांनाही आनंदाचे भरते आले. गोरसाचे मिष्टान्न वाटून त्यांनी आनंद साजरा केला. मी गुरुवर्य सांदीपनीच्या आश्रमात जाऊन स्वामींच्या वास्तव्याचा शोध लावला हे सत्यभामेने सांगताच त्या म्हणाल्या, ''रुक्मिणी, खरोखरच द्वारकेची महाराणी शोभतेस तू. तुलाच साऱ्या द्वारकेची चिंता; पण खरं सांगू आज तुला स्नुषा म्हणून संबोधावंसं नाही वाटत. तर तू आम्हा वृद्ध माता-पित्यांची कन्याच शोभतेस. थांब, तुझी दृष्ट काढते हो. सत्यभामे, तूसुद्धा उभी रहा तिच्याजवळ. तिला कन्या संबोधलं की आपोआप तूही दुसरी कन्याच नाही का? नाहीतरी रुक्मिणी तुम्हा सर्वांवर भगिनीसारखेच प्रेम करते ना.''

माझ्या हृदयात विलक्षण कालवाकालव सुरू झाली. माझ्या मनात माझ्या जन्मदात्रीची स्मृती जागृत झाली. तिच्या कुशीत शिरून अश्रूंना मोकळी वाट करून देऊन मनावरच्या ताणाला मुक्तपणे मार्ग मोकळा करून द्यावासा वाटला. त्याच क्षणी माझ्या मनात आले, या काकीश्रींच्या मुखातून माझी माताच बोलत असेल का? त्यांनी दृष्ट काढताच नकळत मी त्यांच्या कुशीत शिरले. मुक्त मनाने. त्यांनीही माझ्या पाठीवरून ममतेने हात फिरवत माझे सांत्वन केले.

नंतर आम्ही दोघी सारथी दारुकांच्या घरी गेलो. दारुकाची पत्नी मला बघताच धावतच पुढे आली. तिच्या चर्येवर आनंद, अश्रू या दोहोंचा अनोखा संगम दिसत होता. ''महाराणी,'' एवढा एकच शब्द बोलून मला चरणस्पर्श करण्यासाठी ती खाली वाकली. मी तिला तसे करू न देता वरचेवर तिचे हात हातात घेऊन म्हणाले, ''स्वामी, दारुकांवर बंधुवत किंवा मित्रवत प्रेम करतात. आपण माझ्यापेक्षा वयानंही ज्येष्ठ आहात. आज तुम्हाला आणि मला, दोघींनाही सारखाच आनंद झाला आहे. आपल्या पतीचं वास्तव्यस्थान आपल्याला कळलं आहे. गुरुवर्यांनी आशीर्वाद दिला आहे की ते तिघं परत येतील. त्यांचा आशीर्वाद कधीही वृथा होणार नाही. युवराज दादामहाराज स्वत: त्यांना आणण्यासाठी प्रयागक्षेत्री गेले आहेत. ते त्या तिघांना घेऊन येणारच.''

माझे हात हातात तसेच राहू देत ती म्हणाली, ''महाराणी, माझे स्वामी द्वारकाधीशांबरोबर आहेत, या एकाच विचारानं माझ्या मनाची अस्वस्थता कमी होत असे. आम्ही त्यांना प्रत्यक्ष परमेश्वरच समजतो. त्या आधारावरच मी एवढे दिवस काढले; पण आपलं वेडं मन कधीकधी वेड्यासारखं सैरावैरा इकडं तिकडं धावतच असतं ना? अशावेळी जीव कासावीस व्हायचा, तळमळायचा, त्या वेळी मी तुम्हाला आठवायचे. मनात म्हणायचे, 'रुक्मिणीदेवी एवढ्या महाराणी, तरीही

त्यांच्या नशिबीही आपल्यासारखे भोग; पण त्या खंबीरपणे आपली कर्तव्यं पार पाडतातच आहेत ना. आपणही तेच केलं पाहिजे.' महाराणी, माझ्या कुटुंबासाठी, पुत्र-पौत्रींसाठी मीच आधार ठरले, कार्यप्रवण झाले ती तुम्हाला मनात आठवूनच. द्वारकाधीशांप्रमाणंच तुमच्यावरही आमचा तेवढाच विश्वास आहे. आज आनंदाची वार्ता द्यायला स्वतः आलात हा आपल्या मनाचा मोठेपणा.''

''तुम्ही बोलताय ते पूर्णतः सत्य आहे. आम्ही सात भगिनीसुद्धा यांच्याकडं बघूनच रोजची नैमित्तिक कार्यं हसून पार पाडत होतो. धाकट्यांना आधार देत होतो. आम्हाला विश्वास होता, ताई एक दिवस स्वामींचा शोध निश्चितच काढणार.'' सत्यभामा गहिवरून म्हणाली.

एकूण काय, स्वामींचे त्यांच्या लाडक्या बंधूंसह लवकरच द्वारकेत आगमन होणार या वार्तेने सारे द्वारकावासी आनंदाने मोहरून गेले. त्यांच्या रोमारोमात जणू चैतन्य उसळू लागले. थोरल्या महाराजांच्या प्रासादासमोर लोक समूहाने गोळा होऊन स्वामींच्या नावाचा जयजयकार करू लागले. आजकाल थोरले महाराज वृद्धत्वामुळे जनसमुदायापुढे भाषण करत नसत; पण या वेळी मात्र ते आपल्या तीव्र भावना लपवू शकले नाहीत. ते जनसमुदायापुढे आले. प्रजाजनांना उद्देशून म्हणाले, ''तुम्हीही माझे प्रजापुत्रच आहात. श्रीकृष्ण, उद्धव, दारुक तुमचे बंधूच आहेत. आपल्या बंधूंच्या विरहाने तुम्ही शोकाकुल झाला होतात. त्यांच्या आगमनाच्या वार्तेनं आनंदविभोर झालात. हे तुमचं बंधुप्रेम, थोरांचं पुत्रवतप्रेम, धाकट्यांचं ज्येष्ठ प्रेम बघून मला खूप खूप आनंद झाला आहे. मी धन्य झालो आहे; पण तुमच्या या प्रेमाची पूर्तता तेव्हाच होईल, जेव्हा तुम्ही कार्यप्रवण व्हाल. तुमच्या मानसिक अस्वास्थ्यामुळं तुमच्या कर्तव्यात तुमचं लक्ष लागत नव्हतं; पण आता तो अप्रिय काळ संपला आहे. आता तुम्ही दुप्पट जोमानं कार्यप्रवण व्हा. तुमच्या लाडक्या द्वारकाधीशांना निष्क्रिय लोक अप्रिय आहेत हे तुम्हाला ठाऊक आहेच.'' महाराजांचा एक एक शब्द प्रजाजन कानात साठवून घेत होते. त्यांना ते पटतही होते. त्यांच्या शब्दबोधाची प्रचीती दुसऱ्या दिवसापासूनच प्रत्ययाला येऊ लागली.

पहाट-प्रहरापासूनच द्वारका मंगलमय, चैतन्यमय भासू लागली. प्रजाजन गृहे, परिसर, पदपथ, उपवने यांची स्वच्छता, विहित कामे जीव ओतून करू लागले. वने, उपवने, पशुपक्षी, वृक्षलता, मला तर जळी, स्थळी, काष्ठी, पाषाणी चैतन्याचा अंश दिसू लागला.

माझ्या स्वामींविषयी माझ्या मनात अमोघ प्रेमाचा झरा वाहू लागला. त्या निर्मल जलात कुणालाच न सांगता येणारा क्रोधमल जणू खळाळत वाहून गेला. हृदयसागरात आनंद लाटा उठू लागल्या. अचानक मला सागराची ओढ वाटू लागली. धावत जाऊन लाटांच्या संगे नृत्य करावेसे वाटू लागले. मी माझ्या कक्षात

जाऊन गवाक्षातून त्या नीलवर्णी, फेसाळलेल्या, उन्हात चमचम करणाऱ्या लाटांकडे बघून स्वत:शीच तृप्तीने हसले.

माझ्या मनात आले, 'स्वामींच्या या गुरुवर्य घोरअंगिरसांकडे जाण्यामागेही काही कार्यकारणभाव असेल का? गुरुवर्य सांदीपनींनी तर काही सूचक विधानाचे कथनही केले आहे. नियतीचा या घटनेमागे काही विशिष्ट हेतू असेल का? स्वामींचा विषाद, स्वामींनी कुणालाच न सांगता केलेले प्रयाण, गुरुवर्य अंगिरसांनी कथिलेला विषादयोगाचा उपदेश. भविष्यात, युगानुयुगे असलेली त्याची विश्वात्मक अनुभूती सारेच अतर्क्य. खरेच महाभारत घडणार आहे का? त्या वेळी माझे पुरुषोत्तम या विश्वाला ही घोरअंगिरसांची पवित्र वाणी कथन करतील? मी विचारले तर मला सांगतील का? मी आहे का तेवढी भाग्यवान? साराच गूढाचा प्रवास. महाभारत हेही एक गूढच.'

पुन:पुन्हा मनाला छळणारी ती विचारआवर्तने. मी मनाशी निश्चय केला, जाऊ दे. धाकट्या राण्या स्वामींच्या आगमनाच्या वार्तेने आनंदित होऊन त्याच त्या विषयावर बोलत असणार, आपणही त्यात सहभागी व्हावे. तो एकान्तही नको आणि छळणारे प्रश्नही नकोत. मी सत्येच्या प्रासादाकडे निघाले. तिकडून संवादाचा, हास्याचा आवाज येत होता. दीर्घ समयानंतर आमचा राणीवसा हसरा, नाचरा, खेळता झाला होता. स्वामींच्या अस्तित्व-शोधाने साऱ्यांच्या जिवात जीव आला होता.

एक मास पूर्णत: प्रतीक्षा मास ठरला. एके दिवशी आमचा दूत 'स्वामी, दादा, उद्धवभाऊजी, दारुक आणि अन्य सदस्य येणार' असल्याची वार्ता घेऊन आला.

दोन दिवसांनी द्वारकेत सर्वांचे आगमन झाले. या वेळी रणांगणावरची विजयश्री खेचली गेली नव्हती, कोणत्याही शत्रूचा नि:पात झाला नव्हता, कोणताही स्वयंवराचा पण जिंकला गेला नव्हता. तरी त्यापेक्षा दुप्पट आनंद द्वारकावासीयांना झाला होता. अज्ञातवासातून त्यांचे द्वारकाधीश प्रकटले होते, अगदी सुखरूप. द्वारकावासीयांनी उत्स्फूर्तपणे त्यांचे स्वागत केले. साऱ्यांच्या नेत्रात आनंदाश्रूंचे पूर वाहत होते.

ज्येष्ठांनी द्वारकाधीश, उद्धवभाऊजी, दारुक सर्वांना सद्‌गदित कंठाने आशीर्वाद दिले. ज्येष्ठ मातांनी कानशिलावर बोटे मोडून जणू दृष्ट काढली. तरुणांनी आनंदाने एकमेकांना आलिंगन दिले. लहान मुलांनी कुवतीप्रमाणे टाळ्या वाजवल्या. जणू काही आपल्या या लाडक्या द्वारकाधीशाला कुठे ठेवू आणि कुठे नाही असे त्यांना झाले होते.

मी स्वामींकडे दृष्टी टाकली. सदोदित प्रसन्न असलेल्या चर्येवर आज प्रसन्नता होती, पण नेत्रांत अश्रू होते. थोडे पश्चात्तापाचे भावही होते. त्यांनी दोन्ही हात जोडून उपस्थितांची क्षमा मागितली. ते म्हणाले, "तुमचं माझ्यावरचं हे निरपेक्ष प्रेम बघून

मी दिङ्मूढ झालो आहे. मी कुणालाही न सांगता गेल्यामुळे माझे कुलसदस्य आणि प्रजाजन यांना जी मानसिक पीडा सोसावी लागली, त्याबद्दल मी आपली क्षमा मागतो.''

प्रजाजनांना आता त्या दु:खाची तमा नव्हती. ते आले या घटनेतच त्यांची तृप्ती होती. आमच्या राजकुळातील सदस्यांची अवस्थाही वेगळी नव्हती. सगळ्या दु:खाचा, जीवघेण्या प्रतीक्षेचा अंत गोड झाला होता, यातच साऱ्यांना समाधान होते.

राज्याच्या राजकीय, सामाजिक, आर्थिक घडीचा परामर्श घेतल्यावर, थोडी निरवानिरव झाल्यावर स्वामी ज्या वेळी मला एकान्तात भेटले, त्या वेळी मी त्यांना विचारले, ''तात, माता, मी, दारुकाची पत्नी, काकाश्री, काकीश्री कुणालाच न सांगता गुरुवर्य घोरअंगिरसांकडे का निघून गेलात? आम्ही आपल्याला कधी, आडकाठी केली आहे का? आम्हाला वाटलं आपण पांडवांना भेटण्यासाठी काम्यकवनात गेले असणार.''

स्वामींची मुद्रा गंभीर झाली. ते गवाक्षातून त्या सागराकडे टक लावून बघत होते. पापणीही न लवता. मीसुद्धा त्यांच्याशेजारी उभी राहून, त्या दोन्ही सागरांकडे आळीपाळीने बघू लागले. एक प्रेमसागर, दुसरा जलसागर. चंद्राच्या प्रकाशात सारा आसमंत उजळून निघाला होता. सागरजल चमचम करत होते.

स्वामी त्याच गंभीर मुद्रेने म्हणाले, ''रुक्मिणी, कधीकधी आपण असे का वागलो, हे स्वत:लाच समजत नाही. एकदा मानवी जन्मात आलो की आनंद, दु:ख, क्रोध, संताप, निराशा, विषाद हे सारे विकार त्या व्यक्तीबरोबरच जन्माला येतात. मी पांडवांची, कृष्णेची कहाणी ऐकल्यावर, महाराज युधिष्ठिराच्या दुर्बुद्धीची परिसीमा जाणल्यानंतर आधी मला खूप क्रोध आला. नंतर नियतीच्या क्रीडेची जाणीव झाल्यानंतर क्रोधाची जागा विषादानं घेतली. माझ्या मनात आलं, आपल्या हातात काहीच नाही तर हा खेळ, हे व्यवहार, ही नीती-अनीती, हा न्याय-अन्याय, त्यासाठी ही धडपड, सारंच क्षणभंगुर आहे. सारं सोडून द्यावं. संन्यास घ्यावा. मला एकदम वैराग्य आलं, एकान्त हवासा वाटू लागला. दूर हिमालयात जावंसं वाटू लागलं. माझी ही मन:स्थिती तूसुद्धा निश्चितच जाणली असतीस; पण मी हेतुपूर्वकच तुझ्याकडे आलो नाही. कारण तुझ्या मधुर सहवासात मी पुन्हा प्रेम, लोभ, माया या मोहपाशात अडकलो असतो आणि मला तेच घडू द्यायचं नव्हतं.

''माझी ही मन:स्थिती गुरुवर्यांनी बरोबर जाणली. त्यांनीच मला गुरुवर्य घोरअंगिरसांकडे जाण्याची सूचना केली. आता असं ध्यानात आलंय, की मला प्रयागला पाठविण्यात त्यांचा अंतस्थ हेतू होता. त्यांनी मला योग्य त्या स्थळीच पाठविलं. नाहीतर गुरुवर्य घोरअंगिरसांनी माझ्या मनातला विषाद विकार जाणून

तोच विषादयोग मला का ऐकवला असता? सारेच थोर आहेत रुक्मिणी. गुरुवर्य सांदीपनीही थोर आणि गुरुवर्य घोरअंगिरसही तेवढेच थोर. मार्ग चुकलेल्यांना मार्गावर आणणाऱ्या महान विभूती. त्यांनीच मला जीवनरहस्य पुन्हा एकदा समजावून सांगितलं. कार्यप्रवण राहण्यासाठी उद्युक्त केलं. द्वारकेत पाऊल टाकल्यावर तुमचं माझ्यावरचं प्रेम पाहिलं आणि माझ्या वर्तनाचा मलाच खूप खेद झाला. किती जीवांना मी दुःखाच्या, चिंतेच्या खाईत लोटलं होतं? माझी चूक मला कळली. जीवनप्रवासाच्या अंतिम क्षणापर्यंत मी माझी द्वारका सोडून कायमचा कुठंही जाणार नाही.''

स्वामी मनापासून बोलत होते हे मी जाणले. मी त्यांना हळूच विचारले, ''तुमच्या प्रिय पांडवांना आणि महाराणी द्रौपदीला या गंडांतरापासून मुक्त करण्यासाठी आता कोणतं पुढलं पाऊल टाकणार आहात? आपण आपल्या मनात योजना आखलेली असेलच, होय ना?''

''रुक्मिणी, द्वारकेतला राज्यकारभार, कुटुंबीयांचा आणि प्रजाजनांचा प्रिय सहवास, ज्येष्ठांची सेवा, अपत्यांविषयीची कर्तव्यं पार पाडण्याची पूर्तता झाल्यावर एकदा काम्यकवनात जाऊन त्यांची भेट घेण्याचा विचार आहे. त्यांना बारा वर्षं वनवास आणि एक वर्ष अज्ञातवास तर भोगावा लागणारच आहे. फक्त त्या काळाचा कसा उपयोग करून घ्यायचा? कुणी कोणती साधना करायची? ह्याविषयी विचार करावा लागेल. निर्णय घ्यावे लागतील. यापुढं त्यांना प्रत्येक पाऊल विचारपूर्वक टाकावं लागेल. कृष्णेचं हृदय या अपमानाने पेटून उठलं असेल. अंतःकरण दुखावलं गेलं असेल. पाचही पांडवांच्या वर्तनानं ती संभ्रमित झाली असेल. तिला धीर द्यावा लागेल. तिच्या मनातील अनेक शंकांना उत्तरं द्यावी लागतील. तिचा संभ्रम दूर करावा लागेल. हे कार्य मलाच करावं लागेल.'' स्वामींची मुद्रा पुन्हा गंभीर झाली.

''महाराणी द्रौपदीच्या नशिबाच्या भोगाचं नुसतं स्मरण जरी झालं ना, तरी हृदयाचा थरकाप होतो. एकापाठोपाठ एक संकटांची मालिकाच जणू तिच्यामागं उभी राहिली आहे. एकेक संकट म्हणजे जणू एकेक दिव्यच? कशी तरून गेली असेल ती त्या दिव्यांतून?'' मी अर्धवट स्वतःशी, अर्धवट स्वामींशी बोलत होते.

''रुक्मिणी, अजूनही तिच्यावरील अरिष्टांची परिपूर्ती झालेली नाही. त्यांना हा वनवास आणि अज्ञातवास, कौरव सुखासुखी भोगू देणार नाहीत. त्यांना क्लेश देण्यासाठी ते अनेक योजना आखतील. सत्तेचा मोह फार वाईट असतो. त्यासाठी एकदा का कलीनं वृत्तीत प्रवेश केला, की त्या व्यक्तीची सदसद्विवेकबुद्धी नाहीशी होते. मग ती व्यक्ती कुठलीच नाती मानीत नाही. ना रक्ताची ना मानवतेची. कौरवरूप कलीच्या विळख्यातून मुक्त होण्यासाठी कृष्णेला आणखी किती दिव्यांतून तरून जावं लागणार कोण जाणे?''

स्वामींनी पुन्हा विचारसमाधीत प्रवेश केला. माझ्या लक्षात एक गोष्ट आली होती. ती म्हणजे गुरुवर्य घोरअंगिरसांकडून परत आल्यापासून स्वामींची गंभीर विचारात गढून जाण्याची वृत्ती वाढली होती. का? असे का घडावे? संकटाच्या मालिकांचे आगमन त्यांना नवीन नव्हते. उलट संकटांना सोबत घेऊनच ते जन्माला आले होते. विघ्ने, संघर्ष, विजय ही त्यांच्या जीवनाची त्रिसूत्री होती असे विधान केले तरी ते वृथा नव्हते. पूर्वीच्या आणि या विघ्नात फरक एवढाच होता की ते या वेळी स्वत:च त्वरित निर्णय घेऊ शकत नव्हते. कारण द्यूत खेळण्याचा, बारा वर्षे वनवास, एक वर्ष अज्ञातवास भोगण्याचे मान्य करण्याचा निर्णय धर्मराजाचा होता. त्यात आता कोणताही बदल होणे शक्य नव्हते. त्यामुळे एकूण ही तेरा वर्षे पांडवांना जरा सुसह्य कशी होतील, त्यासाठी साहाय्य करणे एवढेच त्यांच्या हातात होते. सर्वांत प्रथम, त्यांच्या सखीला, कृष्णेला शांत करणे, धीर देणे भाग होते.

स्वामींच्या वृत्तीतला विषाद पूर्णपणे लोपला होता हे पूर्ण सत्य होते. ते आता नैमित्तिक कार्यात, बालगोपाळांशी रमण्यात, थोरांशी, समवयस्कांशी हसून सुसंवाद साधण्यात, मनापासून पूर्वीप्रमाणेच सहभागी होत असत. मी, सतत गुरुवर्य घोर-अंगिरसांचे आणि त्यांच्याकडे स्वामींना पाठविणाऱ्या आचार्य सांदीपनींचे मनातल्या मनात सहस्रवेळा आभार मानत असे.

आमचे द्वय मास असेच आनंदात निघून गेले. द्वारकानगरी आता पूर्ववत स्थिरावली होती. जो तो आपल्या कार्यात, कर्तव्यात गुंतला होता. एक दिवस स्वामींनी, थोरले महाराज, थोरल्या माता, दादा, रेवतीताई, मी सर्वांना थोरल्या महाराजांच्या कक्षात पाचारण केले. ते म्हणाले, "मी आपणा सर्वांची अनुज्ञा घेण्यासाठी आपणाला आज इथे पाचारण केले आहे."

"आता कसली अनुज्ञा? आम्हाला सोडून आता कुठंही जायचं नाही." रेवतीवहिनी म्हणाल्या.

"नाही वहिनी. पुन्हा तुम्हाला सोडून, न सांगता कुठंही जाणार नाही; पण मला असं सारखं वाटतंय, की एकदा काम्यकवनात जाऊन पाचही पांडवांची, महाराणी द्रौपदीची भेट घ्यावी. तिथं ते कसे राहतात? त्यांच्यावर कोणती संकटं येत आहेत? त्या संकटांना समर्थपणे ते कसं परतवून लावत आहेत? त्यांना आपल्या द्वारकावासीयांकडून साहाय्य हवं आहे का? हे एकदा जाणून घ्यायला पाहिजे, नाही का?"

थोरल्या महाराजांच्या नेत्रांतून अश्रूंचे ओघळ आले. ते भरल्या कंठाने म्हणाले, "श्रीकृष्णा, मला तुझा अभिमान वाटतो. तू नेहमीच न्यायाच्या आणि सत्याच्या पक्षाच्या साहाय्यार्थ धावून गेला आहेस. आज मी जाणलंय, की तू स्वत:ला कधीच, कोणत्या पदावर का अडकवून घेतलं नाहीस ते. कारण मग तुला आपल्या

साम्राज्याची धुराच वाहावी लागली असती. या विश्वातल्या सत्यासाठी, न्याय्य बाजूसाठी, अन्याय निवारणासाठी धावून जाता आलं नसतं. तू खरोखरच चक्रवर्ती आहेस. सत्य आणि न्याय यांच्या रक्षणासाठी, दुष्टांच्या संहारासाठी तू चक्रासारखा पृथ्वीच्या पाठीवर फिरत असतोस. जा, बाळा जा, माझ्या भाच्यांचा समाचार घेऊन ये. इथली धुरा वाहण्यासाठी युवराज समर्थ आहेत. त्यांचाही मला अभिमानच आहे. उद्धव आणि दारुक तुझ्याबरोबर असतीलच. ते तुझी छायाच आहेत. मात्र गेल्या वेळी गेलात तसे तिघंच जाऊ नका. आवश्यक अन्नसामुग्री आणि सेना घेऊन जा. प्रत्येक मोठ्या स्थळांहून संदेश पाठवा.''

थोरल्या महाराजांनी सविस्तर आज्ञा केली होती. अनुज्ञाही त्यातच अभिप्रेत होती. आता बोलण्यासारखे काही उरले नव्हते. आम्ही सर्वांनी ज्येष्ठांना वंदन केले. आपापल्या प्रासादाकडे वळलो.

यावेळी स्वामींना आम्ही सर्वांनी आणि प्रजाजनांनी हसतमुखाने निरोप दिला. सर्वांना सांगून, कर्तव्ये पार पाडण्यास उद्युक्त करून स्वामी निघाले. ''तिथं काय काय घडेल ते मला शब्दन्शब्द सांगायचं हं, स्वामींना सोडून कुठंही जायचं नाही.'' असे वचन मी उद्धवभाऊजींकडून घेतले.

उद्धवभाऊजी मनमोकळेपणाने हसले. मिश्कील स्वरात ते म्हणाले, ''वहिनी, मी केवळ दादांसाठी त्यांच्यापाठोपाठ जात नाही तर तुमच्यासाठीही जातो. कारण तुमच्या उत्सुकता-परिपूर्तीचं मोठं पुण्यकर्म मला करायचं असतं ना? त्यासाठीच तर द्वारकेची महाराणी माझी वाट बघत असते ना?''

''खरंच भाऊजी, तुम्ही उत्कृष्ट निवेदक आहात, सत्यनिष्ठ आहात. तुमच्या शब्दांवर माझा विश्वास आहे. स्वामी नेहमी जे निर्णय घेतात त्यावरून त्यांच्या अफाट बुद्धिचातुर्याची साक्ष पटते. त्यात तुमचं ते साक्षात प्रसंग दृष्टीसमोर उभं करणारं रसाळ निवेदन. तुम्ही वर्णन करत असता ना, तेव्हा कधीकधी आपण तो प्रसंग प्रत्यक्ष बघत आहोत असा भास होतो.''

''ठीक आहे वहिनी, तुमचे शब्द ध्यानात ठेवून तिथला शब्द न् शब्द कानात साठवून ठेवून तुम्हाला सांगेन.''

स्वामी, उद्धवभाऊजी, दारुक आणि बरोबरचे साहाय्यक काम्यकवनात निघून गेले. द्वारकापुरी पुन्हा सुनी सुनी भासू लागली; पण मन या वेळी शांत होते. स्थिर होते, निवांत होते. आमच्यापेक्षाही काम्यकवनातील वृत्तान्त ऐकायला कमालीची उत्सुक आणखी एक व्यक्ती होती, ती म्हणजे सुभद्रा. द्वारकापुरीची लाडकी सुकन्या. खरे सांगायचे तर ती शरीराने इथे वावरत असली तरी मनाने सदैव काम्यकवनातच राहत होती. तिचे प्राणप्रिय पार्थ तिथे होते ना.

एक गोष्ट मात्र खरी होती. कालची अल्लड, खट्याळ, उतावीळ सुभद्रा आता

गंभीर, सहनशील कन्या झाली होती. सद्य:परिस्थितीत तिने कधी नियतीला दोष दिला नाही की स्वत:च्या नशिबाच्या भोगाला. पूर्वी ती सदैव राणीवशात राहायची. रेवतीताईंच्या प्रासादात तिचा स्वतंत्र कक्ष होता; पण आता मात्र ती जास्तीतजास्त काल द्वारकेच्या मुख्य द्वीपावर तात, मातांच्या सहवासात, त्यांच्या प्रासादात व्यतीत करी. मातापित्यांची मनापासून सेवा करी.

मी, सत्यभामा, जांबवती कुणी तरी तिला खूप आग्रहाने राणीवशावर घेऊन आलो; तरच ती सप्ताहातून एखादा दिवस इकडे येई. अभिमन्यू मात्र सतत राणीवशावरच असे. आमच्या पुत्रांबरोबरच त्याचे सर्व कलांचे शिक्षण सुरू होते. प्रद्युम्नाचा तर तो अत्यंत लाडका होता. तो होताच तसा सर्वगुणसंपन्न. सर्व कलांमध्ये हुशार; तरीही नम्र, शांत पण मिश्कील. अल्पावधीतच तो सर्वांच्या गळ्यातला कंठमणी बनला होता.

सुभद्रेचे लाडके श्रीकृष्णदादाही, आपल्या लाडक्या भगिनीला विसरणे शक्य नव्हते. तिला एकीकडे नेऊन ते तिला काही तरी पटवून सांगत होते. ती एकीकडे स्वत:चे अश्रू पुसत दुसरीकडे हसत हसत मान डोलावत होती. तिचे पूर्ण समाधान झालेले दिसत होते. माझे आणि माझ्या भगिनींचे जसे एकमेकींवर मनापासून प्रेम होते, तसे तिच्यात आणि महाराणी द्रौपदीतही होते. तीसुद्धा द्रौपदीला ताईच म्हणे. द्रौपदीला ज्या संकटांना तोंड द्यावे लागले होते किंवा आताही द्यावे लागत होते त्या प्रसंगाच्या स्मृतीने तिचे अंत:करण व्यथित होत असे. सध्या तिचे संपूर्ण विश्व म्हणजे तिचा बाळ अभिमन्यू होता. रोज संध्याकाळी ती आमच्या राजपुत्रांना आणि अभिमन्यूला एकत्र बसवून कुरुकुळातील आणि यादवकुळातील होऊन गेलेल्या आणि सध्या असलेल्या पराक्रमी वीरांच्या कथा रंगवून सांगत असे. कथाकथनाची तिची शैली विलक्षण परिणामकारक होती. त्या पराक्रमी व्यक्तींमध्ये पूर्वजांबरोबरच, पाचही पांडव, कर्ण, बलरामदादा, स्वामी, प्रद्युम्नसुद्धा असे. तिच्या मुखातून कथा ऐकताना आमची बालसेना रंगून जात असे. त्यांच्या इवल्या इवल्या बाहूंमध्येही स्फुरण चढे. छोटी चारुमती आणि तिच्या भगिनींनाही 'युद्ध युद्ध' खेळावेसे वाटे. आम्ही आठही भगिनी, रेवतीताईसुद्धा तिचा हा कथाकथनाचा कार्यक्रम मन लावून ऐकत असू. धनुर्धर पार्थाची पराक्रमगाथा सांगताना तिची मुद्रा अभिमान आणि स्त्रीसुलभ लज्जेच्या अपूर्व मिश्रणाने उजळून निघे.

बघता बघता दोन मास सरले. काम्यकवनात गेलेली मंडळी नेमस्त तिथीला परत आली. अगदी सुखरूप.

सुभद्रेला आणि मला तिथल्या वृत्तान्ताविषयी खूपच उत्सुकता होती. आलेल्या मंडळींची चार दिवस विश्रांती, द्वारकेच्या राजनीतीचा आढावा, कुळातील सदस्यांच्या गाठीभेटी झाल्यावरच उद्धवभाऊजींनाही निवांतपणा मिळणार होता.

सुधर्मा राजसभेत वृत्तान्त सादर होणार होताच; पण आम्हाला केवळ मुद्देसूद वृत्तान्त नको होता, तर संवादातील शब्द न् शब्दही ऐकायचा होता. इतिहासातील रामाच्या वनवासाच्या कथा ऐकल्या होत्या. सीतेचे भोगही जाणत होतो. तेव्हा सीतेने भोगले होते. आता महाराणी द्रौपदी भोगत होती. माहेरी राजकन्या, सासरी महाराणी, प्रत्यक्षात नशिबात वनवास. तेव्हा अंती रावणाचा विनाश झाला होता. या द्रौपदीच्या वनवासाचा परिणाम कोणता होणार होता ते भविष्यकाळच जाणे. माझे विचारचक्र सदैव गरागरा फिरतच होते.

अखेर भाऊजीना निवांत सवड मिळाली. ते माझ्या कक्षात आले. मी सुभद्रेला, रेवतीताईंना आणि माझ्या अन्य भगिनींना सूचना दिली. त्या क्षणात उपस्थित झाल्या.

उद्धवभाऊजींनी कथनास प्रारंभ केला. ते गालातल्या गालात हसत म्हणाले, ''रुक्मिणीवहिनींची आज्ञा म्हणजे मी मातृआज्ञाच मानतो. त्यांच्या आज्ञेची पूर्तता करण्यासाठी मी सदैव दादाच्या मागे राहून शब्द न् शब्द कानात साठविण्याचा प्रयत्न केला. बघू या किती स्मरणात राहिलंय ते.''

उद्धवभाऊजी पुढे सांगू लागले, ''आम्ही काम्यकवनात पोहोचलो. आम्हाला पाहून सर्वांच्याच मुद्रेवर आनंदाचे किरण चमकले. सर्व जण धावतच आले. आनंदाचा, आश्चर्याचा भर ओसरल्यावर अतिथीधर्म उपचार पाळले गेले. त्यांनी सुबक, दणकट पर्णकुटी उभारली आहे. तिथंही पाकगृह, अतिथीगृह, भोजनकक्ष, शयनकक्ष सुबकतेनं निर्मिले आहेत. प्रचंड वाढलेल्या वृक्षांना पार बांधले आहेत. त्यांच्या कुटीसमोरच धौम्य ऋषींची कुटीसुद्धा आहे. ते स्वत: शिष्यगणांसमवेत तिथं राहतात. त्यामुळं, होम-हवन, सुस्वर मंत्रपठणानं साऱ्या आसमंतात पावित्र्याचं वलय आपोआपच निर्माण झालं आहे. सर्व काही मनाला प्रसन्नता देणारं आहे. पण...''

''पण काय?'' जवळजवळ साऱ्यांनी एका आवाजात विचारले.

उद्धवभाऊजींची मुद्रा गंभीर झाली. ते पुढे म्हणाले, ''प्रत्येकाच्या अंत:करणात कुठंतरी अस्वस्थता जाणवत होती. प्रकर्षाने गदाधर भीम आणि कृष्णा दोघं फार अस्वस्थ दिसले. ही गोष्ट मी दादाजवळ बोलून दाखवली. तो म्हणाला, 'उद्धव, ती अस्वस्थता निवारण करण्यासाठीच तर आपण इथं आलो आहोत ना? साऱ्यांचं दु:ख एकच आहे; पण ते एकमेकांसमोर बोलून दाखवू शकत नाहीत. मन मोकळं करायला तिसरी जवळची व्यक्तीच हवी आणि ती आपण आहोत. हळूहळू एकेक जण मुक्तपणानं संवाद साधतील. विशेषत: कृष्णा, ती फार दुखावली गेली आहे. स्त्रीचं हृदय हे एखाद्या महासागरासारखं असतं. त्यात माया, प्रेमजलाचा प्रचंड साठा असतो. तो शांत असेपर्यंत तिच्याकडून मायेच्या शीतल लहरी सुखाचा गारवा देतात; पण ज्या वेळी तिच्या मनात दु:खाचं, वेदनांचं, अपमानाचं वादळ

उठतं त्या वेळी खवळलेल्या सागराप्रमाणं त्याच लाटा उग्र रूप धारण करतात. त्याचा तडाखा सर्वांनाच बसतो. तिला स्वत:लाही आणि तिच्या सान्निध्यात येणाऱ्या अन्य व्यक्तींनाही.''

उद्धवभाऊजी बोलतच होते. पण माझ्या मनात मात्र दुसरेच विचार येत होते. मला पटले, माझे स्वामी खरेच सर्वज्ञानी आहेत. ते स्वत: पुरुष असूनसुद्धा, स्त्रीस्वभावाचे किती सूक्ष्म निरीक्षण आणि जाणीव त्यांना आहे? म्हणूनच ते नेहमी स्त्रीत्वाचा आदर करतात, मग ते नाते कोणतेही असो, ती माता असो किंवा मातेसमान ज्येष्ठ स्त्री असो, भगिनी असो, वहिनी, पत्नी, सखी, गोकुळातल्या गोपी असोत की नरकासुराच्या कारागृहातील कामरूप स्त्रिया किंवा स्वत:च्या कन्या, स्नुषा असोत. ते त्यांच्यावर योग्य ती भरभरून माया, प्रेम देतील आणि त्यांचा योग्य तो मानही राखतील. मला त्यांचा खूप खूप अभिमान वाटला आणि प्रेमही. माझ्या नेत्रातून खळकन दोन अश्रू ओघळले. ते मी पुसले आणि भानावर आले.

भाऊजीचे कथन सुरूच होते, ''चार दिवसांनंतर दादांनी सर्वांना एकत्र बोलावून त्यांची छोटीशी सभाच घेतली म्हणा ना. नियतीचा खेळ मान्य करून चार भाऊ शांत बसले होते. भीमाच्या मस्तकात मात्र क्रोधाग्नी पेटला होता. त्याने तर प्रतिज्ञा केली आहे की तो दुर्योधनाची मांडी फोडून त्या रक्ताने द्रौपदीच्या मोकळ्या केशसंभाराची वेणी घालणार आहे. महाराणी द्रौपदीनेही तोपर्यंत केशसंभार मुक्त राखण्याची प्रतिज्ञा केली आहे.''

ते ऐकून तर मी नखशिखान्त थरारूनच गेले.

''द्रौपदीसुद्धा क्रोधाग्नीने पेटली होती, ती म्हणाली 'आपल्या पत्नीचा विनयभंग होत असताना स्वस्थ बसण्याची आज्ञा करणाऱ्या या धर्मराजांना आणि त्यांच्या या बंधूंना माझे पती म्हणविण्याचा अधिकार आहे का? ऐनवेळी तू माझी लाज राखलीस कृष्णा, नाहीतर माझं काय झालं असतं? मलासुद्धा पतिव्रता सीतेप्रमाणं या भूमीच्या कुशीत शिरावंसं वाटत होतं; पण माझ्यात तेवढं सामर्थ्य नसावं. म्हणूनच मी ते करू शकले नसेन.'

''तिचा देह अपमानाने आणि क्रोधाने गदागदा कापत होता. ते दृश्य हृदय हेलावणारे होते. ती म्हणाली, 'वायुसेन सोडून अन्य कुणीही आपलं तेज दाखवलं नाही. कृष्णा, तू तरी तुझं मित्रत्वाचं, जगाच्या दृष्टीनं बंधुत्वाचं कर्तव्य पार पाडणार आहेस की नाहीस?' तिचा आक्रोश सुरूच होता.

''ती थोडी शांत झाल्यावर, दादा तिच्याजवळ गेला. तिच्या मस्तकावर हात ठेवून म्हणाला, 'कृष्णे, मला तुझं दु:ख कळतं. मी शाल्वसंहारात गुंतलो होतो म्हणून हा कुमुहूर्त कौरवांनी बरोबर साधला. नाहीतर हे कपटी द्यूतच मी टाळलं असतं; पण आज हा तुझा कृष्ण तुझ्या मस्तकावर कर ठेवून सांगतोय की तुझ्यावर

झालेल्या प्रत्येक अपमानाचा सूड घेतला जाईल. तुझे हे पाच पतीच तो घेतील. तू पुन्हा इंद्रप्रस्थाची महाराणी होशील. कल्पान्तापर्यंत तुमच्या आदर्श राज्याची कीर्ती गायली जाईल. माझ्यावर विश्वास ठेव.'

"दादाचे शब्द ऐकून त्यांच्या सखीच्या क्षोभावर जणू अमृताचं शिंपण झालं. नाहीतरी दादांची वाणी ही अमृतवाणी आणि दादांचं दर्शन म्हणजे पौर्णिमेचं शीतल चंद्रमादर्शनच नाही का? नेत्राला आणि मनाला गारवा देणारं. शांत करणारं."

झाले, उद्धवभाऊजींचे हे शब्द म्हणजे माझ्या मनाला तर गतस्मृतीत जायला कारणच सापडले. स्वामींच्या दर्शनाचा, चंद्राचा आणि माझा किती निकटचा संबध आहे, नव्हे आमच्यातले ते एक अदृश्य नातेच होते. गुपित होते. तेव्हा चंद्रामध्ये मी आधी कधी पाहिलेल्या स्वामींची प्रसन्न, आश्वासक मुद्रा मला दिसे. मी देहभान विसरे. मला उत्कट स्वामीदर्शन घडवणारा चंद्रमा मला मोठा बंधूच भासे.

खरेच, सत्यपरिस्थिती किती विरुद्ध होती नाही का? प्रत्यक्षात माझा सख्खा थोरला बंधू, माझ्या आणि स्वामींच्या दर्शनातला एक मोठा अडसर होता. आमच्यामध्ये तो दंड थोपटून उभा होता. स्वामींचे मला कधीही प्रत्यक्ष, अप्रत्यक्ष दर्शन होऊ नये म्हणून आणि हा माझ्या भावनिक विश्वातला बंधू मला त्यांचेच इच्छादर्शन घडवत होता. जीवनात कधीकधी केवढ्या चमत्कारिक विरोधाभासाला सामोरे जावे लागते नाही का?

मी माझ्या मनाला दटावले. पुन्हा भाऊजीच्या कथनाकडे श्रवणभक्तीसाठी चित्त एकाग्र करून ध्यान देऊ लागले.

भाऊजी आपल्या रसाळ वाणीने काम्यकवनातला प्रत्येक प्रसंग डोळ्यांसमोर उभा करत होते. ते सांगत होते, "दादानं दिलेल्या आश्वासनामुळं गदाधर भीम आणि द्रौपदी एखाद्या महाप्रलयाचं तांडव मांडणाऱ्या नदीनं शांत व्हावं तसे शांत झाले. पाचही पांडव बंधूंच्या अंगात दादांच्या आश्वासनानं विलक्षण धैर्य आणि शौर्य संचारलं. इंद्रप्रस्थ पुन्हा मिळवून महाराणीची कामना पूर्ण करायची, हाच निश्चय प्रत्येकाच्या उक्तीतून, कृतीतून व्यक्त होत होता. त्यांच्यात जणू चैतन्य संचारलं होतं. एकदम त्यांच्या पर्णकुटीतलं वातावरणच बदलून गेलं होतं आणि कृष्णा? मृगाच्या सरींनी तप्त धरणी जशी शांत, तृप्त व्हावी, तशी दादाच्या वाणीतून स्रवणाऱ्या शब्दधारांनी निश्चिंत झाली होती.

"युधिष्ठिर म्हणाला 'हे माधवा, तू द्रष्टा आहेस हे मला ठाऊक आहे. तुझी वाणी सत्य ठरणार हे त्रिकालाबाधित सत्य आहे. माझं द्यूत खेळणं अविचारी होतं हे मला मान्य आहे. मी असा का वागलो? या प्रश्नाचं उत्तर माझं मलासुद्धा देता येत नाही. मीसुद्धा नियतीच्या पटावरची एक सोंगटीच नाही का? आता फक्त त्या जगन्नियंत्याजवळ माझी एकच प्रार्थना आहे, 'हे प्रभो, प्रभू रामचंद्राच्या वनवासाचा अंत जसा रावणवधासारखा शुभ झाला, तसाच आमच्या या वनवासाचा अंतही

शुभंकर होऊ दे. हे श्रीकृष्णा, माझ्यामुळं माझे बंधू, माता, महाराणी, अन्य राण्या, आमचे हितेच्छू आणि तुलाही खूप क्लेश होत आहेत, हे मी जाणतो. तुझ्या मनात दाटलेल्या विषादामुळे तू घोरअंगिरसांकडे, संन्यास घेण्यासाठी गेला होतास हेही मला माहीत आहे; पण हे योगेश्वरा, पुन्हा तसा विचारसुद्धा मनात आणू नकोस. मी भविष्यात कधीही द्यूत खेळणार नाही असं तुला वचन देतो. तू जर संन्यास घेऊन द्वारका सोडून गेलास तर द्वारकावासी मला कधीही क्षमा करणार नाहीत. त्यांचे तळतळाट मला शाप देतील. माझ्या हातून घडलेल्या अक्षम्य अपराधाचा परमावधी गाठला जाईल. हे श्रीकृष्णा, आम्हालाही तुझाच आधार वाटतो. तूच आमचा राजनीतिज्ञ, मार्गदर्शक, तत्त्ववेत्ता, जिवलग मित्रही आहेस. भविष्यात तर तुझ्या मार्गदर्शनाशिवाय आम्ही एक पाऊलही पुढं टाकणार नाही. हे चालते-बोलते देह जरी आमचे असले तरी ते कृती मात्र तुझ्या आज्ञेनंच करतील. तू इथे आलास, आम्हा सर्वांना धीर दिलास, माझ्या बंधूंमध्ये उज्ज्वल भविष्याचा विश्वास निर्माण केलास, त्यांचा आत्मविश्वास जागवलास. तू आलास ते चैतन्य घेऊन आलास आणि महाराणी द्रौपदी? तिला तर तू संजीवनीच दिलीस. पुनर्जन्म दिलास. अपमानानं आणि निराशेनं ती सुकली होती. तिची जगण्याची इच्छाच नष्ट झाली होती. तू तिच्या हृदयात आशेचं, ईर्ष्येचं स्फुलिंग चेतविलंस. माझी तुला विनंती आहे. तू आणखी काही दिवस रहा. हा चैतन्याचा, आनंदाचा झरा इथं अजून काही दिवस वाहू दे.' त्याने विनंती करण्यासाठी कर जुळविले. त्याचे ते कर हातात घेत दादा म्हणाला, 'हे धर्मराजा, आता मला द्वारकेला जाण्यासाठी आज्ञा दे. द्वारकावासी माझी उत्कंठेनं प्रतीक्षा करत असतील. मलाही द्वारकेच्या भविष्यासाठी काही उपयुक्त योजनांची आखणी करायची आहे. मी तुला वचन देतो, की काही काळानंतर मी पुन्हा तुमच्या भेटीसाठी येईन.'

"आम्ही त्वरितच द्वारकेकडे प्रयाणाचा प्रस्ताव पांडवांपुढे ठेवला. महाराणी द्रौपदीचा निरोप घेणे फार अवघड काम होते; पण तिचे धैर्य पाहून मीच संभ्रमित झालो. ती हसतमुखाने पुढे आली. दादाला म्हणाली, 'हे श्रीकृष्णा, तू पुन्हा येण्याचं वचन दिलं आहेस हे विसरू नकोस. त्याच आशेनं मी तुला आता निरोप देते. पुढल्या वेळी एकटा येऊ नको. माझी आणि तुझी सुभद्रा, अभिमन्यू, माझ्या वहिन्या, तुझी मुलं यांना घेऊन ये. या अरण्याचं आपण पुन्हा तुझं प्रिय गोकुळ करू या. म्हणजे तू रमशील. खरं ना?'

"खरंय," असे म्हणत दादाने हसतच सर्वांचा निरोप घेतला. आम्ही निघालो समाधानाने."

भाऊजी म्हणाले ते अगदी खरे होते. काम्यकवनातून आल्यापासून स्वामी समाधानी दिसत होते. अस्वस्थ वृत्ती शांत झाल्यासारखी वाटत होती. चेष्टेखोर

स्वभाव पूर्वपदावर आल्यासारखा भासत होता. लहान-थोरांशी पूर्वीप्रमाणेच वागत होते. आम्हीही आनंदात होतो. द्वारकेतले नित्य आणि नैमित्तिक कार्यक्रम पूर्वीप्रमाणेच उत्साहात सुरू होते.

स्वामींनी सुभद्रेच्या कक्षात स्वत: जाऊन संपूर्ण वृत्तान्त कथन केला. त्यामुळे तिलाही बरे वाटले. स्वामी मला तिथल्या घडलेल्या गोष्टी सांगत, तेव्हा मी त्या उत्सुकतेने ऐकत असे. खरे तर मला त्या उद्धवभाऊजींकडून आधीच कळल्या होत्या; पण मी तसे माझ्या चर्येवर दिसू देत नसे.

स्वामींनी नियती मान्य केली होती का? त्यांनी कृष्णेला जे वचन दिले ते कसे पूर्ण होणार होते? प्रत्यक्ष युद्ध करून? की गनिमीकाव्याने? पुढे कौरव-पांडवांच्या या वैराचा अंत कसा होणार होता? त्यामध्ये आमच्या द्वारकेलाही किती प्रत्यक्ष, अप्रत्यक्ष झळा सोसाव्या लागणार होत्या? कोण जाणे? विचार करण्यात अर्थ नव्हता. भविष्यकाळच या प्रश्नांची उत्तरे देणार होता. प्रतीक्षा करण्याखेरीज आपल्या हातात काही नव्हते. खरे म्हणजे प्रतीक्षा करण्यातही काही अर्थ नव्हता. जे घडायचे ते घडणारच होते. 'महाभारत' घडणार होते का?

'महाभारत.' अन्याय निवारणार्थ जर ते घडणार असेल तर ते घडणारच होते. कारण स्वामींचा जन्मच त्या कार्यासाठी होता. भविष्यकाळ कोणताही, कसाही असू दे, वर्तमानकाळ मात्र शांत होता. त्यामुळे सध्यातरी वर्तमानाचे सुख उपभोगू या, असे मी मनातल्या मनात ठरवले. मधल्या काळातल्या मानसिक अशांत, अस्वस्थ पर्वाचा सध्या तरी अंत झाला होता. ही द्वारकावासीयांना आनंदाची पर्वणी होती.

यापुढे पांडव बंधू, महाराणी द्रौपदी त्यांचे जीवन, त्यांच्या समस्या ही द्वारकावासीयांच्या जीवनाची दुसरी बाजू होती, हे सत्य द्वारकाधीशांबरोबरच सर्वांनी स्वीकारले होते. इकडे द्वारकेची कीर्ती दिगंत पसरली होती. शाल्व, पौंड्र या राजांचा केलेला पराजय, स्वामींच्या कीर्तीवर जणू कळस चढला होता. बलाढ्य दुष्ट राजांचा संहार झालेला होता. द्वारका चहू अंगांनी फुलली होती. सुख, समृद्धी, शांती, तृप्ती दुथडी भरून वाहत होत्या. धर्म, मोक्ष, काम, अर्थ हे चार पुरुषार्थ समर्थपणे पेलले जात होते.

थोरले महाराज - आदर्श नरेश, बलराम दादा - आदर्श युवराज, द्वारकाधीश— अनभिषिक्त सत्ताधीश, योगेश्वर, भगवान म्हणून द्वारकावासीयांच्या मनात वसत होते. आमच्या प्रत्येकीच्या दहा पुत्रांशिवाय दादांच्या आणि इतरांच्या राजकुळातील पुत्रांनी आता तारुण्यात पदार्पण केले होते. प्रत्येक जण आपल्या विषयात निपुण होता. सतत विविध परीक्षा, स्पर्धा घेतल्या जात. त्यात चढाओढीने भाग घेतला जाई. एकमेकांमध्ये वाद होत; पण द्वेषभावना नसे. त्यांच्यामध्येही स्वभाव, गुणधर्माप्रमाणे गट पडले होते, नाही असे नाही. तरीही त्यांच्यात यादवपुत्र म्हणून एकी होती.

पण? प्रद्युम्न आणि दादांचे थोरले पुत्र सोडले तर अन्य राजपुत्रांमध्ये अपेक्षित विचारांची परिपक्वता नव्हती. अल्लडपणा गेला नव्हता. आवश्यक धुरा वाहण्याची क्षमता नव्हती. कोणतीही घटना गंभीरपणे घेण्याची वृत्ती नव्हती.

ही गोष्ट मला कुठेतरी मनातल्या मनात टोचत असे. मी स्वामींजवळ तसे बोलूनही दाखवले, मला वाटले होते, स्वामी म्हणतील, 'अगं रुक्मिणी, कशाला चिंता करतेस? या द्वारकाधीशाचे पुत्र आहेत ते! प्रसंगानुरूप त्यांचे सद्‌गुण तुझ्या प्रत्ययास येतील.' पण स्वामी, कधीही, कुठेही, कसल्याच भ्रमात नसत. त्यांना वास्तवाचे भान असते हे त्यांच्या बोलण्यावरून लक्षात आले. त्यांची मुद्राही चिंताग्रस्त झाली. ते गंभीर स्वरात म्हणाले, "रुक्मिणी, तू म्हणतेस ते सत्यच आहे. माझ्याही ध्यानात काही गोष्टी आल्या आहेत. मला वाटतंय, या पिढीला जीवनात संघर्षच करावा लागला नाही, माझ्यासारखा. मला तर जन्मक्षणापासून 'जगण्याची लढाई' करावी लागली आहे. गोकुळात यशोदामाता आणि नंदबाबांकडं वाढत असतानाही कधी पुतनामावशीकडून, तर कधी दुसऱ्या दुष्ट प्रवृत्तींकडून माझ्या जिवाशी खेळण्याचे प्रयत्न प्रत्यक्ष माझा मामाच करत होता. मथुरेत आल्यापासून तर माझं जीवन म्हणजे 'संघर्ष पर्वच' झालं आहे. कंसमामाशी संघर्ष, जरासंधाशी अखंड संघर्ष, कालयवन, रुक्मीदादा, शिशुपाल, नरकासुर, पौंड्र, शाल्व, माझे आतेभाऊ किती नावं घ्यावीत. तुला प्राप्त करण्यासाठीसुद्धा केवढा संघर्ष करावा लागला? तुलाही आणि मलाही. हे झाले सारे लौकिक किंवा व्यावहारिक संघर्ष. शिवाय मानसिक संघर्ष वेगळाच. गोकुळ, वृंदावनाचे आप्त सोडताना, स्यमंतक मणी प्रकरणांतील आरोप परतवून लावताना, माझ्या लाडक्या, दृष्टीस न पडलेल्या, माझ्या तान्हुल्याचं हरण स्वीकारताना, तुझी माहेरची ताटातूट, तू एका शब्दानंही बोलून न दाखवता सहन करताना बघून, तसंच नरकासुराच्या कारागृहातील नारींना आणि जरासंधाच्या कारागृहातील नरेशांना बघूनही मनात क्रोधाग्नीचे उठलेले कल्लोळ, त्या वेळी मनाचा दाह शांत करताना आत भावभावनांचा संघर्षच होत असतो ना रुक्मिणी? आणि आता तर जीवनात पांडव-पर्वच सुरू झालं आहे. द्वारका आणि इंद्रप्रस्थ आता एकाच जीवनाच्या दोन बाजू आहेत. त्यांचं दुःख ते आपलं दुःख आणि त्यांचं सुख ते आपलं सुख असा जीवनप्रवास आपोआपच सुरू झाला आहे. आपपर भावनाच लयाला गेली आहे. म्हणूनच फसव्या द्यूतात सर्वस्व गमावण्याचं दुःख, जेवढं त्यांना झालं तेवढंच मला झालं. एवढा तत्त्ववेत्ता, धर्मराज म्हणून ओळखल्या जाणाऱ्या युधिष्ठिराची बुद्धी कशी भ्रष्ट झाली? या विचाराने मनात दाटून आलेली विषादभावना, संन्यास घेण्याची तीव्र इच्छा, तुमच्या, द्वारकावासीयांच्या प्रेमानं पुन्हा इथली ओढ लागण्याची प्रक्रिया या वेळीही करावा लागलेला भावनांचा तीव्र संघर्ष. एकूण काय, आयुष्य म्हणजे

तीव्र संघर्ष. तनाचा असो की मनाचा. त्यातून आपलं जीवन, तावूनसुलाखून झळाळणाऱ्या सुवर्णाप्रमाणे झालं आहे. अनुभवाच्या मंथनातून घुसळून निघालो आहोत, पण...''

''सत्यच कथन करता आहात स्वामी तुम्ही,'' मी मध्येच म्हणाले. खरेच त्यांच्या शब्दाशब्दातली सत्यता माझ्या अंतःकरणाला भिडत होती. तोच धागा पकडून मी म्हणाले, ''स्वामी, उदाहरणच द्यायचं झालं तर आपल्या प्रद्युम्नाचंच घ्या ना, त्याला त्या आदिवासी जगात अनेक बरेवाईट अनुभव आले. जन्मदात्या मातापित्याकडं येण्यासाठी तीव्र संघर्ष करावा लागला. त्यामुळं तो या धाकट्या मुलांपेक्षा वेगळा, धुरंधर, प्रसंगावधानी, शूर, परिपक्व, आदर्श विचारांचा म्हणून कार्यप्रवण झाला आहे. पण आपले, अन्य पुत्र? केवळ आपले अन्य पुत्रच नाहीत तर आपल्या प्रजेचीही ही युवा पिढी आपल्या पुत्रांसारखीच अपरिपक्व आहे, कष्ट करण्याची वृत्ती कमी होतेय असं मला वाटतं.''

''त्याचं कारणही तेच आहे. या सुवर्णद्वारकेत जन्म, पुढं वृद्धिंगत झालेली समृद्धी, त्यांना सुखासीन वृत्तीकडं नेत आहे. त्यांच्या या वृत्तीला आपल्या शत्रूकडून जर खतपाणी घातलं गेलं तर या पिढीचं अधःपतन व्हायला वेळ लागणार नाही. त्यासाठी डोळ्यात तेल घालून या गोष्टींकडे लक्ष द्यावं लागेल. नाहीतर गोरसाऐवजी सोमरसाची चटक लागली तर त्यांचा आणि त्यांच्याबरोबर द्वारका साम्राज्याचा विनाश होईल,'' स्वामी दूरवर बघत गंभीर मुद्रेने म्हणाले.

''पण स्वामी, तुम्हाला अशी शंका का येते? अशा काही गोष्टी आपल्या दृष्टीस पडल्या आहेत का?'' मी अस्वस्थपणे विचारले. ''तसं काही असेल तर त्याविरुद्ध त्वरित, कडक पावलं उचला, क्षणाचाही विलंब न करता,'' माझ्या मनात कुशंकेची पाल चुकचुकत होती.

''रुक्मिणी, शांत हो. आपल्या साम्राज्यात तसं काही घडलं नाही; पण सद्यःस्थितीत अन्य देशांत आणि इतिहासात, साऱ्या विश्वात, समृद्धीच्या मागोमाग व्यसनाधीनतेचा प्रवेश, त्यामुळं पोखरली गेलेली बलाढ्य साम्राज्यं अंती रसातळाला जाणं अशी अनेक उदाहरणं सापडतील. यादवांच्या युवापिढीचा विषय निघाला, अपरिपक्वताही वदवली, म्हणून सावधानतेची सूचना देण्यासाठी बोललो एवढंच. अधिक विचार करू नकोस.''

माझ्या मनात आले, खरेच अधिक विचार करण्यात काही अर्थ नाही. भविष्याविषयी आपण अज्ञ असतो तेच चांगले आहे. त्या त्या समयी पुढे येणाऱ्या कर्माला सामोरे जाऊन विहित कर्म करणे, कर्तव्यतत्पर असणे, जीवनप्रवाह वाहता ठेवणे हेच जीवनाचे सार आहे असा विचार करीतच मी आणि स्वामी स्वतःच्या विहित कर्माकडे वळलो.

# आठ

आमचा राणीवसा सध्या चैतन्याने, उत्साहाने न्हाऊन निघाला होता. कारण होते रेवतीताई आणि दादांच्या स्नुषा. अतीव सुंदर, लाजऱ्या, सुशील युवतींच्या आगमनाने, आमची सुवर्णद्वारका जणू झळाळून उठली होती. राजकुळाच्या नवपिढीच्या या राजस्नुषांचे कौतुक जेवढे आम्हाला होते, त्याहीपेक्षा कितीतरी पटीने अधिक आमच्या प्रजाजनांना होते. त्यामुळे त्यांचा स्वागतसोहळा एक सप्ताहभर साजरा होत होता.

द्वारकेची कीर्ती त्रिखंडात गाजत होती. यासमयी आपली कन्या द्वारकेची स्नुषा व्हावी म्हणून अगणित नरेश, महानरेश डोळे लावून बसले होते. दादांच्या पुत्रानंतर आता माझ्या लाडक्या प्रद्युम्नाची पाळी होती.

माझा प्रद्युम्न जणू मदनाचा पुतळा. कशी असावी त्याची अर्धांगिनी? प्रयत्न करूनही माझ्या नजरेसमोर तिचे रूप उभे राहत नव्हते.

माझ्या मनात आले, इतिहासाची पुनरावृत्ती झाली तर? पुन्हा एकदा विदर्भ देशाची राजकन्या सुवर्णद्वारकेची स्नुषा झाली तर? मीच माझ्या वेड्या मनाला मनातल्या मनात हसले. कसे शक्य आहे ते?

मध्यंतरी केव्हातरी, मला वाटते गेल्या श्रावणातच, आकृतीकाकांची स्वारी द्वारकेत आली होती. आमचे आकृतीकाका म्हणजे नारदमुनींचाच अवतार. सतत संचार करणारे. पायाला जणू भोवरा. फरक एवढाच की नारदमुनी कळ लावून गंमत बघत असतात; तर माझे काका दोन व्यक्ती असोत किंवा दोन पक्ष असोत दुभंगलेली मने जुळवण्याचा प्रयत्न करत असतात. त्यांच्या मधुर शब्दजालात समोरच्या व्यक्ती अडकतात आणि आपणच निर्माण केलेल्या वैरजालातून मुक्त होतात.

तर मी काय सांगत होते, मूळ मुद्दा बाजूलाच राहिला. गेल्या श्रावणात आकृतीकाका आले होते. ते सांगत होते की, रुक्मीदादाची कन्या रुक्मावती अतीव सुंदर आहे! 'रूपाने आत्यावर म्हणजे माझ्यावर' गेली आहे असे बघणारे म्हणतात. काका हळूच गालातल्या गालात हसत म्हणाले, "तू वाईट वाटून नको घेऊ रुक्मिणी, पण सत्यच कथन करायचं झालं तर ती तुझ्यापेक्षाही सरस आहे. आणखी एक गुपित तुला सांगू का? तिच्या मनात तुझ्याविषयी खूप प्रेम, आदर आहे. ती मला म्हणाली 'काकाश्री,' ती मला काकाश्रीच म्हणते. 'मला रुक्मिणी आत्याबाईंना भेटण्याची तीव्र इच्छा आहे.'"

न पाहिलेल्या भाचीविषयी माझ्या मनातही अचानक माया उचंबळून आली. मी उदासपणे म्हणाले, "मलासुद्धा माझ्या सर्वच भाचेभाच्यांना बघण्याची इच्छा आहेच की! पण तो योग कसा येणार?"

"योगायोग असेल तर निश्चितच येणार. तुझी माता म्हणजेच माझ्या वहिनींनी या तुझ्या थोरल्या भाचीला तुझ्याविषयी अनेक गोष्टी सांगितल्या आहेत. तुझे तातही सतत बोलून दाखवत नाहीत; पण त्यांनाही तुझी खूप खूप आठवण येत असते आणि 'कालाय तस्मै नमः' म्हणतात तेच खरं. तुमच्या या सुवर्णद्वारकेची, श्रीकृष्णमहाराजांची, त्याचबरोबर तुझी त्रिखंडात दुमदुमत असलेली कीर्ती ऐकून तर तुझाच निर्णय अचूक होता हे साऱ्यांनीच मान्य केलं आहे. तुझा विवाह श्रीकृष्णाशीच व्हावा म्हणून तू उचललेलं धाडसी पाऊल, तुझी पतिनिष्ठा, तुझी निर्णयशक्ती यावश्चंद्रदिवाकरौ इतिहासात लिहिली जाणार आहे. अलौकिक सौंदर्यवती आणि अपार बुद्धिमान स्त्री म्हणून हे विश्व तुला आजही ओळखतं आहे. आणि पुढंही ओळखणार आहे." काका म्हणाले.

"काकाश्री, माझी प्रशंसा पुरे करा आणि मला वेडी आशा दाखवू नका. माझे स्वामी युगपुरुष आहेत हे विश्वानं मानलं आहे. ते अनभिषिक्त हृदयसम्राट आहेत हेही सारं विश्व जाणतं. ते दुष्टांचे संहारक आणि सुष्टांचे उद्धारक आहेत हेही त्रिकालाबाधित सत्य आहे. पण... हा 'पण' फार मोठा आहे काकाश्री. आमचे बंधुराज हा नातेसंबंध कदापिही मान्य करणार नाहीत," मी निराशेने पण दृढतेने म्हणाले.

"रुक्मिणी, विवाहाच्या गाठी या स्वर्गात म्हणजेच नियतीने बांधलेल्या असतात. प्रयत्न करायला काय जातंय? 'इच्छा तिथं मार्ग' निघतो म्हणतात ना? तू एकदा भगवान श्रीकृष्णांजवळ इच्छा प्रकट करून तर बघ. अगं? कर्ता करविता भगवंत आहे तो. असंभव ते संभव करू शकणारा. मीसुद्धा वैदर्भीय राजकुलात प्रयत्नांचं बीज रुजवतो," काकाश्री गालातल्या गालात हसत म्हणाले.

त्यांच्या बोलण्याने मी विचारात पडले. ते पुढे म्हणाले, "हा योग जर जुळून

आला ना तर त्यांना पाहून प्रत्येकाच्या मुखातून एकच वाक्य बाहेर पडेल, प्रत्यक्ष लक्ष्मी-विष्णूच स्वर्गलोकातून उतरून पृथ्वीतलावर अवतरले आहेत.''

काकाश्रींच्या बोलण्याने मनात आशेचा किरण झळकला. खरेच! काकांची ही वाणी खरी ठरेल का? प्रत्यक्षात उतरेल का? ते बोलले तसे असंभव ते संभव ठरेल का? माझे बोलणे ऐकून स्वामी काय म्हणतील? त्यांच्या मुखातून जर होकारार्थी शब्द बाहेर पडले, तर मग आशा करायला हरकत नाही.

काकाश्री तर परत गेले, पण मनात 'वैदर्भी राजकन्येच्या, सुवर्णद्वारकेतल्या आगमनाच्या' आशेची बीजे पेरून. माझ्याप्रमाणे माझ्या अन्य भगिनींनाही प्रद्युम्नाच्या विवाहाची, ज्येष्ठ सुनेच्या आगमनाची आस लागली होती. त्याला अनेक कारणे होती. एकतर त्यांचेही या सद्‌गुणी, पराक्रमी, रूपवान, ज्येष्ठ पुत्रावर मनापासून प्रेम होते. दुसरे म्हणजे त्यांना स्वपुत्राच्या विवाहाची ओढ लागणेही साहजिकच होते आणि ज्येष्ठ पुत्राच्या विवाहाआधी या पुत्रांचा विवाह करणे उचित ठरले नसते.

मलासुद्धा अन्य पुत्रांच्या विवाहांची उत्सुकता होतीच. माझेही त्या पुत्रांवर मनापासून प्रेम होतेच. तरीही माझे आणि काकांचे बोलणे कुणाच्या कानावर घालणे उचित ठरले नसते. कारण रुक्मीदादाने आमच्याशी धरलेले शत्रुत्व सर्वश्रुत होते. विचारांती मी निर्णय घेतला, की स्वामींजवळ हा विषय रात्री एकान्तातच काढावा.

त्याप्रमाणे एका रात्री मी माझे आणि काकांचे बोलणे स्वामींना सांगितले. स्वामी गालातल्या गालात हसले आणि म्हणाले, ''द्वारकेची अनभिषिक्त महाराणी होण्याची योग्यता फक्त वैदर्भीय राजकन्यांचीच आहे की काय? या पृथ्वीतलावर फक्त वैदर्भीय राजकन्याच सौंदर्याच्या पुतळ्या आहेत का? या पिढीतही तिनंच अनभिषिक्त महाराणी व्हावं?''

मी म्हणाले, ''नाही. असं नाही, पण दादाची कन्या अप्रतिम सौंदर्यवती आहे असं मी अनेकांच्या मुखातून ऐकलं आहे. तसंच तिच्या मनात द्वारकावासीयांविषयी वैरभावना नसून अलोट प्रेम आहे. तिनंही प्रद्युम्नाच्या रूप, गुण, पराक्रमाविषयी कीर्ती ऐकली असेल.''

''तुला काय वाटतं रुक्मिणी, तू जसं माझ्यावर बालपणापासून मनात प्रेम केलं, तसं प्रद्युम्नावर तिनं प्रेम केलं असेल? किंवा ती सध्याही करत असेल?'' स्वामींचा मिश्कील स्वर कायम होता.

''नाही, मी तसं म्हणत नाही, कारण प्रद्युम्नाच्या द्वारकेतील आगमनापर्यंत तो कुठं आहे, कसा आहे, त्याचे रूप, गुण, त्याचं अस्तित्व सर्वच बाजूंनी द्वारकावासीयच अनभिज्ञ होते. अन्य राज्यातील प्रजाजनांची काय कथा? वयाच्या सतराव्या वर्षी तर आपली कीर्ती त्रिखंडात दुमदुमली होती. गोकुळ असो, वृंदावन असो, मथुरा असो, जन्माच्या आधीपासूनच दुष्टांशी वैर, अन्यायाशी संघर्ष तुमच्या पाचवीला पुजला

आहे. अनुभवातून निर्माण झालेली ही म्हण तुमच्या जीवनप्रवासाला तंतोतंत लागू पडते.'' मी म्हणाले.

''ती पाचवी फक्त माझ्यामागंच लागली नाही तर माझ्या ज्येष्ठ पुत्राच्या मागंही लागली आहेच नाही का? अर्धांगिनीच्या प्राप्तीच्या वेळी मात्र माझं विधिलिखित निश्चितच हसलं होतं, रुसलं नव्हतं. तसंच माझ्या पुत्रांच्या वेळीही ते हसायला हवं. तुझा दादा माझ्यावर क्रोधित झाला आहे, हे त्रिकालाबाधित सत्य आहे; पण तो प्रद्युम्नावर रुष्ट आहे का याचा शोध घ्यायला हवा. माझा मामा माझ्या जिवावर उठला होता, त्याला कारणही तसंच होतं. मी त्याच्या मुळावरच जन्म घेणार होतो; पण इथं तसं नाहीय. मामाला भाचे नेहमीच प्रिय असतात. आपला अभिमन्यूच बघ ना. माझ्या पुत्रांएवढाच तो मला प्रिय आहे. एक दिवस जरी तो दृष्टीस पडला नाही तरी मी अस्वस्थ होतो.'' स्वामींची वाणी जे वदत होती. त्यातून कोणता निश्चित अर्थ काढावा तेच कळत नव्हते. त्यांचेही मन हळूहळू रुक्मावतीची स्नुषा म्हणून निवड करावी या माझ्या मताकडे कौल देत होते का? त्यांच्या बोलण्यात काही भविष्यसंकेत असावा का? किंवा ते सहज बोलत असतील; पण माझे वेडे मन मात्र या जवळजवळ अशक्यप्राय नातेसंबंधामागे पुन:पुन्हा धावतेय. का? एवढे दिवस माहेरासंबंधी स्वस्थ बसलेल्या माझ्या मनात कुठेतरी सुप्त ओढीचा एक धागा चिवटपणे तग धरून आहे का?

नेहमीप्रमाणेच मनात विचारांचे फेर धरणे काही संपत नव्हते.

''काय महाराणी, कोणत्या स्वप्नात हरवलात? मनातल्या मनात कुणा-कुणाशी संवाद सुरू झाला आहे? तात, माता की प्रत्यक्ष भाचीशीच?'' स्वामी हसत हसत म्हणाले.

''नाही हो, हे मन फार खोडकर असतं. स्वत:च प्रश्न निर्माण करतं, स्वत:च उत्तरं देतं. पुन्हा त्या मध्येच खोड्या काढतं, 'असंही खरं' 'तसंही खरं' म्हणतं आणि सत्य काय ते कळतच नाही.'' मी गंभीर स्वरात म्हणाले.

''त्यालाच तर संसाराचं मोहजाल म्हणतात महाराणी. आधी स्वत:च्या विवाहाचे, संसाराचे विचार, नंतर अपत्याच्या, नंतर नातवंडाच्या. संसारजाल काही संपतच नाही,'' स्वामींचा स्वर आता गंभीर होता.

''तुम्हीच तर म्हणता ना स्वामी, पृथ्वीतलावर एकदा मनुष्यजन्म घेतला, की आपल्या वाट्याला आलेली कर्तव्यं पार पाडावीच लागतात. हे आपलं कर्तव्यच नाही का?''

''तुझ्या मनासारखंच आता मीसुद्धा म्हणतो हेही खरंच आहे. असं जरी असलं ना रुक्मिणी, तरीही कर्तव्य करतानाही त्यात पूर्णपणे बुडून जाऊ नये. थोडं अलिप्त राहावं प्रत्येकानं. विहित कर्मे आणि कर्तव्यं चुकवू नयेतच; पण ऐहिक जीवनप्रवासात

थोडी अध्यात्माची वाटही चोखाळावी. अंती अंतिम सत्याची कासच या मानवी जीवनाचे सार्थक करते.'' स्वामींच्या वाणीत एक आगळावेगळा गंभीर पण सत्याचा प्रत्यय देणारा, अंत:करणाला भिडणारा, आतल्या हृदयगाभाऱ्यातून ज्ञानप्रकाश देणारा, सच्चा स्वर जाणवत होता.

मी भान हरपून त्यांचे बोल, त्यांच्या वाणीचे ते झंकार हृदयात साठवून घेत होते. माझ्या स्वामींचे आचरणही तसेच नव्हते का? प्रसंगी ते सानाहून सान, तर प्रसंगी प्रौढांहूनही प्रौढ, परिपक्व, विश्वासपूर्वक वागत. तरीही कमलदलांवरील दवाप्रमाणे अलिप्त असत. कोणतेही प्रलोभन त्यांच्यावर मोहिनी घालू शकत नसे. म्हणून तर अनेक शत्रूंचा, अन्यायी नरेशांचा पराभव करूनही ते त्या सिंहासनाचे अधिपती झाले नाहीत. ती सत्ता त्यांनी त्या त्या नरेशांच्या युवराजांकडे सोपवून न्याय्य आचरण करण्याचे वचन घेतले. स्वामींविषयीच्या अभिमानाने ऊर भरून आला. मी त्या विचारात गुरफटलेली असतानाच स्वामी कधी निद्रेच्या अधीन झाले ते कळलेच नाही.

कालचक्र फिरतच होते. मासामागून मास सरतच होते. राजपुत्रांच्या विवाहाच्या चर्चा आमच्या राणीवशात सुरूच होत्या. निष्कर्षाप्रत येत नव्हत्या.

आणि एक दिवस उगवला तो आनंदवार्ता घेऊनच. स्वामींनी आम्हा साऱ्या भगिनींना, राजपुत्रांना आपल्या कक्षात बोलविले आणि सुवार्ता कथन केली. ज्येष्ठांच्या कानावर ती आधीच घातली गेली होती. त्यांची अनुमतीही घेतली गेली होती. आमची ज्येष्ठ स्नुषा, प्रद्युम्नाची पत्नी, या नात्याने रुक्मीदादाची ज्येष्ठ कन्या रुक्मावतीच, या सुवर्णद्वारकेत प्रवेश करणार होती. विधिवत, थाटाने विवाह करून.

माझा तर या वार्तेवर थोडा वेळ विश्वासच बसेना. मी अगदी भांबावून गेले. काय बोलावे, कसा आनंद व्यक्त करावा तेच कळत नव्हते. ही सुवार्ता ऐकून अन्य राजपुत्रांनी जेव्हा आनंदाने निनादून आनंद व्यक्त केला तेव्हा मी भानावर आले. प्रद्युम्न खाली वाकून माझ्या चरणाला स्पर्श करत होता.

कसे शक्य झाले हे? रुक्मीदादा, स्वामींशी असलेले वैर कसे विसरला? जाऊ दे. या साऱ्या प्रश्नांची उत्तरे मला काळाच्या ओघात मिळणारच होती. आज, आता फक्त एकच सत्य होते, तेही फार सुखावह होते. माझ्या प्रिय, रूपवान, सद्‌गुणी पुत्राला, त्याला साजेशी रूपवती, गुणवती अर्धांगिनी मिळणार होती. सुवर्ण द्वारकेच्या कीर्तीला साजेशी कुलवधू या राजनगरीत, या वास्तूत प्रवेश करणार होती.

स्वामींचे सगळेच वागणे अतर्क्य. पुढल्या सर्व घटना एवढ्या वेगाने घडल्या, की विचार करायला कुणाला उसंतच मिळाली नाही. एका मंगलमय सुमुहूर्तावर ही

विदर्भ देशाची राजकन्या, माझी भाची, माझी स्नुषा, माझ्या ज्येष्ठ पुत्राची राणी या नात्याने आमच्या द्वारकेच्या त्रिखंडात गाजत असलेल्या साम्राज्यात वाजतगाजत प्रवेश करती झाली. राजकुळाकडून, प्रजाजनांकडून अभूतपूर्व स्वागत करण्यात आले. तिला जवळ घेताना हृदयात मायेचा पूर उचंबळला. तिचे आणि माझे दोघींचेही नेत्र आसवांनी तुडुंब भरून आले. या प्रसंगाचे वर्णन करणे शब्दातीत आहे. रुक्मावती आली ती सोनपावलांनी. तिच्यापाठोपाठ अन्य सातही राण्यांच्या ज्येष्ठ स्नुषांनी या राणीद्वीपावर पाऊल टाकले. राणीवसा पुन्हा एकदा तरुणाईच्या चैतन्याने भरून गेला.

माझ्या एक लक्षात आले होते, की द्वारकेतली नित्य कर्मे, नैमित्तिक कार्ये, आर्थिक, राजनैतिक, धार्मिक कार्ये कर्तव्ये पार पाडतानाही स्वामी काम्यकवनाकडे बारीक लक्ष ठेवून होते. या पाच वर्षांत स्वत: स्वामी तिकडे गेले नसले, तरी कुणी ना कुणी महत्त्वाची व्यक्ती तेथे जाऊन त्यांचे क्षेमकुशल विचारून आली होती. काही दूत तर तेथे पाळीपाळीने तळ ठोकून होते. ते सतत तिथल्या वार्ता कळवत असत. काही गुप्तहेर हस्तिनापूर आणि त्यांच्या मित्र राज्यातही पेरून ठेवले होते. त्यांच्याद्वारे पांडवाविरुद्ध कटाचा सुगावा लागून, त्याविरुद्ध योजना आखून त्यांचे डाव उधळून लावत असत. खरोखरच स्वामींना सर्वसाक्षी म्हणतात ते पूर्णत: सत्यच होते.

मध्यंतरीच्या काळात बलरामदादा आणि रेवतीताई, आमचे सेनापती, अमात्यही काम्यकवनात भेट देऊन आले होते.

त्यांच्याकरवी स्वामींना आणि उद्धवभाऊजींना काम्यकवनातल्या वार्ता कळत. त्या दोघांद्वारे राणीवशातील आम्हा राण्यांच्याही कानी पडत. मला सर्वांत द्रौपदीविषयी खूप वाईट वाटे. तिच्यामागचे नष्टचर्य कधी संपणार होते कोण जाणे! काही काळापूर्वी तिच्यावर जयद्रथाची दुष्ट नजर पडली होती. त्याने तिचे अपहरण करण्याचाही प्रयत्न केला होता. वेळीच भीमसेन आणि अर्जुन धावून आले म्हणून तिची अब्रू वाचली. या घटनेचा गंभीर परिणाम पार्थाच्या मनावर झाला. तो पाशुपतास्त्र प्राप्त करण्याच्या साधनेसाठी उत्तरेकडे गेला आणि ते प्राप्त करून आला. एवढे पाच पाच पराक्रमी पती असतानाही तिच्या विधिलिखितात नियतीने आणखी कसले कसले भोग लिहून ठेवले आहेत कोण जाणे? तिला आणि पांडव बंधूंना माझ्या स्वामींचा, प्रचंड हिमालयासारखा आधार वाटतो. तो सार्थच आहे हे पटविणारेच स्वामींचे वर्तन असते. खरेच स्वामींसारखा सखा, आधार मिळणे हे कृष्णेचे भाग्यच नाही का? माझ्या मनात आले, काय या मनोव्यापाराची तरी गंमत आहे नाही? काही क्षणांपूर्वी कृष्णेच्या दुर्दैवाविषयी मला वाईट वाटत होते, तर आता काही क्षणांनंतर मला तिच्या भाग्याविषयी आनंदही वाटतो आहे.

एकदा बोलण्याच्या ओघात स्वामींनी मला हेही सांगितले होते, की रुक्मावती आणि प्रद्युम्न यांचा विवाह होण्यामागे पांचाल देशाचे नरेश द्रुपदराजांचा फार मोठा सहभाग आहे. त्यांनी माझ्या तातांचे मन वळविले आणि तातांनी रुक्मीदादाचे, म्हणून हा विवाहयोग जुळून आला.

स्वामींनी मला प्रत्यक्ष तसे बोलून दाखविले नाही; पण माझे मन मला सांगतेय की ही सारी करणी स्वामींचीच आहे. माझी मनोकामना पूर्ण करण्यासाठी, स्वामी कृष्णेकडे ही गोष्ट बोलले असतील. कृष्णेने आपल्या प्रिय श्रीकृष्णांची इच्छा जाणून आपल्या पित्याकडे शब्द टाकला असेल काय?

खरेच या साऱ्याच व्यक्ती किती थोर! माझे मनोरथ पूर्ण करण्यासाठी, मेहुण्याविषयी मनातली वैरभावना विसरून, त्याला क्षमा करून, सखीकडे शब्द टाकणारे माझे स्वामी थोर की आपल्या प्रिय कन्येच्या आनंदासाठी माझ्या तातांकडे शब्द टाकणारे पांचालनरेश थोर? की आपल्या मुलाच्या मनातली वैरभावना जाणूनही आपल्या पौत्रीसाठी त्याचे मन वळविण्यात यशस्वी झालेले माझे तात थोर?

माझ्या मनाच्या गाभाऱ्यातून आतला आवाज आला– 'सारेच थोर.' मी मनातल्या मनात त्यांना अंत:करणापासून वंदन केले.

दीर्घकाळानंतर पांडवबंधूंनी द्रौपदीसह काम्यकवनाचा त्याग करून आता द्वैतवनात आश्रय घेतला होता. त्यांच्यामागोमाग गुरुवर्य धौम्य ऋषींनीही त्यांच्याजवळ वास्तव्यासाठी प्रयाण केले होते. तिथे किती मंगलमय, रम्य, प्रसन्न वातावरण निर्माण होत असेल नाही का? निसर्गरम्य परिसरात एकीकडे सत्यवादी, न्यायप्रिय राजकुळ, दुसरीकडे वेदपठण, मंत्रपठण यांचे पवित्र स्वर. अहाहा, नुसत्या कल्पनेनेसुद्धा माझ्या तनूवर रोमांच फुलले.

पण प्रत्यक्षात मात्र या अनुभवाची संधी माझ्या भाग्यात नव्हती, हेच खरे. एका शुभदिनी स्वामींनी मला विचारले की ते आणि उद्धवभाऊजी द्वैतवनात जाणार आहेत. अत्यंत महत्त्वाची योजना आखायची आहे. तेव्हा मीही येईन का? पांडवांचे तर सर्वांनाच आग्रहाचे आमंत्रण आहे. पण ते तर शक्य नाही; पण मला वनवास्तव्याचा अनुभव घ्यायचा असेल तर मी अवश्य चलावे. मी खूप विचार केला. विचारांती माझ्या ध्यानात आले की नजीकच्या कालखंडात मला राजद्वीप सोडून जाणे शक्य होणार नाही. नूतन स्नुषा अद्यापि द्वारकेत पूर्णपणे स्थिरावल्या नव्हत्या. आमच्या यादव कुळपरंपरा, पूजाअर्चा, रूढी, सणवार सारे त्यांना नीट समजावून त्यांच्याकडून करून घ्यायला हवे होते. द्वारकेच्या भावी राण्याच होत्या ना त्या? त्यांनाच पुढे हे सर्व सांभाळायचे होते. राणी या नात्याने ही धुरा सांभाळायची होती. त्यांना ती समजावून देणे, पार पाडायला लावणे, ही धुरा महाराणी या नात्याने माझ्यावरच

होती. निदान एक संवत्सर तरी मला द्वारका सोडून जाणे शक्य नव्हते. मी स्वामींना ही परिस्थिती समजावून सांगितली. त्यांनीही ती मान्य केली. माझी कर्तव्यतत्परता पाहून समाधानही व्यक्त केले.

सत्यभामेला ही वार्ता कशी कळली कुणास ठाऊक! चतुर सत्यभामा धावतच माझ्याकडे आली आणि मला म्हणाली, ''ताई, तुम्ही स्वामींबरोबर द्वैतवनात जाणार नाही ना? मग एक विनंती करते. स्वामींपुढं माझ्यासाठी प्रस्ताव ठेवा ना. ते तुम्हाला नकार देणार नाहीत. मला महाराणी द्रौपदीला भेटण्याची तीव्र इच्छा आहे.''

''का गं, कृष्णेशी तुझं एवढं महत्त्वाचं कोणतं काम आहे?'' मी कुतूहलाने विचारले.

ती थोडीशी लाजली. हळूच म्हणाली, ''ते तुम्हाला आता सांगितलं तर तुम्ही हसाल. परतून आल्यावर मी तुम्हाला निश्चित सांगेन; पण माझ्यासाठी स्वामींना कसं पटवायचं ते तुम्हीच ठरवा. कराल ना एवढं माझ्यासाठी?'' ती काकुळतीने म्हणाली.

''अगं न करायला काय झालं? तुझ्यासाठी प्रयत्न करणं माझ्या हाती आहे. स्वामी काय उत्तर देतील हे मी कसं सांगू?'' मी म्हणाले.

''तुम्ही होकार दिलात ना? मला द्वैतवनात जायला मिळणारच, अगदी निश्चित,'' असे म्हणून ती आनंदाने निघून गेली. माझ्या मनात आले, स्नुषा आली तरी हिचा अवखळपणा, उतावीळपणा काही जात नाही. आम्ही आठही भगिनी वेगवेगळ्या स्वभावाच्या होतो हे खरे. प्रत्येकीच्या आवडीच्या कलाही वेगवेगळ्या होत्या. तरी सत्यभामा सर्वजणींपेक्षा निश्चितच आगळी होती. तिच्यात उत्तम क्षात्राणीचे गुण होते, तेजही होते. ती उत्तम सारथी होती. त्यामुळे तिला सारथ्य करण्याची तीव्र इच्छा व्हायची. इथे द्वारकेत तिला अशी संधी क्वचितच मिळे. त्यामुळे ती स्वामींबरोबर दूरदेशी जाण्याची संधी कधीही सोडत नसे. बाकीच्या माझ्या भगिनी आपापल्या मुलाबाळांत सदैव गुंतलेल्या असत. माझे विश्व तर अवघी द्वारका होते. केवळ माझा संसार नव्हते. अनभिषिक्त महाराणी होते ना मी? माझी कर्तव्यबुद्धी सतत जागृत असायची. खरे सांगायचे तर द्वैतवनात जाण्याची मलाही तीव्र इच्छा होती; पण पूर्व पिढी, भविष्य पिढी आणि वर्तमान पिढी, अगदी प्रजाजनांसह सर्वच मला गुंतवून ठेवत होते.

माझ्या साऱ्याच नूतन स्नुषांबरोबर मला माझ्या स्नुषेची– माझ्या भाचीची– विशेष काळजी घेणे अपरिहार्य होते. आमच्या दोन कुळांतली परिस्थिती अगदीच वेगळी होती ना? आमचे, म्हणजे रुक्मीदादाचे आणि या यादव कुळाचे संबंधच विचित्र होते ना. तिच्या मनातले रुक्मीदादाबद्दल, जन्मदात्या पित्याचे प्रेम तसेच

अबाधित ठेवून स्वामी, अन्य यादव, श्रेष्ठ मंडळी यांच्याविषयी तिच्या अंत:करणात प्रेम, आदरभावना रुजवून ती वृद्धिंगत व्हायला हवी होती. हे काम आत्या या नात्याने आणि सासू या नात्याने मलाच करायचे होते. डोळ्यांत तेल घालून तिला, तिच्या मनाला जपायला हवे होते.

सांगायचे तात्पर्य काय, नेहमीप्रमाणेच मी माझ्या कर्तव्यासमोर झुकले आणि स्वामींबरोबर द्वैतवनात जायचे टाळले. सत्यभामेसह स्वामी, उद्धवभाऊजी, दारुक, आवश्यक सेवक, सैनिक घेऊन द्वैतवनाकडे निघून गेले. उद्धवभाऊजी स्वामींबरोबर असल्याने, द्वैतवनात काय घडणार त्याचा इतिवृत्तान्त माझ्या कानावर पडणारच होता. स्वामी एवढ्या तातडीने, निर्धाराने गेले म्हणजे तिथे निश्चितच काहीतरी महत्त्वाचे कार्य त्यांना पार पाडावयाचे असणार हे निश्चित.

राजद्वीपाच्या अखंड व्यापाच्या दिनचर्येत दोन मास कसे सरले ते कळलेही नाही. अर्थात स्वामींची उणीव क्षणोक्षणी जाणवत होतीच. सत्यभामेचीही आठवण यायचीच. त्याचबरोबर तिच्या आणि द्रौपदीबरोबरच्या भेटीची उत्सुकताही मनात अधूनमधून डोकावत होतीच.

स्वामी आणि अन्य मंडळींचे ठरलेल्या मुहूर्तावर द्वारकेत आगमन झाले. या वेळी रुक्मावतीसह साऱ्या नूतन स्नुषांनी महाद्वारावर त्यांचे स्वागत केले. त्या, लाजऱ्याबुजऱ्या, पण तारुण्याने सळसळणाऱ्या अनुपम सौंदर्यवतींना बघून उपस्थितांच्या दृष्टीतून कौतुकाचा पूर वाहत होता. त्यात त्या न्हाऊन निघाल्या. रात्री मी स्वत: त्यांची दृष्ट काढली.

उद्धवभाऊजींनी नेहमीप्रमाणे तिथला क्षणाक्षणाचा वृत्तान्त दिला. अर्थात द्रौपदी आणि सत्यभामेत कोणता संवाद घडला, ते त्यांना कळणे शक्य नव्हते. मी त्याविषयी सत्यभामेला खोदूनखोदून विचारले. बऱ्याच प्रयत्नांती ती म्हणाली, "काय सांगू ताई, ती तिच्या पंचपतींना कशी वागून तृप्त ठेवते, त्यासाठी तिच्याजवळ काही मंत्र आहे का? तिनं विशिष्ट सिद्धी प्राप्त केली आहे का? हे मला, तिच्याकडून जाणून घ्यायचं होतं."

हे ऐकून माझ्या मनात हास्याच्या ऊर्मी उसळत होत्या. त्यांच्यावर महत्प्रयासाने नियंत्रण ठेवत मी विचारले, "मग मिळालं का उत्तर? तू मिळविलीस का एखादी सिद्धी? आत्मसात केलास एखादा मंत्र?"

सत्यभामा बावरली, गोंधळली. मला म्हणाली, "ताई, तुम्हीपण माझी थट्टा करता?"

"बरं ते जाऊ दे, कृष्णेनं काय उत्तर दिलं ते तर सांग, मलाही तुझ्याकडून शिकता येईल," मी गंभीरपणाचा आव आणीत विचारले.

"ताई, तुम्हाला कुठे गरज आहे या गोष्टींची? स्वामी तर आधीच तुम्हाला

वश झाले आहेत. महाराणी आहात ना तुम्ही? किती गाढ प्रेम आहे त्यांचं तुमच्यावर?'' ती मनापासून पण उदास स्वरात म्हणाली.

सत्यभामेच्या पाठीवर हात ठेवत मी म्हणाले, ''सत्यभामे, अगं वेडी आहेस का तू? स्वामींचं आठही राण्यांवर सारखंच प्रेम आहे. प्रत्येकीत वेगवेगळे गुण आहेत. काही दोषही आहेत. प्रत्येक व्यक्तीत काही गुण, काही दोष असतातच. तुझं हे क्षात्राणीचं तेज असलेलं अनुपम सौंदर्य, तुझा धाडसी स्वभाव, त्यांना खूप आवडतो. त्याशिवाय का ते तुला नेहमी द्वारकेबाहेर बरोबर नेतात?''

नेहमीप्रमाणे तिच्या स्तुतीने ती खुलली. तिची गोरीपान सतेज चर्या उजळली. मला हळूच म्हणाली, ''खरं सांगू का महाराणी? द्रौपदीनं एका आदर्श पत्नीची जी कर्तव्यं सांगितली ना, ती सारी तुमच्यामध्ये आहेत. ज्येष्ठांचा आदर राखणं, त्यांची सेवा, पतिसेवा, पतीवर गाढ प्रेम, विश्वास, कुटुंबातील सर्वांवर प्रेम, समभाव, प्रजाजनांविषयी प्रेम, त्यांना वेळोवेळी साहाय्य करणं, योग्य निर्णयक्षमता हे सारेच गुण तुमच्या ठायी आहेतच ना? ताई, खरंच सद्‌गुणांची मूर्तिमंत पुतळीच आहात तुम्ही. महाराणी पांचालीनं ज्या ज्या गोष्टींचा कानमंत्र दिला, त्या सर्व गोष्टी तुम्ही मूलतःच आत्मसात केल्या आहेत. आपल्या सौंदर्याची, कलानैपुण्याची योग्य जाणीव असावी; पण अहंकार नको. अन्य व्यक्तींच्या गुणांचीही पारख करावी. हेसुद्धा सारं तुम्ही करताच की. म्हणून तर आपल्या धाकट्या राण्याही तुम्हाला भगिनीच मानतात. काही समस्या असली, तर तुमच्या आधारासाठी धावत येतात. द्रौपदीताईसुद्धा मला हेच म्हणाल्या, तुझ्या दृष्टीसमोर रुक्मिणीवहिनींसारखी आदर्श गृहिणी, पत्नी, महाराणी, सचिव, प्रिया असताना तुला एखाद्या सिद्धीची किंवा मंत्राची गरजच काय? त्यांचंच अनुकरण कर ना. खरंच ताई, किती सत्य वदली ती? 'काखेत कळसा आणि गावाला वळसा' अशी स्थिती झाली माझी; पण एक गोष्ट सांगते, मी जे जे तुम्हाला सांगितलंय ते स्वामींना आणि अन्य कुणालाही सांगू नका. स्वामी तर थट्टा करून करून माझा जीव नकोसा करून टाकतील आणि अन्य जनांच्या टीकेचा मी विषय बनून राहीन.''

मी हसत हसत तिला वचन दिले, ''आजचं आपलं बोलणं आपल्या दोघींतच राहील.'' ती समाधानाने निघून गेली.

उद्धवभाऊजींकडून मला कळले, की स्वामींनी पांडवाच्या अज्ञातवासाची योजना फार विचारपूर्वक आखली आहे, विराट राजाच्या पदरी. सर्व बंधू आणि द्रौपदी निरनिराळ्या भूमिकेत एकाच ठिकाणी वावरतील. त्याच वेळी घनदाट अरण्यामध्ये पांडव आणि द्रौपदी वेगवेगळ्या स्थानी, वेगवेगळ्या समयी, वेगवेगळ्या रूपात प्रकटतील. या गोंधळातच एक वर्ष हा हा म्हणता निघून जाईल.

मी उद्धवभाऊजींच्या मुखातून ती स्वामींची योजना ऐकली आणि दिङ्मूढच

झाले. त्या योजनेतून स्वामींची अफाट बुद्धिमत्ता, चातुर्य, योग्य निर्णयक्षमता, समयसूचकता, पांडवांविषयी गाढ प्रेम, असंख्य गुण प्रकट होत होते.

एकाच वेळी एक व्यक्ती किती व्यवधाने सांभाळत होती. इकडे आपल्या पुत्रांचे विवाह, रुक्मीदादाचे मतपरिवर्तन, राजनीतीची, जनकल्याणाची अनेक कर्तव्ये, ज्येष्ठांची सेवा, खरेच सर्वदर्शी म्हणतात, तसे आहेत माझे स्वामी. म्हणूनच 'भगवान श्रीकृष्ण' ही उपाधी त्यांना या गुणांनीच प्रदान केली आहे.

स्वामींनीही ती योजना मला एकदा समजावून सांगितली. त्यांच्या मुखातून ती ऐकण्यात अपूर्व आनंद होता.

आम्हा सर्वांचेच नेत्र आता पांडवांच्या अज्ञातवासाकडे लागले होते. तोच आमच्या जीवनात अनपेक्षितरीत्या पुन्हा एकदा वादळ उठले.

आमचा पुत्र, जांबवतीचा मुलगा, सांब याने कुणाच्याही कानावर काहीही न घालता दुर्योधनाच्या कन्येचे, लक्ष्मणेचे अपहरण केले. महाराज दुर्योधन चिडले. त्यांनी सांबाला कारागृहात डांबले. त्यासमयी स्वामी द्वारकेत नव्हते. दादांना ही गोष्ट कळली. त्यांनी दुर्योधनास आज्ञा केली की, 'सांबाला मुक्त कर आणि दोघांचा विवाह लावून दे.' दादा दुर्योधनाचे गुरू. त्याने गुरुआज्ञा पाळली. द्वारकेत दादांनी हा विवाह पुन्हा थाटामाटात संपन्न केला.

स्वामींना हा विवाह कितपत रुचेल, ही मला शंका होती. कारण एकीकडे दुर्योधनाशी असा संबंध जोडणे, त्याच वेळी कृष्णेला तिच्या अवमानाचा योग्य सूड घेतला जाईल असे त्यांनी वचन दिले होते. जगाच्या दृष्टीने विशेषतः पांडवाच्या दृष्टीने हे नातेसंबंध म्हणजे एक विरोधाभासच नव्हता का? स्वामींची निवांत भेट झाल्यावर मी त्यांना माझे हे विचार बोलून दाखवले.

स्वामी म्हणाले, "तू म्हणतेस ते योग्यच आहे रुक्मिणी; पण सांबाने जो अविचार केला, त्या परिस्थितीत हा निर्णय घेणं दादांना क्रमप्राप्तच होतं, नाही का? आणि मलाही सद्य:परिस्थितीत त्यांच्या निर्णयाला अयोग्य म्हणणं परवडणारं नाही. तुला माहीतच आहे दादांचा कोपिष्ट स्वभाव. ते जर का भडकले तर? पुन्हा मनात राग धरून पूर्वीप्रमाणे कुठं निघून गेले तर? मला इतिहासाची पुनरावृत्ती नको आहे. मी पांडवबंधूंची आणि कृष्णेची समजूत घालण्यासाठी, सर्व परिस्थिती समजावून सांगण्यासाठी, स्वतः अमात्यांना पाठवलं आहे. ते योग्य ती समजून घालतीलच आणि पांडव आणि कृष्णा सारेच समजूतदार आहेत. महत्त्वाचं म्हणजे त्यांचा माझ्यावर पूर्णपणे विश्वास आहे. कारण त्यांच्या अज्ञातवासानंतर कोणती परिस्थिती उद्‌भवणार आहे कोण जाणे? मला नाही वाटत, कौरव सुखासुखी इंद्रप्रस्थ परत करतील. कदाचित 'महाभारत'ही घडेल."

पुन्हा एकदा प्रदीर्घ काळानंतर स्वामींच्या मुखातून तो शब्द बाहेर पडला,

'महाभारत.' माझे मन पुन्हा त्या शब्दाभोवती रुंजी घालू लागले. स्वामींना विचारावा का या शब्दाचा अर्थ? पण पुन्हा विचार केला, जाऊ दे स्वामी एवढ्या गंभीरपणे बोलत आहेत तेच ऐकावे.

स्वामी पुढे बोलतच होते. ''तसं घडलं तर निदान आपण यादव तरी एकसंघ हवेत. दादांचा क्रोध टिकत नाही हे खरं; पण त्या अल्पजीवी क्रोधावस्थेचाही अन्यायी, असत्य पक्षानं गैरफायदा घेऊ नये, आपण ती संधीच त्यांना मिळू देऊ नये, खरं ना?''

मी होकारार्थी मान डोलावली. खरे म्हणजे स्वामींनी, दादांच्या निर्णयाला आक्षेप घेतला नाही, त्यामुळे कोणताही वाद निर्माण झाला नाही, या घटनेचे मला समाधानच वाटले. कारण दादांचा क्रोध म्हणजे रेवतीताईंची पुन्हा घुसमट, सांबाचे नाराज होणे, त्यात पुन्हा जांबवतीची कुचंबणा असे अनेक प्रश्न निर्माण झाले असते. सांबाचा स्वभाव थोडा विचित्रच होता. अविवेकी, अविचारी. त्यामुळे बिचारी सुस्वभावी जांबवती कित्येकदा अडचणीत येई. विचित्र कोंडीत सापडे. पुत्राची चूक असल्यामुळे तिला त्याची बाजू घेता येत नसे. त्याच्या अविवेकी स्वभावामुळे त्याची चूक दाखवण्यातही काहीच अर्थ नव्हता. कारण तो ती कधीच मान्य न करता आक्रस्ताळेपणा करत असे.

तिलासुद्धा हा विवाह कितपत मान्य होता कुणास ठाऊक? कारण स्वामींचे पांडवप्रेम, कृष्णेशी असलेले सखीचे नाते, त्यांचे आणि दुर्योधनाचे शत्रुत्व हे तीसुद्धा जाणून होती. या विवाहाने स्वामी सांबावर नाराज होणार हेही तिला ठाऊक होते. त्यामुळे या विवाहसमारंभात ती गप्प गप्पच होती; पण स्वामींनी निदान उघडपणे तरी विरोध दर्शवला नाही हे जाणून तिने सुटकेचा निःश्वास सोडला असेल.

कालचक्र फिरतच होते, पांडवांचा वनवास संपून अज्ञातवासाच्या संवत्सराला प्रारंभ झाला होता. स्वामींच्या योजनेविषयी अत्यंत गुप्तता पाळली गेली होती.

केवळ द्वारकेचेच नाही, तर अवघ्या भरतखंडाचे लक्ष आता पांडवाच्या अज्ञातवासाकडे लागले होते. जे न्याय्य पक्षाचे होते, ते पांडवांच्या अज्ञातवासाच्या यशस्वितेसाठी प्रार्थना करत होते. जे कौरवपक्षाचे होते, ते पांडवांचा अज्ञातवास अयशस्वी कसा होईल, ते कुठेतरी, कुणालातरी दिसतील आणि त्यांना पुन्हा बारा वर्षे वनवासात रहावे लागेल या आशेने त्यांच्या अपेक्षित वार्तेची प्रतीक्षा करत होते.

द्वारकेत तर पांडवांसाठी, द्वारकावासीयांनी उपवास, नवस, प्रार्थना, यज्ञयाग, अनेक मार्गांनी श्री इडादेवीची, श्री सोमनाथांची, भगवान विष्णूंची आराधना सुरू केली होती. स्वत: स्वामी तसे शांत दिसत होते; पण त्यांचे नेत्र आणि श्रवणेंद्रिये सतत पांडवाच्या वास्तव्याकडे, तिकडून येणाऱ्या वार्तेकडे लक्ष ठेवून होती. यात मला संशय नव्हता.

आमचे राजद्वीप, राणीवसा, साऱ्यांनीच या पांडवांच्या वनवास अज्ञातवास मुक्ततेसाठी अनेक उपक्रमातून, देवाची प्रार्थना, पूजापाठ, आराधनेला प्रारंभ केला होता. कारण पांडवांची मुक्तता हा स्वामींचाच विजय नव्हता का? आणि स्वामींचा विजय, हाच आमच्या जीवनाचा आनंद, आमच्या जगण्याचे सार्थक नव्हते का?

बघता बघता भाद्रपद मास अर्धा सरला. पितृपक्ष येऊन ठेपला. आता पांडवांच्या मुक्तीसाठी अल्प काळ प्रतीक्षा करावी लागणार होती; पण हा अल्प काळच अतिशय जीवघेणा वाटत होता. उत्कंठा शिगेला पोहोचली होती.

पूर्वजांचे श्राद्ध घालताना त्यांच्यासाठी पाणी सोडतानाही मनातल्या मनात सतत पांडवमुक्तीची प्रार्थनाच केली जात होती. मला तर सतत दृष्टीसमोर कृष्णा दिसत होती.

कुठे असेल? कशी असेल? कोणत्या वेषात, कोणत्या भूमिकेत वावरत असेल?

स्वामींनी वरवरच्या काही गोष्टी जरी सांगितल्या असल्या, रूपरेषा जरी मला ठाऊक असली तरी प्रत्यक्ष स्थळ, घटना, साद्यंत वृत्त पांडव अज्ञातवास संपवून प्रकट झाल्यावरच समजणार होते. आता ती वेळ जवळ आली होती. अश्विन शुद्ध दशमीच्या आधी दोनतीन दिवस नवरात्रीच्या शुभ काळात त्यांच्या अज्ञातवासाचे संवत्सर पूर्ण होणार होते.

स्वामी त्याच समयाची प्रतीक्षा करत होते. अश्विन शुद्ध प्रतिपदेचा मंगल दिन आला. आमची कुलदेवता श्री इडामातेच्या मंदिरात आणि घरोघरी घटस्थापना झाली. हे नवरात्रीचे दिन नेहमीच मनाला आनंद देतात, उभारी देतात. नुकताच वर्षाऋतू संपलेला असतो. गुलाबी थंडीने वातावरणाचा उंबरा ओलांडलेला असतो. हिरवीगार पिके आनंदाने डोलत असतात.

नवरात्री उत्सवाचे आगमन झाले, की मला अजूनही आठवतो आमच्या कौंडिण्यपुरातल्या आमच्या माहेरच्या कुलस्वामिनी अंबेच्या मंदिरातला नवरात्र महोत्सवाचा रम्य काळ. खरे म्हणजे कौंडिण्यपूर सोडून केवढा प्रदीर्घ काळ मागे पडला आहे. शरीराने कौंडिण्यपूर सोडले खरे; पण मनाने? माझे मन त्याच्यापासून कधीच दूर जाऊ शकले नाही, शकणारही नाही.

तर काय सांगत होते? आमच्या कौंडिण्यपुरातही हा महोत्सव अतीव उत्साहाने साजरा होत असे. मी आणि माझ्या सख्या प्रतिदिन पंच पंच उष:काल सुस्नात होऊन, रथात बसून नित्य नूतन वस्त्रालंकार लेवून दैनंदिन आरतीसाठी श्रीमातेच्या मंदिरात जात असू.

मातेचे दिव्य रूप तर सुवर्ण, हिरे, रत्ने, मौक्तिके यांच्या नेत्र दिपविणाऱ्या अलंकारांनी, उंची रेशमी वस्त्रांनी झळाळून उठे. त्या रूपावर बघणाऱ्यांची दृष्टी

ठरत नसे. त्या क्षणी माझे तर भान हरपत असे. त्या आदिमातेच्या तेजस्वी रूपात मला तिची विविध रूपे दिसत. कधी सोज्ज्वळ प्रेमळ माता; तर कधी महिषासुरमर्दिनी, कधी शंकराची तपस्या करणारी अपर्णा, तर कधी साक्षात महालक्ष्मी. माझ्या मनाच्या या भावगर्भ ऊर्मीत मी माझी राहतच नसे. आरती संपल्याचे माझ्या ध्यानात येत नसे. पुरोहित आरतीचे तबक आणि प्रसादाचे पात्र घेऊन जेव्हा माझ्यासमोर येत, तेव्हाच मला जाग येई. माझ्या या अवस्थेकडे गाभाऱ्यातील उपस्थित व्यक्ती टक लावून बघत आहेत, हे ध्यानात येई, तेव्हा लज्जेने माझा ऊर भरून येई. मंदिरातून बाहेर पडलो की मी सारथ्याला सांगे, 'तू पुढे जा. काही अंतरावर असलेल्या वटवृक्षाखाली रथ उभा कर, आम्ही तिथपर्यंत चालत येतो.' त्या रम्य वेळी, रम्य परिसरात, पदक्रमण करण्यात अपूर्व आनंद लाभत असे. त्या आनंदाचे वर्णन करणे शब्दातीत आहे.

बघा, नेहमीप्रमाणे, मला सद्य:काळाचा विसर पडला आणि मी कौंडिण्यपूरच्या स्मृतीत रमले, मातीत हरवले; तर मी तुम्हाला सांगत होते, ते पांडवांच्या अज्ञातवासाचा काळ पूर्ण होण्याविषयी. हा काळ म्हणजे एक अदृश्य कारागृहच होते. शरीराने आणि मनाने ते एका कारागृहातच राहत होते. एक दुष्ट पर्वच म्हणा ना.

नवरात्रीचा एकेक दिवस मागे पडत होता, तसतसा आम्हा सर्वांच्या जिवात जीव येत होता. तोच वार्ता येऊन धडकली– कौरवांचे सैन्य विराट नगरीकडे, प्रचंड सैन्यानिशी, दुर्योधनाच्या नेतृत्वाखाली पितामह भीष्म, आचार्य द्रौणांसह कूच करत आहे. या वार्तेने स्वामी प्रथम थोडे निराश झाले; पण थोड्याच वेळात त्यांची मुद्रा प्रसन्न झाली. त्यांनी मनातल्या मनात कसला तरी अंदाज घेतला. ते उद्धवभाऊजींना म्हणाले, "बंधो, चिंता करण्याची आवश्यकता नाही. ते कितीही वेगाने निघाले तरी ते विराट नगरीत पोहोचेपर्यंत पांडवबंधूंचा अज्ञातवासाचा काळ संपतो. उलटपक्षी, सम्राट विराट नरेशांच्या बाजूने पराक्रम गाजवून ते त्यांच्या उपकारांची अल्प प्रमाणात का होईनात उतराई होऊ शकतात."

आता मात्र खरेच साऱ्यांचीच उत्सुकता शिगेला पोहोचली होती. कौरव सैन्य विराट नगरीच्या सीमेपर्यंत येऊन पोहोचले होते. प्रथम सम्राटांच्या राज्यातले गोधन पळवून नेण्यास प्रारंभ झाला.

आता यापुढे त्या काळात विराटनगरीत ज्या घटना घडल्या, त्या मला उद्धवभाऊजीकडून जशा कळल्या, त्या माझ्या शब्दात जशाच्या तशा सांगण्याचा प्रयत्न करते –

अज्ञातवासाच्या काळात विराट नरेशांच्या राजप्रासादात वेगळेच नाट्य घडत होते. महाराणी द्रौपदी तेथे विराट महाराजांची पट्टराणी सुदेष्णा हिची सैरंध्री या

नावाने तिचा साजश्रृंगार करणारी दासी म्हणून काम करत होती. तिच्या अनुपम सौंदर्यावर महाराणींचा बंधू कीचक अनुरक्त झाला होता. कीचक दुष्ट, कपटी, धूर्त स्वभावाचा होता. त्याने राजदरबारात आणि प्रजाजनांतही आपला वचक बसवला होता.

द्रौपदीवर तो सतत वाईट नजर ठेवून होता. कृष्णेच्या हे कधीच ध्यानात आले होते. तिने निरनिराळ्या वेषात असणाऱ्या आपल्या पाचही पतींना तशी स्पष्ट कल्पना दिली होती. त्यामुळे ते पाचही जण, विशेषतः भीमसेन, त्याच्यावर गुप्तपणे कडक नजर ठेवून होता.

अज्ञातवासाचे ते अंतिम दिन आता जवळ आले होते. कीचकाचा उच्छाद दिवसेंदिवस वाढतच चालला होता. त्याला आवर घालणे द्रौपदीला कठीण होत होते. त्याने एक दिवस महाराणी द्रौपदीला म्हणजे सैरंध्रीला रात्री एकान्तभेटीसाठी सज्ज राहण्याचे आव्हान दिले. तिने आपल्या पतींच्या कानी ही गोष्ट घातली. भीमदेवाचे रक्त तापले. तो तिला म्हणाला, "त्याला होकार देऊन तूही त्याच्यावर अनुरक्त झाल्याचे नाटक कर. आज त्याचा विनाश अटळ आहे. नाही तरी मनातून राजा आणि प्रजा दोन्हीही त्याला कंटाळली आहेत. ते आपल्याला धन्यवादच देतील. आज आपले खरे स्वरूप उघड झाले तरी कुठलीही चिंता नाही. कारण आज रात्री प्रथम घटिकेपर्यंतच आपण अज्ञातवासात आहोत. मी माझ्या चार बंधूंनाही त्या कक्षाबाहेर उभे राहण्यास सांगतो."

ठरल्याप्रमाणे रात्री कीचकाचा वध झाला. ही वार्ता वाऱ्यासारखी हा हा म्हणता पसरली. त्याच समयी कंक म्हणजे युधिष्ठिर, बृहन्नडा नर्तकी म्हणजे अर्जुन, बल्लवाचार्य म्हणजे भीम, अश्वतज्ज्ञ, गोशाळा रक्षक, अनुक्रमे नकुल, सहदेव, आज अज्ञातवासाची समाप्ती झाल्यामुळे त्यांच्या मूळ स्वरूपात प्रकट झाले होते. एकापाठोपाठ एकाहून एक आश्चर्यकारक घटना राजकुळात आणि आम जनतेला कळत होत्या. ते दिङ्मूढ झाले होते.

स्वतः विराट नरेशांनी येऊन या बंधूंना आणि कृष्णेला आदराने वंदन केले. या सर्वांचे दर्शन घेण्याकरिता लोकांची रीघ लागली. कीचकवध केल्याबद्दल भीमसेनाला सर्वांनी धन्यवादच दिले. त्याच्या दहशतीतून त्यांची मुक्तता झाली होती.

स्वतः युधिष्ठिर, धुनर्धर अर्जुन आणि भीमसेनासह सर्वच पांडवबंधूंनी लोकांना शांत करून सांगितले की हा काळ आश्चर्यात, आनंदात वाया घालविणे योग्य नाही. प्रचंड कौरव सेना केवळ आमच्यामुळे तुमच्या राज्यावर चालून येत आहे. गोधन पळविण्यास तर प्रारंभही झाला आहे. तेव्हा त्यांचे पारिपत्य करणे आमचे आद्यकर्तव्य आहे. तेव्हा आम्हाला साथ द्या. उद्या आश्विनशुद्ध दशमीचा दिवस. आम्ही या राज्याच्या सीमेवर असलेल्या शमी वृक्षाच्या ढोलीत ठेवलेली आमची शस्त्रे आणि

राजवस्त्रे घेऊन येतो. एक संवत्सरानंतर प्रथमच सीमोल्लंघन करणार आहोत. चिंता करू नका. कौरवांचा पराजय आम्ही निश्चितच करू.

सर्व अस्त्र, शस्त्रानिशी अनपेक्षित, एखाद्या वादळासारख्या धडकलेल्या, पांडवांच्या नेतृत्त्वाखालील विराटाच्या विराट सेनेच्या हल्ल्याने कौरव सैन्याची त्रेधा उडाली. ते बेसावध होते. सैन्य सैरावैरा पळू लागले. कौरव सेनेला पराभव पत्करावा लागला. विराटांचे गोधन त्यांना परत मिळाले.

विराट नगरवासीयांनी त्या दिवशी विजयोत्सव साजरा केला. म्हणून या तिथीला विजयादशमी हे नाम प्राप्त झाले.

या साऱ्या वार्ता द्वारकेत आम्हाला कळल्या. आणखी एक आगळीवेगळी गोष्टही कानावर आली. विराट नरेशाची कन्या उत्तरा ही अर्जुनाशीच विवाह करणार म्हणून हट्ट धरून बसली आहे. तिला जेव्हापासून कळले आहे की आपल्याला नृत्य शिकविणारी नर्तकी बृहन्नडा ही स्त्री नसून प्रत्यक्ष पार्थ आहे तेव्हापासून ती 'मी या पार्थाशीच विवाह करणार' असेच सांगते आहे.

मी जेव्हा स्वामींजवळ या वार्तेविषयी विचारले तेव्हा ते हसून म्हणाले, "ह्या विवाहापासून तिला परावृत्त करावेच लागेल. अगं, तिचं वय किती? षोडशा आहे ती. अर्जुनाच्या कन्येच्या वयाची. कालच मला तिथं त्वरेनं येण्यासाठी आमंत्रण मिळाले आहे. मी तिथे जाऊन हा प्रश्न मार्गी लावण्याचा प्रयत्न करतो. राणीवसा आणि जवळचे आप्तजन दीर्घ प्रवासासाठी सज्ज राहा. योग्य वेळ आल्यास तुम्हा सर्वांनाही त्वरेनं तिथं यावं लागेल.

"आम्हा सर्वांना?" मी प्रश्न केला.

"होय, आपल्या कुळातील, एका पुत्राचा विवाह आहे असं समज. अशी गोंधळून बघू नकोस. माझ्या प्रयत्नाला यश आल्यास मंगल कार्यास विलंब नको, आता पूर्ण वृत्तान्तकथनाला वेळ नाही. मी उदईक विराट नगरीकडं प्रस्थान करतो. पूर्ण सिद्धता व्हायची आहे. समय थोडा आहे, हे तू जाणतेसच. तुला कोड्यात टाकायचं नाही; पण आत्ताच कल्पना दिली तर तुम्ही राण्या, रेवतीवहिनी, सुभद्रा सुतावरून स्वर्ग गाठाल. योजना फलद्रुप झाली की कळवतोच." एवढे बोलून, मला एक शब्दही उच्चारायची संधी न देता तिथून त्वरेने निघून गेले.

दुसऱ्या दिनी प्रभातीच स्वामींनी उद्धवभाऊजी, आवश्यक मानकरी, आवश्यक सेनेसह विराट नगरीकडे प्रयाण केले. मला कोड्यात टाकून.

मी त्यांचा संदेश साऱ्यांना सांगितला; पण त्यांच्या प्रश्नांची उत्तरे देऊ शकले नाही. कारण ते मला तरी कुठे ठाऊक होते? विवाह उत्तरेचा, पण कुणाशी? ते कुणालाच ठाऊक नव्हते. आम्ही साऱ्या जणी तर्क करू लागलो. 'आपल्या पुत्राचा' असे स्वामींनी निश्चितपणे सांगितले नव्हते. 'असे समज' या शब्दाचा अर्थ काय?

आपल्या पुत्राचा असेल तर कोणत्या पुत्राचा? प्रद्युम्नाचा? की चारुसेनाचा की अन्य पुत्रांपैकी एकाचा? उत्तरेसारख्या सौंदर्यवती राजकन्येला तसाच तोलामोलाचा पती हवा, तिला जर पांडव कुळातलाच पती हवा असेल तर ती आपल्या यादवकुळात यायला तयार होईल का?

असंख्य प्रश्न आणि प्रश्न. अंती प्रश्नाचे उत्तर नियतीवर ढकलून देऊन शांत राहण्याचा, प्रतीक्षा करण्याचा मी निर्णय घेतला. मी शांतचित्त झाले. स्वामींवर माझा पूर्ण विश्वास होता. ते निर्णय घेणार तो योग्यच असणार या विचारांनी निश्चिंत होऊन मी माझ्या नित्यकर्मात गर्क झाले. नित्यकर्मे, विहित कर्मे, अतिथींचे आदरातिथ्य, या सर्व दिनचर्येत काळाची पाने उलटतच होती. स्वामींची प्रत्येक राणी आणि प्रत्येक नूतन स्नुषा यांच्यावर मी विशिष्ट कार्याची धुरा सोपवून दिली होती. स्वामी म्हणतात त्याप्रमाणे आता थोडे थोडे अलिप्त व्हायलाच हवे होते. त्या दृष्टिकोनातून माझ्या प्रयत्नांचा हा आरंभ होता; पण प्रत्येकाला माझी एवढी सवय झाली होती की एवढ्या तेवढ्या कारणांसाठी किंवा समस्येसाठी थोरली, धाकली मंडळी धावत माझ्याकडे येत. हे वळण आता बदलायला हवे होते. अवघड होते; पण अशक्य नव्हते.

दोन मास सरत आले, तिकडे काय घडले असावे याविषयी आमच्या राणीवशातली मंडळी रोज नवनवीन अंदाज बांधत होती. तोच अपेक्षित वार्ता घेऊन दूत आला. वार्ता अपेक्षित असली तरी निर्णय अनपेक्षित होता; पण आनंददायी होता. उत्तरेचा विवाह अभिमन्यूशी ठरला होता. मुहूर्त जवळचाच होता. त्वरेने निघायला हवे होते.

वार्ता कानी पडताच मी वय विसरून धावतच सुभद्रेच्या महालाकडे गेले. तिला आनंदाने मिठीच मारली. तिला म्हणाले, ''धनुर्धर पार्थाच्या लाडक्या राणी, आपल्याला त्वरेनं विराट नगरीला जायला हवं. आपल्या लाडक्या अभिमन्यूचा विवाह रूपवती उत्तरेशी होणार आहे.''

अभिमन्यूही तिथेच होता. दोघांनाही काय बोलावे ते कळेना. त्या सद्गुणी पुत्राने खाली मान घातली. तो काही बोलला नाही; पण चेहऱ्यावरचा आनंद लपवू शकला नाही.

सुभद्रेच्या नेत्रात आनंदाश्रू होते. माझ्या कुशीत शिरून ती म्हणाली, ''वहिनी, श्रीकृष्णदादाला साऱ्यांचीच चिंता.'' अभिमन्यूकडे वळून म्हणाली, ''मामीला वंदन कर.''

तो वंदनासाठी खाली वाकला. मी त्याला वरच्या वर उचलून घेत म्हणाले, ''आपल्या पुत्रांएवढीच आम्ही तुझ्यावरही माया करतो. औक्षवंत, कीर्तिवंत हो, तुम्ही दोघे आधी ज्येष्ठांकडे जाऊन वंदन करून या. त्वरेनं, उद्याच विराट नगरीकडं प्रयाण करायचं आहे. सर्व सिद्धता झालीच आहे. फक्त आज त्या त्या विभागाला योग्य सूचना दिल्या जातील.''

ठरल्याप्रमाणे आम्ही रथ आणि शक्य तेवढे अश्वदल घेऊन निघालो. कारण त्वरेने विराट नगरी गाठायची होती. बलरामदादांचे, आमचे पूर्ण कुटुंब, अन्य जवळची आप्तमंडळी घेऊन आम्ही विराट नगरीकडे प्रस्थान केले.

सुभद्रा आणि अभिमन्यू माझ्याच रथातून प्रवास करत होते. मीच आग्रहाने त्यांना आमच्यासमवेत बसवून घेतले होते. मी कुणालाही कळणार नाही, अशी काळजी घेऊन तिचे निरीक्षण करत होते. तिला खूप आनंद झाला होता. कारण तिच्या लाडक्या पुत्राचा विवाह हे एक कारण होतेच, पण दुसरेही एक कारण होते – प्रदीर्घ कालावधीनंतर तिची तिच्या पतीशी भेट होणार होती.

आमच्या द्वारकावासीयांची लाडकी सुभद्रा. तळहातावरल्या फोडाप्रमाणे जपले होते आम्ही तिला. तिच्यावरच, लहान वयात हा अवघड प्रसंग आला होता. तेरा वर्षे पती दूर आणि तोही संकटांच्या छायेत. मनावर किती ताण असेल तिच्या? द्वारकेत तिला आम्ही आताही जपत होतो; पण विवाह झाल्यावर सक्तीने माहेरी राहाने लागावे, यासारखे दु:ख किती कठीण, ते फक्त एक स्त्रीच जाणू शकेल. तिने कधीही आपला तोल ढळू दिला नाही. आक्रस्ताळेपणा केला नाही. देवाला, दैवाला बोल लावला नाही. नित्य कर्मे, उपासना, अभिमन्यूच्या सर्वांगीण विकासाकडे प्रयत्न करणे या व्यापात तिने स्वत:ला गुंतवून घेतले होते. लाडक्या अभिला तिने योग्य शिस्त, वळण लावले होते. मला ठाऊक होते, कधी एकदा विराटनगर येते असे तिला वाटत असणार. अभिमन्यू तिच्या शब्दाबाहेर जाणार नाही, हे सर्व जण जाणून होते.

मजल दरमजल करत वेगाने दौडत आवश्यक तेवढीच विश्रांती घेत आम्ही विराट नगरीत येऊन पोहोचलो. ती संध्या समयीची वेळ होती. आमचे त्यांनी केलेले अभूतपूर्व स्वागत सर्वांनाच थक्क करणारे होते. भव्य कमानी उभारल्या होत्या. त्या असंख्य दीपांनी उजळल्या होत्या. आमच्या पदपथावर सुगंधी पुष्पांचे गालिचे अंथरले होते. पुष्करिणीतून सुगंधी जलप्रवाह सोडण्यात आले होते. त्या मंद सुगंधाने सर्वांची मने प्रसन्न झाली होती. प्रजाजनांची लाडकी राजकन्या उत्तरा. तिच्या भावी पतीला, विराट नगरीच्या जामाताला, भगवान श्रीकृष्णाच्या महाराणीला, प्रद्युम्नाला तसेच संपूर्ण राजकुळाला बघण्यासाठी पौर जनांचा महापूर लोटला होता. वरूनही पुष्पवृष्टी करण्यात येत होती.

स्वत: विराटनरेश, महाराणी सुदेष्णा, युवराज श्वेत आमच्या स्वागताला उपस्थित होते. त्याआधीच पाचही पांडव पुत्र महाराणी द्रौपदीसह आम्हाला येऊन मिळाले होते. प्रथमदर्शनीच द्रौपदी आणि सुभद्रा, अभिमन्यू आणि अर्जुन एकमेकांना आवेगाने उराउरी भेटले.

सुभद्रा आणि अर्जुन मात्र प्रेमाच्या नेत्रकटाक्षांनीच भेटले. ज्येष्ठांचा मान त्यांनी

राखला. त्या प्रत्येकाच्या नेत्रांतून अश्रूंचा पूर वाटत होता. त्या नि:शब्द वातावरणात सारेच भारावून गेले होते. त्या अश्रूंना अनेक अर्थ होते. विरह समाप्तीचे, आता समोर उभ्या राहिलेल्या सुखांचे. इंद्रप्रस्थ प्राप्तीच्या आशेचे, विविध भावभावनांचे पैलू त्या अश्रूंमध्ये सामावले गेले होते.

ज्या अभूतपूर्व थाटामाटात आमचे स्वागत झाले, त्याच थाटामाटात तो वैभवी विवाहसोहळा संपन्न झाला. राजकन्या उत्तरा खरोखरच अनुपम लावण्यवती होती. आमच्या अभिमन्यूला पूर्णपणे अनुरूप. मी सुभद्रेकडे पाहिले. सुभद्रा उत्तरेकडे टक लावून बघत होती. माझ्या मनात आले, कोणते विचार येत असतील बरे हिच्या मनात? ही आपली स्नुषा आपली सवत होणार म्हणून हट्ट धरून बसली होती. तिच्या श्रीकृष्णदादांनीच युक्तीने हा तिढा सोडवून आपल्या दोन्ही भगिनींना या अवघड प्रश्नातून सोडवले होते.

त्यांनी उत्तरेची समजूत घालताना सर्वांना पटेल असा मुद्दा मांडला होता. ते म्हणाले, "धनुर्धर अर्जुन स्त्रीवेषात का असेना, पण त्याने एक संवत्सर तुझ्या नृत्यकलेतील गुरूचे स्थान भूषविले आहे आणि शास्त्रानुसार स्वगुरूशी विवाह करता येत नाही. धर्मशास्त्राला ते अमान्य आहे." त्यांनी त्याच कुळातल्या अभिमन्यूशी विवाहाचा प्रस्ताव समोर ठेवला. तो साऱ्यांनी मान्य केला.

विवाहसोहळा एक सप्ताहभर साजरा झाला. सोहळा समाप्त झाल्यावर विवाहासाठी आलेले अतिथी, सन्मान्य नरेश आपापल्या राज्यांकडे निघून गेले. आम्हाला परतण्याचे वेध लागले. आता प्रश्न होता फक्त स्वामींच्या अनुज्ञेचा.

सर्वांत मोठे प्रश्नचिन्ह होते पांडवांपुढे. आता वनवास, अज्ञातवास संपला होता. कौरवांच्या सर्व अटी परिपूर्ण करून. आता इंद्रप्रस्थाचे त्यांचे राज्य त्यांना मिळणे हा त्यांचा हक्क होता; पण तो हक्क कौरवांनी मान्य करायला हवा होता आणि कौरव तो सहजासहजी मान्य करणार नाहीत याविषयी कुणालाच संशय नव्हता.

असे झाले तर पुढली योजना कोणती आखायची? कोणती नीती उपयोगात आणायची? काय निर्णय घ्यायचे? पांडवांनी हे सारे निर्णय स्वामींवर सोपवले होते. स्वामींवर त्यांचा पूर्ण विश्वास होता. या अशा अवघड परिस्थितीत स्वामींनी तिथेच थांबणे अपरिहार्य होते. कोणती समस्या केव्हा उद्‌भवेल ते सांगता येत नव्हते. अखेर स्वामींनी निर्णय घेतला. स्वामी आणि सेनापतींनी सोडून आम्ही साऱ्यांनी द्वारकेस जावे, अगदी सुभद्रा आणि अभिमन्यू, उत्तरेसह. सर्व गोष्टी स्थिरस्थावर झाल्यानंतर ती तिघे इंद्रप्रस्थाला जातील. तो निर्णय साऱ्यांनाच मान्य होता. त्यांच्या आज्ञेप्रमाणे आम्ही द्वारकेस परतलो.

आमच्या पुत्रांच्या नूतन स्नुषांमध्ये उत्तरेचाही समावेश झाला. ती त्यांच्यामध्ये चटकन रुळली. ती अत्यंत सुस्वभावी, शांत स्वभावाची होती. आमचा राणीवसा

उत्साहाने, चैतन्याने गजबजून गेला.

तिकडे पांडवांकडे सर्व घटना वेगाने घडत होत्या. आता पांडव विराट नगरी सोडून उपलाव्यला राहत होते. विराट नरेशांनी त्यांची निवास, भोजन, सुरक्षा सर्व व्यवस्था चोख ठेवली होती. सर्व सेवा हात जोडून उभ्या होत्या. स्वामींच्या सांगण्यावरून विराट नरेशांनी एक दूत इंद्रप्रस्थात दुर्योधनाकडे पाठवला होता. कराराप्रमाणे त्यामध्ये इंद्रप्रस्थात पांडव पुनरागमन करत आहेत, असा संदेश धाडला होता. त्यावर प्रतिसाद म्हणून काहीच उत्तर आले नाही. पुन्हा दूत गेला तेव्हा उलटपक्षी संजयाबरोबर धृतराष्ट्राचा, प्रत्यक्षात दुर्योधनाचा असा निरोप आला की, 'नाही तरी बारा वर्षे हालअपेष्टात राहण्याची तुम्हाला सवय झाली आहे. आता सत्तेचा मोह कशाला? त्यापेक्षा कुरू क्षेत्री वास्तव्य करून, धर्मकार्यात, ईशचिंतनात जीवन घालवावे. नरदेहाचे सार्थक होईल.'

हा संदेश पोहोचला तेव्हा पाचही पांडवांचा क्रोध अनावर झाला; पण सर्वांत जास्त संतप्त झाली कृष्णा. सुडाची ज्योत सतत हृदयात तेवत ठेवणारी ती तेजस्विनी क्रोधाग्नीने पेटून उठली. तेव्हा स्वामींनीच तिला शांत केले.

ते म्हणाले, "कृष्णे, तू चिंता करू नकोस. मी स्वतः हस्तिनापुरास जाऊन, ज्येष्ठांना आपली बाजू पटवून देतो. उपयोग झाला तर ठीक. नाहीतर युद्ध अटळ आहे. युद्धानं अतोनात जीवित आणि वित्तहानी होते म्हणून आपण सामोपचाराने प्रश्न मिटविण्याचा प्रयत्न करत आहोत."

आम्हाला उपप्लव्यात घडणाऱ्या या साऱ्या घटना दूताकरवी कळत होत्या. स्वामी हस्तिनापूरला जाणार हे कानावर आल्यापासून माझ्या मनात चिंता उत्पन्न झालीच. कारण दुर्योधन, शकुनीमामांच्या दुष्ट प्रवृत्तीची साक्ष देणारी अनेक उदाहरणे यापूर्वी घडली होती. मी उद्धवभाऊजींकडे ती बोलून दाखवली.

उद्धवभाऊजी म्हणाले, "वहिनी, तुम्ही व्यर्थ चिंता करू नका. अहो, दादा जन्मतःच बंधमुक्त आहे. जन्मतःच कंसमामांच्या कडक बंधनातून मुक्त होऊन तो गोकुळात पोहोचला ना? आतापर्यंत असंख्य शत्रूंनी त्याला पकडून कारागृहात बंदिस्त करण्याचे किती प्रयत्न केले, ते साध्य झाले का? मला तर वाटतंय तो द्रष्टा आहे. काय होणार हे त्याला माहीत आहे; पण कोणताही निर्णय पायरीपायरीने कसा घ्यावा; त्याचा आदर्श तो घालून देत आहे."

भाऊजींशी मनातले विचार व्यक्त केले, की मला नेहमीच मोकळे मोकळे वाटत असे. अस्वस्थतेवर कुणीतरी गार फुंकर मारल्यासारखे वाटे. आताही तसेच झाले. मन शांत झाले. खरेच, मलाही स्वामींचा जन्मापासूनचा पराक्रम माहीत नव्हता का? पण एका पत्नीचे वेडे मन बुद्धीवर मात करत होते हेच खरे. स्वतःला नियतीच्या स्वाधीन करून मी नित्यकर्माला लागले.

आजकाल माझ्या एक गोष्ट लक्षात आली होती, की सुभद्रा, अभिमन्यू, उत्तरा, देहाने द्वारकाद्वीपांत वावरत असले तरी त्यांचे मन मात्र, उपलाव्यांतच विहरत असे. ते साहजिकच होते. आमचाही एक कान सदैव, तिकडेच आणि आता हस्तिनापुराकडेच लागलेला होता; पण त्याची तीव्रता त्या तिघांपेक्षा निश्चितच थोडी कमी होती. उत्तरेला तर समुद्राचे वेडच होते. ती आणि अभिमन्यू किंवा आमच्या एखाद्या नूतन स्नुषेबरोबर ती सतत सागरकिनारी जाई. उत्तरेला सुभद्रा नेहमी म्हणे, "तूही आमच्या रुक्मिणी वहिनींसारखी आहेस. त्यासुद्धा द्वारकेत नवीन होत्या ना तेव्हा सतत सागरकिनारी जात."

तिचे बोलणे ऐकून मी नुसतीच हसे. तिला कसे सांगू तेव्हा,

सागर सुखाचे आगर
सागर प्रेमाचे माहेर
सागर मायेचा पाझर.

अशी माझी स्थिती होती. त्याच्याशी मी घटकानूघटका संवाद साधत असे. मी त्याच्या लाटांमध्ये, अथांग स्वरूपामध्ये, माता-पित्याची आभाळमाया अनुभवत होते. माझ्या मनात आले, "उत्तरेचीही स्थिती अशीच असेल का? किती आगळ्यावेगळ्या परिस्थितीत तिचा आमच्या अभिशी विवाह झाला. तिचे बलाढ्य पाच सासरे असूनही त्यांनासुद्धा हक्काची भूमी नाही. बलाढ्य साम्राज्याची राजकन्या आणि बलाढ्य पराक्रमी वीराची स्नुषा, तिला आज इथे दूर द्वारकेत नियती घेऊन आली आहे.

आमचे साऱ्यांचे कान आता लागले होते हस्तिनापुराहून येणाऱ्या वार्तेकडे आणि नेत्र लागले होते स्वामींच्या आगमनाकडे. दुर्योधन आणि त्याच्या बंधूंनी स्वामींचे स्वागत कसे केले असेल? स्वामींच्या मुखातून पांडवांची बाजू ते ऐकून घेतील का? मान्य करतील का? ते उद्दाम बंधू स्वामींचा योग्य तो मान राखतील का? स्वामींची शिष्टाई सफल होईल का? द्वारकाद्वीपावरील प्रत्येक सुजाण व्यक्तींच्या मनात हेच विचार घोळत होते. महाराज धृतराष्ट्र, पितामह भीष्म, गुरुवर्य द्रोणाचार्य, कृपाचार्य हे श्रेष्ठ कोणाची बाजू घेतील? त्यांच्या श्रेष्ठत्वाची बूज राखली जाईल का?

द्वीपावरील नित्यकर्मे सुरू होती. इंद्रिये कृती करत होती; पण मन मात्र स्वामींजवळ होते.

तो कठीण प्रतीक्षाकाल एकदा संपला. दूताकरवी वार्ता आली. स्वामींची शिष्टाई असफल झाली. स्वामींवर वार करण्याचाही अयशस्वी प्रयत्न करण्यात आला. तो आमच्या सेनापतींनी आणि शूर सैनिकांनी उधळून लावला. आता पांडवांपुढे एकच पर्याय उरला होता तो म्हणजे प्रत्यक्ष युद्ध करणे.

हे युद्ध वरवर बघताना फक्त कौरव-पांडवांतील युद्ध असले, तरी ते केवळ सत्तेसाठी, भूमीसाठी लढले जाणारे, दोन गटांतील नेहमीचे युद्ध नव्हते, तर ते धर्मयुद्ध होते. ते सत्य-असत्यातील, न्याय-अन्यायातील मानवजातीच्या, वर्तमान आणि भविष्यकाळातील कल्याणासाठी लढले जाणारे अद्वितीय युद्ध होते. साहजिकच, या दोन्ही पक्षांपुरतेच राहणार नव्हते. आपापले विचार आणि हितसंबंध जपणारे अनेक नरेश दोन्ही पक्षांना येऊन मिळणार होते.

हस्तिनापुराहून निघून स्वामी परत उपप्लव्याला गेले. हस्तिनापुरात घडलेला संपूर्ण वृत्तान्त कथन केला. आता युद्ध करणे हा एकच मार्ग कसा अपरिहार्य आहे ते समजावून सांगितले. 'सुईच्या अग्रावर मावेल एवढी भूमीसुद्धा आम्ही पांडवांना देणार नाही,' हे दुर्योधनाचे उद्दाम विधानही कथन केले. ती उद्दाम भाषा ऐकून पांडव क्रोधाने पेटून उठले. धर्मराजाची समन्वयवृत्तीसुद्धा लोप पावून त्याचे रक्तही पराक्रमासाठी उसळी मारून उठले. भीमसेन आणि पांचाली, अपमानाचा सूड घेण्याच्या भावनेने पेटून उठले होते. कृष्णा म्हणजे अन्यायाचा नि:पात करणारी कालीमाता आणि भीमसेन म्हणजे दुष्ट हिरण्यकश्यपूचा वध करणाऱ्या नरसिंहाचा अवतारच भासू लागले. हे वर्णन त्या दोघांचे माझ्याजवळ प्रत्यक्ष स्वामींनीच द्वारकेला आल्यावर केले.

युद्ध अपरिहार्य आहे, ही गोष्ट ठरल्यावर पुढील हालचालींना वेग आला. युद्ध प्रारंभ मुहूर्ताचा दिन, स्थान, युद्धाच्या अटी हे सर्व निर्णय घेण्यात आले. त्याप्रमाणे युद्धाचा मुहूर्त मार्गशीर्ष वद्य द्वितीया आणि स्थान कुरुक्षेत्र ठरविण्यात आले. ही सारी पूर्वतयारी करूनच स्वामी द्वारकेला परतले.

स्वामी द्वारकेत आले. त्यांचे द्वारकावासीयांनी अभूतपूर्व स्वागत केले. कारण हस्तिनापुरचा वृत्तान्त कर्णोपकर्णी दूरवर पसरला होताच. त्याला द्वारका कशी अपवाद असणार? इथे तर त्यांच्या हृदयातील प्राण असणाऱ्या, त्यांच्या श्रीकृष्ण महाराजांच्या जिवाशी खेळ खेळला गेला होता. काही कालाकरता अतिथी म्हणून आलेल्या भीम आणि अर्जुनावरही द्वारकावासीयांचे असीम प्रेम बसले होते. धनुर्धर अर्जुन तर त्याच्या लाडक्या सुभद्रेचा पती, पर्यायाने त्यांचा जामातच होता. ते त्यांचा अपमान, त्यांच्यावरील अन्याय कसा सहन करू शकणार होते?

प्रत्येक नाण्याला दोन बाजू असतातच. त्याप्रमाणे 'पांडवांचा पाठीराखा' ही स्वामींची प्रतिमा जनमानसांत प्रतिबिंबित झाली होती. तिला विरोध करणारेही काही यादवगण होतेच. त्यांचे म्हणणे असे होते, की द्वारकावासीयांनी सतत पांडुपुत्रांची बाजूच का घ्यायची? ते केवळ कुंतीपुत्र आहेत म्हणून? कुंतीदेवी या श्रीकृष्णाच्या आत्याबाई आहेत म्हणून? आमच्या यादवांच्या गणराज्यांत आम्ही कोणताही निर्णय आमच्यावर बळजबरीने लादू देणार नाही. स्वामींच्या कानावर ही कुजबूज आलीच होती.

स्वामींनी सुधर्मा राजसभा भरवून आपला दृष्टिकोन स्पष्ट करण्याचा निर्णय घेतला. तसेच प्रत्येकाला स्पष्टपणे आपले मत मांडण्याचा अधिकार आहे हेही सांगितले. प्रथेप्रमाणे आम्ही सारे कुटुंबीय सुधर्मा राजसभेत उपस्थित होतो.

स्वामींनी आपल्या वैशिष्ट्यपूर्ण, प्रभावी, मोहमयी वाणीत, मुद्देसूद भाषण केले. त्यांची वाणी प्रत्येक उपस्थित व्यक्ती कानात प्राण ओतून ऐकत असे. या समयीही तेच झाले. त्यांच्या प्रभावी वाणीने प्रभावित होऊन सारी सुधर्मा राजसभा मंत्रमुग्ध झाली. भूमीवर सुई पडली असती तरी आवाज झाला असता अशी विलक्षण शांतता पसरली.

स्वामींनी आपल्या ओघवत्या, वीररसपूर्ण, भाषेत उपस्थितांना पटवून दिले. ते म्हणाले, "हे धर्मयुद्ध आहे. हे मानवजातीच्या भविष्यातील कल्याणासाठी, मानवी मूल्यांच्या रक्षणासाठी, सत्‌धर्माच्या विजयासाठी, अन्यायाच्या प्रतिकारासाठी, न्याय्य पक्षाच्या अस्तित्वासाठी या महासंग्रामाची नितांत गरज आहे. अन्यथा, उन्मत्तांचा, दुष्ट प्रवृत्तींचा उच्छाद या पृथ्वीतलावर माजेल. 'बळी तो कान पिळी' ही वन्य जीवनाची नीती सर्वत्र आणि सर्वकाल आचरली जाईल. हे केवळ मानवी जीवनाच्याच नव्हे तर संपूर्ण जीवसृष्टीच्या अस्तित्वाच्या दृष्टीने हानिकारक आहे. आपण सर्व जाणताच की निर्मिती आहे, तिथे प्रलय आहे. जन्म आहे तिथे मृत्यू आहेच; पण, जन्म आणि मृत्यू यामधला जो काल आहे, त्या जगण्याला एक सुसूत्रता हवी. नीतिमत्ता, सुसंस्कृतता हवी, नाही तर हा पृथ्वीलोक एक नरकभूमी बनेल. या सर्व नीतिमूल्यांच्या रक्षणासाठी हे युद्ध आहे. या स्वधर्म-रक्षणासाठीच तो विधाता नेहमी अवतार घेत असतो. चार पावलं खाली उतरत असतो. त्याच्या या कार्याला आपण हातभार लावायला नको का?"

स्वामी बोलताना क्षणभर थांबले. साऱ्यांनी स्वामींचा, यादव कुलश्रेष्ठांचा गगनभेदी जयजयकार केला.

स्वामींनी आपला कर उंचावून त्यांना शांत होण्यास सांगितले. स्वामींची ओघवती वाणी पुन्हा स्त्रवू लागली. ते म्हणाले, "हे प्रिय प्रजाजनांनो, मी माझी भूमिका समजावून सांगितली. मी कुणावरही सक्ती करणार नाही. या द्वारका गणराज्यातील प्रत्येक व्यक्तीला, कोणत्याही पक्षाच्या बाजूने युद्ध करण्याची किंवा तटस्थ राहण्याची भूमिका घेता येईल. मी नेहमी न्यायाची, न्याय्य पक्षाची बाजू घेत असतो, तशीच घेणार आहे. मला असं वाटतंय की तुमच्या शंकांचं निरसन झालं असेल किंवा अजूनही काही शंकांचं निरसन व्हायचं असेल, तर ते प्रश्न अमात्यांजवळ मांडावेत. ते माझ्यापर्यंत येतील. मी माझ्या विवेकबुद्धीनुसार प्रत्येकाच्या प्रश्नांची उत्तरं देण्याचा प्रयत्न करीन."

पुन्हा एकदा वातावरणात यादवकुलांचा, कुलदेवतेचा, स्वामींच्या जयजयकाराचा नाद घुमला आणि सुधर्मा राजसभा समाप्त झाली.

जो तो आपल्या सदनी परतला, ते महायुद्धचक्राविषयी विचारचक्राचे आरे मनात फिरवतच.

हे धर्मयुद्ध अटळ आहे याची सर्व द्वारकावासीयांना पूर्णपणे कल्पना आली. युवा सैनिकांना स्फुरण चढले. वृद्धांची हृदये चिंताक्रांत झाली. बालवर्गाला युद्ध म्हणजे काय, त्याची निश्चित कल्पना नसल्यामुळे गंमत वाटत होती आणि समस्त स्त्रीवर्ग? त्यांच्या हृदयात अस्वस्थता, चिंता, खळबळ, अनेक भावनांनी गर्दी केली. कारण युद्धावर जाणारी प्रत्येक व्यक्ती कुणाचा तरी पती, कुणाचा तरी पुत्र, कुणाचा तरी पिता असणार होती.

द्वारकाद्वीपावरल्या आम्हा राजकुलांतील स्त्रीवर्गाची मन:स्थितीही वेगळी नव्हती. युद्धभूमीवर प्रत्यक्ष युद्ध करायला कोण जाणार होते? अन्य मदतकार्यासाठी जाण्याची कुणाची इच्छा होती? या सर्व बाबी आता ठरणार होत्या. सर्व निर्णय त्वरेने घ्यायला हवे होते, कारण मार्गशीर्ष वद्य द्वितीया हा मुहूर्त जवळचा होता.

माझी स्वत:ची मन:स्थिती द्विधा होती. एकीकडे स्त्री या नात्याने द्रौपदीची सूड भावना मला योग्यच वाटत होती. भरसभेत तिच्या स्त्रीत्वाची विटंबना करण्याचा अमानुष प्रयत्न करण्यात आला होता. या कृत्याला क्षमा नव्हती. ते कृत्य विसरता येण्याजोगेही नव्हते. तडजोड करण्यासारखेही नव्हते. मीसुद्धा क्षात्राणीच होते. युद्धभूमीवर शत्रूशी लढता लढता मृत्यू म्हणजे, महद्‌भाग्याचे वीरमरण हे मला मनापासून मान्यच होते.

दुसरीकडे माझ्या स्त्रीहृदयातील मातृहृदय, पत्नीहृदय, भगिनीहृदय युद्ध सामोपचाराने, सन्मानाने, तडजोड होऊन टळेल तर बरे, असे क्षणोक्षणी सुचवत होते. जय-पराजय कुणाचाही झाला तरी महायुद्ध म्हणजे दोहोबाजूंची प्रचंड प्राणहानी, वित्तहानी होणारच होती. भविष्याच्या नुसत्या कल्पनेनेही काळीज थरारून उठत होते.

विचार करून काही उपयोग नव्हता. काय घडणार? कुणाच्याच हातात नव्हते. नियती या वेळी नुसता सामान्य खेळच नाही, तर प्रचंड क्रीडोत्सव साजरा करणार होती. पांडवांना कसे साहाय्य करायचे? कुणी कोणत्या कार्यासाठी जायचे? प्रारंभापासून जायचे की काही समयानंतर? द्वारकेत अनेक मतप्रवाह वाहत होते. संवाद, चर्चा घडत होत्या. विचारांअंती सर्व निर्णय स्वामींच्या शक्तीवर सोपविले जाणार, यात मला संदेह नव्हता.

आमच्याच राजकुलात दोन पक्ष होते. त्यांपैकी एक बलरामदादांचा होता. युधिष्ठिर आतेबंधू असला तरी त्याच्याच पक्षाकडून लढण्याचा निर्णय का घ्यायचा? असे त्यांचे म्हणणे होते. दुर्योधन त्यांचा लाडका शिष्य होता. शिष्य हा गुरूला पुत्राप्रमाणे असतो. मग त्याच्याविरुद्ध का लढायचे? आपण तटस्थ राहू या, असा त्यांचा आग्रह होता.

स्वामींना त्यांचे हे म्हणणे मान्य नव्हते. सत्याची, न्यायाची बाजू घेणे हे आपले कर्तव्य आहे. ही बाजू फक्त पांडवांचीच आहे, कौरवांची नाही. हे आपले मत दादांना पटवून देण्याचा स्वामी सतत प्रयत्न करत होते; पण आग्रही स्वभावाच्या दादांना ते मान्य होत नव्हते.

दादांच्या स्वभावातली ही मेख, चतुर, कपटी, दुर्योधनाने बरोबर ओळखली. त्याने एक धूर्त डाव खेळण्याचे ठरवले. तो दादांकडे आणि द्वारकाधीशांकडे महायुद्धात त्यांच्या पक्षाला, द्वारकासाम्राज्याकडून साहाय्य मागण्यासाठी स्वत: द्वारकेकडे निघाला. तिकडे पांडवांना ही वार्ता कळली. ते गोंधळूनच गेले. त्यांचा क्रोध अनावर झाला. कपटाने शब्दजालात अडकवून त्याने स्वामींना आपल्याकडे वळवून घेतले तर? स्वामी तर पंडुपुत्रांचे, कुंती आत्याबाईंचे, कृष्णेचे सर्वेसर्वा होते. ते तर या महायुद्धाचेच नव्हे; तर सद्य:स्थितीत, त्यांच्या जीवनातल्या अनेक समर प्रसंगातून, सुखरूपपणे पार पाडलेल्या, अनेक योजनांचे शिल्पकार होते. अज्ञातवासासारखा जीवनसंघर्षाचा परमोच्च बिंदू, त्यातून सुखरूप पार पडला. हा केवळ स्वामींच्या चतुर, बुद्धिमान, परिपक्व बुद्धिमत्तेचा, योग्य निर्णयक्षमतेचा परिपाक होता. स्वामी त्यांचा जीवनाधार होते. या विश्वातली कोणतीही अमूल्य वस्तू, शक्ती ते स्वामींच्या तुलनेत तुच्छ मानत होते; पण कपटी शकुनी, दुर्योधन यांनी दादांच्या साहाय्याने स्वामींकडून तटस्थ राहण्याचे वचन घेतले तर? त्यांना योग्य मार्गदर्शन कोण करणार होते?

नाही, नाही हे कदापिही घडता कामा नये. कृष्णा तर संभाव्य कल्पनेनेही, भयाने थरारून उठली; पण पुन्हा तिच्या मनाने कौल दिला, 'नाही. नाही असे होणार नाही. त्याने मला काम्यकवनात वचन दिले आहे, की माझी कामना पूर्ण होणार आहे.' तिला स्वामींकडे वायुवेगाने धावत जावेसे वाटू लागले.

पूर्ण विचारांती, पांडवांनी असा निर्णय घेतला, की द्वारकाधीशांना परमप्रिय असलेल्या धनुर्धर पार्थालाच त्वरित द्वारकेला धाडावे. फक्त आवश्यक त्या स्थानीच पडाव टाकून, त्वरित द्वारका जवळ करावी. त्याप्रमाणे धनुर्धर अल्पावधीत द्वारकेत येऊन पोहोचला. तेव्हा दुर्योधनाचे आगमनही झाले होते. तो बलरामदादांच्या कक्षात वेगाने पोहोचला होता.

स्वामी कोणता व कसा निर्णय घेतात, याकडे सर्व संबंधित विश्वाचे लक्ष लागले होते. द्वारकाधीशांनीही दुर्योधनाच्या तोडीस तोड धूर्त डाव खेळला होता. त्यांनी असा प्रस्ताव दोघांपुढे मांडला की, 'एका बाजूला माझी लढू इच्छित असणारी आणि त्यांच्या स्वेच्छेनुसार कोणत्याही पक्षाकडे जाणारी सेना आणि दुसरीकडे फक्त 'मी', तोही शस्त्र हाती न घेता केवळ युद्धासाठी मार्गदर्शन करणारा. तुम्हाला कोण हवे ते तुम्ही ठरवा.'

दुर्योधन जरा विचारात पडला. अर्जुन मात्र क्षणाचाही विचार न करता स्वामींचे चरण घट्ट धरून म्हणाला, "आम्हाला तूच हवास माधवा, फक्त तूच. तुझ्याबरोबर तुझी सेना आली तर उत्तमच. आम्हाला सर्वप्रथम तूच हवास."

दुर्योधनाने विचार केला असेल, द्वारकेची युवा पिढीसुद्धा अन्य युवापिढीप्रमाणेच जन्मजात समृद्धी घेऊनच जन्माला आली आहे. ती संपत्तीच्या, सुख लोलुपतेच्या प्रलोभनाला बळी पडणारच. सहस्त्रावधी युद्धकुशल सशस्त्र सैनिकांसमोर निःशस्त्र श्रीकृष्ण काय कामाचा? युद्धासाठी सशस्त्र सेनानी अधिक उपयोगी. युद्धनीतीचे धडे या गवळ्याकडून शिकायचे आहेत कुणाला? आमच्या पक्षात लढणारे एवढे ज्येष्ठ, श्रेष्ठ, युद्धनीती जाणणारे योद्धे असताना याच्या युद्धनीतीची आम्हाला गरजच काय? हा अर्जुन आणि त्याचे बंधू जन्मतःच मूढमती. म्हणून तर कपटाने खेळलेल्या द्यूतात हरूनही बारा वर्षे वनवास आणि एक वर्ष अज्ञातवास भोगला. आताही त्या निःशस्त्र श्रीकृष्णाला घेऊन स्वतःच्या हातानेच स्वतःच्या चरणावर धोंडा पाडून घेत आहेत. स्वनाशाची वेळ आली की समोरची खाईसुद्धा दिसत नाही हेच खरे. जे होते ते भल्यासाठीच. अनेक प्रलोभने दाखवून यादवांची पराक्रमी प्रचंड सेना आपल्याकडे वळवून घेऊ या, कल्पनेने त्याला मनातून हर्षाच्या उकळ्या फुटत होत्या; पण वरकरणी चर्येवर तसे न दाखविता तो मानभावीपणाने बलरामदादांना म्हणाला, "गुरुवर्य, मी मनात असा हेतू धरून आलो होतो, की आपण आणि श्रीकृष्ण दोन्ही बंधू आमच्या पक्षात येऊन, आमच्या बाजूने युद्ध करतील तर आम्ही धन्य होऊ. साऱ्या विश्वाचा आमच्यावरचा विरोध गळून पडेल. आपणा दोन्ही बंधूंचे आशीर्वाद आमच्या गाठी असतील, तर आम्ही मृत्यूसुद्धा हसत हसत पत्करू; पण अर्जुन आणि तुमच्या बंधूंचे अतूट प्रेम साऱ्या विश्वाला ठाऊक आहे. त्या प्रेमाच्या आड येऊ नये म्हणून आम्ही आमचा प्रथम हक्क सोडून देत आहोत. एका प्रकारे मोठा त्यागच करत आहोत."

स्वामींना मनातल्या मनात हसू आले. सरळ मनाचे दादा मात्र त्याच्या बोलण्याला फसले. ते म्हणाले, "धाकला जरी पांडवांच्या बाजूने जात असला, तरी मी मात्र तटस्थ राहण्याचा निर्णय घेतला आहे. एवढेच नव्हे; तर मी त्या समयी हिमालयात निघून जाण्याचा निर्णय घेतला आहे. कारण मी धाकल्याच्या विरुद्धही जाऊ शकत नाही आणि तुझ्यासारख्या प्रिय शिष्यावर शस्त्रही उगारू शकत नाही म्हणून मी हा मध्यम मार्ग स्वीकारला आहे."

स्वामींनी मनातल्या मनात सुटकेचा निःश्वास टाकला असेल. 'क्रोध अनावर होऊन दादांनी, दुर्योधनाच्या पक्षाने युद्ध करण्याचे ठरवले नाही हे काय कमी झाले? त्यांच्या माझ्यावरल्या, कुंती आत्याबाईवरल्या प्रेमाने, त्यांना तसे करू दिले नाही.' असे त्यांच्या मनात निश्चितच आले असणार.

युवराज दुर्योधन आणि धनुर्धारी अर्जुन दोघेही आपापले हेतू साध्य करून तृप्त मनाने आपल्या भूमीस परत गेले. या वार्तेने मलासुद्धा एका मोठ्या पेचप्रसंगातून मुक्त झाल्यासारखे वाटले.

आता, हस्तिनापूर किंवा उपलाव्याप्रमाणेच आमची द्वारकासुद्धा या महायुद्धाविषयी महत्त्वाच्या वाटाघाटी, चर्चा, निर्णय घेण्याचे एक महत्त्वाचे केंद्र ठरली. सतत संदेशवाहक दूतांची ये-जा सुरू होती. संदेश येत होते, पाठविलेही जात होते. प्रत्येक गट आपल्या पक्षाकडून महत्तम नरेशांनी युद्धात भाग घ्यावा, म्हणून होता होईल तेवढे प्रयत्न करत होता.

शस्त्रागारे, शस्त्र बनविणारे कुशल, अकुशल कारागीर, रथ बनविणारे कारागीर, उत्तम वैद्य, शल्यचिकित्सक, धन्वंतरी, शस्त्र, धान्यवाहक, आचारी, पाणके, असंख्य सेवकांची भरती, तसेच नवागतांचे प्रशिक्षण सुरू होते. युद्धसमय नजीक आला असल्याने सर्वच कार्याला वेग आला होता. उत्साहाने कार्ये सुरू होती.

कुरुक्षेत्राची पाहणी, तिथे पडणार असलेल्या राहुट्यांची संख्या, व्यवस्थेसाठी नियोजन, आखणी, प्रत्यक्ष कार्यही सुरू झाले होते. ज्यांचे कुटुंबीयही जाणार होते त्यांच्या स्त्रीवर्गाची आणि अपत्यांची व्यवस्था प्रत्यक्ष रणांगणापासून दूर करण्यात आली होती.

मला स्वामी प्रत्यक्ष रणांगणावर जाणार म्हणून एकीकडे जावेसे वाटत होते; तर दुसरीकडे मानवी संहार बघायलाही मन धजत नव्हते. स्वामींची योग्य प्रकारे काळजी घेण्यासाठी जावेसे वाटत होते; पण द्वारकेतल्या ज्येष्ठांसाठी, युद्धात वीरगती प्राप्त होणाऱ्यांच्या कुटुंबीयांसाठी आणि जे युद्धावर गेले आहेत त्यांच्या कुटुंबीयांनाही धीर देण्यासाठी द्वारकेतच राहावे, महाराणी म्हणून ते माझे आद्य कर्तव्य आहे असेही वाटत होते.

अंती माझ्या मनाने निर्णय घेतला. स्वामींबरोबर, सत्यभामेला वा अन्य कोणत्याही धाकलीला किंवा अगदी धाकट्या कालिंदीलासुद्धा पाठवता येईल. प्रत्येकीचे स्वामींवर माझ्याएवढेच नितांत प्रेम आहे. त्या त्यांची काळजी घेतीलच. स्वामींना पत्नी आठ आहेत; पण या द्वारकेची अनभिषिक्त महाराणी मात्र एकच आहे. तिच्या कर्तव्याला अग्रक्रम द्यायलाच हवा.

आम्हा प्रत्येक मातेच्या मनाची द्विधा मन:स्थिती झाली होती. मातेचे मायाळू मन म्हणत होते माझ्या पुत्रांनी युद्धावर नको जायला. त्यांना पुरेसा अनुभव नाहीये. त्याच वेळी आमच्यातील क्षात्राणी आणि कर्तव्यदक्ष माता दुसरीला कठोर शब्दांमध्ये समज देत होती, क्षत्रिय कुळात जन्मलीस, मोठी झालीस, क्षत्रियाची कन्या, क्षत्रियांचीच भगिनी, एका अन्यायाचा संहार करणाऱ्या पराक्रमी क्षत्रिय वीराची पत्नी, तू आता तुझ्या क्षत्रिय पुत्रांची वीरमाता व्हायला नको का? त्यांना रणांगणावर

पाठवल्याशिवाय अनुभव येईल का? त्यांना रणांगणावर जाण्यासाठी तू उत्तेजन द्यायला हवेस. कर्तव्यकठोर होणे हेच वीरमातेचे खरे लक्षण आहे.

आमच्या द्वारकासाम्राज्यातील सारेच राजपुत्र, युवा नागरिक युद्धभूमीवर जाण्यासाठी उत्सुक होते. त्यांचे बाहू शत्रूच्या नाशासाठी त्वेषाने फुरफुरत होते. युद्धवीरांना स्फुरण चढावे म्हणून स्फुरणगीतेही, द्वारकानगरीत जागोजागी सतत गायली जात होती.

आमच्या स्नुषा मात्र बावरल्यासारख्या दिसत होत्या. एकीकडे त्यांचे बंधूही युद्धभूमीवर जाणार होते आणि दुसरीकडे पतींनाही जावे लागते की काय? कोण जाणे? हे युद्ध म्हणजे एखाद्या सम्राटावर स्वारी करून त्याचा नि:पात करून परत येणे नव्हते. हे महायुद्ध होते. अमर्यादित काळ चालणार होते. संपूर्ण भरतखंडातील राजे-महाराजे त्यामध्ये प्रतिनिधित्व करणार होते. अनेकांच्या आहुती या अन्यायाविरुद्ध लढल्या जाणाऱ्या महायुद्धात पडणार होत्या. नुसत्या कल्पनेनेसुद्धा हृदयाचा थरकाप होत होता.

बलरामदादा आणि उद्धवभाऊजीही हिमालयात जाणार होते. स्वामी, सेनापती, श्रेष्ठ, ज्येष्ठ रथी, महारथी, शूर, वीर युवा सैनिकही स्वेच्छेनुसार युद्धभूमीवर जाणार होते. मग द्वारकेच्या संरक्षणाचे काय? हा प्रश्न अनेकांच्या मनात डोकावत होता. स्वामींनीच ह्या प्रश्नाचे उत्तर दिले. त्यांनी हा निर्णय पूर्वीच मनात योजून ठेवला असावा. त्यांनी सांगितले, "आपल्या सर्वांच्या प्रिय द्वारकेचे संरक्षण करण्याची धुरा उसळत्या रक्ताच्या युवा पिढीवर ठेवून आम्ही रणांगणावर जात आहोत. ज्येष्ठ पुत्र प्रद्युम्नाच्या अधिपत्याखाली सारे राजपुत्र हे कार्य यशस्वीपणे पार पाडतील, असा माझा विश्वास आहे. शाल्वाची स्वारी परतवून लावताना त्यांनी विश्वास आणि अजोड निर्णयशक्तीचा प्रत्यय आपल्याला दिलाच आहे. मी विचारपूर्वक हा निर्णय घेतला आहे. कुणाला काही या निर्णयावर आपले मत मांडावयाचे आहे का?"

स्वामींनी सर्व राजपुत्रांवर, आम्हा राण्यांवर दृष्टी फिरवली. आमचे पुत्र आमच्या जवळ राहणार म्हणून आम्हा मातांना एकीकडे समाधान वाटत होते; पण त्याच वेळी, खऱ्या क्षत्रियाचे बाहू नेहमीच शत्रूशी युद्ध करण्यासाठी फुरफुरत असतात. मला आमच्या पुत्रांच्या चर्येवरही किंचित विषादाची छटा झळकली असावी असा भास झाला. आमचे पुत्र त्यांचे मत प्रदर्शित करतात की काय असा संदेह मनात निर्माण होतो न होतो तोच माझा थोरला पुत्र प्रद्युम्न अत्यंत नम्रपणे स्वामींच्या, माझ्याजवळ आला. दोघांच्या चरणाला स्पर्श करत नम्रपणाने म्हणाला, "तात, आपली आज्ञा आम्हाला शिरसावंद्य आहे. आपण द्वारकेची चिंता करू नका. मी आणि माझे बंधू प्राणपणाने तिचे रक्षण करू. त्याने आपल्या अन्य बंधूंकडे दृष्टी

वळवली. त्यांनीही संमतिदर्शक माना डोलावल्या. प्रत्येकाने उपस्थित सर्व ज्येष्ठांना वंदन केले. स्वामींनी प्रत्येकाच्या मस्तकावर कर ठेवून प्रेमाने आशीर्वाद दिला.

युद्धभूमीकडे प्रस्थान करण्यापूर्वी स्वामी आपल्या प्रत्येक पत्नीकडे स्वत: जाऊन निरोप घेऊन आले. धाकटीपासून म्हणजे कालिंदीपासून प्रारंभ करून क्रमाक्रमाने प्रत्येकीच्या कक्षात जाऊन अंती माझ्या कक्षात आले.

माझे कर स्वत:च्या ओंजळीत घेऊन म्हणाले, "रुक्मिणी, तुला काही सांगण्याची आवश्यकता आहे, असं मला वाटत नाही. हे जीवन म्हणजे काय, युद्ध म्हणजे काय, निर्मिती, वृद्धी, अंत किंवा लय म्हणजे काय हे तू जाणतेसच. तीच जाण विश्वाला देण्यासाठी मी कुरुक्षेत्रावर, नि:शस्त्र सारथी होऊन जात आहे. ही द्वारका तुझ्याकडं सोपविण्याचा प्रश्नच येत नाही. ती तुझीच आहे. खरं सांगायचं तर तिच्यावर माझ्यापेक्षाही तुझा हक्क अधिक आहे. मी तर काय नावाप्रमाणं चक्रपाणि. अन्यायाचा, दुष्टांचा संहार करण्यासाठी आर्यावर्तात फिरत असतो, निर्वेधपणे; पण त्याला कारण तूच आहेस. तू इथं असलीस, की मला या साम्राज्याची चिंता नाहीच. तू नेत्रांत तेल घालून सर्वत्र दृष्टी ठेवून प्राणपणाने रक्षणकर्ती होऊन तिला जपतेस. माझ्यासारखीच अनभिषिक्त असलीस तरी तू खरीखुरी महाराणी आहेस. मी जाणतो, तुला माझ्याबरोबर कुरुक्षेत्रावर प्रत्यक्ष उपस्थित राहायचं होतं, माझी सेवा करण्यासाठी; पण द्वारकेच्या प्रेमापायी तू कर्तव्यकठोर झालीस. मी तुला सांगतो रुक्मिणी, माझी चिंता करू नकोस. जरी तुझ्या इच्छेप्रमाणं मी कोणत्याच राणीला माझ्यासमवेत नेत नसलो तरीही तू चिंताग्रस्त होऊ नकोस. कारण माझ्याकडे लक्ष द्यायला, पूजनीय कुंतीआत्याबाई, प्रिय सखी द्रौपदी, प्रिय भगिनी सुभद्रा आहेच. होय ना? मला हसतमुखानं निरोप दे."

मी भारावल्यासारखी त्यांचे बोलणे ऐकत होते. किती सखोल विचार करून निर्णय घेतात द्वारकाधीश. मग तो आपल्या पुत्रांविषयी असो, राण्यांविषयी असो, किंवा द्वारकेविषयी. मी मनातल्या मनात स्वत:शीच हसले. त्यांना म्हणाले, "मी तुम्हाला हसतमुखानंच निरोप देणार आहे. निश्चिंत असा, कारण माझा तुमच्यावर पूर्ण विश्वास आहे. आपल्या विचारांवर, आपल्या निर्णयावर, आपल्या आचारावर, कृतीवर. कारण आपली कृती योग्यच असणार. त्यामागे फार मोठं चिंतन असतं, अर्थ असतो."

माझ्या या बोलण्यावर स्वामी समाधानाने विलोभनीय हसले. त्या हास्यात काय नव्हते? जणू या विश्वाची मोहिनी होती. द्वारकेला मिळणारा आश्वासक विश्वास होता. प्रसन्नता होती. मला नेहमी आश्चर्य वाटायचे, की स्वामी एवढे स्थिरचित्त कसे काय राहू शकतात? आपल्या कृतीवर त्यांची नितांत श्रद्धा असते. मनामध्ये थोडाही किंतू नसतो. हा त्यांचा आत्मविश्वास अन्य जनांनाही निर्घोर बनवितो.

आता कुरुक्षेत्रावर प्रस्थान करण्याची सिद्धता पूर्ण झाली होती. कोण कुठे जाणार होते ते निश्चित झाले होते.

ठरल्याप्रमाणे एका सुमुहूर्तावर, दादा आणि उद्धवभाऊजींनी हिमालयासाठी द्वारकेतून प्रयाण केले. त्या दोघांना स्वामींनी आनंदाने निरोप दिला. दादा नाराजच होते. ते गेल्यावर रेवतीवहिनी हसून मला म्हणाल्या, "अगं, त्यांचा लाडका, धाकला युद्धभूमीवर असताना त्यांच्या जिवाला चैन पडणार आहे का? क्रोध शांत झाला की ते युद्धभूमीवर येतात की नाही बघ?"

स्वामी हसून म्हणाले, "वहिनी म्हणतात ते अगदी खरंय. सध्याचा क्रोध हे एक त्यांच्या मनातलं वादळ आहे. ते निवळलं की येईल स्वारी कुरुक्षेत्रावर."

ठरलेल्या सुमुहूर्तावर, स्वामी, सेनापती सात्यकीसह, निवडक सेना घेऊन कुलदेवता इडादेवीचे दर्शन घेऊन द्वारकेच्या बाहेर पडले. मी नि:शंक मनाने, हसतमुखाने त्यांना निरोप दिला. स्वामींच्या अन्य राण्या, आमच्या पुत्रांनीही माझेच अनुकरण केले. त्यांचे वर्तन पाहून मला खूप आनंद झाला.

ते कुरुक्षेत्राच्या मार्गाला लागण्याआधी प्रभास क्षेत्री जाऊन प्रथम पूजनीय श्री सोमनाथाचे, त्यानंतर श्री नागेश्वरांचे आशीर्वाद घेऊन पुढील मार्गक्रमण करणार होते.

युद्धभूमीकडे स्वामी, सात्यकी आणि पराक्रम गाजविण्यासाठी उत्सुक असलेल्या आमच्या प्रचंड सेनेने गमन केले आणि आमची सुवर्णद्वारका एकदम सुनी, सुनी झाली. त्यातच सुभद्रा आणि अभिमन्यूही आधीच पांडवांच्या शिबिरात गेले होते. प्रदीर्घ कालावधीनंतरचा त्यांचा विरहकाळ समाप्त झाला होता. आम्हाला मात्र त्यांची अनुपस्थिती प्रकर्षाने जाणवत होती. गेली तेरा वर्षे आम्हाला त्यांची सवय झाली होती; पण अखेर वास्तव स्वीकारणे भागच होते. त्या दोघांनाही आता पांडव कुळाची ओढ लागली होती. ते साहजिकही होते. आता द्वारकेतली दैनंदिन कार्ये आणि पांडवांच्या विजयासाठी प्रार्थना करण्यात आमचा संपूर्ण काळ व्यतीत होत होता.

खऱ्या शूरवीराला युद्धभूमीची किती आंतरिक ओढ असते याचे उदाहरण म्हणजे आमचा रुक्मीदादा. तोही अतुल पराक्रम गाजविणारा शूर योद्धा म्हणून त्याचा नावलौकिक सर्वदूर पसरलेला होताच. आता तर तो आमचा व्याहीही झालेला होता. आमच्यामधली पूर्वीची कटुता कमी झालेली होती. कौरवपक्ष म्हणजे त्याचा पूर्वीच्या मित्रांचा पक्ष. शिशुपाल, जरासंध जर जिवंत असते तर ते निश्चितच कौरवांच्या बाजूने गेले असते; पण आता स्वामी पांडवांकडून. आपल्या कन्येचे श्वशुर, शिवाय मनातून, स्वामींचे सामर्थ्यही त्याने जाणले असेलच, म्हणूनच त्याने आधी तटस्थ राहण्याचे ठरविले.

पण युद्धभूमीची ओढ त्याला स्वस्थ बसू देईना. अखेरीस ताण असह्य होऊन त्याने आपले बंधू, आपली सेना घेऊन कुरुक्षेत्र गाठले; पण मनाच्या द्विधा

परिस्थितीमुळे तो दुर्दैवी ठरला. कुरुक्षेत्रावरील युद्धभूमीच्या नीतिनियमांप्रमाणे युद्धभूमीवरील आगमनाचा समय उलटून गेला होता. दोन्ही पक्षांच्या सेनापतींनी आपल्याकडील प्रवेशासाठी नकार दिला. त्यांनाही वाईट वाटले; पण उपाय नव्हता. तो निराश मनाने आपल्या बंधूंसह आणि सेनेसह कौंडिण्यपुराकडे परतला.

वार्ता ऐकून मलाही खूप वाईट वाटले. माझ्या पराक्रमी बंधूंना युद्धात आपला पराक्रम करण्याची संधी न मिळाल्याने किती अपार दुःख झाले असेल, हे मी जाणत होते. या सत्यासाठी, न्यायासाठी लढल्या जाणाऱ्या रणसंग्रामात त्यांचाही हातभार लागण्याचे पुण्य पदरात पडणे त्यांच्या भाग्यात नव्हते हेच खरे. पश्चात बुद्धी काय कामाची?

कालचक्र फिरतच असते. मार्गशीर्ष द्वितीयेचा मुहूर्त उजाडला. आमच्या राजकुळात, अन्य घरोघरीही द्वारकावासीयांच्या जयासाठी, दीर्घायुष्यासाठी, उपवास, व्रतवैकल्ये, यज्ञ-याग, प्रार्थना इत्यादी धार्मिक कृत्यांना आरंभ झाला.

दैनंदिन नित्यकर्मे आणि नैमित्तिक कार्ये विधिवत सुरू होती. रोजच्या सवयीने, तन कार्य करत होते, पण मन? प्रत्येकाचे मन कुरुक्षेत्री गेलेले होते. दैनंदिन वार्ता त्वरेने द्वारकेत मिळण्यासाठी स्थानोस्थानी संदेश दूतांची एक शृंखलाच स्वामींनी गुंफली होती. संदेशवहनासाठी काही अभिनव, यांत्रिक यंत्रणाही उभारली गेली होती. त्यामुळे आम्हा द्वारकावासीयांनाही त्वरित संदेश मिळणार होते.

त्वरितच एक आगळीच वार्ता आमच्यापर्यंत पोहोचली. युद्धासाठी दोन्हीकडील, सेनापती, पराक्रमी सम्राट, युद्धभूमीवर समोरासमोर उभे ठाकले होते. पांडवांच्या पक्षाचे सेनापती पांचाल राजपुत्र धृष्टद्युम्न होते; तर कौरवांच्या पक्षाचे सेनापती पितामह भीष्म होते.

स्वामी आणि धनुर्धर पार्थही त्याच्या नंदीघोष रथासह उपस्थित होते. स्वामी आज आपल्या प्रिय अर्जुनासाठी केवळ एक साधे 'सारथी' झाले होते. माझ्या मनात आले. खरेच पार्थ किती भाग्यवान! त्यांना भगवान श्रीकृष्णासारखे सारथी लाभले होते, जे प्रत्यक्ष विश्वाच्या रथाचे सारथ्य करत होते. मला मनातल्या मनात हसू आले, कसे दिसत असतील स्वामी या भूमिकेत? जीवनाच्या रंगभूमीवर आतापर्यंत किती भूमिका पार पाडल्या असतील माझ्या स्वामींनी?

कधी श्रीगणेशापुढला नैवेद्य उचलून खाणारा, आपल्या मुखात यशोदामातेला विश्वरूप दावणारा तान्हुला, तर कधी गोपींच्या खोड्या काढणारा, दही-दूध चोरणारा कृष्णकन्हैय्या, रानावनात गोपांसमवेत, गाईगुरांत रमणारा, गोपालकाला करून आवडीने मिटक्या मारीत खाणारा खराखुरा गोपाळ, गोपांचा प्रिय सवंगडी, तर कधी कालिया नागाचे मर्दन करणारा बाल संरक्षणकर्ता, कधी जनसागराचा गोवर्धन आपल्या करसंकेतावर पेलणारा सामान्य जनांचा तारणहार.

भगिनीच्याच पुत्रांचा संहार करणाऱ्या कंसासारख्या दुष्ट मामाला यमसदनाला पाठविणारा किशोर, तर कधी कर्तव्यपूर्तीसाठी अत्यंत प्रिय असणाऱ्या गोकुळ, वृंदावन भूमीला आणि तिथल्या पालनकर्त्या माता-पित्याला, गोप-गोपींना, प्रियजनांना सोडून जाणारा कर्तव्यकठोर श्रीकृष्ण. कधी गुरुवर्य सांदीपनीचा लाडका शिष्य. कधी गुरुदक्षिणा म्हणून, गुरुमातेला पुत्राचा लाभ करून देणारा अनुपमेय श्रीकृष्ण. तर कधी बलाढ्य जरासंधाचे आक्रमण सतरा वेळा परतवून लावणारा युवा श्रीकृष्ण. प्रजाजनांचे हित लक्षात घेऊन प्रिय मथुरेचा त्याग करून सुवर्णद्वारका वसविणारा द्वारकाधीश. भगवान परशुरामांकडून सुदर्शनाचा प्रसाद मिळविणारा पराक्रमी श्रीकृष्ण. माझे पत्र मिळताच, पूर्वीचा अपमान विसरून माझ्यासाठी वायुवेगाने धावत येऊन माझे हरण करणारे माझे प्राणनाथ. स्यंमतकमणी चौर्यकर्माचा अकारण आरोप शांत चित्ताने असत्य सिद्ध करणारा, ते अनमोल रत्न परत करणारा, निर्मोही मधुसूदन. जांबवतीसारख्या आदिवासी स्त्रीशी विवाह करून या विश्वाला समतेचा धडा देणारा, आदर्श नेता. श्रेष्ठांचा, मातापित्यांचा आदर करणारा, बंधुत्वाचा आदर्श निर्माण करणारा, सोळा हजार स्त्रियांच्या स्त्रीत्वाचा आदर करणारा नर, आपल्या आठही राण्यांना योग्य न्याय देणारा आदर्श पती, पुत्रांचा आदर्श पिता, अनेक क्रूर सम्राटांचा पराभव करूनही त्यांचे राज्य त्यांच्या पुत्रांच्या हाती सोपविणारा, सत्तेचा तिळभरही मोह न धरणारा निर्लेप वृत्तीचा युगंधर. सर्व नीतिमान्य भोगात एकरूप होऊन भोग घेणारा, तरीही अनासक्त असलेला हा जन्मोजन्मीचा अभोगी. किती रूपं आठवू मी? मला वाटतंय, माझ्या बुद्धीपलीकडे आहे ते.

स्वामींचे सारे जीवनच अतर्क्य आहे. मन:स्वास्थ्य कधीही विचलित होऊ न देणारे स्वामी, पांडवांनी द्यूतात पणाला लावून इंद्रप्रस्थासहित सर्वस्व गमावल्याची वार्ता ऐकून, मन विषादाने भरून सर्व सुखांचा त्याग करून पूजनीय घोरअंगिरसांकडे जाणारे स्वामी, त्यांच्याकडून विषादयोगाचे आत्मज्ञान ज्ञात करून येणारे स्वामी, द्रौपदी वस्त्रहरणाच्या प्रसंगी तिच्याभोवती वस्त्रवलयाचे मायाजाल निर्माण करणारे स्वामी, युवराज युधिष्ठिराच्या राज्याभिषेक प्रसंगी अग्रपूजेचा मान स्वीकारणारे, सर्वत्र पूजनीय, प्रत्यक्ष भगवंत भासणारे स्वामी, तर अतिथीभोजनाच्या प्रसंगी, उष्ट्या पत्रावळी उचलणारे, सेवाभावी कार्यकर्ते स्वामी, नाना रूपे आठवता आठवता जीव थकून जातो. त्या थकलेल्या जिवालाही एक अवर्णनीय गूढ वलय लाभलेले असते. समाधानाने नेत्र मिटतात. मन शांत होते.

बघा, मी युद्धभूमीचे चित्र मनात उभे करत असताना मन कुठल्या कुठे विहार करत होते. कधी गोकुळात, कधी मथुरेत, कधी इंद्रप्रस्थात, तर कधी द्वारकेत. क्षणात इथे तर क्षणात तिथे. मला स्वामींच्या अगणित रूपांचे दिव्य दर्शनच त्याने घडवून आणले. एरवी तरी संपूर्ण जीवनभर मी दुसरे काय केले? जळी, स्थळी,

काष्ठी, पाषाणी, ध्यानी, मनी स्वामींचे दर्शन मला घडत आले. कधी प्रत्यक्ष, कधी अप्रत्यक्ष, कधी रूपमय, कधी गंधमय, कधी नादमय, कधी ध्यासमय तर कधी भासमय.

स्वामी हेच माझे विश्वमय जगत आहे. माझे मनन आहे. चिंतन आहे. त्या चिंतनातून या ऐहिक, भौतिक जगात यायला मला फार कष्ट पडतात.

मला भान येते, तेव्हा या व्यावहारिक जगाचे अक्राळविक्राळ रूप जाणवते. माझे स्वामी, पांडव पक्षाकडून युद्धभूमीवर उपस्थित आहेत, म्हणजे विजय पंडुपुत्रांचाच आहे, यात शंका नाही. जिथे श्रीकृष्ण तिथे विजय कारण श्रीकृष्ण म्हणजे न्याय, श्रीकृष्ण म्हणजे सत्य, श्रीकृष्ण म्हणजे आधारस्तंभ. श्रीकृष्ण म्हणजे दीपस्तंभ. माझे हृदय पुन्हा स्वामीमय होऊन भावविश्वात विहार करू लागले.

मी स्वामींची सर्वमान्य अर्धांगिनी आहे. जग जरी मला अर्धांगिनी मानत असले तरी ते मात्र माझे पूर्णांग आहेत. तरीही मी या द्वारकेची, प्रजाजनांची अनभिषिक्त महाराणी आहे. ज्येष्ठांची स्नुषा आहे. धाकल्यांची माता आहे. या भूमिकांची कर्तव्यकर्मे मला सावधपणे पार पाडावीच लागतात. त्यासाठी मी सदैव सज्ज असते. सांगण्याचे तात्पर्य असे, की मी नेमस्त कर्तव्ये पार पाडतानाही आम्हा द्वारकावासीयांचे, मनाने अस्तित्व युद्धभूमीवरच होते. तिथल्या वार्ता त्वरेने आमच्यापर्यंत पोहोचाव्यात यासाठी परिपूर्ण व्यवस्थाही करण्यात आली होती.

# नऊ

एके दिवशी युद्धभूमीवरच्या त्या वार्ताहराचे द्वारकेत आगमन झाले. त्या वार्तादूताबरोबरच एक अनपेक्षित वार्ता द्वारकेत येऊन पोहोचली. ती वार्ता धक्का देणारी होती. मला पुन्हा एकदा प्रश्न पडला, खरेच स्वामी अंतर्ज्ञानी आहेत का? म्हणूनच त्यांनी लाडक्या धनुर्धरांच्या नि:शस्त्र सारथ्याची भूमिका या युद्धामध्ये घेतली होती का? या भूमिकेमुळे आम्ही द्वारकावासीही बऱ्याच अंशी स्वामींसाठी निर्घोर होतो. कारण नि:शस्त्रावर शस्त्र चालववायाचे नाही, असा या धर्मयुद्धाचा महत्त्वाचा नियम होता. हा निर्णय म्हणजे स्वामींच्या अजोड बुद्धिचातुर्याचा, निर्णयशक्तीचा प्रत्यक्ष पुरावाच होता.

बघा, मी पुन्हा माझ्या स्वामीविश्वात शिरले आणि महत्त्वाची घटना सांगायची राहूनच गेली. ती मला जमेल तशी वार्तादूताच्या शब्दांतच सांगते. वार्ताहर कथन करत होता. आम्ही श्वास रोखून ऐकत होतो. तो बोलत होता,

"काय सांगू श्रोतेजनहो, तो धर्मयुद्धप्रारंभाचा प्रथम दिन होता. कुरुक्षेत्रावर कौरव-पांडव पक्षाच्या दोन्ही प्रचंड सेना आपल्या सेनापतींसह समोरासमोर उभ्या ठाकल्या होत्या. महारथी, रथी, अर्धरथी सेनेची चारही दले समोरासमोर होती. अवघे विश्व थरारून टाकणारे, दृष्टीत न मावणारे दृश्य होते ते. सेनेचा प्रचंड सागरच तिथे पसरलेला होता.

दोन्ही सेनापतींनी आपापल्या कुलगुरूंच्या मार्गदर्शनानुसार, युद्धभूमीची विधिवत पूजा केली. मंत्रजागराने युद्धभूमी निनादून गेली.

दोन्ही सेनापतींनी आपल्या सैनिकांच्या वेगवेगळ्या, अवघड, कूट व्यूहरचना केल्या होत्या. विधिवत युद्धभूमीचे पूजन संपन्न झाल्यावर स्वामींनी आपल्या

उत्तरीयात बांधलेला पांचजन्य शंख हातात घेतला. आता ते तो बेंबीच्या देठापासून फुंकणार, म्हणून साऱ्या युद्धभूमीचे लक्ष त्यांच्याकडे लागले होते. त्यांनी आपली प्रसन्न मुद्रा एकदा युद्धभूमीवर सर्वत्र फिरवली. तीच दृष्टी अर्जुनाकडे वळवली आणि आता पांचजन्याला फुंकर मारणार तोच त्यांना अनपेक्षित, अतर्क्य, आगळेवेगळेच दृश्य दिसले. अर्जुनाच्या मुद्रेवर दु:ख, निराशा, विषाद अशा अनेक मनोविकारांचे स्पष्ट प्रतिबिंब उमटले होते. त्याचे प्रिय गांडीव धनुष्य हातातून निसटले होते. तो तीव्र आवेगाने ओरडला, 'थांब माधवा, थांब. युद्धाला आरंभ करू नकोस.'

साऱ्यांनाच आश्चर्य वाटले. एकाएकी काय घडले असावे? धनुर्धराच्या मनोवृत्तीत असा बदल का झाला? त्याला काय म्हणावयाचे आहे? त्याची मुद्रा अशी वेदनाग्रस्त का दिसते आहे? कुणालाच अंदाज बांधता येईना. अग्रभागी जे रथी-महारथी सैनिक होते त्यांना काय घडले ते थोडेफार दिसत तरी होते; पण जे सैनिक मागच्या दिशेला होते, दूरवर होते त्यांना तर काहीच कळत नव्हते. आपापली आयुधे सरसावून सज्ज असलेले युद्धवीर युद्धाच्या प्रारंभाला आतुर झालेले, पराक्रम दाखविण्यासाठी ज्यांचे बाहू स्फुरणाने फुरफुरत होते, असे पराक्रमी शूरवीर, काय झाले असावे म्हणून संभ्रमात पडले. स्वत:शी किंवा नजीकच्या योद्ध्याशी नाना तर्कवितर्क लढवू लागले.

स्वामींची मुद्रा नेहमीप्रमाणे शांतच होती. त्यांनी शांतपणे सर्वत्र दृष्टी फिरवली. सर्वांना त्या दृष्टीतच जणू आश्वासक सूर गवसला. तो प्रचंड वीरसागर पुढे काय घडते ते उत्सुकतेने शांतपणे बघू लागला. कारण जेथे श्रीकृष्ण भगवान तेथे वावगे काही घडणे शक्यच नाही याविषयी कुणाच्याच मनात शंका नव्हती.''

खरेच, स्वामींना सारे विश्व अनभिषिक्त सम्राट म्हणून ओळखत होते ते किती यथार्थ होते. सर्वत्र द्वारकाधीश म्हणून ओळखले जाणारे स्वामी या पृथ्वीतलावरील कोणत्याही राज्याचे विधिवत सिंहासनाधीश नव्हते. कोणतेही सुवर्ण किंवा रत्नजडित सिंहासन, कोणताही किमती अलंकार त्यांच्या नावाने ओळखला जात नव्हता.

त्यांचे सारे वेगळेच होते. त्यांच्या नावाने सिंहासन ओळखले जात होते ते प्रियजनांचे हृदयसिंहासन. त्यांचे अलंकार म्हणून ओळखले जात होते ते माथ्यावरले मोरपीस. गळ्यातली शुभ्र वैजयंतीमाला. त्या गोष्टींची ऐहिकाच्या व्यवहारात किमत शून्यच ठरेल; पण माझ्या स्वामींच्या आणि त्यांच्या प्रियजनांच्या विश्वात त्याचे मूल्य अनमोल होते. म्हणूनच प्रत्यक्ष युद्धभूमीवरसुद्धा माझ्या या निर्मोही स्वामींच्या कृतीवर प्रत्येक युद्धवीराची दृष्टी खिळलेली होती.

संदेश दूत पुढे सांगत होता. मी कानात प्राण ओतून ऐकू लागले. "स्वामी त्वरेने पार्थाजवळ आले, "काय झालं, पार्था? कोणती गहन समस्या तुझ्यासमोर निर्माण झाली आहे? तुझी मुद्रा अशी क्लेशकारक, दु:खी का भासते आहे? काही

अशुभ चिन्हाचा प्रत्यय येत आहे का?'' स्वामींनी चिंतायुक्त स्वरात विचारले.

''नाही माधवा, तसं काही नाही. प्रत्यक्ष श्रीकृष्ण भगवानाचं अस्तित्व साथीला असताना, अशुभाचा प्रवेश तरी होईल का? प्रिय मित्रा, तुला कसं सांगू? केवळ एका राज्याच्या प्राप्तीसाठी मी सारे प्रीतिबंध तोडू का? नीतिनियम मोडून टाकू का? अरे, ज्या पितामहांनी आम्हा पाचही बंधूंवर पुत्रवत अलोट प्रेम केलं, त्या वंदनीय पितामहांचा वध करू? गुरुवर्यांना खऱ्या शिष्यानं गुरुदक्षिणा द्यायची असते. त्या आदरणीय गुरूंचे, गुरुवर्य द्रोणाचार्यांचे, कृपाचार्यांचे प्राण घेऊन त्यांनी दिलेल्या विद्यादानाची परतफेड करू का? हे माझ्यासमोर उभे असलेले लक्षावधी सैनिक, ते कुणाचे तरी पुत्र, कुणाचे तरी पती, कुणाचे तरी बंधू, कुणाचे तरी पिता असतील, त्यांनी स्वत: आपल्या स्वत:च्या आयुष्यात अनेक स्वप्नं पाहिली असतील. त्यांच्या लाखमोलाच्या जीवनांचा नाश करू? त्यांना आणि त्यांच्या प्रियजनांना दु:खाच्या खाईत लोटू का? केवळ आम्हा बंधूंना न्याय मिळावा म्हणून? आमचं साम्राज्य आम्हाला परत मिळावं म्हणून? अरे, जन्म आला की मृत्यू आलाच. तो तर अटळ आहे. बारा वर्षं आम्ही वनवासात काढलीतच ना? मग संपूर्ण जीवनच रानावनात काढलं तर काय हरकत आहे? ज्येष्ठ, वंदनीय विभूतींच्या आणि अगणित जीवांच्या मोबदल्यात मिळालेली ही सत्ता आम्ही समाधानानं उपभोगू शकू का? नको कृष्णा, नको. मला हे युद्ध नको. तो रक्तलांछित विजयही नको. तू हे युद्ध थांबव. केशवा, युद्धापेक्षा मी आजन्म वनवास किंवा संन्यस्त जीवन पत्करायला तयार आहे.''

आम्हा तिथं उपस्थित असलेल्या साऱ्या श्रोत्यांची उत्सुकता शिखराला पोहोचली होती. श्वास रोखून आम्ही वृत्तान्त ऐकत होतो. अखेरीस न राहवून मी विचारले, ''पुढं काय घडलं? स्वामींनी कोणती कृती केली?''

वार्तादूत मला प्रणाम करत म्हणाला, ''महाराणी, द्वारकाधीशांचा शब्द न् शब्द तर मला कळू शकला नाही; पण सेनापती सात्यकींच्या भाग्यानं त्यांच्या जे कानावर पडलं, ते त्यांनी मला सांगितलं. ते तुम्हाला सांगण्याचा मी अल्पमती प्रयत्न करतो. त्यांचा शब्द न् शब्द महामंत्री संजयांनी त्यांच्या जवळच्या दिव्य अस्त्राद्वारे ऐकला आहे. तो सम्राट धृतराष्ट्र महाराजांनाही त्यांनी कथिला आहे. यथावकाश तो अवघ्या विश्वासमोर येणारच आहे. प्रत्यक्ष पार्थ महाराजांकरवीही तो जनमानसाला समजेलच, सध्या मी एवढंच सांगू शकतो, की द्वारकाधीशांनी म्हणजेच प्रत्यक्ष भगवान श्रीकृष्णांनी, धनुर्धर पार्थांना आत्मतत्त्व समजावून सांगितलं. आत्म्याचं सत्य स्वरूप, आत्म्याचं अमरत्व, त्याचं अविनाशित्व उलगडून दाखविलं. जन्माला आलेल्या प्रत्येक मानवानं धर्मपालन करणं हे त्याचं प्रथम कर्तव्य आहे आणि प्रत्येक क्षत्रियाचा धर्म न्यायासाठी युद्ध करणं हा आहे.

द्वारकाधीशांनी धनुर्धरांना स्थितप्रज्ञाची लक्षणं समजावून सांगितली. प्रत्येक स्थितप्रज्ञ आनंद, दु:ख, प्रीती, भय, क्रोधापासून अलिप्त असतो. विनाशाच्या पायऱ्या विषद करताना भगवान श्रीकृष्ण म्हणाले, मानव प्रथम संमोहाच्या पाशात अडकतो. त्यामुळं त्याचा स्मृतिभ्रंश होतो. स्मृतिभ्रंशामुळं बुद्धिनाश होतो, बुद्धिनाशामुळं मानव विनाशाच्या खोल गर्तेत जातो. या विनाशाच्या प्रवासाला टाळायचं असेल तर मानवाने दृढनिश्चयी, तत्त्वनिष्ठ असलंच पाहिजे. प्रत्येकानं स्वत:चा उद्धार स्वत:च करायचा असतो. त्यासाठी चंचल मनाला निग्रही करावं लागतं. श्रीकृष्णमहाराजांनी त्यांना विषादयोगापासून, पुरुषोत्तमयोगासहित अठरा योग समजावून सांगितले. महाराणी, धनुर्धर एवढे भाग्यवान, की योगेश्वर श्रीकृष्णांनी प्रत्यक्ष स्वत: त्यांना विश्वरूपदर्शन दिलं. ज्या कालाला, आदी नाही, अंत नाही अशा अनादी कालाचा अर्थ समजावून सांगितला. त्यांच्या मनावरलं अज्ञानाचं धुकं दूर सारून, दिव्यज्ञानाची प्राप्ती करून दिली. त्यांच्या अंत:चक्षूंमध्ये कर्तव्यधर्माचं झणझणीत अंजन घातलं.

पार्थ द्वारकाधीशांपुढं नतमस्तक झाले. त्यांच्या नेत्रांतून अश्रूंचा पूर वाहू लागला. त्यांच्या मुखातून भावनावेगानं, आनंदानं एक शब्दही बाहेर पडेना. श्रीकृष्ण महाराजांनी त्यांना उठवून स्वत:च्या हृदयाशी धरलं. ते म्हणाले, ''प्रिय पार्था, तू तर माझा सखा, तुझी जागा माझ्या हृदयाशी, चरणाशी नाही.''

नेत्रांतील अश्रू पुसत, द्वारकाधीशांना अधिक बोलू न देता धनुर्धर म्हणाले, ''नाही, माधवा नाही. तुझ्या चरणधुळीचीसुद्धा सर मला नाही. तू कोण आहेस हे मला निश्चित नाही सांगता येणार; पण तू आमच्यासारखा सामान्य नर नाहीस; तर तू प्रत्यक्ष नारायणच आहेस. तुझी साथ मला लाभली, हे माझं जन्मोजन्मीचं भाग्यच म्हणावं लागेल. हे योगेश्वरा, तू मला विश्वरूपदर्शन घडवलंस. आत्मतत्त्व उलगडून मला नरजन्माच्या कर्तव्यधर्माची जाणीव करून दिलीस. मानवी जन्माला सार्थ करण्यासाठी आवश्यक असलेले अठरा योग माझ्या हृदयावर आपल्या मधुर वाणीने बिंबवलेस. कर्मयोगाची महती मला आता पटली आहे. हे युगंधरा, तुझ्या पांचजन्यात तुझा पंचप्राण फुंक. मी माझं क्षत्रिय कर्म करण्यास सज्ज झालो आहे.''

द्वारकाधीशांनी हसत हसत रथात आपल्या सारथ्याच्या स्थानावर येऊन अश्वांचे वेग आपल्या करात घेतले. त्यांनी पुन्हा एकवार दृष्टीच्या कक्षातील अफाट सेनेवर आपली शांत दृष्टी फिरविली आणि आपला प्रिय पांचजन्य करात घेऊन जीव ओतून फुंकला. क्षणात युद्धभूमी चैतन्यभूमी झाली. भगवान श्रीकृष्णांच्या पाठोपाठ कौरव पक्षाकडील सेनापती पितामह भीष्म, तसेच पांडवांचा सेनापती धृष्टद्युम्न, महारथी, कौरव बंधू, पांडव बंधूंनी आपापले शंख फुंकले. आसमंत त्या निनादाने भरून गेला. युद्धाला प्रारंभ झाला.'' एवढा वृत्तान्त देऊन संदेशदूताने तिथून गमन करण्याची अनुज्ञा मागितली. मी त्याला संमती दर्शविली.

तो निघून गेला. आम्ही सारेच भारल्यासारखे आपल्या स्थानावर नि:शब्द बसून होतो. माझ्या मनात आले, खरेच धनुर्धर पार्थ किती भाग्यवान! त्याला एकट्यालाच द्विधा मन:स्थितीशी संघर्ष का करावा लागला? त्याच्याच मनात अशी समस्या का निर्माण व्हावी की तिचे निराकरण करण्यासाठी भगवान श्रीकृष्णांना त्याच्यासाठी अठरा योगांवर भाष्य करावे लागले, की पार्थ केवळ निमित्तमात्र झाला? त्याद्वारे या माझ्या युगंधराला संपूर्ण विश्वाला मानवता धर्माची शिकवण द्यायची होती, जी युगानुयुगे कल्पान्तापर्यंत मानवी जीवनाला तारणार होती. दीपस्तंभाप्रमाणे मार्गदर्शक ठरणार होती.

या विषादयोगाच्या उल्लेखावरून मला एक संदर्भात्मक घटना आठवली. स्वामी दारुक आणि उद्धवदेवांसह कुणाला न सांगता वंदनीय घोरअंगिरसांकडे निघून गेले होते. युधिष्ठिरांनी द्यूतात सर्वस्व गमावणे, पांचालीचा भरसभेत वस्त्रहरणाचा प्रसंग घडणे या साऱ्या घटनांनी त्यांच्या अंत:करणात विषाद निर्माण झाला होता. त्यावेळी मी जेव्हा गुरुवर्य सांदीपनीकडे गेले होते तेव्हा त्यांनी मला जो उपदेश केला होता, त्या वेळी ते वदले होते, 'रुक्मिणी, तू चिंता करू नकोस. जे घडले आहे ते मानवजातीच्या कल्याणासाठीच घडले आहे.' तेव्हा माझ्या मनात प्रश्नचिन्ह निर्माण झाले होते. मी त्यांना पृच्छा केली होती, 'गुरुवर्य, आपल्या बोलण्याचा अर्थ काय? माझ्या ध्यानात येत नाहीय. कृपा करून समजावून सांगा.' ते म्हणाले होते, 'भविष्यात माझ्या वाणीची सत्यता तुला पटेल. मुली, थोडा धीर धर. श्रीकृष्ण सध्या महनीय घोरअंगिरसांकडे ज्या तत्त्वज्ञानाची संथा घेत आहेत, ते विश्वाच्या अंतापर्यंत मानवजातीच्या उपयोगी पडणार आहे. मानवी मूल्यांचे अस्तित्व राखण्यासाठी ती तत्त्वे मार्गदर्शक, दीपशिखाच ठरणार आहे. मानवतेच्या ज्योतीने ज्योत पेटणार आहे. या पृथ्वीतलावर पावित्र्याचे, मांगल्याचे, सात्त्विकतेचे अस्तित्व उरणार आहे. त्यामुळेच मानवी जीवन प्रवाही राहणार आहे. तुझ्या पतीचा जन्मच मुळी 'धर्मसंस्थापनार्थाय' झाला आहे. असा अवतारी पुरुष अनेक युगांनंतर जन्म घेत असतो, तो केवळ मानवजातीच्या उद्धारासाठीच. ते कार्य आता परिपूर्ण होत आले आहे. आता तू आणि युवराज बलरामांनी त्यांना द्वारकेत परत आणण्याचा समय येऊन ठेपला आहे. मी तुला शब्द देतो, की माझा परमशिष्य श्रीकृष्ण, उद्धवासहित द्वारकेत त्वरितच आपल्या पुढील कर्तव्यकर्मासाठी पाऊल ठेवणार आहेत. त्याचा आणि द्वारकेचा विरहकाल संपला आहे. तू निश्चिंत रहा.'

भविष्यात तसेच घडले. आज मला त्यांचा शब्दन्‌शब्द आठवतो आहे. माझ्या मनातील विचारचक्राने वेग घेतला आहे. माझ्या मनात प्रश्नामागून प्रश्न निर्माण होत आहेत. स्वामी जर प्रत्यक्ष नारायण आहेत, तर मी कोण? नारायणी? म्हणजे नेमके माझे रूप कोणते? मी नारायणी तर स्वामींच्या अन्य पत्नी, माझ्या धाकट्या

भगिनी, त्या कोण? जाऊ दे, मागचा-पुढचा विचार कशाला? माझे आणि स्वामींचे जन्मजन्मांतरीचे नाते आहे हे निश्चित. हे थोर तत्त्वज्ञान आपल्याला प्रत्यक्ष स्वामींच्या मुखातून श्रवण करायला मिळेल का? कधी एकदा स्वामींचे दर्शन घडेल? हे युद्ध कधी संपेल?

अस्वस्थ होऊन मी नेत्र मिटून घेतले, तोच मला माझ्या स्कंधावर त्यांचा करस्पर्श जाणवला. त्यांचा आवाज, त्यांचे शब्द कानावर पडू लागले, 'रुक्मिणी, तनाने जरी मी दूर असलो तरी मनाने मी द्वारकेतच आहे. नव्हे; तुझ्या रूपातच आहे. तुझा आणि माझा श्वास वेगळा का आहे? रुक्मिणी, अस्वस्थ होऊ नकोस. युद्ध संपवून, पांडवांना विजय प्राप्त करून देऊन योग्य समयी, योग्य मुहूर्तावर मी माझ्या प्रिय भूमीवर, प्रियजनांमध्ये येणारच आहे. निश्चिंत रहा. साऱ्यांना आधार दे. अनभिषिक्त हृदयसम्राटांची अनभिषिक्त महाराणी आहेस तू.'

मी भानावर आले. मन शांत झाले होते. अन्य द्वारकावासीयांप्रमाणेच आपली नित्यकर्मे करण्यासाठी माझ्या नित्य कर्माकडे वळले.

युद्धवार्ता द्वारकावासीयांना त्वरित कळण्यासाठी विशिष्ट तंत्ररचना करण्यात आली होती. याच प्रकारची व्यवस्था हस्तिनापूर आणि अन्य साम्राज्यांच्या सम्राटांनीही करून घेतली होती. त्याद्वारेच संजय, धृतराष्ट्रमहाराजांना प्रत्येक दिनी निवेदन करून प्रत्यक्षपणे युद्धवृत्त निवेदनाद्वारे वर्णन करत होता. त्यामुळेच प्रारंभीच्या वृत्तनिवेदनानंतर आम्हालाही युद्धवार्तांची प्रतीक्षा करावी लागली नाही. दैनंदिन वृत्त कानावर पडत होते. त्याकरता, प्रजाजनांच्या सोयीसाठी भव्य प्रांगणावर व्यवस्था करण्यात आली होती. भविष्यात या महायुद्धाचा सखोल परिणाम स्वामींच्या, पर्यायाने आमच्या जीवनावर झाला. त्या सर्व जीवनप्रवाहाचे वर्णन मी पुढे करणारच आहे.

आता या समयी मात्र युद्धभूमीवर घडलेल्या, माझ्या स्मृतिपटलावर कोरल्या गेलेल्या, काही प्रसंगांचे, घटनांचे वर्णन मी करणार आहे. मला जमेल तसे. माझ्या शब्दांत. काही घटना हृदयद्रावक आहेत; तर काही घटना चैतन्यदायी. एक गोष्ट मात्र सत्य, स्वामी पांडव पक्षाकडून होते म्हणूनच ते पांडव जिंकू शकले. पांडव महापराक्रमी होते हे निर्विवाद सत्यच आहे; पण हे युद्ध जिंकण्यासाठी, निकराच्या प्रसंगी स्वामींनी आपले बुद्धिचातुर्य पणाला लावले. शक्तीबरोबर युक्तीही पणाला लावली. माझ्या या विधानाचा प्रत्यय काही प्रसंगांची साद्यंत हकिगत श्रवण केल्यावर तुम्हाला येईलच.

मला एक गोष्ट अभिमानाने सांगावीशी वाटते, ती म्हणजे आमच्या लाडक्या अभिमन्यूची. युद्धाच्या प्रारंभापासूनच तो मन थक्क करणारा पराक्रम गाजवत होता. प्रत्यक्ष पितामहांनी त्याची प्रशंसा केली होती. दोन्ही सेनापतींकडून प्रतिदिनी

सैन्याच्या वेगवेगळ्या व्यूहरचना केल्या जात होत्या. व्यूह रचले जात होते. नुसती नावे ऐकूनसुद्धा आपण चक्रावून जातो. काही व्यूहांच्या नावांचा उल्लेख मी उदाहरणादाखल करते. बाणव्यूह, क्रौंच व्यूह, अर्धचंद्राकृती व्यूह, वज्रव्यूह, वृषभव्यूह, झुंजसिद्ध गजराज व्यूह, श्येनपक्षीआकारव्यूह, सवतोभद्रव्यूह इत्यादी.

प्रतिदिनी आगळीवेगळी कूट व्यूहरचना. प्रतिदिनी प्रचंड रणसंग्राम. रक्ताचे पाट वाहत होते. धारातीर्थी पडलेल्या वीरांच्या कलेवरांचे ढीग साचत होते. त्यांना प्रत्येक दिनी विधिपूर्वक अग्नी दिला जात होता. पाचव्या दिनापर्यंत अठरापैकी सहा अक्षौहिणी सैन्य धारातीर्थी पडले होते. शंभर कौरव बंधूंपैकी चाळीसच्यावर कौरवबंधू धारातीर्थी पडले होते. पांडव बंधूंपैकी मात्र कुणाच्याच जिवाला धक्का लागला नव्हता. नेमक्या याच गोष्टीमुळे दुर्योधनाचा संताप होत होता. पितामह आपले युद्धकौशल्य पणाला लावून आपले सेनापतीपद सार्थकी लावत होते; पण त्याचा जीव शांत होत नव्हता. 'एक तर पांडवबंधूंचा वध करा नाही तर सेनापतीपद सोडा. म्हणजे मी अंगराज कर्णाला ते पद अर्पण करेन.' असे त्याने सांगितले कारण पितामह भीष्मांच्या रणांगणातील उपस्थितीपर्यंत मी युद्धभूमीवर पाऊल ठेवणार नाही, अशी अंगराजाने प्रतिज्ञा केली होती. पितामहांच्या अंत:करणात पांडवांविषयी सहानुभूती, प्रेम, आपलेपणा आहे म्हणूनच ते पांडवांचा वध करण्याचे हेतुपुरस्सर टाळत आहेत, असा दुर्योधनाचा आरोप होता.

सहाव्या दिवशी एक अत्यंत हृदयविदारक घटना घडली. यादवांचे सेनापती सात्यकीचे दश-पुत्र धारातीर्थी पडले. नरेश भूरीश्रव्याने त्यांचा वध केला. पित्याप्रमाणेच अतुल पराक्रम गाजवून त्यांनी आपल्या प्राणांची आहुती या रणयज्ञाला दिली. ही वार्ता जेव्हा द्वारकेत पोहोचली, तेव्हा अवघी द्वारका शोकसागरात बुडाली. काय झाले असेल त्या पितृहृदयाचे, आपल्या दशपुत्रांच्या निष्प्राण देहांना अग्नी देताना? कल्पनाही करवत नव्हती. त्या मातेचे सांत्वन, महाराणी आणि मानवता, दोन्ही नात्याने करणे मला क्रमप्राप्तच होते. ते अवघड कार्य मी धैर्याने पार पाडले.

युद्धाचा आठवा आणि नववा दिन कौरव सेनापती पितामह भीष्मांच्या अतुलनीय पराक्रमाने गाजला. तिथे असलेल्या प्रत्येकाच्या हृदयाचा थरार उठविणारा गगनभेदी पराक्रम त्यांनी केला. नवव्या दिवशी सवतोभद्र व्यूहरचना करून, त्या शूर सेनेच्या अंगातही वीरश्री निर्माण करून जणू त्या दिवशी पांडवांच्या सेनासंहाराचे व्रत घेऊन एका दिवसात पांडवांच्या एक अक्षौहिणी सैन्याला वीरगती प्राप्त करून दिली.

पितामहांचा तो अचाट पराक्रम पाहून पांडवसेना चिंताक्रांत झाली. या वेगाने जर सेनेचा संहार झाला तर पाच-सहा दिवसांत पांडवाचे संपूर्ण सैन्य आपले देह धारातीर्थी ठेवून युद्धच संपेल. सेनापती धृष्टद्युम्नासहित पांडवपक्षाचे सारे दिग्गज चिंताक्रांत झाले.

तिकडे कौरव पक्षात मात्र वेगळेच चित्र दिसत होते. पितामहांच्या या गगनभेदी पराक्रमाने ती युवराज दुर्योधनाचे समाधान होत नव्हते. युद्धाचा नववा दिवस समाप्त झाला तरी पांडवबंधूंपैकी एकाच्याही जीविताला धक्का लागला नव्हता. ही कृती पांडवांवरील प्रेमामुळे पितामह हेतुपूर्वक करत होते, असा आरोप, पितामहांवर दुर्योधन करत होता. हीच वृत्ती धारण करायची असेल, तर त्यांनी शस्त्र खाली ठेवून आपल्या पदावरून पायउतार व्हावे, म्हणजे तो अंगराज कर्णाला सेनापतीपदाचा मान दईल. अशा अर्थाची अनेक विधाने करून त्यांच्यावर आग पाखडत होता.

स्वाभिमानाला धक्का पोहोचलेल्या भीष्मांनी चिडून जाऊन प्रतिज्ञा केली – 'उद्या मी ही पृथ्वी निष्पांडवी करेन किंवा माझा देह रणभूमीला अर्पण करेन.'

ही वार्ता ऐकून पांडव पक्षातील प्रत्येक व्यक्ती मनातून हादरली, भयाने कंपित झाली, कारण पितामह भीष्मांची भीष्मप्रतिज्ञाच ती. तेथे 'असत्य' या शब्दाला शिरकावच नव्हता आणि त्यांचा पराक्रम? त्याविषयी कुणाच्याच मनात संदेह नव्हता. युद्धाचा दहावा दिवस 'न भूतो न भविष्यती' अशा रणकंदनाचा होणार होता. खरेच पृथ्वी निष्पांडवी झाली तर युद्धाची समाप्तीही निश्चित होती.

आता शक्तीपेक्षा युक्तीच श्रेष्ठ ठरणार होती. काय करावे ते कुणालाच सुचत नव्हते. मनातल्या मनात सर्वांनाच कळून चुकले, 'या संकटातून मार्ग फक्त श्रीकृष्ण देवच काढू शकतील.' त्यांचे बुद्धिचातुर्य हा एकच उपाय समोर दिसत होता.

श्रीकृष्णांनी शांतपणे सेनापती सात्यकींना आपली योजना समजावून सांगितली. महाराणी द्रौपदीला मध्यरात्री डोईवर पदर घेऊन आपली चर्या दिसू न देता तिला पितामहांकडे जाऊन त्यांना वंदन करण्यास सांगितले. श्रीकृष्णावर नितांत श्रद्धा आणि प्रेम असणाऱ्या कृष्णेने, ते तत्काळ मान्य केले.

पितामहांच्या शिबिरात स्वामींना हवे होते तसेच घडले. पितामहांना द्रौपदीने नतमस्तक होऊन वंदन करताच, त्यांनी 'अखंड सौभाग्यवती भव' असा आशीर्वाद दिला. द्रौपदीने स्वत:चा परिचय देऊन त्यांना प्रश्न केला, "पितामह आपली कोणती वाणी सत्य ठरणार? युद्धभूमीवरली पृथ्वी निष्पांडवी करण्याची की आता देत आहात तो आशीर्वाद?"

पितामह हसून म्हणाले "द्रौपदी, तू कुणाच्या सांगण्यावरून इथे आलीस ते मी जाणतो. त्या वासुदेवाला सांग, उद्या, अर्जुनाच्या रथावर पांचालपुत्र शिखंडीला, पार्थाचे कवच म्हणून त्याच्यासमोर उभे कर. तो देहाने पुरुष आणि मनाने स्त्री आहे. स्त्रीवर मी शस्त्र चालवणार नाही. माझा आशीर्वाद आणि माझी प्रतिज्ञा दोन्ही सत्यच ठरणार आहे."

महाराणी द्रौपदी आनंदाने परत आली. पितामहांच्या शिबिरात घडलेला तो

वृत्तान्त ऐकून मध्यरात्रीनंतर पांडव पक्षातील दिग्गजांच्या मनावरील चिंतेचा भार उतरला. प्रत्येकाने भगवान श्रीकृष्णांना मनातल्या मनात कोटी कोटी प्रणाम केले.

दहाव्या दिनी झालेल्या घनघोर रणसंग्रामात शिखंडीच्या कवचामुळे, स्वामींच्या सारथ्य कौशल्यामुळे, पार्थाच्या धनुर्विद्येतील अतुलनीय पराक्रमामुळे अचाट पराक्रम गाजवूनही दहाव्या दिनाअंती, पितामह रथावरून खाली कोसळले. त्या तपस्वी ज्येष्ठ कुरुंच्या वंशजाचा देह शरतृणांवर पडला. युद्धाचा समय संपला होता. पितामह इच्छामरणी होते. कालप्रवाहाचा तो दक्षिणायनाचा काल होता. निर्वाणासाठी उत्तरायणाचा काल शुभ असतो. ते त्या मुहूर्तापर्यंत शरपंजरीच प्राण रोखून धरणार होते. त्यांच्या इच्छेप्रमाणे सर्व व्यवस्था केली गेली. हा वृत्तान्त ऐकून माझ्या मनात फक्त हेच शब्द निनादत होते, 'धन्य ते कौरव कुळ, धन्य ते पितामह. माझे त्यांना शतशः प्रणाम.' त्यांना सद्‌गती प्राप्त करून देणाऱ्या माझ्या स्वामींविषयीही, अभिमान, प्रेम, या भावनांचा संमिश्र पूर माझ्या अंतःकरणात उसळला.

पितामह भीष्मांनी आपला देह शरपंजरी ठेवला हे जरी सत्य असले, तरी पांडवपक्षाची चिंता समाप्त झाली नव्हती. ती शतपटीने वाढली होती. कारण आता द्रोणाचार्य सेनापती होणार होते. द्रोणाचार्य हे युद्धशास्त्रातील कलांचे, व्यूहरचनेचे मेरुमणी होते. सध्या युद्धभूमीवर लढत असलेल्या रथी-महारथींमध्ये त्यांचेच असंख्य शिष्य होते. या महायोद्ध्याच्या मेरुमण्याच्या अतुलनीय पराक्रमाशी लढा देणे, म्हणजे महासागरातील वादळाला सामोरे जाण्यासारखेच होते.

दुसरे तेवढ्याच ताकदीचे प्रचंड आव्हान पुढे सामोरे आले होते. ते म्हणजे, यापुढे अंगराज कर्ण रणांगणात उतरणार होते. अर्जुनाच्या पराक्रमाला तोडीस तोड लढा देण्याचे, प्रसंगी वरचढ ठरण्याचे सामर्थ्य, त्यांच्या अंगी निर्विवाद होते. पांडवांपुढे संकटांचे जणू महाकाय पर्वतच उभे होते.

या दोन्ही योद्ध्यांशी सरळ संघर्ष करणे म्हणजे संहाराच्या खाईत स्वतःहून उडी मारण्यासारखे होते. तात्पर्य, पुन्हा केवळ शक्तीचा नाही तर युक्तीचा उपयोग करावा लागणार होता. त्या वेळी पुन्हा स्वामींच्या बुद्धिचातुर्याचा, निर्णयक्षमतेचा कस लागणार होता. हे कार्य स्वामींच्या दृष्टीने अवघड नव्हते. ते असली कार्ये लीलया पार पाडत.

अंगराजाला सामोरे जाण्यासाठी स्वामी एक वेगळाच डाव खेळले. अंगराज कर्ण हे महाराणी कुंतीचे, मंत्राच्या सामर्थ्याने झालेले सूर्यदेवाचे पुत्र होते. लोकापवादाच्या भीतीने त्यांनी त्यांना, नदीच्या पात्रात बालपणी सोडून दिले. त्यांचा सूतकुळातील अधिरथाच्या घरी प्रतिपाळ केला गेला. सूतपुत्र म्हणून त्यांना, त्यांच्या जीवनात असंख्य समयी अपमान सहन करावा लागला. त्यांच्या अतुलनीय पराक्रमाचे सामर्थ्य लक्षात घेऊन दुर्योधनाने त्यांना अंग प्रदेशाच्या भूभागाचे राज्य देऊन

विधिवत, अंगराज म्हणून राज्याभिषेक केला होता. त्यांनीही आपली निष्ठा दुर्योधनाप्रती अर्पण केली होती.

गुरुवर्य द्रोणाचार्यांच्या अधिपत्याखाली अंगराजाने, त्याच्या आगमनाच्या युद्ध प्रारंभ झाल्यापासून प्रथम दिनीच अतुलनीय पराक्रम गाजवला. जणू काही एवढे दिवस स्वस्थ बसून राहावे लागले, त्याचा तो सूड उगवत होता. आता स्वामींच्या बुद्धिचातुर्य दर्शनाचा कसोटीचा समय आला होता.

स्वामींनी त्याच मध्यरात्री, एकान्तात कुंतीदेवी आणि कर्णाची भेट घडवून आणली. त्याला आपल्या मातेकडून आपल्या जन्माचे रहस्य सांगितले गेले. केवढा विचित्र प्रसंग होता तो! एक माता, आपल्याच एका पुत्राजवळ आपल्या अन्य पुत्रांच्या प्राणाचे दान मागत होती. अंगराज कर्णाची 'दानवीर' म्हणून त्रिखंडात कीर्ती दुमदुमत होती. सामोऱ्या आलेल्या याचकाला तो कधीही विन्मुख पाठवत नसे. या क्षणी तर प्रत्यक्ष माताच त्याच्यासमोर उभी होती.

तो क्षणभर हेलावला. नेत्र मिटून स्तब्ध उभा राहिला. पण त्याच वेळी त्याच्या मुद्रेवर, विषाद, करुणा, कठोरपणा यांच्या मिश्रणाचे भाव उमटले. 'सूतपुत्र' म्हणून असंख्य वेळा झालेल्या अपमानाची स्मृती त्याला झाली असावी. अन्य पुत्रांच्या जीवदानाच्या स्वार्थी हेतूनेच माता आज आपल्याकडे आली. नाहीतर आजही आली नसती असा विचारही मनात आला असावा. तो विचार असत्य होता का? नाही. पण या सर्व परिस्थितीला कारणीभूत कोण होते? तर नियती होती. त्या काळातील परिस्थिती होती. आपल्या पुत्राला भेटावेसे कोणत्या मातेला वाटणार नाही? कोणत्या मातेच्या हृदयात वात्सल्याच्या ऊर्मी उठणार नाहीत? तिचा जीव त्याच्या भेटीसाठी तडफडणार नाही? पण एका स्त्रीला नेहमीच, स्वतःच्या, कुळाच्या प्रतिष्ठेला जपावे लागते. त्या प्रतिष्ठेसाठी प्रसंगी स्वतःच्या प्राणाचीही आहुती द्यावी लागते.

या प्रतिष्ठेपायीच या राजमातेला आपल्या प्रिय पुत्राला जन्मताक्षणीच नदीच्या पात्रात, एका टोपलीत घालून, हृदयावर पाषाण ठेवून सोडून द्यावे लागले होते. त्याचा त्याग करावा लागला होता. 'अंगराज' म्हणजेच आपला ज्येष्ठ पुत्र आहे, हे ध्यानात येऊनसुद्धा आपले मुख न उघडता, कुठेही वाच्यता न करता स्वस्थ बसावे लागले होते. किती अवघड होते ते!

राजमाता कुंतीदेवींचे पूर्ण जीवन म्हणजे एक संघर्षाचा काट्याकुट्यांनी भरलेला प्रवास आहे. बालपणी जन्मदात्या माता-पित्याचा सहवास सोडून नरेश कुंतीभोजांकडे राहावे लागणे, दुर्वासांकडून अतर्क्य मंत्रसिद्धीचा अजाण वयात लाभ होणे, त्या वयाच्या उतावळेपणाची शिक्षा म्हणून अंगराज कर्णाचा जन्म होणे, लोकनिंदेच्या भयामुळे, कुळप्रतिष्ठेच्या बंधनामुळे करावा लागलेला त्याचा त्याग, कौरवश्रेष्ठ

महाराज पंडूंना झालेला दुर्धर रोग, त्यासाठी वनात निवास. मंत्रसिद्धीमुळे स्वत:ला आणि माद्रीला मिळून झालेले अद्वितीय पराक्रमी, तेजस्वी पाच पुत्र, महाराज पंडूंचे निधन, राणी माद्रीचे सती म्हणून त्यांच्याबरोबर सहगमन, त्यानंतर एकटीने, पाचही पुत्रांचे केलेले पालनपोषण, शिक्षण, उत्तम संस्कार. ती कर्तव्यदक्ष स्त्री तिच्या कर्तृत्वात कुठेही तसूभरसुद्धा उणी पडली नव्हती.

शूर-वीर, सुसंस्कृत, पहाडासारखे समर्थ पाच पुत्र जिच्या उदरी जन्माला आले, त्या भाग्यवान मातेच्या समोर सर्व मानसिक, ऐहिक सुखांनी, शांती, समाधानाने कर जोडून पुढे उभे राहायला हवे होते; पण तिच्या जीवनात या गोष्टींना जणू थाराच नव्हता. पंडुपुत्रांचा हस्तिनापूरच्या सिंहासनावरील हक्क धृतराष्ट्रकाका, ज्यांना ते राज्य केवळ, श्रीरामबंधू भरतासारखे सांभाळायला दिले होते ते आपल्या पुत्रांना पुढे करून संपूर्णपणे नाकारतील असे कुणालाच स्वप्नातसुद्धा वाटले नव्हते. खांडववनात तर त्यांचा कपटाने, क्रूर पद्धतीने अग्निकांडात बळी देण्याचाही प्रयत्न झाला होता. पुढे श्रीकृष्णाच्या साहाय्याने त्याच खांडववनाचे इंद्रप्रस्थासारख्या स्वर्गभूमीत रूपांतर झाल्यावर, युवराज युधिष्ठिरांना राज्याभिषेक झाल्यावर अल्पावधीच काय तो सुखाचा गेला असेल. तोच, दुर्योधन आणि कपटी शकुनीमामाच्या द्यूत-जालात अडकून, सर्वस्व गमावून, प्रिय पुत्रांना, लाडक्या स्नुषेसह एक तप वनवास आणि एक वर्षाच्या अज्ञातवासाच्या संकटाला सामोरे जावे लागले होते. प्रदीर्घ काळ सर्वांचा विरह सहन करावा लागला होता. स्वत:ला विदुराघरी निवास करावा लागला होता. तो विरहकाळ समाप्त झाल्यावरही या राजमातेच्या जिवाला निवांतपणा नव्हता.

संकटांनी राजमातेची पाठ सोडली नव्हती. पांडवांचा राजहक्क पुन्हा अमान्य करण्यात आला होता आणि आता तर हे महायुद्धच पुढे उभे राहिले होते. मागल्या पुढल्या पिढीतल्या सासरच्या, माहेरच्या किती आप्तांची आहुती त्यात पडणार होती हे फक्त नियतीच जाणत होती.

त्यांच्या जीवनातला आणि आजचा हा अवघड प्रसंग, प्रेम आणि प्रतिष्ठेच्या अवघड पेचाचा उच्चांक गाठणारा होता. आपल्याच ज्येष्ठ अंकुराला त्याच्या बंधूंचे जीवदान मागण्याचा.

बालपणापासूनच, नियतीला सामोरे जाणे हाच कुंती आत्याबाईंचा धर्म. श्रीकृष्णाचे खरे स्वरूप या विश्वात ज्या मोजक्या व्यक्तींनी जाणले होते, त्यांपैकी एक या राजमाता कुंतीदेवी आत्याबाई होत्या. माझे स्वामी-श्रीकृष्ण-त्यांचा लाडका भाचा तर होतेच, पण त्यांचे असामान्य दैवी गुणही त्यांनी जाणले होते. त्यामुळेच त्या स्वामींना, आपल्या पुत्रांचा आधार, मार्गदर्शक, दीपस्तंभ मानत होत्या. त्या स्वामींच्या शब्दाबाहेर नव्हत्या आणि त्यांचे पुत्र त्यांच्या शब्दाबाहेर नव्हते.

त्यामुळेच आज त्यांनी अंगराज कर्णाकडे जाऊन, त्यांच्या जन्माचे रहस्य सांगून, त्यांचे मन बंधूंकडे वळविण्याच्या कर्तव्यकर्माला, मनात अवघड वाटत असूनही, विरोध केला नाही. श्रीकृष्णांचे वचन प्रमाण मानून त्या त्याच्याकडे आल्या होत्या.

अंगराज कर्णही तेजस्वी सूर्यपुत्र होता, दानवीरही होता. दान मागणाऱ्या याचकाला त्याने कधीही रिक्त हस्ते परत पाठविले नव्हते. आज, त्याला प्रत्यक्षपणे प्रथमच भेटणारी त्याची जन्मदात्री एका अर्थाने त्याची याचिकाच होती. नियतीने अशी परिस्थिती निर्माण केली नसती तर याच नात्याने ती त्याला आज्ञा करू शकली असती; पण प्राप्त परिस्थितीत त्याला आज्ञा करण्याचे सामर्थ्य तिच्यात नव्हते. ती फक्त विनंतीच करू शकत होती.

तिचे बोलणे ऐकून अंगराजांनी, त्यांच्या त्रिखंडातीला कीर्तीला साजेसे वचन तिला दिले. त्यांनी तिला सांगितले, 'हे माते तुझे पाच पुत्र जिवंत राहतील. सहा पुत्रांपैकी एकाचा वियोग तुला सहन करावाच लागेल. एकतर मी किंवा तुझा प्रिय पुत्र धनुर्धर अर्जुन. युवराज दुर्योधनाचा पक्ष, न्यायाचा, सत्याचा असो किंवा नसो, त्यांनी मला या भूमीवर प्रेम, न्याय, सन्मान, प्रतिष्ठा, अंग साम्राज्याचे राजपद मिळवून दिले. त्या पक्षाशीच माझी राजनिष्ठा आहे. माझ्या जिवात जीव आहे, तोपर्यंत ती अशीच अढळ राहील.'

राजमाता, समाधान आणि शल्य यांची मिश्र भावना उराशी बाळगून आपल्या शिबिरात परतली. मनातली श्रीकृष्णांची माया मात्र शतपटीने वाढली. एका अर्थी तिच्या पुत्रांना प्राणांचे अभयदानच मिळाले होते.

सेनापतिपद ग्रहण केल्यावर, गुरुवर्य द्रोणाचार्यांनीही अकराव्या दिनी पराक्रमाचा कळस गाठला, तरीही युवराज दुर्योधन संतुष्ट नव्हते. कारण त्यांच्या मनात एकच गोष्ट प्रकर्षाने जाचत होती. माझे बारा अक्षौहिणी सैन्य, पन्नास बंधू आतापर्यंत धारातीर्थी पडले; पण एकाही पांडवाचा बळी या युद्धभूमीला मिळाला नाही. अखेरीस सेनापती द्रोणाचार्यांनी, सम्राट युधिष्ठिरांना बाराव्या दिनी जिवंत पकडून देण्याची प्रतिज्ञा केली; पण अर्जुनाच्या अतुलनीय पराक्रमापुढे त्यांची प्रतिज्ञा या दिवशी पूर्ण झाली नाही. त्यांनी पुन्हा त्या दिवशी अशी प्रतिज्ञा केली की, 'उद्या चक्रव्यूह रचना करून सर्वच पांडवांना त्या चक्रव्यूहाच्या जाळ्यात अडकवून त्यांचा नि:पात करीन.'

आणि युद्धाचा तो तेरावा काळाकुट्ट दिवस उजाडला. आमचा द्वारकावासीयांचा लाडका अभिमन्यू अपूर्व पराक्रम गाजवून धारातीर्थी पडला; पण त्याचा वध मात्र कपटाने, अपमानकारकरीत्या, युद्धाचे नीतिनियम मोडून केला गेला. अजोड पराक्रम करत, चक्रव्यूहाची मंडले भेदीत पार अंतरमंडलात पोहोचला. तिथेच त्याचा

मूर्च्छितावस्थेत दुर्योधनपुत्र लक्ष्मणाने वध केला. त्यापेक्षाही लाजिरवाणे कृत्य केले ते जयद्रथाने. त्याने त्याच्यावर लत्ताप्रहार केला. तेव्हा त्याच्या संतप्त पित्याने प्रतिज्ञा केली, 'उद्या सूर्यास्त होण्याच्या आत जयद्रथाचा वध करेन, तो मी करू शकलो नाही तर अग्निप्रवेश करीन.'

धनुर्धर पार्थाची ही प्रतिज्ञा पांडवपक्षातील प्रत्येक व्यक्तीला चिंतेच्या खाईत लोटणारी होती. या वार्तेने पांडवपक्षात दु:खाची; तर कौरवपक्षात आनंदाची लाट उसळली. उद्या जयद्रथाला समरांगणात आणलेच नाही, अज्ञात स्थळी दडवून ठेवले की त्यांचे अनेक हेतू साध्य होणार होते. पार्थासारखा महारथी स्वत:हून अग्नीला आपली आहुती देणार होता. पार्थ म्हणजे पांडवपक्षातील महारथींचा मेरुमणी होता. तोच निखळून पडल्यावर पांडवांच्या धैर्याचे आपोआप खच्चीकरण होणार होते. तिकडे आनंदाने; तर इकडे चिंतेने प्रत्येक जण क्षतिग्रस्त झाला होता.

फक्त अविचल होते माझे स्वामी भगवान श्रीकृष्ण. कृतिशीलता हा त्यांचा अंगभूत गुणधर्म होता. त्यांची बुद्धी संकटसमयी सतत त्यांच्या साहाय्याला धावून येई. त्यांनी खगोलतज्ज्ञाला बोलावून काही गोष्टी विचारून मनातल्या मनात एक योजना आखली. नंतर शांतपणे निद्रेच्या अधीन झाले.

तो महाभयंकर दिवस उगवला. सूडाग्नीने पेटलेला पार्थ, कौरवसेनेचा आपल्या पराक्रमाच्या तेजाने पाडाव करत जयद्रथाचा वेध घेत होता. युद्धभूमीवर प्रचंड धुमश्चक्री सुरू होती. सूर्य ढगाआड गेला; पण जयद्रथ गवसला नाही. चंदनाच्या चितेवर पार्थ चढला. प्रत्येक व्यक्ती श्वास रोखून बघत होती. गंमत बघायला जयद्रथही कौरव रथी-महारथींसमवेत आला. तोच काय आश्चर्य! सूर्य ढगाआडून आकाश पटलावर आला. स्वामी ओरडले, 'धनंजया, हा सूर्य-हा जयद्रथ, वेध घे.' डोळ्याचे पाते लवते न लवते तोच, गांडीवातून निघणाऱ्या शरवर्षावाने जयद्रथ रणभूमीवर कोसळला. पांडवांच्या पक्षात आनंद कल्लोळ उठला.

हा सारा वृत्तान्त ऐकला. मी जागच्या जागीच थिजून गेले. डोळ्यांसमोर फक्त तीनच व्यक्ती दिसत होत्या. माझा, आमचा अभी, आमची सुभद्रा आणि उत्तरा.

बालपणापासूनच्या अभिमन्यूच्या कितीतरी स्मृती उचंबळून वर आल्या. सतत 'मामी, मामी' करत माझ्या मागे मागे करणारा अभि. मी त्याला माझा अकरावा पुत्रच मानला होता. धनुर्धरांचे तेज आणि सुभद्रेची सात्त्विकता दोहोंचा अपूर्व संगम त्याच्याठायी होता. किशोरवयातही त्याच्या अंगातले तेज, निर्भयता वेळोवेळी प्रकट होत होती. युवावस्थेत प्रवेश केल्यावर तर त्याच्या तेज:पुंज व्यक्तिमत्त्वावर दृष्टी ठरत नव्हती. पांडवांचा वनवास, अज्ञातवास संपल्यावर, इंद्रप्रस्थाची आस त्याला लागली होती ती केवळ सत्तेसाठी नव्हे; तर त्यांच्या कुटुंबाला आता एकत्र राहता येणार होते म्हणून. सर्वांचा सहवास मिळणार होता. त्याला महाराणी

द्रौपदीविषयी नितांत आदर होता. तिचाही तो फार लाडका होता. स्वामी आणि अभि यांच्यात तर प्रेमाचे दृढ नाते होते. सौंदर्यवती, सात्त्विक, शालीन उत्तरेच्या सहवासातही तो फार आनंदात होता. सुभद्रेने तर त्याला नेत्रांत तेल घालून जपले होते.

त्याच्या क्रूर रीतीने केलेल्या वधाची वार्ता ऐकून द्वारकावासीयांच्या हृदयाचे पाणी पाणी झाले. त्या दिवशी द्वारकेतील एकाही जाणत्या व्यक्तीच्या मुखात अन्नाचा घास गेला नाही. आमचे पुत्रही त्याच्या स्मृतींच्या कोषात शिरले होते. नेत्रांतून अश्रुधारा वाहत होत्या.

माझ्या मनात आले, 'असे अगणित कोवळे अभिमन्यू या महायुद्धरूपी महायज्ञात बळी गेले असतील. मग ते पांडवपक्षाचे असोत की कौरवपक्षाचे. आमच्या सेनापती सात्यकींचेच दहा पुत्र नव्हते का धारातीर्थी पडले? खरेच या युद्धाची परिणती किती कुळांचा वंशच्छेद करणार आहे कुणास ठाऊक? विजय तर पांडवांचाच आहे, हे निश्चित. कारण स्वामी त्यांच्या पक्षाचे आहेत. तो सत्याचा पक्ष आहे. अंतिम विजय त्यांचाच आहे. पण... हे विजयाचे निर्भेळ सुख त्यांना मिळणार आहे का? माझ्या अभिमन्यूसारखा त्यांचा एक कुलदीपक तर गेला. आणखी किती भयंकर वार्ता ऐकायला येणार आहेत? स्वामी म्हणतात हे विश्वयुद्ध अटळच होते. पांडव पक्षातील प्रत्येकाने, स्वत: स्वामींनी हे युद्ध टाळायचा कमी का प्रयत्न केला? समोरच्याला स्वत:चा मुद्दा सहज पटवून देणाऱ्या स्वामींची कृष्णशिष्टाई, दुराग्रही कौरवांच्या पचनी पडली नाही. हा कुरुक्षेत्रावरील संग्राम अटळ होता, हेच खरे. या भरतखंडाच्या इतिहासात त्या अटळ युद्धाची नोंद नियतीला करायचीच असेल. हेच ते 'महाभारत' असेल? माझ्या मनात पुन्हा तो शब्द घोळू लागला. 'महाभारत, महाभारत.' अभिच्या दु:खात बुडून गेलेली द्वारका पुन्हा पूर्वपदावर येऊ लागली. तसे येणे तिला क्रमप्राप्तच होते.

महायुद्धाचा एकेक दिन उलटत होता. गुरुवर्य द्रोणाचार्यांची महाराज युधिष्ठिरांना जिवंत पकडण्याची प्रतिज्ञा पूर्ण होत नव्हती. दुर्योधन सारखा डिवचत होता. गुरुवर्यांच्या अघोरी पराक्रमामुळे पांडव चिंताग्रस्त झाले होते. अखेरीस अश्वत्थामा या गजराजाच्या मृत्यूचा लाभ घेतला गेला. त्याच नावाचा द्रोणाचार्यांचा महापराक्रमी पुत्र मारला गेल्याची आवई उठविण्यात आली. ते दु:ख सहन न होऊन ते भानरहित झाले. तीच संधी साधून धृष्टद्युम्नाने त्यांचा शिरच्छेद केला. तो युद्धाचा सोळावा दिवस होता.

कधी संपणार हे युद्ध? या पृथ्वीमातेवरले किती रथी, महारथी, गुरुवर्य बळी पडणार आहेत? दुष्ट, दुर्जनांबरोबर सुजन, पितामहांसारखे मार्गदर्शक तपस्वीही हे विश्व सोडून जात आहेत. स्वामी म्हणतात तेच खरे. जेथे जन्म आहे तेथे विलय आहेच. मग हा देह सत्याकरता, न्यायाकरता कामी आला तर नरदेहाचे सार्थकच

नाही का? हे महायुद्ध म्हणजे धर्मयुद्ध आहे. सत्याचा, अंतिम सत्याचाच विजय होतो हे युगानुयुगे या विश्वाला पटवून देण्याकरताच हे युद्ध लढले जात आहे.

युद्धाच्या सतराव्या दिवशी काय होणार? कुणाचा मृत्यू ? कोणती अघटित घटना? स्वामींच्या बुद्धिचातुर्याचा कस? असंख्य प्रश्न मनात उभे राहत होते.

या दिवशीच्या घटनांचा समग्र वृत्तान्त कानावर पडला, तेव्हा तो ऐकताना प्रत्येकाच्या अंगावर काटे उभे राहत होते. त्या दिनी भीमाने, क्रूर दुःशासनाचा क्रूरपणे केलेला वध. भर राजसभेत द्रौपदीच्या वस्त्राला हात घालणारा दुःशासनच होता. त्याच वेळी भीमाने प्रतिज्ञा केली होती की, 'ज्या कराने दुःशासनाने माझ्या महाराणीच्या वस्त्राला हात घातला तोच कर तोडून टाकून, त्याचा वध करून त्याच रक्तलांच्छित कराने द्रौपदीची मी वेणी घालेन, तोपर्यंत ती मुक्तकेशाच राहील.' द्रौपदीनेही तशीच प्रतिज्ञा केली होती.

आज दोघांच्या प्रतिज्ञेच्या पूर्णत्वाचा सुदिन उगवला होता. दुःशासनाचा, तो नीच कृत्य करणारा कर, जोराचा घाव घालून भीमाने खांद्यातून मुळातूनच तोडला. या क्रियेचा जोश आणि वेग एवढे प्रचंड होते की, तो आकाशात उंच उडून दूरवर जाऊन पडला. भीमाचा तो आवेश, त्याची भयंकर क्रूर मुद्रा बघूनच अनेक योद्ध्यांची भयाने गाळण उडाली. संघर्ष करणे, लढणे सोडून ते भीमाकडेच बघू लागले. दुःशासनाचा प्राण गेला तरी भीम त्याला सोडतच नव्हता.

त्याला कसे आवरावे, ते कुणालाच कळत नव्हते. अखेरीस कुणीतरी स्वामींना तेथे बोलावून आणले. स्वामींनी त्याला शांत करून द्रौपदीची वेणी याच्याच रक्ताने घालायची आहे, ह्याची जाणीव त्याला करून दिली. तो वेगाने कृष्णेच्या शिबिराकडे निघून गेला.

माझ्या मनात आले, काय वाटले असेल त्या क्षणी महाराणी द्रौपदीला? द्रौपदीचे सारे जीवनच अनाकलनीय. जन्म झाला तो यज्ञदेवाच्या, एका अर्थाने अग्निदेवाच्या आशीर्वादातून. याज्ञसेनी हे तिचे एक नाव. तिच्या तनूला येणारा सुगंध हे तिचे आणखी एक वैशिष्ट्य. तिच्या श्यामल, सतेज वर्णाचा मोह तर भल्याभल्यांनाही पडला होता. धनुर्धर पार्थाने स्वयंवरात स्वपराक्रमाने तिला जिंकले; पण नशिबाच्या फेऱ्यात अडकून ती पाच पतींची पत्नी झाली. ही घटना तिच्या मनाविरुद्ध तिला मान्य करावी लागली. स्वतःच्या मनाविरुद्ध, अशी नाती मान्य करावी लागणेच किती अवघड! त्यातही माता, पिता, बंधू, भगिनीचे नाते मान्य करणेही कठीणच असले तरीही दुसऱ्यांच्या इच्छेसाठी ती नाती मानणे सहज साध्य नसले तरी असाध्य नाही; पण मनाविरुद्ध पतीचे नाते! तेही पाच व्यक्तींशी? तिच्या मनाने ते कसे पचवले असेल? पण काळाच्या ओघात तिने ते नुसतेच पचवले नाही, तर ते एवढ्या थोर क्षमतेने पेलले की जनमानसानेही तिचे श्रेष्ठत्व मान्य

केले. तिला, श्रीरामपत्नी सीता, पतिव्रता अहिल्या, तारा, मंदोदरी यांच्या तोडीचा मान दिला.

मला असे वाटते, की तिच्या आयुष्यातील सर्वोच्च भाग्याचा क्षण म्हणजे माझे स्वामी, 'योगेश्वर श्रीकृष्ण' जिवाचा सखा लाभले तो क्षण होता. त्यांच्या रूपाने निरपेक्ष प्रेमाचा जणू सागरच तिच्याकडे आला.

एकीकडे एवढ्या अत्युच्च भाग्याची प्राप्ती होऊनही, दुसरीकडे मात्र तेवढ्याच, संकटमय, कष्टमय आयुष्याची ती धनीण ठरली. श्रीकृष्णांच्या साहाय्याने, अतोनात श्रमाने उभे केलेले इंद्रप्रस्थासारखे, स्वर्गीय वैभव लाभलेले साम्राज्य, केवळ ज्येष्ठ पतीच्या अविचारी आचारामुळे गमवावे लागले. तिच्या स्त्रीत्वाचे हरण करण्याचाही प्रयत्न झाला.

एका अर्थाने प्रत्यक्ष देवांचा राजा असलेल्या इंद्रराजांची ती स्नुषा, स्वर्गीय वैभवाची धनीण, वनवासात कुटीत राहणे नशिबी आले. जिच्या मागे पुढे असंख्य दासी, सेविकांचा ताफा वावरत असे, तिला स्वहस्ते दैनंदिन स्वच्छता, स्वयंपाक अशी कामे करावी लागली. सदैव उंची वस्त्रे, अलंकार विभूषित या सुस्वरूप सुकेशिनीला वनवासीसारखी साधी राहणी आणि मुक्तकेशा म्हणून वावरावे लागले. जणू विवाहानंतर काही सुखाची एक झुळूक फक्त तिच्या वाट्याला आली आणि संकटांच्या वादळ भोवऱ्यात ती पूर्णपणे अडकली.

एवढ्या क्लेशकारक आपत्ती ज्या कौरवबंधूंमुळे तिच्या नशिबी आल्या त्यांच्याविषयी तिच्या मनात सूडाग्नी प्रदीप्त होणे साहजिकच होते, नाही का? म्हणूनच दुःशासनाचा वध केल्यानंतर तिचा मुक्त केशसंभार जेव्हा भीमसेनाकडून प्रतीकात्मक वेणीत गुंफला गेला असेल तेव्हा या सूडाग्नीतील तिच्या मनातले स्फुल्लिंग शांत झाले असेल.

महाराणी द्रौपदीच्या मनातील सूडचक्रात ज्या महत्त्वपूर्ण व्यक्ती गरागरा फिरत होत्या, ज्या व्यक्तींनी तिच्या स्त्रीत्वालाच डिवचले, त्यांच्यापैकी एकेका व्यक्तीचा या संग्रामयज्ञात बळी जात होता. माझ्या मनात आले, भविष्यकाळात तरी या घटनांमधून एक त्रिकालाबाधित सत्य मानवजातीने जाणून घ्यावे, की स्त्रीजातीचा, स्त्रीत्वाचा अपमान, अंती अपमानकर्त्याला स्वतःच्या विनाशाच्या खाईकडे नेणारा, स्वतःच्या करानेच तयार केलेला, महामार्ग असतो.

युद्धाचा हा सतरावा दिन आणखी एका दुर्दैवी युगपुरुषाचा अंत करणारा ठरला. रूप, गुण, तेज अशा अगणित गुणांनी युक्त असलेला हा सूर्यपुत्र, नियतीच्या हातातील बाहुले ठरला. सूर्यपुत्र नव्हे तर सूतपुत्र ठरला. सत्यवादी पांडव पक्षातील युधिष्ठिरांची जागा घेऊ शकणारा, शतगुणी दानवीर, असत्यवादी कौरवपक्षातील शत क्षुद्रगुणी दुर्योधनाचा परमप्रिय मित्र, संरक्षक, त्याच्या दुष्कृत्यांचे

समर्थन करणारा अधर्मवीर ठरला. मी केलेल्या वर्णनावरून या पराक्रमी वीराचे नाव तुम्ही जाणलेच असेल. तो महारथी होता, अंगराज कर्ण. नियतीच्या खेळातील द्यूताचे फासे उलटे पडले नसते, तर हस्तिनापूरचा सम्राट, इंद्रप्रस्थ नरेश म्हणून ज्याच्या नावाची द्वाही त्रिखंडात फिरवली गेली असती, त्याला केवळ दुर्योधनाच्या कृपेने मिळालेल्या प्रदेशाचे अंगराज म्हणून मिरविण्याची वेळ आली नसती. अन्यायी दुर्योधनाच्या ऋणातच आयुष्य व्यतीत करावे लागले नसते.

त्याचे धनुर्विद्येतील श्रेष्ठत्व, कौशल्य धनुर्धर पार्थापेक्षा कणभरही कमी नाही, तर थोडे जास्तच आहे हे जाणूनसुद्धा, कोणत्याही गुरुवर्यांचे प्रेम त्याला लाभले नाही. उलट, अंगी पात्रता असूनही ब्रह्मास्त्र मिळविण्यासाठी भगवान परशुरामांकडे असत्य वाणीचा धनी व्हावे लागले. सद्गुणांचा, पराक्रमाचा हिमालय असणाऱ्या सूर्यपुत्राला प्राप्त परिस्थितीत आपली योग्यता सिद्ध करण्यासाठी अकारण संघर्षाला सामोरे जावे लागले. सूतपुत्र म्हणून वेळोवेळी अवहेलना सहन करावी लागली. अगदी द्रौपदी स्वयंवराच्या समयी उपवर कन्या द्रौपदीकडूनसुद्धा. त्या प्रसंगी कोणाचे वर्तन योग्य आणि कुणाचे अयोग्य? या प्रश्नाचे उत्तर देणे अवघडच आहे.

कोवळ्या अभिमन्यूचा क्रूरपणे वध करणाऱ्यांमध्ये एक व्यक्ती होती, अंगराज कर्ण. अभिमन्यूचा वध झाल्यापासून मुळात आधीच वैराची बीजे रुजलेल्या दोघांमधील, म्हणजे महारथी कर्ण आणि धनुर्धर अर्जुन यांच्यातील विषअंकुराला द्वेषाचे खतपाणी मिळून अल्पावधीत त्याचा महावृक्ष फोफावला होता. राजमाता कुंतीदेवींना दिलेल्या वचनाची पूर्तता करण्यासाठी त्याने, संधी लाभूनही अर्जुनाशिवाय अन्य बंधूंना जीवदान दिले होते. कारण त्याला अर्जुनाचा वध करण्याची तीव्र आस लागली होती. पार्थ आणि कर्ण हे या पृथ्वीतलावर धनुर्विद्येतील तुल्यबळ प्रतिस्पर्धी समजले जात होते, हे एक कारण, दुसरे म्हणजे बालपणापासून गुरुवर्यांनी अर्जुनावर भरभरून प्रेम केले होते. बरोबरीची योग्यता असूनही कर्णाला पार्थासमोर सतत कमी लेखले गेले होते. कारण फक्त एकच – केवळ जन्मकुळ. पार्थ राजपुत्र होता, कुळपुत्र होता आणि कर्ण सूतपुत्र.

आज तोच अंगराज कर्ण कौरवपक्षाचा सेनापती होता. आज युद्धाच्या सतराव्या दिनी कर्णाचा पराभव हे एकच लक्ष्य अर्जुनासमोर होते. नेत्रांत लाडक्या अभिमन्यूच्या वधाच्या सुडाची आग चमकत होती. दुःशासनाचा वध करून भीमसेनाच्या हृदयातील एक जळते स्फुल्लिंग शांत झाले होते. आता तसेच दुसरे धगधगते स्फुल्लिंग पार्थाला कर्णाचा पराभव करून शांत करायचे होते; पण ही गोष्ट अतिशय अवघड होती. कर्णाचा पराक्रम वादातीत होता; पण आता पार्थासमोर दोनच पर्याय होते. एक तर त्याचा वध करणे किंवा स्वतःच्या प्राणांची आहुती देणे. त्याने युधिष्ठिराला तसे वचनही दिले होते. तो मनोमनी हेही जाणून होता, की परमप्रिय श्रीकृष्ण

त्याच्या पाठीमागे भक्कम आधारस्तंभाप्रमाणे उभा आहे. सर्व भार त्याच्यावर सोपवून आपण कृती करायची आहे. फळ मिळणे न मिळणे हे नियतीच्या हातात आहे. 'श्रीकृष्णांची गीता' त्याच्या मनात रुजली होती. मुरत होती.

दुसरीकडे स्वामींनी पार्थाची प्रतिज्ञा पूर्ण व्हावी म्हणून नेहमीप्रमाणे, स्वत:च्या बुद्धिचातुर्याचा उपयोग करून, मनातल्या मनात वेगळीच योजना आखली होती. पार्थाचा नंदीघोष रथ नेमका दलदलीच्या स्थानाच्या काठावर आणून उभा केला. ठरल्याप्रमाणे, नेत्रांत क्रोधाग्नी, प्रत्येक अवयवात पार्थाच्या वधाचा आवेश चढलेला, क्रोधाग्नी पेटलेला कर्ण आपल्या शल्य ह्या सारथ्यासह रथ घेऊन पार्थाला शोधत वेगाने तेथे आला. पार्थाने नुकताच, कर्णपुत्र वृषसेनाचा वध केल्याने कर्णाच्या मनातील सूडाग्नी, वडवानलासारखा भयंकर पेटला होता.

रणांगणात दोघे, पराक्रमांचे नगाधिराज एकमेकांसमोर त्वेषाने धुमसत उभे होते. जणू काही सतत आग ओकणारे जिवंत ज्वालामुखीच भासत होते. बघणाऱ्यांचे हृदय त्या मुद्रा बघून भयाने थरथरत होते. या दिवशी दोघांमध्ये झालेले घनघोर युद्ध 'न भूतो न भविष्यती' असे होते. दोघांनी एकमेकांवर बाणांचा अमोघ वर्षाव केला. जयाचे, पराजयाचे पारडे कधी इकडे; तर कधी तिकडे झुकत होते.

पार्थाने कर्णपुत्र वृषसेनाचा वध केल्यामुळे अभिमन्यूच्या मृत्यूचा सूड घेतल्याचे समाधान अल्पांशाने का होईना; पार्थाला मिळाले. त्याच वेळी पुत्रवियोगाच्या दु:खाचे इंधन कर्णाच्या सूडाग्नीत ओतले गेले.

चित्तथरारक, घनघोर, रक्तलांच्छित संहारानंतर अंतिम समयी स्वामींचे सारथ्य-कौशल्य पणाला लागले होते. कर्णाने वर्षाव केलेली अनेक सामर्थ्यशाली अस्त्रे, बाणांचा मारा स्वामींनी आपल्या सारथ्यकौशल्यामुळे अश्वांना योग्य दिशेने वळवून पार्थाचा प्राण वाचविला होता. ज्या हेतूने स्वामींनी पार्थाचा रथ त्या दलदलीजवळ आणला होता, तो हेतू अखेर साध्य झाला. कर्णाच्या रथाचे चक्र चिखलात अडकले. ते काढण्यासाठी तो खाली उतरला. त्याच वेळी त्याचा सारथी असलेल्या शल्याला बाणांनी विद्ध केल्यामुळे तो उतरू शकला नाही. त्यामुळे कर्णालाच रथाखाली उतरावे लागले. त्याच क्षणी स्वामींनी पार्थाला कर्णावर बाणांचा वर्षाव करण्याची आज्ञा केली. तो अधर्म होता, हे दोघेही जाणून होते.

कर्ण क्षणभर थरारला. त्याने स्वामींना अधर्माची जाणीव करून दिली. पार्थही संभ्रमात पडला. त्या वेळी स्वामींनी कर्णाने आजवरच्या आयुष्यात केलेल्या अगणित अधर्मी अपराधांची जाणीव करून, त्याच्यावर अमोघ अस्त्राचा वर्षाव करण्याची पार्थाला आज्ञा केली. पार्थाने ती शिरसावंद्य मानून कृती केली. कर्ण निष्प्राण होऊन कोसळला. जाता जाताही त्याने आपले सुवर्ण दंत दान केले.

हा सर्व वृत्तान्त ऐकताना आम्ही सारीच उपस्थित मंडळी थरारून गेलो.

कर्णाची दानवीर म्हणून, तेज:पुंज कवच कांतीचा पराक्रमी पुरुष म्हणून, त्रिखंडात कीर्ती होती. स्वत:च्या तेजाने तळपणारे ते अनोखे व्यक्तिमत्त्व होते. तेजस्वी हिऱ्याची आज या यज्ञात आहुती पडली होती. जणू एका तेजपर्वाचा अंत झाला होता.

आज मी युद्धपर्वाच्या अखेरच्या म्हणजे अठराव्या दिवसाचे जे वर्णन करत आहे तो दिन विविध घटनांनी, रोमहर्षक प्रसंगांनी, भविष्यात नोंद घेतली जाईल अशा, मस्तक चक्रावून जाईल अशा परस्परविरोधी भावना कल्लोळांच्या, नियतीच्या क्रीडांनी, जिवंत चित्रित केला आहे.

या दिनाविषयी माझ्या मनात कोणत्या भावना होत्या किंवा अजूनही आहेत ते मी आजही सांगू शकत नाही. हे युद्ध झाले ते विजयी पर्व असले तरी त्याला दुसरी किनार तीव्र दु:खाची, वेदनांची आहे. खरेच, या विजयाला कोणते नाव द्यावे ते मला आजही सुचत नाही.

बघा, नेहमीसारखीच मी माझ्या विचारांच्या भोवऱ्यात गुरफटले आणि मुख्य मुद्दा सांगायचा विसरूनच गेले.

महारथी कर्णाची युद्धभूमीवर आहुती पडल्यानंतर मद्रराज शल्याच्या मस्तकावर दुर्योधनाने सेनापतिपदाचा मुकुट चढविला. दोन्हीकडल्या वीरांची संख्या, आता फक्त काही शतके उरली होती. शंभर कौरव बंधूंपैकी फक्त दुर्योधन हा एकमेव ज्येष्ठ बंधू या युद्धाचा सर्वार्थाने कर्ता करविता जिवंत होता. आपले गुरुवर्य, लक्षावधी सैनिक, नव्याण्णव बंधू, राजपुत्र साऱ्यांना वीरगती प्राप्त होऊनही त्याच्या रक्तातली आग अजून विझली नव्हती. त्याचे प्रिय शकुनीमामाही अजून जिवंत होते. गुरुपुत्र अश्वत्थामा होता.

मद्रराज शल्याच्या अधिपत्याखाली दोन्ही पक्षांमधील उरलेल्या थोडक्या सैनिकांसहित, रथी-महारथींच्या घनघोर युद्धास प्रारंभ झाला. मद्रराज शल्यांना युधिष्ठिरांच्या हातून वीरगती प्राप्त झाली. या महायुद्धाला कारणीभूत ठरलेली दुसरी महत्त्वाची व्यक्ती शकुनीमामाही धारातीर्थी पडले.

आता मात्र दुर्योधन भयभीत झाला. जवळचे, रक्ताचे सारे आप्त, सहोदर सारे मृत्युमुखी पडले. आता युद्धात मदत करू शकेल अशी आशादायक एक व्यक्ती त्याच्या डोळ्यांसमोर होती ती म्हणजे गुरुवर्य द्रोणाचार्यपुत्र अश्वत्थामा. मनाशी काहीतरी निश्चित करून, तो सूर्यकुंडात जाऊन लपला. सुडाने पेटून उठलेला भीमसेन, त्याचा शोध घेत पिसाळल्यासारखा रणभूमीवर सैरावैरा फिरत होता.

अखेर स्वामींनी दुर्योधनाला भीमसेनाशी गदाद्वंद्व खेळण्याचे आव्हान केल्यावर तो सरोवरातून बाहेर आला. दोघांचे घनघोर द्वंद्व झाले. अखेरीस स्वामींच्या आज्ञेवरून त्याच्या मांडीवर प्रहार करून त्याला जखमी केले तेव्हा तो खाली कोसळला.

त्या दिवशीच युद्धभूमीवर हिमालयातून आगमन केलेल्या बलरामदादांना आपल्या प्रिय शिष्याचा अंत पाहवला नाही. ते द्वारकेला निघाले. उद्धवभाऊजी मात्र युद्धभूमीवरच राहिले. स्वामींची छायाच ती. ते स्वामींना सोडून फार दिवस कुठे राहूच शकत नव्हते.

स्वामींनी त्यांना बद्रिनाथाला हेतुपूर्वक पाठविले असावे. त्या जीवनमुक्ताला युद्धाच्या ज्वालांच्या झळा, आच लागू नये म्हणून. स्वामी आणि उद्धवभाऊजी जणू एकाच व्यक्तिमत्त्वाच्या दोन प्रवृत्ती होत्या. एक होती मानवी जीवनाच्या विविध रंगी छटा दाखविणारी, पूर्ण पुरुषाची अभिव्यक्ती जगाला दाखविणारी विभूती– माझे स्वामी, तर दुसरी प्रवृत्ती निर्लेप, विरागी, स्वामिभक्त प्रवृत्ती – उद्धवभाऊजी.

तर आपण सध्या ज्या तिसऱ्या व्यक्तीच्या अंतसमयाचा विचार करत होतो ती स्वार्थी, मद, मत्सर, अहंकार, अनेक विकारांनी परिपूर्ण व्यापलेली दुष्प्रवृत्ती – युवराज दुर्योधन. दुर्योधनाचा अंत म्हणजेच युद्धाचा अंत. एका मानवजातीच्या वैऱ्याचा अंत. एका दुर्गुणांनी परिपूर्ण स्वार्थी, अहंकारी प्रवृत्तीचा अंत. आता युद्धसमाप्ती घोषित करून त्यानंतरची अधिकृत विधिवत कार्ये करण्यासाठी विजयी पांडवांना काहीच हरकत नाही, हे उपस्थितांनी जाणले होते.

पण पांडवांच्या दुर्दैवाचा खेळ अजून संपला नव्हता. दुर्भाग्याचा परमोच्च बिंदू अजून गाठला गेला नव्हता. पांडवपक्षाला या नियतीच्या खेळाचा अंदाज आला नाही. विजयाच्या आनंदात आज ते शांत झोपणार होते.

युवराज दुर्योधन रणभूमीवर कोसळला. त्याचा अंत त्याच्या दृष्टीसमोर दिसत होता, तरी त्याचा अहंकार शमला नव्हता. त्याने प्राण जाता जाता, गुरुवर्य द्रोणाचार्यपुत्र अश्वत्थाम्याला जवळ बोलावून कौरवांच्या सेनापतिपदाचा मुकुट त्याच्या मस्तकावर चढवला. पांडवांविषयी मनात द्वेष असलेल्या अश्वत्थाम्याने त्याला वचन दिले 'मी पांडवाचा पूर्णपणे निर्वंश करीन. तू चिंता करू नकोस. शांतपणाने मृत्यूला सामोरा जा.' या समयी रणभूमीवर त्या दोघांजवळ पांडवपक्षाचे कुणीही उपस्थित नव्हते.

या अठरा दिवसांच्या महायुद्धात कौरव पक्षाच्या पाच महारथींनी सेनापतिपद भूषविले होते. पांडव पक्षात मात्र प्रथम दिनापासून आजपर्यंत एकच सेनापती होते, ते म्हणजे महाराणी द्रौपदीचे बंधू धृष्टद्युम्न. दोन्हीही पक्षातील तीन-तीन पिढ्यांतील सदस्यांचा या रणभूमीवर बळी गेला होता. प्रचंड प्रमाणावर वित्तहानी, प्राणहानी झाली होती. युद्धभूमी ही शवभूमी, रक्तभूमी झाली होती. युद्धाचा अंत दृष्टिपथात होता. युद्धवीरांनी शिणलेल्या देहांनी स्वतःला निद्रेच्या अधीन केले होते.

मध्यरात्रीचा प्रहर उलटला. कुरुक्षेत्रावर शांतता नांदत होती. त्या वातावरणात भर घालणारी, भयंकर आक्रोश करणारी एक स्त्रीची किंकाळी पांडवांच्या शिबिरांत,

आसमंतात घुमली. त्या आवाजाने गाढ निद्रेत असलेला प्रत्येकजण त्या रौद्र, भीषण ध्वनीच्या दिशेने धावत सुटला. तो आक्रोश करणारी स्त्री दुसरी-तिसरी कुणी नसून महाराणी द्रौपदी होती.

तिचे पाचही पती, स्वामी सर्वांनी तिला गराडा घातला. प्रत्येक जण विचारत होता 'काय झाले द्रौपदी?' ती उत्तर न देता स्वत:चा ऊर बडवून घेत होती. अखेरीस तिने तिच्या पाच पुत्रांच्या शिबिराकडे बोट दाखविले. सर्वांच्या आधी भीमसेन आणि त्यानंतर सारेच बंधू तिकडे धावले. तिचे पाचही पुत्र आणि बंधू धृष्टद्युम्न यांचा झोपेत, अतिशय अमानुष रीतीने वध केला होता.

ते दृश्य पाहून प्रत्येकाचे हृदय भयाने गोठले. कुणाच्या तोंडून शब्दच फुटेना. द्रौपदी मात्र आता दु:खाने, त्वेषाने पेटली. पाचही पतींची निर्भर्त्सना करू लागली. ती कोणाचेही ऐकेना. अखेरीस स्वामींनीच तिला शांत केले. हे अधम कृत्य अश्वत्थाम्याने केले होते. युद्धात नाही; पण अशा कपट नीतीने या सर्वांचा वध करून त्याने दुर्योधनाला दिलेले वचन पूर्ण केले होते. पांडवांच्या पाचही पुत्रांचा वध केला होता. त्याचबरोबर द्रौपदीचा बंधू, या पुत्रांचा मामा, पांडवांचा सेनापती धृष्टद्युम्न याचाही सूड घेतला होता.

ही वार्ता ऐकताना द्वारकेत असूनही आमच्या भावना जणू काही काळापुरत्या गोठल्या. आधी अभिमन्यू, आज हे पाच पुत्र, नीचतेचा उच्चांक गाठला गेला होता. द्रोणाचार्यांसारख्या कुलगुरूंच्या उदरी येऊनही अश्वत्थाम्याने मानवतेला काळिमा फासणारे कृत्य केले होते. अस्वस्थ चिरंजीवित्वाचा शाप असलेल्या अश्वत्थाम्याने आपल्या पापनिधीत प्रचंड भर घातली होती. मृत्यूही त्याला मुक्ती देऊ शकत नव्हता. त्याचे सामर्थ्य होते त्याच्या मस्तकावरला लाल मांसल मणी. तो मस्तकावरला लाल मणी काढून घेतला तर कधीही भरून न येणारी रक्तस्रावाने सतत प्रवाही असणारी जखम धारण करून तो, अस्वस्थ चित्ताने युगानुयुगे, त्रिलोकांत संचार करणार होता. कारण त्याला चिरंजीवित्वाचा शाप होता. ती भळभळ वाहणारी जखम, मानसिक अस्वस्थेतेचे शल्य उरी बाळगून जगणे हाच त्याच्या दुष्कृत्याचा त्याच्यावर घेतला जाणारा सूड होता. युगानुयुगे जिवंतपणी मरण भोगणे यांसारखे मोठे दुर्दैव कोणते? अविचाराने केलेल्या, मानवतेला काळिमा फासणाऱ्या कृत्याचे नियतीच्या खेळाचे ते शासन होते. भीमसेनाने त्याला शोधून काढून हे शासन दिले. तो मांसल मणी द्रौपदीच्या हातांत ठेवला. द्रौपदीने तो मणी हातात घेतला. ती किंचित शांत झाली. कदाचित तिने विचार केला असावा, आपल्या पुत्रवियोगाचे दु:ख आता कशानेही भरून निघणार आहे का? अखेर आपल्या हाती काही नाही, आपले हेच नशीब आहे असे मानून, जीवनाच्या उरलेल्या प्रवाहात स्वत:ला झोकून देण्याचे तिने ठरवले असेल.

तिने 'शांत राहू' असा विचार मनाशी केला असला तरी ते नियतीला मान्य नव्हते. पांडव कुळाची परीक्षा अद्याप संपली नव्हती. युद्धाची समाप्ती झाल्यासारखीच होती; पण पांडवांचे भोग? त्यांची समाप्ती झाली नव्हती.

युद्धभूमीवर वावरणाऱ्या जनसमुदायातून पुन्हा एकदा भयकारक घटनेचा अभूतपूर्व असा समरप्रसंग घडला. अखंड मृत्युसम जीवन प्राप्त होऊनही अश्वत्थामा नामक अशा संमंधाच्या आत्म्याला शांती लाभली नव्हती. एका दुरात्म्याने, दुसऱ्या दुरात्म्याला दिलेल्या वचनाची पूर्ती अजून व्हायची होती. पांडवकुळाचा वंश, उत्तरेच्या गर्भात वाढत होता. क्रूर अश्वत्थाम्याची अमानवी दृष्टी आता त्या गर्भाकडे वळली होती. त्या गर्भाचा नाश हेच त्याचे लक्ष्य होते. त्याने ब्रह्मास्त्र सोडून त्या गर्भाची हालचाल थांबवली होती. या वार्तेने पांडवपक्षात प्रचंड आकांत माजला. कुलक्षय होणार असेल तर तीव्र संघर्षाने प्राप्त होणाऱ्या न्यायासाठी मिळवलेल्या विजयाचे फलित काय? कुणालाच काही सुचत नव्हते.

या जीवनातल्या समरप्रसंगी माझे जीवनमुक्त उद्धवभाऊजी पुढे सरसावले. दिङमूढ झालेल्या त्यांच्या श्रीकृष्णदादांना जागृत करून ते म्हणाले, ''दादा, त्या गर्भाला, आता फक्त तूच जीवदान देऊ शकतोस. तुझे दैवी सामर्थ्य पणाला लावण्याचा समय आला आहे. त्वरित हालचाल कर. हे जर तू त्वरेने केले नाहीस तर न्यायाने, न्यायासाठी या मानव समाजाने दिलेल्या बलिदानाला अर्थच उरणार नाही, हे मी तुला सांगावे एवढी माझी योग्यता नाही. तू त्रिकालज्ञ आहेस. तुला सांगण्यात माझा उतावीळपणा झाला असेल तर मला क्षमा कर.''

स्वामींनी प्रेमभरे त्यांच्या पाठीवर थोपटले. त्यांनी सांगितल्याप्रमाणे दृष्टद्वती नदीच्या जलाचे आचमन करून आपले दैवी, तात्त्विक सामर्थ्य पणाला लावले. त्या सामर्थ्याच्या प्रभावाने उत्तरेच्या गार्भातील अंकुराची हालचाल पूर्ववत सुरू झाली.

युद्धभूमीवरच्या उपस्थितांनी आनंद किरणाचा निःश्वास टाकला. त्या समयाचे वातावरण कसे होते हे कुणाला तरी सांगता आले असते का? निःशंकपणे विजयाचा आनंद कुणालातरी साजरा करता येत होता का? कौरवकुल तर पूर्णपणे नष्ट झालेच होते; पण पांडवकुळाचीही मागली आणि उत्तरेच्या गर्भातला अंश वगळता पुढली पिढीही नष्ट झाली होती. वार्तादूत वार्ता देत होता. त्याच्या सांगण्याचे तात्पर्य म्हणजे युद्धसमाप्ती झाली होती. अठरा दिवसांचा घनघोर संग्राम समाप्त झाला होता. माझ्या मनात मात्र उलट-सुलट विचारांची वादळे उठत होती. खरेच. या क्षणी मी युद्धापूर्वीचा पार्थ होते. पार्थाला त्या क्षणी जे प्रश्न पडले होते तेच मलाही आज पडले होते. माझ्याप्रमाणेच अनेकांच्या मनाची आज माझी झाली तीच स्थिती झाली असणार ह्याविषयी मला शंका नव्हती. या प्रश्नांची उत्तरे देणारी एकच समर्थ व्यक्ती होती ते म्हणजे माझे स्वामी. त्यांच्यावर माझा पूर्ण विश्वास

होता; पण... नेत्र बंद करताच नेत्रासमोर येत होत्या द्रौपदी, सुभद्रा, सेनापती सात्यकीच्या पत्नी आणि असंख्य स्त्रिया, वृद्ध, तरुण, बालक त्या साऱ्यांचा आक्रोश. कुणी पतीसाठी, कुणी पुत्रासाठी, कुणी भावांसाठी तर कुणी पित्यासाठी. त्यामध्ये आर्यावर्तातले अनेक देशवासीय होते. आमच्या द्वारकावासीयांची संख्याही अगणित होती.

मी आता स्वामींच्या भेटीसाठी व्याकूळ झाले होते. या युद्धाचा, विजयाचा, सत्यार्थ फक्त तेच सांगू शकत होते. एक गोष्ट मात्र खरी, एकटी मीच नाही; तर आमच्या द्वारकेचे पौरवासीय माझ्याएवढ्याच आतुरतेने स्वामींची प्रतीक्षा करत होते. त्यांचे द्वारकाधीश सुखरूप होते या गोष्टीचा त्यांना मनातून कुठेतरी आनंद झालेला होता. लक्ष लक्ष मरोत, पण त्यांचे रक्षणकर्ते न मरो या म्हणीची प्रचीती त्यांच्या आनंदाच्या प्रकटीकरणातून येत होती. या आनंदाला धारातीर्थी पडलेल्या पराक्रमी वीरांच्या मृत्यूच्या दुःखाची किनार जाणवत होतीच. सुखरूप असलेले द्वारकेचे सैनिक आणि त्यांचे लाडके द्वारकाधीश यांच्या स्वागताची सिद्धता, दुःखात सुख या भावनेने वेगाने सुरू झाली होती; पण स्वतः स्वामींना यायला थोडा अवधी होता.

युद्धात वीरगती प्राप्त झालेल्यांना तिलांजली देऊन, कौरवसम्राट महाराज धृतराष्ट्र आणि महाराणी गांधारी देवींना भेटूनच ते येणार होते.

मी एकटी असले, की माझे मन नेहमीच सत्य, नियतिचक्र, कालगती, अनेक गूढ रहस्यांवरचे विचार करण्यात, शोध घेण्यात गर्क होई. माझ्या कक्षातून मी एकटीच अथांग सागराकडे, त्याच्या खळाळणाऱ्या लाटांकडे बघत राही. मनात विचार येई, सारेच गूढ. या विश्वाची निर्मिती, वृद्धी, लय सारेच गूढ. भविष्यकाळात काय घडणार हे कुणालाच ज्ञात नाही हे किती चांगले! नाही तर कसे गेले असते प्रत्येकाचे आयुष्य? हे सागरराजा, या भविष्यकाळाला तुझी उपमा देता येईल, नाही का? तुझ्या उदरात काय काय लपले आहे हे कुणीच सांगू शकत नाही. त्याचप्रमाणे या भविष्याच्या उदरात किती अमोल सुखरत्ने आणि किती दुःखाचे साधे खरबरीत पाषाण लपले आहेत कुणास ठाऊक? हे सागरराजा, या द्वारकासाम्राज्याची निर्मिती तुझ्या उदरातील भूमीवरच झाली आहे. माझ्या स्वामींनीच केली आहे. त्यांच्या जीवनक्रमातली ही अपूर्व अशी सुवर्णयोगावरची मानवनिर्मिती आहे. प्रत्येक जन्माला, निर्मितीला लय असतोच. या निर्मितीलाही लय असणारच. नाही का? माझ्या मनात विचार आला, कसा असेल या सुवर्णद्वारकेचा लय? मी मनातल्या मनात हसले. मन भरकटत किती दूरवर पोहोचले होते.

हे असले विनाशाचे विचार आजच मनात का यावेत? यापूर्वी असे कधीही झाले नव्हते. ही भविष्यकाळातील एखाद्या घटनेची नांदी तर नाही? मन उदास उदास झाले. स्वामींकडे ओढ घेऊ लागले. कुठे असतील स्वामी? सागरराजाकडे

बघतच मी माझे नेत्र मिटले. माझ्या दृष्टीसमोर प्रसन्नचित्त स्वामींची प्रत्यक्ष मूर्ती आली. जणू दुसरी माझ्या बालपणापासूनची पूजेतली मूर्तीच. साक्षात नारायणच. दोघे दोन्हीकडून येत आणि एकमेकांत मिसळून जात. पुन्हा दोन दिशांनी येत. हा पाठशिवणीचा खेळ मी देहभान विसरून किती वेळ बघत होते, कुणास ठाऊक! पण त्या दर्शनाने माझी उदासी कुठल्या कुठे पळून गेली. मन प्रसन्न झाले. त्या प्रसन्न मनानेच मी सागरराजाला प्रणाम करत होते तोच कालिंदीची हाक आली, "ताई, कुलदेवतेच्या दर्शनासाठी मन ओढ घेत आहे, अनुज्ञा मागण्यासाठी आले."

"चल, आपण साऱ्या जणीच जाऊ या." मी म्हणाले आणि त्या सिद्धतेसाठी खाली आले.

ठरल्याप्रमाणे थोड्या वेळात आम्ही आठही भगिनी, आमच्या स्नुषा, चारुमती आणि अन्य कन्या, श्री इडामातेच्या दर्शनाला निघालो होतो. खूप दिवसांनंतर आम्ही साऱ्या जणी, एकत्रित बाहेर पडलो होतो. राजद्वीपावर प्रवेश केल्यानंतर, आम्ही रथातून खाली उतरून श्रीदेवीच्या मंदिरापर्यंत पायी चालत जाणे पसंत केले. आम्ही राजकुळातील स्त्रिया राजमार्गावरून जाताना बघून सर्वांनाच खूप आश्चर्य वाटत होते. काही स्त्रियाही आम्हाला येऊन मिळाल्या. त्यांच्यातल्या काही भगिनींनी देवीची मधुर गीते गायला आरंभ केला. आम्हाला सर्वांनाच खूप छान वाटत होते. पौरवासीयांनाही वाटत असावे. कारण सर्वांच्याच मनावर युद्धाचे मळभ साचले होते. ते दूर होण्यास ह्या पदयात्रेने, समूहगीतांनी थोडीतरी चेतना निर्माण झाली असावी.

पुरोहितांना पूर्वसंदेश मिळालाच होता. त्यामुळे देवीच्या पूजेची सिद्धता झालेलीच होती. मला अग्रभागी स्थान देऊन साऱ्यांनी विधिवत पूजा केली. आमच्यानंतर अन्य महिलांनीही कुलदेवतेची यथाशक्ती प्रार्थना केली. प्रसाद ग्रहण केल्यावर आम्ही राजप्रासादाकडे वळलो. त्या स्त्रिया त्यांच्या घरी गेल्या. मी सहज कालिंदीला विचारले, "देवीला काय मागणं मागितलंस? आज दर्शनाला येण्याची तुझी प्रेरणा सर्वांना सुखावून गेली. आजच्या दर्शनयात्रेचं श्रेय तुलाच. नाही का गं सत्यभामे?"

"होय ताई, प्रेरणा तिची, पण अर्धं श्रेय तुम्हाला. पदयात्रेची कल्पना तुमची. तुम्ही काय मागणं मागितलंत?" सत्यभामा म्हणाली.

"असे महाभयंकर विनाशकारी युद्ध पुन्हा नको आणि या युद्धातून सावरण्यासाठी प्रत्येकाला मनोबल दे, शक्ती दे. दुसरं-तिसरं काय मागणार?" मी म्हणाले.

थोरले महाराज, थोरल्या, धाकट्या माता आम्हा साऱ्या जणींना एकत्र आलेल्या बघून खूप आनंदित झाल्या. युद्धपर्वातील चिंता, दुःख, वेदना त्यांनीही अनुभवल्या होत्या. त्यांची मनेही उदास झालेली होतीच. रेवतीताई, मी, माझ्या सात भगिनी, आमच्या स्नुषा, कुणी ना कुणी सतत पाळीपाळीने त्यांच्या प्रासादात उपस्थित

असायचो, त्यांची सेवा करायचो. त्यांचे मन रमेल असे काही ना काही करण्याचा सतत प्रयत्न करायचो; पण मानवी मन फारच अतर्क्य असते नाही का? एका विशिष्ट वयानंतर तर ते कशातच रमू शकत नाही की काय कोण जाणे. किंवा दिवसेंदिवस निर्लेप होत जाते, असे मला वाटते. तरीही प्रिय व्यक्तींच्या सहवासात ते विसावते हे निश्चित.

काही व्यक्तींच्या सहवासाने, उपस्थितीने त्या स्थळावर जणू चैतन्याचा प्रकाश पसरतो. प्रसन्नता प्रवेश करते. मनाचे औदासीन्य, नैराश्य दूर पळून जाते. अगदी बाळांपासून वृद्धांपर्यंत साऱ्यांच्याच चर्या उजळून जातात. तुम्ही ओळखलेच असेल मी कुणाविषयी बोलते आहे ते. माझे प्राणप्रिय स्वामी, श्रीकृष्ण. ते जिथे जातील तिथले उपस्थित मानवच काय पशू, पक्षी, प्राणीसुद्धा त्यांच्या आकर्षणाने, माधुर्याच्या आभासाने वेडे होऊन जातात. म्हणून तर त्यांना श्रीकृष्ण म्हणतात. मनमोहन, मधुसूदन, कृष्ण, कन्हैय्या, तर कुणी भगवान, तर कुणी योगेश्वर. 'असंख्य रूपे असंख्य नामे.'

अशा या सुपुत्राच्या आगमनाकडे त्यांचे माता-पिता डोळ्यात प्राण आणून प्रतीक्षा करत असले तर काय आश्चर्य? थोरले महाराज आणि थोरल्या मातांची अवस्थाही अशीच झाली होती. म्हणूनच आम्हा साऱ्या जणींना बघून त्यांची मुखकमले आनंदाने उजळून निघाली. चारुमतीसह सगळ्या नाती आणि नातसुनांना त्यांनी जवळ बसवून घेतले. त्यांच्या चेहऱ्यांवरून हात फिरवला. नंतर मला जवळ बोलावून त्या म्हणाल्या, "रुक्मिणी, मी राणीवशावर दूत पाठवून युवराजांना निरोप देते, युवराज्ञीला आणि त्यांच्या स्नुषांनाही इथे पाठवून द्या आणि तुम्ही साऱ्या जणीही आज आणि उद्याचा दिवस इथेच आमच्या सहवासात रहा."

मी त्या दूताजवळ दोन दिवसांच्या दिनक्रमाची योग्य व्यवस्था लावून देण्यासाठी योग्य सूचना दिल्या आणि राजमातेची आज्ञापालन करण्याचे साऱ्या जणींनी आनंदाने मान्य केले.

थोरले महाराज आणि राजमाता यांच्या सहवासात आमचे दोन दिवस आनंदात गेले. थोडा बदलही झाला. थोरले महाराज आणि थोरल्या मातांच्या सहवासात मला नेहमीच माहेरी आल्यासारखे वाटत असे. आमच्या विवाहापासून माहेर मला दुरावलेच होते. इथे आल्यानंतर प्रारंभीच्या काळात मला माहेरची खूप आठवण येई. तात, माता, बंधू, माझ्या सखा काका, साऱ्यांच्या असंख्य आठवणी मनात दाटून येत. कौंडिण्यपूरचा आमचा राजप्रासाद, आमच्या सुंदर वाटिका, आमच्या कुलदेवतेचे– श्रीअंबेचे मंदिर, या सर्व स्थानांवरती मी घालविलेले रम्य क्षण. माझा ऊर भरून येई. नेत्रांद्वारे अश्रू ओघळू लागत. मी कितीही प्रयत्न केला तरी स्वामींच्या दृष्टीतून माझी ही अवस्था सुटत नसे. अशा वेळी ते मला थोरल्या मातेकडे घेऊन येत.

त्याही मला मातेच्या प्रेमात न्हाऊ घालत. माझ्या अस्वस्थ मनावर मायेची फुंकर घालत.

काळाच्या ओघात पुढे पुढे मी स्वत: द्वारकेच्या व्यापात एवढी गुरफटले, की ह्या स्मृतिशल्याच्या टोकाची धार बोथट झाल्यासारखी झाली. जीवनप्रवाह वाहता ठेवायचा, जशी वळणे घेईल तसे पोहत जायचे अशी वृत्ती या जीवनधारेने आपोआप मनात रुजविली.

राणीवशावर परत आलो. दैनंदिन दिनक्रम पुन्हा सुरू झाला. स्वामींची प्रतीक्षा करणे हाही एक त्या दिनचर्येचाच भाग होता. माझ्या विचारचक्राच्या भोवऱ्यात, माझ्या मनाचे गिरक्या घेणे दिवसेंदिवस वाढतच होते. मला या आर्यावर्तातली, भूत, वर्तमान, भविष्य कोणत्याही काळातली एखादी व्यक्ती, एखादी घटना या भोवऱ्यात गुंतवून ठेवण्यासाठी पुरेशी असे. त्या चक्रात अधिकाधिक गुंतत जाण्यात काही घटिकासुद्धा व्यतीत होत असत. माझ्या या मनस्वीपणाची कुटुंबातील अन्य सदस्यांना, सेवक-सेविकांनाही आता सवय झाली होती.

अशीच एका पौर्णिमेच्या रात्री, चंद्रप्रकाशात चमचमणाऱ्या सागरराजाशी आणि त्याच वेळी नभांगणात माझ्याकडे बघून हसणाऱ्या सुधांशुशी मी मनातल्या मनात हितगूज करण्यात रंगून गेले होते. अशा प्रसंगी हितगूज करण्यासाठी मला विषयाचे बंधन नसे. मीच प्रश्न विचारे आणि मीच उत्तरही देई. त्या वेळी विषय होता आपल्या संततीविषयीचा. माझ्या मनात आले, प्रत्येक मानवाचे सुख त्याच्या जीवनावस्थेत तो ज्या व्यक्तीच्या निकट सहवासात असतो त्या व्यक्तींच्या गुणावगुणांवर अवलंबून असते. प्रेम तर सर्वच निकटवर्तीय करतात; पण ते प्रेम करणाऱ्या व्यक्ती, सुशिक्षित, सुसंस्कारित, सुस्थितीत असणेही महत्त्वाचे असते. उदाहणार्थ, प्रत्येक मानवी व्यक्ती जन्माला आल्यानंतर वयाची काही वर्षे माता, पिता, कुटुंबातील अन्य ज्येष्ठ सदस्यांवर अवलंबून असते. त्यांच्याकडून कळत नकळत योग्य संस्कार, त्यांचे पालनपोषण केले जाते. काही वांशिक गुणसूत्रांचे गुण मान्य केले तरी हे संस्कार महत्त्वाचे कार्य करतात. त्यामुळे उत्तम पालकांचे प्रयेक व्यक्तीच्या जीवनात अनन्यसाधारण महत्त्व आहे.

तरुणपणी, पतीपत्नीबरोबर सुसंवाद असेल तरच वैवाहिक जीवन सुखमय होते. नंदनवन होते. विसंवाद असेल तर त्याच्या संसारसागराचे रखरखीत वालुकामय वाळवंट व्हायला वेळ लागत नाही.

वृद्धपणी सर्व आर्थिक, व्यावहारिक, प्रापंचिक धुरा पुढच्या पिढीच्या हाती सोपवून आपण शांतपणे ईश-चिंतनात उरलेला जीवनप्रवास व्यतीत करावा अशी प्रत्येक सूज्ञ व्यक्तीची कामना असते. मग ती व्यक्ती राज्यकर्ते, राजे रजवाडे असोत किंवा सामान्य जन असोत; पण ही मनोकामना पूर्णत्वास जाण्यासाठी

सुयोग्य संतती असावी लागते. मी तर असे म्हणेन, की सद्गुणी संतती लाभणे ही जीवनातील सर्वांत भाग्यपूर्ण घटना आहे.

विचार करता करता अनेक उदाहरणे – राम, श्रावण, पितामह मन:चक्षूंसमोर – आली. प्रथम आठवले ते आदर्श पुरुषोत्तम व्यक्तिमत्त्व श्रीरामचंद्र. एकपत्नी, एकवचनी, पितृ-मातृभक्त श्रीराम. माझ्या स्वामींप्रमाणे त्यांनाही 'श्री' ही पदवी प्राप्त झाली होती. बालपणापासून त्यांच्या आदर्श आज्ञापालनाच्या, पराक्रमाच्या कथा ऐकतच आमची पिढी मोठी झाली होती; पण सत्यच सांगायचे झाले तर तरुणवयात मला ते सीतामाईशी, एका परिटाच्या घेतलेल्या शंकेमुळे जसे वागले, त्यांना अरण्यात धाडले, त्याबद्दल मनात संतापच यायचा. असे वाटायचे हा त्या पतिव्रतेवर अन्यायच झाला नाही का? पण आता नाही तसे वाटत. आता वाटते प्रत्येक घटनेला सारखीच परिमाणे लावून नाही चालत. स्थळ, काळ, आदर्श, मनोरचना या साऱ्या गोष्टींचा पूर्ण विचार करायला हवा. सीतेला अरण्यात पाठवून इकडे अयोध्येत सिंहासनावर बसूनही त्यांनी वनवासच भोगला. सर्व सुखोपभोगाचा त्याग केला. त्यांचे मन सीतेचा विरह एक क्षणसुद्धा विसरायला तयार नव्हते. अखेरीस सीता, सीता या नामाचा जप करतच जगणे नकोसे होऊन ते शरयूच्या प्रवाहात शिरले. का घडावे असे? अखेरीस साऱ्या प्रश्नांचे अंतिम उत्तर एकच असते – विधिलिखित; पण या अवतारी महान पुरुषांचे विधिलिखितही त्या विश्वविधात्याने विशिष्ट हेतुपुरस्सरच असे घडवले असावे, की त्यांच्या चरित्रातून मानवजातीला युगानुयुगे दीपस्तंभाप्रमाणे मार्ग दाखविणारा विश्वात्मक संदेश मिळावा.

या सर्व गोष्टी ध्यानात यायला वयाची, विचारांची परिपक्वता निर्माण व्हावी लागते हेच खरे. दुसरे आदरणीय व्यक्तिमत्त्व म्हणजे प्रत्यक्ष कुरुवंशाचे रक्त ज्यांच्या देहात प्रवाहित झाले ते शेवटचे कुरुंचे वंशज, पितामह भीष्म. पित्याच्या इच्छेसाठी आजन्म ब्रह्मचर्याची घोर प्रतिज्ञा करणारे पितामह. त्यांना तर मी मनातल्या मनात कोटी कोटी प्रणाम करते.

आदर्श संततीचे भाग्य किंवा दुर्भाग्य केवळ राजकुळाच्या संदर्भातच महत्त्वाचे आहे असे नाही, तर सामान्य जनांच्या जीवनसंदर्भातही ते तेवढेच महत्त्वपूर्ण आहेत. म्हणूनच श्रावणबाळासारख्या, मातृपितृभक्तांच्या कथा आर्यावर्ताच्या इतिहासात सुवर्णाक्षरांनी लिहिल्या गेल्या आहेत. इतिहासाचा विचार करता करता माझे मन वर्तमानकाळात येऊन पोहोचले.

मनात आले, खरेच पुत्र किती असावेत यापेक्षा ते कसे असावेत हेच कुळाच्या दृष्टीने महत्त्वाचे आहे, नाही का? उदाहरणच घ्यायचे झाले तर शंभर कौरव पुत्रांपेक्षा पाच पांडवच या विश्वात पूजनीय ठरले. विकर्णासारखा एखादा सुपुत्र वगळता, दुर्योधन, दु:शासनासारखे कुपुत्र होते म्हणूनच त्यांचा निर्वंश झाला.

दुर्योधनाला स्वामींनी आणि अन्य ज्येष्ठांनी पदोपदी समजावून सांगण्याचा प्रयत्न केला, की पांडवांच्या हक्काचे राज्य त्यांना दे; पण त्या अहंमन्य पुत्राला स्वत:च्या, वंशाच्या अंतापर्यंत काही सद्बुद्धी झाली नाही.

वर्तमानाचा विचार करता करता माझी विचारशृंखला आमच्या पुत्रांपर्यंत येऊन पोहोचली. मी एकदम दचकले. आमचे सर्व पुत्र सद्गुणी आहेत का? पटकन माझे मलाच उत्तर देता येईना. माझे आणि कालिंदीचे पुत्र नेहमी एकमेकांच्या साथीने असत, म्हणून त्यांच्याविषयी मला निश्चित विधान करता आले असते; पण अन्य पुत्रांच्या सदाचरणाविषयी मला सखोल माहिती नव्हती. आता सर्वच पुत्र मोठे झाले होते. थोरली माता म्हणून ते मला योग्य मानही देत होते. जांबवतीचा पुत्र सांब खोडकर आणि अविचारी होता, हेही मला ठाऊक होते. अयोग्य वर्तनाने त्याला काही व्याधींना तोंडही द्यावे लागले होते; पण तिकडे उत्कल राज्यात जाऊन योग्य ते उपचार करून तो निरोगी होऊन आला होता. खरे म्हणजे आमच्या सर्व पुत्रांवर सारखेच संस्कार झाले होते; पण हाताची सारी बोटे सारखी नसतात हेच खरे. उलटपक्षी प्रद्युम्नावरच, त्याच्या बालपणी हेतुपूर्वक वाईट संस्कार केले गेले होते. तरीही तो भट्टीतून तावूनसुलाखून उजळून निघालेल्या लखलखीत सुवर्णासारखा सद्गुणी होता. आमच्या पुत्रांवर त्यांच्या या वयात निर्बंध घालणे शक्य नसले तरी त्यांच्या वर्तनाकडे लक्ष द्यावयास हवे, असे माझे मन मला निश्चितपणे सांगत होते. माझ्या मनात कुठेतरी कुशंकेची पाल चुकचुकत होती. आपले मन आपल्याला भविष्यात येणाऱ्या अरिष्टांची पूर्वसूचना तर देत नाही ना?

नुसत्या शंकेनेही मनाचा थरकाप झाला; पण त्याच वेळी जणू स्वामींनीच माझ्या अस्वस्थ शल्यावर फुंकर घातली. त्यांचे आश्वासक शब्द मनात घुमले, 'महाराणी, कशाला चिंता करता? प्रत्येक गोष्टीचा निर्माताही मीच. पालनकर्ताही मीच. लयकर्ताही मीच नाही का? निसर्गाच्या प्रत्येक अनिष्ट कृतीचा लय मी करतोच ना? कोणतीही उत्पत्ती, तिथे नाश आहेच. प्रश्न तिथे उत्तरही आहेच. तू चिंता करू नकोस.'

स्वामींच्या त्या आश्वासक शब्दांनी मला धीर आला. स्वत:ला स्वामींच्या – पर्यायाने नियतीच्या – स्वाधीन करून, प्रसन्न आणि निर्लेप मनाने माझ्या कर्तव्यपूर्तीसाठी मी नित्यकर्माला लागले. उरात फक्त एकच आस होती – स्वामींच्या दर्शनाची.

# दहा

महायुद्धातील पांडवांच्या विजयामुळे स्वामींची, पर्यायाने द्वारका साम्राज्याची कीर्ती त्रिखंडात दुमदुमत होती. आमच्या या साम्राज्याशी मैत्री स्थापित व्हावी, अबाधित रहावी म्हणून आर्यावर्तातील असंख्य नरेशांकडून सुवर्ण, रत्न, मौक्तिक, अश्व, उष्ट्र, गज, धनधान्य, मौल्यवान वस्त्रालंकार, विविध शस्त्रास्त्रे अशा उपहारांचा अखंड ओघ द्वारकेकडे वाहू लागला होता. आधीच वैभवशाली असलेले आमचे द्वारका साम्राज्य आता तर वैभवसंपन्नतेच्या शिखरावर पोहोचले होते. ही सुवर्णद्वारका जणू नवतेजाने झळाळून उठली होती, लखलखत होती.

या वैभवाचे स्वामी द्वारकेचे अनभिषिक्त नरेश, योगेश्वर श्रीकृष्ण आज या नगरीत प्रवेश करणार होते. द्वारकावासीयांचा ऊर अभिमानाने, प्रेमाने भरून गेला होता. धारातीर्थी पडलेल्या वीरांचे दुःख बाजूला सारून द्वारकावासीयांनी, द्वारकाधीशांचे प्रेमाने स्वागत केले.

द्वारकाधीश, उद्धवभाऊजी आणि सदैव त्यांच्याबरोबर असणाऱ्या त्यांच्या सहोदरांनी, परंपरेप्रमाणे ज्येष्ठांची, श्रेष्ठींची, गुरुवर्यांची, आचार्यांची भेट घेतली. चरणावर मस्तक ठेवून वंदन केले. साऱ्यांचा ऊर प्रेमाने भरून आला. स्वामी आणि उद्धवभाऊजींनी आपुलकीने सर्वांचे कुशल मंगल विचारले. रणांगणावर देह ठेवलेल्या परमवीरांच्या कुटुंबातील सदस्यांचे सांत्वन, त्यांच्या आर्थिक भाराची राज्यातर्फे व्यवस्था यांची सखोलपणे माहिती घेतली. रेवतीवहिनी, बलरामदादांच्या पुत्रांबरोबरच, स्वामींनी स्वतःच्या आम्हा आठ राण्यांची, प्रत्येकीच्या दशपुत्र आणि अन्य कन्यांची व्यक्तिगत विचारणा केली. द्वारकेच्या अणुरेणूत जणू चैतन्य संचारले.

स्वामींच्या चर्येवरचे तेज, मुद्रेवरले सर्वांना मोहविणारे स्मितहास्य तसेच

विलसत होते. पण... हा पण मला अंत:करणात कुठे तरी सलत होता. स्वामींच्या वृत्तीत काहीतरी बदल मला जाणवत होता. वरवर पूर्वीसारखीच वृत्ती भासणाऱ्या स्वामींमधील अलिप्तपणाची सूक्ष्म जाणीव माझ्या अंत:करणाला भिडत होती.

जलसागराच्या अफ़ाट तळाशी सूक्ष्म हालचाल झाली तर ती कुणाला आणि कशी कळणार? तशीच माझ्या या, मानवी देहधारी गुणसागराच्या हृदयतलात झालेली सूक्ष्म हालचाल कळायला त्यांच्याशी तनामनाने एकरूप झालेली अर्धांगिनीच नको का? माझे आणि त्यांचे हृदय तर एकच आहे ना? मग त्यांच्या म्हणजेच माझ्या हृदयातली हालचाल मला नाही जाणवणार तर कुणाला? फक्त तिचे स्वरूप निश्चितपणे सांगता येत नव्हते. त्यासाठी स्वामी एकटे भेटावयास हवे होते. या संधीसाठी प्रतीक्षा करावी लागणार होती. ती वेळ केव्हा, कशी घडवून आणायची तेच कळत नव्हते; कारण स्वामींनी द्वारकेत पाऊल टाकल्यापासून राणीवशात निवांतपणे वेळ घालवण्यासाठी त्यांना उसंतच मिळाली नव्हती.

स्वामींनी द्वारकेत आगमन केले, तेव्हापासून द्वारकेच्या मुख्य द्वीपावर असलेल्या त्यांच्या प्रासाद कक्षात त्यांच्या दर्शनासाठी, पौरजनांची, साधुसंतांची, ऋषींची, देशोदेशींच्या दूतांची, अतिथींची नुसती रीघ लागली होती. कधी कुणी महत्त्वाचे संदेश घेऊन येत होता, कुणी समस्या घेऊन, तर कुणी केवळ दर्शनासाठी येत होते. साहजिकच, ज्येष्ठ युवराज बलरामदादा, स्वत: स्वामी, अमात्य विपृथु, सेनापती सात्यकी, उद्धवभाऊजी सारेच कार्यमग्न होते. खरे तर स्वामी हस्तिनापुराहून आल्यापासून त्यांना सुधर्मा राजसभेचे आयोजन करायचे होते. महायुद्धामागची, महायुद्धातली, महायुद्धाच्या समाप्तीनंतरची स्वत:ची भूमिका स्वामींना समजावून सांगायची होती.

या साऱ्या व्यापातून त्यांना निवांत समय मिळणे कठीणच दिसत होते; पण अनपेक्षितपणे अशी संधी चालून आली. आली म्हणण्यापेक्षा उद्धवभाऊजींनी ती घडवून आणली. त्यांनी माझ्या मनाची तळमळ जाणली. उद्धवभाऊजींचे आणि माझे नाते बंधुत्वाचे, मित्रत्वाचे, आगळेवेगळे अनामिक, भावनिक नाते होते. त्यांनी स्वामींना काय सांगितले कोण जाणे! पण त्याच दिवशी रात्री उशिरा स्वामी माझ्या कक्षात आले. हळूच म्हणाले, "चल रुक्मिणी, सागरकिनारी जाऊ या." माझा माझ्या कानांवर, नेत्रांवर विश्वासच बसेना. साक्षात स्वामी प्रसन्न मुद्रेने बघत माझ्यापुढे उभे होते. एवढेच नाही तर स्वत:हून म्हणत होते, 'आपण सागरकिनारी जाऊ या' मी निश:ब्दपणे, आनंदाने फुलून त्यांच्याकडे बघत राहिले.

ते हसून म्हणाले, "महाराणी, भानावर या. मी द्वारकेचा श्रीकृष्ण आपल्यासमोर उभा आहे. माझ्या प्रस्तावाला मान्यता आहे ना?"

मी मनाशीच हसले. त्यांना म्हणाले, "अतीव आनंद झाला की व्यक्त

करायला शब्दच गवसत नाहीत, तसं माझं झालं आहे. तुमच्या भेटीसाठी जीव आतुर झाला आहे. अनेक गोष्टी सांगायच्या आहेत, अनेक गोष्टी विचारायच्या आहेत, त्या फक्त मी तुमच्यापाशीच सांगू शकते किंवा बोलू शकते; पण मी बघते आहे, हस्तिनापुराहून आल्यापासून तुम्ही एवढे कार्यमग्न आणि माणसांच्या समुद्रानं वेढलेले आहात, की तुम्हाला इकडं या म्हणण्याचं धैर्यच झालं नाही." बोलता बोलता आम्ही सागरकिनाऱ्यावर कधी येऊन पोहोचलो, ते कळलेच नाही.

ते म्हणाले, "रुक्मिणी, तुझे सारे विचार, भावना मी इथं आल्या क्षणापासून ओळखल्या आहेत. म्हणून तर त्या जनसागराचा वेढा सोडवून या जलसागराकडं येण्यासाठी, समय मिळताच तुझ्याकडं धावत आलो आहे. आता मुक्तपणानं बोल, तुझ्या मनात काय चाललंय ते." स्वामींच्या शब्दांत नेहमीसारखा मिश्कील भाव होता.

"स्वामी, तुम्ही मनस्वी आहात, अंतर्ज्ञानी आहात. तुम्ही माझ्या मनातली खळबळ निश्चितच जाणता, हे मीसुद्धा जाणते. तरीही माझ्या मनातले विचार तुम्हाला सांगून टाकते. आम्हा सर्वांची अशी कल्पना होती, नव्हे, विश्वास होता की हस्तिनापूरच्या विजयामुळे तुम्हाला अभूतपूर्व हर्ष आला असेल. आनंद, उत्साह, चैतन्य हे मुळातच तुमच्या अंगी असलेले स्थायिभाव उचंबळून वर आलेले असतील. आपण निर्मिलेली ही वैभवसंपन्न, यश, कीर्ती, समृद्धीच्या शिखरावर पोहोचलेली द्वारका बघून अभिमानाने पुलकित झालेले व्यक्तिमत्त्व आम्हाला बघायला मिळेल. या स्वरूपात आपले दर्शन होईल. वरवर बघता ते तसे झालेसुद्धा. अन्य व्यक्तींना जाणवले की नाही कोण जाणे? पण मला मात्र या वरपांगी मुखवट्याखाली दडलेलं तुमच्या वृत्तीतलं, अलिप्तता, निर्लेपत्व प्रकर्षानं जाणवलं आणि या वृत्तीतल्या बदलामागचं कारण काय? हस्तिनापुरात एखादी अशी घटना घडली का, की ज्यामुळं तुम्हाला काही काल का होईना उदासीनता जाणवते आहे? धारातीर्थी पावन झालेल्या आपल्या प्रियजनांचा विरह की कुणी काही हृदयाला लागेल असे विधान केले?" मी आवर्जून, चिंताग्रस्त मनाने त्यांना विचारले.

"रुक्मिणी, तू मला अंतर्ज्ञानी किंवा मनकवडा म्हणतेस, पण मला तर वाटतंय ते गुण तुझ्यातच आहेत. तुला प्रजाजन माझा श्वास म्हणतात ते उगाच नाही. तू माझी अर्धांगिनी नाहीस; तर एकरूपिणी आहेस, माझ्याशी एकरूप झाली आहेस. हे मी तुला वारंवार सांगत असतो. हे बघ रुक्मिणी, प्रत्येकाच्या जीवनाच्या विविध अवस्था असतात. त्या प्रत्येक अवस्थेची निरनिराळी रूपं, कर्तव्यं, भाव, भावना सर्वांचे विशिष्ट रस असतात. या साऱ्या अवस्थांमधले जीवनरंग मनसोक्त उपभोगायला मिळणं हा मानवी जीवनातील महद्‌भाग्याचाच एक भाग असतो. बाल्यावस्थेत मातापित्यांचं सुरक्षित छत्र लाभणं, त्या छत्राखाली सवंगड्यांबरोबर

मनसोक्त खेळ, रुसवा, खोड्या, भांडणं करायला मिळणं हीसुद्धा आपल्या सुदैवाचीच एक ललाटरेखा असते. मी ही बाल्यावस्था मन:पूत उपभोगली. थोरले पिताजी, थोरल्या आणि धाकट्या माता जरी माझ्यापासून दूर असल्या तरीही नंदबाबा आणि यशोदामातेनं त्यांची उणीव मला कणभरही जाणवू दिली नाही. गोकुळातील गोपगोपी, माझे सवंगडी साऱ्यांनीच माझ्यावर भरभरून प्रेम केलं आणि मीसुद्धा त्यांच्यावर. केवळ मानवांनीच नव्हे; तर तिथली यमुनामैय्या, वृक्ष, पशू, पक्षी साऱ्यांनीच मला अतोनात प्रेम दिलं. माझ्या जीवनातला प्रेमयोग मी तिथंच शिकलो, अनुभवला. अगदी मन:पूर्वक. माझ्या सवंगड्यांबरोबर रानांत गाई-गुरं चारायला जायचो ना, तो निसर्गाच्या सान्निध्यातला मुक्त संचार, मुक्त जलक्रीडा, अन्य क्रीडा, दमून भागून आल्यावर सर्वांची शिदोरी एकत्र करून केलेला गोपाळकाला. अहाहा, ती अमृततुल्य चव अजूनही माझ्या जिव्हेवर आहे.''

स्वामी भूतकाळातल्या स्मृतींच्या रम्य काळात हरवले होते. मुळातच त्यांची वाणी सुमधुर. कोणत्याही गोष्टीचे ते हुबेहूब वर्णन करत. ते स्थान, तो प्रसंग साक्षात चित्राप्रमाणे नेत्रांसमोर उभा राही. ऐकणाराही स्वत:चे भान हरपून त्या प्रसंगात दंग होत असे. माझेही तसेच झाले. मी भान विसरून त्यांच्या बालकथांत दंग झाले.

नकळत मीसुद्धा माझ्या बालवयात शिरले. माझे बालपण? तेसुद्धा अत्यंत सुखात गेले होते. पाच बंधूंची एकुलती एक भगिनी, पित्याची एकुलती एक कन्या, पौरजनांची एकुलती एक राजकन्या. लाड, कोडकौतुकाचा चोहोबाजूंनी वर्षाव. साथीला माझ्या लाडक्या श्रीकृष्णांच्या ऐकीव बाललीलांची मनोहारी साथ. आजीवन, जन्मजन्मांतरीची साथ. मी स्वत:शीच खुदकन हसले...

''का हसलीस?'' स्वामींनी विचारले.

''काही नाही. मीसुद्धा माझ्या बालपणात शिरले होते. त्याच वेळी या माझ्या जीवनसाथीची साथ आठवून माझे मलाच हसू आले. नुसती साथ नव्हती ती. जली, स्थळी, काष्ठी, पाषाणी अखंड साथ होती.''

स्वामी थोडे अंतर्मुख झाले. पुन्हा बोलू लागले, ''क्षत्रियांच्या पुरुष जन्माचं सार्थक म्हणजे योग्य वयात, योग्य समयी पराक्रमी पुरुषांशी संघर्ष करून पराक्रमाची संधी मिळणं. अन्यायाविरुद्ध लढताना त्यावर विजय मिळविणं. मला तर हे भाग्य बालवयापासूनच मिळालं. कालियामर्दन, पुतनामावशीपासूनच या संघर्षाला प्रारंभ झाला. कंसमामापासून ते आताच संपलेलं महायुद्ध – सारा संघर्षाचा इतिहास जाणतेसच. या क्षत्रिय धर्माचं पालन करण्याबाबतचं कर्तव्य पूर्ण करण्यात मी पूर्णपणे समाधानी आहे.

''तारुण्याचं दुसरं महद्भाग्य म्हणजे, या जीवनरथाला साथ देणारी, त्या रथाचं

दुसरं चक्र होऊन तो जीवनरथ यशस्वीपणे मार्गक्रमण करण्यात तनानं, मनानं एकरूप होऊन साथ देणारी पत्नी मिळणं. मी या क्षेत्रात तर भाग्याचा परमोच्च बिंदू गाठला आहे असंच म्हणावं लागेल. हा आपला संसारसागर तरून जाण्यात माझ्यापेक्षाही मोठा वाटा तुझा आहे, हे मी केव्हाही, कधीही, कुठंही मान्य करू शकतो. नव्हे, ते जगत् सत्य आहे. त्रिकालाबाधित सत्य आहे. तू भूत, वर्तमान, भविष्य तिन्ही पिढ्यांना सांभाळलं आहेस. माझ्या धाकट्या राण्यांनाही धाकट्या भगिनींप्रमाणे सांभाळलं आहेस. या द्वारकाद्वीपावरल्या सान, थोर, साऱ्यांना प्रत्यक्षात तूच आधार दिलास. तूच त्यांच्या संकटसमयी त्यांना आधारस्तंभाप्रमाणं मार्गदर्शन करतेस. मग ती आपल्या कुळातली सुभद्रेसारखी माहेरवाशीण असो किंवा पुनर्वसित कामरूप स्त्री असो किंवा नव्या पिढीतील स्नुषा असोत. म्हणूनच तू या राणीद्वीपाची अनभिषिक्त महाराणी ठरलीस.''

''पुरे पुरे. स्वामी, मी विचारलेल्या प्रश्नाचं हे उत्तर नव्हे,'' मी त्यांना मध्येच प्रतिबंध करत म्हणाले.

''तू विचारलेल्या प्रश्नाच्या उत्तराशी संबंधित विधानंच मी करतो आहे. आज मला मुक्तपणे बोलू दे. पुन्हा असा मुक्त संवाद साधायचा समय कधी येतो कोण जाणे? तुझ्याजवळ, एकप्रकारे माझ्या जीवनाच्या भूत, वर्तमानाचा आढावाच मी घेतो आहे. शांतपणे ऐक.''

''स्वामी, तुमचा हा जीवनप्रवास तुमच्याच मुखातून ऐकणं म्हणजे माझ्यासाठी भाग्यपर्वणीच आहे. ती कधी समाप्तच होऊ नये, असं मला मनापासून वाटतं. आपण म्हणता आहात ते सत्यच आहे. सागरकिनारी, चंद्रकिरणांच्या अमृतधारेत तुमच्या वाणीच्या अमृतवर्षावात भिजणं हा माझ्या आयुष्यातील अमृतयोगच आहे. माझं जन्मजन्मांतरीचं भाग्य आहे. तुम्ही मनसोक्त बोला. त्यासाठीच तर माझे कान, मन आतुर, उत्कंठित झाले आहेत.'' मी मोहरलेल्या अवस्थेत म्हणाले.

''जीवनाचं सार्थक होण्यासाठी सुयोग्य गुरू लाभणं, प्रत्यक्ष तीर्थरूप माता-पिता लाभणं ही जीवनाची प्रथम पायरी होय. बाल्यावस्थेच्याही आधीची ही अवस्था, या संदर्भात मी न भूतो न भविष्यती एवढा सुदैवी आहे. सामान्यपणे मानवाला एकच जन्मदाते माता-पिता लाभतात. मला मात्र दोन दोन मातृदेवोभव, पितृदेवोभव ही उक्ती तंतोतंत सार्थ करणारे मातृदेवता, पितृदेव लाभले. जन्मदात्री नसूनही यशोदा मातेनं जन्मदात्या देवकीमातेनं केलं असतं तेवढ्याच जिव्हाळ्यानं, वात्सल्यानं लालनपालन केलं. भविष्यात अशा मातांना, माझ्या या यशोदामातेची आणि पित्यांना नंदबाबांचीच उपमा देण्यात येईल. पिढ्यान्‌पिढ्या त्यांचं गुणगान गायलं जाईल. माझे जन्मदाते जनक जननी वसुदेव बाबा आणि देवकीमाता यांना तर केवळ माझ्या जन्मामुळं किती हाल सोसावे लागले. आपल्या अन्य पुत्र-पुत्रींचा

विरह सहन करावा लागला. त्यांचे मृत्यू नेत्रांसमोर घडत असताना – केवळ आठव्या पुत्राच्या आगमनामुळं – हे असह्य, क्रोधपूर्ण दुष्कृत्य, हृदय पिळवटून काढणारं दृश्य त्यांनी कसं सहन केलं असेल? तरीही या आठव्या पुत्राचा दुस्वास त्यांनी कधी केला नाही. उलट त्याचा प्राण वाचविण्यासाठी, अपरात्री यमुनेच्या पुरात स्वप्राण संकटात टाकले.

"तेच भाग्य गुरू लाभातही मला लाभलं. गुरुवर्य सांदीपनी आणि गुरुमातेनं आम्हाला ज्ञानयोग, कर्मयोग आणि प्रेमयोगाची दीक्षा दिली. गुरुवर्य घोरअंगिरसांनी जीवनप्रवासातील अत्यंत बिकट मनाच्या अवस्थेत मला नुसता विषादयोगच समजावून सांगितला नाही, तर जीवनाच्या अठरा अंगांचं अठरा योगांचं तत्त्वज्ञान विशद करून सांगितलं. त्याच तत्त्वज्ञानाचं मर्म पार्थाला रणभूमीत उलगडून दाखवलं. म्हणूनच न्यायासाठी लढलं गेलेलं हे महायुद्ध पूर्णत्वाला गेलं. हे तत्त्वज्ञान तर मानवजातीसाठी, युगानुयुगं दीपस्तंभाप्रमाणं मार्गदर्शक ठरेल. या तत्त्वज्ञानामुळं असंख्य महामानव निर्माण होतील आणि सामान्य माणसंही जीवनात प्रारब्धात असलेल्या अनेक संकटांना दुःखद घटनांना धैर्याने सामोरी जातील. त्यांना दुःख पचविण्याची शक्ती लाभेल. आपल्या जीवनात लाभणाऱ्या या अनेक असामान्य गुणांच्या व्यक्ती आपल्या जीवनधारेला प्रवाहित करण्यासाठी, मनोबल वृद्धिंगत करण्यासाठी, ऊर्जेचा अविरत स्रोत पुरवत असतात. उद्धव, पार्थ, सुदामा आणि अन्य अनेक व्यक्ती माझ्या या जीवनप्रवासाला गती देण्यास साहाय्यभूत ठरल्या आहेत. सांगण्याचा मथितार्थ हाच, की बालपण, किशोरावस्था, तारुण्य, प्रौढावस्था मी यशस्वीपणे आनंद, दुःख, पराक्रम, यश या मानवजन्माच्या भाव-भावनांची अनुभूती घेत मनसोक्त उपभोगल्या आहेत; पण आजकाल मनाला तीव्रपणे जाणवू लागलं आहे की आता समय आला आहे की..."

एवढे अर्धवट वाक्य सोडून स्वामी थांबले, मी श्रवणसमाधीतून भानावर आले. त्यांचे ते गंभीर, विद्वत्तापूर्ण, शब्दमाधुर्य कानाला, मनाला विलक्षण सुखावत होते. जणू माझी तंद्री लागली होती. त्यांचा शब्दन्‌शब्द मी हृदयात साठवून घेत होते. त्यामुळे त्यांनी वाक्य अर्धवट सोडताच मी भानावर आले. त्यांना म्हणाले, "स्वामी, मध्येच थांबलात का? कोणत्या विचारांनी तुमच्या हृदयात वादळ निर्माण केलं आहे? कसला समय आला आहे?" संन्यास घेण्याचा विचार तर पुन्हा यांच्या मनात डोकावला नाही ना, या शंकेने मी अस्वस्थ झाले.

"अशी भयभीत होऊ नकोस, रुक्मिणी. मी तुम्हाला सर्वांना, माझ्या या द्वारकाद्वीपाला सोडून अन्य स्थानी कुठंही जाणार नाही. तू निश्चिंत रहा; पण मला असं वाटतंय, की आता या व्यापातून – ही रणक्षेत्रं, हे युद्ध, विजय, पराजय, यशापयश, मोह, माया या अव्याहत चक्रातून – मुक्त होऊन निवांत तत्त्वचिंतनात

गुंतावं. पुढल्या पातीकडं हे राजकारण, अर्थकारण, समाजकारण सोपवावं. अलिप्त राहून इथंच, या भूमीत वानप्रस्थाश्रम स्वीकारावा. अधिकाराचा, पदाचा, सत्तेचा पूर्णपणे त्याग करून.''

मला मनापासून हसू आले. ते माझ्या चर्येवर उमटले असावे.

''का हसलीस?'' त्यांनी विचारले.

''स्वामी, जे विकार तुम्ही कधी स्वत:जवळ फिरकूही दिले नाहीत, ज्यांचा स्पर्शही तुम्हाला कधी झाला नाही; त्यांचा त्याग तुम्ही कसा करणार? सत्तेचा मोह तुम्हाला कधीच नव्हता. या आर्यावर्तातील अनेक उन्मत्त बलसम्राटांचा नाश करून तुम्ही विजय मिळविलात, पण त्या भूप्रदेशाच्या राजसिंहासनाचा मोह कधी तरी तुम्हाला झाला का? एकातरी बलाढ्य सत्तेचा सत्ताधीश म्हणून तुम्ही स्वत:ला राज्याभिषेक करून घेतलात का? केवळ एकदाच उपचारापुरता करून घेतलात तो सम्राट क्रथकौशिकाकडून. तेही माझ्यासाठी. त्यामागचा हेतू संपताच ते साम्राज्यही त्यांना परत केलंत. उगीचच नाही सारं विश्व तुम्हाला निर्मोही म्हणत,'' मी म्हणाले.

''चुकतेस तू, रुक्मिणी. अभिषिक्त नसलो तरी अनभिषिक्त प्राप्त झालेली सत्ता मी उपभोगतोच आहे ना? द्वारकाधीश ही पदवी मला प्राप्त झालीच आहे ना?'' स्वामी नेहमीच्या प्रसन्न मुद्रेने म्हणाले.

''तुम्हीच तर सतत सांगितलं आहे ना, तुमचा जन्मच मुळी 'धर्मसंस्थापनार्थ' झाला आहे. त्यासाठीच न्याय्य धर्माच्या, सत्य धर्माच्या उत्थापनासाठीच तुम्ही आजन्म कार्यरत आहात. त्यात तुम्हाला यशही आलं आहे. दुष्टांचा संहार आणि सत्याची कासच तुम्ही सतत धरली आहे. हा सत्याचा, न्यायाचा धर्म स्थापण्याचं तुमचं कार्य परिपूर्ण झालं आहे, असं तुम्हाला वाटतंय का? ते पूर्ण झाल्याशिवाय तुम्हाला निवृत्ती स्वीकारणं, या भूमीत का होईना, वानप्रस्थाश्रम स्वीकारणं योग्य ठरेल का स्वामी?''

''महाराणी, विश्वचक्र अविरत फिरतच असतं. सुख-दु:ख, न्याय-अन्याय, श्रीमंती-दैन्य, जय-पराजय या भावना, घटना एकामागोमाग, नियतीच्या खेळानुसार आपले अस्तित्व सिद्ध करत असतात. या चक्राच्या खेळातच, आपणही नीतीची कास धरून अनीतीचा त्याग करून विश्वाच्या कल्याणासाठी आपला वाटा उचलायचा असतो. त्यासाठी आपल्या बुद्धीचा उपयोग करून सारासारविचार करून योग्य मार्ग निवडायचा असतो. तो योग्य मार्ग दाखविण्यासाठी सद्गुरू असतातच. त्या मार्गावरून सतत ध्येयप्राप्तीसाठी प्रयत्नांची पराकाष्ठा करायची असते. यश-अपयश, जय-पराजय हे ज्याच्या त्याच्या नशिबानुसार घडते; पण कोणता मार्ग निवडायचा हे तर या विवेकबुद्धीनुसार आपल्या हातात असते ना?'' स्वामी क्षणभर थांबले. पुन्हा ती मधुर वाणी स्त्रवू लागली, ''जीवनाच्या या प्रदीर्घ प्रवासात अनेक

वळणं लागतात. ती पार करणं कधी सुलभ असतं, तर कधी अवघड. कधी ती संपत्तीच्या मोहाची, तर कधी सत्तेच्या मोहाची, कधी मायेच्या, प्रेमाच्या मोहाची – पण कर्तव्यपूर्तीसाठी ही वळणं पार करून श्रेष्ठ कर्तव्यधर्म पाळणं हाच श्रेष्ठ मानवधर्म आहे. या कर्तव्य पालनासाठी कधीकधी तर जननी, जन्मभूमी, भार्या, अपत्य, मोह, माया, क्रोध, लोभ साऱ्यांचा त्याग करावा लागतो. या क्षणी माझी विवेकबुद्धी मला सांगतेय, की माझ्या या वानप्रस्थाश्रमाचा समय आता येऊन ठेपला आहे. तुझी अनुज्ञा आहे ना?'' स्वामींनी विचारले.

मी क्षणभर बावरले. दुसऱ्या क्षणी माझ्या अंतर्मनाचे बोल आपोआप शब्दरूप धारण करून माझ्या मुखातून बाहेर स्त्रवू लागले. मी म्हणाले, ''स्वामी, तुमचा निर्णय मला सर्वस्वी मनापासून मान्यच असतो. कारण तो योग्यच असतो, असा माझा पूर्णपणे विश्वास आहे; पण मग माझं काय? तुम्हीच माझं विश्व आहात, जीवन आहात. तुम्हीच जर माझ्या भावविश्वातून दूर गेलात तर माझं काय होईल? माझं भावविश्व, माझा जीवनहेतूच संपेल, माझ्या या जीवनप्रवासाचं पुढलं ध्येय काय?''

माझ्या नेत्रांतून अश्रू ओघळले. आवाज कातर झाला. स्वामींचा आणि आम्हा द्वारकावासीयांचा भावनिक विरह मला कल्पनेतही सहन होईना.

स्वामींनी माझ्या मस्तकावर त्यांचा कर ठेवला. मी विलक्षण समाधानाने नेत्र मिटले. आश्वासक अनुभूतीची एक सुखद लहर माझ्या शरीराचा रोमन्‌रोम सुखावून गेली. त्यांची ती अवीट, माधुर्यपूर्ण वाणी माझ्या हृदयाला स्पर्श करत होती.

स्वामींचे बोल कानावर पडत होते, ''रुक्मिणी, कष्टी होऊ नकोस. तू आणि मी वेगळे का आहोत? मी चराचरात सर्वभूतांठायी आहे आणि तूसुद्धा. तुझ्यातील दिव्य शक्तीला जाण. तूसुद्धा आदिशक्तीच आहेस. केवळ मीच नव्हे, तर तूसुद्धा आता माझ्या या वानप्रस्थाश्रमाची वाटेकरी होणार आहेस. कर्तव्यकर्म करत असतानाच तूसुद्धा या मार्गावर माझ्याबरोबर आपोआप येणार आहेस. आपण दोघं देहानं कुठंही वास्तव्य करणार असलो, तरी जीवन मार्गक्रमणाची दिशा एकच राहणार आहे. आपल्या या जन्मीच्या अंतापर्यंत कुणाची साथ राहणार, कुणाची नाही, याविषयी विचार करू नकोस. एकच सांगतो, निर्मिती तिथं अंत असतोच. तो या विश्वाच्या कालचक्राचा न्याय आहे. कुणाचे आशीर्वाद किंवा शाप, उःशाप हे निमित्तमात्र असतात. तेव्हा नियतीवर विश्वास ठेव.''

स्वामींनी मस्तकावरचा कर अधिक भाराने दाबला. माझे पूर्ण शरीर, तेजोमय झाल्याचा भास मला झाला. माझी काया दिव्यशक्तीने चेतून उठली. मन निर्भय, शांत, निवांत झाले होते.

मी हळूच नेत्र उघडले. समोर स्वामींच्या चर्येवर प्रसन्न, मंद हास्य विलसत

होते. आता कुठल्याच शब्दांची गरज नव्हती. दिव्यशक्तीने, निर्भय होऊन भविष्यकाळाला सामोरी जाण्यासाठी मी सज्ज झाले होते. त्या निश:ब्द अवस्थेतच एकमेकांच्या साथीने, विश्वासाने पावले टाकत आम्ही आमच्या गरुडध्वजाकडे वळलो.

कालचक्र त्याच्या गतीने फिरतच होते. स्वामींनी त्यांचा निर्णय प्रत्यक्ष कृतीत आणण्याच्या दृष्टीने योजना आखल्या जात होत्या. निर्णय घेतले जात होते. थोरले बाबा, थोरल्या आणि धाकट्या माता, दादा, उद्धवभाऊजी, गुरुवर्य, सेनापती सर्वांचीच संमती घेतली जात होती.

ज्येष्ठ मानकऱ्यांच्या पदावर त्यांचे पुत्र जर तेवढेच कार्यक्षम असतील तरच ते पद त्यांना देण्यात येत होते. याच न्यायाने अमात्य विपृथूंचा पुत्र सुकृत नवनिर्वाचित अमात्य झाला होता.

कालाच्या या प्रवाहात आम्ही सर्वच वयाने ज्येष्ठ श्रेणीत जाऊन पोहोचलो होतो. आमच्या पुत्रांचे पुत्र, कन्याही उपवर झाले होते. प्रद्युम्नाचा पुत्र अनिरुद्धाचा तर विवाहही झाला होता. तोही रुक्मीदादाच्या सर्वांत धाकट्या कन्येशी रोचनेशी.

या घटनेचा विचार करताना माझ्या मनात नेहमीच विचार येतात, खरंच, ही नियती कधीकधी किती गमतीचा खेळ खेळते नाही? ज्या माझ्या दादाने आमच्या भोजवंशीय कुळातील कन्येचा म्हणजे माझा विवाह आमच्या यादवकुळातील श्रीकृष्णाशी होऊ नये म्हणून अथक प्रयत्न केले होते, प्राण पणाला लावले होते, त्याच दादाने स्वत:च्या दोन कन्यांचे विवाह, आमच्या दोन पिढ्यातील वंशजांशी प्रत्यक्ष श्रीकृष्णाच्या, रक्ताच्या वंशजांशी स्वत:हून लावून दिले होते. ज्या कुलाची निर्भर्त्सना केली होती, त्याच कुलाच्या पुत्रांचे चरण मधुपर्कांच्या वेळी, जलाने धुवून, त्यावर शुभचिन्हे स्वहस्ते रेखली होती.

अशा वेळी मनात येते, प्रवाहित होणारा काल, त्यानुरूप सदृश्य परिस्थिती मानवाला कशी, कोणती प्रेरणा देते, त्याचे अंत:करण, त्याची मते वळवायला भाग पाडते, कदाचित वृद्धिंगत होणाऱ्या वयाचा, संगतीचा, वैचारिक परिपक्वतेचाही तो परिणाम असू शकेल. माझ्या विवाहाच्या वेळी त्यांचे वय तरुण होते, तनातले रक्त उन्मादाने सळसळत होते. मी म्हणतो तेच सत्य आणि मी करेन ती पूर्व दिशा ही त्याची वृत्ती होती.

त्याच्याभोवती, अशाच उन्मत्त, दुष्प्रवृत्तीचा, माजलेल्या मदांधांचा वेढा पडला होता. सम्राट जरासंध त्या वेळी आर्यावर्तातले बलवान सम्राट समजले जात होते. मनात माझी अभिलाषा धरणारा शिशुपालही त्याच पक्षातला होता. रुक्मीदादाचा त्यांच्या राजधानीत सत्कार करून, त्याला स्वत:कडे वळवून घेतले होते. श्रीकृष्णद्वेषाने पेटून उठलेल्या जरासंधाने रुक्मिणी, म्हणजे मी, श्रीकृष्णांच्या कंठात वरमाला घालायला आतुर झाली आहे हे ओळखून रुक्मीदादाच्या मनात श्रीकृष्णद्वेषाचे बीज

पेरून त्यात सतत खतपाणी घालण्याचे, त्या सूड-रोपट्याचे वृक्षात रूपांतर करण्याचे काम चातुर्याने केले होते.

पुढे काळाच्या ओघात असंख्य तर्क्य, अतर्क्य घटनांचे महापूर येऊन गेले होते. स्वामींनी अन्यायी, क्रूर सम्राटांवर विजय मिळवून, निरपराधी लोकांना अन्यायाच्या कारागृहातून सोडवून सज्जनांना आधार दिला होता. विश्वास दिला होता. इच्छा असो अथवा नसो, त्रिखंडातले त्यांचे वर्चस्व, स्वामित्व त्यांच्या शत्रूलाही मान्य करावेच लागले होते.

तसेच रुक्मीदादाचेही झाले असेल. शिवाय वाढत्या वयानुसार विचारांची परिपक्वताही वाढत जाते. स्वामींबरोबर त्यांची पट्टराणी, द्वारकेची अनभिषिक्त महाराणी म्हणून मला मिळणारे मानसन्मानही तो बघतच असणार, ऐकत असणार. या संबंधांमागील आणखी एक कारण म्हणजे पित्याचे हृदय.

पितृप्रेम आणि बंधुप्रेम यामध्येही अंतर असते. बंधू भगिनीवर प्रेम करत नाही असे नाही; पण मातृ-पितृ प्रेमाचा महिमा आगळावेगळाच. आपल्या अपत्याच्या कल्याणासाठी पिता आपले राग, लोभ, मोह, स्वार्थ हे विकारच काय; आपले प्राणसुद्धा द्यायला तयार होईल. म्हणूनच आमच्या यादवकुळातील मदनाचा पुतळा समजला जाणारा माझा लाडका प्रद्युम्न काय किंवा माझा नातू, प्रद्युम्नाचीच प्रतिकृती, अनिरुद्ध काय, त्यांचे पत्नीपद भूषविणाऱ्या सुकन्या निश्चितच वैभवाच्या, सुखाच्या, मायेच्या राशीत जीवनाचा अत्त्युच्च आनंदाचा उपभोग घेतील, असा त्याच्या पितृहृदयाला विश्वास वाटला असावा. म्हणूनच त्याने आपल्या कन्यांचा रुक्मावती आणि रोचनाचा विवाह प्रद्युम्न आणि अनिरुद्धाशी आनंदाने लावून दिला असावा.

बघा, माझे नेहमीसारखेच झाले. कालौघातील द्वारकाद्वीपावरील घटनांचा क्रम सांगतानाच मी माझ्या विचारप्रवाहात कशी वाहत गेले, ते माझे मला कळलेच नाही.

स्वामींनी प्रत्यक्षपणे नाही; तरी अप्रत्यक्षपणे साऱ्यांनाच असे सुचवले होते की ते यापुढे प्रत्यक्ष युद्धात भाग घेणार नाहीत. त्यांच्या आगळ्यावेगळ्या वानप्रस्थाश्रमाचाच तो भाग असावा. त्यांचा हा विचार ऐकून माझ्या मनाला एक अपूर्व शांती लाभली होती. खरेच बलरामदादा आणि स्वामी दोघांनाही, आता या वयात विश्रांतीची नितांत आवश्यकता होती. बालपणापासूनच त्यांना अनेक दुष्ट लोकांशी संघर्ष करावा लागला होती. स्वामींना तर तान्हुल्याच्या स्वरूपातसुद्धा पुतनामावशीसारख्या, दुष्ट, मायावी स्त्रीला आपली दैवी शक्ती दाखवावी लागली होती. कंसमामांसारख्या स्वकियांपासून ते नरकासुरापर्यंत. शिशुपाल, पौंड्रासारख्या अहंभावी व्यक्तींसाठी तर सुदर्शनचक्राचाही उपयोग करावा लागला होता. अगदी आता समाप्त झालेल्या

महायुद्धापर्यंत कधी शारीरिक सामर्थ्याचा, योगशक्तीचा, तर कधी बुद्धीचा उपयोग करावा लागला होता. कधी शक्तीने तर कधी युक्तीने अन्यायी, दुष्ट, नीच प्रवृत्तीशी प्राणपणाने लढून विजय संपादन केला होता. बलरामदादांनीही त्यांना वेळोवेळी साथ दिली होती. उद्धवभाऊजी तर त्यांचा भावविश्वातला भावसखा होते. त्यांचा आध्यात्मिक आणि भावनिक क्षेत्रातला ते उजवा हात होते. प्रत्यक्षात नात्याने चुलत बंधू असलेल्या या उद्धवभाऊजींचे आणि त्यांचे संबंध व्यक्तीचा देह आणि सावलीसारखे अतूट होते, भावनिक दृष्टीने भावविभोर होते. माझ्याशीही त्यांचे नाते, माहेरच्या विश्वासाच्या माणसासारखे जिव्हाळ्याचे होते. माझ्या आणि स्वामींच्या विवाहामुळे मला माहेर दुरावले होते. माहेरच्या सग्यासोयऱ्यांची, रक्ताच्या नात्यांची ताटातूट झाली होती. त्या वेदनांवर फुंकर घालण्याचे कार्य त्यांनी हळुवारपणे केले. तर हे सर्व सांगण्याचा हेतू असा, की या पिढीला आता विश्रांतीची नितांत आवश्यकता होती.

प्रत्यक्ष युद्ध न करण्याचा निर्णय घेण्यामागे स्वामींचा आणखीही एक महत्त्वाचा उद्देश असावा, तो म्हणजे आमची पुढली पिढी, दादांचे पुत्र, स्वामींच्या आठही राण्यांचे आमचे दश दश पुत्र. सर्वांच्याच कर्तृत्वाला संधी मिळणार होती. ते आवश्यकही होते.

माझे पुत्र – प्रद्युम्न, चारुदेष्ण, सुदेष्ण, चारूदेह, सुचारू, चारुगुप्त, भद्रचारू, चारुचंद्र, विचारू हे सर्व चारू आता आपला पराक्रम सिद्ध करण्यास सज्ज झाले होते. उत्सुकही होते. हीच परिस्थिती अन्य राण्यांच्या स्वामीपुत्रांचीही होती. सारे विविध अस्त्र, शस्त्र युद्धकला निपुण होते. म्हणूनच नुकत्याच झालेल्या महायुद्धाच्या समयी आमच्या द्वीपाच्या संरक्षणाची धुरा त्यांनी अत्यंत विश्वासाने या पुढल्या पिढीवर टाकली होती. ती त्यांनी यशस्वीपणे निभावलीही होती.

जांबवतीचा पुत्र सांब आणि त्याचे बंधू शरप्रक्षेपण कलेत निपुण, तर दादांचे पुत्र दादांसारखेच गदायुद्धात निपुण होते. माझ्या प्रद्युम्नाने तर शाल्वाशी झालेल्या युद्धाच्या वेळी आपला पराक्रम सिद्ध केलाच होता.

म्हणूनच स्वामींच्या युद्धविश्रांतीच्या निर्णयाचे ज्येष्ठांकडून, आमच्या राणीवशाकडून आणि पुढल्या पिढीकडून हर्षयुक्त स्वागत करण्यात आले.

परंतु हा निर्णय एवढ्या सहजासहजी प्रत्यक्षात आणला जावा अशी नियतीची इच्छा नव्हती. एक गालबोट लागणारच होते. स्वामींनी नियतीच्या निर्णयासमोर सदैव मान तुकवलीच होती. तसेच आताही घडले. त्याचे असे झाले, शोणितनगरच्या, बाणासुराची कन्या उषा हिची आमच्या अनिरुद्धावर मनापासून प्रीती जडली. तिला जली, स्थळी, स्वप्नी त्याचीच मूर्ती दिसू लागली. तिने त्याचे सुरेख रेखाचित्रही रेखले. अनिरुद्धाच्या कानी ही वार्ता आली. तो वृतान्त ऐकून त्याच्या हृदयातही

प्रेमाचे झंकार उठले. भावनांचे सूर जुळले. जी स्त्री आपल्यावर नितांत प्रेम करते, आपल्यासाठी झुरते तिच्या मनीचे इप्सित पूर्ण करणे हे तर खऱ्या क्षत्रियाचे, लढवय्याचे आद्य कर्तव्य समजले जाते. अनिरुद्धही या अलिखित शास्त्रनियमाला अपवाद कसा असणार? तो उषेचे पाणिग्रहण करण्यासाठी शोणित नगराकडे गेला. तेव्हा बाणासुराने त्याला पकडून कारागृहात टाकले.

स्वामींना या सर्व घटनांची वार्ता, ते हस्तिनापुराहून परत आल्यावर त्वरित दिली गेली नाही; कारण त्यांना विश्राम हवा असेच संबंधितांना वाटत होते; पण त्यांची युद्ध न करण्याची मनीषा ऐकून त्यांना ही वार्ता देण्यात आली.

ही वार्ता कानी पडताच त्यांनी त्वरेने बाणासुरावर आक्रमण करण्याची तयारी करून मुहूर्तसुद्धा काढला. कारण अनिरुद्ध हा त्यांचा लाडका, श्रेष्ठ नातू होता आणि बाणासुराचे सामर्थ्य ते जाणत होते.

हा सारा वृत्तान्त कानी पडताच मला मनातल्या मनात हसूच आले. सवयीप्रमाणे मनात विचारचक्र फिरू लागले. खऱ्या क्षत्रियाला जीवनभर तीन गोष्टींसाठी युद्ध करावे लागते. सत्ता, संपत्ती आणि स्त्री. कधी स्वत:साठी; तर कधी अन्य व्यक्तींसाठी. स्वामींना तर 'स्त्री' या संदर्भातील कारणांसाठी किती वेळा झुंज द्यावी लागली. अगदी माझ्यापासून, म्हणजेच स्वत:च्या महाराणीपासून, सत्या, मित्रविंदा, लक्ष्मणासाठीही. सत्यभामा, कालिंदी, जांबवती या नियमाला अपवाद होत्या. नरकासुराच्या कारागृहातून तर सोळा सहस्र नारींना मुक्त करण्यासाठी घनघोर संग्राम केला.

नुकत्याच संपलेल्या भारतीय महायुद्धाचे एक कारण सखी, द्रौपदीच्या स्त्रीत्वाला कलंक लावण्याच्या प्रयत्नाचा सूड हे होतेच. माझ्या स्वामींचा जन्मच धर्म संस्थापनार्थाय पर्यायाने धर्मरक्षणार्थ, झाला होता. धर्म रक्षणार्थमध्येच, स्त्रियांचे शीलसंरक्षण, अन्यायापासून जाचापासून संरक्षण हे महत्त्वाचे कर्तव्य होते. मग ती स्त्री सामान्य असो; राजकुळातील असो.

आर्यावर्तात तर राजकुळातील उपवर कन्यांना स्वयंवराचा अधिकार होता. उषेने अनिरुद्धाला मनापासून वरले होते. अशा परिस्थितीत अनिरुद्ध, उषेची कारागृहातून मुक्तता करून त्यांचा विवाह करून देण्याचे सामर्थ्य फक्त स्वामींमध्येच होते. हे जाणून स्वामींनी पुन्हा 'न धरी शस्त्र करी मी' हा आपल्या मनातला विचार बदलून पुन्हा आपल्या पौत्रासाठी हाती शस्त्र धरले. निवडक सैन्याला घेऊन शोणितपुराला जाऊन, बाणासुराचा पराभव करून उषा-अनिरुद्धाचा थाटात विवाह करून दिला.

या युद्धावरून परत आल्यावर मात्र स्वामींचा अलिप्तपणा प्रकर्षाने स्पष्टच दिसू लागला. राजनीतिज्ञ असलेल्या माझ्या स्वामींचा ओढा राजनीतीपेक्षा जीवन तत्त्वज्ञानाकडे अधिक वळू लागला.

आता या क्षणी मला असे वाटतेय की स्वामींना जीवनाच्या या सर्व अवस्था पार करण्याची खरेच गरज होती का? कारण ते मुळातच अपरंपार होते. आर्यावर्तात त्यांची 'प्रत्यक्ष भगवान' म्हणून ख्याती पसरली होती. त्यांच्या जन्मापासूनच त्यांच्या अलौकिक शक्तीच्या वलयाने, थोर विद्वानही अचंबित झाले होते. कधीकधी तर्कनिष्ठ बुद्धीची कसोटी लावून घेतलेले निर्णयही अपुरे पडत होते, तर कधी वृथा ठरत होते.

ज्या माझ्या जीवनरथी स्वामींनी, या निर्लेप अवस्थेत शिरण्यापूर्वीच या विश्वाला आत्मतत्त्व समजावून सांगितले, प्रत्येक वर्णाचा, जीवनधर्माचा मार्ग दाखविला, विषादयोगासारख्या योगासह अठरा योगांतून जीवनाचे मर्म उलगडून दाखविले, सुयोग्य व्यक्तींना विराट विश्वरूपाचे दर्शन घडविले, आदी नाही अंत नाही अशा अखंड कालप्रवाहाचा अर्थ विशद केला, या मानवजातीच्या मनावरले अज्ञानाचे धुके दूर सारून त्यांच्या नेत्रांत, कर्तव्यधर्माचे दिव्यज्ञानाचे झणझणीत अंजन घातले, त्या 'गुरूंच्या गुरूला' या जीवन तत्त्वज्ञानाच्या सखोल चिंतनाची आवश्यकता होती का? त्यासाठी मानसिक वानप्रस्थाश्रम स्वीकारायला हवा होता का?

केवळ तर्कनिष्ठ विचार केला तर निश्चितच नव्हता; पण स्वामी वारंवार मानवी जन्माचे, जीवनाचे जे सूत्र उलगडून दाखवतात, त्या सूत्राला विसरून कसे चालेल? मानवी जन्म घेतला की त्या जीवनाची प्रत्येक अवस्था समरसून, त्या जीवनाशी एकरूप होऊन जगणे हेच त्या जीवनाचे सार आहे. त्या जीवनाचा खरा अर्थ आहे. काही दिवसांपूर्वी चांदण्यात हेच सूत्र स्वामींनी मला समजावून सांगितले नव्हते का? स्वामींनी आपल्या आयुष्यात, कर्तव्यापेक्षा श्रेष्ठ महत्त्व कोणत्याही गोष्टीला दिले नाही. किंवा मनाने ज्या व्यक्तीला, भूमीला कधीही विसरू शकले नाहीत; तरीही त्यांत देहाने गुंतून पडले नाहीत. उदाहरणच द्यायचे झाले तर, त्यांचे प्राणप्रिय पिता-माता समान असणारे नंदबाबा आणि यशोदामाता असोत, गोपगोपी असोत, गोकुळ, वृंदावन असो की मथुराभूमी असो. नेहमीच कर्तव्य श्रेष्ठ मानले. एकदा ते स्थळ आणि त्या व्यक्ती सोडून आल्यानंतर पुन्हा ते त्या स्थळी जाऊ शकले नाहीत. एक प्रकारे ही त्यांच्या जीवनातली निर्लेपताच नाही का?

मला आठवतेय हीच गोष्ट त्यांनी मला माझ्या जीवनप्रवाहातील योग्य वेळी समजावून सांगितली होती. माझा आणि स्वामींचा विवाह झाल्यावर, कौंडिण्यपूर मला पारखे झाले होते. त्या कोवळ्या वयात मला सदैव माझ्या त्या प्रिय भूमीची, प्रासादाची, माता-पित्यांची, बंधूंची, सख्यांची, सुदेवकाकांची, श्रीजगदंबेची, साऱ्यांची आठवण अस्वस्थ करत असे. माझी वाटिका, पुष्करणी, मुक्तपणे केलेल्या क्रीडा पुन:पुन्हा आठवून, नकळत नेत्रांतून आसू बरसू लागत. ते कुणालाही दिसू नयेत

म्हणून मी आटोकाट प्रयत्न करत असे; पण स्वामींच्या अंतर्ज्ञानी दृष्टीतून ते कसे सुटणार? त्या वेळी ते मला म्हणाले होते, 'रुक्मिणी, प्रत्येक व्यक्तीचा, दुसऱ्या व्यक्तीशी, वस्तूशी, वास्तूशी, स्थलाशी जेवढा काळ ऋणानुबंध नियतीने आखलेला असतो, तेवढाच त्यांचा सहवास संबंधितांना लाभतो. आपल्या आवाक्यात काहीच नसतं. तेव्हा खंत करू नकोस. कोणी सांगावं, सध्या तुटलेल्या सहवासाचे धागे भविष्यकाळात, कदाचित पुन्हा जुळले जातील. म्हणून सध्या मनात कष्टी होऊन दुःख करू नकोस. प्रारब्धावर विश्वास ठेवून सामोरं आलेलं कर्तव्यकर्म मन लावून करावं. केवळ स्त्रियांनाच आपल्या प्रिय व्यक्तींचा, भूमीचा त्याग करावा लागतो असं नाही, तर पुरुषांनाही करावा लागतो. माझंच उदाहरण घे ना, मी नाही का, नंदबाबा, यशोदामाता, गोपगोपी, गोकुळ, वृंदावन, मथुरा साऱ्या प्राणप्रिय व्यक्तींचा त्याग केला. कारण साऱ्यांच्याच भविष्यकालीन कल्याणासाठी पुढली पावलं टाकणं, माझं कर्तव्य होतं. तेच मी केलं. पुढंही करणार.'

त्यांचा प्रत्येक शब्दनूशब्द माझ्या हृदयावर कोरला गेला. त्या शब्दांवर विश्वास ठेवूनच मीसुद्धा जीवनाच्या मार्गावर माझी पावले उमटवली. माझे विचारचक्र, निरनिराळ्या प्रसंगांच्या संदर्भात, स्वामी या माझ्या जीवनकेंद्रबिंदूभोवतीच फिरत असते. या विचारप्रवाहात रमताना काही घटना तर कधीकधी काही प्रसंग सांगायचे राहूनच जातात. शोणितपुरात बाणासुराशी कराव्या लागलेल्या युद्धाच्या प्रसंगाआधी आमच्या द्वारकावासीयांच्या जीवनात आलेला आनंदाचा, मंगलमय समारंभ – तो म्हणजे हस्तिनापूर सम्राट म्हणून महाराज युधिष्ठिराचा राज्याभिषेक.

महाभारतातील या महायुद्धाचा विजय म्हणजे 'जय नावाचा इतिहास आहे.' हा जय म्हणजे, सत्प्रवृत्तीचा, न्यायप्रवृत्तीचा असत् प्रवृत्तीवर, अन्याय प्रवृत्तीवर मिळवलेला विजय आहे. हेच स्वामी सदैव या विश्वाला समजावून सांगत होते; पण हा विजय मिळविणे म्हणजे केवळ 'इतिकर्तव्यता' नव्हती, तर या मिळविलेल्या सम्राटपदाद्वारे पांडवांना एका आदर्श राज्याची स्थापना करायची होती. तद्वतच या आर्यावर्तासमोर एक न भूतो न भविष्यती असे न्याय्य, सत्य, सत्शील असे राज्य चालवून दाखवायचे होते. त्या राज्याच्या संकल्पनेची प्रत्यक्षात घडी बसवायची होती. हे कार्य म्हणजे भावी पिढ्यांना युगानुयुगे एक कल्याणकारी राज्य म्हणून मार्गदर्शक ठरणार होते. एखाद्या प्रबळ शत्रूच्या राज्यावर विजय मिळविणे जेवढे कठीण, त्याहून त्या आदर्श राज्याची धुरा आपल्या स्कंधावर पेलणे महाकठीण.

हे अवजड 'शिवधनुष्य' आता पंडुपुत्रांना पेलायचे होते. पंडुपुत्रांच्या सक्षमतेविषयी कुणाच्याही मनात संदेह नव्हता. या महान कार्यासाठी ज्येष्ठ पांडवाच्या मस्तकावर विधिवत राज्याभिषेकाची मोहर लागणार होती.

या राज्याभिषेकाचे आमंत्रण देण्यासाठी स्वतः पार्थाचे, धौम्य ऋषींसह द्वारकेत

आगमन झाले. द्वारकावासीयांनी त्यांचे मनापासून स्वागत केले. महायुद्धातील विजयामुळे पांडवांची कीर्ती सध्या त्रिखंडात दुमदुमत होती. पार्थाची द्वारकाधीशांशी असलेली अतूट मैत्री, दोघांच्या बाह्यरूपातही असलेले साम्य यामुळे जनमानसात त्यांच्याभोवती एक कुतूहलाचे वलय निर्माण झाले होते.

थोरले बाबा, थोरल्या-धाकल्या माताही पार्थ आणि धौम्यऋषींच्या आगमनाने आनंदित झाल्या होत्या. त्यांची लाडकी भगिनी कुंती, जिने आजन्म दैवगतीचा वनवासच भोगला होता, तिला, तिच्या पुत्रांना अंती न्याय मिळाला होता. वृद्धावस्थेमुळे ती तिघे तर कुणालाही भेटू शकत नव्हती. कुंतीमाता स्वत: नाही; तरी त्यांचा पुत्र भेटणार या कल्पनेने त्यांना समाधान लाभले होते.

पार्थभाऊजी आणि धौम्यऋषींनी परंपरेप्रमाणे प्रथम ज्येष्ठांना प्रणाम करून आमंत्रण दिले. त्यांच्या भाच्याने, त्यांच्या पायाशी बसून कुशल मंगल वार्ता केल्या. त्यांनी विचारलेल्या प्रश्नांना मनापासून उत्तरे दिली. आमच्या राणीवशावर येऊन माझ्यासह समस्त स्त्रीवर्गाला आमच्या पुत्र, कन्या, स्नुषा, पौत्र-पौत्रींना हस्तिनापूरला, समारंभाला उपस्थित राहण्याचे आमंत्रण दिले.

दादांनी आणि स्वामींनी सुधर्मा राजसभा बोलावली. स्वत: धनुर्धरांनी द्वारका साम्राज्याच्या समस्त पदाधिकाऱ्यांना, मानकऱ्यांना, समस्त प्रजाजनांना या आनंदाच्या क्षणी, हस्तिनापूरच्या भव्य समारंभात सहभागी होण्याचे आवाहन केले. या विजयाचे श्रेय द्वारकाधीशांना देण्यात त्यांनी धन्यता मानली. प्रजाजनांनी द्वारकाधीश, थोरले महाराज, दादा, धनुर्धर धनंजय सर्वांच्या नावाने गगनभेदी, आसमंतात दीर्घकाळ घुमणारा प्रचंड जयजयकार केला.

द्वारकेतही परंपरेप्रमाणे त्यांचा 'अतिथी देवो भव' या नात्याने राजकुळाने, प्रजाजनांनी हृद्य सत्कार केला. आतिथ्याने भारावलेल्या अवस्थेतच पार्थ, धौम्यऋषींसह आलेल्या मान्यवरांनी, सैनिकांनी, हस्तिनापूरसाठी प्रस्थान ठेवले. त्याआधी दोन्ही पक्षांनी एकमेकांना प्रचंड मौलिक उपहार दिले.

पांडवांच्या जीवनातील या सोनेरी क्षणासाठी प्रत्यक्ष पांडवांना, द्वारकावासीयांना, आर्यावर्तातील अनेक लहान-थोर सम्राटांच्या राजकुळांना, प्रजाजनांना फार मोठे मूल्य द्यावे लागले होते. प्रचंड प्राणहानी, वित्तहानी सहन करावी लागली होती. ज्यांचे मोल कोणत्याच स्वरूपात करता आले नसते. त्याचबरोबर या महायुद्धातील विजयामुळे जो वर्तमान आणि भावी पिढ्यांचा, नैतिक, सामाजिक, भावनिक, मानवाच्या कल्याणकारी जीवनासाठी जो वैश्विक लाभ झाला होता, त्याचे मूल्यही कुणालाच करता आले नसते. या साऱ्या गोष्टींची जाण मनात ठेवून 'स्वामींच्या दिव्य दृष्टीचे' आकलन हृदयात ठेवून धनुर्धरांनी स्वामींचा निरोप घेतला.

महायुद्धात आप्तांच्या दु:खाच्या, विरहाच्या वेदनांनी होरपळलेल्या

द्वारकावासीयांच्या मनावर आनंदाची एखादी फुंकर तरी घालावी, आपल्या कुळातील सदस्यांनाही बाह्यविश्वाचे दर्शन व्हावे, या हेतूने या समारंभाला जाण्यासाठी इच्छुक असलेल्या जास्तीतजास्त प्रजाजनांना आणि कुलसदस्यांना हस्तिनापूरला नेण्याची स्वामींनी आज्ञा केली.

प्रजाजनांना आणि आम्हा राणीवशातील कुलसख्यांनाही खूप आनंद झाला. मला वाटते पर्यटनाची हौस हा मानवी स्वभावाचा निसर्गत: स्थायिभाव आहे. म्हणूनच आपल्या धर्मात तीर्थयात्रांना अनोखे महत्त्व दिले गेले आहे. त्यामुळे आगळी भूमी, आगळा निसर्ग, व्यक्ती, पशुपक्षी, राहणीमान, हवामान, संस्कृती साऱ्यांशीच आपला संबंध येतो. अनुभवविश्व विशाल होते. निसर्गकिमया बघून मन त्या विश्वनिर्मात्यापुढे नम्र होते.

आमचे द्वारका साम्राज्य, हस्तिनापूरच्या साम्राज्यापासून शतको योजने दूर. आमचा सौराष्ट्र पार करून अनर्तमागे, नर्मदेच्या काठाकाठाने, अवंती नगरी ओलांडून पुढे पुढे नेणारा हा प्रवास अतिशय रम्य, लांबवर पल्ल्याचा. कुठे कुठे जंगली वनवासी लोकांच्या, लूटमारीच्या त्रासाची भीती म्हणून स्त्रिया आणि मुलांना घेऊन धोक्याचा आणि धाडसाचा तरीही हवाहवासा वाटणारा होता. आम्ही यापूर्वी इंद्रप्रस्थाच्या सिंहासनावर महाराज युधिष्ठिरांच्या राज्याभिषेकाच्या वेळी, हा प्रवास केला होता. नंतर अग्रपूजेच्या मानाचे पदही भूषविले होते. त्या रम्य स्मृतींचा गंध हृदयात उमलायला, दरवळायला लागला होता. थोरले दादा, स्वामी, आमची द्वारकेची सेना आमच्या संरक्षणासाठी आमच्याबरोबर असताना आम्हाला कळीकाळाचेही भय नव्हते.

या प्रवासाचे आणखी एक वैशिष्ट्य म्हणजे या वेळी, रेवतीताईंसह आम्ही आठही भगिनी आमच्या संपूर्ण परिवारांसह, इच्छुक प्रजाजनांसह, हस्तिनापूरला जाणार होतो. अवधी कमी होता. सिद्धता प्रचंड स्वरूपात, प्रचंड वेगाने करावी लागणार होती.

एकूण या वेळी हस्तिनापूरकडे आमच्या द्वारकानगरीचा अफाट जनप्रवाह धाव घेणार होता. हा एवढा मोठा घाट घालण्यामागे स्वामींचा कोणता अंतस्थ हेतू असावा? कोणती प्रबळ कारणे असावीत? नकळत माझे मन या प्रश्नाचा मागोवा घेऊ लागले. या मानवी मनाची एक गंमतच असते बरे का. प्रश्नही तेच निर्माण करते आणि उत्तरेही तेच देते. माझे मनच मला सांगू लागले, 'अगं रुक्मिणी, यात एवढं विचार करण्यासारखं काय आहे? प्रथम कारण म्हणजे स्वामींचं प्रजाजनांवरील अगाध प्रेम, सामान्य जनांनाही पर्यटनाचा आनंद मिळावा, स्वर्गीय इंद्रप्रस्थ नगरी, वैभवी हस्तिनापूर, अप्रतिम राज्याभिषेक सोहळा बघायला मिळावा, पूजनीय, परमपवित्र नर्मदा माई, गंगामाई, यमुनामाईसारख्या नद्या, पवित्र तीर्थक्षेत्रांच्या दर्शनाचा

लाभ होईल. आपल्या प्रजेवर नितांत प्रेम करणाऱ्या द्वारकाधीशांचे हे कर्तव्यच नाही का? आपल्या प्रजाजनांना जास्तीतजास्त आनंदाचा लाभ करून द्यावा आणि तुझे कर्तव्यकठोर स्वामी आपल्या कर्तव्याला कधी चुकलेत का सांग.' 'नाही.' माझी मीच स्वत:शी नकारार्थी मान डोलावली.

खरेच, आम्ही हस्तिनापुराला जाणारे सारेच, मग ते राजकुळातले सदस्य असोत किंवा आमचे प्रजाजन असोत, आनंदाने हरवून गेलो होतो. माझे अंतर्मन पुन्हा बाह्यमनाशी संवाद साधू लागले. 'स्वामींचा दुसरा हेतू ओळखणेसुद्धा अवघड गोष्ट नाही. कारण त्यांच्या पंडुपुत्रांवरील अगाध प्रेमाची साऱ्या विश्वाला जाणीव आहे. पंडुपुत्रांना मिळालेल्या या विजयाचा द्वारकाधीशांना आणि पांडवांना अपूर्व आनंद झाला आहे. या आनंदात जास्तीतजास्त जनसमुदायाने सहभागी व्हावे ही श्रीकृष्णमहाराजांची मनापासून तीव्र इच्छा आहे. म्हणूनही मोठ्या संख्येने द्वारकावासीयांना ते या सोहळ्याला उपस्थित राहण्यासाठी घेऊन जात आहेत. तुला पटतेय ना रुक्मिणी?' मीच मला विचारले. या वेळी मी होकारार्थी मान हलविली.

संवाद पुढे सरकला. तिसरे महत्त्वाचे कारण म्हणजे तुझ्या स्वामींनी तुझ्याशी पौर्णिमेच्या सागरतीरावर केलेला मुक्त संवाद. त्यांचा मानसिक वानप्रस्थाश्रमाचा मनोदय. हा मानसिक वानप्रस्थाश्रम पूर्णपणे स्वीकारण्याआधी आपल्या कुटुंबीयांमध्ये, प्रजाजनांच्या सहवासाचा मनसोक्त आनंद लुटणे. एकूण काय रुक्मिणी, तुझ्या स्वामींच्या जीवनाचे जे सूत्र आहे ते म्हणजे प्रेमयोग. सर्व सज्जनांवर मनापासून भरभरून प्रेम करणे त्याद्वारे आनंद देणे, आनंद घेणे. सुख देणे-सुख घेणे. 'बहुजन सुखाय, बहुजन हिताय' मानवी धर्माचे बोधवाक्य त्यांनी मानले आहे नाही का? हाच आदर्श जर प्रत्येक राजाने, प्रत्येक मानवाने आचरला तर ही मानवजात परम सुखी झाल्याशिवाय राहणार नाही. खरेच ना? माझे ते अंतर्मन पुन्हा बाह्यमनाला साद घालत होते.

स्वामींच्या एकूण वर्तनात, त्यांचा मानसिक अलिप्तपणा, निर्लेपपणा निरखण्याची आपल्याला एक संधी प्राप्त होणार आहे नाही का? ते माझेच विचार ऐकून मी मनाशीच हसले. स्वत:शीच म्हणाले, 'त्यांचे निर्लेपत्व निरखण्यात आपण मात्र त्यांच्यात अधिकाधिक गुंतणार. किती गमतीदार विरोधाभास आहे हा! एक व्यक्ती जास्तीतजास्त अलिप्त होणार, तर दुसरी व्यक्ती त्या अलिप्त व्यक्तीत अधिकाधिक गुंतणार.'

माझे हे विचारचक्र आणखी किती वेळ फिरत राहिले असते कुणास ठाऊक! पण सत्यभामेच्या प्रश्नाने माझी तंद्री भंगली. माझ्या कानांवर तिचे शब्द पडले, "अहो ताई, स्वत:शीच हसता आहात. एवढी कसली आनंदसमाधी लागली आहे? की जागृतावस्थेत स्वप्न बघता आहात?"

मी भानावर आले. तिला म्हणाले, "या वयात कसली गं स्वप्नं बघणार?"

माझ्या बोलण्यावर ती कसली गप्प बसणार? ती म्हणाली, "ताई, तुम्ही खरंच खूप भाग्यवान आहात. स्वप्नं बघायच्या वयात स्वामींची अर्धांगिनी होण्याचं स्वप्न तुम्ही उराशी जपलंत. जागृत, निद्रित अवस्थेत तेच स्वप्न अहोरात्र बघितलं. तोच ध्यास घेतला आणि ते स्वप्न प्रत्यक्षात उतरलं. तेही विरोधावस्थेत संघर्ष करून. या द्वारकेची अनभिषिक्त महाराणी झालात. या द्वारकाधीशांच्या शेजारी, राजसिंहासनावर बसून महाराणीचा मान मिळणं म्हणजे भाग्याचा उच्चांकच नाही का? खरंच जन्मोजन्मी पुण्याच्या राशी तुम्ही प्राप्त केल्या असणार."

मी पुन्हा हसले. तिला म्हणाले, "मी महाराणी असले, तरी तुमचीसुद्धा श्रीकृष्णांची आवडती राणी म्हणून आर्यावर्तात दूरवर ख्याती पसरलेली आहेच की!" तिचा चेहरा आनंदाने आणि लज्जेने फुलून उठला. पुढे म्हणाले, "या वयातसुद्धा किती छान लाजतेस गं. जरा दर्पणात आपलं मुखकमल बघ, किती सुंदर दिसतेस ती. उगीच का स्वामी तुझ्या सौंदर्याची स्तुती करत असतात?"

"खरंच? ताई, काय म्हणतात ते माझ्याविषयी?" ती हर्षाने फुलून म्हणाली.

मी ओळखले, 'आपण महाराणी नाही' या मनात डाचणाऱ्या वेदनेच्या विषादाने वर काढलेले तिचे मस्तक आता शांत झाले होते. तिचे समाधान झालेले दिसत होते. मी तिला म्हणाले, "ते काय म्हणतात ते तूच प्रत्यक्ष स्वामींना विचार. बरं ते जाऊ दे. तुझ्या येण्याचं प्रयोजन काय? तुझं माझ्याकडं काही काम होतं का?"

"अगं बाई, मी ज्या कामाकरता आले होते, ते विसरलेच. मला सांगा तुम्ही कोणती भारी वस्त्रं, अमूल्य अलंकार, घेतले आहेत ते? तिथं देशोदेशीचे सम्राट साम्राज्ञी येणार. अमूल्य अलंकार वस्त्रं परिधान करणार. आपण कुठं कमी नको पडायला. सुवर्णद्वारकेच्या द्वारकाधीशांच्या राण्या आहोत आपण." सत्यभामेचा मौल्यवान वस्त्रे, अलंकारांचा हव्यास या वयातही कमी झालेला नव्हता.

मी तिला म्हणाले, "मी अजून या गोष्टीविषयी विचारच केला नाही. मला या वस्त्रालंकारांत तुझ्याएवढं काही समजतही नाही. असं कर ना, तूच मला मार्गदर्शन कर ना. मलाही कर आणि आपल्या अन्य राण्यांनाही कर. तुझ्याएवढी सौंदर्यदृष्टी आम्हा कुणामध्येही नाही."

"असं म्हणताय? ठीक आहे. महाराणींची आज्ञा शिरसावंद्य." ती खुशीत नाटकीपणाने म्हणाली. ती आनंदात असली की मला 'महाराणी' म्हणत असे. ती घाईघाईने निघून गेली. मी मनात म्हणाले, 'त्रिखंडातले अनमोल नररत्न आपल्या द्वारकेला लाभले आहे. त्या दिव्य तेजाने लखलखणाऱ्या रत्नासमोर या कृत्रिम सुवर्णरत्नांची काय आवश्यकता?' हे विचार मनातल्या मनात ठेवून मीसुद्धा हस्तिनापूर प्रयाणाच्या सिद्धतेला लागले.

थोरले महाराज, दोन्ही राजमाता वृद्धत्वामुळे येऊ शकणार नव्हत्या. मी स्वतः मुख्य द्वीपावर जाऊन त्यांचा आहारविहार, पथ्यपाणी, आरोग्य उपचारांची व्यवस्था करून आले. सेनापती सात्यकींची पत्नी स्वतः त्यांची व्यवस्था बघणार होती. तिने स्वतः हस्तिनापूरला येण्यासाठी नकार दिला होता. तिचे दहाही सुपुत्र या युद्धात धारातीर्थी पडले होते. ते पुत्रवियोगाचे दुःख ती क्षणभरही विसरू शकत नव्हती. तिथे जाऊन त्या वेदना अधिकच तीव्र झाल्या असत्या. तिने थोरले बाबा, राजमातांची सेवा करण्याची धुरा पत्करली. तिच्या भावना जाणून तिची विनंती साऱ्यांनीच मान्य केली.

तिची ती असहनीय अवस्था बघून त्याच क्षणी मला महाराणी द्रौपदीची आठवण झाली. सात्यकीच्या पत्नीला नको असलेला सोहळा टाळता तरी येत होता; पण महाराणी द्रौपदीचे काय? तिच्या हृदयात एकाच वेळी परस्परविरोधी भावभावनांचा कल्लोळ माजला असेल. कौरवांवर मानभंगाचा सूड उगविल्याचे समाधान, त्याच वेळी स्वतःच्या उदरात, नऊ महिने भार वाहिलेले, स्वतःच्या रक्ताचे लाडाकोडात वाढलेले युवावस्थेपर्यंत पोहोचलेले शूरवीर तरुण, लाडका अभिमन्यू, स्वतःचा बंधू आणि अन्य असंख्य आप्तांच्या प्राणांचे मूल्य देऊन मिळालेले हे हस्तिनापूरचे साम्राज्ञीपद. आनंद आणि आक्रोश यांचे द्वंद्व. दोघेही तेवढेच प्रबळ. किती असहाय अवस्था झाली असेल तिची? सारेच माझ्या कल्पनेपलीकडले होते. पूर्वी इंद्रप्रस्थाला गेलो तेव्हा तिची भेट घेण्यासाठी मी किती उत्सुक होते? नुसत्या कल्पनेनेसुद्धा हृदयात आनंदाच्या ऊर्मी उठत होत्या आणि आज? आज भविष्यात येणारा भेटीचा प्रसंग अत्यंत अवघड वाटत होता. आम्हालासुद्धा एकाच वेळी राज्यारोहण प्रसंगाचा आनंद आणि गेलेल्या आप्तांच्या मृत्यूबद्दल सांत्वन असे विरोधी भावनांचे प्रकटीकरण करावे लागणार होते. खरे म्हणजे करावे लागणार असे म्हणणे चूक. त्या दोन्ही भावना हृदयात आपोआपच उचंबळून येणार होत्या.

कालचक्र का कुणासाठी थांबतेय? हस्तिनापूरसाठी प्रस्थान ठेवण्याचा मुहूर्तदिन उजाडला. ठरलेल्या मुहूर्तावर, द्वारकाद्वीपाहून प्रचंड नावा सुटल्या. मोठ्या संख्येने आम्ही सागर पार करून किनाऱ्यावर पाय ठेवला. त्याआधी परंपरेप्रमाणे ज्येष्ठांचे, कुलदेवतेचे दर्शन घेतले. त्यांना वंदन केले.

किनाऱ्यावर कोणत्या वाहनात कुणी बसायचे, त्याची ओळखपत्रे दिली गेली होती. अनेक अश्वरथ, वृषभगाडे, डोल्या, पालख्या उभ्या होत्या. ठरल्याप्रमाणे प्रत्येकाने आपल्या नेमस्त वाहनात आपले स्थान पक्के केले. आम्हा राजस्त्रियांसाठी वेगळे राजरथ होते. एका भव्य रथात आम्ही आठ राण्या होतो. आमच्या स्नुषा, कन्यांना वेगळ्या रथांची सुविधा होती. रेवतीताईसुद्धा आमच्याच रथात होत्या.

वयोमानाप्रमाणे आमचे पुत्र, पौत्र वेगवेगळ्या वाहनात बसले होते. आमच्या गरुडध्वजात स्वामी, दादा आणि उद्धवदादा होते. सेनापती, अमात्य, मंत्रिगण वेगळ्या रथात होते. कुठे कुठे मुक्काम करायचा, पडाव टाकायचे ते ठरलेले होते. प्रवासाची जय्यत तयारी होती. सुरक्षेसाठी मोठी सशस्त्र सेना होती. कारण आमची संख्या एवढी प्रचंड होती की गुप्तता राखणे शक्यच नव्हते. सेवकवर्गही मोठ्या प्रमाणात होता.

आमची प्रवासयात्रा म्हणजे एक राजा आणि प्रजा यांच्या संगमाचा एक अभूतपूर्व सोहळा होता. आम्ही दीर्घकाळ एकमेकांबरोबर राहणार होतो. मुक्कामाच्या ठिकाणी एकत्रच राहणार, जेवणार होतो. मनानेही जवळ येणार होतो. स्वामींचे प्रेम सर्वांना मिळणार होते. प्रजाजनांशी कसे वागावे, हा आदर्श पुढल्या पिढीसमोर ठेवण्यासाठी तर स्वामींनी हा हस्तिनापूर यात्रेचा घाट घातला नव्हता ना? रथात बसून वायुवेगाने आमचा अश्वरथ दौडत असूनसुद्धा मन मात्र स्वामींभोवती, त्यांनी घेतलेल्या निर्णयाभोवतीच दौडत होते.

स्वामींचा निर्णय, म्हणजे तो योग्यच असणार याविषयी मला ठाम विश्वास होता; पण त्यामागची कारणे शोधण्याचा हट्ट मन पुन:पुन्हा करत होते. आम्ही, श्रीकृष्णांच्या आठही राण्या आणि रेवतीताई एका रथात मुक्तपणे गप्पा मारत, हसत एकमेकींची थट्टा करत बसलो होतो. राणीवशातही आम्ही बऱ्याच वेळा एकत्र येत असू, पण बरोबर कुणीतरी असत. कधी कन्या, स्नुषा, नातवंडे, रोजची राणीपदाची नैमित्तिक कार्ये. इथे काहीच नव्हते. तरी मन मात्र स्थिर नव्हते. काय कारण असावे? अशुभाची चाहूल तर नव्हती ना?

कालिंदीने माझी मन:स्थिती ओळखली असावी. ती मला हळूच म्हणाली, "ताई, तुम्हाला बरं वाटत नाही का? तुम्ही अस्वस्थ दिसता आहात. थोरले बाबा, राजमातांची चिंता वाटते का?"

मी कालिंदीकडे बघतच राहिले. कालिंदीच्या वयाचा विचार केला, तर ती माझी कन्याच शोभली असती. तिला उंची वस्त्रालंकारांची, मुळीच आवड नव्हती. ती अतिशय कमी बोले, हळूच हसे. आपली नैमित्तिक कार्ये पार पाडली, की शांतपणे ध्यानधारणा करी. तिचे पुत्रही तिच्यासारखेच शांत, सुस्वभावी होते. ते सदैव माझ्या पुत्रांबरोबर असत. ती दासदासींशीही सौम्यपणे वागे. तिच्यात शांतपणे तेवणाऱ्या नंदादीपातल्या ज्योतीचा भास होई. मी तिच्यावर माझ्या कन्येसारखे प्रेम करी. तीसुद्धा एखाद्या कन्येने आपल्या मातेची काळजी घ्यावी, तशी माझी काळजी घेई.

मी तिला जवळ घेऊन म्हणाले, "नाही गं, तसं काही नाही. मनात पूर्वीच्या इंद्रप्रस्थ राज्याभिषेकाच्या आठवणी दाटून आल्या. ते त्या वयातले आनंदाचे क्षण

आठवले.'' तिचे समाधान झाले असावे. ती हळूच हसली. सहस्त्रावधी योजनांचे अंतर पार करत आम्ही हस्तिनापूर गाठले. पाचही पांडव, कुंतीमाता महाराणी द्रौपदीसह स्वागतासाठी उपस्थित होते. त्या क्षणी मला आमच्या लाडक्या अभिची आठवण झाली. त्यापाठोपाठ द्रौपदीच्या पाच पुत्रांचीही. ते सारे असते तर आज किती आगळेवेगळे चैतन्यदायी दृश्य दिसले असते. अभिमन्यूपाठोपाठ माझी लाडकी सुभद्रा आणि उत्तरेच्या मूर्ती नेत्रांसमोर उभ्या राहिल्या. त्यांच्या भेटीची तीव्र ओढ लागली. पण...

आता या नगरीत प्रवेश केल्यापासूनच माझी महाराणीची, जीवननाट्यातली भूमिका या हस्तिनापूरच्या स्थळमंचावर अवतीर्ण झाली. रेवतीताई दादांसमवेत आणि मी स्वामींबरोबर स्वागताचे उपचार स्वीकारू लागले. आता प्रवासातला स्त्रीवर्गात वावरण्याचा मुक्तपणा समाप्त झाला होता.

प्राचीन हस्तिनापूरचे वैभवी प्रासाद, मंदिरे, वाटिका, राजमार्ग, उद्याने पूर्वीप्रमाणेच झळाळत होती. असंख्य प्रजाजनही आले होते; पण मला असे जाणवत होते, की या प्रजाजनांत युवक-युवतींची संख्या कमी होती. कुणाचा पती, कुणाचा बंधू सोडून गेले म्हणून. मनावर आलेले उदासीनतेचे सावट झटकून टाकून या आनंद सोहळ्यात सहभागी होण्याचे मी माझ्या मनाला सांगितले. मी हळूच स्वामींच्या मुद्रेकडे कटाक्ष टाकला. ते नेहमीप्रमाणेच प्रसन्न मुद्रेने सर्वांचे स्वागत स्वीकारत होते. माझ्या मनात शंका आली. त्यांच्या हृदयातही कोणकोणत्या भावनांचा कल्लोळ उठला असेल बरे? पितामह, आचार्य द्रोण, कृपाचार्य, दानवीर कर्ण साऱ्यांच्या स्मृतींनी त्यांना आणि पट्टशिष्य दुर्योधनाच्या अनुपस्थितीने दादांना अस्वस्थता निश्चितच जाणवत असणार. विचारांच्या गर्दीत राजप्रासादापर्यंत कधी येऊन पोहोचलो ते कळलेही नाही.

राजप्रासादात आम्हा यादव राजकुळातील मंडळींची राहण्याची उत्तम व्यवस्था केली होती; पण स्वामींनी या वेळी महामंत्री विदुरांकडेच राहणे पसंत केले. त्यामुळे मीसुद्धा मुक्कामाला तिकडेच जाई. रीतीप्रमाणे अतिथींचे स्वागत झाल्यानंतर मी आणि रेवतीताई सुभद्रेच्या कक्षाकडे वळलो. आम्ही तिच्या कक्षात प्रवेश केल्यावर ती धावतच आली. तिला मी प्रेमाने जवळ घेतले. तिला आणि आम्हाला प्रथम काय बोलावे तेच कळत नव्हते. अखेर तिच्या हृदयाचा बांध फुटला. तिला मुक्तपणे तिचे दुःख व्यक्त करू दिले. रेवतीताई तिला रोहिणी मातेप्रमाणेच मातेच्या स्थानी होत्या. आणि मी? तिचे माझ्याशी धाकटी भगिनी, प्रिय मैत्रीण, धाकली थट्टेची नणंद असे विविध भावनात्मक नाते होते.

"आता उत्तरा आणि तिचं बाळ, तुमच्या पांडव कुळाचा वंशज यांच्या स्वास्थ्याची देखभाल हेच तुझ्या जीवनाचं कर्तव्य आहे. आपल्या अभीचा तो

स्मृतिठेवा आहे. उत्तरेला तुझाच आधार आहे. तुला आधार द्यायला धनुर्धर आहेत, पण तिला? एक स्त्रीच स्त्रीचं हृदय समजू शकते. तेव्हा तूच तिचा आधारवृक्ष हो. तिच्यावर छत्रछाया धर,'' तिच्या अपार दु:खावर फुंकर घालण्याचा आम्ही प्रयत्न केला.

राजमाता कुंतीदेवींच्या कक्षात मला वेगळाच अनुभव आला. त्यांनी आधी मला एकटीला त्यांच्या कक्षात बोलावून घेतले. त्यांच्या लाडक्या भाच्याची कृष्णाची पत्नी म्हणून बोलवले असावे, असे मला वाटले. तिथे त्या माझ्या मनाचा अंदाज घेत असाव्यात, असा मला भास झाला. त्या मला म्हणाल्या, ''रुक्मिणी, तू प्रत्यक्ष श्रीकृष्णाची महाराणी आहेस. तुम्ही दोघे जणू साक्षात लक्ष्मी-विष्णूचे अवतारच आहात. तुम्ही गं कसली भविष्याची चिंता करायची? हा मानवी देह धारण केला की सुख-दु:खाच्या फेऱ्यातून जावेच लागणार. प्रत्येक जीवित प्राण्याला शरीराचा त्याग करावाच लागतो. मग तो राजा असो वा रंक. देव असो वा दानव. तेव्हा आपण आपल्या जीवनप्रवाहाची वाट हसत-खेळत पार करायची. आपल्या हाती काही असतं का?''

मी त्यांचे बोलणे ऐकून गोंधळातच पडले. त्या कुणाच्या भविष्याविषयी बोलत होत्या? त्यांना भविष्य, नियती समजत होती का? त्या मला का धीर देत होत्या? माझ्या भविष्यात काही वाईट घडणार होते का? मी अनामिक भयशंकेने थरारले. त्यांच्याकडे पाहिले. त्या माझ्याकडे रोखून बघत होत्या.

मी त्यांना विचारले, ''आत्याबाई, तुम्ही असं का बोलताय? भविष्याविषयी स्वामी आपल्याजवळ काही बोलले का? किंवा एखाद्या भविष्यवेत्त्याने यादवकुळाच्या भाग्याविषयी काही उद्‌गार काढले आहेत का? कृपा करून सांगा म्हणजे आचार्य सांदीपनींना विचारून एखादा धार्मिक उपाय करता येतो का ग्रहशांतीसाठी यज्ञ वगैरे, यासंबंधी आम्हाला काही निर्णय घेता येतील.''

आता त्या सावरल्या. हसून म्हणाल्या, ''नाही गं, तसं काही नाही.'' मी आपली सहजच म्हणाले. माझा हा उभा जन्म सदैव संघर्षाने उजळून निघाला आहे ना. आधी दु:ख-तिमिराचे अतर्क्य विवर, त्यामागे सुख-प्रकाशाची एक निसटती तिरीप, त्या तिरिपीची थोडीशी ऊब मिळते न मिळते तोच पुन्हा अतर्क्य संकटांची हुडहुडी. हा पाठशिवणीचा खेळ खेळून मी थकलेय बघ. आता मला निवांतपणा हवाय. शांत, स्थिर जीवन हवंय. आता या उरलेल्या भविष्यात तरी मी, माझे पुत्र, आमचा वंश यांच्या जिवाला ग्रहण लागायला नको, त्यांचा विचार करता करता माझ्या या लाडक्या भाच्याचा, श्रीकृष्णाचा, तुझा, तुमच्या पुत्रांचा, विचार मनात आला. माझ्याप्रमाणेच माझ्या या भाच्यानेही जन्मापासून संघर्षाशीच क्रीडा केल्या. सदैव यशप्राप्ती केली. तीही हसत-खेळत. त्यालाही आता निवांतपणा हवा आहे;

पण त्याच्या भविष्याची चिंता वाटली, म्हणून बोलले, हो. अगं या आमच्यासारख्या वृद्ध व्यक्तींच्या बोलण्याकडं लक्ष देऊ नये. विसरून जा माझं बोलणं. नि:शंकपणे या समारंभात सहभागी हो.''

त्यांच्या वक्तव्याने माझे पूर्णपणे समाधान झाले नाही. द्वारकेला गेल्यावर स्वामींना ही घटना जशीच्या तशी सांगायची, हे मी निश्चित केले आणि त्यांना पुन्हा एकदा वंदन करून मी आमच्या राणीनिवासाकडे वळले.

पूर्ण एक सप्ताह महाराज युधिष्ठिरांचा विधिवत राज्याभिषेक सोहळा संपन्न झाला. हा सोहळा म्हणजे जणू आर्यावर्तातील सम्राटांचे संमेलनच होते. देशोदेशीचे सम्राट, मान्यवर, सन्माननीय अतिथी तेथे उपस्थित होते. प्रथेप्रमाणे अगणित अमूल्य उपहार आले. महाराणी द्रौपदीही सारे उपचार हसतमुखाने करून घेत होती; पण मला मात्र त्या हास्याला कुठेतरी कारुण्याची किनार जाणवत होती.

संपूर्ण समारंभाची सांगता झाल्यावर आमच्या द्वारकेच्या प्रस्थानाचा मुहूर्त काढला गेला. त्याआधी एक दिवस स्वामी मला म्हणाले, ''चल रुक्मिणी, आपण महाराज धृतराष्ट्र आणि माता गांधारींना वंदन करून येऊ.''

आम्ही उभयता त्यांच्या प्रासादाकडे वळलो. त्या उभयतांना स्वामींनी आणि मी वंदन केले. मला जवळ घेत त्या म्हणाल्या, ''रुक्मिणी, तू थोर भाग्याची म्हणून तुला हा पती मिळाला. एका अलौकिक दिव्य तेजाची तू छाया झालीस. तुम्ही जीवनात छाया-प्रकाशाचा खेळ अनुभवलाय; पण एक सांगू? जीवनाचा अंतिम क्षण सुखाचा हवा; पण असा भाग्यवान विरळाच... तुला एकच आशीर्वाद देते. जीवनाच्या अंतिम क्षणापर्यंत प्रत्येक क्षणाला सामोरं जाण्याचं सामर्थ्य तुला मिळो. आजकाल माझं असंच होतं बघ. पुत्रवियोगाच्या कटू स्मृती जाग्या झाल्या, की नको ते वाग्बाण मुखातून बाहेर पडतात. म्हणून सध्या अधिकाधिक समय मी मौनव्रतच धारण करते.''

मीसुद्धा काही न बोलता मौनातच त्यांना वंदन केले. कारण त्यांचे सांत्वन करण्याचे सामर्थ्य माझ्यात नव्हते; पण त्यांचे शब्द मात्र हृदयात कोरले गेले. पुन्हा मनात अशुभाची पाल चुकचुकली. तिला बाजूला सारून द्वारकेकडे मनाला वळविण्याचा मी प्रयत्न केला. कारण माझ्या शंकांचे निरसन या विश्वात फक्त दोनच व्यक्ती करू शकत होत्या, त्यांपैकी एक माझे स्वामी आणि दुसरी व्यक्ती म्हणजे उद्धवभाऊजी.

हस्तिनापुरात असताना आणखी एक विचित्र म्हणण्यापेक्षा आश्चर्यकारक गोष्ट कळली. ती म्हणजे पितामह भीष्माचार्यांनी शरपंजरी असताना अशी इच्छा प्रकट केली होती, की राजमाता गांधारी देवी आणि महाराज धृतराष्ट्रांबरोबर राजमाता कुंतीदेवींनीही वानप्रस्थाश्रम स्वीकारावा आणि त्यांनी ते मान्य केले होते.

मला आश्चर्य वाटण्याचे कारण म्हणजे पितामहांनी अशी इच्छा का प्रकट

करावी? त्यामागे त्यांचा कोणता हेतू असावा? कारण ज्या उभयतांमुळे, त्यांच्या पुत्रांमुळे, आत्याबाईंना, त्यांच्या पुत्रांना जीवघेण्या हालअपेष्टा सहन कराव्या लागल्या होत्या, प्राणांतिक संकटांना सामोरे जावे लागले होते, त्यांच्या मोठ्या सुनेच्या – महाराणी द्रौपदीच्या – स्त्रीत्वाचा भर राजसभेत अपमान करण्याचा प्रयत्न करण्यात आला होता, ज्या युद्धामुळे या आर्यावर्ताला भयंकर प्राणहानी, वित्तहानी, वंशहानी सहन करावी लागली होती, त्या महायुद्धाचे बऱ्याच अंशी मूलकारण असणाऱ्या या व्यक्ती. त्यांची सेवा करत पुन्हा हालअपेष्टांतच जीवनाचे अंतिम पर्व कंठायचे? का? कशासाठी? मनातले कोडे काही केल्या उलगडत नव्हते. ही नियती सदैव असले विचित्र खेळ का खेळते कोण जाणे! हे अवघड कोडे उलगडणारी व्यक्तीही पुन्हा तीच होती. माझे स्वामी श्रीकृष्ण.

त्यांची निवांत भेट आता द्वारकेतच शक्य होती. या वेळी हस्तिनापूर सोडताना अंत:करण पूर्वीइतके जड झाले नाही. यमुनामैय्या पार करताना मात्र मन गहिवरले. असे वाटले बहुतेक हेच या परिसराचे अंतिम दर्शन. आता द्वारकेची, त्या सागराची, थोरले महाराज आणि दोन्ही मातांची मनाला ओढ लागली. हे अस्वस्थ मन तिथेच शांत होईल, विसावेल असा विश्वास वाटायला लागला.

या हस्तिनापूर यात्रेत स्वामींचा सहवास सदैव लाभला नाही. तरी जेवढा लाभला तेवढ्यात त्यांच्या निर्लेप वृत्तीचे अस्तित्व माझ्या मनाला कुठे तरी स्पर्शून जात होते. वरवर जरी हसतमुख, प्रसन्न भासत असले, तरी या वेळी तेही हस्तिनापूर, इंद्रप्रस्थात पूर्वीसारखे रमले नाहीत. कोणताही मानसन्मान स्वीकारला नाही. ठरलेल्या मुहूर्तावर आम्ही द्वारकेसाठी प्रस्थान ठेवले.

द्वारकावासीयांनी आमचे व नागरिकांचे द्वारकेतल्या आगमनाप्रीत्यर्थ प्रचंड स्वागत केले. खरोखर, अपूर्व स्वागत होता तो. एखाद्या वैभवी साम्राज्याचे प्रजाजन एका दुसऱ्या साम्राज्याच्या सम्राटाच्या राज्यारोहण समारंभासाठी एवढ्या प्रचंड संख्येने, सहस्रावधी योजने अंतर पार करून, उपस्थित राहिल्याचे उदाहरण इतिहासात क्वचितच आढळेल. एखाद्या प्रदेशावर आक्रमण करण्यासाठी एवढ्या प्रचंड संख्येने सेना असंख्य वेळा जाते, पण एखाद्या मंगल समारंभासाठी? कल्पनातीतच आहे सारे. या कल्पनातीत कर्तृत्वाचे सर्वेसर्वा आहेत ते माझे स्वामी. द्वारकाधीश श्रीकृष्ण. दीर्घ कालावधीनंतर प्रेमाच्या नात्यांनी बांधलेल्या त्या सहोदरांच्या उराउरी भेटी बघताना आमची हृदये आनंदाने भरून आली. नकळत नेत्रांच्या कडा आसवांनी ओलावल्या.

आम्ही राजकुळातील सदस्य प्रथेप्रमाणे प्रथम कुलदेवतेला वंदन करून, ज्येष्ठांचा चरणस्पर्श करून आपापल्या प्रासादाकडे वळलो. स्वामी मात्र मूळ

द्वारकेतल्या त्यांच्या प्रासादीच राहिले. आम्ही राणीद्वीपात आलो.

राणीवशात येऊन माझ्या कक्षात थोडी विश्रांती घेताच मनातली कोडी पुन्हा उसळी मारून वर आली. पितामहांची कुंती आत्याबाईंना आज्ञा, कुंती आत्याबाईंचा माझ्याशी कोड्यात टाकणारा संवाद, राजमाता गांधारी देवींनी मला उद्देशून केलेली विधाने ही तीन कोडी होती. त्यांपैकी दुसऱ्या दोन कोड्यांची उत्तरे किती भयानक होती त्याचे प्रत्यंतर काळाच्या ओघात आले. ती उत्तरे त्याच वेळी मिळाली नाहीत, म्हणून मी दैवाची शतशः ऋणी आहे. नाहीतर मी भावी आयुष्य कसे काढले असते? मला कल्पनाही करवत नाही.

विचारचक्र पुन्हा स्वामींभोवतीच फिरू लागते. स्वामींना या भयंकर अंधकारमय भविष्याची पूर्ण कल्पना होती तरी त्याची थोडीसुद्धा आच आम्हाला कुणालाच लागू दिली नाही. ज्येष्ठांनाही नाही आणि कनिष्ठांनाही नाही. भविष्याची चाहूल लागलेले दुसरे द्रष्टे होते उद्धवभाऊजी. ते तर स्वामींची दुसरी प्रतिमाच होते. सर्व गुण,कला, शास्त्रपारंगत असूनही सर्वार्थाने संन्यासी होते. म्हणूनच त्यांना अवधूत ही पदवी प्राप्त झाली होती. विचार करता करता मी थकून जाते आणि या दैवी पुरुषांचे दिव्यत्व मान्य करून त्यांनी नियतीला शांतपणे स्वीकारले हे मान्य करते. आता विचार करताना असे वाटते, की पुढल्या पिढीने या मानवदेही, दिव्य विभूतींना, मग ते स्त्री असोत वा पुरुष, केवळ देवत्व बहाल करून त्यांची पूजाअर्चा, कर्मकांड करू नये, तर त्यांच्या जीवनाचा सखोल अभ्यास करावा. त्यांनी त्यांच्या जीवनातले सुखदुःखाचे चढउतार कसे पचवले? न्यायासाठी, सत्यासाठी नीतियुक्त आदर्शासाठी लढताना, सर्व सामर्थ्यानिशी प्रबळ शत्रूंशी संघर्ष कसा केला? कधी शक्तीचा तर कधी युक्तीचा उपयोग करून, प्रसंगी काही काळ माघार घेऊन अंती विजय कसा मिळवला? ते डोळसपणे जाणून घ्यावे. या अभ्यासकांना निश्चितच जीवनाचे तत्त्वज्ञान उमजेल, असा मला विश्वास वाटतो.

# अकरा

माझ्या जीवनाची कथा आता अंतिम पर्वापर्यंत येऊन ठेपली आहे. अंतिम पर्व. मानवी जीवनाचा विचार करताना एका अंतिम सत्याप्रत मी आले आहे, की ज्या मानवाच्या जीवनाचा अंतिम काल आणि अंतिम क्षण सुखाचा झाला, त्याचा हा नरजन्म सार्थकी लागला; नियतीने त्याच्या मस्तकावर आपला वरदहस्त ठेवला, असेच म्हणावे लागेल. मग तो मानव, राजा असो किंवा रंक असो.

माझ्या जीवनाच्या अंतिम पर्वावर मी भाष्य करणार नाही. ते तुम्हीच ठरवायचे. प्रत्येकाचे जीवन कसे व्यतीत होणार ते प्रारब्धानेच ठरवलेले असते. उगीच ऊहापोह कशाला? आता या अंतिम पर्वातील घटनाक्रम तुम्हाला सांगण्याचा मी मनापासून प्रयत्न करते. मी आतापर्यंत सांगितलेल्या, माझ्या आयुष्यातील घटनांचा प्रवास पूर्णतः नाही; पण काही अंशी तरी सरळमार्गी होता. काही ठिकाणी काटे रुतले, तरी शेवटी यशाची फुलेच हाती आली होती.

पण ही अखेरची वाट मात्र अवघड गड आहे. या वाटेकडे जाताना प्रत्येक ज्येष्ठाचे शरीर हळूहळू कमजोर होतच असते, पण मन? ज्याची मन:शक्ती सामर्थ्यशाली असते, तो ही कमजोर देहवाटही सुलभपणे पार पाडतो.

मला, माझ्या या जीवनात या मन:शक्तीच्या सामर्थ्याचा वारंवार प्रत्यय आला आहे. मला वाटतेय तो प्रत्येकालाच येत असावा. फक्त त्याची पूर्णपणे जाणीव व्हायला हवी. अर्थात माझ्या मन:शक्तीला सामर्थ्यशाली पाठबळ मात्र माझ्या स्वामींचेच.

मन:शक्तीचा विचार करतानाही आदर्श म्हणून माझ्यासमोर मूर्ती उभी राहते ती स्वामींचीच. जन्मापासून स्वतःच्या अस्तित्वाची लढाई लढलेल्या या अद्वितीय

पुरुषोत्तमाची – माझे स्वामी भगवान श्रीकृष्णांची – मन:शक्ती प्रचंड सामर्थ्यशाली होती. त्या मन:शक्तीच्या सामर्थ्याचा प्रत्यय अगणित समयी, अगणित व्यक्तींना आला आहे. त्या सामर्थ्यावरच त्यांनी अनेक अशक्यप्राय घटना शक्य करून दाखविल्या. त्यांची निर्णयशक्ती, त्यांची निर्मोही वृत्ती, त्यांचे युद्धकौशल्य, सर्वच कल्पनातीत होते. त्यांच्या कर्तृत्वाला मर्यादाच नव्हत्या. म्हणूनच त्यांना 'भगवान' ही पदवी त्यांच्या ऐन तारुण्यावस्थेतच लाभली.

त्यांच्या व्यक्तिमत्त्वाचे वर्णन करताना त्यांच्या मन:शक्तीबरोबरच त्यांच्या बाह्य रूपाविषयीही अनेक अभूतपूर्व गोष्टी सांगता येतील. वाढत्या वयाबरोबरच आम्हा सर्वांच्याच देहावर प्रौढ वयाच्या ज्येष्ठत्वाच्या खुणा दिसू लागल्या होत्या. ते साहजिकच होते. निसर्गनियमानुसारच होते.

स्वामींच्या रूपातही वयाच्या काही छटा डोकावू लागल्या होत्या. केसांमध्ये रुपेरी बट डोकावू लागली होती; पण आश्चर्य असे, की संपूर्ण व्यक्तिमत्त्वाभोवती असलेली दिव्य तेजाची विलसणारी प्रभा, मुद्रेवरचे ते कुणालाही मोहिनी घालणारे निर्मल हास्य, सात्त्विक भाव, सारे काही पूर्वीसारखेच होते.

बघा, पुन्हा नेहमीसारखेच झाले. माझा पुढला जीवनक्रम सांगण्याऐवजी मी स्वामींच्या व्यक्तिमत्त्वाभोवती गोल गोल फिरत राहिले.

माझ्या जीवनचक्राला गती देणारी महत्त्वाची ऊर्जा म्हणजे स्वामी. खरे सांगू, माझी ही अखेरच्या पर्वाची कहाणी कथन करणे मला अतिशय अवघड जातेय. अखेर किंवा अंत हा शब्द सदैव ताटातूट सुचवतो. त्यामुळेच हा शब्द नेहमीच जीव कासावीस करतो; पण जेथे आदी आहे, तेथे अंत आहेच, नाही का? आणि जेथे अंत आहे तेथेच नव्या पर्वाची सुरुवात असते. आरंभ असतो. तेव्हा प्रत्येकाला या आदी, अंत आणि पुन्हा प्रारंभ या चक्राला धैर्याने सामोरे जावेच लागते.

तर मी काय सांगत होते? आम्ही महाराज युधिष्ठिरांच्या राज्याभिषेकाहून द्वारकेत परत आलो. या दीर्घ प्रवासाने प्रथम काही दिवस सारेच शरीराने थकलो असलो तरी मनाने टवटवीत झालो होतो. तरुणाई तर फुलून आली होती. बालगोपाल कुतूहलाने प्रभावित झाले होते. स्वामींनी प्रजेच्या कल्याणकारी योजनांना प्राधान्य देऊन बाकी राजनीतीतून अंग काढून घेण्यास प्रारंभ केला होता. ते आता या व्यावहारिक विश्वापेक्षा आध्यात्मिक विश्वात अधिक रमू लागले होते.

वरवर बघता त्यांची दिनचर्या पूर्ववत सुरू होती. फक्त सुधर्मा राजसभेचे कामकाज सोडून. तेथे ते अत्यंत महत्त्वाच्या निर्णयाकरता निकडीचे पाचारण करण्यात आले तरच जात होते. नाही तर बाकी राज्यकार्यभार युवराज दादा अमात्य, प्रद्युम्न, दादांचे पुत्र निशठ आणि उल्मुक यांच्या साहाय्याने सांभाळत होते.

स्वामींची बाकी धार्मिक नैमित्तिक कार्ये, दानधर्म नित्याप्रमाणे सुरू होती.

अतिथी म्हणून, महनीय ऋषी-मुनी सतत द्वारकेत यायचे. कारण स्वामींशी आध्यात्मिक, तात्त्विक संवाद घडावा हाच त्यांचा उद्देश होता. स्वामींशी संवाद, मग तो कुणाचाही असो, तो सुसंवादच असे. विद्वानांना ते ज्ञानयोगी भासत, त्यांच्यावर प्रेम करणाऱ्यांना ते प्रेमयोगी भासत. राजनीतीची चर्चा करणाऱ्यांना ते राजनीतिज्ञ भासत. अर्थातच ते सत्यच होते. आभास नव्हताच.

द्वारकाधीश सतत आपल्या दृष्टीसमोर आहेत, या कल्पनेनेच आम्ही त्यांचे कुटुंबीय आणि प्रजाजन आनंदात असायचो. हा काही काळ आमच्या जीवनात थोडा शांतीचा होता. ही वादळापूर्वीची शांतता होती, हे कुठे आम्हाला त्या वेळी ठाऊक होते?

या निवांत सागरात नियतीने एक पाषाण फेकून काही तरंग उठवलेच. महाराज धृतराष्ट्र, राजमाता गांधारी देवी, राजमाता कुंतीदेवीही वानप्रस्थाश्रम स्वीकारून अरण्यात निघून गेल्या होत्या. एकूण त्या राजमातेच्या दैवात राजयोग उपभोगणे नव्हतेच की काय कुणास ठाऊक!

उत्तर फक्त प्रारब्धाकडेच होते. म्हणूनच हा प्रश्न शतदा मनात येऊनही मी स्वामींना विचारला नाही. आजकाल मीसुद्धा प्रश्नांचा मागोवा घेणे सोडून दिले होते. असंख्य 'का' मनात होते. त्यांचे उत्तर फक्त एकच होते. ते मी जाणत होते. त्या नियतीलाच आई मानून तिच्या मांडीवर शहाण्या बाळासारखे मनसोक्त शांतपणे हुंदडायचे मी ठरवले होते. कारण आतापर्यंत स्वामींनी जे निर्णय घेतले त्यात मी कधीही हस्तक्षेप केला नव्हता. मग ते निर्णय त्यांच्या विवाह संबंधाविषयी असोत, की कामरूप देशाहून, नरकासुराच्या पाशातून सोडविलेल्या सोळा सहस्र नारींचे पुनर्वसन असो, की त्यांचा मानसिक वानप्रस्थाश्रमाचा प्रश्न असो, त्यांचे निर्णय योग्यच असणार याविषयी मला गाढ विश्वास होता. कुंती आत्याबाईंचे वानप्रस्थाश्रमास जाणे तसे सर्वांनाच अपेक्षित होते; पण ती वेळ एवढ्या लवकर येईल असे मात्र कुणालाच वाटले नव्हते. साहजिकच थोरले महाराज, दोन्ही माता, आम्ही सारे कुटुंबीय साऱ्यांनाच दुःख झाले.

यथावकाश काळाची पाने उलटतच होती. एका सुदिनी वार्ता कानावर आली, की कौरवकुळाचे गुरू, आचार्य धौम्यऋषी आणि स्वतः धनंजय द्वारकेत येत आहेत. आम्हा द्वारकावासीयांना मनापासून आनंद झाला. धनुर्धरांचे आगमन म्हणजे एक चैतन्याची लाटच असायची. त्यांचा प्रेमळपणा, त्यांचा उत्साह, त्यांची स्वामींवरची श्रद्धा, आबालवृद्धांमध्ये मिसळून जाण्याची वृत्ती, त्यामुळे ते सर्वांना आपलेसे वाटत. आमच्या अभितही त्यांचे हे गुण प्रकर्षाने दिसत असत. गुरुवर्य धौम्यऋषींबद्दल तर सर्वांनाच अतीव आदर होता.

ती दोघे येणार म्हणजे निश्चितच शुभवार्ता घेऊन येणार याविषयी आमच्या

मनात संदेह नव्हता. ठरलेल्या शुभमुहूर्तावर त्यांचे आगमन झाले. परंपरेप्रमाणे त्यांचे थाटात स्वागत करण्यात आले.

ते एक आनंददायी समारंभाचे आमंत्रण घेऊन आले होते. हस्तिनापूर सम्राट पंडुपुत्र महाराज युधिष्ठिर अश्वमेध यज्ञ करणार होते. त्या यज्ञाच्या अश्वाचे पूजन ज्या सुमुहूर्तावर होणार होते, त्या वेळी मोठा समारंभ आयोजित केला गेला होता. त्या सुमंगल प्रसंगी स्वामी, दादा, उद्धवभाऊजी आणि अन्य मान्यवरांनी उपस्थित राहावे, अशा आशयाचे आग्रहाचे आमंत्रण करण्यासाठी स्वत: धनुर्धर धौम्यऋषींना बरोबर घेऊन आले होते. त्या दोघांनी प्रथेप्रमाणे, थोरल्या महाराजांपासून प्रारंभ करून क्रमाक्रमाने साऱ्यांना आमंत्रण दिले. आमच्या राणी द्वीपावरही येऊन गेले. त्यांच्याकडे बघून माझ्या मनात विचार आले, त्यांच्या आणि स्वामींच्या रूपात किती साम्य आहे? स्वामींशी त्यांचे विविध छटांनी नाते जोडलेले आहे. रक्ताच्या नात्याने ते स्वामींचे आतेभाऊ असले तरी परमसखाही आहेत, निस्सीम भक्तही आहेत. याशिवाय काही नाती शब्दात व्यक्त करता येत नाही, असे अतूट प्रेमाचे बंधन त्यांच्यामध्ये आहे. म्हणूनच स्वामींना नारायण, तर त्यांना, नरोत्तम, नरश्रेष्ठ अशा पदव्या जनमानसाने अर्पण केल्या आहेत. या श्रेष्ठ जोडीला 'नर-नारायण' असे समर्पक संबोधन प्राप्त झाले आहे. भविष्यातही या जोडीचे श्रेष्ठत्व युगानुयुगे जनमानसात अढळ सन्मान्य पद भूषवत राहील याविषयी माझ्या मनात मुळीच संदेह नाही.

स्वामींनी आणि धनंजयानी एकमेकांच्या सहवासात खूप गप्पा गोष्टी केल्या. युद्धानंतर प्रथमच दोघांना निवांत समय मिळाला होता. स्वामींच्या चर्येवर तर अनोखी प्रसन्नता विलसत होती. स्वामी प्रसन्न होते म्हणून संपूर्ण द्वारकाद्वीप प्रसन्न होते.

स्वामी हस्तिनापूरला जाणार की नाही त्याविषयी मात्र प्रत्येकाच्या मनात शंका होती. स्वत: धनुर्धर किंवा गुरुवर्य धौम्यऋषींनाही त्यांनी कोणतेच वचन दिले नव्हते.

धनुर्धर आणि गुरुवर्यांचा हस्तिनापूरला गमन करण्याचा दिवस जवळ आला. तेव्हा मात्र स्वामींनी सांगितले, की हस्तिनापूरला मी स्वत: येऊ शकत नाही. त्यांचा मनोदय ऐकून दादांनी आणि उद्धवभाऊजींनीही न जाण्याचाच निर्णय व्यक्त केला. सेनापतींनी द्वारकेच्या साम्राज्याचे प्रतिनिधी म्हणून जाण्याचे एकमताने निश्चित केले गेले.

स्वामींचा हस्तिनापूरला न जाण्याचा मानस ऐकून मला थोडे आश्चर्यच वाटले. कारण पांडवांच्या आयुष्यातला प्रत्येक आनंदाचा क्षण हा स्वामींच्या जीवनातलाही तेवढाच आनंदाचा क्षण होता. आता तर ते त्यांच्या यशाचे, सत्ताप्राप्तीचे सर्वेसर्वा

होते. पांडवही त्यांना मनापासून उचित मान देत होते. असे असताना स्वामींनी हस्तिनापूरला जाण्याचे आमंत्रण का नाकारले?

माझ्या मनातच या प्रश्नाचे उत्तर लखकन चमकले. त्यांच्यावर झालेल्या अन्यायाचे परिमार्जन करण्यासाठी स्वामींनी आपले सर्वस्व पणाला लावले. त्यांना आणि पर्यायाने अखिल विश्वाला न्यायाच्या धर्माचे महत्त्व पटवून दिले. हाच त्यांच्या नरदेहाचा, नरजन्माचा हेतू होता, हे त्यांनी सदैव कथन केले नव्हते का? त्यासाठी त्यांनी सदैव न्यायाची म्हणजे पांडवांची बाजू घेतली होती. आता त्यांचा हेतू साध्य झाला होता.

त्यांच्या मूळ स्वभावाप्रमाणे, आता कर्तव्यपूर्तीचे समाधान मिळाल्यावर ते त्यांच्या अन्य राजनीतीपासून अंग काढून घेणार हे नित्याचेच होते; कारण आता हस्तिनापूरची सत्ता, राजनीती हा महाराज युधिष्ठिर आणि त्यांच्या बंधूंचा प्रांत होता. स्वामींनी न्यायधर्माची स्थापना केली होती. त्या धर्माची वृद्धी करणे आता पाचही पांडवांचे कर्तव्य होते.

धनुर्धर आणि धौम्यऋषींनी स्वामींच्या इच्छेला मान दिला. त्यांचा निर्णय शिरसावंद्य मानून एका सुप्रभाती हस्तिनापूरकडे प्रयाण केले. याच काळात धनुर्धरांकडून आणखी एक आश्चर्यकारक वार्ता कळली ती म्हणजे कुंतीआत्याबाईंनी इंद्रप्रस्थाचे राज्य अनिरुद्ध आणि रोचना पुत्र वज्र याला देण्यात यावे असे वचन युधिष्ठिराकडून घेऊन त्याप्रमाणे विधिवत आश्वासक पत्रही तयार करवून घेतले होते.

ही वार्ता कानी आल्यावर आमच्या राजद्वीपावर आणि राणीद्वीपावर आनंद आणि आश्चर्य यांची संमिश्र प्रतिक्रिया उमटली. माझ्याही मनात नेहमीसारखे प्रश्नचिन्ह उभे राहिले. आमच्या द्वारकेची, दाही दिशांना वैभवी साम्राज्य म्हणून ख्याती पसरलेली असताना वज्र हा या साम्राज्याचा एक वारस असताना आत्याबाईंनी 'इंद्रप्रस्थ' साम्राज्याचा भावी वारस म्हणून वज्राला का घोषित करावे? स्वामींनी हस्तिनापूर साम्राज्यप्राप्तीसाठी पांडवांना जी अनमोल मदत केली होती म्हणून कृतज्ञता व्यक्त करण्यासाठी? का? का? प्रश्नांची मालिका चित्तात अस्वस्थ आवर्त उठवत होती.

मनात उमटलेल्या या प्रश्नांची उत्तरे भविष्यात मिळाली. माझ्या या जीवन ओघाच्या कथनात ती तुम्हालाही कळतील; पण तरीसुद्धा एक प्रश्न मनात उरतोच- तो म्हणजे वंदनीय कुंती आत्याबाई या अंतर्ज्ञानी होत्या का? त्या द्वारकेचे भविष्य जाणत होत्या का? त्यांना जर भविष्याची चाहूल लागत असेल तर याआधी त्यांच्या जीवनात घडलेल्या अप्रिय गोष्टींचीही लागली होती का? नियती टाळता येणे शक्य नाही, हे त्या पूर्णपणे जाणत होत्या का? किंवा ही शक्ती त्यांना आता प्राप्त झाली होती?

या प्रश्नांची उत्तरे मात्र मला या क्षणापर्यंतही मिळालेली नाहीत. माझ्या स्वभावाप्रमाणे आणखी एक गूढ प्रश्न मनात उभा राहतो. अंतर्ज्ञानी असणे चांगले की वाईट? कारण नियतीचा खेळ जर टाळता येत नसेल तर भूत, वर्तमान, भविष्य कळून तरी काय उपयोग? सामान्य माणसाचे जीवन अस्वस्थ, दु:खीच होणार. हा अंतर्ज्ञानी, ज्ञानयोगी वृत्तीने स्थितप्रज्ञच असला पाहिजे. तरच तो या जीवनाचे तत्त्वज्ञान पचवू शकेल आणि तो तसा निश्चितपणे असेलच याविषयी माझ्या मनात संदेह नाही.

सामान्य माणसांना हे अंतर्ज्ञान नसावेच! हा गूढातून सुरू होणारा तिथेच संपणारा हा गूढ जीवनप्रवास त्याला ठाऊक नसतो हेच बरे आहे. अज्ञानातच तो आशावादी असतो आणि सुखीही असतो.

हा अंतर्ज्ञानाचा विचार करताना दृष्टीसमोर लखकन वीज चमकते. तिचे तेज किरण सर्वदूर पसरतात. त्या वलयात अवतीर्ण होतात माझे स्वामी! भगवान श्रीकृष्ण! स्वामीसुद्धा अंतर्ज्ञानी होते, याविषयी माझ्या मनात पूर्णपणे विश्वास आहे. काही प्रसंगी मला त्यांच्या या अंतर्शक्तीचे प्रत्यंतरही आले आहे. कधी प्रत्यक्षपणे; तर कधी अप्रत्यक्षपणे. प्रथम प्रसंग आठवतो तो बालप्रद्युम्नाचे अपहरण झाले तेव्हा त्यांनी मला भविष्यातील युवादर्शन घडवून एकप्रकारे त्याचा उज्ज्वल भविष्यकाळच माझ्यासमोर उभा केला होता. महाभारतीय महायुद्धाची परिणती, सात्यकीच्या दहा पुत्रांचे वीरमरण, महारथी कर्णाच्या जन्माचे रहस्य, त्याला युगानुयुगे 'दानवीर सूर्यपुत्र' म्हणून या आर्यावर्ताच्या इतिहासात मिळणारे स्थान, अंती द्वारकाद्वीपाचा होणारा अंत या साऱ्या घटनांचे भविष्य त्यांना माहीत होते का?

काही सूचक विधाने त्यांनी पूर्वी हेतुपूर्वक केली होती की त्यांच्या मुखातून निघून गेली होती, हे फक्त तेच जाणोत.

स्वामींचे आंतरिक रूप, आंतरदर्शन काही अंशी काही भाग्यवान लोकांनी जाणले. त्यांपैकी एक उद्धवभाऊजी होते. अवधूत पदवी लाभलेला हा महान योगी या योगेश्वराला काही अंशी तरी जाणत होता हे निश्चित.

आणि मी? मी स्वामींना जाणण्याचा प्रश्न येतोच कुठे? मी आणि स्वामी देहाने वेगळे असलो तरी मनाने आम्ही एकच होतो. मी त्यांचा श्वास आहे असे सर्व प्रजाजन म्हणतात! यशोदामातेला जसे त्यांनी मुखात विश्वरूप दाखविले होते, तसेच त्यांनी मला विवाहापूर्वीही काही आश्वासक गोष्टी, माझ्या मन:शक्तीद्वारे सूचित केल्या होत्या. या अंत:करणाला स्पर्शून जाणाऱ्या, जाणवणाऱ्या, भावणाऱ्या, दिव्य शक्तीचे प्रत्यंतर येण्याच्या प्रकारालाच साक्षात्कार म्हणतात का? या तेजोमय अनुभूतीला भास तरी कसे समजायचे? नाही, नाही ते भास निश्चितच नव्हते; तर तो दिव्य अनुभव होता. त्यातूनच प्रकाशाची दिशा दिसत होती.

दीपस्तंभाने दाखविलेला तो योग्य मार्ग होता. आपले ईप्सित साध्य करण्यासाठी.

स्वामींच्या प्रत्येक कार्यावर माझा पूर्ण विश्वास होता. म्हणूनच मी स्वामींजवळ कधीही, कसलाही हट्ट धरला नाही. मला कधी धरावासाच वाटला नाही. स्वामींनी ज्यांना जवळ केले, ती सर्व माणसे मलाही प्रिय झाली. म्हणून मी माझ्यापेक्षा धाकट्या, स्वामींच्या राण्यांना सवती मानले नाही; तर धाकट्या भगिनीच मानले आणि त्यांनीही मला भरभरून प्रेम दिले. म्हणूनच आमच्या राणीद्वीपावर सतत शांतता नांदली.

तर सांगायचे तात्पर्य म्हणजे स्वामींना अंतर्ज्ञान होते. ते भविष्यही जाणत होते; पण त्यांनी आपल्या या दिव्य-शक्तीचे अकारण प्रदर्शन कधी केले नाही. नरजन्म घेतला आहे, तर नियतीचे वर्चस्व मानलेच पाहिजे हे जगाला दाखवून देण्यासाठी ते सामान्यांमध्ये सामान्य म्हणूनच वावरले. प्राक्तनातले उपभोग, भोग, संकटे, उपाधी, दु:ख, आनंद सारेच भोगले. म्हणून तर त्यांना पुरुषोत्तम म्हणतात, ते सत्यच आहे.

मी, या पुरुषोत्तमाच्या, म्हणजेच माझ्या जीवनाच्या, अंतिम पर्वात पदार्पण केले आहे, तरी विचारचक्रात गुंतून जाण्याचा माझा स्वभाव काही जात नाही. उलट कालचक्राच्या फेऱ्यांबरोबर विचारचक्राचे फेरेही दिवसेंदिवस वाढतच आहेत. त्या विचारचक्रातून बाहेर येऊन मी तुम्हाला माझी पुढली जीवनकहाणी सांगते.

एखाद्या साम्राज्याच्या राज्यकारभाराकडे, त्या राजाचे थोडेसेही दुर्लक्ष झाल्याचा, जरासा संशय जरी शत्रुपक्षाला आला तरी ते त्या संधीचा लाभ उठविण्याचा प्रयत्न केल्यावाचून राहत नाहीत या विधानाचे प्रत्यंतर द्वारकावासीयांना आल्याशिवाय राहिले नाही. स्वामींनी तर राजसंन्यासाची घोषणाच केली होती. त्यांनी सध्याचे युवराज आणि भविष्यकालीन सम्राट या नात्याने राजनीतीची सारी सूत्रे बलरामदादांच्या हाती सोपविली होती. लोककल्याणाबरोबरच, प्रजेच्या वर्तनाकडे लक्ष देणेही राजाचेच काम असते. त्यासाठी नेमलेल्या अधिकाऱ्यांकडून त्यांच्या कर्तव्याचा आलेख अजमावा लागतो. कोणत्याही देशाची प्रजा गृहीत धरली तरी त्यात काही देशाप्रती कर्तव्यनिष्ठ, तर काही थोडे चंचल प्रवृत्तीचे असतात. धन, कनक, सत्तेचा मोह भल्याभल्यांनाही पडतो; तेथे सामान्यांची काय कथा. अशा लोकांना प्रलोभने दाखवून त्या देशासाठी अहितकारक कामे करवून घेणे शत्रुपक्षाला नेहमीच सुलभ जाते.

आमचे दादा वरून रागीट असले तरी आतून मनाने सरळ, साधे होते. त्यांचा स्वत:च्या प्रजाजनांवर नको तेवढा विश्वास. त्यामुळे प्रजेच्या वर्तनाकडे त्यांच्याकडून थोडेसे दुर्लक्ष झाले. 'यथा राजा तथा प्रजा' या नात्याने अधिकाऱ्यांनीही आपल्या कर्तव्याकडे थोडेसे दुर्लक्ष केले. प्रत्येक घटनेचे साद-प्रतिसाद या विश्वात घडतच असतात. ती घटना फार मोठी असो किंवा लहान असो.

चांगल्या घटनेचे सुरम्य पडघम वातावरणात उमटतात. परिसर उजळून

निघतो; पण वाईट घटनांमधून उमटणारे सूर हे बेसूर असतात. आसमंत त्या कर्कश सुरांनी ढवळून निघतो. तसेच काहीसे आमच्या सुवर्णद्वारकेत घडले. समृद्धी आणि संपन्नता मागल्या द्वाराने, स्वत:बरोबर काही अनीतिकारक उपहारही घेऊन येत असते. उदाहरणार्थ, आलस्य, व्यसनाधीनता, कर्तव्यपरायणता विसरून नृत्य-गायन-नाट्य यात रमण्याची वृत्ती, नीतिमत्तेचे ढासळीकरण इत्यादी.

आमच्या भावी पिढीनेही द्वारकेच्या समृद्धावस्थेतच जन्म घेतला होता. द्वारका साम्राज्यात, शिलेदारांच्या अजोड कर्तृत्वाने संपन्नतेत काळानुरूप त्वरेने वृद्धीच होत गेली होती.

आता महाभारतीय युद्धानंतर दोन तपांचा कालखंड मागे पडला होता. आमचे पुत्र-पौत्रही वयानुसार प्रौढावस्था, युवावस्थेकडे झुकले होते; पण वयानुरूप विचारांची परिपक्वता जाणवत नव्हती. अर्थात, सर्वच पुत्र अपरिपक्व विचारांचे होते; असे नाही. काही अपवादही होतेच; पण राजपुत्र सांब आणि त्याच्या समर्थक राजपुत्रांचा वांडगणा वाढत्या वयाबरोबर कमी न होता वाढलाच होता.

याच न्यायाने प्रजाजनांच्या प्रतिनिधींबाबतही होते. काही सद्वर्तनी तर काही दुर्वर्तनी. आता शांततेचा काळ होता. हस्तिनापूर साम्राज्यातही शांतता होती. जीवघेण्या मनातल्या दु:खांवर काळाने फुंकर घालून त्या दु:खावर खपली धरली होती. महाराणी द्रौपदी, सुभद्रा हळूहळू पुत्रवियोगाच्या वास्तवाला स्वीकारून आपल्या कर्तव्याला सामोऱ्या जात होत्या.

स्वामींच्या जीवनात जेवढे महत्त्व द्वारका साम्राज्यातील शांततेला होते, जवळजवळ तेवढेच महत्त्व हस्तिनापूर साम्राज्यातील शांततेलाही होते. त्यांच्या सद्य:स्थितीतल्या मानसिक वनवासाला हे दोन्हीकडले शांत वातावरण पोषक होते, पूरक होते; पण ही वादळापूर्वीची शांतता होती. स्वामींच्या निर्लेप वृत्तीमुळे ते सुधर्मा राजसभेकडे जात नव्हते. त्यांनी राजकारणाचा संपूर्ण भार युवराज बलरामदादा, सेनापती, ज्येष्ठ राजपुत्रांवर टाकला होता. आमच्या दादांनीही अधिकाऱ्यांच्या कथनावर विश्वास ठेवला. एकूण, राजकारणाशी संबधित अधिकारी व्यक्तींनी खालपासून वरपर्यंत आंधळा विश्वास ठेवला आणि त्याचा परिणाम व्हायचा होता तोच झाला. समस्त द्वारकावासीयांचे सामाजिक, कौटुंबिक, आर्थिक जीवन आतून दुर्गुणांच्या वाळवीने पोखरले जाऊ लागले.

ही अशीच प्रदूषित वातावरणनिर्मितीची प्रक्रिया किती काळ चालली असती कोण जाणे! आमच्या राजकुळाच्या नेत्रांत सत्यपरिस्थितीच्या ज्ञानाचे झणझणीत अंजन घातले, ते गुरुवर्य महर्षी व्यासांनी.

महर्षी व्यासांचे द्वारकेत आगमन म्हणजे जणू काही कर्तव्ये आणि आत्मज्ञान दोहोंची समान जाणीव असलेल्या थोर विभूतीचे आगमन होते. अनेक पिढ्या

पाहिलेले, अगणित घटनांचे साक्षीदार असलेले ते प्रदीर्घायुषी व्यक्तिमत्त्व होते. खरे सांगायचे तर ते संसारी होते. कुरुंच्या वंशवृद्धीचे कारक होते. तेवढेच ब्रह्मज्ञानाचे अधिकारीही होते. एक विलक्षण बहुआयामी व्यक्तिमत्त्व होते. त्रिखंडात मान्यता पावलेले वंदनीय थोर तपस्वी होते. द्वारकाभूमीला त्यांचा चरणस्पर्श लाभणे हे द्वारकावासीयांचे महद्‌भाग्य होते. महर्षी व्यास थोर तपस्वी म्हणून जनमानसात मान्यता पावलेले होतेच; पण हे तपस्वी म्हणजे अनेक दैवी गुणांची खाण होते. त्यांच्याकडे काव्याची दैवी प्रतिभा होती. काही अनमोल खंडकाव्यांची ते निर्मिती करत आहेत असेही ऐकले होते. अन्य ऋषींप्रमाणे त्यांच्या अंगीही निर्भय वृत्ती होती. समोरची व्यक्ती राव असो वा रंक असो, सत्य परिस्थिती सडेतोडपणे कथन करणे हा त्यांचा स्वभाव होता.

अन्य असंख्य, तत्त्वज्ञांप्रमाणेच, स्वामींविषयी त्यांना अपरंपार प्रेम होते, भक्ती होती आणि कुतूहलही होते. स्वामींमधला दैवी अंश ज्या थोड्या ज्ञानीयांनी जाणला होता त्यामध्ये महर्षींचे स्थान उच्च होते. त्यांनी स्वामींबरोबर अनेक घटिका तात्त्विक, आध्यात्मिक चर्चा तर केलीच, त्याचबरोबर, द्वारकासाम्राज्यातील प्रजाजनांची नीतिमत्तेची घडी कशी विस्कटली आहे तेही विशद केले. त्यासाठी स्वामी, युवराज बलरामदादा, राजकुळातील संबधित सदस्य, मान्यवर अधिकारी यांची, त्यांच्याकडून होणाऱ्या दुर्लक्षाबद्दल कानउघाडणीही केली.

महर्षी वादळासारखे आले आणि निघून गेले. त्या वादळाचे पडसाद काही काळ द्वारकेत उठत होते. सत्याचे वादळ सर्वांच्याच मनात घोंघावत होते. तरी त्याचे परिणाम सुयोग्यच होणार होते. नाहीतर पुढे कदाचित अपरिमित हानी होणारे, न आवरता येणारे महावादळ उठले असते. त्यादृष्टीने हे महर्षींचे आगमन द्वारकेसाठी फार मोठे वरदानच ठरले. योगी, तपस्वी, महर्षी यांचा सहवास लाभणे, त्यांच्या सहवासात रमायला आवडणे हा मानवी जीवनातला दुर्लभ भाग्ययोगच म्हणावा लागेल. या तपस्व्यांच्या, साधुसंतांच्या सहवासात मरगळलेल्या मनाला उभारी मिळते. त्यांच्या विचारांच्या श्रवणामुळे मनातले विकार, विषाद नाहीसे होतात. मन कर्तव्यपूर्तीच्या मार्गावर वाटचाल करू लागते.

मलासुद्धा गुरुवर्य सांदीपनी, गुरुमाता या दोघांचा सहवास नेहमीच सुखाचा वाटे. नंदादीपासारखे गुरुवर्य आणि शांतपणे तेवणाऱ्या समईसारख्या गुरुमाता. त्यांच्या सान्निध्यात माझेही मन निवांत होत असे. त्यांच्या आश्रमात जी अपूर्व शांती मनाला स्पर्शून जाई, त्या अमोल ठेव्याने माझ्या अस्वस्थ मनावर माया, ममतेचा शीतल गारवा सुखद शिडकावा मारून जाई. त्या दोघांकडे बघून मला गुरू-वसिष्ठ आणि माता अरुंधतीची आठवण येई. अनेक प्रवचनकारांच्या मुखांतून मी त्यांच्याविषयी कथा ऐकल्या होत्या.

आमचे उद्धवभाऊजीही फार मोठे तपस्वीच नव्हते का? सर्व ऐहिक सुखे हात जोडून पुढे उभी असताना संसार न करता, आपल्या श्रीकृष्णदादांच्या चरणी सर्व निष्ठा अर्पण करणे, त्यांना सावलीसारखी सदैव साथ करणे ही गोष्ट सोपी नाही. आपले तन, मन त्यांनी स्वामींच्या चरणीच अर्पण केले होते. विकार, विषाद यावर त्यांनी पूर्णपणे विजय मिळविला होता. म्हणून तर ते अवधूत या पदवीस योग्य ठरले होते.

विकार, विषाद या शब्दांवरून आठवण झाली ती थोर घोरअंगिरस ऋषींची. महर्षी व्यासांच्या आगमनानंतर थोड्याच दिवसांत त्यांचेही द्वारकेत झालेले आगमन आम्हा द्वारकावासीयांना सुखावून गेले. ते आणि स्वामी आध्यात्मिक विषयांवर अखंड चर्चा करत होते. स्वामींच्या आणि पर्यायाने, आम्हा द्वारकावासीयांच्या जीवनात या थोर ऋषींना अत्यंत मोलाचे स्थान होते. कारण पूर्वी जेव्हा स्वामींच्या मनात विषाद उत्पन्न झाला होता, या ऐहिक, व्यावहारिक जगाचा त्याग करून संन्यासदीक्षा घेण्याची इच्छा उत्पन्न झाली होती; त्यासाठी ते या थोर तपस्वींच्या आश्रमात गेले होते, तेव्हा या महान तपस्वींनीच त्यांना अमोल उपदेशाचा ठेवा देऊन कर्तव्य-निष्ठा जागृत करून द्वारकेला परत पाठविले होते. मी, माझ्या सात भगिनी, आमचे पुत्र, आमच्यावर तर त्यांचे हे कधीही न फिटणारे ऋण होते.

खरेच, जन्माला आलेल्या प्रत्येक व्यक्तीवरच असंख्य व्यक्तींचे अगणित उपकार असतात नाही का? काही प्रत्यक्ष, काही अप्रत्यक्ष. रक्ताच्या नात्यातील व्यक्तींचे, रक्ताचे नाते नसलेल्या व्यक्तींचे, मैत्रीसंबंधातील व्यवतींचे, समाजाचे, गुरूंचे आणि या चराचराचेसुद्धा. त्यामध्ये पंचमहाभूतांचे, वृक्षांचे, पशुपक्ष्यांचे, नदीनिर्झर, सागराचे. मनाला आणि तनाला सुख देणाऱ्या पंचेंद्रियांचे, विविध कलांचे, वस्तूंचे, वास्तूंचे, असंख्य कारकांचे ज्याच्यापासून आपल्या जगण्याची ऊर्जा मिळते, ऊर्मी मिळते.

प्रत्येकाच्या जन्मापासून मृत्यूपर्यंत तो या ऋणांच्या छायेत असतो तर काही व्यक्ती त्याने केलेल्या ऋणात असतात. काही ऋणे काही अंशी फेडण्याची संधी कधीकधी प्राप्त होते; तर काही व्यक्तींचे ऋण कधीच फेडता येणार नसते.

माझ्या जीवनात सुदेवकाकांचे ऋणही, या तपस्वी अंगिरस ऋषींप्रमाणे कधीही न फिटणारे होते. कारण त्यांनी जर माझे पत्र स्वामींपर्यंत पोहोचविले नसते तर? तर मी या जन्मी स्वामींची अर्धांगिनी होऊच शकले नसते. किती वेड्यासारखी बोलतेय मी? या 'जर-तर'ला काही अर्थ असतो का? एकदा नियतीचे, विधिलिखिताचे सामर्थ्य मान्य केले, की असा विचार करणेसुद्धा व्यर्थ नाही का? अर्थात म्हणून सुदेवकाकांच्या ऋणाचे महत्त्व कमी होत नाही. त्यांच्या ऋणात राहणे हेसुद्धा माझे प्रारब्धच नाही का?

आमच्या या जीवनप्रवासात एक अतिशय भावरम्य नाते जिथे कोणत्याही ऋण उपकाराचा दूरान्वयानेही संबंध नाही, ते नाते म्हणजे स्वामी आणि सुदामाभाऊजींचे! निरपेक्ष मैत्रीसंबंध! स्वामींची अशी भावपूर्ण नाती अनेक व्यक्तींशी होती.

मला तर सदैव असे वाटत आलेय, की स्वामींचे व्यक्तिमत्त्व विविध भावरंगी होते म्हणूनच त्यांना 'पुरुषोत्तम' ही पदवी प्राप्त झाली आहे.

बालपणापासूनच सभोवतालच्या व्यक्ती, पशू, पक्षी, वृक्ष, वेलींप्रती प्रेमभावना जेवढ्या उत्कटतेने त्यांनी जोपासली, तेवढ्याच उत्कटतेने कर्तव्यभावनाही अंगिकारली. जेवढ्या उत्कटतेने कर्मयोग स्वीकारला, तेवढ्याच उत्कटतेने कोणतेही पद न स्वीकारण्याचा अतिशय अवघड त्यागयोगही सहजपणे साध्य केला. त्याच वेळी इष्ट दैवत, गुरू, तपस्वींप्रती भक्तियोगात रंगून तोही मनसोक्त उपभोगला.

एकाच वेळी सुयोग्य निर्णयक्षम, कर्तव्यकठोर, वास्तव जीवन आणि रसपूर्ण, भावपूर्ण जीवन यांचा सुरेख संगम त्यांनी आपल्या जीवनप्रवासात साधला.

आमच्या जीवनात आलेल्या साऱ्याच पूजनीय व्यक्तींना वंदन करून मी या विचारचक्रातून तूर्त तरी जागी होऊन तुम्हाला पुन्हा माझ्या जीवनातील उत्तरार्धाचा अंतिम भाग कथनास सुरुवात करणार आहे. या माझ्या प्राणप्रिय स्वामींच्या आणि माझ्या कहाणीचा, सुवर्णद्वारकेच्याही लयाचा, हा वृत्तान्त कथन करणे मला फार जड जात आहे. माझे हृदय भरून आले आहे. माझ्या नेत्रांतून अखंड आसवांचा पूर वाहतो आहे. कंठ दाटून आला आहे. या नरजन्मातील प्रत्येक संबंधित घटकांचा विरहक्षण जवळ आला आहे.

खरे तर 'विरह' हा शब्द मला अपरिचित नाही. माझ्या आजवरच्या जीवनप्रवासात मी या शब्दाचा अर्थ पूर्णतः अनुभवला आहे; पण त्या वेळी त्या दूर गेलेल्या व्यक्तींची पुनश्च भेट होईल, ही आशा तरी मनात होती; पण आताचा हा दुरावा अनंताचा आहे. पुन्हा याच स्वरूपात कधीही न भेटण्यासाठी.

माझ्या आयुष्यात मला काही अनमोल, प्रिय ध्येय साध्य करण्यासाठी भारी मोल चुकवावे लागले आहे. बालपणापासून उराशी जपलेले माझे स्वप्न, माझे श्रेयस – माझे स्वामी – मला प्राप्त झाले. माझे जीवन कृतार्थ झाले; पण त्याच वेळी माझ्या जन्मभूमीचा, माता-पित्यांचा, बंधूंचा, सख्यांचा, अन्य आप्तेष्टांचा विरह दीर्घकाळ सहन करावा लागला.

प्रत्येक स्त्रीच्या आयुष्यातील अमृतयोग मातृत्व. ते मला प्राप्त झाले; पण त्याच समयी पुत्रविरहाचे विषही मला पचवावे लागले. अनभिषिक्त महाराणीचे पद प्राप्त झाले. त्रिखंडात यश, कीर्ती, योगेश्वर म्हणून मान्यता पावलेल्या भगवान श्रीकृष्णाची मी अर्धांगिनी झाले; पण त्यासाठी अन्यायाचा निःपात करण्यासाठी, सदैव द्वारकेबाहेर जावे लागलेल्या स्वामींचा विरह दीर्घकाळ सहन करावा लागला.

माझ्या आयुष्यातला अत्यंत कठीण 'विरहकाल' सांगायचा झाला तर 'स्वामींचे कुणालाही न सांगता, सवरता आचार्य घोरअंगिरस ऋषींकडे, संन्यासदीक्षा घेण्यासाठी निघून जाणे.' त्यांच्या मनात विषाद दाटून आला होता हे खरे; पण त्यांच्या त्या अज्ञातवासात जाण्यामुळे आम्हा राजकुळातील त्यांच्या निकटवर्तीयांची, थोरले महाराज, राजमातांसह आम्हा आठही राण्यांची जी अत्यंत वाईट अवस्था झाली, ती शब्दांत वर्णन करणे येथे अशक्य आहे. त्यांचे निघून जाणे माझ्या मनात अनेक दुष्ट शंका-कुशंका निर्माण करत होते. हृदयावर पाषाण ठेवून सर्वांची समजूत घालता घालता माझी पुरेवाट होत होती. मलासुद्धा ते सांगून गेले नाहीत, हे द्वारकेत कुणाला खरेही वाटत नव्हते. याच गोष्टीचा विषाद माझ्याही मनात दाटला होता, वाईटही वाटत होते आणि चिंताही वाटत होती. त्या विरहाच्या अंताची कथा तुम्हाला ठाऊक आहेच.

एकूण सांगण्याचे तात्पर्य हेच, की माझ्या या जीवनात सहवाससुखाच्या पायघड्या जेवढा काल घातल्या गेल्या तेवढाच काल मला विरहाच्या काटेरी पायवाटेवरूनही वाटचाल करावी लागली.

मला वाटते प्रत्येक असामान्य, अलौकिक व्यक्तिमत्त्व असलेल्या पुरुषाच्या अर्धांगिनीच्या नशिबात ही वाट नेमून दिलेलीच असते. कारण हे पुरुषोत्तम फक्त स्वत:चा संसार करत नाहीत; तर अवघ्या विश्वाचा संसार करतात. केवळ स्वसदन हेच त्यांचे सदन नसते. तर 'अवघे विश्व' त्यांचे सदन असते. त्यातील बालांपासून वृद्धांपर्यंतच्या 'जनहिताय' ते कार्य करत असतात. त्यांच्या स्वकुलाचा संसार समर्थपणे त्यांच्या स्वामिनीनेच सांभाळायचा असतो. त्यांच्या अनुपस्थितीत, त्या कुळाच्या परंपरेत कुठेही उणीव राहणार नाही या गोष्टीची काळजी घ्यावी लागते. एवढेच नाही, तर प्रसंगी त्यांची जागा घेऊन त्यांची कर्तव्येही पार पाडावी लागतात.

बघा, नेहमीसारखेच झालेय. 'विरह' या शब्दावरून असंख्य विचारलाटा मनात उंचबळून आल्या. आता मन घट्ट करून पुढली कथा सांगण्याचा मी प्रयत्न करणार आहे.

महर्षी व्यास आणि घोरअंगिरसांच्या आगमनाने द्वारकाभूमी पुनीत झाली. त्यानंतर द्वारकेत आगमन झाले ते तपस्वी दुर्वासांचे.

दुर्वासांचे नाव निघाले की माझ्या मनात सदैव उभी राहते ती पूजनीय कुंती आत्याबाईंचीच मूर्ती. महर्षी दुर्वासांच्या सेवाव्रताच्या पूर्णतेचे जे त्यांना दिव्यमंत्रफल मिळाले, कृपाप्रसाद प्राप्त झाला त्यामुळे त्यांचे सारे जीवन ढवळून निघाले. 'कुमारी मातेचे' शापित मातृत्व नशिबी आले. तो अक्षरश: सुवर्णासारखे तेजोमय कवच असलेला आपल्या उदरीचा प्राणप्रिय जीव, त्याला सरितामातेच्या मांडीवर सोडून

द्यावे लागले. त्या वेळी त्या बालमातेला किती यातना झाल्या असतील?

पुढे त्यांच्या जीवनात त्याच मंत्राने क्रांती केली. पाच समर्थ पंडुपुत्रांना जन्म दिला. त्यातले मन मोठे करून दोन मंत्र सवतीला दिले. ह्याच पंडुपुत्रांनी या भरतवर्षाचा इतिहास घडवला हे साऱ्या आर्यावर्ताला ठाऊक आहेच.

या उग्र तपस्व्यांचे मन सांभाळणे म्हणजे खरोखरच 'सुळावरची पोळी' होय.

त्यांचे आगमन होई तेच मुळी प्रचंड गर्जना करतच. महान तपस्वींचे तपोबलही महान सामर्थ्यशाली होते. त्या सामर्थ्याने त्यांच्या मुखातून वदली गेलेली वाणी नेहमी सत्य होई. त्यामुळे महासम्राटही त्यांच्या वाणीच्या सामर्थ्याच्या जाणिवेने त्यांच्यापुढे भयाने चळाचळा कापत. विनम्र होत. ते आणि त्यांच्या शिष्यांच्या सेवेत कुठे तसूभरही उणीव राहू नये म्हणून प्रयत्न करीत.

या कोपिष्ट तपस्व्यांचे द्वारकेत अनपेक्षित आगमन झालेले पाहून स्वामींपासून उद्धवभाऊजींपर्यंत साऱ्यांचीच त्रेधा उडाली. बलरामदादांसहित सारे लहान थोर अधिकारी त्यांच्या स्वागतासाठी धावून आले. त्यांचे स्वागत करून आज्ञापालन करण्यासाठी सज्ज झाले.

आमच्या राणीद्वीपावरही दुर्वास ऋषींच्या आगमनाची वार्ता कळवण्यात आली. आमचे सर्व पुत्र, पौत्री, कन्या सर्वांना पाचारण करून मी स्वत: महर्षी ऋषींच्या प्रखर तपस्येची, त्यांना प्राप्त झालेल्या अभूतपूर्व सामर्थ्याची, त्यांच्या स्वभावाची गंभीरपणे, सखोल माहिती दिली. त्यांच्यासमोर नम्रपणे आचरण करावे, अशा सूचनाही दिल्या.

त्या वेळी माझ्या एक गोष्ट लक्षात आली होती, की मी जेव्हा जिवाचा आटापिटा करून, त्यांच्याकडून एखादी लहान, क्षुल्लक, आगळीक होऊ नये म्हणून प्रयत्न करत होते, त्याकडे आमचे काही पुत्र, पौत्र फारसे लक्ष देत नव्हते. सर्व ज्येष्ठ मंडळी, आमचे स्त्री मंडळ, काही पुत्र मात्र माझ्या सूचना लक्ष देऊन ऐकत होते. त्यांच्या चर्येवर थोडी चिंताही प्रकट झालेली दिसत होती. त्यांचे वागणे बघून मला चिंतेने ग्रासले. एक विचार मनात आला, 'या चंचल स्वभावाच्या काही पुत्रांना नेऊच नये का?' पण... हा पणच कित्येकदा आडवा येतो. त्याचे भयंकर परिणाम भोगावे लागतात.

आपल्या पुत्रांनाही महर्षी दुर्वासांसारख्या महान तपस्व्याचे आशीर्वाद लाभावेत ही प्रत्येक मातेची इच्छा असणे साहजिकच असते नाही का? शिवाय मी कधीही आमच्या पुत्रांमध्ये भेदाभेद केला नव्हता. ते योग्यही नव्हते. त्यामुळे स्वामींच्या आज्ञेप्रमाणे सर्व पुत्रांना, पौत्रांना, कन्या, स्नुषांना घेऊन उग्र तपस्वी दुर्वासांच्या दर्शनाला गेलो.

महर्षी व्यासांप्रमाणेच या उग्र तपस्व्यानेही द्वारकेच्या पदाधिकाऱ्यांची, द्वारकेतील

दुराचाराकडे दुर्लक्ष होत आहे म्हणून कानउघाडणी केली. तीही कडक शब्दांत. स्वामी, बलरामदादा, उद्धवभाऊजी अन्य पदाधिकारी त्यांच्यासमोर मान तुकवून उभे होते. देहाला कष्ट देऊन देऊन, काष्ठवत पण काटक झालेले त्यांचे अतिशय तेज:पुंज शरीर आणि संतप्त मुद्रा बघून माझे हृदय भयाने आणि त्याच वेळी आदराने भरून आले.

आम्ही सर्वांनी त्यांना वाकून वंदन केले. मी नम्रतेने म्हणाले, ''गुरुवर्य, पाकसिद्धीसाठी कोणते पदार्थ करू? मी, रेवतीताई, वेगाने पाकसिद्धी करण्यासाठी सज्ज आहोत.''

त्यांनी माझ्या मस्तकावर हात ठेवून आशीर्वाद दिला. ''सर्व शक्तिमान भव, बाळे, मी फक्त गोरस आणि फलाहार घेतो. तुला, मन:शक्ती, शांती, मुक्ती लाभेल.'' नंतर स्वत:शीच बोलत असल्याप्रमाणे म्हणाले, 'श्रीकृष्णाप्रमाणेच, तुझे दिव्य रूपही, युगानुयुगातून क्वचितच या पृथ्वीतलावर आदर्श कर्तव्यपालनासाठी जन्म घेते.'

नंतर स्वामींकडे वळून ते म्हणाले, ''हे श्रीकृष्णा, मी उदईक येथून श्रीक्षेत्र सोमनाथाला प्रयाण करणार आहे. तिथं मी, प्रभासपाटणला काही धार्मिक विधी करणार आहे. त्यांपैकी एक स्वश्राद्ध आहे.''

स्वामींनी, दादांना खूण केली. दादांनी गुरुदेवांच्या चरणावर मस्तक ठेवून पुन्हा एकदा वंदन केले आणि नतमस्तक होऊन ते म्हणाले, ''गुरुवर्य, आपल्या प्रयाणाची आणि धार्मिक विधींसाठी आवश्यक साधनांची संपूर्ण सिद्धता केली जाईल. आपण फक्त आज्ञा करावी. मी स्वत: तेथे येईन.''

आपले अग्नीसारखे तेजस्वी नेत्र क्रोधाने गरागरा फिरवत आचार्य म्हणाले, ''हे युवराजा, अशी प्रत्येक अतिथीसाठी आपली शक्ती आणि आपला समय व्यतीत करणं हा भावी राजाचा धर्म नाही. प्रजाजनांच्या हिताच्या योजनांकडे बारीक लक्ष देणं, त्यासाठी दक्ष अधिकाऱ्यांवर दृष्टी ठेवणं हे प्रत्येक राजाचं कर्तव्य आहे. वसुदेवाच्या नावानं जरी हे राज्य चालत असलं तरी ते आता वृद्ध झाले आहेत. त्यामुळे या द्वारकासाम्राज्याची संपूर्ण धुरा तुझ्याच स्कंधावर आहे. दुसरं असं, की या श्रीकृष्णानं आता एक प्रकारे राजसंन्यास घेतला आहे. आता तो आध्यात्मिक विश्वात पाऊल टाकतो आहे. अर्थात त्यानं हा निर्णय हेतुपुरस्सरच घेतला आहे.''

ऋषीदेवांनी क्षणभर विश्राम घेतला. उपस्थितांकडे एकवार दृष्टी फिरवली. पुन्हा त्यांची अमोघ वाणी स्रवू लागली, ''माझ्या हेतुपुरस्सर या शब्दाचं स्पष्टीकरण हवं आहे ना तुम्हाला? तर ध्यान देऊन ऐका.'' मी स्वामींच्या मुद्रेकडे पाहिले. त्यांच्या चर्येवर नेहमीचे मिश्कील हास्यमिश्रित, सात्त्विक, प्रसन्न भाव होते. तेसुद्धा मनापासून गुरुदेवांचे बोल लक्ष देऊन ऐकत होते. मीसुद्धा सावधपणे ऐकू लागले.

ते सांगत होते, "या योगेश्वर कृष्णाचा जन्मच मुळी मूर्तिमंत पुरुषोत्तमाचा आदर्श विश्वलोकासमोर उभा करण्यासाठी आहे. प्रत्येक मानवी व्यक्तीने जीवनाची अंतिम अवस्था कशा रीतीने व्यतीत करावी, ते या जगाला शिकविण्यासाठीच तो हा मानसिक वानप्रस्थाश्रम स्वीकारतो आहे. नाहीतर या भगवानाला या उपचारांची काही आवश्यकता नाही; पण साऱ्या पृथ्वीतलावरच्या लोकांना मानवी जन्माच्या धर्मस्थापनेसाठी, शिकवण देण्यासाठी तर हा अजन्मा जन्मास आला आहे. सद्य:स्थितीत, विशेषत: भावी कालौघात कलियुगात प्रत्येक मानवाला, देहानं, प्रत्यक्ष वनात जाऊन वानप्रस्थाश्रम स्वीकारता येत नाही, येणारही नाही. म्हणून देहानं जरी आपण आपल्याच कुटुंबात राहिलो तरी मनानं आपण त्या विश्वविधात्याच्या जवळ जायला हवं. मनानं या प्रपंचातून निर्लेप वृत्तीनं निवृत्त व्हायला हवं. प्रपंचाची, आपल्या उद्योगाची सूत्रं नव्या पिढीकडे सोपवून अर्थात ती व्यक्ती पात्र नसेल तर दुसऱ्या योग्य पात्र व्यक्तीकडे सोपवून आपण आपल्या आत्म्याशी संवाद साधून या विश्वनिर्मितीचं रहस्य जाणून घेण्यासाठी स्वाध्याय, मनन, चिंतनाद्वारे परमेश्वराशी एकरूप होण्याचा प्रयत्न करावा. त्याद्वारेच ह्या जीवनयोगाचं अंतिम पर्व सुखाचं होईल. सांगण्याचं तात्पर्य हे, की हे युवराजा, तू तुझा कर्मयोग जाणतोसच तेव्हा प्रभासक्षेत्री माझ्या धार्मिक कार्याच्या सिद्धीसाठी तू स्वत: न येता अन्य सुयोग्य व्यक्तीस पाठव. माझी तपाची वेळ झाली आहे." असे म्हणून दुर्वासऋषी ताडताड पावले टाकत त्यांच्या वास्तव्यस्थानाकडे निघून गेले.

त्यांच्या त्या अखंड स्रवणाऱ्या अमृतवाणीत भान विसरलेले आम्ही सारे, तत्काळ भानावर आलो. उपस्थितांनी थोरले महाराज, दादा, स्वामी, उद्धवभाऊजींच्या नावाने प्रचंड जयजयकार केला. आम्ही सारेच उपस्थित पुन्हा एकदा कोड्यात पडलो होतो. स्वामींच्या स्वरूपाबद्दल. पितामह भीष्मांपासून महर्षी व्यास, गुरुवर्य घोरअंगिरस, ऋषिवर्य दुर्वास व अन्य असंख्य थोर विभूतींनी या माझ्या योगेश्वरांना वंदनीय मानले होते. या मानवी अवताराची मी अर्धांगिनी. केवढे माझे भाग्य? मलाच माझ्या भाग्याचा अभिमान वाटला.

त्याच क्षणी मला तपस्वींचा आशीर्वाद आठवला. 'सर्व शक्तिमान भव' असे का म्हणाले ते? एवढा सर्वशक्तिमान समर्थ पुरुष माझा पती असताना असे उद्‌गार का काढावे त्यांनी? कसली शक्ती? तनशक्ती की मन:शक्ती? कशासाठी? आमच्या जीवनात आणखी काही विघ्नांची मालिका येणार आहे की काय? शंकेची पाल चुकचुकली. माझे मन आणि तन भयाने थरारले. मन:शक्ती ही प्रचंड ताकद असलेली महान शक्ती आहे. सुदृढ मन आणि सुदृढ तन या दोन्ही शक्ती एकमेकांस पूरक आहे हे मान्य केले तरी दोहोंपैकी एकीला झुकते माप द्यायचे ठरवले तर मन:शक्तीचे पारडे नक्कीच जड ठरणार हे निश्चित. त्यामुळे माझ्या

मन:शक्तीने जी शंका प्रवर्तली. त्यामुळे माझ्या हृदयाचा ठोका चुकला, मन अस्वस्थ झाले; पण त्याच वेळी तीच पुन्हा साहाय्याला धावून आली. तिने नियतीची, विधिलिखिताची आठवण करून दिली.

मी स्वामींकडे पाहिले. त्यांची मुद्रा नेहमीप्रमाणेच शांत, प्रसन्न होती. माझ्या मनात आले, माझ्या आणि त्यांच्या जीवनाचे धागे एकाच सूत्रात गुंफले गेले आहेत. भविष्यात जी काय वादळे येतील, त्यांना दोघांनाही सामोरे जावे लागेल. ते जर एवढ्या प्रसन्न, शांत मनाने नियतीला स्वीकारू शकतात, तर आपल्याला ते का साध्य होऊ नये? आपणही आपला सारा भार त्यांच्यावर आणि प्रारब्धावर टाकून मनाने मुक्त का राहू नये?

माझेच प्रश्न, माझीच उत्तरे. माझे मन जणू धावाधावीचा खेळ खेळत होते. माझ्या कानांवर स्वामींचे शब्द पडले, "उद्धवा, तू स्वत: प्रभासपाटणला जाऊन गुरुवर्यांच्या धर्मकार्याच्या सिद्धतेकडे लक्ष दे. नव्या पिढीतील कुणाची तुझ्याबरोबर येण्याची इच्छा असेल तर त्यांनाही साहाय्यासाठी घेऊन जा. त्यांनाही या तपस्वी ऋषींच्या अतिशय कठीण आचारप्रणालीचे दर्शन घडेल. त्यांना सेवाधर्माचे महत्त्व पटवून देऊन त्यांच्याकडून ऋषिवर्य आणि त्यांच्या शिष्यांची सेवा करवून घे. त्यासंबंधी मार्गदर्शन कर. मानवी जीवन म्हणजे फक्त उपभोग नसून, त्याचा चांगल्या कार्यासाठी उपयोग हा खरा हेतू आहे. भोग आणि त्याग या दोहोंना जीवनात अनन्यसाधारण महत्त्व आहे. हे तपस्वी सर्व भोगांचा त्याग कशासाठी करतात? दुसऱ्यांना ज्ञान देण्यासाठीच, हे वास्तव त्यांना पटवून दे. तपस्वी दुर्वासांच्या सान्निध्यात राहून त्यांची सेवा करणे ही सोपी गोष्ट नाही. त्याकरता तुझ्यासारखा क्रोधाला जिंकणारा जीवनमुक्त अवधूतच तिथे सेवाव्रती म्हणून योग्य आहे. तेव्हा त्वरा कर. आजच आवश्यक वस्तू आणि व्यक्तींसह प्रयाण कर."

स्वामींची आज्ञा शिरसावंद्य मानून उद्धवभाऊजी त्वरेने सुधर्मा राजसभेतून बाहेर पडले. आम्हीही आमच्या कक्षाकडे निघालो. उद्धवभाऊजी जाणार हे ऐकल्यापासून माझ्या सर्व चिंता दूर झाल्या होत्या. ते सर्व कार्य शांत वृत्तीने करत. जणू काही शीतल किरणांनी साऱ्यांची मने प्रसन्न करून टाकणारा सुधांशु चंद्रच. मला मनातल्या मनात खुदकन हसू आले. जणू दुर्वासऋषी म्हणजे वैशाख वणव्यासारख्या क्रोधरूपी ज्वाला निर्माण करणारे सूर्यच. म्हणजे एक प्रकारे सूर्य-चंद्राच्या सहवासाचा योग प्रभासपाटणला घडून येणार होता तर!

उद्धवभाऊजींना आपणही साहाय्य करायला हवे, या विचाराने माझ्या कक्षाकडे न जाता माझी पावलेही आपोआप त्यांच्या कक्षाकडे वळली.

त्याच दिवशी आणखी एक आश्चर्यकारक गोष्ट घडली. जांबवतीपुत्र सांब उद्धवभाऊजींकडे आला. त्यांना अत्यंत नम्रतापूर्वक वाणीने म्हणाला, "काका,

महर्षी दुर्वासांच्या धार्मिक कार्याची सिद्धता आपण करताय ना? त्यामध्ये मी आणि माझे काही बंधू साहाय्य करण्यासाठी इच्छुक आहोत. तसेच उदईक आपण तेथे उपस्थित राहणार आहात तेव्हा प्रभासक्षेत्री उपस्थित राहून त्या स्थानी गुरुवर्य आणि त्यांच्या शिष्यांना साहाय्य करण्याची आमची तीव्र इच्छा आहे.''

उद्धवभाऊजी सांबाच्या या नवीन रूपाकडे बघतच राहिले. कारण सांब म्हणजे वयाची जाण नसलेला चंचल पुत्र. स्वतःला पुत्र होऊनही खोड्या काढण्याचा, दुसऱ्याच्या वर्मावर बोट ठेवून त्याला चिडवून चिडवून त्रस्त करण्याचा त्याचा स्वभाव यत्किंचितही कमी झाला नव्हता. तो अत्यंत शूर असला तरी विचाराने अपरिपक्व होता. कोणतीही गोष्ट गंभीरपणे करण्याचा त्याचा स्वभाव नव्हता. आपण जे वर्तन करतो, त्यामुळे आपल्या मातेला, पत्नीला, अन्य संबंधितांना किती मानसिक पीडा होते या गोष्टीची त्याला क्षिती नव्हती किंवा आपल्या वर्तनाचे भविष्यात कोणते पडसाद उमटतील, किती गंभीर परिणाम होतील याची भीती नव्हती. त्याच्या वर्तनाने जांबवती अत्यंत कष्टी होत असे. कधीकधी माझ्याजवळ येऊन दुःख व्यक्त करत असे. ती म्हणत असे, ''ताई, स्वतःच्या पुत्राविषयी राग, चिंता, कुणाजवळ व्यक्त करू? माझ्या पूर्वपुण्याईनं मी द्वारकाधीशांची राणी झाले. त्यांच्यासारखा पती आणि आपल्यासारखी मोठी भगिनी मिळाली. दुसरी एखादी महाराणी आपल्या जागी असती तर माझा राग राग केला असता. माझ्या आदिवासी रांगड्या सवयींना, कुचेष्टेनं हसली असती; पण आपण धाकट्या, सख्ख्या भगिनीवर थोरलीने माया करावी तशी माया केली. माझ्यावर उत्तम संस्कार केले. मला नागरी संस्काराचे पाठ दिले. राहणं, बोलणं, खाणं, पिणं शिकवलं. सौजन्याची दीक्षा देऊन एका आदर्श राणीत माझं रूपांतर केलं. त्यामुळे आपल्या प्रजाजनांच्या हृदयातही मी, आदराचं, मानाचं स्थान मिळवू शकले. आपले हे ऋण माझ्याकडून कधीही फिटणार नाही; पण आता या पुत्राकडे बघून मला फार वाईट वाटतंय. मी त्याला बालपणापासून किती समजावण्याचा प्रयत्न केला. माझ्या विनंतीवरून, गुरुवर्य, आपण स्वतः, त्याच्यावर संस्कार करण्याचे अथक प्रयत्न केले; पण काहीच उपयोग झाला नाही.'' तिच्या डोळ्यांत दुःखाने अश्रू उभे राहत.

मी तिला माझ्या परीने समजावण्याचा प्रयत्न करी; पण तिचे समाधान होत नसे. ती उलट मलाच अनेक प्रश्न विचारत असे. ती म्हणत असे, 'ताई, तुमचा ज्येष्ठ पुत्र प्रद्युम्न अशाच रानटी वातावरणात लहानाचा मोठा झाला. त्याच्यावर हेतुपूर्वक वाईट संस्कार केले गेले; पण आपल्या द्वारकेत येताच त्याच्यावरचे ते कुसंस्कार पुसले गेले. उलट सोने जसे मुशीतून निघताच उजळून निघते, तेजाने लखलखते, तसा तो तेजोमय सद्गुणांनी लखलखू लागला. माझा हा पुत्र तर जन्मापासून या सुसंस्कारांतच वाढलाय ना? मग असं का व्हावं? हा माझा

दैवदुर्विलासच नाही का? माझ्या भाग्याला जणू याच्या रूपाने दृष्टच लागली आहे.

'याच्या अशा या वर्तनामुळं त्याच्या धाकट्या बंधूंनाही तसंच वळण लागत आहे. त्यांचं वर्तनही त्याच मार्गानं जात आहे. मला असं वाटलं होतं, विवाहानंतर तरी त्याचं वर्तन सुधारेल; पण विवाहच काय, अपत्यांना जन्म देऊन स्वत: पिता झाल्यावरही त्याच्यात थोडीही सुधारणा नाही. त्या स्नुषांकडे आणि नातवंडांकडे बघून माझं अंत:करण तुटतं.'

अनेक वेळा तिने स्वामींकडेही, त्याच्या दोषांविषयी उल्लेख केला होता. स्वामींनी त्याला बोलावून त्याची कानउघाडणीही केली; पण तो धूर्त होता. स्वामींना तो कधीच वाईट वागताना दिसला नाही. कारण तो स्वामींसमोर अतिशय नम्रतेने वागे. खालची मानही वर करत नसे. त्यामुळे स्वामी त्याला कडक शिक्षा देत नसत.

स्वामी समरांगणावर, अन्यायाचे पारिपत्य करण्यासाठी द्वारकेबाहेर असले की त्याला आपल्या व्रात्य कारवायांसाठी मोकळे रान मिळे. त्याच्या व्रात्य चाळ्यांना ऊत येई. खरे म्हणजे तो अतिशय शूर, काटक, निष्णात योद्धा होता. त्याच्यात अफाट शक्ती होती. त्याच्याकडे बघून सर्वांना पंडुपुत्र भीमाची आठवण येई. त्या शक्तीचा योग्य उपयोग केला गेला असता तर एक शूर, पराक्रमी योद्धा म्हणून त्याची सर्वत्र ख्याती झाली असती; पण तो आपली सर्व शक्ती, इकडे-तिकडे हिंडण्यात, समोरच्यांची मस्करी करण्यात घालवत असे. त्याचे काही बंधू आणि काही अन्य खुश-मस्करे यांच्या संगतीत तो अहोरात्र असे. म्हणूनच जांबवतीचे दु:ख माझ्या मनालाही स्पर्शून जाई.

असा हा दुर्कीर्ती प्राप्त केलेला आमचा पुत्र जेव्हा उद्धवभाऊजींपुढे नम्रतापूर्वक उभा राहिला, प्रभासक्षेत्री काम करण्याची इच्छाही बोलून दाखवली तेव्हा उद्धव भाऊजीना अतिशय नवल वाटणे साहजिकच होते.

उद्धवभाऊजी त्याच्याकडे अविश्वासाने आणि साशंकतेने बघतच राहिले. त्यालाही त्यांची ही प्रतिक्रिया अपेक्षितच असावी. तो त्याच नम्र सुरात आर्जवाने म्हणाला, "काका, माझ्या या प्रस्तावांविषयी तुम्हाला खूप आश्चर्य वाटतंय ना? माझ्या या बोलण्यामागे माझा काही तरी कुटिल डाव असावा अशी शंकाही तुमच्या मनात येत असेल, होय ना? पण माझ्यावर विश्वास ठेवा, मी माझ्या व्यक्तिमत्त्वात आमूलाग्र परिवर्तन करायचं ठरवलं आहे. मला आणि माझ्या या प्रिय बंधूंना एक तरी संधी द्या. माझ्यामुळे त्यांचीही प्रतिमा द्वारकावासीयांच्या मनात डागाळली गेली आहे; पण आता माझ्या ध्यानात यायला लागलं आहे की पितामह थोरले महाराज वृद्धत्वानं अतिशय थकले आहेत. दादामहाराजांच्या एकट्याच्या स्कंधावर एवढ्या सामर्थ्यशाली द्वारकासाम्राज्याची धुरा येऊन पडली आहे. कारण अनभिषिक्त सम्राट म्हणविल्या जाणाऱ्या आमच्या पिताश्रींनी मानसिक वानप्रस्थाश्रम स्वीकारला आहे. म्हणून

आमच्या या पुढल्या पिढीनंच आता दादामहाराजांचा हा भार हलका करायला नको का? ते आमचं आद्य कर्तव्य आहे."

त्याने उद्धवभाऊजींच्या मुद्रेवरील भाव निरखले. तो पुन्हा पुढं बोलू लागला, "काका, तुम्ही मला मनातल्या मनात हसत असाल. मनाशी उपहासानं म्हणत असाल, 'वाऽऽ फारच लवकर शहाणपणा सुचला.' पण काल मी माझ्या पुत्राला व्रात्यपणा करताना पाहिलं आणि मी खडबडून जागृत झालो. माझ्या मनात आलं, आपण आता एक पिता म्हणून सावरायला पाहिजे. एक आदर्श पुत्र, पती, पिता म्हणून उशिरा का होईना आपल्या प्रजाजनांनी आपल्याला मान्यता द्यायला हवी. कारण 'यथा राजा, तथा प्रजा.' आम्ही राजपुत्रच असे वागलो तर त्यांनी कोणता आदर्श समोर ठेवायचा? माझ्या आतापर्यंतच्या वर्तनाचा मला पश्चात्ताप होतोय हो. मला उदार मनानं क्षमा करा. आता मी सेवाव्रती व्हायचं ठरवलं आहे. या व्रताचा प्रारंभ या थोर ऋषींची सेवा करून त्यांचे आशीर्वाद प्राप्त करूनच करण्याचं योजिलं आहे." हे सांगताना त्याच्या नेत्रांत अश्रू आले.

तो बोलत होता ते सत्य की असत्य? त्याची नम्रता, त्याचे अश्रू ही त्याची खरी भावना की तेही एक नाटक? कारण तो एक नाटक्या होताच. तो एक उत्तम नकलाकार होता. तो लहान मुलांपासून वृद्धांपर्यंत, स्त्रीवर्ग असो किंवा पुरुषवर्ग असो, तो त्यांच्या बहुतेक नकला करी. विचारान्ती उद्धवभाऊजींनी निर्णय घेतला. याला एक संधी देऊन पाहायला काय हरकत आहे? याच्या स्वभावात खरेच परिवर्तन झाले असेल तर थोरल्या महाराजांपासून साऱ्यांनाच परमानंद होईल. श्रीकृष्ण दादा आणि जांबवतीवहिनींची फार मोठी चिंता दूर होईल. या विचाराने त्यांनी त्याला प्रभासक्षेत्री येण्यास संमती दिली. उद्धवभाऊजींनी ही घटना त्याच रात्री माझ्या कक्षात येऊन मला निवेदन केली.

सांबाच्या स्वभावातील परिवर्तन प्रत्यक्षात सत्य ठरो अशी प्रतिक्रिया मी त्यांचेजवळ व्यक्त केली. आता असे वाटतेय, की त्याच्या वर्तनाचा पूर्व इतिहास लक्षात घेऊन मी, उद्धवभाऊजींना असे सांगावयास हवे होते, की त्याच्या गटातील एखाद्या व्यक्तीला बोलावून, प्रभासक्षेत्री येण्याच्या त्याच्या उद्देशाचा, हेतूचा शोध लावायला हवा किंवा मी स्वत: पुढाकार घेऊन, हे कर्तव्य पार पाडायला हवे होते. म्हणजे पुढचा अनर्थ टळला असता. आता पश्चात्ताप करून काय उपयोग? पश्चात बुद्धी काही उपयोगाची नसते. त्या क्षणी मात्र सांबाच्या हृदयपरिवर्तनाची आशा मनात उमलली होती, हे खरे. एकदा मनात आलं ही सुवार्ता स्वामींना सांगावी; पण पुन्हा मनात शंका आली. स्वामी आपली प्रतिक्रिया व्यक्त करतील की नाही कोण जाणे! सध्या ते स्वत: मुळातून मनाने निर्लेप झाले आहेत. त्यांनी महर्षींच्या या कार्याची धुरा उद्धवभाऊजींवर सोपवली आहे. ते त्यांच्या निर्णयात ढवळाढवळ

करणार नाहीत. मी ही वार्ता जांबवती आणि सांबपत्नी लक्ष्मणेच्या कानावर घातली. त्या दोघींच्या चर्येवर आनंदकमले फुलली.

महर्षींच्या कार्याची पूर्ण सिद्धता करून, योग्य समयावर उद्धवभाऊजी, सांब आणि त्याची युवासेना, त्याच्या भोवतालची नेहमीचीच मंडळी प्रभासपाटण क्षेत्री उपस्थित झाली.

प्रारंभी, त्यांच्या धार्मिक कार्यासाठी त्या स्थानाच्या भूमीची सफाई, स्वच्छता करण्याचे काम या मंडळींनी मनापासून केले. गोमयाचे शिंपण करण्यापासून अनेक लहान-सहान कामे वेगाने, धावूनधावून केली.

त्यांचे हे वर्तन पाहून उद्धवभाऊजी आणि महर्षी अत्यानंदित झाले. महर्षींच्या धार्मिक विधीला प्रारंभ होण्यापूर्वी त्यांनी त्या थोर विभूतीला वंदन केले आणि ते त्या स्थानापासून दूर अंतरावर असलेल्या एका वटवृक्षाखाली जाऊन बसले. महर्षी दुर्वासांनी आणि त्यांच्या शिष्यांनी मंत्रोच्चारांनी त्यांच्या विधीला साग्रसंगीत प्रारंभ केला. त्यांच्या शुद्ध, स्पष्ट वाणीतील मंत्रोच्चाराने सारा आसमंत भरून गेला. प्रभासक्षेत्री वास्तव्य करणारे अनेक पुरोहित आणि प्रजाजन त्या स्थळी उपस्थित राहून त्यांचा तो संपूर्ण, स्वश्राद्ध विधी श्रद्धेने आणि कौतुकाने बघत होते. या समयी सांब आणि त्याचे सहोदर मात्र एकदाही फिरकले नाहीत. उद्धवभाऊजींनाही वाटले, झाले ते एका अर्थाने बरेच झाले. कारण सांब आणि त्याच्या मित्रपरिवारावर कुणाचाच काडीमात्र विश्वास नव्हता.

संपूर्ण विधी सशास्त्र, यथासांग पार पडला. त्यामुळे स्वत: दुर्वासऋषी आणि त्यांचा शिष्यपरिवारही समाधानी दिसत होता. उद्धवभाऊजींनाही कर्तव्यपूर्तीचे समाधान वाटत होते. कारण त्यांच्या प्रिय श्रीकृष्ण दादाची आज्ञा त्यांनी पूर्णपणे पाळली होती. कणभरही उणीव त्यांनी ठेवली नव्हती!

सर्व उपस्थित जन, पुरोहित, महर्षी दुर्वासांचे आशीर्वाद घेण्यासाठी उत्सुक होते. त्यांच्यासारख्या तपस्वींचे आशीर्वाद मिळणे, हा खरोखरच त्या व्यक्तींच्या आयुष्यातील दुर्लभ भाग्योदय होता. जन्मोजन्मीचे पुण्य फळाला आले, असेच त्यांना वाटत होते. स्वत: दुर्वासऋषीही त्यांना वंदन करणाऱ्या प्रत्येकाला प्रसन्न मनाने आशीर्वाद देत होते. त्यांचे शुभ चिंतन करत होते. खरोखर दृष्ट लागण्यासारखा तो अपूर्व सोहळा होता.

...आणि खरंच दृष्ट लागल्यासारखीच घटना त्या दिनी त्या स्थळी घडली. ही दृष्ट साधीसुधी दृष्ट नव्हती, तर कुमुहूर्तावर, अतिशय दुष्ट शक्तीच्या कुदृष्टीची ती दृष्ट होती. अर्थात त्यासाठी कुणालाही दोष देण्यात काही अर्थ नाही. तो आम्हा द्वारकावासीयांच्या प्रारब्धाशी नियतीने खेळलेला क्रूर खेळ होता आणि तो पूर्वीच नियोजित केला गेला होता.

असो, आता या क्षणी त्या प्रसंगीची चर्चा करण्यात काही अर्थ नाही. प्रत्यक्षात घटना घडली हे एकमेव सत्य आहे. ती कशी ते ऐका. ती तेथे उपस्थित असलेल्या प्रत्यक्षदर्शी वार्तादूताने निवेदन केली.

तिथे उपस्थित असलेल्या सर्व दर्शनार्थींनी वंदनीय दुर्वासऋषींना वंदन केले. आशीर्वाद घेतले. प्रसाद घेतला आणि तेथून गमन केले. आता काही मोजके दर्शनार्थीच उरले होते. उद्धवभाऊजींच्या मनात आले, आता सांब आणि त्याच्या सहोदरांना बोलवावे. तोच त्यांना हसण्या-बोलण्याचा आवाज आला. त्यांनी त्या दिशेने चमकून पाहिले. त्या आवाजामुळे तिथली शांतता भंग पावली. भाऊजींना काहीतरी विपरीत घडतेय, याची जाणीव झाली. ते त्यांना काहीतरी उपदेशपर बोलून समजावण्याचा प्रयत्न करणार, तोच तो घोळका महर्षी दुर्वासांसमोर हसतखिदळत येऊन ठेपला.

त्या घोळक्यांचा प्रमुख म्हणून सांबाला चांगली समज द्यावी, या हेतूने त्यांनी सांबाला शोधण्याचा प्रयत्न केला; पण तो त्यांच्या दृष्टीस पडला नाही. उलट त्या ठिकाणी स्वतःचे मुख पदराने झाकून घेतलेली एक गर्भार स्त्री दिसत होती. तिने मोठ्या कष्टाने महनीय दुर्वासांना वाकून वंदन केले.

"या स्त्रीच्या गर्भातून पुत्र जन्माला यावा अशी हिच्या पतीची आणि हिच्या घरच्या अन्य मंडळींची इच्छा आहे. आमच्या यादव कुळातील बभ्रूवाहनाची ही पत्नी. जिच्या उदरी पुत्र जन्म घेत नाही, त्या मातेचा जन्म व्यर्थ आहे. अशा दुर्दैवी माता-पित्यांच्या घरी साधुसंतसुद्धा अन्नपाणी प्राशन करत नाहीत असे आपले शास्त्र सांगते. याच कारणास्तव दुःखी आहे बिचारी. आपल्या वरदानात तर अफाट सामर्थ्य आहे. कुमारिकेलासुद्धा आपल्या वरदानाच्या सामर्थ्याने पुत्र प्राप्त झाला आहे. हे आमच्याच यादवकन्या असलेल्या, आम्हाला सख्ख्या पितामहींसारख्या पूजनीय असलेल्या कुंतीदेवींच्या इतिहासावरून कळलं आहे. तेव्हा पुत्रलाभाचा वर देऊन हिला उपकृत करावे." सांबाचा सख्खा बंधू बोलत होता.

तिच्यासमवेत आलेले अन्य बंधू आणि मित्र उत्सुकतेने पुढे काय होते ते बघत होते. त्यांच्या मुद्रेवर खट्याळ भाव दिसत होते.

महर्षी दुर्वासांच्या मनात शंका उत्पन्न झाली असावी. त्यांनी स्त्रीला सरळ उभी राहण्यास सांगितले. ती स्त्री उभी राहताच तिच्या नेसूच्या वस्त्रातून मुसळ या लाकडी शस्त्राचे तुकडे बाहेर पडले.

साऱ्या सांब सहोदरांत हास्याची लाट उसळली. अखेर जे व्हायला नको होते तेच घडले. महर्षी दुर्वासांची चर्या क्रोधाने लालीलाल झाली. देह थरथरा कापू लागला. ते जणू क्रोधाने भडकलेला ज्वालामुखीच भासू लागले. क्रोधाने त्यांच्या मुखातून आणि भयाने उपस्थितांच्या मुखातून शब्दच उमटेनात. जणू उपस्थितांतील प्रत्येकाची वाचा बसली होती.

महर्षी दुर्वासांच्या मुखातून त्याच संतप्त अवस्थेत शब्द बाहेर पडले. शब्द कसले? भयंकर, अति भयंकर शापवाणी होती... ते म्हणाले, "हे यादवकुल कुपुत्रा, तुझ्या उदरातील या मुसळानंच तुमच्या यादवकुळाचा संहार आणि निर्वंश होईल." आमच्या कानात जणू तप्त शिसरस ओतला गेल्यासारखे ते शब्द बाण होऊन शिरले. आमची हृदये रक्तबंबाळ झाली. उद्धवभाऊजींनी धावत जाऊन त्यांची क्षमा मागितली, विनवणी केली; पण काही उपयोग झाला नाही. महर्षी त्वरेने पाठ फिरवून चालू लागले. त्यांच्यापाठोपाठ त्यांचे शिष्यही.

उद्धवभाऊजींच्या नयनासमोर सारे यादव कुल जणू फेर धरून नाचू लागले. थोरल्या महाराजांची पिढी, आमची, पुढली– काय होणार साऱ्यांचे? साऱ्यांचा अंत होणार? उद्धवभाऊजींची संपूर्ण काया आणि हृदय थरारून उठले. मी कोणत्या मुखाने त्याला, श्रीकृष्ण दादाला सामोरे जाऊ. ही घडलेली घटना कशी सांगू? उद्धवभाऊजींना काही सुचेना. सत्य तर सांगावे लागणारच होते. ते आत्मघातकी मुसळ त्याचे ते तीन भाग स्वामींना दाखवावे, तेच स्वसामार्थ्याने या महासंकट समयी काही तरी उपाययोजना आखतील असा विचार करून उद्धवभाऊजी मुसळाचे ते तुकडे मागण्यासाठी सांबाकडे गेले.

सांब आणि ते सारे सहोदर सागरकिनारी पोहोचले होते. त्या मूर्खांना आपण कोणते नीच कृत्य केले, याची कणभरही क्षिती नव्हती आणि भीतीही नव्हती. त्यांनी निर्लज्जपणाचा कळस गाठला होता. त्याच आवाजात ते म्हणाले, "काका, तुम्हाला त्या शेरड्याच्या शापाचं एवढं कसलं भय वाटतं? क्षत्रिय आहोत ना आपण? आम्ही या विश्वात कुणालाच भीत नाही. आम्ही ते मुसळच नष्ट केलं आहे. त्याचं चूर्ण करून ते या समुद्रात फेकून दिलं आहे. मूळच नष्ट केल्यावर कसली भीती? तुम्ही स्वत: आणि आपले प्रजाजन तुम्हाला अवधूत म्हणतात ना? मग हे अवधूता, द्या ना आमच्या प्रश्नाचं उत्तर? आम्ही या वैभवी द्वारका साम्राज्याचे कुलदीपक, भावी शासक आहोत. आमचा नाश करण्याचं सामर्थ्य या भूतलावर कुणामध्येही नाही. पटतंय ना तुम्हाला?"

उद्धवभाऊजींनी कपाळावर हात मारून घेतला. त्या गर्विष्ठ आणि मूर्खांच्या समूहासमोर एक शब्दही बोलण्याची त्यांची इच्छा नव्हती.

त्या अस्वस्थ मन:स्थितीतच ते द्वारकाद्वीपावर परतले. स्वामींनी त्यांच्या मुद्रेकडे दृष्टी टाकताच काहीतरी अघटित आणि अप्रिय घटना घडली आहे हे जाणले. उद्धवभाऊजींनाही स्वामींपासून कोणतीही घटना दडवून ठेवणे शक्यच नव्हते. त्यांनी अत्यंत व्यथित मनाने प्रभासक्षेत्री घडलेल्या दुर्दैवी घटनांचा वृत्तान्त कथन केला. स्वामींसमोर खाली मान घालून ते अपराधी भावनेने उभे राहिले.

स्वामी काही काळ निश:ब्दपणे उभे राहिले. नंतर उद्धवभाऊजींच्या खांद्यावर

हात ठेवून म्हणाले, "अवधूता, तू सारे जाणतोसच. तुला उपदेश करण्याचं प्रयोजनच नाही. प्रत्येकाचं प्रारब्ध हे केवळ स्वतःच्याच नव्हे; तर दुसऱ्याच्याही कृत्याशी निगडित असतं. हे संबंध पूर्वजन्मीचे असतात. आता एकच गोष्ट ध्यानात ठेव, जे घडणार आहे ते अटळ आहे. ते प्रत्येकालाच स्वीकारावं लागणारच आहे; पण, या घडलेल्या घटनेचा जास्त गवगवा होऊ देऊ नकोस. अपवाद फक्त रुक्मिणीचा. तिच्यापासून तूही काही लपवू नकोस आणि मीसुद्धा नाही. कारण नियतीचा खेळ समजण्याचे आणि तो पेलण्याचे सामर्थ्य फक्त तिच्यातच आहे."

उद्धवभाऊजींनी मला घडलेल्या प्रसंगाचा शब्दन्शब्द कथन केला. स्वामी माझ्याविषयी काय म्हणाले, तेही सांगितले. तेव्हा स्वामींचा माझ्यावरील विश्वास बघून माझे मन मोहरून गेले. त्यांच्याविषयीच्या अपरंपार प्रेमभावनेने व्यापून गेले. पण क्षणभरच. दुसऱ्या क्षणी मला भयंकर कटू सत्याची जाणीव झाली आणि मन भयाने थरारून उठले. त्याच क्षणी कुणीतरी मस्तकावर आश्वासक कर ठेवल्याचा भास झाला. मन शांत झाले. स्वामींच्या मानसिक वानप्रस्थाश्रम वृत्तीतला एक कण तरी आपण वाटून घेऊ या. त्यांच्या साथीने प्रारब्धाला सामोरे जाऊ या, या विचाराने मी नित्यकर्माला लागले.

घडलेल्या घटनेचा द्वारकेच्या दैनंदिन जीवनावर फारसा परिणाम झाला नाही. कारण या राजकुळात घडलेल्या घटनेकडे प्रजाजनांनी फारसे गंभीरपणे पाहिले नाही. तो आमच्या राजकुळाचा प्रश्न आहे. द्वारकाधीश तो सोडवतील, हा त्यांचा विश्वास होता.

दुसरे कारण म्हणजे काळ. म्हणतातच ना, दुःखावर काळासारखे दुसरे औषध नाही. तसेच झाले. राजकुळातील भयभीत झालेल्या मंडळीच्या मनावरही काळाने विस्मृतीचे पांघरूण घातले. भविष्याच्या चिंतेची धार बोथट झाली. एकेक दिवस मागे पडतच होता.

वरवर बघताना द्वारकावासीयांचा जीवनक्रम सुरळीत चालू असल्याचे भासत असले तरी समाजजीवन आतून पोखरले जात होते. तरुणांच्या नव्या पिढीला वाईट व्यसनांचा मोह विळखा घालत होता. शासनकर्त्यांने कितीही नियंत्रण आणले, तरी चोरून लपून मद्याचा प्रसार दिवसेंदिवस वाढतच होता. काही गोष्टी अशा असतात, की केवळ शासनाने त्यांवर निर्बंध आणण्यासाठी कायदे करून चालत नाही तर त्याकरिता समाजाची मानसिकता सज्ज असली पाहिजे. व्यक्ती एकदा का मदिरेच्या आहारी गेली की तिच्या मोहपाशातून ती बाहेर पडू शकत नाही.

अर्थात या गोष्टी जेव्हा उघड झाल्या, तेव्हा वेळ निघून गेली होती. विनाशाचा काळ आला होता आणि वेळही आली होती. जणू आताच कलियुगाचा आरंभ झाला होता.

मी तर म्हणते, की कलियुगातील मानवसमाज जेव्हा द्वारकेच्या विनाशाचा इतिहास वाचेल, तेव्हा त्याने त्या इतिहासापासून धडा घेऊन आपल्या जीवनात तरी त्या घटनांची पुनरावृत्ती होणार नाही, यासाठी सावध असायला पाहिजे.

बाई गं! सद्य:स्थितीचा विचार करता करता मी कलियुगापर्यंत येऊन पोहोचले. जीवनचक्र स्थिरावण्याची वेळ आली, तरी माझे विचारचक्र मात्र सुसाट वेगाने धावतेच आहे. त्याच्या गतीला अंत नाही. तात्पर्य असे, की भविष्यातील द्वारकेच्या विनाशाची चाहूल लागूनही, नियतीने परिस्थितीसमोर साऱ्यांना हतबल ठरविले होते.

# बारा

जीवनसोपानाच्या अत्यंत अवघड पायरीवर, या क्षणी मी उभी आहे. आपल्या कुळाची, वंशजांच्या विनाशाची, अंताची कहाणी कथन करणे एका 'स्त्री'ला, मग ती स्त्री कुणीही का असेना, एक कन्या, भगिनी, पत्नी, माता, या विश्वात सामावणारे कोणतेही नाते असो, तिच्या हृदयाचा आक्रोश वर्णन करणे शब्दातीत आहे. म्हणूनच, जेवढे सांगता येणे शक्य आहे, तेवढेच मी तुम्हाला सांगणार आहे. ज्या क्षणी माझी मन:शक्ती निर्णय देईल, की रुक्मिणी, आता इथेच थांब; त्या क्षणी मी थांबणार आहे. कदाचित तुमची निराशा होईल. त्या क्षणी एक लक्षात ठेवा, की मी एक आर्य स्त्री आहे. स्त्रीचे आक्रंदन, हृदयाचा कल्लोळ तिला सदैव व्यक्त करता येत नाही.

भविष्यात घडून येणाऱ्या दुष्ट-अदृष्टाची चाहूल देणारा तो भयंकर दिन मला जसाच्या तसा आठवतो. जवळजवळ प्रत्येक दिनी उद्धवभाऊजी तिसऱ्या प्रहरी येऊन मला त्या दिवशीच्या महत्त्वाच्या घटनांचा वृत्तान्त देत. त्या दिवशीही ते आले; पण त्या वेळी ते फार फार अस्वस्थ दिसत होते.

मी विचारले, "भाऊजी, काय झालंय? तुमची प्रकृती ठीक नाही का?" त्यांनी नकारार्थी मान हलवली.

"स्वामींचं तर सर्व मंगल कुशल आहे ना?" मी काळजीच्या सुरात विचारले.

"दादा तसा ठीक आहे वहिनी, पण भविष्यात द्वारकेत घडणाऱ्या, सर्व अमंगल, अशुभ घटनांचे संकेत मिळाले आहेत."

"म्हणजे?" माझ्या धडधडणाऱ्या हृदयावर हात ठेवीत मी विचारले.

त्यांनी जो वृत्तान्त सांगितला तो ऐकून माझ्या जिवाचा थरकाप उडाला.

प्रभासपाटणला, महर्षी दुर्वासांची चेष्टा करून, अपमान करून सांब आणि त्याच्या सहोदरांनी जो लज्जास्पद खेळ खेळला होता, महर्षींनी संतापून जी शापवाणी उच्चारली होती, त्या प्रसंगाची फळे आता दिसू लागली होती. सांब आणि त्याच्या मित्रांनी सागरात ज्या ठिकाणी मुसळाचे चूर्ण करून टाकले होते, त्याच ठिकाणी, लोहासारखी टोकदार, तीक्ष्ण धारेची दर्भाची गवताची पाती उगवली होती. ते हाताने तुटतही नव्हते. देहाच्या कुठल्याही भागाला त्यांच्या टोकाचा स्पर्श झाला तर त्या स्थानातून रक्त बाहेर येत होते. प्रभासपाटणाचा क्षेत्रपाल ते नमुने घेऊन आज पहाटे, स्वत: स्वामींकडे आला होता.

उद्धवभाऊजींना निश्चितच अदृष्टाची चाहूल लागली होती. मध्यंतरी, काही काळ महर्षी दुर्वासांच्या शापवाणीवर कालचक्राने विस्मृतीचा विरळ पडदा पसरवला होता. स्वामींचा मानसिक वानप्रस्थाश्रम आणि आमचा नित्यनेमाचा दिनक्रम, जीवनचक्र त्याच्या गतीने फिरत होते. कधीतरी विस्मृतीचा पडदा थोडा सरकून शापवाणीचे दृश्य क्षणभर दृष्टिपथात येई; पण दुसऱ्या क्षणी पडदा सरकून जागेवर येई; पण आज?

आज स्पष्टपणे जाणवले, तो भयंकर अंतिम समय नजीक येऊन ठेपला आहे. मी आणि उद्धवभाऊजी दोघेही नि:शब्दपणे उभे होतो. मनात कुठे तरी येत होते... हे जगन्नियंत्या... पुढल्या पिढीचा अंत बघण्याचे दुर्दैव माझ्या वाट्याला येऊ देऊ नकोस. त्याआधीच माझे नेत्र कायमचे मिटू दे. त्याच क्षणी मला महाराणी द्रौपदी आणि सेनापती सात्यकी आठवले. दोघांनीही या भयंकर प्रसंगाला कसे तोंड दिले असेल? त्यांचे पुत्र रणांगणावर धारातीर्थी, पतन पावले हे समाधान तरी त्यांना आहे! पण आपल्या आयुष्यात जर या शापवाणीमुळे असा प्रसंग आला तर? आज या कुठल्याच अशुभ प्रश्नांची उत्तरे माझ्याजवळ नव्हती.

दुसऱ्या क्षणी, मन:शक्ती साहाय्याला धावून आली. एकाएकी निर्विकार झाले. आदी-अंत, प्रारंभ-लय, विनाश सारेच निरर्थक भासू लागले. जणू साऱ्या भावना गोठून गेल्या. जणू मी एक निर्जीव पुतळा बनले होते.

भानावर आले, तेव्हा ध्यानात आले, भाऊजी तिथून निघून गेले होते. मी मात्र त्याच अवस्थेत तशीच बसून राहिले. किती वेळ कुणास ठाऊक!

आश्विनी पौर्णिमा, शरद ऋतूतील आल्हाददायक, रम्य दिवस. द्वारकावासीयांना तर या दिनाचे विशेषच महत्त्व. या पौर्णिमेची द्वारकावासीय किती आतुरतेने प्रतीक्षा करायचे. कारण त्या दिवशी त्यांच्या लाडक्या द्वारकाधीशांसवे रासक्रीडा करण्याची, त्यांची रासक्रीडा बघण्याची दैवदुर्लभ संधी त्यांना मिळायची. द्वारकाधीशांची ती विविध रूपे बघता बघता सान-थोरांचे भान हरपून जायचे.

माझ्या स्मृतिकोशात तर या अमृतयोगाच्या असंख्य मधुर स्मृती साठवलेल्या

आहेत. विवाहपूर्व काळापासून, गोकुळापासून मथुरेपर्यंत, आमच्या कौंडिण्यपुरात येणाऱ्या विविध देशांतील भाटांकडून त्यांच्या लाडक्या कन्हैय्याच्या रासक्रीडेची वर्णने मी ऐकली होती. कधी अलौकिक प्रतिभेच्या काव्यांतून तर कधी लोकगीतातून, कधी सुमधुर कंठातून; तर कधी रांगड्या पण मन मोहून टाकणाऱ्या पहाडी ललकारीतून ती रासक्रीडा मी श्रवण केली होती. द्वारकेत आल्यानंतर येणाऱ्या प्रत्येक आश्विनी पौर्णिमेला ती मनोमन अनुभवली होती.

त्या दिवशी दिसणाऱ्या त्या मनोहारी चंद्रबिंबातून माझ्या प्रियतम श्रीकृष्णाचे तेवढेच मनमोहन रूप मी घटिका नि घटिका एकटक अनुभवले होते. भान हरपणारे, काया मोहरून टाकणारे रोमांच अनुभवत, निद्रेच्या कुशीत शिरून मी त्या मधुर मुरलीच्या विश्वात रममाण होऊन स्वप्नसृष्टीत त्यांच्याशी रासक्रीडासुद्धा केली होती.

विवाहानंतर प्रत्यक्षात मात्र जेव्हा रासक्रीडेचा समय आला; तेव्हा मी गोंधळले होते. कारण मनोराज्यात कोणतेही कृत्य करणे सहज साध्य असते. क्षणात अवकाशात भरारीही मारता येते; तर क्षणात जलाशयात जलक्रीडाही करता येते. पण स्वामींच्या आणि रेवतीताई, सुभद्रेच्या साथीने मीसुद्धा हळूहळू, रासक्रीडा करण्यात निपुण झाले. स्वामींची रासक्रीडा, अहाहा, दिव्य, रम्य, प्रसन्न अनुभूती. वर्णन करण्याला शब्दच नाहीत. ती शब्दातीत स्वानुभूती होती. ती ज्याची त्यानेच अनुभवायची.

तर अशी ही रम्य, आश्विनी पौर्णिमा, द्वारकावासीयांच्या जीवनात या तिथीचे आगळेवेगळे महत्त्वाचे स्थान होते. शुभदिन म्हणून या दिनाला मान्यता होती. अनेक शुभकार्ये या दिनी पार पडत आणि शुभारंभाचे कार्यक्रम या दिनी साजरे होत.

तोच हा शुभदिन आम्हा द्वारकावासीयांचा काळाकुट्ट अशुभ दिन ठरणार आहे; असे भविष्य जर कुणी यापूर्वी कथिले असते, तर कुणालाही ते स्वप्नातही खरे भासले नसते. प्रत्यक्षात तर कल्पान्तीही खरे वाटले नसते.

पण प्रारब्धाची क्रीडा या अनाकलनीय क्रीडेलाच म्हणायची नाही का? एका क्षणात संभव ते असंभव आणि असंभव ते संभव करून दाखविणे हेच तर नियतीचे वैशिष्ट्य. यावर्षीच्या आश्विनी पौर्णिमेची रासक्रीडा ही द्वारकावासीयांच्या जीवनात मृत्यूची रासक्रीडा ठरली.

हा सर्व वृत्तान्त कथित करणे मला अत्यंत जड जातेय. माझी काया दुःखावेगाने थरथरते आहे. हृदय भरून आले आहे. कंठ कोरडा पडला आहे, पण तरीही मी शक्य तेवढे सांगण्याचा प्रयत्न करणार आहे. कारण त्याशिवाय माझे हे मनोगत पूर्ण होणार नाही. 'श्रीकृष्ण' नामक एका मानवी अवतार धारण केलेल्या समर्थ व्यक्तिमत्त्वाची आणि त्याच्या अर्धांगिनीच्या जीवनप्रवासाची कहाणी त्याशिवाय अधुरीच राहील.

कालमानाप्रमाणे आश्विनी पौर्णिमा साजरी करण्याच्या साजिऱ्या गोजिऱ्या, सात्त्विक स्वरूपातही विश्वास बसणार नाही एवढे अंतर पडले होते. पूर्वापार परंपरा मोडीत काढली गेली होती. रासक्रीडा पूर्वीप्रमाणेच खेळली जात असली तरी, शीतल चांदण्यात शीतल झालेल्या अमृततुल्य गोरस प्राशनाने नव्या पिढीचे समाधान होत नव्हते. त्यांची तृप्ती फक्त सोमरसानेच होत होती. म्हणूनच परिपक्व विचाराचे सात्त्विक मनोवृत्तीचे अनेक लोक या उत्सवात सक्रिय भाग घेत नव्हते किंवा आपला वेगळा कार्यक्रम दुसऱ्या स्थानी आखत होते. बालिकांपासून प्रौढांपर्यंत स्त्रीवर्गानेही त्या स्थानी जाणे सोडले होते.

अलीकडच्या काही वर्षांमध्ये प्रभासपाटणला सागरकिनारी आमच्या युवा पिढीतील रासक्रीडा रंगत होती. तशी प्रथाच पडली होती.

यावर्षीही आसमंतात दशदिशांना चांदणे शिंपणारा सुखद प्रकाश पसरविणारा तो आश्विनी पौर्णिमेचा दिवस उगवला. त्या वेळी तोच प्रकाश आमच्या जीवनात मात्र काळाकुट्ट अंधार पसरविणार आहे असा विचार कुणाच्या मनात, स्वप्नात तरी डोकावला असेल का? सागरकिनारी उगवलेले ते लोह दर्भ आपले मृत्युदर्भ ठरणार आहेत, असे कुणी प्रभासपाटणला जाणाऱ्यांना कितीही पटवून दिले असते तरी त्यांना ते पटले असते का? या नव्या उद्धट पिढीने त्यांचीच टिंगलटवाळी केली असती किंवा थोडेसुद्धा महत्त्व दिले नसते. त्यांना फक्त स्वत:च्या धुंदीत जगणेच ठाऊक होते.

माध्यान्हापासूनच प्रभासक्षेत्री सागरकिनारी जाणाऱ्यांची गर्दी द्वारकेच्या महाद्वाराकडे वळत होती. उन्मत्त धुंद तरुणाईचा तो उत्साह अन्य जनांच्या मनातही उत्साह निर्माण करत होता. स्त्रीवर्गाची रासक्रीडा इथे द्वारकेतच रंगणार होती. त्या बालिका, युवती, प्रौढाही वस्त्रालंकारांनी नटूनथटून एकमेकींकडे जाताना दिसत होत्या. मी ही सारी घाईगडबड सौधावर उभी राहून बघत होते. मी उभी होते तिथून स्वामींचा कक्ष दिसत होता. तिथे मात्र कसलीच हालचाल दिसत नव्हती. त्यांच्याकडे जावे की काय असा विचार मनात आला. त्याच वेळी पूर्वीच्या रासक्रीडांची स्मृती मनात येऊन, का कोण जाणे, डोळ्यांतून आसू ओघळले. मन आधी खूप उदास झाले. त्याच वेळी स्वामींचा मानसिक वानप्रस्थाश्रम आठवून निर्लेपही झाले. स्वामींच्या भेटीची ओढही लागली. मी सेविकेला त्यांच्या कक्षाकडे पाठवून ते सध्या काय करत आहेत ते बघून येण्यास सांगितले.

थोड्याच वेळात तिथला एक सेवक माझ्याकडे आला. मी त्याला विचारले, "स्वामी सध्या काय करत आहेत?"

त्याने सांगितले, "महाराणी, नित्यकर्मे सुप्रभातीच आटोपून ते आज लवकरच ध्यानाला बसले आहेत. त्यांची ध्यानमग्न मूर्ती दीर्घ समयापासून तल्लीन झालेली

दिसते आहे. त्यांच्याकडं बघून तेजस्वी तपस्व्याच्या दिव्य दर्शनाचं भाग्य मला लाभलं आहे.''

माझ्या मनात आले, खरेच स्वामींचे दर्शन प्रतिदिनी होणे किती महद्‌भाग्य आहे! मग ती व्यक्ती साधी सेवक का असेना, मी त्याला म्हणाले, ''खरं आहे तुझं म्हणणं. तू आता जा. त्यांना ध्यानसमाधीतून जागृतावस्था आली की मला येऊन सांग. त्यांच्या समाधीत व्यत्यय नको.'' तो प्रथेप्रमाणे वंदन करून निघून गेला. स्वामींनी अलीकडल्या काही वर्षांमध्ये रासक्रीडा, अन्य सार्वजनिक समारंभ, या कार्यक्रमात भाग घेणे सोडून दिले होते. आमच्या कुळाच्या पारंपरिक सण-उत्सवातसुद्धा ते अल्पकाळ, आवश्यक विधीलाच उपस्थित असत. आजकाल त्यांचा आधिकाधिक समय आध्यात्मिक चिंतनात, ध्यानात, समाधीत जात असे. त्यामुळे बहुतांश समयी ते मौनव्रतातच असत. अपवाद असे फक्त, महनीय तपस्वी, महर्षी, ऋषी यांच्या आगमनाचा. त्यांच्याशी मात्र ते मनापासून संवाद साधून चर्चा करत. मन लावून श्रवणभक्तीही करत. उद्धवभाऊजी सांगायचे 'स्वामी आणि या थोर विभूतींचा संवाद श्रवण करायला मिळणे म्हणजे उपस्थिताच्या आयुष्यातला, अपूर्व, दैवदुर्लभ भाग्ययोगच म्हणायला हवा. तो भाग्यशाली मी आहे याचा मला आनंद वाटतो.'

उद्धवभाऊजींच्या नम्र स्वभावाबद्दल मला नेहमीच कौतुक वाटायचे, 'जीवनमुक्त', 'अवधूत' अशा थोर पदव्या प्राप्त झालेला हा महान योगी स्वत:कडे नेहमी लहानपण घेई. सर्वांचा आदर करे. मी स्वत: त्यांना सदैव मनातल्या मनात वंदन करे. कारण उघडपणे त्यांनी मला ते करू दिले नसते.

माझ्या सांगण्याचा मूळ मुद्दा राहूनच गेला की स्वामींचा आज रासक्रीडेला जाण्याचा प्रश्नच नव्हता. आम्हा स्त्रीवर्गाचा तर नव्हताच नव्हता. आमच्या थोरल्या दादांना युवराज या नात्याने जाणे भागच होते. त्यांची इच्छा असो वा नसो श्रेष्ठ कार्यकारी शासक या नात्याने तिथे जाणे त्यांचे कर्तव्य होते. त्यांच्या स्कंधावरची कर्तव्यधुरा ते नेहमीच निभावून नेत.

सायंकाळपर्यंत एकेक करून सर्व रासक्रीडा इच्छुक पुरुषवर्ग प्रभासपाटणला निघून गेला. सर्वांच्या मागून प्रमुख मानकऱ्यांसह दादांनीही तिकडे गमन केले.

आम्ही फार थोडे द्वारकावासीय आता द्वारकाद्वीपावर उरलो होतो. का कोण जाणे, पण मन सकाळपासूनच उदास उदास होते. मी कारणे शोधण्याचा प्रयत्न केला; पण काहीच कळत नव्हते. मनाची मरगळ झटकून टाकून बालिकांमध्ये युवतींमध्ये जाऊन त्यांच्या रासक्रीडेला उपस्थित राहून त्यांचे कौतुक करू या असे मनाशी ठरवले. गोरस आटवून चांदण्यात ठेवून चंद्राला नैवेद्य दाखविण्याचा कुळाचारही पाळायचा होता. त्याची सिद्धता करण्यासाठी स्नुषांना सांगावे, म्हणून

मी माझी पावले त्यांच्या कक्षांकडे वळविली. तिकडे जाऊन बघते तो काय, रेवती ताई, माझ्या सातही भगिनी, सत्यभामेच्या कक्षाबाहेर एकत्र उभ्या होत्या. त्यांनी माझे स्वागत केले, "या ताई, आम्ही तुमचीच प्रतीक्षा करत होतो."

"अगं, आज रासक्रीडा-स्थळी जायचं नाही का? तुम्ही इथं निवांत उभ्या आहात आपल्या कन्या-स्नुषा, नातीं-नातसुना यांचं कौतुक करायला नको का?" मी म्हणाले. त्यांच्याशी बोलतानाच माझे लक्ष त्यांच्याकडे गेले. साऱ्या जणी किती प्रौढ दिसत होत्या? साऱ्याच सौंदर्यवती असल्याने त्या अजूनही सुस्वरूप दिसत असल्या तरी प्रौढत्वाच्या खुणा आपले अस्तित्व दाखवून देत होत्या. या प्रौढत्वामुळे असेल, कदाचित साऱ्यांच्या राहणीत साधेपणा आणि स्वभावात शांतपणा आला होता. मला त्यांची पूर्वीची विलोभनीय रूपे आठवली.

प्रत्येकीचे सौंदर्य, चालणे, बोलणे, आवडी-निवडी, कलासक्ती, कलानिपुणता, आगळे-वेगळे, वैशिष्ट्यपूर्ण होते. आमच्या द्वारकेत प्रत्येकीने आपली कला जोपासली होती. वाढवली होती. प्रत्येकीला तिच्या कलेचा अभिमान होता. थोरले महाराज, थोरल्या माता, स्वामी, मी स्वतः आम्ही वेळोवेळी त्यांना कौतुकाची पोच दिली होती. प्रत्येकीला स्वतःच्या माहेरचा ओढा होता. प्रेम होते आणि तेवढेच किंबहुना त्याहून अधिक प्रेम स्वामींविषयी होते. सत्या, मित्रविंदा यांचे तर स्वामींशी मामेभावाचे नातेही होते. त्यांच्या बंधूंच्या, स्वामिद्वेषाच्या वृत्तीमुळे काही प्रसंगी माहेरच्या नात्यांमध्ये तिढा निर्माण होण्याचा संभवही होता; पण स्वामींच्या उदार स्वभावामुळे, त्यांनी तसे प्रसंग टाळले. दीर्घकालाने का होईना; माझ्या नात्यातही तसेच घडले होते. उदार मनाने रुक्मीदादांच्या कन्येचा, स्नुषा म्हणून, स्वामींनी स्वीकार केला होता.

मी माझ्या सवयीप्रमाणे या विचारचक्रात किती वेळ गुरफटले असते कुणास ठाऊक! पण सत्यभामेच्या आवाजाने माझी विचारश्रृंखला तुटली. ती म्हणत होती, "ताई, कोणत्या विचारात गुंग झाला आहात? आम्हाला तरी सांगा."

त्या क्षणी मी भानावर आले. म्हणाले, "काही नाही गं, आपली पूर्वीची रासक्रीडा, त्या वेळची तुमची रूपं आठवत होते."

"खरंच ताई, किती रम्य दिवस होते ते." लक्ष्मणा म्हणाली.

"आज मला फार उदास वाटतंय गं रुक्मिणी, माझं मन कशातच लागत नाहीय. रासक्रीडेच्या स्थानावर यावंसंच वाटत नाही. अगदी आपल्या पुत्री, स्नुषा, पौत्रींचं कौतुक करायलासुद्धा. तुम्ही साऱ्या जणी जा. मी थोरले महाराज आणि थोरल्या मातांकडे जाते. कदाचित त्यांच्या सान्निध्यात मनाला शांती मिळेल," रेवतीताई म्हणाल्या.

कालिंदी त्यांना म्हणाली, "ताई, मीसुद्धा तुमच्याबरोबर येते. माझी मनःस्थितीसुद्धा

तुमच्यासारखीच आहे. ज्येष्ठांच्या सेवेतच मन रमविण्याचा प्रयत्न करत थोडा वेळ मी कुलस्वामिनीच्या मंदिरात जाऊन चिंतनही करेन. का कोण जाणे, चित्त अस्वस्थ झालेलं आहे खरं.''

साधारण याच अर्थाचे, साऱ्या जणी बोलल्या. कुणाचेच चित्त स्थिर नव्हते. रासक्रीडेत सहभागी होण्याची कुणालाच इच्छा नव्हती. या संवादानंतर कुणीच फारसे काही बोलले नाही. सर्व जणी आपापल्या कक्षाकडे निघून गेल्या. मी तशीच तेथे स्तंभाला टेकून किती वेळ उभी होते कुणास ठाऊक! त्याच मनाच्या अवस्थेत मी माझ्या कक्षात येऊन गवाक्षातून सागरलाटांकडे बघत राहिले. आज पौर्णिमा. सागरात भरतीच्या लाटा उसळत होत्या.

आमच्या चित्तसागरांतही अशाच अशांतीच्या लाटा उसळत होत्या. माझे मन अद्यापही माझ्या भगिनींच्या, रेवतीताईंच्या बोलण्याचा, त्यांच्या मन:स्थितीचा विचार करत होते. भयशंकित होत होते. साऱ्या जणींचे चित्त अस्वस्थतेने, उदासीनतेने भरलेले आहे. म्हणजे एखाद्या भयंकर घटनेची ही पूर्वसूचना तर नाही ना? कुणापाशीतरी मन मोकळे करावेसेही वाटत होते, त्याच वेळी मौनच बरे, हा एकान्तच बरा असेही वाटत होते. या द्विधा अवस्थेत, दोलायमान स्थितीत ते गटांगळ्या खात होते, स्वामींकडे धावत जाऊन त्यांचा आधार घ्यावासा वाटत होता; पण स्वामी तर ध्यानमग्न होते. त्यांची ध्यानसमाधी भंगावी असेही वाटत नव्हते.

आमच्या राजकुळातील आणि राजनगरातील बालिका, युवती आणि रासक्रीडा उत्सुक स्त्रिया रासक्रीडा स्थानावर केव्हाच निघून गेल्यामुळे आजूबाजूच्या वातावरणात एक प्रकारची नीरव शांतता पसरली होती. एरवी अशी शांतता कधीकधी मनाला हवीहवीशी वाटते. सुखावह वाटते; पण आज मात्र ही सुखाची भावना नव्हती, तर आधीच उदासीचे सावट पसरलेल्या वातावरणात ही शांतता अधिकच भर घालत होती. सदैव मनाला उल्हासित करणाऱ्या भरतीच्या सागरलाटाही मनाची अस्वस्थता कमी करू शकत नव्हत्या. विचारांती मनात विचार आला, स्वामींची तपस्या समाप्त झाली नसली तरी दुरून का होईना, त्यांचे दर्शन तरी घ्यावे. ध्यानसमाधीतून ते जागृत झाले असले तर त्यांच्याशी संवाद तरी साधता येईल. मन मोकळे करता येईल. मन-अस्वास्थ्याच्या कारणांची चर्चा तरी करता येईल. कदाचित स्वामी या विषयावरून थट्टाही करतील, किंवा मनाला शांती मिळावी म्हणून वेगळाच विषय काढून मन रमविण्याचाही प्रयत्न करतील. स्वामींच्या उत्स्फूर्त वाणीतून निघालेला प्रत्येक शब्द आश्वासक असतो. त्यांचे सान्निध्य, मग ते केवळ दार्शनिक, शाब्दिक, आभासमय – कोणतेही असो – अलौकिकच असते. चित्त शांत, स्थिर करणारे असते. मला हा दिव्य अनुभव पूर्वी असंख्य समयी आला आहे. आजही हे भाग्य

मला लाभले तर मी माझ्या अन्य भगिनींना बोलावून या दिव्य भाग्ययोगात सहभागी करून घेईन. त्यांची उदासीनता कमी करण्यास मी काही अंशाने का होईना साहाय्यभूत होईन. मी पावलांचा थोडाही आवाज न करता स्वामींच्या प्रासादानजीक आले. मुख्य द्वाराजवळचा पहारेदार वंदन करून नम्रतेने उभा राहिला. मी स्वामींच्या ध्यानमंदिराच्या द्वाराबाहेर उभी राहिले, तिथून मला स्वामींचे स्पष्ट दर्शन होत होते. स्वामी ध्यानमग्न होते. त्यांच्या मुद्रेवर मला अपेक्षित, सदैव असतो तसा प्रसन्न भाव दिसला नाही, तर दिसला एक निरपेक्ष किंचित उदास भाव. माझ्या मनात आले, कदाचित हा माझ्या मनाचा खेळ असेल. माझ्या मनात उदासीनता आहे म्हणून मला सारीकडेच हाच भाव जाणवत असेल.

माझ्या हृदयातली अस्वस्थता अधिकच वाढली. मन अधिकच सैरभैर झाले. मन:शांतीसाठी, त्यांच्याकडे बघता बघता माझे नेत्र कधी मिटले गेले, मीसुद्धा केव्हा पद्मासन घालून बसले ते मला कळलेही नाही.

हळूहळू माझ्या नेत्रपटलासमोरची स्वामींची मूर्ती नाहीशी होऊन मला प्रचंड वादळाचा देखावा दिसू लागला. प्रचंड, भयानक लाटा उसळत आहेत. वृक्ष उन्मळून पडताहेत. विजांचा भयानक कडकडाट होत आहे. आमचे दादा, आमचे पुत्र, पौत्र, अन्य द्वारकावासीय धरणीकंप झाल्याप्रमाणे जाग्यावरच हलताहेत. प्रचंड सागरलाटा त्यांच्याजवळ येऊन त्यांना गिळंकृत करू बघताहेत. मी जिवाच्या आकांताने ओरडते आहे, 'स्वामी, स्वामी.' आता हळूहळू वादळ शांत झाले आहे. पण किनाऱ्याजवळ कुणीच दिसत नाही.

माझेही मन शांत झाले आहे. मन निर्लेप झाले आहे. मीसुद्धा एका वेगळ्याच विश्वात शिरले आहे. माझ्या जाणिवा नेणिवा नष्ट झाल्या आहेत. मी भावसमाधीत प्रवेश केला आहे. मला आता डोळ्यांसमोर फक्त एक प्रकाशाचा दिव्य मार्ग दिसतो आहे. एक चैतन्याची वाट.

त्या भासमय विश्वात मी किती वेळ गुंगले होते, बंदिस्त झाले होते कुणास ठाऊक! कुक्कुटांचा आरव कानावर पडला. पहाट झाली असल्याची जाणीव ज्ञानेंद्रियांना झाली. त्या क्षणी मला जाग आली. प्रथम तर आपण कुठे आहेत? तेच कळेना. हळूहळू परिस्थितीचे भान आले. समोर दृष्टी टाकली, तर स्वामी त्यांच्या स्थानावर नव्हते. सेवकाने सांगितले ते सागरकिनारी स्नानासाठी गेले आहेत.

मीसुद्धा माझी आन्हिके आणि नैमित्तिक कार्ये करण्यासाठी माझ्या कक्षाकडे वळले. आमच्या कन्या, बालिका रासक्रीडा केल्यामुळे थकून जाऊन गाढ निद्रेच्या अधीन झाल्या होत्या. मला आमच्या पुत्रपौत्रांची आठवण आली. मनात आले, तेही असेच थकून जाऊन सागरकिनारी त्या मऊशार वालुकामय भूमीतच असेच गाढ निद्रेत असतील का?

दुसऱ्याच क्षणी रात्री दिसलेल्या भयंकर वादळाची दृश्ये दृष्टीसमोर आली. जिवाचा थरकाप झाला. प्रभात झाली तरी तिथली काहीच वार्ता नव्हती. अर्थात एवढ्या त्वरेने तशी मिळण्याची शक्यताही नव्हती. तिसऱ्या प्रहरापासून त्यांच्या आगमनाला प्रारंभ होणार होता. सर्वांच्या आधी बलरामदादा त्यांच्या साहाय्यकांबरोबर मुख्य मानकऱ्यांबरोबर येणार होते. परंपरेप्रमाणे द्वारकेच्या महाद्वारात त्यांचे स्वागत करण्यात येणार होते.

त्यामुळे तिसऱ्या प्रहरापर्यंत त्यांची प्रतीक्षा करणे भागच होते. रात्रीच्या त्या वेगळ्याच भावसमाधीत मन शांत, निर्लेप झाले असले तरी आता मात्र ते शांत नव्हते. पुन्हा त्या अस्वस्थतेने उसळी मारली होती. देहाची इंद्रिये सवयीनुसार आपली कर्तव्ये पार पाडत होती. उद्धवभाऊजींना बोलवावे का? त्यांना स्वप्नासारख्या त्या दृश्याचा अर्थ विचारावा का? पण तेही स्वामींबरोबर सागरकिनारी गेले असतील. मनाच्या अशा संभ्रमावस्थेत मध्यान्हीचा प्रहर येऊन ठेपला. मी देहाने, मनाने थकून जाऊन मंचकावर अंग टाकले. नेत्र केव्हा आपोआप मिटले गेले ते कळलेच नाही.

मला जाग आली. तेव्हाही थकल्या देहाला विश्राम मिळाला अशी जाणीव झाली, पण मन काही प्रसन्न झाले असे वाटले नाही. तशा उदास अवस्थेत बसलेली असतानाच उद्धवभाऊजी कक्षात प्रवेश करताना दिसले. त्यांना पाहताच, आता त्यांच्याशी तरी मन मोकळे करता येईल या विचारांनी हायसे वाटले; पण हाय रे दैवा! त्यांच्या मुद्रेकडे दृष्टी गेली आणि अशुभाच्या शंकेने हृदयाचा थरकाप झाला. त्यांची चर्या विदीर्ण झाली होती. नेत्रांतून अश्रूंचा पूर वाहत होता.

''काय झालं भाऊजी? काही अशुभ घटना घडली आहे का?'' हे विचारतानाही माझा आवाज कापत होता. मुखातून शब्द बाहेर पडत नव्हते.

''वहिनी, फार भयानक घटना घडली आहे. ती सांगण्यासाठीच श्रीकृष्ण दादांनी तुम्हाला त्यांच्याकडे बोलावले आहे.'' उद्धवभाऊजी गदगदल्या स्वरात म्हणाले.

''पण भाऊजी मला...'' मी बोलण्याचा प्रयत्न केला.

''नाही वहिनी, घटना एवढी भयंकर आणि दुःखकारक आहे, की मी माझ्या मुखाने नाही सांगू शकत... तुम्ही स्वतः लवकर दादाकडे या...'' ते मान वर न करता म्हणाले.

मी त्यांच्या आज्ञेप्रमाणे त्यांच्यामागून निघाले; पण एकेक पाऊल जणू मणामणाचे ओझे बांधल्यासारखे जड झाले होते. काय ऐकावे लागणार या भयशंकेने मन व्याकूळ झाले होते. मनाच्या त्या अवस्थेतच मी स्वामींपुढे येऊन उभी राहिले. मनातला प्रश्न मुखातून बाहेर पडत नव्हता. मी त्यांच्या मुद्रेकडे दृष्टी वळवली.

त्यांची मुद्रा दुःखाने, विषादाने एवढी पिळवटून निघालेली मी माझ्या आजपर्यंतच्या आयुष्यात प्रथमच पाहिली.

"रुक्मिणी," स्वामींच्या रुद्ध कंठातून निघालेला शब्द माझ्या कानावर पडला. मी मान वर करून त्यांच्याकडे दृष्टी वळविली. ते पुढे त्याच स्वरात म्हणाले, "रुक्मिणी, मन घट्ट करून मी काय सांगतोय ते ऐक. आताच प्रभासपाटणवरून एक क्षेत्ररक्षक अतिशय दुःखद आणि भयंकर वार्ता घेऊन आला आहे. आपल्या थोरल्या दादांनी जलसमाधी घेतली आहे." मी एकदम स्तब्ध झाले. अतिदुःखाने नेत्रांतून आसवेही येईनात. मी त्यांच्या चर्येकडे एकटक बघत राहिले. तोच त्यांचे शब्द पुन्हा ऐकू आले, "दुर्दैव इथंच संपत नाहीये, रुक्मिणी. मन आता वज्रासारखं कठीण करून पुढली वार्ता ऐक. महर्षींचा शाप सत्यात उतरला आहे. आपले प्रभासपाटणला गेलेले यादव, पुत्रपौत्र, जन तिथंच उगवलेल्या लोहदर्भांचं एकमेकांवर मद्यधुंद अवस्थेत शरसंधान करून एकमेकांचा जीव घेऊन मृत्युमुखी पडले आहेत." हे ऐकताक्षणी माझ्या भावनाच गोठून गेल्या. सारा प्रासाद माझ्याभोवती गरागरा फिरतो आहे, असा भास झाला. माझा तोल गेला. मी भूमीवर पडणार तोच मला स्वामींनी सावरले.

माझ्या मस्तकावर हात ठेवत ते म्हणाले, "स्वतःला सावर, रुक्मिणी. माझा फक्त तुझ्यावरच विश्वास आहे. तूच या भयंकर संकटाला धैर्यानं सामोरी जाऊन अन्य जनांनाही धैर्यानं या समयी उभी करशील. आपण दोघं अनभिषिक्त सम्राट आणि महाराणी आहोत. त्याआधी एक मानव आहोत. आपले मातृ-पितृ हृदयाचं दुःख बाजूला ठेवून ज्येष्ठांपासून कनिष्ठांपर्यंत सर्वांच्या पाठीशी उभं राहायचं आहे. हृदयावर पाषाण ठेवून, कर्तव्यकठोर होऊन असंख्य कर्तव्यं पार पाडायची आहेत."

माझ्या सभोवती अनेक चलत्‌चित्रे फेर धरून गोल गोल फिरत आहेत असा मला भास होत होता. त्यामुळे त्यामध्ये आमचे पुत्र, पौत्र, सहस्रावधी यादव जन, बलरामदादा, सेनापती, असंख्य व्यक्ती सामावलेल्या होत्या. कुणी हाका मारीत होते- माते, माते, दादा म्हणत होते - रुक्मिणी रुक्मिणी, यादव जन म्हणत होते - महाराणी महाराणी, पौत्र प्रपौत्र म्हणत होते- पितामहीजी... सारे आर्त स्वरात हाक मारीत होते... माझे हृदय दुःखाने पिळवटून निघत होते... दृष्टीसमोर पुत्रविरहाने दुःखी झालेल्या महाराणी द्रौपदी आणि सेनापती सात्यकीच्या पत्नीही होत्या.

त्याच वेळी स्वामींचे शब्दही कानात शिरत होते, "तुलाच या भयंकर अघटित दुःखद प्रसंगी ज्येष्ठांपासून कनिष्ठांपर्यंत साऱ्यांना धीर द्यायचा आहे. रुक्मिणी सावध हो, सावध हो... माझा तुझ्यावर विश्वास आहे. रुक्मिणी, तू एक माता तर आहेसच; पण त्याचबरोबर तू एक स्नुषा, सासू, आजी, आणि द्वारकेची महाराणीही आहेस."

दृश्य आणि शब्द यांच्या चक्रात मी अडकले होते. त्यातच महर्षी दुर्वासांची उग्र मुद्राही दिसत होती. त्याचक्षणी का कोण जाणे महाराणी गांधारी मातेची राग आणि दु:खाने भरलेली मुद्राही दिसू लागली. त्याच वेळी रेवतीताई आणि माझ्या सात भगिनींचा भयंकर आक्रोश माझ्या कानावर पडला आणि मी भानावर आले.

कुणी कुणाचे सांत्वन करायचे हा प्रश्नच होता. सारेच समदु:खी होतो... प्रत्येकीच्या आक्रोशाला सीमा नव्हती. कोण काय बोलत होते, तेही कळत नव्हते.

त्याच वेळी स्वामींची धीरगंभीर वाणी ऐकू आली... "शांत व्हा. धीर धरा." स्वामी प्रथम रेवतीताईंकडे गेले. त्या वेळी दोघांनाही आपले अश्रू आवरता आले नाहीत. स्वामी प्रथम त्यांच्या आणि नंतर अन्य सात राण्यांच्या जवळ जाऊन काय बोलले, ते माझ्या कानात शिरत नव्हते; पण हळूहळू त्या साऱ्या शांत होत होत्या. स्वत:ला सावरत होत्या हे खरे. तोपर्यंत माझे मनही थोडे शांत झाले होते.

मनाला आवर घालण्याशिवाय दुसरा कोणताच मार्ग नव्हता. जीवनप्रवासाच्या या अंतिम टप्प्यात नियतीच्या या निर्घृण खेळाला सामोरे जावे लागणारच होते. नियतीच्या या खेळाची एक विचित्र गोष्ट असते. ती म्हणजे त्या नशिबाच्या खेळात प्रत्येकाला सहभागी व्हावेच लागते; इच्छा असो वा नसो! क्रीडास्थानाच्या बाहेर राहून चालत नाही. त्या खेळातल्या चाली खेळाव्याच लागतात. त्यासाठी कधी धावावे लागते, कधी चालावे लागते. कधी कर्तव्याची उंच उडी घ्यावी लागते, तर कधी लांब उडी मारावी लागते. आनंदाचा, यशाचा खेळ असला तर यशाने हर्षाचा ठेवा गवसतो. तर कधीकधी अपयशाने मन निराश होते; पण... नियतीने, दु:खाचा... क्रूरतेचा खेळ खेळायचे ठरवले तर त्यात भाग घेणारी व्यक्ती पडते, झडते, ठेचकाळते, कोलमडते. तरीही मन घट्ट करून तिला अप्रिय कर्तव्ये करण्याच्या क्रीडेत सहभाग नोंदवावाच लागतो.

आमचेही तसेच झाले होते. प्रत्येकाच्या भावना गोठून गेल्या होत्या, तरीही प्रभासपाटणला जाणे भागच होते. गेलेल्यांचे अंत्यविधी, क्रियाकर्म करणे क्रमप्राप्तच होते. ज्येष्ठ-कनिष्ठांना समवेत घेऊन एखाद्या निर्जीव बाहुल्यांसारखे आम्ही प्रभासपाटणला पोहोचलो. थोरले महाराज, दोन्ही राजमाता आणि आमच्या पिढीतले आणि मागच्या पिढीतले सारे यादवगण... यांना आपल्यासमोर भावी दोन-तीन पिढ्यातील आपल्या वंशजांना, पुत्र-पौत्रांना आपल्या हाताने अग्नी द्यावा लागणार होता. एक नाही दोन नाही; तर सहस्त्रावधींच्या संख्येने... ही क्रियाकर्माची उलटी गंगा वाहणार होती. या विश्वातल्या कोणत्याही मातृ-पितृ हृदयाची अंतिम इच्छा हीच असते, की आपल्या पुत्राच्या हस्ते आपल्या मुखात अंतिम क्षणी गंगाजल आणि तुलसीपत्र पडावे. त्याच्याकडूनच आपल्याला अग्नी मिळावा. आपले अंतिम क्रियाकर्म घडावे. ज्याच्या प्रारब्धात हे उलटे कार्य करण्याची वेळ येते, तो

महापापीच समजला जातो. कनिष्ठांचा मृत्यू पहावा लागणे, हा दीर्घायुष्याचा शापच म्हणावा लागेल.

शाप? शाप म्हणताच माझ्या दृष्टीसमोर महर्षी दुर्वास आणि त्यांची ती अशुभ शापवाणी उभी राहिली. त्याचबरोबर राजमाता गांधारीदेवीही नेत्रांसमोर तरळल्या. मला त्या हृदय भंगलेल्या अवस्थेतही एकाच गोष्टींचे राहून राहून आश्चर्य वाटत होते, की ही भयानक घटना घडल्यापासून मला गांधारी माताच का आठवत होत्या? त्यांचा या घटनेशी कोणता संबंध?... या अवघड परिस्थितीत मनातली ही शंकाही कुणाजवळ बोलून दाखवणे शक्य नव्हते. पुढे कालाच्या ओघात त्या शंकेचे निरसन स्वामी स्वत:हून करणार होते, हे तेव्हा मला माहीत नव्हते.

एकूण हा भयानक शाप भोगणाऱ्या आम्ही साऱ्यांनी मागच्या जन्मात कोणती असंख्य पापे केली होती कोण जाणे! काहीच तर्क चालत नव्हता. बुद्धी कुंठित झाली होती...

प्रत्यक्ष त्या स्थानावर पोहोचल्यावर तर आक्रोशाचा कल्लोळ उडाला. त्या हृदय पिळवटून टाकणाऱ्या दृश्याचे मला वर्णन करणे शक्य नाही. संबंधित प्रत्येकजण भ्रमिष्टावस्थेत होता. बलरामदादांचा तर देहही सापडला नव्हता.

आचार्यांच्या अधिपत्याखाली, त्यांच्या मार्गदर्शनानुसार सर्वांना सामूहिक मंत्राग्नी चिताग्नी देण्यात आला. पुढले चौदा दिवसांचे क्रियाकर्मही यंत्रवत हातांनी, भंगलेल्या हृदयाने पार पाडले गेले. थोरले महाराज, थोरल्या माता जणू या जगात असून नसल्यासारख्या निर्विकारपणे बसल्या होत्या. श्वास सुरू होते; म्हणूनच देहात चेतना असल्याची जाणीव होत होती.

या विधीसाठी देशोदेशीचे, राजे, राजप्रतिनिधी आले होते. आर्यावर्ताच्या इतिहासात ही अघटित, कल्पनातीत घटना घडली होती. तीसुद्धा द्वारकाधीश भगवान श्रीकृष्णांच्या द्वारकेत. ज्या द्वारकेची कीर्ती गेली अनेक तपे त्रिखंडात दुमदुमत होती, ती वैभवशाली, पराक्रमी, सुवर्णद्वारका म्हणून. न्यायाचा तारक आणि अन्यायाचा संहारक अशा योगेश्वर श्रीकृष्णांची ती द्वारका होती. अनेक बलशाली, क्रूर राजसत्तांवर विजय मिळवून तरीही तिथली सत्ता मूळ वंशजाकडे निरपेक्षपणे दान करून एक अनोखी परंपरा निर्माण करणारी ती द्वारका होती. जिथे चौसष्ट कलांचा सन्मान होत होता आणि विद्वान तपस्व्यांचा आदर होत होता, त्यांचे अनुपम आशीर्वाद लाभत होते, अशी ती शुभलक्ष्मी द्वारका होती. अन्यायाविरुद्ध लढल्या गेलेल्या महाभारतीय युद्धात अपूर्व योगदान करणाऱ्या शूर योद्ध्यांची ती द्वारका होती. रूप, गुण, समृद्धी लेवून आलेली ती त्रिगुणी द्वारका होती. अशा असंख्य गुणांनी, स्वतेजाने झळकत असलेल्या द्वारकेत आज एवढा भयानक, विदारक 'न भूतो न भविष्यती' असा प्राणसंहार घडला होता. तोही शत्रूशी लढता

लढता, युद्धभूमीवर नव्हे; तर स्वकीयांकडूनच, उत्सवभूमीवर! ज्या रासक्रीडेने साऱ्या आर्यावर्ताला वेड लावले होते, ज्या रासक्रीडेच्या वर्णनांवर, घरोघरी गाणी रचली गेली होती, त्याच रासक्रीडेच्या स्थानी. मधुर गोरस आटवण्यासाठी लाकडे पेटवली जात होती, त्याच स्थळी असंख्य द्वारकावासीयांच्या शवांना अग्नी देणाऱ्या चिता पेटविल्या गेल्या होत्या. जिथे द्वारकावासी रम्य क्रीडा खेळत होते, तिथेच नियती, ही भयानक, क्रूर क्रीडा खेळली होती. शत्रूंची हृदयेसुद्धा या विसंवादाने थरारून उठली असतील तर नवल नाही. क्रियाकर्माचे विधी पूर्ण झाल्यानंतर शुष्क, रिकाम्या मनाने आम्ही द्वारकेत पोहोचलो. या साऱ्या घटना घडल्या तेव्हा आमचा पणतू व्रज इंद्रप्रस्थास होता. तोच आता आमच्या कुळाचा वंशदीप होता. या संक्रमण काळात महाराणी द्रौपदीसह पाचही पांडव सदैव आमच्या पाठीशी भक्कम आधारस्तंभाप्रमाणे उभे होते. पार्थ तर जणू स्वामींची आणि उद्धवभाऊजींची छाया म्हणून वावरत होता.

महाराणी द्रौपदी, सुभद्राही आम्हाला धीर देण्यासाठी सदैव आमच्यातच खंबीरपणे वावरत होत्या; पण सुभद्रेचा धीरगंभीरपणा हा केवळ ओढून ताणून आणलेला होता, याची मला जाणीव होती. द्वारकेत गेल्यावर केव्हातरी या शोकाचा उद्रेक होणार, ही कल्पना मला होती. कारण ती आमच्या या द्वारकेचीच कन्या होती. द्वारकावासीयांची लाडकी माहेरवाशीण होती. आम्ही साऱ्याच पुत्रशोकाला बळी पडलेल्या दुर्दैवी अभागिनी होतो. कोणी कोणाचे सांत्वन करायचे?

महाराणी द्रौपदीचा मूकपणा कुठेतरी सतत जाणवत होता. कधीकधी तर मला तिच्या त्या मुद्रेवर अपराधीपणाचा भासही होई. ती एकदा मला म्हणाली, "महाभारतीय युद्ध घडले नसते तर त्या वेळी कदाचित हा भयंकर शाप मिळाला नसता आणि या महायुद्धाचे एक मोठे कारण माझ्या स्त्रीत्वाचा अपमान; म्हणजे मीच नव्हे का?"

"शाप? कोणता शाप? शाप तर महर्षी दुर्वासांकडून दिला गेला होता ना? त्याचा महाभारतीय युद्धाशी काय संबंध?" मी गोंधळून विचारले.

"वहिनी, ते तुम्ही प्रत्यक्ष दादालाच विचारा. मला त्या प्रसंगाची पूर्ण माहिती नाही आणि ऊहापोह करण्याचा हा समयही नाही." ती म्हणाली. अनेक प्रश्नांची उत्तरे मला स्वामींकडून हवी आहेत. 'पण आता सारेच समाप्त झाले आहे. आता कशालाच काही अर्थ नाही. मनातल्या प्रश्नांनाही आणि उत्तरांनाही.' मी मनात म्हणाले.

"वहिनी, आपले प्रजाजन हेच आपले पुत्र. त्यांच्यासाठी आपणच माता होऊन, त्यांना कर्तव्यासाठी उभं करण्यासाठी आधी स्वत: खंबीरपणे उभं राहणं हे आपलं कर्तव्य नाही का?" तिने विचारले. तिचे बोलणे एका परीने मला पटत

होतेही, पण माझे अंतर्मन मात्र आता पुन्हा उभारी धरायला तयार नव्हते. आतापर्यंत या द्वारकेत पाऊल टाकल्यापासून अखंडपणे मी कर्तव्येच पार पाडली होती ना? सदैव मनात ज्येष्ठांप्रती स्नुषा म्हणून, अपत्यांप्रती एक माता म्हणून, धाकट्या राण्यांप्रती, सुभद्रेप्रती एक ज्येष्ठ भगिनी म्हणून, द्वारकावासीयांप्रती महाराणी म्हणून आणि स्वामींप्रती? त्यांच्याशी तर अनेक नात्यांनी माझी भूमिका मी वठवली आहे. ज्येष्ठ, प्रिय पत्नी म्हणून, अर्धांगिनी म्हणून. त्यांनी जी जी धुरा माझ्यावर टाकली. ती पूर्ण करण्यासाठी तनाने, मनाने मी अहोरात्र झिजले. हेच माझे जीवितकार्य जाणून मी ते काम पूर्ण केले आहे. त्यासाठी मी कधी शासनकर्ती झाले; तर कधी या द्वारकाद्वीपाची व्यवस्थापिका झाले, तर कधी कामरूप देशाच्या सोळासहस्र नारींचे पुनरुत्थान करणारी पुनर्वसनकर्ती झाले.

कधी कधी तर कर्तव्यपूर्तीसाठी आगळ्यावेगळ्या भूमिकाही स्वीकाराव्या लागल्या. विषादाने पीडित होऊन स्वामी जेव्हा घोरअंगिरसांकडे निघून गेले होते, तेव्हा त्यांचा ठावठिकाणा कळावा, म्हणून गुरुवर्य सांदीपनींकडे मी एक याचिका म्हणून गेले, तर इंद्रप्रस्थाला झालेल्या राजसूय यज्ञाप्रसंगी अग्रपूजेचा मानांकित भगवान श्रीकृष्णांची स्वामिनी म्हणून ते पदही भूषविले.

कर्तव्ये आणि कर्तव्ये, स्वामींच्या श्वासात श्वास मिसळून मी अनेक अवघड कर्तव्येही... प्रसंगी वैयक्तिक भावभावना बाजूला सारून मी पार पाडली. त्या कर्तव्याचे कोणते फळ आज मला मिळाले? तर माझ्या प्रियतम पुत्रपौत्रांचे मृत्यू पाहण्याचे दुर्भाग्य? महाराणी द्रौपदी सांगते आहे ते खरे आहे; पण तिच्या प्रिय पुत्रांचा वध शत्रुपक्षाकडून समरांगणावर झाला आहे. क्षात्रधर्माचे कर्तव्य निभावताना झाला आहे. स्वभूमीसाठी लढताना झाला आहे, हे समाधान तरी तिला आहे; पण मला? मला तर तेही समाधान नाही. आपल्या मातृभूमीच्या संरक्षणासाठी, संघर्ष करताना जर हे यदुवंशीय धारातीर्थी पडले असते; तर दुःख तर झालेच असते; पण त्याचबरोबर वीरमरण आले म्हणून, क्षात्रधर्म पाळला गेला म्हणून त्यांचा अभिमानही वाटला असता. मीसुद्धा एक क्षात्राणीच आहे. मातृभूमीसाठी, अन्यायाविरुद्ध लढणे हे प्रत्येक क्षत्रियाचे कर्तव्यच असते. त्यासाठी वीरपुत्र, वीरमाता, वीरपत्नींनी वीरमरणाच्या शक्यतेची मनाची सिद्धता बालपणापासून केलेली असते. हे सत्य जाणत्या वयापासूनच पचवलेले असते; पण हा असा मृत्यू? भावी इतिहासात या घटनेचे जनमानसात कोणते पडसाद उठतील?

विचार करताकरता मन विषादात बुडून गेले. हे सारे विचार या समयी कुणाजवळ व्यक्त करणार? महाराणी द्रौपदीसमोर मी मूकच राहिले. त्यांनाही त्यांच्या कर्तव्यपूर्तीसाठी हस्तिनापूरला प्रयाण करणे भागच होते. त्याप्रमाणे ते मार्गस्थ झाले.

जाणारा जातो. तो मुक्त होतो; पण उरलेल्यांना आपली दैनंदिन व्यावहारिक बंधने पाळावीच लागतात. त्याप्रमाणे द्वारकेचे दैनंदिन व्यवहारही हळूहळू पूर्वपदावर येऊ लागले होते; पण त्यात चैतन्य नव्हते. सुवर्णद्वारका जणू काळवंडली होती. दिमाखदार, तेजाने तळपणाऱ्या वास्तूंचे तेज निस्तेज भासत होते. सजीवांचीही तीच गत होती. सजीव आणि निर्जीव दोघेही मलूल भासत होते.

या गढूळ वातावरणात भर घालणारी आणखी एक वार्ता कानावर येऊन आदळली. पश्चिमेकडे जलसागरातील काही द्वीपांच्या भूमीवर भूकंप होऊन तो द्वीपसमूहच जलसागरात बुडून गेला होता. ते भूकंपाचे, वादळाचे केंद्र कोणत्या दिशेने सरकेल हे निश्चितपणे सांगता येत नव्हते. कदाचित द्वारकेकडेही हे संकट घोंघावत येण्याची शक्यता होती. आता कुणालाच कोणत्याही वार्तेचा विधीनिषेध वाटत नव्हता; कारण आपण नेहमी भविष्याकडे दृष्टी ठेवून जीवन जगत असतो आणि आपले भविष्य असते आपली भावी पिढी. आपण सदैव त्यांच्या प्रगतीची, उज्ज्वल भवितव्याची, सुखसमाधान, समृद्धीची कामना करत असतो. आपल्या जीवनाच्या या संधिकालात आपल्या स्वत:विषयी, व्यक्तिगत अशा काहीच इच्छा नसतात. आपल्या पुत्र, पौत्री, प्रपौत्र यांच्या सुखात सुख मानून परमेश्वर चिंतनात रममाण होऊन आपले नेत्र मिटावेत, हीच आपली अंतिम इच्छा असते; पण...

पण आमची भावी पिढीच काळाने क्रूरपणाने या पृथ्वीतलावरून ओढून नेली होती. आता स्वत:चेही जीवन कधी अखेरचे क्षण मोजतेय, त्याची प्रतीक्षा करणे एवढाच जीवघेणा जीवनक्रम उरला होता.

देहाची भूक शमविण्यासाठी पुढ्यात आलेले अन्न भक्षण करत होतो. दैनंदिन अन्हिके उरकत होतो. पण निद्रा? तिची साऱ्यांनी आशाच सोडली होती. आर्यावर्तातले देशोदेशीचे मान्यवर अजूनही सांत्वनासाठी येत होते. कारण सहस्र योजने दूर असलेल्या लोकांना द्वारकेत येणे फार सुलभ नव्हते. असेच एके दिवशी गुरुवर्य सांदीपनी, गुरुमाता, त्यांच्या पुत्राचे द्वारकेत आगमन झाले. ते जेव्हा आमच्या राणीवशावर आले, तेव्हा प्रत्येकीच्या मनाचा बांध फुटला.

गुरुमातेने प्रत्येकीला जवळ घेऊन तिचे सांत्वन केले. गुरुवर्यांनी पित्याप्रमाणे मायेने त्यांच्या प्रेमळ स्वरात जीवनाचे तत्त्वज्ञान समजावून सांगितले. त्यांच्या उपदेशाचा अर्थ असा होता, की प्रत्येकाला मृत्यूच्या वाटेने जायचेच आहे. या जीवनक्रीडेत त्या दिशेने कुणी धावत जातो; कुणी सावकाश चालत जातो. ते धावत गेले. आपणही चालत चालत तेथेच पोहोचणार आहोत. ही उरलेली चाल, ईश्वरचिंतनात, शांत चित्ताने, निर्लेप वृत्तीने चालत जाण्याचे ठरवले, तर हा मार्ग पार करणे सुलभ होईल. पुढे गेलेल्यांचा ऋणानुबंध आता संपला आहे. पुढील जन्मात नवीन क्रीडा, नवे खेळाडू, नवी हार-जीत नियती खेळणार आहे. माझ्या

मनात आले, खरेच, जन्म-मृत्यूचे हे तत्त्वज्ञान प्रत्येक व्यक्ती जीवनात कितीतरी वेळा ऐकत आलेली असते. प्रत्येक संबंधित व्यक्तीच्या मृत्युसमयी हे शब्द कानावर पडत असतात. दुसऱ्याचे सांत्वन करताना काही प्रसंगी आपणही ही वाक्ये बोलत असतो. मनाला ती पटतही असतात; पण प्रिय व्यक्तीच्या मृत्युसमयी तो चिरकाल विरह, हे तत्त्वज्ञान सामान्य माणसे पचवू शकत नाहीत. अंती रक्ताची नाती, भावनिक नाती श्रेष्ठ ठरतात.

मी विचारचक्रात नेहमीसारखी गुंतत चालले होते. गुरुवर्यांच्या शब्दांनी मन थोडे शांत झाले हे खरे. मनात एक विचार चमकून गेला, इथले हे सारे व्याप सोडून गुरुवर्यांच्या आश्रमात निघून जावे. आपणही खराखुरा वानप्रस्थाश्रम स्वीकारावा, खरेच, स्वामींना विचारावे का?

या प्रचंड मृत्युकांडानंतर स्वामींची निवांत भेट झालीच नव्हती. एक गोष्ट मात्र माझ्या लक्षात आली होती की स्वामी आपल्या दिनचर्येतला अधिकाधिक समय थोरले महाराज, दोन्ही मातांच्या सहवासात घालवत होते. वरवर बघता दिनचर्या नेहमीसारखीच सुरू असली, तरी आतमध्ये कुठे तरी, काहीतरी परिवर्तन झाले होते. गोरगरिबांना, दीनदुबळ्यांना अधिकाधिक दानधर्म केला जात होता.

या घटनेलाही काही दिवस लोटले. द्वारकावासीयांच्या मनोवृत्तीत फारसा फरक पडला नाही. अखेरीस न राहवून, मी उद्धवभाऊजींकरवी स्वामींना संदेश पाठवला की एकदा तरी निवांतपणे आम्हा आठही भगिनींना भेटायला या. पुरेसा वेळ देऊन. कारण माझ्या प्रत्येक धाकट्या भगिनीच्या दुःखी अवस्थेकडे बघवत नव्हते. पुत्र-पौत्र शोकाने प्रत्येक जण सैरभैर झाली होती. स्नुषा, नात स्नुषा त्यांच्या माहेरी गेल्या होत्या. रीतीप्रमाणे माहेरचे लोक येऊन त्यांना घेऊन गेले होते; पण आम्ही आठ जणींनी मात्र द्वारका सोडण्यास नकार दिला होता. थोरले महाराज, राजमाता, स्वामी, आमचे दुःखी प्रजाजन यांना सोडून जायला नकोसे वाटत होते. एकाच वेळी एकान्त हवासाही वाटत होता आणि नकोसाही वाटत होता. मला आठवतेय, आमचे पुत्र, कन्या त्यांच्या बालपणी, एवढा गोंधळ, गडबड करायचे, मस्ती करायचे की कधीकधी जीव एकान्तासाठी आसुसून जायचा. सागरकिनारी जाऊन शांततेत काही घटिका नुसते बसून राहावेसे वाटायचे, माझ्या प्रद्युम्नाचे बालपण तर मी अनुभवलेच नव्हते. सगळी बालसेना कधीकधी मूळ द्वारकाद्वीपावर गेली की थोडा वेळ तो शांतपणा, निवांतपणा छान वाटायचा. अर्थात एखादा दिवस उलटला की करमायचेही नाही; पण आता हा एकान्त, ही शांतता जीवघेणी वाटायची. पुत्र-पौत्रांच्या बाल्यावस्थेपासून या सद्यःकाळातल्या जीवनावस्थेपर्यंतचे अनेक प्रसंग आठवायचे. नेत्रांतून अश्रुधारांच्या सरी ओघळायच्या. म्हणून दुसऱ्या व्यक्तीच्या सहवासात गेले तरी तेही नकोसे वाटायचे. कुणाला धीर देणेही नकोसे वाटायचे

आणि कुणाचे धीराचे शब्द ऐकायलाही नकोसे वाटायचे. साराच शब्दांचा पोकळ डोलारा. दु:खाची भावना एवढी तीव्र होती की घटना घडून जवळजवळ एक मास पूर्ण होत आला तरी दु:खाची तीव्रता तसूभरही कमी झाली नव्हती. काळ जणू ठप्प झाला होता. जगणेच केविलवाणे झाले होते. नकोसे झाले होते. ही धरणी दुभंग होऊन साऱ्यांनी त्यात गडप व्हावे, असे वाटत होते. काल सत्यभामा आणि कालिंदीही याच अर्थाचे बोलत होत्या.

कालिंदी म्हणत होती, ''ताई, मला असं वाटतंय, आता आपल्या जगण्याचं प्रयोजनच समाप्त झालंय. जे घडलंय ते मी माझं नशीब समजते. आता माझ्या दृष्टीसमोर तरी एकच ध्येय आहे. या सर्व व्यापातून चिरकाल विश्रांती. त्यासाठी तन-मन साऱ्यालाच जिथून आलो होतो, त्या अज्ञाताला हा देह समर्पण करायचा आहे. त्यासाठी स्वामींची अनुज्ञा घ्यायची आहे. तुम्ही माझं एवढं काम करा. माझ्यासाठी त्यांची अनुज्ञा मागा,'' हे सारे शब्द बोलताना तिच्या नेत्रांत एकही आसू नव्हता. शांत चित्ताने, निर्विकारपणे जणू ती बोलत होती.

तिचे बोल ऐकून मी आणि सत्यभामा दोघीही हेलावलो! मी तर तिला कन्येच्या स्थानीच मानत आले होते. सत्यभामेने तिला आवेगाने जवळ घेतले. सत्यभामेला आपले आसू आवरेनात! गदगदलेल्या स्वरात ती म्हणाली, ''कालिंदी, आपण साऱ्या जणी एकाच अवस्थेत आहोत गं, चल आपण साऱ्या जणी स्वामींकडे जाऊ.''

''मी स्वामींना इथं येऊन सर्वांना भेटण्यासाठी उद्धवभाऊजींकरवी संदेश धाडला आहे,'' एवढे एकच वाक्य कसेबसे बोलून मी सुन्यासुन्या मनाने माझ्या सुन्यासुन्या कक्षात येऊन पोहोचले. आता मनाला स्वामींची प्रतीक्षा करणे हा एकच चाळा उरला.

अखेरीस एक दिवस ती घोर प्रतीक्षा संपली. 'उदईक श्रीकृष्णदादा राणीद्वीपावर येणार आहे,' उद्धवभाऊजींनी सांगितले.

''माझ्या सातही धाकट्या भगिनींकडं जाऊन अंती माझ्या कक्षाकडं त्यांना यायला सांगा,'' मी उद्धवभाऊजींना सुचवले.

आजकाल, मी एकटी असले की माझा संपूर्ण जीवनपट माझ्या दृष्टीसमोरून एखाद्या चलतचित्राप्रमाणे सरकायचा. त्याच वेळी मनात यायचे, विधात्याने मानवाला अंतर्ज्ञानी केले नाही, हे केवढे मोठे वरदानच आहे. नाही तर? नाहीतर तो जगूच शकला नसता. सतत नियतीला हरविण्याच्या असफल प्रयत्नांत गुंतला असता. पण असे शक्य तरी आहे का? असे घडले असते तर नियती हा खेळ खेळूच शकली नसती.

असे असले तरी सर्व काळी काही अधिकारी व्यक्ती भविष्य जाणणाऱ्या

असतातच; पण प्रारब्धापुढे कुणाचेच चालत नाही, हे सत्य त्यांनी स्वीकारलेले असते. म्हणूनच त्यांना अधिकारी व्यक्ती म्हणायचे ना? स्वामीसुद्धा त्रिकालज्ञानी आहेत, याविषयी माझ्या मनात संदेह नाही. या विचारानिशी पुन्हा स्वामी-भेटीची आस तीव्रपणे अंतःकरणात उफाळून वर आली. त्या क्षणाची प्रतीक्षा संपण्याचा समय आता जवळ आला होता. प्रत्येकीला आपल्या मनातले विचारांचे धागेदोरे उलगडून दाखवण्यासाठी एक विश्वासाचे स्थान हवे असते. बालपणी माता, तारुण्यात सखी, विवाह झाल्यावर पती हे स्थान विश्वासाचे समजले जाते. अर्थात पतीने आपल्या वर्तनाने ते निर्माण केलेले असले तर. माझ्या भाग्याने मला ते तसे मिळाले होते. स्वामी माझे सर्वस्वनिधान होते.

ठरल्याप्रमाणे स्वामी राणीद्वीपावर आले. प्रत्येकीकडे एकेक दिवस राहून आठव्या दिनी माझ्याकडे आले. ते आले तेव्हा मी गवाक्षातून सागराकडे बघत होते. तेही माझ्याशेजारी येऊन उभे राहिले. त्याआधी त्यांचा पायरव, माझे कान वेध घेत होते. त्यांच्या आगमनांच्या नुसत्या चाहुलीने माझ्या हृदयात दुःखाच्या लाटा उसळू लागल्या. नेत्रांतूनही आसवांचा पूर वाहू लागला. मनाला कसे आवरावे ते कळेना. भावनांचा आवेग सहन न होऊन माझी उभी काया गदगदू लागली. त्यांनी माझ्या दंडाला धरून माझी उभी काया त्यांच्याकडे वळवली. मी त्यांच्या कुशीत कोसळले. ते मला मूकपणे थोपटत होते. या अवस्थेत किती समय गेला कुणास ठाऊक! हळूहळू शांत होत मी भानावर आले.

माझी मनाची ही अवस्थाही स्वामींनी जाणली. मी त्यांच्या मुद्रेकडे दृष्टी टाकली. त्यांच्या नेत्रांतून आसवांच्या सरी वाहत होत्या. मी माझ्या पदराने त्यांचे आसू पुसले. शांतपणे आम्ही दोघेही आसनस्थ झालो. त्यांचा धीरगंभीर स्वर ऐकू येऊ लागला, "रुक्मिणी, मला माहीत आहे, की विधात्याची करणी तू जाणतेसच. जीवमात्रांचे अस्तित्व, देहाचे कवच, आत्म्याचे अमरत्व या साऱ्या गोष्टींचे ज्ञान तुला आहे. गुरुवर्य सांदीपनींनी सांगितल्याप्रमाणे जे पुढे गेले त्यांचा त्या त्या देहाचे कवच टाकून देण्याचा समय नियतीने आपल्याआधी योजून ठेवला होता. त्याप्रमाणे नियोजित समयी ते निघून गेले. एकच गोष्ट सांगतो, रुक्मिणी, आपलाही हा समय फार दूर नाही.

"मन घट्ट करून ऐक प्रिये, मी स्थापित केलेली ही माझी प्रिय द्वारकाही माझ्या अस्तित्वामागोमागच लय पावणार आहे. या सुवर्णद्वारकेचा जन्म, तिचा उत्कर्ष, तिचा लय सारा आपल्या जीवनातील घटनाक्रम म्हणजे मानवाला जीवनाचे सत्य उलगडून दाखविण्यासाठी दीपस्तंभाप्रमाणे मार्गदर्शक ठरणार आहे. एका विशिष्ट उद्देशाने विधात्याने या घटनाक्रमाची योजना केली आहे. मी सांगतो ते मन लावून ऐक. मथुरेच्या जनजीवनाला जरासंधाच्या सततच्या आक्रमणाने बाधा येत होती.

जनता आर्थिक, सामाजिक परिणामाला कंटाळली होती. ते जन सतत एका बलिष्ठ सम्राटाच्या आक्रमणाच्या भीतीच्या दडपणाखाली वावरत होते. त्यांच्या जीवनातील सुख, समाधान, शांती हरवली होती. हे सारे केवळ माझ्या मथुरेतल्या अस्तित्वामुळे घडत होते. कारण जरासंधाचा वैरभाव केवळ माझ्याशी होता. फक्त माझ्याशी. या माझ्या मथुरेच्या माझ्या प्रिय जनांना या असहाय जीवनावस्थेत जगू देण्याचा नैतिक अधिकार मला नव्हता. म्हणून मी सतत आक्रमणापासून सुरक्षित असे हे द्वीप शोधून काढून इथे ही द्वारकानगरी वसवली. सुवर्णद्वारका. कल्पकता, सौंदर्य आणि आदर्श वास्तुशास्त्राची अजोड कारागिरी. निर्मितीचे कोणतेही काम प्रत्येक मानवाने सर्वोत्कृष्ट करण्याचा प्रयत्न करावा या उदाहरणाची ही पहिली कलाकृती. राज्यनिर्मितीतील ही पहिली पायरी.''

स्वामी काही क्षण स्वत:मध्येच गुंगले. ते द्वारकानिर्मितीच्या कालस्मृतीत पोहोचले होते. त्यांच्या मुद्रेवर किंचित स्मित उमटल्याचा मला भास झाला. त्याच वेळी ते सावरले. पुन्हा बोलू लागले, ''नगररचना हा एक महत्त्वाचा टप्पा असला, तरी तेवढेच असून चालणार नव्हते. त्याहीपेक्षा महत्त्वाचा टप्पा होता– सुखी, समाधानी, निरामय जीवन जगणारे प्रजाजन. त्यासाठी लोकांमध्ये आरोग्य संपन्नता, आर्थिक संपन्नता आणि त्याहीपेक्षा महत्त्वाची म्हणजे नैतिक संपन्नता यांची आवश्यकता होती. त्यादृष्टीने इथं स्थायिक होणाऱ्या माझ्या प्रजाजनांसाठी आवश्यक उद्योग, सुदृढ आरोग्यासाठी व्यायामशाळा, नैतिक, सामाजिक, धार्मिक ज्ञानासाठी आवश्यक पाठशाळा, त्यासाठी आदर्श गुरुवर्यांची, अधिकारी व्यक्तींची नियुक्ती. द्वारकेच्या संरक्षणासाठी युवकांमध्ये वीरवृत्तीची प्रेरणा, चेतना देणारी विविध शास्त्रांत निपुण शिक्षण देणारी केंद्रं, शस्त्रनिर्मिती केंद्रं या साऱ्या योजना फलद्रूप होण्यासाठी या क्षेत्रामधील तज्ज्ञांना पाचारण करून योजनाबद्ध आखणी आणि पूर्णत्वास नेण्याची प्रक्रिया अंतापर्यंत नेण्यासाठी असंख्य व्यक्तींचा हातभार लागला. त्यांनी अक्षरश: जीव ओतून काम केले. परिपूर्ण आदर्श राज्य स्थापन करण्याचे माझे स्वप्न होते. ते मी पूर्णत्वास नेले. मानवाने आदर्श राज्य कसे स्थापन करावे, त्यासाठी भावी पिढ्यांसमोर मी एक उत्तम उदाहरणच जणू निर्माण केले.

''यानंतरची दुसरी महत्त्वाची आदर्श राजाची कर्तव्यपूर्ती पार पाडायची होती, ती म्हणजे या आर्यावर्तातील दुष्ट, क्रूर, अन्यायी प्रवृत्तीला नष्ट करून न्यायाचे, नैतिकतेचे आदर्श राज्य निर्माण करणे. राज्याला समृद्धीप्रत, भरभराटीला नेणे. रुक्मिणी, या आदर्शाचे पालन तर तुझ्या दृष्टीसमोरच केले आहे. जरासंध, कालयवन, पौंड्र, शिशुपाल, नरकासुर अशा अनेक क्रूर, नरसंहारक सम्राटांचा मी संहार केला. त्यांच्या राज्याची अभिलाषाही न धरता. कारण पराक्रमाएवढाच त्याग हाही जीवनात महत्त्वाचा असतो, हे या विश्वाला मला दाखवून द्यायचे होते.

"नारीजातीची प्रतिष्ठा जपणे हे प्रत्येक मानवाचे आद्यकर्तव्य आहे, ह्याची जाणीव करून देण्यासाठी सोळा सहस्र नारींची नरकासुराच्या बंदिवासातून मुक्तता आणि पुनर्वसन केले. स्त्री-पुरुषातील मैत्रीचे पवित्र नाते किती दृढ असू शकते हे माझ्या आणि सखी द्रौपदीच्या नात्याने पिढ्यान्‌पिढ्या मानवी मनाच्या हृदयात कोरले जाईल हे निश्चित. दुष्ट प्रवृत्तीचा विनाश आणि सत्याचा विजय, नैतिक मूल्यांचे श्रेष्ठत्व पटवून देण्यासाठी महाभारत घडले. महायुद्धाचे अलौकिक पर्व उदयाला आले. या युद्धाद्वारे भयंकर प्राणहानी, वित्तहानी झाली हे सत्यच आहे. ती टाळण्यासाठी अखेरपर्यंत, मी स्वत: माझे बुद्धिचातुर्य जीव ओतून पणाला लावले; पण गर्वाने सत्तांध झालेले दुर्योधनपक्षीय मदोन्मत्त लोक कुणाचेच ऐकण्याच्या मन:स्थितीत नव्हते. अंती विजय सत्याचाच झाला हे मला या विश्वाला दाखवून द्यायचे होते. हा असत्याचा पराभव जर झाला नसता, तर भविष्यात युगानुयुगे मानवी वंश असत्याच्या, अन्यायाच्या धुंदीत मत्तपणे डुंबत राहिला असता."

स्वामींनी गवाक्षातून दिसणाऱ्या आकाशाकडे दृष्टी टाकली. जणू ते आता मानवी भविष्याकडेच दृष्टी टाकत होते. ते पुढे म्हणाले, "या माझ्या बोलण्याचा असा अर्थ नाही रुक्मिणी, की यापुढं लोक वाईट वागणारच नाहीत, सदैव सारं मंगल, सोज्ज्वळ, सात्त्विकच राहणार आहे; पण, सत्य हेच नेहमी, शिव, सुंदर असते 'सत्यम् शिवम् सुंदरम्' हा महामंत्र समाजाच्या एका विशिष्ट स्वभावधर्माच्या हृदयात कोरला जाईल आणि या वर्गाच्या पुण्याईवरच हे विश्वचक्र अविरत फिरत राहील.

"रुक्मिणी, तू म्हणशील, स्वामी तुम्ही म्हणता ते मला मान्य आहे; पण या विश्वाला, नीतीचे, सदाचाराचे, न्यायाचे पाठ पढवण्यासाठी माझ्या पिढीनंच एवढा मोठा त्याग का सहन करायचा? एवढं दु:ख का सहन करायचं, होय ना?" स्वामी माझ्याकडे प्रश्नार्थक मुद्रेने बघत होते. मी मूकपणे मान हलवली.

"नाही, असा विचार करणंसुद्धा चूकच आहे. या भरतवर्षात पूर्वीही सूर्यवंशीय, चांद्रवंशीय राजांनी आपल्या जीवनाद्वारे हे जगाला दाखवून दिलं आहे. राजा दशरथ, प्रभू रामचंद्र, त्यांचे बंधू, तसेच पितामह भीष्म आणि अन्य असंख्य पूर्वज. माझा जन्म तर 'धर्मसंस्थापनार्थाय संभवामी युगे युगे' या उद्देशानेच झाला आहे हे मी तुला पूर्वीही सांगितले आहे.

"अर्थात या आदर्शासाठी जन्म घेतलेल्या प्रत्येक स्त्रीपुरुषाच्या संबंधातील प्रत्येकाचा, हा उद्देश साध्य करण्यात महत्त्वाचा सहभाग असतो. त्यांच्या सहकार्याशिवाय हे महत्त्वाचे, महान, आदर्श कार्य पूर्ण होऊ शकत नाही. म्हणूनच माझ्या या महत्कार्यात मातापित्यांचा, तुझा, दादांचा, उद्धवाचा आणि या कार्याला प्रत्यक्ष वा अप्रत्यक्षपणे हातभार लावणाऱ्या प्रत्येकाचा मोलाचा वाटा आहे.

"सांगण्याचे तात्पर्य हे, की मी आदर्श राज्याची निर्मिती केली. तिला दाही दिशांनी वाढविले, फुलविले, समृद्ध केले. इथे मी म्हणजे फक्त एक कर्तव्याचे माध्यम आहे. माझ्याकडून हे नियतीने म्हणजेच त्या विधात्याने करून घेतले. जन्मलेल्या प्रत्येक मानवाने हे लक्षात ठेवावे, की तो म्हणजे या विश्वाच्या अवाढव्य चक्रातील अणुरेणूहूनही अकर्ता सूक्ष्म कण आहे. फक्त चांगल्या कार्यासाठी प्रयत्न करणे हे त्याचे कर्तव्य आहे. फळ मिळणे नियतीच्या हाती."

मी स्वामींच्या चर्येकडे पाहिले. ती मुद्रा अत्यंत तेजस्वी दिसत होती. मला भास झाला, स्वामी म्हणजे जणू काही सुदर्शनचक्र, गदा, पद्म, शंखधारी नारायणच आणि मी एक नारायणी...

स्वामींची अमोघ वाणी पुन्हा स्त्रवू लागली, "रुक्मिणी, एकच अंतिम सत्य आहे, ते म्हणजे जिथे जन्म आहे तेथे मृत्यू आहे. जेथे निर्मिती आहे, तिथेच तिचा कधीतरी विनाशही आहे. फक्त अमर आहे तो आत्मा. माझ्या या लाडक्या द्वारकेच्या माध्यमाद्वारे हेच तत्त्व मला या विश्वाला दाखवून द्यायचे आहे. त्याच वेळी या सत्याची जाणीवही करून द्यायची आहे, की बुद्धीचे वरदान लाभलेला मानव हा स्वतःच स्वतःच्या जीवनाचा शिल्पकार आहे. जन्मतःच सोन्याचा चमचा मुखात घेऊन जन्माला येऊनही काही उपयोग नाही. स्वतःच्या बुद्धीचा तारतम्याने उपयोग करून स्वतःच्या व्यक्तिमत्त्वाचा मार्ग सद्‌गुणांच्या पर्वतशिखराकडे नेण्याचे ठरविले तर तो भावी पिढ्यांपुढे आदर्शच ठरतो. तो स्वतःच्या ऐहिक जीवनात यशस्वी ठरो अथवा न ठरो. पितामह भीष्म, प्रभू रामचंद्र हे यावच्चंद्रदिवाकरौ विश्वापुढे वंदनीय व्यक्तीच ठरतील. याउलट आमचे कंसमामा, नरकासुर, दुर्योधन, शकुनी हे तिरस्करणीय म्हणूनच ओळखले जातील.

"आमच्या द्वारकेच्या पुत्रांचे तरी काय झाले? वैभवसंपन्न सुवर्णद्वारकेत ते जन्माला आले. सारी सुखं त्यांच्यापुढे हात जोडून उभी होती. या सुवर्णद्वारकेचे रूपांतर रत्नजडित द्वारकेत त्यांना करता आलं असतं; पण? पण ते दुर्दैवी ठरले. गोरसामृताऐवजी सोमरस त्यांना अधिक प्रिय वाटला. ते सत्तेच्या, वैभवाच्या धुंदीत मत्त होऊन ज्येष्ठ, श्रेष्ठ, योगी, तपस्वी सर्वांचा अधिकार विसरले. स्वतःच दुर्गुणांच्या गर्तेत उड्या घेऊन स्वतःचा विनाश ओढवून घेतला. सद्‌सद्‌विवेकबुद्धीचा अभाव, वैभवसंपन्न मानवाचा नाश करतो. तिथे कुणाचेच काही चालत नाही, हे अढळ सत्य हे या द्वारकेच्या आमच्या यादवांच्या विनाशाच्या उदाहरणाद्वारे पुढल्या पिढीला समजून येईल.

"रुक्मिणी, मी आज जे काही भरभरून बोलत आहे त्याचं तात्पर्य तुला उमजलंच असेल. आता एकच सांगतो, ते मन लावून ऐक. माझा जीवनहेतू, माझे या जन्माचे कारण, पर्यायाने, माझे जीवितकार्य समाप्त झाले आहे. या पृथ्वीतलावरून

या देहाचे कवच टाकून आत्म्याचा मूळ स्थानी जाण्याचा समय जवळ येऊन ठेपला आहे. थांब. अशी दचकू नकोस. तू माझ्यामागं माझ्याशिवाय जगू शकणार नाहीस, हेही मी जाणतो.

"माझ्या निर्वाणापाठोपाठ काय घडणार आहे हे मी तुला आता प्रत्यक्षच दाखवणार आहे." असे म्हणून त्यांनी माझ्या मस्तकावर त्यांचा कर ठेवून त्या स्थानी दिव्य स्पर्श केला. मी त्या क्षणी समाधी अवस्थेत गेले. प्रचंड वादळ, महासागरातील लाटांचे तांडव... जिकडे-तिकडे महाप्रलयाचे भयंकर दृश्य दिसत होते. त्या प्रलयात आमच्या द्वारकाद्वीपाला प्रचंड हादरे बसत होते. आमची संपूर्ण सुवर्णद्वारका सागरात बुडत जाणाऱ्या, हेलकावे खाणाऱ्या प्रचंड नौकेसारखी इकडून तिकडे हेलकावे खात होती. त्याच समयी स्फोटासारखा प्रचंड आवाज झाला. एका क्षणात द्वारका सागराच्या उदरात नाहीशी झाली आणि मला जाग आली. मी नेत्र उघडले.

समोर स्वामी उभे होते. नेहमीसारखेच मुद्रेवर प्रसन्न हास्य लेवून. मला क्षणात आताच दिसलेल्या दृश्याचा अर्थ उमजला. माझी काया मोहरली. जन्मजन्मांतरीची खूण पटली.

इथेच मी माझी कहाणी पूर्ण करते. पुढे काय घडले, ते तुम्हाला ठाऊक आहेच. युगानुयुगे ठाऊक असणार आहे.

आता मीसुद्धा निर्लेप झाले आहे. आता मलाही माझ्या मूलस्थानाची ओढ लागली आहे. स्वामींच्या मुरलीतले मधुर मंगलमय स्वर ऐकू येत आहेत. मला माझ्या सर्व प्रश्नांची उत्तरे मिळाली आहेत. मला वाटतेय मानवी जीवनाविषयी तुमच्या मनातल्या प्रश्नांची उत्तरे तुम्हालाही माझ्या या मनोगतातून मिळालीच असतील. या पृथ्वीतलावर जन्मलेला प्रत्येक जीव, तो राजा असो वा रंक, नियतीच्या इच्छेनुसार उत्पत्ती-स्थिती-लय या मार्गानेच जात असतो. माझ्या स्वामींनी सदैव जगाला शिकवलेला हा पाठ मी सतत अनुभवला आहे. या कहाणीत वारंवार तुमच्याही प्रत्ययाला आला आहे. स्वामींच्या पाठोपाठ अनंतात विलीन होण्यासाठी मी सिद्ध झाले आहे. तृप्त मनाने तुमचा निरोप घेत आहे.

शुभास्ते.. पंथान.. संतु...

## संदर्भग्रंथ

१) सार्थ श्री एकनाथी भागवत : श्री संत एकनाथ
२) व्यासविचार : पांडुरंगशास्त्री आठवले
३) मृत्युंजय : शिवाजी सावंत
४) युगंधर : शिवाजी सावंत
५) राधेय : रणजित देसाई
६) महाभारतावरील व्याख्याने : श्री. बाळशास्त्री हरदास
७) श्री तुकारामाची गाथा : संपादन, ह.भ.प. विष्णू नरसिंह जोग
८) व्यासपर्व : दुर्गा भागवत
९) रुक्मिणीहरण : अनुवादक, प्रफुल्लकुमार ओझा
१०) संगीत सौभद्र : अण्णासाहेब किर्लोस्कर
११) रुक्मिणी स्वयंवर : अण्णासाहेब किर्लोस्कर
१२) गीतगोपाल : ग. दि. माडगूळकर
१३) श्रीमद्भागवत : पं. महादेवशास्त्री जोशी
१४) महाभारत कथाभाग आणि शिकवण : ज. स. करंदीकर
१५) सार्थ ज्ञानेश्वरी : ह.भ.प. साखरे महाराज
१६) व्यासांचे शिल्प : प्रा. नरहर कुरुंदकर
१७) श्रीकृष्णायन : गो. नी. दांडेकर
१८) श्रीकर्णायन : गो. नी. दांडेकर
१९) महाभारत : भालबा केळकर
२०) श्रीकृष्ण जीवनदर्शन : पं. पांडुरंगशास्त्री आठवले
२१) श्रीकृष्ण : पं. बाळशास्त्री हरदास, सौ. वीणा हरदास
२२) महामानव - श्रीराम व श्रीकृष्ण : डॉ. वा. वि. भागवत
२३) हा जय नावाचा इतिहास : आनंद साधले
२४) श्री महाभारत कथा : त्र्यं. ग. बापट
२५) महाभारत : संपादक, प्रा. प्र. न. फाटक

आकाशाएवढ्या तुकारामांची पत्नी असूनही जमिनीवरच ठाम उभी राहिलेली, नियतीशी सतत झुंज देत, पतीकडून उपेक्षा, अवहेलना, अपेक्षाभंग सारं सोसूनही अखेर त्याच्यातच विलीन झालेली ही आगळीवेगळी...

# तुकयाची आवली

**मंजुश्री गोखले**

आवलीला त्या घटनेचा पुरता अर्थ कळला.
ती विलक्षण चरकली.
बुवांच्या टाळ-चिपळ्या बुवांशिवाय?
आवलीनं टाहो फोडला. धनी ऽ ऽ ऽ! धनी ऽऽऽऽ!
आणि ती बुवांच्या बैठकीवर कोसळली.
बुवा ज्यांना आपले श्वास आणि उच्छ्‌वास म्हणत होते, त्याच टाळ-चिपळ्या आज बुवांपासून वेगळ्या, अनाथ होऊन बुवांच्या बैठकीवर पडल्या होत्या.
करपलेल्या काळजानं आणि चरकलेल्या मनानं त्या टाळ-चिपळ्या उराशी धरून आवली आकांत करत होती. तिचा आकांत सगळ्या गावकऱ्यांचं काळीज चिरत गेला. विठ्ठलाच्या मूर्तीचा थरकाप उडवत गेला.
त्याच्या पायाखालची वीट थरारली.
इंद्रायणी क्षणभर वाहायचं विसरली.
विठ्ठल मंदिराच्या कळसाला छेदत आवलीचा टाहो आकाश फाडत गेला. नंतर कितीतरी वेळ त्याचे पडसाद आकाशातून येत राहिले. वाळवंटात कोसळत राहिले. विठ्ठलाच्या मंदिराच्या गाभाऱ्यावर आदळत राहिले.

# उत्तुंग

## मृणालिनी सावंत

श्रीकृष्ण... तो योगीही आहे, भोगीही आहे, राजकारणी आहे, समाजकारणी आहे...अनेक रूपं आहेत त्याची... काही लुभावणारी, काही शिकवण देणारी... मृणालिनी सावंत यांना त्याचं कर्मयोगी, लोकनायकाचं रूप आवाहन करून गेलं आणि ईश्वरी अवतार असलेल्या कृष्णामधील ईश्वरी अंश मान्य करूनही त्याच्यातील मानवीय 'उत्तुंग'ता त्यांना अधोरेखित कराविशी वाटली...म्हणून काही ठिकाणी चमत्कारांना फाटा देत कृष्ण आणि त्याच्या आजूबाजूच्या लोकांचं, विशेषतः वसुदेव, नंद, अक्रूर इ. यांचं चातुर्य, त्यांचा विवेक याचं दर्शन त्यांनी घडवलं.

कृष्णाची बुद्धिमत्ता, त्याची समयसूचकता, निर्भीडपणा, पराक्रम, हजरजबाबीपणा, निर्लिप्तता, सर्वसामान्य माणसाविषयी त्याला वाटणारी करुणा आदी गुणांनी मंडित असलेलं त्याचं व्यक्तिमत्त्व मानवी-ईश्वरी रंगातून त्यांनी चितारलंय. गोकुळ-द्वारकेतील सु-शासन, कुरुक्षेत्रावरील संहारक युद्ध, द्वारकेचा विनाश आणि त्या विनाशाचा कृष्णाने सहजतेने केलेला स्वीकार याचं वैशिष्ट्यपूर्ण भाषेत चित्रण केलंय.

श्रीकृष्णाच्या व्यक्तिमत्त्वाचा डोळस दृष्टिकोनातून, वैशिष्ट्यपूर्ण भाषेत घडवलेला चिंतनीय आविष्कार.